मिस्टर अँड मिसेस
जिना

मिस्टर अँड मिसेस जिना

भारताला हादरवून टाकणारा विवाह

शीला रेड्डी

अनुवाद : सुनीति काणे

MANJUL

मंजुल पब्लिशिंग हाउस

MANJUL

मंजुल पब्लिशिंग हाउस

पुणे संपादकीय कार्यालय
फ्लॅट नं. 1, पहिला मजला, समर्थ अपार्टमेंट्स,
1031 टिळक रोड, पुणे — 411 002

व्यावसायिक आणि संपादकीय कार्यालय
दुसरा मजला, उषा प्रीत कॉम्प्लेक्स, 42 मालवीय नगर, भोपाळ — 462 003

विक्री आणि विपणन कार्यालय
7/32, अंसारी रोड, दर्यागंज, नवी दिल्ली — 110002
www.manjulindia.com

वितरण केंद्रे
अहमदाबाद, बेंगलुरू, भोपाळ, कोलकाता, चेन्नई,
हैदराबाद, मुंबई, नवी दिल्ली, पुणे

मूळ इंग्लिश आवृत्ती पेंग्विन रँडम हाउस इंडियाचा इंप्रिंट
वायकिंग तर्फे 2017 साली प्रकाशित

शीला रेड्डी लिखित *मिस्टर अँन्ड मिसेस जिना*
या मूळ इंग्लिश पुस्तकाचा मराठी अनुवाद

कॉपीराइट © शीला रेड्डी, 2017

प्रस्तुत मराठी आवृत्ती 2018 साली प्रथम प्रकाशित

ISBN : 978-93-88241-36-6

मराठी अनुवाद : सुनीति काणे

मुद्रण व बाइंडिंग : थॉमसन प्रेस (इंडिया) लिमिटेड

मिस्टर आणि मिसेस सी. एन. रेड्डी
यांना समर्पित

अनुक्रमणिका

~

प्रकरण पहिले

~

जगाला तब्बल दोन वर्षं संदेहात ठेवल्यानंतर १९१८ साली, एप्रिल महिन्यातल्या एका गरम, कुंद सायंकाळी मोहम्मद अली जिना यांनी रट्टी पेटिटबरोबर विवाह केला. ती श्रीमंत पारशी बॅरनेटची एकुलती एक कन्या होती. जिना जवळजवळ बेचाळीस वर्षांचे होते. आतल्या गाठीचे आणि अलिप्त स्वभावाचे जिना आजवर स्वत:नं काळजीपूर्वक आखून घेतलेल्या योजनेनुसारच वागत आले होते. दोन दशकं कष्ट केल्यावर ते योजलेल्या टप्प्यावर पोचले होते; देशातील अत्यंत महाग वकिलांपैकी एक; व्हाइसरॉयच्या इंपीरियल लेजिस्लेटिव्ह कौन्सिलचे निवडून आलेले सभासद; मुस्लीम राजकारणातले मान्यवर नेते आणि काँग्रेसचे अत्यंत महत्त्वाचे नेते बनण्याकडे जलद वाटचाल करणारी आसामी!

आजवर त्यांच्या योजनांमध्ये विवाहाला कोणतंच स्थान मिळालेलं नव्हतं. श्रीमंत, समाजमान्य आणि त्यांच्या निम्म्या वयाच्या मुलीशी विवाह करण्याची कल्पना त्यांच्या योजनांचा भाग असणं शक्यच नव्हतं! परंतु एकदा रट्टीबरोबर विवाह करण्याचा निर्णय घेतल्यानंतर त्यांनी त्यांच्या नेहमीच्या दृढ निश्चयानं पावलं उचलायला प्रारंभ केला. अनेक अपमान, निर्भर्त्सना यांच्यामुळे अजिबात विचलित न होता, वाटेतील सापळ्यांमधून चातुर्यानं मार्ग शोधत त्यांनी त्यांच्या नेहमीच्या जागरूक सावधतेनं योजनाबद्ध मार्गक्रमण केलं.

त्यांनी सुरुवात तर अगदी सर्वसंमत मार्गानं केली होती. त्या सुट्टीत पाहुणे म्हणून राहत असताना रट्टीच्या पित्यापुढे आपला प्रस्ताव मांडला होता. रट्टीचे पिता सर दिनशॉ पेटिट हे स्थूल बांध्याचे, गुबगुबीत चेहऱ्याचे, जिनांच्या वयाचे, सौम्य स्वभावाचे सद्गृहस्थ होते. वारशानं ते प्रचंड संपत्तीचे मालक बनले होते. सर्वसाधारणत: ते सुट्टीच्या वेळेस आपल्या कुटुंबीयांना लंडन किंवा फ्रान्समध्ये घेऊन जात असत. फ्रेंच रिव्हिएरामधली त्यांची प्रासादतुल्य जागा मोनॅकोच्या राजपुत्राच्या आणि बेल्जियमच्या राजाच्या महालांएवढीच मोठी होती; परंतु पहिलं महायुद्ध सुरू झाल्यावर पेटिट कुटुंब परदेशी जाऊ शकत नव्हतं. त्याऐवजी त्यांना भारतातील थंड हवेच्या ठिकाणी जाणं भाग पडत होतं. तेथे पेटिट दाम्पत्य आपली चार मुलं - रट्टी आणि तिच्या पाठची तीन भावंडं आणि आपले स्वयंपाकी, वाढपी,

नोकर, मुलीची गव्हर्नेस, मुलांचे शिक्षक, परिचारिका, घोडे, कुत्रे आणि जमवता येतील तेवढे पाहुणे अशा प्रचंड कुटुंबकबिल्यासमवेत प्रस्थान करत असत. सर दिनशॉ पेटिट अत्यंत अगत्यशील यजमान होते. आपल्या सभोवताली नामवंतांचा ताफा जमवणं त्यांना अत्यंत प्रिय वाटत असे. समुद्रकाठचं, मलबार हिलवरचं प्रासादतुल्य निवासस्थान आणि पुणे व माथेरान येथील त्यांची वतनवाडी कायम पाहुण्यांनी गजबजलेली असे. रट्टीच्या जन्मापूर्वीपासून त्यांचा जिनांशी परिचय होता. ते जिनांचे चाहते होते. अत्यंत मोहक आणि अभिरुचीसंपन्न लेडी पेटिटसुद्धा जिनांच्या चाहत्या होत्या, त्यामुळे त्या सतत जिनांना आमंत्रित करत असत.

परंतु या वेळेस पहिल्यांदाच जिनांनी या आमंत्रणाचा स्वीकार केला होता आणि यानंतर ते कधीही त्यांच्या समवेत राहिले नाहीत.

आपल्या प्रभावशाली व्यक्तिमत्त्वामुळे आणि खंबीर राष्ट्रवादामुळे आपल्या समकालीनांमध्ये अत्यंत लोकप्रिय असलेल्या जिनांबद्दल सर दिनशॉ यांना कौतुकामिश्रित आदर वाटत असे. सर दिनशाँबद्दल जिनांची तशीच भावना असण्याची फारशी शक्यता नव्हती. आपल्या धंद्याबद्दल सुज्ञता आणि वाकबगारी यासाठी सुप्रसिद्ध असलेल्या आणि दानधर्माबाबत लौकिक असलेल्या पारशी व्यापारी कुटुंबात सर दिनशाँचा जन्म झाला होता. त्यांचे आजोबा स्वकष्टानं आणि स्वत:च्या हिमतीच्या बळावर लक्षाधीश बनले होते. ते मुंबईच्या कापड व्यवसायातले अग्रणी नेते होते आणि पारशी समाजासाठी भरपूर दानधर्म करण्यात आघाडीवर होते. सर दिनशाँच्या वडिलांनी धंद्यात प्रचंड मोठं साम्राज्य प्रस्थापित केलं होतं. डझनावरी कापड गिरण्यांचे ते मालक होते. त्यांना कापूस कताई आणि धाग्यांचं विणकाम (स्पिनिंग विव्हिंग) यांचं इतकं सखोल व्यावहारिक ज्ञान होतं की, त्यावर त्यांनी दोन खंडांतला संदर्भ ग्रंथ लिहिला होता. सर दिनशॉ केवळ २२ वर्षांचे असताना त्यांच्या पित्याचा मृत्यू झाला आणि त्यांच्या धंद्याची जबाबदारी त्यांच्या अननुभवी खांद्यावर येऊन पडली. त्यांनी जमेल तशी ती निभावली. आणखी सहा वर्षांनी त्यांना आजोबांची 'बॅरन' ही पदवीसुद्धा वारसाहक्कानं मिळवता आली. त्यांचे वडील ज्येष्ठपुत्र नसूनही, इतर अनेक अधिक लायक चुलतभावांवर मात करून त्यांनी ही उपाधी पटकावली. बॅरन या उपाधीमुळेच ते स्वत:ला फारच महत्त्वाची आसामी समजू लागले होते, त्याबरोबरच त्यांची असुरक्षिततेची भावनासुद्धा प्रचंड वाढली होती. कशानंही त्यांचा लगेच अपमान होत असे. ब्रिटिशांच्या मते ते अत्यंत गर्विष्ठ आणि घमेंडखोर होते. ब्रिटिश लोक त्यांच्याकडे गांभीर्याने बघतच नसत. नगरपालिकेच्या निवडणुकीत ब्रिटिशविरोधी उमेदवाराला हरवण्यासाठी ब्रिटिशांनी हेराफेरी केल्याबाबतची एका खटल्याची सुनावणी बॅरिस्टर जिना करत होते, त्या उलट तपासणीच्या वेळेस एका वरिष्ठ ब्रिटिश अधिकाऱ्यानं व्यवस्थित नमूद केलं की, सर दिनशाँना स्वत:ची राजकारणावरची कोणतीही ठाम मतं नव्हती आणि त्यांच्या पोकळ डौलाला खतपाणी घालणारे निर्णयच ते घेत असत. या विधानातला अध्याहृत भाव होता की, सर दिनशाँच्या अस्मितेला चुचकारल्यावर ते ब्रिटिशांच्या कोणत्याही योजनेत संमत होत असत! अन्य राष्ट्रवादी भारतीयांचंसुद्धा हेच मत होतं. पारशी प्रक्षोभक नेते सर दिनशॉ एदलजी वाच्छा यांनी तर दिनशॉ पेटिट यांची व्हाइसरीगल कौन्सिलवर नियुक्ती करण्यात आल्याबद्दल जोरदार आक्षेप घेऊन म्हटलं होतं की, सर दिनशॉ पेटिटना सामाजिक बाबींबद्दल शष्पही

कळत नव्हतं. त्यांनी दादाभाई नवरोजी यांना पत्र लिहून हे मत व्यक्त केलं होतं आणि पुढे पुस्ती जोडली होती की, ब्रिटिशांनी पैसे आणि बुद्धी या गुणांबाबत अधिक संतुलित व सुज्ञता दाखवून निर्णय घ्यायला हवा होता.

सर दिनशॉ यांचा अहंकार इतका प्रचंड मोठा होता की, मलबार हिलवर उभारल्या जाणाऱ्या इतर प्रासादांवर कुरघोडी करण्यासाठी त्यांनी पेटिट हॉलच्या नूतनीकरणासाठी लाखो रुपयांचा चुराडा केला. समुद्राकडे तोंड असलेला हा संगमरवरी प्रासाद मलबार हिलच्या पायथ्याशी उभा होता. तो त्यांना वारसाहक्कानं त्यांच्या आजोबांकडून मिळाला होता. ग्रीक धर्तीचे प्रचंड खांब, कारंजी, डौलदार जिने यांमुळे भव्यता लाभलेली ही वास्तू आयात केलेल्या सर्वांत महाग संगमरवरातून उभारण्यात आलेली होती. मोठ्या मेजवान्या आयोजित करण्यासाठी त्यांच्या आजोबांनी हे दुसरं घर बांधून घेतलं होतं; पण एकदा सर दिनशॉंच्या हाती सत्ता आल्यावर त्यांनी अत्यंत महत्त्वाकांक्षी प्रमाणावर त्या वास्तूचं नूतनीकरण करवलं. नवीन बांधकाम करून त्यांनी समुद्राभिमुख असलेली नवी शयनगृहं बांधून घेतली. प्रचंड मोठे वृक्ष आणि समुद्रापर्यंत पसरलेली मखमली हिरवळ यांनी बंगल्याभोवतीची बाग नटवली गेली. बागेत फ्रान्सहून आयात केलेली फुलझाडं लावण्यात आली. या साऱ्या बागा समुद्रातून काढून घेतलेल्या, नव्यानं उभारलेल्या जमिनीवर फुलवण्यात आल्या. प्रासादात असंख्य बिलोरी झुमरं, पंधराव्या लुईच्या वेळच्या धर्तीच्या खुर्च्या, टेबलं, पुरातन मिंग जमान्याची पात्रं, चिनीमातीच्या सुंदर कुंड्यांमधली ताडाची रोपटी, इराणी रुजामे यांची अप्रतिम सजावट होती. पेटिट हॉलमध्ये अनेकदा आतिथ्य उपभोगणाऱ्या कवयित्री आणि फर्ड्या राष्ट्रवादी वक्त्या सरोजिनी नायडू यांनी नमूद केलं होतं की, ही सारी सजावट इतकी उच्च अभिरुचीनं करण्यात आलेली होती की, पाहणारा त्या सौंदर्यानेच भारून जात असे. त्यासाठी करण्यात आलेल्या खर्चाकडे त्यांचं लक्षच वेधलं जात नसे; पण बहुधा सर दिनशॉंनी या सजावटीच्या खर्चाबाबतीत वल्गना केल्या असाव्यात, कारण केवळ सर्वसाधारण माणसाच्या स्वागतासाठी वापरल्या जाणाऱ्या एका दिवाणखान्यांच्या सजावटीसाठी ८०,००० रुपये खर्च आल्याचा अहवाल सरोजिनी नायडूंनी नमूद केला आहे. या खोलीतल्या आठ खुर्च्यांच्या आच्छादनासाठी वापरण्यात आलेलं वेलबुट्टीदार भारी कापडच २०,००० रुपये किमतीचं होतं, असं त्यांनी म्हटलंय.

सर दिनशॉ अत्यंत मोठ्या प्रमाणावर मेजवान्या देत असत. त्यांचे स्वयंपाकी चार वेगवेगळ्या प्रकारच्या पाककृतीत वाकबगार होते. त्यांचा वार्षिक पोलो बॉल मुंबईतील उच्चभ्रू वर्तुळाचा परमोच्च आकर्षणबिंदू होता आणि त्यांच्या बागेत आयोजित केल्या जाणाऱ्या मेजवान्यांचा अन्य स्पर्धकांना प्रचंड हेवा वाटत असे; परंतु खरं सांगायचं तर सर दिनशॉ याबाबत आपल्या आजोबांच्या प्रथांचंच अनुकरण करत होते. त्यांच्या आजोबांनी पेटिट हॉलमध्ये ड्यूक ऑफ एडिंबराच्या स्वागतासाठी फॅन्सी ड्रेस बॉल आयोजित केला होता आणि ते स्वत: त्यात इराणी राजा शापूरजीच्या वेशात उपस्थित राहिले होते; परंतु अत्यंत धूर्त आणि मुत्सद्दी असलेले त्यांचे आजोबा या मोठ्या मेजवान्यांचा वापर यशस्वी राजकीय कारकिर्दीची शिडी म्हणून करत होते. त्यांना त्यायोगे अनेक मानसन्मान मिळवता आले होते. मुंबईचे शेरिफ, 'सर' ही उपाधी आणि आणखी तीन वर्षांनी 'बॅरन' ही उपाधी त्यांनी या धोरणी मेजवान्यांच्या बळावर मिळवली होती. पहिले बॅरन, या सर

दिनशॉंचे आजोबा ब्रिटिशांची खुशामत प्रचंड उत्साहानं करत असत. प्रिन्स ऑफ वेल्सच्या विवाहाप्रीत्यर्थ मोठाल्या जाहीर मेजवान्या, परत जाणाऱ्या उच्च ब्रिटिश अधिकाऱ्यांना दिले जाणारे मोठाले निरोप समारंभ आणि प्रिन्स ऑफ वेल्स खूप गंभीररीत्या आजारी असताना ते बरे व्हावेत म्हणून पारशी अग्निमंदिरांमध्ये केल्या जाणाऱ्या प्रार्थना अशा ब्रिटिशांना खूश करणाऱ्या गोष्टी ते करत असताना त्यांनी पारशी समाजातील आपला नावलौकिक आणि उच्च स्थान अबाधित राखले होते.

ते सरकारपुढे पारशी प्रतिनिधीमंडळं नेत, त्यासाठीचे मसुदे लिहीत. ते बॉम्बे असोसिएशनचे अध्यक्ष होते. त्यांनी पारशी विवाह, घटस्फोट आणि वारसा यासंदर्भातले कायदे संमत करून घेण्यात मोठा सहभाग घेतला होता. ते पारशी पंचायत खजिन्यावरच्या पाच विश्वस्तांपैकी एक होते. ते ब्रिटिश तसंच पारशी समाजातले अत्यंत सन्मान्य आसामी होते; परंतु सर्व बाबतीत त्यांचं अनुकरण करून आणि खूप कष्ट करूनही त्यांच्या नातवाला सामाजिक आणि राजकीय क्षेत्रांत फारसं उच्च स्थान मिळवता आलेलं नव्हतं.

सर दिनशॉ आणि जिना यांच्यातील मैत्री प्रारंभीपासूनच समान लौकिकावर अधिष्ठित नव्हती. या संबंधांना मैत्री हे बिरुद तरी द्यावं की नाही याबाबत संदेहच होता. बॅरन दिनशॉ डझनभर कापडगिरण्यांचे मालक होते. ते अनेक पारशी दवाखाने, शाळा, वाचनालयं यांसाठी दानधर्म करत होते. असं असूनही त्यांच्या ठायी आत्मविश्वासाचा अभाव होता. त्या वेळच्या बलाढ्य पारशी नेत्यांपुढे ते खुजे भासत. आपल्याला यापेक्षा महत्त्वाचे सन्मान मिळायला हवेत, असं त्यांच्या घमेंडी अस्मितेला एकीकडे वाटत असे, तर दुसरीकडे प्रभावशाली पारशी नेते त्यांना दिपवून टाकत. याउलट होते जिना! धडपड्या वृत्तीच्या एका लहानशा हॉटेलच्या खोलीत राहून वकिलीत जम बसवू पाहणाऱ्या जिनांच्या अंगी प्रचंड आत्मविश्वास होता, त्यामुळे सर दिनशॉंपेक्षा तीन वर्षांनी लहान असलेले आणि श्रीमंतीत त्यांच्या पासंगालाही न पुरणारे जिना स्वत:ला त्यांच्यापेक्षा उच्च समजून वागत असत. १८९६ ते १९००च्या दरम्यान जिनांना वकील म्हणून कामं मिळवायची गरज होती आणि सर दिनशॉ त्यांना तशी अनेक कामं मिळवून देऊ शकले असते, असं असूनही हे नातं कधी समान पातळीवर उभं राहिलंच नाही. गंमत म्हणजे जिनांना कोर्टात पहिलं काम सर दिनशॉंकडूनच अप्रत्यक्षपणे मिळालं होतं. एका खटल्यात सर दिनशॉंनी अनेक प्रतिष्ठितांवर ब्लॅकमेलचा आरोप केला होता. त्या खटल्यात जिना या प्रतिष्ठित आरोपींच्या वतीनं बाजू लढवत होते. मुंबई उच्च न्यायालयात ऑक्टोबर १८९८ साली सुनावणीला आलेल्या या खटल्यामुळे जिना एकदमच प्रकाशझोतात आले. त्यानंतर १ मे १९०० रोजी ते प्रेसिडेन्सी मॅजिस्ट्रेट म्हणून नियुक्त झाले. त्यानंतर त्यांना स्वत:हून कामं शोधायची वेळच आली नाही. कामंच त्यांच्याकडे प्रचंड ओघानं येऊ लागली. ते सर दिनशॉ आणि लेडी दिनशॉ यांच्या आदराचे मानकरी ठरले.

जिनांनी स्वत:ला सर दिनशॉंपेक्षा उच्च समजण्याजोगी आणखीही एक बाब होती. ते सामाजिक आघाडीवर खूप पुढे निघून गेले होते. वस्तुत: जिना विसाव्या वर्षी मुंबईत आले, तेव्हा सर दिनशॉ आधीच जस्टिस ऑफ पीस झालेले होते; परंतु आता सामाजिक आघाडीवर त्यांच्यात तुलनाच होऊ शकत नव्हती. १९१६ साली काँग्रेस आणि मुस्लीम लीग यांनी लखनौला संयुक्त अधिवेशनाची बैठक घेतली होती. त्यात जिना मुस्लिमांचे नेते

म्हणून बिनविरोध नियुक्त झाले आणि पर्यायाने काँग्रेसचेसुद्धा महत्त्वाचे नेते ठरले. त्यापूर्वी ते दुसऱ्यांदा इंपीरियल लेजिस्लेटिव्ह कौन्सिलचे सदस्य म्हणून निवडून आले होते. त्यांचं नाव वर्तमानपत्रात दररोज झळकत असे. ते काँग्रेस किंवा मुस्लीम लीगच्या वतीनं सतत भाषणं करत असत. ते संतुलित विचारांचे सुधारक म्हणून काँग्रेस आणि मुस्लीम लीगमध्ये मान्यता मिळवू लागले होते. याउलट सर दिनशाँची राजकीय आणि सामाजिक कारकीर्द त्याच जागी ठप्प झालेली होती. ते इतरांचं यश साजरं करण्यासाठीच मेजवान्या देत राहिले होते. स्वत:चं यश साजरं करण्याची संधी त्यांना अजूनही मिळवता आलेली नव्हती, त्यामुळे जिनांना आपल्या घरी पाहुणे म्हणून बोलवता येणं ही त्यांच्या दृष्टीनं परावर्तित प्रकाशगंगेत नाहण्याची संधी होती. त्यायोगे ते जाहीर करू शकणार होते की, ते स्वत: पारंपरिक पारशी नसून सुधारक आणि प्रगतिशील पारशी होते!

आणि बाह्य स्वरूप पाहता, सर दिनशॉ खरोखरच रुबाबदार, आधुनिक आसामी होते. त्यांचं शिक्षण फारसं झालेलं नसलं, तरी इंग्रजीत झालेलं होतं. नामवंत फोर्ट हायस्कूलमधून उच्चभ्रू मुलांच्या वर्तुळात ते शिकले होते; परंतु मॅट्रिक होऊन कॉलेजला जाण्यापूर्वीच त्यांनी शाळा सोडली. त्यांना केंब्रिज पदवीधर असलेल्या ब्रिटिश शिक्षकानं घरीच धडे दिले. वरवरच्या पेहेरावावरून आणि राहणीवरून ते परदेशात शिकून आलेल्या पारशी मुलांसारखेच भासत असत. खरं तर कर्मठ, पारंपरिक पारशी समाज त्यांना आधुनिक समजत असे. डोक्यावर हॅट आणि तोंडात चिरूट असलेल्या आंग्लाळलेल्या पारश्याकडे हे कर्मठ लोक संशयानं बघत असत. त्यांचे आजोबा हयात असतानाच त्यांचा त्यांच्या काकांच्या घरापुढचा फोटो उपलब्ध आहे. मध्यम उंचीचा स्थूल देह, हनुवटी पुढे काढून ताठ उभा असलेला, समकालीनांच्या भरघोस मिशांसारख्या मिशांऐवजी तुरळक मिसरूड असलेल्या या तरुणाच्या ठायी इतरांजोगा आत्मविश्वास आणि रुबाब असलेला जाणवत नाही. त्यांच्या शेजारी त्यांचे काका उभे आहेत. या सर्व पेटिट कुटुंबीयांनी त्याकाळी प्रचलित असलेला इंग्लिश पेहेराव धारण केलेला दिसतोय. इंग्लिश पेहेराव पेटिट कुटुंबात, निदान दोन पिढ्या प्रचलित असताना सर दिनशाँनाच 'आंग्लाळलेला' असं तुच्छतादर्शक बिरुद इतर कर्मठ पारशी लोकांनी का दिलं होतं आणि त्यांच्या काकांवर असा तुच्छतादर्शक शिक्का का बसला नव्हता हे समजत नाही!

सर दिनशाँच्या आजोबांचं 'सर दिनशॉ' हे नाव, बॅरन ही उपाधी लाभल्यावर त्यांच्या नातवाकडेसुद्धा चालत आलं होतं. त्यांचं जन्मल्यावर दिलं गेलेलं नाव होतं जीजीभॉय फ्रामजी पेटिट. असल्या प्रचंड नावाची लाज वाट असल्यामुळे रट्टीच्या वडिलांनी बॅरन ही उपाधी मिळाल्यानंतर 'डीपी' (दिनशॉ पेटिट) हे टोपणनाव मित्रांमध्ये रूढ करून टाकलं होतं. त्यांच्या आजोबांप्रमाणे ते स्वत:सुद्धा एका इंग्रजांनी काही वर्षं चालवलेल्या शाळेत शिकत होते. त्यांच्या पणजोबांनी, त्यांच्या आजोबांना इंग्रजानं चालवलेल्या शाळेत दाखल करून प्रचंड दूरदृष्टी दाखवली होती म्हणून डीपीच्या आजोबांना ब्रिटिशांशी संधान बांधणं सुलभ होऊन गेलं; परंतु जरूर पडेल तेव्हा इंग्रजीचा वापर करणारे डीपींचे आजोबा अजिबात आंग्लाळलेलं वर्तन करत नव्हते. घरी ते पारंपरिक पारशीच होते. चौदाव्या वर्षी त्यांचा विवाह एका उच्चकुलीन पारशी मुलीशी झाला होता. तीसुद्धा अत्यंत पारंपरिक संस्कारात वाढली होती. तिनं तिच्या चौदा मुलांना अशा प्रकारे वाढवलं होतं की, घराबाहेर ते हवं

तेवढं सुधारकवृत्तीनं मिसळत असले, तरी घरात त्यांना कटाक्षानं पारशी पारंपरिक प्रथांचं पालन करावंच लागत असे. सर दिनशॉचे आजी आणि आजोबा हे दोघंही अत्यंत धार्मिक प्रवृत्तीचे होते. आजोबांचा दान-धर्म प्रामुख्यानं पारशी अग्निमंदिर बांधण्यासाठी आणि पारशी धार्मिक समारंभांसाठीच सीमित असे. ते परंपरा बदलण्याबाबत कडवे विरोधक होते. एकदा एका अभियांत्रिकीत वाकबगार असलेल्या पारशी सद्गृहस्थानं यंत्रावर चालणारी शववाहिनी प्रचलित करण्याचा केलेला प्रयत्न या कडव्या प्रथापालकानं हाणून पाडला होता! त्यांच्या मुलांनी, डीपींच्या वडिलांनी आणि काकांनी काही अंशी बदलावं आणून काही देणग्या पारशी धर्मेतर गोष्टींसाठीसुद्धा दिल्या. डीपींच्या पित्यानं एक हजार पाउंडांची देणगी लंडनमधील नॉर्थब्रुक क्लब, वाचनालय सुरू करण्यासाठी दिली होती आणि त्यासाठी त्यांच्या सन्मानार्थ भोजन समारंभ आयोजित केला गेला होता.

डीपींच्या वडिलांनी सुधारक पारशी आणि गरज पडेल तेव्हा पक्का इंग्रज अशा दुहेरी भूमिका सावधगिरीनं निभावल्या होत्या. त्यांनी आपला मुलगा आणि मुलगी दोघांनाही इंग्रजी माध्यमाच्या शाळांमध्ये दाखल केलं होतं आणि त्यांच्या घरी इतर धर्मीय लोकसुद्धा भोजनासाठी आमंत्रित केले जात असत. वस्तुत: त्याकाळी अन्य धर्मीय लोकांबरोबर खानपानाला पारशी समाजात मान्यता दिली जात नसे. असं असूनही त्यांनी आपल्या मुलाचा विवाह पारंपरिक पद्धतीनंच ठरवला होता. १८९४ साली, डीपी अवघे २१ वर्षांचे असताना त्यांनी त्यांचा विवाह एका नामवंत, अग्रणी पारशी कुटुंबातील मुलीबरोबर करून दिला होता. डीपींची पत्नी दिनबाई, सर जमशेदजी नीजीभॉय यांची ज्येष्ठ कन्या होती. सर जमशेदजी सुप्रसिद्ध पारशी दानशूर सद्गृहस्थ आणि शून्यातून दौलत उभी करणारे अग्रणी व्यापार धनिक यांचे नातू होते. त्यांच्या आजोबांनी जुन्या बाटल्या विकून आपला धंदा सुरू केला होता. दिनबाई डीपींच्याच वयाची होती आणि काचबिंदूमुळे (ग्लुकोमा) तिचा एक डोळा गेलेला होता; परंतु हा अत्यंत उत्तम नातेसंबंध ठरला. दोन पारशी कुटुंबांमधला अनेक पिढ्यांचा स्नेहसंबंध या विवाहामुळे आणखीनच दृढ झाला. हा विवाह पारंपरिक रितीनं ठरवला गेला होता. त्या दोघांचे स्वभाव खूप भिन्न होते. दिनबाई अत्यंत आधुनिक आणि युरोपीय राहणीच्या पारशी कुटुंबात वाढली होती. या कुटुंबात इतर पारश्यांपेक्षा अनेक पिढ्या आधीच स्त्रियांनी गोशा झुगारून दिला होता. डीपी आणि दिनबाई शांतपणे आपला वेगवेगळा दिनक्रम व्यतीत करत असत. श्रीमंतांच्या त्या वेळच्या रूढीनुसार त्यांची मुलं युरोपमधील प्रशिक्षित नर्सेस, नॅनीज आणि ट्युटर्सच्या हाती सोपवली गेली होती; परंतु अत्यंत श्रीमंत आणि सुधारक घरातल्या मुलीबरोबर विवाह केल्यानंतर पारंपरिक पारशी आणि आधुनिक इंग्रजी या तफावतीच्या राहण्याबाबत समतोल साधताना डीपींचा मात्र गोंधळ उडत होता. त्याकाळी उच्चभ्रू वर्तुळात प्रवेश मिळवू इच्छणारे पारशी लोक आपल्या स्त्रियांना जबरदस्तीनं गोशाबाहेर काढून त्यांना नवीन धर्तीचे कपडे आणि उंच टाचांचे बुट घालण्याची सक्ती करू लागले होते, त्याकाळात दिनबाईसारखी पत्नी ही मोलाची ठेवच होती! ती स्वत: एक बॅरन उपाधीधारक पित्याची मुलगी होती. उच्चभ्रू वर्तुळात ती लीलया वावरत असे. आधुनिक समाजात तिला विलक्षण प्रतिष्ठा होती. अनेक पिढ्यांपूर्वीपासून तिच्या कुटुंबातील मुलींना लपवून छपवून इंग्रजी शाळांमधून शिक्षण देण्यात येत होतं. आता पारशी कुटुंबातील अग्रणी कुटुंब अशी प्रतिष्ठा लाभल्यावर जीजीभॉय कुटुंबीय

आपली आधुनिकता उजळ माथ्यानं मिरवत होते. दिनबाईंची आजी आणि आत्या या प्रिन्स ऑफ वेल्सबरोबर परिचय करून दिलेल्या पहिल्या भारतीय स्त्रिया होत्या. देशातील अग्रेसर कुटुंबातील ज्येष्ठ मुलगी या नात्यानं दिनबाईला तिच्या भावांप्रमाणेच सुविधा देण्यात आल्या होत्या. इंग्रजी नॅनी, फ्रेंच मेड्स, इंग्लिश गव्हर्नेस, सर्वोत्कृष्ट इंग्रजी शाळेत शिक्षण, युरोपात सुट्ट्या आणि इंग्रजी शिक्षणामुळे आलेल्या आत्मविश्वासामुळे उच्चभ्रू वर्तुळातला सहज वावर! दिनबाईचा भाऊ अल्पवयातच निवर्तल्यामुळे बॅरन ही उपाधी तिच्या काकांकडे आणि त्यानंतर तिच्या चुलत भावाकडे गेली; परंतु दिनबाईचे वडील हयात असेपर्यंत या दोघी कन्या उच्चभ्रू वर्तुळ गाजवत होत्या. हॉर्सरेसेस आणि रॉयल दर्बार येथे पित्यासमवेत हजेरी लावत होत्या. त्या वेळेस रट्टीच्या आईचा विवाह झाला होता, त्यामुळे तिची मावशी पित्यासमवेत राणी व्हिक्टोरियाच्या हीरकमहोत्सवात उपस्थित राहून राणीला भेटून आली होती.

विवाहानंतर दिनबाईनं पेटिट घराण्यात आपल्या मौल्यवान रत्नांबरोबरच आपल्या उच्चभ्रू आधुनिक फ्रेंच सवयीसुद्धा आणल्या होत्या. पेटिट हॉलच्या नूतनीकरणात तिच्या उच्च अभिरुचीचा मोठाच वाटा होता. तिच्या विवाहानंतर अवघ्या एका वर्षातच तिचे श्वशुर निवर्तले आणि पेटिट हॉल त्यांच्या ताब्यात आला होता. तिच्या पतीला मातुल घराण्यातूनसुद्धा प्रचंड मोठा धनलाभ झालेला होता, त्यामुळे पैशांची त्यांना कधीच कमतरता भासली नाही. पेटिट हॉलच्या सौंदर्यानं भारावून गेलेल्या सरोजिनी नायडू एकदा दिनबाई आणि डीपींबरोबर रुजाम्याच्या खरेदीसाठी गेल्या होत्या. स्वप्नवत सुंदर असे अत्यंत महागडे २० गालिचे या दाम्पत्यानं एका फेरीतच एकरकमी विकत घेतले होते. त्या जोडप्यानं मुंबईतील सर्वोत्कृष्ट क्लबचं सभासदत्व घेतलं होतं. रिपन्स, एल्फिन्स्टन्, ओरिएंट, एशियन, बॉम्बे या सर्व क्लब्जमध्ये त्यांचा वावर होता. विवाहानंतर वर्षभरानंतरच भिन्नधर्मीय, आधुनिक समाजात हे जोडपं अत्यंत मान्यवर मानलं जाऊ लागलं.

त्यांचे फोटो नित्यनेमानं इंग्रजी नियतकालिकांमध्ये झळकू लागले होते. भारतातील उच्चभ्रू वर्तुळावर लिहिणाऱ्या *मेन अँड वुमेन ऑफ इंडिया* या मासिकात त्यांचे फोटो मुंबईतील मान्यवरांसमवेत नित्यनेमाने दिसू लागले. डिसेंबर १९०४मध्ये मुंबईत आयोजित करण्यात आलेल्या औद्योगिक प्रदर्शनाच्या स्त्री समितीची सदस्या आणि प्रिन्स ऑफ वेल्सच्या स्वागतासाठी १९०५ साली स्थापन करण्यात आलेल्या स्वागत समितीची सदस्या या नात्यानं दिनबाईचे फोटो झळकले. त्यात तिनं इंग्लिश लेसचं ब्लाऊज, फ्रेंच शिफॉनची तलम, झिरझिरीत साडी, मोत्यांची माळ परिधान केलेली दिसते. साडीचा पदर तिच्या कुरळ्या, काळ्याभोर केसांवर हिऱ्याच्या पिननं अर्धवट खोवलेली तिची छबी पौर्वात्य आणि पाश्चिमात्य वेशभूषेचा अप्रतिम संगम दर्शवते. त्या दिवशीच्या स्वागत समारंभात तिनं पारंपरिक पारशी विधींचा मोठ्या चातुर्यानं प्रतीकात्मक वापर केला होता. तिनं बर्फीचा तुकडा प्रिन्सेस ऑफ वेल्सच्या डोक्यावरून तीनदा ओवाळला होता आणि त्याचा प्रतीकात्मक अर्थ अस्खलित इंग्रजीत विशद करून म्हटलं होतं, 'तिचं आयुष्य गोडव्यानं भरून जावो!' मग प्रिन्सेस ऑफ वेल्सच्या पायांशी नारळ फोडून म्हटलं होतं, 'या नारळाच्या शकलांप्रमाणे सारी संकटं नष्ट होऊन दूर सरोत.' त्या फोटोत संपूर्ण इंग्रजी पोशाखात; परंतु डोक्यावर उभी पारशी हॅट परिधान केलेले सर दिनशॉसुद्धा दिसत आहेत. प्रिन्स अँड प्रिन्सेस ऑफ वेल्सच्या

भेटीदाखल छापलेल्या स्मरणिकेत हे दाम्पत्य ठळकपणे दिसतंय. सर दिनशॉ त्या वेळेस प्रिन्स ऑफ वेल्स म्युझियम बांधून घेणाऱ्या समितीच्या सहा सदस्यांपैकी एक होते. दिनबाई स्वागत समितीच्या सदस्या होत्या.

काही मासिकांमध्ये त्यांच्या मुलांचे फोटोसुद्धा दिसतात. एका फोटोत रट्टी तिच्या दोन भावांसमवेत दिसते. त्यांच्या वेशभूषा संपूर्णत: पाश्चिमात्य दिसतात. या मुलांचे कपडे इतके इंग्रजी धर्तीचे आहेत की, ती व्हाइसरॉयची मुलं म्हणूनसुद्धा खपून गेली असती! रट्टी, फ्रामजी (डीपींच्या बॅरन उपाधीचा वारस) आणि माणेक ही तीन मुलं या फोटोत आहेत. यानंतर पाच वर्षांनी जमशेद हे चौथं अपत्य जन्मलं. त्या वेळेस सर्वांत थोरली रट्टी ११ वर्षांची होती आणि पुत्रजन्माच्या आनंदाप्रीत्यर्थ डीपींनी रट्टीला टेनिसनच्या सर्व कवितांचे संग्रह भेट म्हणून दिले होते.

पेटिट पती-पत्नी आपल्या मुलांना सारंच सर्वोत्कृष्ट असंच देत असत. त्यांच्या प्रकृतीबाबत जरा अधिकच सतर्क असत आणि मुलांबाबत त्यांच्या उच्च आकांक्षा होत्या, असं असूनही ते खूपच अलिप्ततेनी वागत. त्या वेळच्या उच्चभ्रूंच्या प्रथेप्रमाणे लेडी पेटिटनं आपली मुलं पूर्णत: परदेशात प्रशिक्षण घेतलेल्या व्यावसायिकांवर सोपवून दिली होती. रट्टी तिच्या भावांप्रमाणेच इंग्लिश नॅनी, नर्स आणि गव्हर्नेसच्या निगराणीखाली वाढली. या मुलांच्या दिमतीला फ्रेंच दाया असत. लहान वयातच तिला अश्वारोहण शिकवण्यात आलं होतं. तिच्या भावांप्रमाणेच तीसुद्धा इंग्लिश शाळेत शिकली होती. मुलांच्या कानांवर गुजराती भाषा पडली असली आणि क्वचित कधीतरी आपल्या एकमेव हयात आजीबरोबर – लेडी पेटिटच्या आईबरोबर गुजरातीत बोलत असली तरी पेटिट हॉलमधली संभाषणाची प्रचलित भाषा इंग्लिशच होती. धर्माबाबत त्यांना ॲनी बेझंट यांची थिऑसॉफी (ईश्वरी साक्षात्कार घडवून आणणारे तत्त्वज्ञान) जवळची वाटत असे. न समजता म्हटल्या जाणाऱ्या अवेस्ता प्रार्थना त्यांना दूरच्या वाटत. पेटिट कुटुंब धर्माच्या अन्य बाबींमध्येसुद्धा सुधारक होतं. प्रत्येक मुलाचा मुंजीसदृश 'नवरोज' हा संस्कार घडवला गेला असला, तरी त्यात धार्मिकतेपेक्षा उत्सवाचाच भाग अधिक होता. या समारंभासाठी विविध धर्म-जातींचे ८०० परिचित लोक आमंत्रित करण्यात आले होते. त्यांच्या वर्तुळातील अन्य श्रीमंत पारशी कुटुंबाप्रमाणेच पेटिट दाम्पत्यसुद्धा उदार मतवादी होतं. त्यांनी पारशी अग्निमंदिरांना नियमितपणे भेट देण्याची सक्ती आपल्या मुलांवर कधीच केली नाही. तेरा-चौदाव्या वर्षी रट्टीच्या अनेक मैत्रिणींचे विवाह कुटुंबानं ठरवले असले, तरी रट्टी शाळा संपल्यावर आईच्या सामाजिक वर्तुळात मिसळू शकली होती. आयरीन नावाची इंग्रजी गव्हर्नेस रट्टीसाठी नियुक्त करण्यात आली असली, अंधारापूर्वी तिनं घरी यावं, असा तिच्यावर निर्बंध असला आणि अश्वारोहणाखेरीज अन्य वेळी तिनं साडी नेसावी, असा आग्रह असला, तरी तिच्यावर आणखी कोणतेही निर्बंध नव्हते. ती स्वत: एकटी हॉर्नबी रोडवरील खास दुकानांमध्ये जाऊन हव्या त्या गोष्टी वडिलांच्या खात्यावर खरेदी करू शकत होती. घरी तिच्या चाहत्यांचं आगत स्वागत करण्याची तिला परवानगी होती. हे चाहते कोणत्याही जातिधर्मांचे असू शकत असत. ती क्लबजमध्ये किंवा मित्रमैत्रिणींच्या घरी नृत्यासाठी जाऊ शकत असे. त्यांच्याबरोबर वेगवेगळ्या मेजवान्यांना आणि घोड्यांच्या शर्यतींना जाऊ शकत असे. आईच्या वर्तुळातील अन्य स्त्रियांबरोबर युद्धकाळी मदत करायला किंवा प्रवासाला जाऊ

शकत असे. युद्ध सुरू झाल्यावर परदेश प्रवास बंद झाला असला, तरी देशभरात ती कुठंही प्रवास करू शकत असे.

अशाच एका सुट्टीत रट्टी आणि जिना एकमेकांच्या प्रेमात पडले. प्रचलित नूतन प्रथेप्रमाणे जिनांनी सर दिनशाँजवळ रट्टीला मागणी घातली. त्यायोगे त्यांनी दिनशाँची मैत्री आणि त्यांची मानसिक शांती या दोहोंच्या ठिकऱ्या ठिकऱ्या केल्या. सर दिनशाँच्या स्वरूप सुंदर मुलीनं सारी सुट्टी जिनांच्या सहवासात व्यतीत केली होती. ती त्यांच्यासमवेत अश्वारोहण करून रपेटीला जात असे, वाचत असे, भोजन घेत असे आणि राजकारणावर चर्चा करत असे. ती अजून १६ वर्षांचीसुद्धा नव्हती, त्यामुळे सर दिनशाँना पुढे काय होऊ घातलंय, याची पुसटशीसुद्धा कल्पना नव्हती. नव्या युगातील आधुनिक आई-वडील १६ वर्षांच्या मुलीच्या विवाहाची कल्पनासुद्धा करू शकत नसत. दिनशाँची बहीण हमाबाई निस येथे वसतिगृहात राहून बॅकलॉरीएट झाली होती. ती २९ वर्षांची असूनसुद्धा अजून अविवाहित होती आणि त्यावर कोणीच आक्षेप घेतला नव्हता, त्यामुळे आपली कन्या विवाहाच्या वयाची नाही, असं सर दिनशाँना वाटलं, तर त्यात काही आश्चर्य नव्हतं!

परंतु रट्टीचं अल्पवय हा जिनांच्या प्रस्तावामधला सर्वांत विसंगत भाग नव्हता. सुधारक भारतीय समाजातील रूढींनुसार तुम्ही कपडे, आहार, शिष्टाचार आणि भाषण यात इंग्रजांचं शंभर टक्के अनुकरण करू शकत असलात तरी आपल्या समाजाबाहेर, धर्माबाहेर जाऊन विवाह करणं हा अक्षम्य गुन्हा समजला जात असे. हा अनुच्चारित कायदा, ज्येष्ठ पिढी जाणून होती. तरुण पिढी आत्ताशी हळूहळू या प्रथेविरुद्ध प्रश्न करू लागली होती. विरोधाभास असा की, स्वत: सर दिनशॉ समाजबाह्य विवाहाचे पुरस्कर्ते समजले जात असत. रतन डी. टाटा यांनी आपली फ्रेंच पत्नी मुंबईला आणली आणि तिला पारशी धर्माची दीक्षा दिल्यावर तिच्याशी पारशी धर्मसंस्कारानुसार विवाह करण्याचा आग्रह धरला, तेव्हा सर दिनशाँनी जाहीरपणे या विवाहाला पाठिंबा दिला होता. एवढ्यावरच ते थांबले नाहीत, तर हा खटला कोर्टात खेचून त्यांनी पारशी समाजाचा रोष ओढवून घेतला होता.

रतन डी. टाटा हे समाजाबाहेर विवाह करणारे पहिले पारशी सद्गृहस्थ होते; परंतु जोवर ते आपल्या फ्रेंच पत्नीसमवेत देशाबाहेर राहत होते, तोवर पारशी समाजानं या गोष्टीला कोणताही विरोध केला नव्हता. उलट स्नेह्यांनी आणि नातलगांनी त्यांना शुभेच्छा आणि आशीर्वादच दिले होते. त्यांचे काका, उद्योगपती जमशेदजी टाटा यांनी या लग्नाला नुसतीच संमती दिली नव्हती, तर ते या लग्नासाठी पॅरिसमध्ये स्वत: उपस्थित राहिले होते आणि नूतन दाम्पत्यासाठी लंडनमध्ये मोठा समारंभ आयोजित केला होता. या मेजवानीसाठी सुवेझ कालव्याच्या पश्चिमेचा सारा नामवंत पारशी समाज उपस्थित राहिला होता. दादाभाई नवरोजी यांसारख्या नेत्यांनी हा विवाह 'सुधारकी' असल्याचं म्हणून त्याचं भरपूर कौतुक केलं होतं; पण रतन डी. टाटांनी आपल्या फ्रेंच पत्नीला भारतात आणून, तिचं सुनीबाई असं नामकरण करून पारशी धार्मिक संस्कारांमध्ये तिच्याशी विवाह करण्याचा मानस प्रकट केला, तेव्हा पारशी समाजात हलकल्लोळ माजला. रूढिप्रिय पारशी आधीच श्रीमंत, सुधारक पारश्यांच्या पाश्चिमात्य राहणीमानाच्या विरोधात होते. अशा आंतरधर्मीय विवाहाला पावित्र्य मिळवून देण्यासाठी रतन डी. टाटा पारशी धर्मगुरूंना विकत घेऊ पाहत आहेत हे बघून या रूढिप्रिय समाजाचं डोकंच भडकलं. हा विवाद इतका भडकला की, या प्रत्यक्ष

सुधारक मित्र सुज्ञपणे उपस्थितच राहिले नाहीत! परंतु या प्रक्षोभापासून दूर राहण्याचा सुज्ञपणा दाखवण्याऐवजी सर दिनशाँनी ही गोष्ट कोर्टात खेचली आणि समाजाचा रोष ओढवून घेतला. पारशी धर्मीय नसलेल्याला पारशी धर्मात प्रवेश करण्यापासून प्रतिबंध करण्याचा हक्क पारशी पंचायतीच्या हाती आहे किंवा नाही, हा मुद्दा धसाला लावण्यासाठी भरलेला हा खटला १९०६ ते १९०८ असा दोन वर्षं चालला आणि त्यात सर दिनशाँनी आपल्या लक्षावधी रुपयांचा चुराडा केला. त्यातून त्यांना 'सुधारक' या प्रसिद्धीखेरीज अन्य कोणताही लाभ झाला नाही; पण आठ वर्षांनी जिनांनी रट्टीला मागणी घातल्यावर त्यांनी दिलेल्या नकारामुळे हा सुधारकीपणाचा बुरखा किती नकली आहे, हे साऱ्या जगापुढे उघड झालं. जिनांनी रट्टीला मागणी घातली तेव्हा अनेक बाबतीत त्यांची बाजू कमकुवत होती. ते रट्टीपेक्षा २४ वर्षांनी मोठेच नव्हते; तर ते तिला जन्मापासून पाहत आले होते आणि तोवर त्यांचे संबंध काका–पुतणीसदृशच राहिले होते. याबाबत कोणतीही कल्पना नसलेल्या सर दिनशाँपुढे आपला प्रस्ताव मांडणं ही सोपी गोष्ट नव्हती; पण जिना सहजी हार मानणारे व्यक्ती नव्हते. साक्षीदाराची उलटतपासणी वकील ज्या कुशलतेने घेतो, ती कुशलता वापरून जिनांनी सर दिनशाँची बोलतीच बंद केली! सुरुवातीला त्यांनी सर दिनशाँना अगदी निरागसपणे विचारलं की, धर्मेतर विवाहाबद्दल त्यांचं काय मत आहे? पुढे काय वाढून ठेवलं याची कोणतीच कल्पना नसलेल्या सर दिनशाँनी सरधोपट, सुधारकी उत्तर दिलं की, आंतरधर्मीय विवाहामुळे राष्ट्रीय एकात्मता वाढेल आणि विविध समाजांमधील वैर बंद करण्यासाठीची ती गुरुकिल्ली ठरेल! असं उत्तर देऊन ते सापळ्यात अडकले. कारण जिनांनी त्यानंतर शांतपणे म्हटलं की, त्यांना सर दिनशाँच्या मुलीबरोबर विवाह करायचा आहे. समकालीन व्यक्ती वर्णन करतात की, सर दिनशाँना हे ऐकून धक्काच बसला. भारताच्या सर्वोच्च न्यायालयाच्या न्यायाधीशांनी एम. सी. छागला यांनी काही काळ जिनांच्या हाताखाली काम केलं होतं. त्यांनी नमूद केलंय की, सर दिनशाँना कल्पनाच नव्हती की, त्यांच्या विधानाचा व्यक्तिश: अर्थ लावला जाईल. ते भयंकर संतापले. अशा हास्यास्पद आणि अचाट प्रस्तावाला मान्यता द्यायला त्यांनी सपशेल नकार दिला.

या दोघांमध्ये प्रत्यक्षात काय घडलं हे कधीच कळणार नाही. जिनांनी याबद्दल कुणालाच विश्वासात घेतलं नाही. सर दिनशॉसुद्धा याबाबत कधीच बोलले नाहीत; परंतु जिनांच्या प्रस्तावाबाबतच्या या बातमीनं मूळ धरलं. जिना मुंबईला परत आले तोवर ही बातमी भडकलेल्या आगीसारखी मुंबईभर पसरली होती. येत्या काही वर्षांत तर या बातमीनं आख्यायिकेचं रूपच धारण केलं. लोकांनी वारंवार ही बातमी प्रसृत केली. लोकांना या गोष्टीबद्दल कौतुक, विस्मय आणि उल्हास वाटत होता. पुढली पन्नास वर्षे ही बातमी मौखिक प्रसिद्धीनं प्रसृत होतच राहिली. अखेरीस छागलांनी *रोझेस इन डिसेंबर* या आपल्या आठवणींच्या पुस्तकात त्याला शब्दरूप दिलं. त्याबद्दल कितीही कोरडेपणानं लिहिलं असलं, तरी ते शब्द वाचकांच्या मनात या दोन माणसांचं स्पष्ट चित्र उभं करतात. दोघंही इतके कडक, औचित्यानं वागणारे, परिपक्व; परंतु स्वत:च्या ठायीच्या विरोधाभासानं अखेरीस दोघंही कोसळलेले! ब्रिटिशांचे विचार पण भारतीय हृदयं या रस्सीखेचीत विदीर्ण झालेली ही संपूर्ण पिढी कधीही आपले सुधारकी विचार आणि भारतीय मनं यांच्यातील दरी भरून काढू शकली नाही!!

प्रकरण दुसरे

~

जूनच्या प्रारंभी, मुसळधार पावसामुळे नद्यांना पूर येऊन रस्ते दलदलीचे आणि दुर्गम बनण्यापूर्वी मुंबईतील सर्व श्रीमंत लोक आपापल्या घरी परतले होते. पेटिट कुटुंबीय आणि जिनासुद्धा वेगवेगळ्या मार्गानं मुंबईत परत आले होते. ते परत आल्याबरोबर रट्टी आणि जिनांच्या प्रेमाची कहाणी मुंबईभर चघळली जाऊ लागली. अवघ्या दोनच आठवड्यांत, मुंबईत एका जाहीर सभेत उपस्थित असलेल्या जिनांशी अपरिचित असलेल्या एका तरुणानंसुद्धा ही बातमी ऐकली. बॉम्बे प्रेसिडेन्सी असोसिएशनच्या त्या सभेत कांजी द्वारकादास या चोवीस वर्षीय तरुणाचा जिनांबरोबर परिचय करून देण्यात आला होता. एरवी अत्यंत अबोल, अलिप्त असणारे जिना एकाएकी इतके उत्साही, आनंदी का दिसू लागले आहेत, याबद्दलचे तर्कवितर्क त्याच्या कानी पडले. तो लिहितो, 'या सभेत जिना इतके आनंदी का दिसत होते, याचं कारण मला नंतर उमगलं. उन्हाळी सुटीचे दोन महिने त्यांनी दार्जिलिंगमध्ये सर दिनशॉ आणि लेडी दिनबाई पेटिट यांच्या समवेत व्यतीत केले होते. त्यांच्या सोळा वर्षांच्या सुंदर मुलीच्या, रट्टीच्या ते प्रेमात पडले होते. ते जूनच्या प्रारंभी मुंबईला परत आले, तेव्हा संपूर्ण शहरानं त्यांच्या होऊ घातलेल्या विवाहाबद्दल ऐकलं; परंतु रट्टीच्या माता-पित्यांना त्यांच्या मुलीनं मुस्लीम धर्मीयाशी विवाह करावा ही कल्पना पसंत पडली नाही. रट्टी अजूनही अल्पवयीन (अठरा वर्षांखालील) होती; पण जिनांबरोबर विवाह करण्याचा तिचा ठाम निश्चय होता.'

त्याच्या वयाच्या अन्य तरुणांप्रमाणेच कांजीनंसुद्धा विद्यार्थीदशेपासून रट्टीचं दुरूनच पूजन केलं होतं. दोन वर्षांमागं मुंबईतील ओव्हल मैदानात चालत असताना एका लहानशा घोडागाडीतून जात असलेली रट्टी त्याच्या नजरेस पडली होती. चौदा वर्षांच्या त्या सौंदर्यखनीवरून त्याला नजर हटवणं अशक्य झालं होतं. ती दृष्टिआड होईपर्यंत तो मंत्रमुग्ध होऊन पाहतच उभा राहिला होता. तिचा चेहरा तो कधीच विसरू शकला नाही आणि तीन महिन्यांनी वर्तमानपत्रात आलेला तिचा फोटो पाहून ती कोण हे कांजीला समजलं. जिना हे एक अत्यंत लोकप्रिय नेते आहेत, एवढंच कांजीला त्यांच्याबद्दल माहीत होतं. त्यानं त्या

जाहीर सभेपूर्वी त्यांना कधीच पाहिलं नव्हतं, त्यामुळेच चौकड्यांची पँट, काळा कोट, कडेला पाडलेला भांग आणि मिशी अशा वेशातला रुबाबदार गृहस्थ मोठ्या आत्मविश्वासानं भाषण करताना आणि श्रोते मंत्रमुग्ध होऊन ऐकताना जेव्हा कांजीला दिसले, तेव्हा त्यानं त्याच्या शेजारी बसलेल्या माणसाकडे मान वळवून विचारलं की, ही रुबाबदार आसामी कोण आहे? शेजाऱ्यानं आश्चर्यानं म्हटलं, 'तू जिनांना ओळखत नाहीस?'

सर दिनशाँनी दिलेल्या नकारामुळे आणि केलेल्या पाणउताऱ्यामुळे जिनांच्या प्रेमाची उत्कटता तीळमात्रही कमी झाली नव्हती. असे जिना जगाला सर्वस्वी अपरिचित होते. यापूर्वी ते कधीही कोणत्याही स्त्रीकडे आकृष्ट झालेले कुणी पाहिले नव्हते. रट्टीसारख्या अल्पवयीन आणि मनमोहक मुलीपुढे त्यांनी कधीच गोंडा घोळलेला कुणाला दिसला नव्हता. याउलट ते स्त्रियांना टाळतच असत. त्यांना नाच-गाण्यांचा तिटकारा होता. त्याऐवजी ते एखाद्या शांत कोपऱ्यात पळ काढत आणि त्यांच्या एकमेव प्रिय विषयाबद्दल राजकारणाबद्दल त्यांचे विचार ऐकायला उत्सुक असलेल्या व्यक्तीबरोबर संभाषण करत असत; परंतु आता मात्र जिथं जिथं रट्टी जाई - रेसेस, पार्ट्या, प्रत्यक्ष सादर होणाऱ्या संगीतावर नृत्य केलं जाई, त्या विलिंग्डन क्लबमध्ये - तिथं तिथं जिना हजर असत. लोकांच्या कुजबुजीकडे आणि कटाक्षांकडे संपूर्ण दुर्लक्ष करून ते सर्वांसमोर तिच्याशी बिनदिक्कतपणे गप्पा मारत. यामागं रट्टीच्या चिकाटीचा किती भाग होता, कळायला मार्ग नाही. कारण आता ती स्वत:च त्यांच्या मागं मागं जात असे. त्यांच्याकडे अशा प्रेमभरल्या नजरेनं पाहत असे की, जिनांना प्रयत्न करूनही तिच्यापासून अंतर राखणं अशक्य व्हावं! त्या प्रेमार्द्र नजरेपुढे कुणाचाही खंबीर निग्रह टिकून राहणं केवळ अशक्यप्राय होतं. ही जोडी संपूर्ण मुंबईच्या चर्चेचा विषय ठरली. तिच्या वडिलांपुढे प्रस्ताव ठेवणाऱ्या जिनांचं धाडस आणि रट्टीची धिटाई यांमुळे लोक दिपून गेले. हे केवळ बाल्यावस्थेतलं आकर्षण ठरून विरून न जाता टिकून राहावं आणि त्याची यशस्वी मीलनात फलश्रुती व्हावी, अशी साऱ्या मुंबईलाच आस लागून राहिली होती.

ही मुंबई म्हणजे एक आगळंवेगळं शहर होतं. कापूसबाजार आणि कापडगिरण्यांमुळे हे शहर भारतभरातलं फक्त सर्वांत श्रीमंत शहरच नव्हतं, तर ते अठरापगड लोकांना सामावून घेणारं एक आधुनिक, सुधारक शहर होतं. इथं देशभरातले विद्यार्थी आणि व्यावसायिक आपलं नशीब आजमावून बघण्यासाठी येत असत. जातिधर्मांचे पुरातन अडथळे बाजूला करून ही नगरी आपलं द्वार आपल्यासाठी खुलं ठेवेल आणि आपलं स्वागत करेल, असा या सर्वांना विश्वास वाटत असे.

हे अत्यंत प्रगतिशील, आधुनिक शहर होतं. आपल्या जिनांसारख्या सुपुत्राचं या शहराला कौतुक वाटत होतं. जिना निष्कांचन अवस्थेत कराचीहून मुंबईला आले होते. खोजा मुस्लीम समाजातल्या, धंद्यात खोट खाल्लेल्या पित्याच्या सात मुलांमध्ये ते सर्वांत ज्येष्ठ होते. इथं आल्यावर अवघ्या दोन दशकांत त्यांनी प्रयत्नपूर्वक प्रगती करत मुंबईमधील सर्वांत सुप्रसिद्ध आणि धनिक वकील म्हणून ख्याती मिळवली होती. ते राजकारणातला झपाट्यानं उदयाला येणारा देदीप्यमान तारा होते. त्यांच्या आरामदायी, विलासी मोटारी आणि त्यांचे अत्याधुनिक कपडे यांसाठी सुप्रसिद्ध असलेले जिना, कोर्टात तसंच ब्रिटिश संसदेत (इंपीरियल लेजिस्लेटिव्ह कौन्सिल जिथे ते तिसऱ्यांदा निवडून येऊ घातले होते) आपलं

स्वतंत्र स्थान टिकवून होते. तरुणांना जिना हा आदर्श वाटत असे, तर इतर काही जण त्यांच्या उद्दाम आत्मविश्वासाला वचकून असत. या सर्व स्तरांत, जिनांच्या रट्टीबद्दलच्या प्रस्तावाबाबत प्रचंड उत्कंठा व्यक्त होत होती. मुंबईच्या भिन्नधर्मीय सरमिसळीच्या समाजात, आजवर कुणीही हिंदू, मुस्लीम, पारशी या धर्मांचे अडथळे ओलांडून आंतरधर्मीय विवाह करण्यात यश मिळवू शकलं नव्हतं. तसं कुणी धारिष्ट्यही दाखवलं नव्हतं. ऑक्सफर्ड – केंब्रिजला शिकलेले काही तरुण परत येताना आपल्या इंग्लिश पत्नींना घेऊन मुंबईत आले असले, तरी जिनांचा मानस होता, त्या थराला जाण्याचं धाडस आजवर कुणीही केलेलं नव्हतं. या धाडसाबाबतच्या प्रतिक्रिया सर्वदूर व्यक्त केल्या गेल्या. सरोजिनी नायडूंच्या मोठ्या मुलानं जयसूर्यानं बंगलोरच्या गावगप्पांमधून माहिती मिळाल्यावर, आपल्या बहिणीला पद्मजाला पत्रात लिहिलं, 'मी आज ऐकलं की, रट्टी पेटिटला जिनांशी विवाह करायचाय, याबद्दल मुंबईत खूप चर्चा घडत आहेत.'

आजवर जयसूर्याला रट्टी केवळ ऐकूनच माहीत होती; परंतु सुधारक, इंग्रजी माध्यमातून शिक्षण घेऊन स्वत: आंतरप्रांतीय विवाह करणाऱ्या सरोजिनी नायडू आणि त्यांचे डॉक्टर पती यांचा तो ज्येष्ठ पुत्र होता. या सुधारक दाम्पत्यानं आपल्या मुलांना मिश्रवर्तुळात वावरू दिलं होतं. लहानपणापासूनच त्यांना राष्ट्रवाद आणि संस्कृतीचे धडे दिले होते, त्यामुळे रट्टीच्या इच्छेबाबत जयसूर्याला सहानुभूती वाटणं अपेक्षित होतं आणि तिनं मुस्लीम माणसाबरोबर विवाह करावा, याला मुळात त्याचा आक्षेप नव्हताच! त्याचा आक्षेप होता जिना आणि रट्टीतील वयाच्या तफावतीला! त्यानं पद्मजाला या भानगडीपासून दूर राहण्याचा सल्ला देऊन म्हटलं, 'आपल्या पित्याच्या वयाच्या माणसाच्या प्रेमात पडायची कल्पना तिच्या महामठ्ठ डोक्यात अचानक कशी आली?'

जयसूर्याखेरीज अनेक अन्य तरुणांना हे कोडं उकलत नव्हतं. जयसूर्याचं मित्रमंडळ मुंबई, पुणे, हैदराबाद, लखनौ असं सर्वदूर पसरलेलं होतं. रट्टीचा मोहकपणा आणि अभिजात लावण्य यांची हे तरुण दुरूनच पूजा करत होते. तिला कधीही न भेटलेले हे आशिक तिच्याबद्दलच्या बातम्यांची देवाण-घेवाण करत असत. सर्वसामान्य लोक आणि पेटिट कुटुंब यांच्यातील सामाजिक अंतर इतकं प्रचंड मोठं होतं की, त्यांच्याशी परिचित असलेल्या सरोजिनी नायडूंचा मुलगा असूनही जयसूर्या तिच्याशी ओळख करून घ्यायला धजावला नव्हता. दुरून रट्टीची पूजा करणाऱ्या या तरुणाईला एकाच गोष्टीचा खेद वाटत होता. ते मुस्लीम होते ही बाब त्यांच्या लेखी नगण्य होती; पण रट्टीनं आपल्या पित्याच्या वयाच्या आणि तुसडी अलिप्तता आणि आतल्या गाठीची औपचारिकता यांबाबत कुप्रसिद्ध असलेल्या माणसाच्या मोहात पडून आत्मघात करून घ्यावा, ही गोष्ट तिच्या या सर्व तरुण चाहत्यांना अत्यंत खेदजनक आणि अनाकलनीय वाटत होती.

परंतु जिनांना जवळून ओळखणाऱ्या मूठभर लोकांना मात्र रट्टीसारखी स्वप्नाळू, भावनाप्रधान, सहजी भारावून जाणाऱ्या संस्कारक्षम वयातली चैतन्यमय मुलगी जिनांच्या प्रेमात पडावी, याबद्दल कोणतंही आश्चर्य वाटलं नाही. जयसूर्याची आई असलेल्या सरोजिनी नायडू जिनांना जवळून ओळखत होत्या आणि त्यांच्या मनात जिनांबद्दल इतका आदरभाव आणि कौतुकाची भावना होती की, अनेकांना वाटत असे की, जिनांची त्यांच्यावर भुरळ पडली आहे! त्यांनी जिनांबद्दल म्हटलंय, 'आपल्या आंतरिक गाभ्याशी इतकं विसंगत

दर्शनीरूप असलेला स्वभाव मी आजवर पाहिलेला नाही! उंच आणि रुबाबदार; पण खंगलेले भासावेत इतके किरकोळ, उदासीन; परंतु उमद्या स्वभावाच्या जिनांचं कृश बाह्यरूप संपूर्णत: फसवं आहे. या कृश कुडीतला आत्मा चैतन्यानं रसरसलेला आणि अत्यंत सहनशील आणि चिकाटीनं भरलेला, चिवट प्रवृत्तीचा आहे. ते काहीसे औपचारिक, अतिचोखंदळ आणि दोषैकवृत्तीचे, आतल्या गाठीचे आणि अधिकार गाजवणारे भासले तरी त्यांची अलिप्त अशी दर्पयुक्त मग्रुरी हा केवळ एक बाह्य मुखवटा आहे. त्यांना जवळून ओळखणाऱ्या माणसांना या कोरड्या मुखवट्यामागची निरागस, प्रेमळ माणुसकी, एखाद्या स्त्रीची असावी तशी मृदू आणि तरल संवेदनक्षमता आणि बालकासारखी आनंदी आणि आर्जवी वृत्ती कळल्यावाचून राहत नाही. अत्यंत विचारी आणि व्यवहारी, धोरणी आणि विवेकी, आयुष्याबाबत अत्यंत अलिप्ततेनं आडाखे बांधून प्राप्त परिस्थितीचा स्वीकार करणारे, सुज्ञ आणि स्थितप्रज्ञ व्यवहारज्ञान असणारे जिना! त्यांच्या बाह्यस्वरूपाच्या आत एक लाजाळू आणि उदात्त आदर्शवाद दडलेला आहे आणि हेच त्यांचं मूलतत्त्व आहे.'

जिनांच्या या इतरांना सहजी न दिसणाऱ्या आंतरिक गाभ्याची रट्टीएवढी अन्य कुणालाच भुरळ पडली नव्हती. तिनं लहानपणापासून जिनांना जवळून पाहिलं होतं आणि ती बारा-तेरा वर्षांची असल्यापासून तिच्यावर त्यांचं गारुड पडलं होतं. जिना सर दिनशॉंपेक्षा अवघ्या तीन वर्षांनी लहान होते. त्यांच्याप्रमाणेच ते वेशभूषा आणि चालीरितींमध्ये व्हिक्टोरियन काळातले शिष्टाचार पाळत होते; परंतु या दोहोंमधलं साम्य तिथंच संपत होतं. स्थूल आणि प्रौढ बॅरन पेटिट आणि सडपातळ, उंच, रुबाबदार, कपाळाशी किंचीत करडे होणारे काळेभोर केस असलेले, चपळ, रेखीव चेहऱ्याचे देखणे जिना यांच्यात अन्य कोणतंही साम्य नव्हतं. ग्रीक धर्तीच्या देखण्या चेहऱ्यांच्या जिनांकडे लोक आकृष्ट होत असत. रट्टीच्या मोहकतेएवढीच जिनांचीसुद्धा लोकांना भुरळ पडत असे. तरुणपणी जिनांना भेटलेले के. एच. खुर्शीद म्हणतात, 'रस्त्यात तुम्ही त्यांना पाहिलं असतंत, तर तुम्ही मंत्रमुग्ध झाल्यावाचून राहिला नसतात. त्यांचा रुबाब, चालण्याची पद्धत, त्यांची निर्दोष, रुबाबदार वेशभूषा, देखणा चेहरा सहजी विसरता येत नसे.' त्यांचे ठायी अंगभूत आकर्षकपणा होता आणि एका विशेष प्रकारची बोचरी विनोदबुद्धी होती. ते मनात आणलं तर दिवाणखान्यातील सर्व श्रोत्यांना मंत्रमुग्ध करून खिळवून ठेवू शकत असत.

ते सर्वस्वी अपरिचित अशा सांस्कृतिक वातावरणात प्रथम इंग्लंडला पोचले, तेव्हा पूर्णत: भांबावून गेले होते. त्या वेळचे अनुभव त्यांच्या तोंडून ऐकताना रट्टी नक्कीच मंत्रमुग्ध झाली असणार. विशेषत: इंग्लंडच्या वसतिगृहातला पहिल्या रात्रीचा अनुभव तर ऐकण्याजोगाच होता. तेव्हाच्या प्रथेनुसार त्यांच्या अंथरुणात उबेसाठी गरम पाण्याची बाटली पायगती ठेवण्यात आलेली होती. अंधारात त्या बाटलीचा पायांना स्पर्श झाल्यावर प्रचंड घाबरलेल्या जिनांनी ती बाटली पायांनी अंथरुणाबाहेर ढकलून दिली. अंधारात डोळे फाडून त्या बाटलीकडे पाहताना, त्यातलं पाणी बाहेर वाहताना, त्यांना दिसलं. ते रक्तच आहे, असं वाटून ते किंचाळत सुटले होते, 'माझ्या हातून ते मारलं गेलंय!' ही कहाणी ऐकून रट्टी नक्कीच पोट धरून हसली असणार. त्यांना आवडणाऱ्या माणसांच्या सहवासात असताना, जिनांचं श्रोत्यांवर गारुड पडत असे. अनेकांनी हा अनुभव घेतला आहे. ते आरामशीरपणे आपले लांबलचक पाय पूर्णपणे ताणून, सावकाश, हलक्या स्वरात, नाट्यमय रीतीनं आपल्या

अनुभवाचं कथन करायला सुरुवात करत. त्या वेळेस त्यांच्या चेहऱ्यावर मोठं गोड मंदस्मित असे. आपल्या आगळ्यावेगळ्या विनोदशैलीत सांगण्याजोगा आठवणींचा प्रचंड खजिना त्यांच्यापाशी होता. अत्यंत सुरक्षित वातावरणात वाढलेल्या रट्टीला या अनुभवकथनाची इतरांपेक्षा नक्कीच जास्त भुरळ पडली असणार!

रट्टीनं त्यांच्यावर कोणतं गारुड केलं होतं, हे कळायला मार्ग नाही. ती अत्यंत मनमोहक तर होतीच. अत्यंत अनौपचारिक, चैतन्यमयी, आनंदी आणि विनोदवृत्तीची होती. तिच्या सौंदर्यामुळे आणि सुसंस्कारांमुळे ती उच्चभ्रू समाजात अत्यंत लोकप्रिय होती; पण जिनांना ज्या स्त्रीबद्दल आकर्षण वाटावं, अशी लोकांची कल्पना होती, त्या चौकटीत ती नक्कीच बसत नव्हती. अर्थात कोणत्याही स्त्रीकडे ते आजवर कधीच आकृष्ट झालेले नसल्यामुळे त्यांची त्याबाबत कशाला पसंती असेल, याचा कोणताच अंदाज बांधता येण्याजोगा नव्हता. आजवर कुणीच त्यांना आकर्षित करू शकलं नव्हतं. समारंभात ते स्त्रियांना टाळून पुरुषांबरोबरच राजकारणावर चर्चा करताना दिसत असत. ते स्त्रियांकडे अर्थातच कधीच दुर्लक्ष करत नसत. त्यांच्याशी मोठ्या सौजन्यानं वागत. वयानं मोठ्या स्त्रियांबद्दल त्यांना कमी धास्ती वाटत असे; परंतु इतके लोकप्रिय, देखणे, रुबाबदार पोशाखधारी असूनही जिनांना स्त्रियांपेक्षा पुरुषांच्याच सहवासात सुरक्षित वाटत असे. यामागचं एक कारण असं होतं की, कुटुंबातील स्त्रियांखेरीज इतर स्त्रियांबरोबर मिसळणं योग्य नाही, अशा संस्कारात ते वाढले होते. भरीत भर त्यांचा थंड आणि आतल्या गाठीचा स्वभाव! यामुळे छागलांसारख्या त्यांच्या साहाय्यकांनासुद्धा त्यांचा राग येत असे. सरोजिनी नायडूंनी एकदा जिनांची तरफदारी करत छागलांना लिहिलं होतं की, या फसव्या बाह्य मुखवट्याच्या आत जो खराखुरा माणूस दडलाय, त्याचं कदाचित तुम्हाला पुसटसं दर्शनही घडणार नाही. छागलांनी जिनांचं प्रतिकूल शब्दांत वर्णन करणारा एक लेख एका दैनिकासाठी लिहिला होता. त्यावर भाष्य करताना सरोजिनी नायडूंनी आणखी पुस्ती जोडली होती, 'माझ्या मते तुम्ही या माणसाचे उत्तम बाह्यरूप रेखाटलं आहे. मला आशा वाटतेय की, कधीतरी (या बाह्य मुखवट्याच्या आतल्या) एकाकी, विरळ-बर्फमय हवेत वावरणाऱ्या या खऱ्याखुऱ्या व्यक्तीशी तुमचा स्नेह जडेल, तेव्हाच त्यांना जवळून ओळखणाऱ्या आमच्यासारख्या भाग्यवंतांप्रमाणे तुम्हालाही समजेल की, उष्ण वातावरणात वाढणाऱ्या जनसामान्यांपेक्षा विरळ, थंड हवेत फोफावणारी आत्मिक पुष्पंच आगळ्यावेगळ्या सौंदर्यानं विनटलेली असतात; परंतु मी कबूल करते की, त्या थंडगार, विरळ वातावरणात वावरण्यासाठी तुम्हा, आम्हासारख्या जनसामान्यांना अधूनमधून फरकोटाची गरज भासेल!'

नशिबानं रट्टीला तशा फरकोटाची कधीच गरज भासली नाही. तिला जिनांबद्दल वाटणाऱ्या भक्तिभावाची बहुदा जिनांना कल्पना असणार, कारण मित्राच्या या लहान मुलीपुढे जिनांनी त्रयस्थपणाचा मुखवटा कधीच धारण केला नव्हता. जिनांना चिडवून किंवा आर्जवीपणानं वागून बोलतं करण्याचं कौशल्यं रट्टीइतकं इतर कोणाच्याही अंगी दिसलं नव्हतं. सरोजिनी नायडूंनी जिनांच्या भाषणाचं संकलन करून प्रकाशित केल्या गेलेल्या पहिल्या पुस्तकाची प्रस्तावना लिहिली होती. त्या प्रस्तावनेत त्यांनी त्यांचं जे संक्षिप्त चरित्र लिहिलं होतं, त्यातला वैयक्तिक तपशील त्यांना रट्टीकडूनच कळाला होता. हे गुपित सरोजिनींनी अर्थातच इतरांना सांगितलं नसलं, तरी त्यांनी कबूल केलं की,

१९१८ साली रट्टी-जिनांचा विवाह झाला. त्याच महिन्यात प्रसिद्ध झालेल्या *महंमद अली जिना : ॲन ॲम्बॅसडर ऑफ युनिटी* या पुस्तकाच्या पहिल्या पानावरची कविता रट्टीनं निवडली होती. रट्टीनं विल्यम मॉरीसच्या कवितेच्या पाच ओळी निवडल्या होत्या आणि जिनांचं त्यायोगे चपखल वर्णन केलं जातंय, असं रट्टीला आणि रट्टीएवढाच जिनांबद्दलचा भक्तिभाव वागवणाऱ्या सरोजिनी नायडूंना पटलं होतं. त्या काव्यपंक्ती होत्या :

तुमच्या आत्म्याचा कौल घेऊनच जगा
लोकांनी तुमचा उपमर्द केला, तर त्याच्याकडे लक्ष देऊ नका
आणि लोकांनी तुमचा तिरस्कार केला, तर अजिबात काळजी करू नका
आपलं गीत गा आणि आपलं कर्तव्य करत राहा
आपली आशा तेवती ठेवा आणि हृदयीची प्रार्थना करत राहा!

जिना आणि रट्टी यांच्या प्रेमकथेबाबत ज्या गावगप्पा उठल्या, त्यात लोकांनी जागा आणि तारखांची गल्लत केलेली दिसते. जिनांनी दिनशाँपुढे त्यांच्या कन्येशी विवाह करण्याचा आपला मानस व्यक्त केला असला आणि त्यांचा उपमर्द करून ही मागणी दिनशाँनी धिक्कारली असली, तरी ही घटना १९१६ सालच्या उन्हाळ्यातही घडली नाही आणि दार्जिलिंगलाही घडली नाही. १९१६ साली रट्टी आपल्या आई-वडिलांसमवेत महाबळेश्वरला होती आणि जिना स्वत: पुण्यात एका कोर्टाच्या कामात व्यस्त होते. ते त्या उन्हाळ्यात एकदाही रट्टीला भेटले नव्हते. ते बेंजामिन गाय हॉर्निमन या *बॉम्बे क्रॉनिकल*च्या संपादक मित्रावर भरल्या गेलेल्या खटल्यात त्याच्या बाजूनं केस लढवत होते. ते एकदाही रट्टीला भेटायला गेले नाहीत; कारण त्याच्या आदल्या वर्षी सर दिनशाँनी जिनांचा प्रस्ताव फेटाळून लावला होता.

या दोघांत प्रेम फुललं होतं ते १९१४ सालच्या नाताळच्या सुट्टीत. ती सुट्टी जिनांनी त्यांचे जिवलग राष्ट्रवादी मित्र, सर फिरोजशहा मेहता यांच्याबरोबर व्यतीत केली होती. सर फिरोजशहांचा पुण्यात जो बंगला होता, तेथे ते सुट्टीसाठी येत असत. जिना आणि हॉर्निमन हे दोघे मेहतांबरोबर बऱ्याचदा या बंगल्यात सुट्टीवर येत असत. हे दोघे मेहतांपेक्षा वयाने लहान असले, तरी ते सारे समानधर्मी होते. सारेच ब्रह्मचारी होते आणि मद्यप्राशन करत गप्पा मारण्यात ते रंगून जात असत. त्या हिवाळ्यात पेटिट कुटुंबीयसुद्धा पुण्याच्या त्यांच्या (रट्टीच्या भाषेतल्या पावसाळी बंगल्यात) बंगल्यात वास्तव्याला होते. हा बंगला पेटिट हॉलएवढा मोठा नसला तरी तेथेसुद्धा ते मोठाल्या मेजवान्या देऊन पाहुणे जमवत असत आणि इथेच जिना आणि रट्टी एकमेकांच्या निकट सहवासात येऊन प्रेमात पडले. त्या वेळेस ती जवळ जवळ पंधरा वर्षांची होती आणि आई-वडिलांच्या उच्चभ्रू वर्तुळात लोकप्रिय झालेली होती. आपल्या इतर प्रशंसकांकडे संपूर्ण दुर्लक्ष करून पूर्णपणे जिनांच्या सहवासात वेळ घालवणं पसंत करणाऱ्या रट्टीनं त्यांना मोहवून टाकलं नसतं तरच ते आश्चर्य ठरलं असतं. पारशी वर्तुळातील इतर कोणत्याही पारशी तरुण मुलीपेक्षा रट्टी सर्वस्वी वेगळी होती. तिचं वाचन प्रचंड होतं, ती बहुश्रुत होती, कविमनाची होती आणि राजकारणात तिला तीव्र रस वाटत होता. या सुट्टीत रट्टीपुढे आलेले जिना ही सर्वस्वी वेगळीच व्यक्ती होती. ते अत्यंत मृदूपणे वागत होते. पेटिट कुटुंबाला हौशी नाट्यकर्मींकडून नाट्यवाचन करून घ्यायला फारच आवडत असे. त्यांनी या नाट्यवाचन सदरात त्यात गती असलेल्या जिनांना

नक्कीच सामील करून घेतलं असणार. त्यायोगे इतरांना कधीही न दिसलेली जिनांच्या स्वभावाची बाजू रट्टीला दिसू शकली असणार. पेटिट पती-पत्नींना अश्वारोहण अत्यंत प्रिय होतं आणि ते सुट्टीवर जाताना आपले घोडेही बरोबर घेऊन जात असत. अश्वारोहणात जिना अत्यंत वाकबगार होते आणि वेगळेपणानं उठून दिसत. बिलियर्ड्स सोडलं, तर अश्वारोहण ही एक गोष्ट जिनांना प्रिय होती, त्यामुळे घरात आणि घराबाहेर भेटण्याच्या अनेक संधी या दोघांना या सुट्टीत उपलब्ध झाल्या होत्या. या गोष्टी करताना रट्टीच्या आई-वडिलांच्या मनात त्याबाबत कोणतीही शंका उद्‌भवण्याची शक्यताही अस्तित्वात नव्हती. जिनांचे वयोवृद्ध मित्र सर फिरोजशहा मेहता अत्यंत उदारमतवादी होते आणि जातिधर्माची बंधनं ते अजिबात मानत नसत. वयातल्या अंतराबद्दलही त्यांना अजिबात फिकीर वाटत नसे. स्वत: त्यांनी पन्नाशीत मृत्यूच्या अवघ्या सहा वर्षं आधी विवाह केला होता. त्यांनीच बहुधा जिनांना आपला प्रस्ताव सर दिनशाँपुढे मांडायला उत्तेजन दिलं असणार. स्वत:च्या भावना व्यक्त करण्याबाबत अत्यंत संकोची असणाऱ्या जिनांनी एरवी आपला प्रस्ताव सर दिनशाँपुढे मांडायचं धारिष्ट्य बहुधा दाखवलं नसतं.

अर्थातच जिना रट्टीला तिच्या जन्मापासून ओळखत होते. ती २० एप्रिल १९०० रोजी जन्मली, त्या दिवशी त्यांची बॉम्बे प्रेसिडेन्सी मॅजिस्ट्रेट म्हणून नियुक्ती झालेली होती. निदान त्या वेळेपासून जिना पेटिट पती-पत्नींना ओळखत होते आणि समान वर्तुळात वावरत होते; परंतु आजवर त्यांनी तिच्याकडे पित्याच्या नजरेनंच पाहिलं होतं आणि कोणतीही आढ्यता न दाखवता अगदी बरोबरीच्या नात्यानं तिच्याशी बोलून त्यांनी तिच्या हृदयात विशेष स्थान मिळवलं होतं. वकील आणि राजकीय नेते म्हणून त्यांचा लौकिक वाढल्यानंतरसुद्धा ते रट्टीच्या आवडीच्या राजकीय आणि सामाजिक बाबींबाबत तिच्याशी विस्तृत चर्चा करत असत. त्यांच्या प्रभावाखालची रट्टी आपली आत्या हमाबाई पेटिट हिच्यासमवेत जिनांच्या सर्व जाहीर भाषणांना उपस्थित राहत असे आणि तासन्‌तास त्यांची भाषणं ऐकत खिळून राहत असे. नटून मुरडून प्रशंसकांबरोबर वार्तालाप करण्यात तिला काहीच रस वाटत नव्हता. अशी रट्टी आपल्या वेगळेपणानं अतिशय उठून दिसत असे. राजकारण आणि देशाचा विकास यांना तिच्या लेखी अशा मौजमजेपेक्षा खूपच जास्त महत्त्व होतं. काळजीपूर्वक वर्तमानपत्र वाचणाऱ्या रट्टीला तिच्या दुपटीच्या वयाच्या लोकांपेक्षाही अनेक गोष्टींबाबत अधिक ज्ञान होतं. आयुष्यभर तिचा प्रशंसक असलेला कांजी द्वारकादास नमूद करतो, 'रट्टी अत्यंत बुद्धिवादी होती, बहुश्रुत होती, तिचं वाचन भरपूर होतं आणि त्यामुळे स्त्री-पुरुषांच्या स्वभावाचा आणि घटनांचा अंदाज ती अत्यंत संतुलितपणे बांधू शकत असे. एखाद्या संशोधकासारखी तिच्या ठायी जिज्ञासूवृत्ती होती.' त्यांच्याशी बरोबरीच्या पातळीवर वावरणारी आत्मविश्वासी तरुणाई जिनांना अत्यंत प्रिय वाटत असे. रट्टी तशीच होती. ती त्यांच्या एवढ्याच प्रखर, स्वतंत्रवृत्तीची होती. तिच्याठायी जी आकर्षक अनादराच्या काठावरली बेफिकिरी होती, त्यायोगे ती राजपुत्र आणि व्हाइसरॉय यांच्याशी बरोबरीच्या नात्यानं सहजी वागू शकत असे.

त्या हिवाळी सुट्टीत ज्या ज्या घटना घडल्या, त्याचा रट्टीच्या प्रकृतीवर प्रतिकूल परिणाम झाल्यावाचून राहिला नाही. दिनशाँनी जिनांना जवळ जवळ लाथाडून आपल्या घराबाहेर हाकलल होतं, त्यानंतर ९ महिन्यांनी रट्टी पुन्हा पुण्याला आली. एका गुप्त ठेवलेल्या

शस्त्रक्रियेनंतर प्रकृती पूर्ववत होण्यासाठी तिला बिछान्यात सक्तीची विश्रांती घेणं भाग पडलं होतं. सरोजिनी नायडूंची कन्या पद्मजा हिला लिहिलेल्या पत्रात रट्टीनं ही बातमी कळवली होती. पद्मजानं रट्टीच्या प्रकृतीविषयी चौकशी करणाऱ्या सौजन्यशील पत्राचं उत्तर लिहिताना म्हटले की, रट्टी तिच्या गडबड्या मूळ स्वभावाप्रमाणे तारीख घालायला विसरली आहे.

सरोजिनी नायडू आपल्या दोन मुलींना आपल्या समवयस्कांशी मैत्रीचे संबंध प्रस्थापित करायला नेहमीच उत्तेजन देत असत. पद्मजाची रट्टीशी ओळख नसूनही त्यांनी पद्मजाला तिच्याशी पत्रमैत्री करायला उद्युक्त केलं होतं. त्यांच्या मते या समवयस्क मुलींमध्ये मैत्री जुळली असती, तर रट्टीला दुप्पट वयाच्या ज्येष्ठांऐवजी आपल्या वयाच्या मैत्रिणीपाशी हृद्गत व्यक्त करता आलं असतं आणि पद्मजाला रट्टीसारख्या सुसंस्कृत आणि सुस्वभावी मैत्रिणीच्या माध्यमातून उच्च वर्तुळातील लोकांमध्ये वावरण्याची सवय झाली असती. पद्मजा आणि रट्टीच्या वयात अवघ्या आठ महिन्यांचच अंतर होतं; परंतु त्यांचे स्वभाव सर्वतः भिन्न होते. बहुश्रुत, देश-विदेशी भरपूर प्रवास केलेली रट्टी उच्चभ्रू वर्तुळात संपूर्ण आत्मविश्वासानं वावरत असे. तिला स्वत:ची अशी ठाम मतं होती आणि अत्यंत लोकप्रिय सुंदरी म्हणून तिचं स्वत:चं स्थान असल्याची तिला जाणीव होती. याउलट पद्मजा एक अतिशय लाजाळू, संकोचित स्वभावाची मुलगी होती आणि आपली धाकटी बहीण लीलामणी हिच्याबरोबर ती पाचगणीच्या वसतिगृहात राहून शिकत होती. सुरुवातीला या विभिन्न स्वभावाच्या मुलींमध्ये होणारा पत्रव्यवहार तुरळक आणि औपचारिक पातळीवरचा होता; परंतु साडेपंधरा वर्षांची असताना शस्त्रक्रियेनंतर सक्तीची विश्रांती घेत अंथरुणाला खिळलेल्या रट्टीनं या अनोळखी मुलीत आणखी रस घ्यायला प्रारंभ केला होता. यात ती आपल्या नेहमीच्या वर्तुळाबाहेर एकाकी अवस्थेत पडून कंटाळून गेली असण्याचा भाग किती होता आणि आपल्या हृदयाची व्यथा सांगण्याजोग्या समवयस्क मैत्रिणीची ओढ लागण्याचा भाग किती होता, हे कळायला मार्ग नाही. त्या वयाच्या टप्प्यावर, रट्टी पद्मजापेक्षा तिच्या आईच्या वयाच्या सरोजिनी नायडूंशी अधिक मोकळेपणानं आणि मैत्रीच्या भावनेनं जवळीक साधू शकत असे.

रट्टी १३ वर्षांची असताना सरोजिनी नायडू पेटिट हॉलमध्ये पाहुण्या म्हणून आल्या होत्या. रट्टीला तत्क्षणी त्यांच्याबद्दल इतकी विलक्षण ओढ वाटली की, तिनं स्वागतकक्षातील शयनगृहाऐवजी आपल्या जवळच्या शयनगृहात त्यांची राहण्याची सोय केली जावी, असा आपल्या आईजवळ हट्ट धरला. रट्टीला यापूर्वी सरोजिनींसारखी कोणीही अन्य स्त्री भेटलेली नव्हती. त्या रूढी जुमानत नसत, त्यांचे ठायी अणुमात्रही पूर्वग्रह आणि पक्षपात असे दोष नव्हते. त्या अत्यंत विनोदवृत्तीच्या जिज्ञासू होत्या आणि भरीला सुप्रसिद्ध कवयित्री होत्या. त्या प्रक्षोभक जाहीर वक्त्या होत्या आणि तरुणाईबद्दल त्यांना विलक्षण ममत्व होतं. रट्टीला त्यांचं आकर्षण वाटायला आणखीही एक कारण होतं, चौदाव्या वर्षी त्या निजामाच्या लष्करात डॉ. असलेल्या, ब्राह्मणेतर तेलुगू तरुणाच्या प्रेमात पडल्या होत्या. त्या स्वतः बंगाली, ब्राह्मण कुटुंबात जन्मल्या होत्या, त्यामुळे या विवाहाला सरोजिनींच्या माता-पित्यांनी सक्त मनाई केली होती. त्या १९ वर्षांच्या झाल्यावर मानसिक खच्चीकरण आणि तीन वर्षांची इंग्लंडमधली हद्दपारी सोसल्यावर, पित्याचा रोष सहन करून अखेरीस त्यांना आपल्या पसंतीच्या तरुणाशी विवाह करता आला होता. त्या १६ वर्षांच्या होत्या तेव्हा ब्रिटिश समवयस्क मुलींच्या तुलनेत भारतीय मुली किती परिपक्व होत्या, याचं वर्णन

करून इंग्लिश कवी एडमंड गॉसे यानं त्यांच्याबद्दल लिहिलं होतं, 'ती बौद्धिकदृष्ट्या अत्यंत परिपक्व, अत्यंत विस्तृत वाचन असलेली आणि पाश्चात्त्य मुलींच्या तुलनेत जगाची प्रचंड सखोल ओळख असलेली मुलगी होती.' सरोजिनींच्या अपारंपरिक आयुष्यामुळे किंवा त्यासुद्धा जिनांच्या प्रशंसक असल्यामुळे तरुण आणि बंडखोर पिढीबरोबर त्या अत्यंत सहसंवेदनेनं वागत असल्यामुळे, चार मुलांची तिशीपुढली आई असलेल्या सरोजिनी आणि १३ वर्षांची रट्टी यांच्या तत्क्षणी तारा जुळल्या. त्या पहिल्या भेटीतच सरोजिनींना रट्टीचं इतकं अफाट कौतुक वाटलं की, त्यांनी त्यांच्या मुलींना लिहिलेल्या पत्रात तिची वारेमाप प्रशंसा केली होती. ते पत्र वाचून मुली भारून तर गेल्याच; परंतु त्यांना रट्टीबद्दल काहीशी असूयासुद्धा वाटली होती. लीलामणीनं हैदराबादहून पद्मजाला पाचगणीला पाठवलेल्या पत्रात या असूयेचं स्पष्ट प्रतिबिंब दिसतंय.

परंतु रट्टीनं तिच्या रुग्णशय्येवरून पद्मजाला जे पत्र धाडलं होतं, त्यात आजवरच्या औपचारिक दुराव्याचा अंशही दिसत नाहीय. उलट एखाद्या शाळकरी मुलीच्या मैत्रीसाठीच्या आतुरतेनं, रट्टीनं पद्मजापाशी ज्येष्ठांच्या करड्या नजरेखाली घ्याव्या लागणाऱ्या विश्रांतीबद्दल तक्रार केली आहे.

रट्टीच्या पत्रात तिच्या स्वतःच्या आईचा उल्लेख फक्त एकदाच येतो. रुग्णशय्येवरून बरी झाल्यावर रट्टी आईबरोबर सिमल्याला जाणार असल्याची बातमी देण्याएवढाच रट्टी तिच्या आईचा उल्लेख करते.

आजवर रट्टी विनातक्रार तिच्या आईच्या वर्तुळातल्या श्रीमंतांसमवेत भारतभर ठिकठिकाणी ऋतूंनुसार आनंदानं प्रवास करत आली होती; परंतु या वेळेस प्रथमच तिला समवयस्क मैत्रिणीशी गूज करण्याची वाटलेली ओढ या पत्रात दिसून आली होती. रट्टीचे स्वतःच्या धाकट्या तीन भावांशी खूपच जिव्हाळ्याचे संबंध होते; परंतु आता वयात आलेल्या रट्टीला आपल्या मनातल्या गोष्टी मोकळेपणानं सांगण्याजोगी समवयस्क मैत्रीण असोशीनं हवीशी वाटत होती. आपल्या आईबरोबर पद्मजानं पेटिट हॉलला भेट द्यावी, असं आग्रहाचं आमंत्रण रट्टीनं या पत्राद्वारे केलं होतं. तिनं पद्मजाचा फोटोही मागितला होता आणि आपण फारच अनौपचारिकपणे तर वागलो नाही ना, अशी आशंकासुद्धा प्रकट केली होती.

या दोघींमधला पत्रव्यवहार अधिक मनमोकळा झाल्यावर रट्टीनं एकदा थट्टेथट्टेनं आपल्या पित्त प्रकृतीचंसुद्धा वर्णन केलं होतं. ही पित्तप्रकृती केवळ गोड आणि चमचमीत पदार्थांच्या अति सेवनानंच उद्भवलेली नव्हती, तर सतत काळजी करण्याच्या तिच्या स्वभावाचासुद्धा तो दुष्परिणाम होता. तिच्या इंग्लिश गव्हर्नेस आयरीनखेरीज इतर फारच थोड्या लोकांना तिचा हा सतत चिंता करत राहण्याचा स्वभाव ठाऊक होता.

या टप्प्यावर अजूनही रट्टी पद्मजाला जवळून ओळखत नव्हती; परंतु तिच्याबरोबर अधिक जवळीक साधण्याचा ती मनापासून प्रयत्न करीत होती. एका पत्रातील तिनं पद्मजाला लिहिलेला ताजा कलम होता : 'माझ्या मनात एक अभिनव कल्पना आलीय! तू तुझं वर्णन करणारं शब्दचित्र मला का पाठवत नाहीस? मी तुझं कल्पनाचित्र रेखाटायचा प्रयत्न करतीये; पण मला त्यात यश येत नाहीय. तू स्वतःवरच्या वर्णनाचा निबंध पाठवशील? गंमत येईल नाही?'

पुढलं पत्र रट्टीनं पद्मजाला १९१६ सालच्या उन्हाळी सुटीत महाबळेश्वरहून धाडलं होतं. ती तिथं तिच्या आई-वडिलांबरोबर आली होती. खूप कंटाळा येतोय आणि प्रचंड उकडतंय, अशी तिनं पत्रात तक्रार केली होती. प्रत्यक्षात ती अत्यंत चिडून गेली होती आणि वैफल्यग्रस्त झाली होती. त्यांच्या वर्तुळातील इतर श्रीमंतांप्रमाणेच पेटिट दाम्पत्याच्या स्वतःच्या मालकीचा एक बंगला महाबळेश्वरला होता; परंतु या खेपेस तिथं न राहता ते 'सेंट जेम्स कॉटेज' येथे राहत होते, असं रट्टीनं पद्मजाला ३ मे १९१६ रोजी पाठवलेल्या पत्रावरून दिसतंय. या पत्रावरून लक्षात येतंय की, हे पत्र लिहिताना रट्टी अतिशय तिरसट मनःस्थितीत होती. पद्मजाच्या पत्रात रट्टीला अनोळखी असलेल्या लोकांचे जे उल्लेख आले होते, त्याबद्दल तक्रार करत तिनं चिडखोरपणे लिहिलं होतं, 'ज्या लोकांना मी कधी भेटलेही नाहीय आणि ज्येष्ठांना मी अजिबात ओळखत नाही, त्यांच्याबद्दल ऐकताना मला काहीही मौज वाटत नाही, तेव्हां हे थांबव!' पुढे ती लिहिते की, ती अतिशय कंटाळून गेलीय आणि पद्मजानं तिला भेटायला पाचगणीहून महाबळेश्वरला यावं. 'तू मला भेटायला केव्हा येणार आहेस? मला तुला भेटायची खूपच उत्कंठा लागून राहिलीय आणि माझ्या या प्रश्नाचं उत्तर तू द्यायलांच हवंस,' असं लिहिल्यानंतर ती हवेबद्दल तक्रार करून म्हणते, 'मला लवकर पत्र पाठव. मला फार निरुत्साही वाटतंय. हवा इतकी प्रचंड गरम आहे! मी बिछान्यात लोळूनच लिहितेय. उठून बसून लिहिणं या उकाड्यात अशक्य झालंय.' शेवटी तिच्या प्रक्षोभाचा झालेला विस्फोट पुढील ओळींवरून लक्षात येतोय, 'हे इतकं उच्चसंस्कारित, सुसंस्कृत जग नसतं, तर मी या उष्म्याला शिव्याशाप देऊन माझ्या संतापाला वाट करून दिली असती आणि इतक्या भीषण हवेला मी दिलेले शिव्याशाप क्षम्य ठरले असते.'

जरी रट्टीनं त्याचा उच्चार केला नसला, तरी तिच्या या बेचैनीमागं तसंच संयुक्तिक कारण होतं. अवघ्या हाकेच्या अंतरावर पुण्याला असलेले जिना एकदाही तिला भेटायला महाबळेश्वरला फिरकले नव्हते. या हिवाळी सुटीत सर दिनशॉंकडून धिक्कारले गेलेले जिना इतरत्र रट्टीला भेटले तर कोरडेपणानं वागत नसले, तरी त्यांच्या वागण्यातली अलिप्तता रट्टीला जाणवल्याशिवाय राहत नसे. काही सामाजिक समारंभात पेटिट दाम्पत्याला ते अपरिहार्यपणे पाहत असले, तरी जिना त्यांच्या जवळपासही फिरकत नसत. गोपाळकृष्ण गोखल्यांच्या निधनानंतर आयोजित झालेल्या शोकसभेत जिना आणि सर दिनशॉ एकाच व्यासपीठावर उपस्थित होते; परंतु त्यांनी एकमेकांची अजिबात दखल घेतली नव्हती. जर रट्टीला वाटत असलं की, झालेला अपमान विसरून, तिच्यावरल्या प्रेमामुळे ते महाबळेश्वरला येऊन तिला भेटतील, त्यांच्या मनातलं प्रेम त्यांच्या रागावर मात करेल, तर तिची अपेक्षा सपशेल चुकीची होती! रट्टीनं पद्मजाला जे पत्र लिहिलं होतं, त्यानंतर अवघ्या सहाच दिवसांनी जिना पुण्याहून थेट मुंबईला निघून गेले होते.

आपलं चित्त इतरत्र वळवण्याचा प्रयत्न करणाऱ्या रट्टीनं प्रथम पद्मजाला महाबळेश्वरला येण्याचा आग्रह करून पाहिला होता. ते तिला जमत नसल्याचं पाहून तिनं स्वतःच पाचगणीला येऊन तिची भेट घेण्याची तयारी दाखवली होती; पण आपली इतकी वैभवात वाढलेली मैत्रीण पाचगणीला आपल्या सर्वसामान्य वसतिगृहात येऊन धडकणार ही बातमी ऐकून पद्मजाच्या पोटात गोळा उभा राहिला होता. आपण रट्टीप्रमाणे उच्चभ्रू वर्तुळात वावरत नसून, अजूनही शाळेच्या करड्या शिस्तीत शिकत आहोत आणि रट्टी गृहीत धरतेय तशी आपल्या

दिमतीला मोटारगाडी नाहीय, याची रट्टीपुढे कबुली द्यायची पद्मजाला विलक्षण लाज वाटत
होती. पद्मजानं आपल्या आईला पत्र लिहून हे सत्य रट्टीला कळवायची विनंती केली होती;
परंतु पद्मजाच्या सुज्ञ आईनं सल्ला दिला होता की, तिनं रट्टीला खरी वस्तुस्थिती मोकळेपणानं
सांगावी. पद्मजाला ते धाडस झालं नाही. आपली मोटारगाडी वातानुकूलित नाहीय, अशी
लंगडी सबब तिनं पुढे केली होती; पण रट्टीनं १८ मे १९१६ रोजी पद्मजाला उत्तर पाठवून
आणखीच पेचात पाडलं होतं. तिची मोटार वातानुकूलित नाही याबद्दल आनंद व्यक्त करून
तिनं पुढे विचारलं होतं, 'तू शनिवार, २७ मे रोजी मला आणायला गाडी पाठवू शकशील
का? मध्ये अजून दहा दिवस आहेत. त्या वेळात तुला तशी सोय करता येईल.' पद्मजानं
इतर गोष्टीसुद्धा तिला मोकळेपणानं सांगितल्या नव्हत्या, त्यामुळे रट्टीनं पत्रात विचारलं होतं,
'तू शाळेत शिकते आहेस, हे मला माहीत नव्हतं. तू अजून विद्यार्थिनी नाहीस ना? तू तिथं
सुटीसाठी आली आहेस ना?'

स्वत: रट्टीला प्रयत्न करावासा वाटत होता की, आपण आपल्या पारंपरिक
मात्या-पित्यांसारख्या आहोत, असा पद्मजाचा ग्रह होऊ नये. एका संगीत कार्यक्रमाला
संध्याकाळी उपस्थित राहता येणार नाही, कारण परतायला रात्र होईल आणि ते आपल्या
आई-वडिलांना आवडणार नाही, असं पद्मजाला कळवल्यावर रट्टीनं पुढे पुस्ती जोडली
होती, 'माझ्या मते उशिरा यायला हरकत नाही; पण माझ्या आई-वडिलांना ते पटणार
नाही.' आपली गव्हर्नेस आयरीन आपल्याला आई-वडिलांच्या इच्छेला मान द्यायला कशी
शिकवत असते, यावर विनोद करून रट्टीनं म्हटलं होतं, 'आयरीन म्हणते की, मी विनातक्रार
ऋषींच्या सुज्ञ सल्ल्यापुढे मान तुकवावी. सारे ऋषी महामूर्ख असतात, या माझ्या मताशी तू
सहमत आहेस? तुम्ही ऋषी असलात, तर तुम्ही मूर्ख असणं अपरिहार्यच आहे; पण तुम्ही
ऋषी नसतानाही मूर्ख असू शकता. मी तशीच आहे, असं मला वाटतंय. माझ्या स्वच्छ
तर्कशास्त्राची मला स्वत:लाच धास्ती वाटतेय. तुला वाटतेय?'

पण उभयपक्षी वाटत असलेल्या धास्तीचा कोणताही अडथळा न येता, एकोणीस
मैलांवरच्या पाचगणीला जाऊन रट्टीनं घेतलेली पद्मजाची भेट मोठ्या आनंदात पार पडली
होती. पद्मजा आणि तिची धाकटी बहीण लीलामणी, दोघीही पाचगणीला 'द नोल्स'
या शाळेच्या वसतिगृहात राहून शिकत होत्या. त्या दोघीही रट्टीला पाहताक्षणी तिच्या
प्रेमात पडल्या. इतकी उच्चभ्रू, सुसंस्कारित, अत्यंत देखणी मुलगी त्यांना इतकी स्नेहाळ,
अनौपचारिक आणि त्यांच्या मैत्रीसाठी उत्कंठित वाटली की, त्यांची सारी धास्ती, सारा
संदेह कुठल्या कुठं पळून गेला. या भेटीनंतर रट्टी आणि सरोजिनी नायडूंच्या दोन मुली
यांच्यातला पत्रव्यवहार खूपच फोफावला. त्या नित्यनेमानं लठ्ठ लठ्ठ पत्रं पाठवून आपल्या
मनीची गुपितं रट्टीपुढे उघड करू लागल्या. रट्टी त्यांच्या हृदयीच्या प्रेमव्यथांवर मोठ्या
बहिणीच्या नात्यानं अत्यंत सुज्ञ सल्ले त्वरित देत असली, तरी तिनं आपल्या हृदयीच्या
प्रेमाचं गुपित कधीच त्यांच्यापुढे उघड केलं नाही. तिच्या प्रेमाबद्दल मुंबईत उघडपणे
चर्वितचर्वण होऊ लागलं असलं, तरी येत्या पंधरा महिन्यांत झालेल्या पत्रव्यवहारात रट्टीनं
या भगिनींसमोर कधीच त्याबद्दल शब्दानंही वाचा फोडली नव्हती. आपल्या भावना उघड
करायला तिची एकतर तयारी तरी नसावी किंवा तिचा नैसर्गिकत: आतल्या गाठीचा स्वभाव
आड आला असावा.

रट्टीनं पद्मजाची पाचगणीला भेट घेतल्यावर वीस दिवसांनी म्हणजेच १३ जून १९१६ रोजी तिला पुढचं पत्र लिहिलं होतं. तोवर ती मुंबईला परतली होती आणि जिना जिथं उपस्थित आहेत, त्या खोलीत ती केवळ उपस्थित राहिली असली तरीसुद्धा लोक त्याबद्दल चर्चा करू लागले होते. तिनं या दोहोंपैकी एका बहिणीला लिहिलेलं पत्र जरी वैयक्तिक भावना व्यक्त करत नसलं, तरी त्यातील शब्द आपल्या तीव्र प्रेमभावनेला चिकटून राहण्याचा तिचा निग्रह आणि या दिव्यातून जाण्यामुळे जाणवलेली उदात्त, तरल भावना या दोहोंचं दर्शन घडवतात. ती लिहिते, 'प्रेमासाठीची तुमची अतीव तळमळ ही अशी उत्कट आंतरिक ओढ असते की, त्या पायावर तुमचं पूर्ण चारित्र्य, तुमचं पूर्ण आयुष्य तुम्ही ठामपणे उभारू शकता. प्रेम आणि सहानुभूती तुमच्या स्वभावाचा आत्मा बनवा. तुमच्या उत्कट अभिलाषेचं सुंदर पुष्प मोकळेपणे उमलवा. ते पुष्प इतकं लावण्यमय असेल की, त्याच्या सौंदर्याकडे प्रेम आपोआपच आकृष्ट होईल. लिली आणि निशिगंध, गुलाबपुष्प आणि कमलपुष्प ज्याप्रमाणे आकृष्ट करून घेतात, तसंच तुमच्या आंतरिक प्रेमाचं पुष्प इतरांना आकृष्ट करून घेईल. तृषार्त, अंधकारानं काजळलेल्या आत्म्यांवर प्रेमाचं सिंचन करा आणि सहानुभूती आणि सहसंवेदनेनं त्यांना स्वर्गीय दीपांप्रमाणे तेजोमय करा. सुज्ञता हा प्रेमाचा अविभाज्य घटक आहे आणि प्रेम म्हणजे अंतिम साक्षात्कार आहे. प्रेमामुळेच उसासणारी झुळूक शीतलता देते. प्रेमामुळेच चंद्र तेजाळतो आणि सूर्यालासुद्धा ऊब देऊ शकतो. प्रेमच फुलं उमलवतं, पक्ष्यांना गाणी गायला लावतं, निर्झराला वनातून खळाळत्या हास्यानं पुढे झेपावत नेतं. प्रेमामुळेच आयुष्यातील यातना प्रेमघोषानं संगीत बनतात. प्रेम स्त्रीला लावण्यमयी बनवतं आणि पुरुषाला शूर आणि उदात्त बनवतं. मला स्वतःला प्रेम हे कवितेसारखं लोभस आणि सुनीतासारखं सुरेल भासतं. तुम्ही कधीही दुःखी कष्टी झालात, तुम्हाला प्रेमाबद्दल उत्कट तृष्णा जाणवू लागली, तर त्वरित माझ्यापाशी या, माझ्याशी बोला, मला पत्र पाठवा. तुमची स्नेही रट्टी'

हे जरी अत्यंत संदिग्धतेनं भरलेलं पत्र असलं, तरी पद्मजाच्या स्वतःच्या प्रेमीहृदयात त्याचे पडसाद उमटलेले जाणवतात. रट्टीनं पद्मजाच्या या पत्राला पेटिट हॉल, मलबार हिलवरून ४ जुलै १९१६ रोजी जे उत्तर पाठवलं, त्यात पद्मजानं तरलतेनं व्यक्त केलेल्या प्रेमावरील भाष्यावरची आपली पसंती रट्टीनं मोठ्या उत्साहानं व्यक्त केली आहे. 'तुझं पत्र वाचून मला अतिशय आनंद वाटला. तू नेहमीच मला अशी सुंदर सुंदर पत्रं पाठवत जा; पण मला माहीत आहे की हे शक्य नाही. त्या वेळची मनःस्थिती असेल, तुला तेव्हा जसं वाटेल, तसंच तू लिहिलं पाहिजेस-त्याखेरीज त्यात नैसर्गिक सौंदर्य येणार नाही; पण अशी उत्फुल्लता वाटेल, तेव्हा मला न चुकता लिहीत जाशील ना?'

या दोघीही मैत्रिणी एकमेकींना आंतरिक भावना व्यक्त करायला उत्तेजन देत होत्या आणि बेबंदपणे भावनांची अभिव्यक्ती करायला उद्युक्त करत होत्या. 'आपल्या उत्कट भावना व्यक्त करणं हा वेडेपणा आहे, असं मानण्याजोगी मी रासवट नाही; पण उत्कट प्रेमभावनेला वाचा फोडणं हा जर वेडेपणा असेल, तर आपण साऱ्या जणीच वेड्या झालो, तर काय हरकत आहे? मला या भावना व्यक्त करणारी पत्रं फारच आवडतात आणि तुला इतक्या अतीव आनंदी आणि व्यक्तही करता येणार नाही इतक्या दुःखी मनःस्थितीत पाहणं मला आवडलं असतं. मी तुझ्या भावना समजू शकते, कारण मीसुद्धा काहीशी तुझ्या सारखीच

आहे आणि या भावना खरोखरच अतिशय यातनामय आहेत. माझ्या मनात उसळलेल्या परस्परविरोधी भावना मला अतिशय व्यथित करत असतात. तुझाही तसाच अनुभव असणार असं मला वाटतंय!'

असं दिसतंय की, या दोघीही आपल्या बेलगाम उत्कट अभिव्यक्तीबद्दल आणि रूढी निर्बंधांबाबतच्या अनादराबाबत स्वत:चीच पाठ थोपवून घेत आहेत. रट्टी लिहिते, 'मी एकदा लिहिलेलं पत्र पुन्हा कधीही वाचत नाही, हे विचित्र नाही का? का ते मला ठाऊक नाही; परंतु तो माझा स्वभावच नाही. ही कल्पनाच मला फार पुचाट आणि हिशेबी वाटते!'

परंतु रट्टीनं हे पत्र पाठवून दिलं, त्या क्षणीच पद्मजानं घाबऱ्याघुबऱ्या अवस्थेत लिहिलेलं पत्र रट्टीला मिळालं. आपण आपल्या पत्रात वाजवीपेक्षा जास्तच लिहिलं होतं, अशी भीती पद्मजानं व्यक्त केली होती. रट्टीनं पत्र लिहून पद्मजाला आश्वासन दिलं की, तिचं 'गुपित' रट्टीजवळ अगदी गुलदस्तात राखलं जाईल. हे गुपित कोणतं हे रट्टीनं स्पष्ट केलं नव्हतं. पुन्हा एकदा ८ जुलै १९१६ रोजी पेटिट हॉलहून लिहिलेल्या पत्रात रट्टीनं लिहिलं होतं, 'तू भावनेच्या आवेगात पत्र लिहून गेली होतीस हे मला दिसत होतं; परंतु त्यामुळेच ते पत्र मला अतिशय सुंदर वाटलं. त्या पत्रात तुझ्या सुंदर स्वभावाचं प्रतिबिंब उमटलं होतं. तू जे काही लिहिलं होतंस, त्यात काहीही 'खुळेपणाचं' किंवा 'मूर्खपणाचं' नव्हतं, तू माझ्यावर जो विश्वास टाकला आहेस, त्यानं भारावून गेलेय मी! तुझ्या नाजूक भावना माझं स्वत:चं गुपित असल्याप्रमाणे मी जपून ठेवेन!'

परंतु स्वत:ची गुपितं सांगण्याबाबत मात्र रट्टी अजूनही मनमोकळी होऊ शकली नव्हती. पद्मजापेक्षा तिच्या आईजवळ तिनं बहुदा अधिक सहजतेनं आपल्या भावना व्यक्त केल्या असत्या; परंतु त्या वेळेस सरोजिनी नायडू अंथरुणाला खिळून राहिल्या होत्या. आपल्या मुलींखेरीज इतरांना पत्रं लिहिण्याची किंवा त्यांची पत्रं वाचण्याची शक्तीच त्यांच्या अंगी उरलेली नव्हती. आपल्या ज्येष्ठवयीन मैत्रिणीची उणीव रट्टीला किती प्रखरतेनं जाणवत होती हे तिच्या पद्मजाला लिहिलेल्या पुढच्या पत्रावरून स्पष्टपणे उमगतं. ती लिहिते, 'तुझ्या आईनं तिचा फोटो मला पाठवायचं कबूल केलं होतं. तिच्या या वचनाची तिला आठवून करून देशील?... ती आता कशी आहे? तिच्या पाठीच्या कण्याचं दुखणं आता कमी आहे का?' रट्टीची जिनांबद्दलची तीव्र ओढ समजून घ्यायला असमर्थ असलेल्या तिच्या आई-वडिलांपासून दुरावलेली आणि एकटी पडलेली रट्टी सरोजिनींशी संवाद साधता येण्याची उत्कंठतेनं वाट पाहत होती.

रट्टीच्या मते, प्रेमाबाबतचा सुज्ञ सल्ला देण्याची कुवत साऱ्या जगात सरोजिनींएवढी कोणाच्याच अंगी असणं शक्य नव्हतं. अशी आई असताना तिच्याऐवजी आपल्याकडे पद्मजा आणि लीलामणी सल्ला मागत का येतात, हे तिला कधीच कळलं नव्हतं. याबाबत पहिली दोन पानं गहाळ झालेल्या एका पत्रात रट्टी पद्मजाला सांगताना दिसते, '...या भावना इतर कोणाऐवजी तुझ्या आईजवळ उघड कर. तिच्या एवढ्या सहानुभूतीनं इतर कोणीही तुझं बोलणं ऐकणार नाही, असं माझं प्रांजळ मत आहे...तिच्या सध्याच्या नाजूक प्रकृतीमुळे तू कदाचित तिच्याजवळ आपल्या भावना उघड करत नसशील? त्यानं तिला त्रास होईल असं तुला वाटतंय? तसं असेल तर मी अधिक काही न बोलता तो निर्णय तुझ्यावरच सोपवतीये.' पुढे तिला आणखी सांगितल्यावाचून राहवत नाहीय, 'परंतु तुझी जवळची मैत्रीण म्हणून

सांगितल्या वाचून माझ्यानं राहावत नाहीय की, तू माझी सूचना अमलात आणलीस, तर त्याचा तुला कधी कधीही पश्चात्ताप करावा लागणार नाही.' पुढे ती तिच्या लोभस चतुराईनं म्हणते, 'मी तुला अनाहूतपणे सल्ला देतीये, याचा राग मानू नकोस. तू माझ्याजवळ पत्रानं कधीही कुठंही मनीच्या भावना मोकळेपणानं व्यक्त कर आणि मी तुझी पत्रं नेहमीच मनापासून वाचेन याची खात्री बाळग.'

विरोधाभास असा की, जेव्हा अखेरीस रट्टीला सरोजिनींचा मोलाचा सल्ला घेण्याची आणखी दोन महिन्यांत संधी मिळाली, तेव्हा सरोजिनींनी दिलेल्या सल्ल्यामुळे ती इतकी संतापली की, त्यांचं जवळ जवळ भांडणच झालं. २४ ऑक्टोबर १९१६ रोजी पद्मजाला लिहिलेल्या पत्रात रट्टीनं कबूल केलं होतं, 'माझ्यापुढे (उपदेशपर) भाषण केल्याबद्दल मी तुझ्या आईला हळुवारपणे रागे भरलं होतं.' जिची रट्टीनं कायम विभूतिपूजा केली होती, अशा ज्येष्ठवयीन स्त्रीचा रट्टीनं उपमर्द केला होता, हे मोठं अतर्क्य आणि असंभवनीय वाटतं; परंतु तिच्या एवढ्या कोवळ्या वयाच्या मुलीच्या दृष्टीनं जिना साजेशा वयाचे नव्हते, या मुद्द्यावर सरोजिनींनी रट्टीच्या आई-वडिलांचंच म्हणणं उचलून धरलं होतं. तरुणाईच्या प्रेमप्रकरणांमध्ये लुडबुड करण्याची सरोजिनींना अजिबात सवय नव्हती; परंतु या वेळेस मात्र त्यांना खरोखरच तसं आतून वाटलं असलं पाहिजे म्हणून त्यांनी वयाच्या अंतरातील विजोडपणाबद्दल स्पष्ट मत दिलं असणार आणि त्यासाठी रट्टीचा रोष ओढवून घेतला असणार कारण तिच्या पत्रात ती पद्मजाला लिहिते, 'त्या पुन्हा असं करणार नाहीत याची मला खात्री वाटते;' परंतु आपल्या संतापाचा असा तीव्र उद्रेक घडू दिल्याबद्दल तिला काहीशी रुखरुखही वाटलेली दिसते, कारण आपल्या शेवटच्या वाक्यापुढे तिनं सत्तावीस उद्गारचिन्हं काढलेली आहेत आणि पद्मजा किंवा तिची आई रागावतील या आशंकेमुळे तिनं पुढे त्यांचा राग शमन करण्याच्या हेतूनं आणखी एक ओळ लिहिली आहे, 'तुझ्या आईचं भाषण अतीव सुंदर असलेलं तू कळवलं होतंस. त्या कुठं कोणत्या प्रसंगी बोलल्या याबद्दल मला सविस्तर माहिती कळवशील?'

पत्रावरील तारीख-पत्त्यावरून रट्टीनं हे पत्र महाबळेश्वरहून लिहिल्याचं स्पष्ट होतंय. या वेळेस ती पेटिट कुटुंबाच्या स्वतःच्या घरात ॲडॉर्न व्हिला येथे एकटीच राहत होती. नोकरांखेरीज तिथं अन्य कोणीही नसावं, कारण हा मुंबईतल्या पार्ट्यांचा मौसम होता आणि तिचे आई-वडील त्यात दिवसरात्र व्यग्र असणार; परंतु नेमक्या याच महिन्यात, आपल्या अत्यंत व्यग्र राजकीय कामकाजाच्या काळात, जिनांना पुण्यात एक महिन्यासाठी येणं भाग पडलं होतं. अगदी अलीकडच्या विधान आयोगाच्या (लेजिस्लेटिव्ह कौन्सिल) निवडणुकीत हेराफेरी केल्याचा आरोप त्यांच्या प्रतिस्पर्ध्यानं त्यांच्यावर केला होता. आपल्या नावावरचा हा कलंक दूर करण्यासाठी त्यांनी सरकारला एक चौकशी समिती नेमण्याची विनंती केली होती. त्या समितीपुढे त्यांना पुण्यात उपस्थित राहणं भाग पडलं होतं; पण त्यांच्या या वास्तव्यात त्यांची भेट होईल, अशी रट्टीला आशा वाटत असली तर ती फोल ठरली होती. तिला महाबळेश्वरला येऊन न भेटताच जिना पुण्याहून मुंबईला थेट परत गेले. ती महाबळेश्वरच्या निसर्ग सौंदर्यातच आपल्या निराशेवरचा उतारा शोधत राहिली. तिनं पद्मजाला पत्रात लिहिलं होतं, 'महाबळेश्वर अतिशय सुंदर, हिरवंगार आहे; पण अजून मला काजवे दिसलेले नाहीत. पक्ष्यांच्या चिवचिवाटानं आणि किड्यांच्या किरकिरीनं आसमंत

निनादतो आहे. घाटांच्या भव्यतेच्या आणि सौंदर्यतेच्या आकंठपानानं तुम्ही आत्मिक शांती अनुभवत असतानाच अचानक मत्सरी धुकं आच्छादन घालून हे निसर्ग सौंदर्य लपवून टाकतं. काही दिवसांपूर्वी बॉम्बे पॉइंटहून परत येत असताना एका धनगराच्या बासरीचे मंजूळ स्वर माझ्या कानी पडले. ते इतके आर्जवी मधुर होते की, ते मला दैवीच वाटल्यावाचून राहिले नाहीत. त्या स्वरांनी मला आत्मिक चेतना दिली. मी असे मंजूळ स्वर ऐकले की, माझ्या अंतरी इतकी अनामिक, अबोध हुरहुर जागी होते म्हणून सांगू! पण त्या हुरहुरीचा मला आनंदच वाटतो; कारण माझ्या मते त्यामुळे माझ्या मनात अधिक अनुकंपा जागी होते आणि परिपूर्णतेकडे वाटचाल करण्याची उत्कंठा माझ्या मनी जागी होते.'

आपल्या अंतरीच्या खऱ्याखुऱ्या भावना लपवण्यासाठी ती नेहमी उथळ, खेळकरपणाचा आधार घेते, 'आणि हा तरुण राजा कोण आहे? तो माझ्याच साडीच्या रंगाचा टाय घालून माझ्या मागं मागं फिरत असतो, असं लीलामणीकडून ऐकेपर्यंत त्याच्या अस्तित्वाची मला जाणीवही नव्हती. माझ्या फिडो कुत्र्यालाच तर लीलामणी हा आशिक समजली नाही ना? माझ्या साडीच्याच रंगाची रिबीन मी त्याच्या गळ्यात बांधत असते! असो! तो कुणीका असेना! त्याला *तुझ्याकडून* (आणि माझ्याकडून) प्रेमाचा सलाम कळव. मी खूपच उदार झालीये, नाही का?'

परंतु आपल्या भावनांना आणखी आवर घालायला असमर्थ ठरल्यामुळे ती पुढे लिहिते, 'तुला कधी भटक्या जिप्सींसारखं बेबंद वागावंसं वाटतं? मला आज तसं वाटतंय. आज मला वाटतंय की, फक्त बेबंद, बेलगाम, कोणतेही निर्बंध नसलेले आयुष्यच मला सुखी ठेवू शकेल... पण अशी स्वप्नं पाहून अशक्याचा ध्यास धरण्यात काय अर्थ आहे...' आणि या प्रक्षोभाला लपवण्याचा कोणताही प्रयत्न न करता ती म्हणते, 'मी खून आणि आत्महत्येचा सर्वांत चांगला मार्ग शोधायचा प्रयत्न करत होते – रत्नजडित खंजीर भोसकणं हा सर्वांत उत्तम मार्ग ठरेल या निर्णयाशी मी पोचलेय – गोळ्यांनी किंवा बॉम्बनं उडवून देणं माझ्या मते फारच सुसंस्कृतपणाचं ठरेल! पण घाबरू नकोस! मी यांपैकी काहीच करणार नाहीय.'

त्या वर्षी तिनं आणखी दोन कविताही लिहिल्या होत्या आणि नायडू भगिनींना त्या कळवल्या होत्या. त्या कवितांचा विषय एकच आहे – तिला दुःखित, प्रक्षोभित करून तिच्यापासून दूर निघून गेलेला प्रेमिक! पहिल्या कवितेवर फक्त '१९१६' एवढंच शीर्षक आहे.

मी का रडावं, का निराश व्हावं?
सुंदर तारे जगाकडे डोकावून पाहत असताना का खंतावावं?
प्रेमाच्या मधुर मदिरेनं आयुष्य ओतप्रोत भरलेलं असताना
मी निराशेनं खंतावत का म्हणून आयुष्य कंठावं?
तेजस्वी, सुरेख अफाट आकाशाचा इतर जण आनंद लुटत असताना
मी रडून माझे डोळे का मलूल करून टाकावेत?
वसंताच्या आगमनामुळे सारं जग उत्फुल्ल झालं असताना
मी (त्यांच्यासमवेत) का नाचू-गाऊ-विहरू नये?

दुसरी कवितासुद्धा क्षणिक प्रेमाबद्दलची असली, तरी ती कमी बंडखोर आणि अधिक व्याकूळ निराशेनं भरलेली आहे :

नैसर्गिक सौंदर्यानं लोभसलेलं सुंदर फूल एके दिवशी माझ्या समीप आलं. त्यानं त्याच्या सौंदर्याचं गुपित मला सांगितलं आणि ते कोमेजून गेलं!

एकदा वाऱ्यानं माझ्या सभोवताल फेर धरला. त्याच्या मुशाफिरीच्या कहाण्या माझ्या कानात गुणगुणून तो निपचित पडला – स्तब्ध झाला!

एकदा नैसर्गिक आवेगानं एक लाट खडकांवरल्या माझ्या पावलांवर झेपावली आणि अंतर्धान पावली.

एके दिवशी स्वतंत्रपणे विहरणारा एक पक्षी माझ्या डोक्यावरच्या हिरव्यागार झाडाच्या फांदीवर बसला. त्यानं पक्षी जगतातल्या त्याच्या प्रेमकथा मला सांगितल्या आणि तो उडून निघून गेला!

धुक्यासारख्या सौंदर्यानं अवगुंठित एक स्वप्न मी पाहिलं आणि त्यानंतर मी जागी झाले!

सुंदर तेजानं रसरसलेला आनंद एकदा माझ्यापुढे चालत आला. मी दोन दिवस आणि दोन रात्री त्याच्यासमवेत नाचले बागडले; पण मग तो थकला आणि निघून गेला!

फुलासारख्या गोडव्यानं भरलेलं प्रेमपुष्प एकदा मजसमीप आलं. ते तृप्त होऊन थकून जाईस्तवर मी त्याचा सुगंध असोशीनं हुंगत राहिले!

त्याच्या कृष्णवर्णीय स्वरूपात दुःख माझ्याजवळ आलं. पण ते मला सोडून निघून नाही गेलं. त्याच्या विषारी प्याल्याचं मी आकंठ पान केलं आणि जागेपणी आणि झोपेत, हसताना आणि रडताना त्याची चव मला जाणवत राहतेच आहे (कारण) दुःख कधीच तृप्त होत नसतं!

एकूण तिची तगमग पाहता, जिना त्या वेळेस थंडपणे वागत होते? ते काही कुणी मूर्ख व्यक्ती नव्हते आणि त्यांच्या वकिली अनुभवावरून ते स्पष्टपणे जाणून होते की, रट्टीच्या पित्याच्या अनुमतीशिवाय त्यांच्या प्रियाराधनातून कोणतीही निष्पत्ती होण्याजोगी नव्हती. ते तिच्याबरोबर पळून गेले असते, तर तो राजनैतिकदृष्ट्या त्यांचा आत्मघात तर ठरलाच असता; पण त्याखेरीज अनेक वर्षं अडकून पडलेल्या कोर्टाच्या निर्णयाच्या कचाट्यात ते गोवले गेले असते. भरीला ते अशा भारतीय पिढीचे सदस्य होते की, ती पिढी 'प्रेमात पडणं' याकडे मानसिक दौर्बल्य या दृष्टीनं पाहत होती. त्यांचे स्नेही मोतीलाल नेहरू यांनी त्यांचा पुत्र जवाहरलाल नेहरू इंग्लंडमध्ये शिकत होता, तेव्हा त्याला सल्ला दिला होता, 'ज्या क्षणी तुला शंका येईल की, कुणीतरी मुलीनं तुझ्या मनात कोमल भावना जागी केली आहे, तत्क्षणी त्या मुलीला दूर कर आणि ही कोमल भावना अजिबात वाढू देऊ नकोस!' आणि घातक मोहाला दूर ठेवण्यात जिनांएवढं अन्य कुणीच खंबीर असणं शक्य नव्हतं. सारं आयुष्य, मनातील भावना ते दृढ निग्रहानं विझवत आले होते आणि या वेळेस तर त्यांना प्रयत्नसुद्धा करावा लागला नव्हता! गेल्या सहा महिन्यांत रट्टीच्या महाबळेश्वरच्या दोन फेऱ्यांच्या काळात त्यांनी आजवर अन्य कोणालाही न साधलेले

विजय राजकारणाच्या आघाडीवर सहजतेने मिळवले होते. तीन दिवसांपेक्षाही अल्पकाळ प्रचार करूनही ते बहुमतानं विधानसभेवर (लेजिस्लेटिव्ह कौन्सिलवर) निवडून आले होते. दिल्लीच्या विधानसभेच्या बैठकीत ते नेहमीप्रमाणेच सक्रियतेने विविध समस्यांवर बोलले होते. लखनौमध्ये मुस्लीम लीग आणि काँग्रेस यांचं संयुक्त अधिवेशन भरणार होतं; त्यासाठी ते मुस्लीम लीगचे नेते म्हणून अध्यक्षपदी निवडून आले होते. हिंदू-मुस्लिमांमध्ये समझोता घडवून आणण्याचं कळीचं कार्य या संयुक्त अधिवेशनात घडून आल्यामुळे देशाच्या राजकारणानं एक नवंच वळण घेतलं होतं. या समझोत्यात जिनांचं कळीचं योगदान होतं, कारण हिंदू-मुस्लीम या दोन्ही फळ्यांचा विश्वास संपादन केलेले ते एकमेव नेते होते. देशातील सर्वांत प्रभावशाली नेते या पदावर मोहोर उठवणारं आणखी एक यश त्यांच्याकडे चालत आलं होतं : अहमदाबाद येथे भरणाऱ्या बॉम्बे प्रोव्हिन्शियल काँग्रेस कॉन्फरन्सचे (मुंबई प्रभागाचं काँग्रेस अधिवेशन) अध्यक्ष या नात्यानं ते काम बघण्यासाठी त्यांची नियुक्ती करण्यात आली होती. या तुलनेत रट्टीचा आयुष्यक्रम अतिशय सीमितपणे व्यतीत होत होता. तिच्या आईच्या किंवा त्यांच्या परिचितांच्या दिवाणखाण्यापर्यंतच तिचा सीमित संचार होता.

त्याखेरीज ती तिच्या कल्पना विश्वात भराऱ्या घेत आपला वेळ कंठत होती. ती वाचत असलेल्या पुस्तकांच्या साहाय्यानं आयुष्य घालवत होती. अगदी लहानपणापासूनच ती वाचनवेडी होती. तिचे आप्त, त्यांना स्वत:ला वाचनाची आवड नसली, तरी कौतुकानं तिला अनेक पुस्तकं भेट म्हणून देत असत. तिचा भाऊ, जमशेद याच्या जन्माच्या वेळेस १४ डिसेंबर १९११ रोजी, तिच्या वडिलांनी तिला *आल्फ्रेड लॉर्ड टेनिसन*च्या कवितांचे सारे खंड प्रेमानं भेट दिले होते. तिचा द्वितीय क्रमांकाचा भाऊ, माणेक यानं तिच्या बाराव्या वाढदिवसाच्या निमित्तानं १८ फेब्रुवारी १९१२ रोजी शार्लट ब्राँटेची *शर्ली* ही कादंबरी भेट म्हणून दिली होती. आजवर तिचं वाचन इंग्रजी कवी किंवा युरोपीय लेखकांची इंग्रजीत अनुवादित केलेली पुस्तकं इथवरच सीमित होतं. मिल्टन, *सिलास मार्नर,* बर्नार्ड शॉ या सीनियर केंब्रिजच्या अभ्यासक्रमात समाविष्ट असलेल्या पुस्तकांखेरीज, तिनं अनेक कविता, कादंबऱ्या (विल्यम ठाकरेच्या जवळ जवळ सर्व कादंबऱ्या आणि ॲलेक्झांडर ड्यूमाच्या कादंबऱ्यांचे इंग्रजी अनुवाद), इब्सेनची नाटकं, तिनं खूप खुणा करून काळजीपूर्वक वाचलेली स्त्रियांना मतदानाचा (इंग्लंडमध्ये) हक्क मागणाऱ्या एमेलीन पँकहर्स्ट हिच्या आत्मचरित्राची प्रत, ऑस्कर वाइल्डच्या द *हॅपी प्रिन्स अँड अदर टेल्स* या कथा, अशी अनेक पुस्तकं तिनं वाचली होती; परंतु आता ती प्रथमच एका भारतीय लेखकाच्या पुस्तकाकडे वळली होती. रवींद्रनाथ टागोर यांचं *चित्रा : अ प्ले इन वन ॲक्ट* हे पुस्तक तिनं आजवर वाचलेल्या इंग्रजी पुस्तकांपेक्षा कितीतरी अधिक आत्मीयतेनं वाचलं होतं. त्या पुस्तकावर तिनं पेन्सिलनं केलेल्या विविध खाणाखुणांवरून ही गोष्ट स्पष्टपणे दिसून येते.

इंग्रजीत शिकलेल्या लोकांमध्ये टागोरांची लोकप्रियता वाढू लागलेली असली तरी पेटिट हॉलपर्यंत त्यांची ख्याती पसरलेली नव्हती. या पुस्तकावर रट्टीनं नेहमीप्रमाणे आपली सही केलेली नसल्यामुळे, बहुधा हे पुस्तक तिनं उसनं घेतलेलं असावं. हे पुस्तक, अर्जुन राजकन्या चित्रांगदाच्या प्रेमात पडला होता, या महाभारतातील कथेवर आधारित आहे. या पुस्तकातील ज्या उत्कट प्रेमभावना व्यक्त करणाऱ्या ओळींवर रट्टीनं खुणा केल्या

होत्या त्या तिच्या त्या वेळच्या मनोवृत्तीच्या द्योतक म्हटल्या पाहिजेत. उदाहरणार्थ : मदन म्हणतो, 'सुंदरी, त्यासाठी कोणत्याही प्रशिक्षणाची गरज नाही. डोळे कोणीही न शिकवता आपलं काम करत असतात आणि हृदयाच्या वेध घेत असतात' किंवा 'आयुष्यात प्रथमच मला जाणीव झाली की, मी एक स्त्री आहे आणि एक पुरुष माझ्यासमोर उभा आहे' किंवा 'तू नजरेस पडणं ही मोठी मेजवानी आहे, सुंदरी! माझं हृदय प्रेमभरानं, साऱ्या मर्यादा भेदून माझ्या अंगप्रत्यंगातून उसळी घेऊन बाहेर येऊ पाहतंय' किंवा 'मला असा भास झाला की, मी एक फूल आहे, या फुलाला वनउपवनामधील प्रेमाचं गुंजन ऐकायला अवघे काही क्षणच उपलब्ध आहेत. त्यानंतर या पुष्पाला आकाशी खिळलेली नजर खाली वळवून, कोणत्याही क्षणी, विनातक्रार मातीशी एकरूप व्हावं लागणार आहे. अशा प्रकारे भूतकाळ-भविष्यकाळ नसलेल्या एका सुंदर क्षणाची चिमुकली कहाणी संपून जाणार आहे' किंवा 'त्यांच्या ओठावरलं स्मित पहाटे दिसणाऱ्या चंद्रकोरीसारखं भासत होतं' किंवा '...मी काय होते हे आठवून, आपल्या सावलीलाच घाबरणाऱ्या हरिणीप्रमाणे मी धाव धाव धावले!' आणि पुढच्या ओळींवर तिनं ठळक खूण केली होती : 'सैल केलेले कपडे गळून पडावेत, त्याप्रमाणे लज्जेनं माझ्या पायाशी लोळण घेतली. मी त्याची हाक ऐकली, 'प्रिये, माझ्या लाडक्या प्रिये!' आणि माझी विस्मरणात गेलेली सारी गतायुष्यं एकत्र एकवटली आणि त्या प्रेमाच्या हाकेला प्रतिसाद देत म्हणाली, 'माझा स्वीकार कर. माझ्या सर्वस्वाचा स्वीकार कर.'

       गमतीची गोष्ट अशी की, महाबळेश्वरला दुसऱ्या खेपेस जाण्यापूर्वी रट्टीनं एक पुस्तक घेऊन वाचलं होतं. हे पुस्तक म्हणजे एक लांबलचक इंग्रजी कविता होती. ती सूफी धर्तीची होती. पुस्तकाचं नाव होतं *द कासिदा ऑफ हाजी अब्दु एल याझदी – अ ले ऑफ द हायर लॉ* आणि लेखक होता एक शोध घेणारा ब्रिटिश प्रवासी आणि पौर्वात्य संस्कृतीचा अभ्यासक! त्याचं नाव होतं सर रिचर्ड बर्टन. या पुस्तकावर रट्टीचं नाव आणि ९ ऑक्टोबर १९१६ ही तारीख दिसतीये. दखल घेण्यासारखी गोष्ट अशी की, या पुस्तकातील कवितांऐवजी, या पुस्तकातील सुरुवातीच्या बर्टनच्या छोट्याशा चरित्रावरच रट्टीनं पेन्सिलनं काही ओळी अधोरेखित केल्या आहेत : 'लहान वयातच त्याच्या ठायी तीव्र कल्पनाशक्ती होती आणि जिथे इतरांनी थापा मारण्याबाबत ढिलेपणा असल्याला कबुली दिली असती किंवा त्याबाबत मौन स्वीकारलं असतं, त्याबाबत तो स्वत: निग्रही आणि बेशरम खोटारडा असल्याचं स्पष्टपणे कबूल करतो. तो म्हणतो, ''खरं बोलणं ही नैतिकता आहे, या कल्पनेची मी रेवडी उडवत असे. मला कोणी प्रश्न विचारावेत, हा मला त्यांचा उद्धट आगाऊपणा वाटत असे. जर सत्य बोलण्यामुळे होणारे परिणाम टाळण्यासाठी किंवा इतरांवर दोषारोप करण्यासाठी खोटं बोललं नसेल, तर खोटं बोलण्यात कोणतं नैतिक अध:पतन आहे, हे मला कधीच उमगलेलं नव्हतं.'' एकदा एका धर्मगुरूनं त्याला प्रश्न विचारला होता की, त्यानं मक्केला जाताना वाटेत एका माणसाला गोळी घातली होती का? बर्टननं त्या प्रश्नाला उत्तर दिलं होतं, ''महोदय! मी अभिमानपूर्वक सांगतो की, मोझेसच्या दहाही दहा आज्ञांचा मी भंग केला आहे.'' या ओळींवर आवर्जून खुणा करणाऱ्या त्या लाडावलेल्या, श्रीमंत सुंदरीचा (माता-पित्यांच्या) आज्ञेचा भंग करण्याचा विद्रोही हेतू तर नव्हता?

तिचे गुप्त ठेवलेले बेत आणि विचार काहीही असोत, रट्टी मुंबईत आनंदी मन:स्थितीत परतली. २२ नोव्हेंबर १९१६ रोजी तिनं पद्मजाला पुढचं पत्र पाठवलं होतं. तिचा प्रेमभंग होण्यापूर्वी तिची जशी उत्फुल्ल मनोवस्था होती, तशाच आनंदीवृत्तीनं तिनं हे पत्र लिहिलं होतं. हे सारं पाहून तिच्या माता-पित्यांना नक्कीच वाटलं असणार की, ती पूर्णपणे पूर्वपदाला आलेली नसली, तरी पूर्णपणे बरी होण्याच्या दिशेनं तिची वाटचाल सुरू झालेली आहे. या पत्राची सुरुवात करताना ती म्हणते, 'माझा फोटो तुला आवडला, हे ऐकून मला खूप बरं वाटलं. हा फोटो मी वर्षापूर्वी घेतला होता. माझ्या आईचा आग्रह आहे की, मी नव्यानं फोटो काढून घ्यावा; पण मला ती सारी प्रक्रिया विलक्षण कंटाळवाणी वाटते! तू तुझा आणि लीलामणीचा फोटो मला केव्हा पाठवणार आहेस? हो! आणि तुझी आई तिचा फोटो मला केव्हा पाठवतेय? तिला त्याची आठवण करून दे.'

तिच्या आई-वडिलांना आश्वस्त करणारी आणखी एक गोष्ट घडली होती. तिनं तिच्या पूर्वीच्या साऱ्या गोष्टी करायला पुन्हा सुरुवात केली होती. पहिल्या महायुद्धात लढणाऱ्या सैनिकांसाठी मदतनिधी गोळा करण्यासाठी श्रीमंत पारशी स्त्रिया आनंदमेळे भरवून, विणलेले मोजे इत्यादी गोष्टींची विक्री करत असत. रट्टीनं त्यात पूर्वीप्रमाणेच सहभाग घेतला होता आणि तिथं घडलेल्या एका विनोदी घटनेचा तपशीलही खेळकरपणे पद्मजाला पाठवलेल्या पत्रात नमूद केला होता आणि तिनं पुन्हा एकदा तिच्या अनेक काल्पनिक चाहत्यांबद्दल गंमतशीर विधानं करायला सुरुवात केली होती.

परंतु पद्मजाला पाठवलेल्या पत्रातलं पुढलं वाक्य तिच्या आई-वडिलांनी वाचलं असतं, तर त्यांना अजिबात आश्वस्त वाटलं नसतं. पद्मजानं येत्या काँग्रेस अधिवेशनाबद्दल नकारात्मक टिप्पणी करत, नेतेमंडळींचा 'मूर्ख म्हातारे' असा उल्लेख केला होता आणि तो अर्थातच रट्टीला प्रचंड झोंबला होता. 'मूर्ख म्हाताऱ्यांच्या हातून काहीही होणार नाहीय,' या पद्मजाच्या वाक्यावर उसळून रट्टीनं म्हटलं होतं, 'मूर्ख म्हातारे कोणाला म्हणतेस? आणि त्यांच्यानं काहीही केलं जाणार नाही, असं कसं म्हणू शकतेस? सध्या त्यांच्या पुढलं महत्त्वाचं काम आहे 'एकत्र येणं!'' रट्टीच्या मते जिना हे देदीप्यमान नेता होते आणि ते देशाला स्वातंत्र्य मिळवून देणार होते! त्यासाठी ते जे काम करत होते, ते रट्टीला अत्यंत पूजनीय वाटत होतं असं असताना, ऐऱ्यागैऱ्याला कोणी नव्हे तर चक्क तिच्या मैत्रिणीनं त्यांचा उल्लेख 'मूर्ख म्हातारा' म्हणून करावा हे रट्टीला सहन होणं शक्यच नव्हतं. अर्थात पद्मजानं काँग्रेस नेत्यांबद्दल व्यक्त केलेल्या भावना, तरुणाईच्या प्रातिनिधिक भावना होत्या. उसळत्या रक्ताच्या तरुण पिढीला वाटत होतं की, हे नेते अधिवेशनात जोरदार, आवेशपूर्ण घनगर्जना करणारी भाषणं ठोकतात आणि मग पुढील अधिवेशनापर्यंत बेशुद्ध पडल्यासारखे निष्क्रिय होतात.

तिनं दोन दिवसांनी लीलामणीला जे पत्र पाठवलं, त्यात काँग्रेस अधिवेशनाला ती जात असल्याबद्दल तिला वाटत असलेला थरार स्पष्टपणे लक्षात येतोय. काँग्रेसची ही वार्षिक अधिवेशनं म्हणजे खरोखरच चार दिवस आणि चार रात्री चाललेली अखंड मौजमजा असे! ही अधिवेशनं दरवर्षी वेगवेगळ्या शहरांमध्ये आयोजित केली जात असत. त्यात राजकारणात रस घेणारे आबालवृद्ध भाग घेत असत. नेत्यांची थरारक, संप्रेरक भाषणं तर ते

ऐकतच; पण उत्तमोत्तम कपडे परिधान करून आयोजित केल्या जाणाऱ्या मेजवान्यांमध्ये ते सामील होत असत, देशभरातून आलेल्या जुन्या मित्रांना भेटत असत आणि नव्या ओळखी करून घेत असत. चार दिवसांचा तो आनंदजल्लोशच असे! रट्टीनं लीलामणीला विचारलं होतं, 'तुझी आई तिथं मला भेटेल म्हणून मला खूप आनंद होतोय. ती नक्की येतीये ना? तूसुद्धा यायचा प्रयत्न करायला हवास.'

परंतु रट्टीला लखनौला जाण्याबद्दल वाटणारा थरार केवळ या मौजमजेच्या कल्पनेमुळे नव्हता किंवा जिनांना अधिवेशनात मिळणाऱ्या उत्तम सन्मानाबद्दलही नव्हता. तिनं एक गुप्त योजना आखत आणली होती आणि त्याची तिनं कोणालाच अगदी जिनांनासुद्धा गंधवार्ताही लागू दिली नव्हती. लखनौमध्ये स्वातंत्र्य मिळण्याबद्दल जी हेलावून टाकणारी भाषणं झडणार होती, ती पार्श्वभूमी तिची ही एक योजना प्रत्यक्षात आणण्याच्या दृष्टीनं अगदी यथायोग्य ठरली असती शिवाय त्या जागी तिच्या योजनेत खो घालून व्यत्यय आणायला तिचे आई-वडीलसुद्धा उपस्थित असणार नव्हते!!

प्रकरण तिसरे

त्या उभयतांपैकी कोणीच तिच्यावर नजर ठेवायला हजर नसताना, पेटिट दाम्पत्यानं रट्टीला लखनौला जायची परवानगी दिली, यावरूनच रट्टीला त्यांनी किती स्वातंत्र्य देऊन वाढवलं होतं, हे स्पष्ट होतं. लखनौला जिनांना भेटणं तिला अत्यंत सुलभ होणार तर होतच; परंतु त्यांच्याबद्दल तिला वाटणारं कौतुक तिथं नक्कीच अनेक पटींनी वाढणार होतं! असं असूनही तिला तिथं जाऊ देणं हा एका परीनं वेडेपणाच ठरणार होता. या ऐतिहासिक राजकीय परिषदेत हिंदू-मुस्लिमांना एकत्र आणून त्यांच्यात एकोपा घडवून आणणाऱ्या जिनांवर स्तुतिसुमनांचा वर्षाव होईल आणि अगदी उंबरठ्यावर येऊन ठेपलेल्या स्वातंत्र्याचे ते प्रमुख शिल्पकार ठरतील, याची त्यांना नक्कीच कल्पना असणार. अर्थात ते गोड गैरसमजुतीत राहून कदाचित धरून चालले असतील की, जिनांबद्दलच्या ओढीतून रट्टी आता मुक्त झाली आहे आणि सर दिनाशाँनी कडक शब्दांत जिनांना समज दिल्यानंतर आता त्यांनीही आपला प्रस्ताव मागं घेतला आहे. ते राजकारणात पूर्णपणे व्यग्र झाल्याचं त्यांना स्पष्टपणे दिसतच होतं. जिनांनी पहिल्या महायुद्धानंतर आवश्यक असलेल्या सुधारणांचा मसुदा तयार केला होता आणि मुंबई प्रांताच्या काँग्रेस अधिवेशनात ते अध्यक्ष या नात्याने कामकाज पाहणार होते. त्या खेरीज बाळ गंगाधर टिळक यांच्यावर ब्रिटिश सरकारने भरलेल्या राजद्रोहाच्या गाजलेल्या खटल्यात जिना टिळकांच्या बाजूनं खटला लढवत होते. हे सारं अलाहिदा! सत्य असं होतं की, तिला लखनौला जाण्यापासून रोखण्याजोग संयुक्तिक कारणच पेटिट पती-पत्नींना सुचत नव्हतं. नुसतीच मनाई केली असती तर हट्टी रट्टीनं बंडाचं निशाण पुकारलं असतं शिवाय रट्टी एवढाच राजकारणात रस घेणारी तिची आत्या हमाबाई तिच्यासोबत निघालेली असताना ते मोडता तरी कोणत्या सबबीवर घालू शकणार होते?

त्यांच्या स्वत:च्याच समस्यांमध्ये व्यग्र असलेल्या रट्टीच्या आई-वडिलांनी रट्टीबद्दल अवाजवी काळजी केली नाही. सर दिनशाँनी रट्टीची आणि तिच्या आत्याची लखनौला राहण्याची आणि त्यांच्या दिमतीला मोटार देण्याची तजवीज केली आणि ते स्वत:च्या व्यावसायिक कामांमध्ये व्यग्र झाले. रट्टीची आई स्वत: मैत्रिणींसमवेत आग्र्याला निघून गेली.

अर्थात नव्या शतकातले सारेच आई-वडील पेटिट दाम्पत्याएवढी मोकळीक आपल्या सोळा वर्षांच्या मुलीला देत नसत. आपल्या चार मुलांना आपले विचार आणि इच्छा स्पष्टपणे व्यक्त करू देणाऱ्या सरोजिनी नायडू या सुधारक पालकत्वाच्या प्रतिनिधी समजल्या जात होत्या. त्यांनी इतर सुशिक्षित मात्या-पित्यांप्रमाणे आपल्या मुलींचे वाङ्‌निश्चय आणि विवाह बारा-चौदाव्या वर्षी कधीच करून दिले नसते. असे असूनही त्यांनी मुलींना वागण्याबाबत कडक निर्बंध घालून दिले होते आणि त्या निर्बंधांचे मुलींनी विनातक्रार पालन करायलाच हवं, अशी शिस्त त्यांनी घालून दिली होती. सोळाव्या वर्षी वसतिगृह सोडून हैदराबादला परत येण्याची इच्छा प्रदर्शित करणाऱ्या पद्मजाला सरोजिनींनी लिहिलं होतं, 'तुम्हा दोघींच्या दृष्टीनं शाळा हीच योग्य जागा आहे. तिथं तुम्हांला कितीही नावडत असलं तरी काही नियम पाळावे लागतील आणि शिस्तीनं वागावं लागेल.... पण एकदा घरी आलात की, सदसद्विवेकबुद्धी वापरून योग्य प्रकारे वागण्याची जबाबदारी तुमच्यावरच येईल. याबाबत कुणीही सक्ती करत नसून, तुम्ही स्वत:हून योग्य प्रकारे वागायचे आहे. आत्ता मी काय म्हणाले त्यावर नीट विचार करा!'

परंतु पेटिट पती-पत्नी आपल्या मुलांना स्वत: शिस्त लावायच्या फंदात पडत नसत. खूप पैसे देऊन त्यासाठी नियुक्त केलेल्या पगारी माणसावर ती जबाबदारी असे. त्यांच्या लेखी ते रट्टीच्या गव्हर्नेसचं काम असे! आणि आता साड्या नेसून आईच्या वर्तुळात सहजतेने वावरणारी रट्टी गव्हर्नेसच्या निगराणीच्या बाहेर निघाली होती. आपण कसं वागायचं ते सर्वस्वी तिच्यावर अवलंबून होतं. फक्त वेळेवर येण्याइतपत नियम तिला पाळावे लागत असत. एक असा काळ असा होता की, तिच्या शिक्षणाबाबत तिच्या पित्याच्या अगदी मामुली अपेक्षा पाहून तिला राग येत असे; पण आता मात्र एकूणच शिस्तीबाबतची त्यांची ढिलाई तिला स्वागतार्हच वाटत असणार.

परंतु मुलांचं पालकत्व भाडोत्री गव्हर्नेसवर सोपवणारं पेटिट हे काही एकमेव दाम्पत्य नव्हतं. श्रीमंत पारशी कुटुंबातली ती प्रथाच होती. त्याखेरीज वारसा हक्काबाबतच्या उदार पारशी कायद्यामुळे अनेक पारशी स्त्रियांना कुटुंबाच्या मालमत्तेचा मोठा हिस्सा मिळाल्यामुळे त्या स्वतंत्रपणे आयुष्य कंठू शकत असत. मालकीची भरपूर मालमत्ता असलेल्या, स्वतंत्रपणे जगणाऱ्या अविवाहित पारशी स्त्रीचं चालतं बोलतं उदाहरण होती, रट्टीची आत्या हमाबाई! दिनशाँपेक्षा १० वर्षांनी लहान असलेली त्यांची ही धाकटी एकुलती एक बहीण. तिचे वडील निवर्तले तेव्हा फक्त १२ वर्षांची होती. कायद्यानं सर दिनशॉ तिचे पालक असले तरी मातुल-पितुल अशा दोन्ही आजोबांकडून भरपूर मालमत्ता मिळालेली हमाबाई आर्थिकदृष्ट्या संपन्न होती. तिची संपत्ती एका विश्वस्त निधीत ठेवण्यात आली असून, प्रशिक्षित विश्वस्त त्याची काळजी घेत असत, त्यामुळे ती आग्रह धरून फ्रान्समधील नीस येथे बॅकलॉरिएट (हायस्कूलची पदवी) होण्यासाठी गेली होती. हमाबाई २४ वर्षांची झाल्यावर तिची आईसुद्धा निवर्तली, त्यानंतर तर तिच्यावर निर्बंध घालणारं कुणीच उरलं नाही. तिनं मनमुराद जगप्रवास केला. स्विस आल्प्स मध्ये स्कीईंग केलं. जातिवंत कुत्रे पाळले, रेस हॉर्सेस - शर्यतीचे घोडे - विकत घेतले आणि शर्यतीत तिचे घोडे नित्यनेमानं जिंकू लागले. मोटरगाडी विकत घेऊन ती स्वत: चालवणारी हमाबाई ही भारतातली प्रारंभीची स्त्री होती.

घरी लिहिलेल्या पत्रांमध्ये सरोजिनी नायडू, हमाबाई यांचा उल्लेख रट्टीची 'ॲमेझॉन आत्या' असा करीत असत. ॲमेझॉन हे बिरुद हमाबाईंच्या धिप्पाड शरीरयष्टीमुळे दिलं गेलं होतं की अश्वारोहणात ती कधीही थकत नसल्यामुळे तिला मिळालं होतं हे कळायला मार्ग नाही. 'तिची ॲमेझॉन आत्या *दिवसाला* ७-७ घोडे कधी कधी तर ११ घोडे हाकते,' असं सरोजिनींनी तिचं वर्णन केलं आहे. दिसण्यात सर दिनशाँशी तिचं साम्य होतं; परंतु दिनशॉ पारंपरिक इंग्रजांप्रमाणे वेशभूषा करत. हमाबाई तलम शिफॉनच्या साड्यांवर लांब हाताची बनारसी रेशमाची सुंदर जाकिटं घालत असे. कुरळे करून घेतलेले केस, मोत्यांच्या माळा आणि हा आधुनिक पेहेराव धारण करणारी हमाबाई हॉलिवूडची अभिनेत्रीच भासत असे; पण ती कुणी आळशी, ऐषआरामी श्रीमंत स्त्री नव्हती. आईच्या मृत्युसमयी आधीच भरपूर श्रीमंत असल्यामुळे आईकडून तिला मिळालेली रत्नं विकून तिनं पारशी मुलींसाठी एक अनाथ आश्रम सुरू केला आणि भरपूर दानधर्म करणाऱ्या पारशी समाजात दानशूर असा लौकिक मिळवला. तिनं पारशी समाजाप्रमाणेच इतर धर्मीयांसाठीसुद्धा भरपूर दानधर्म केला आणि पारशी समाजाच्या कीर्तीत भर टाकली. ती तिच्या आजोबांप्रमाणे कडवी झरतुष्ट्रधर्मी नव्हती; परंतु ती आध्यात्मिक धार्मिक आणि पारलौकिक शास्त्राची अभ्यासक होती. तिनंच ब्रह्मविद्येच्या अभ्यासक आणि राष्ट्रवादी ॲनी बेझंट यांची पेटिट हॉलशी ओळख करून दिली होती; परंतु पारलौकिक शास्त्रात रट्टीखेरीज अन्य कुणीच फारसा रस घेतला नव्हता. या विषयावरची हमाबाईंनी दिलेली दोन पुस्तकं रट्टीनं पेटिट हॉलमधून आपल्यापाशी नेली होती.

हमाबाई ॲनी बेझंटच्या होमरूल लीगकडे आकृष्ट झाली आणि मुंबईच्या विविध भागांत त्यातर्फे भरणाऱ्या सभांना हजेरी लावू लागली, तेव्हा लहान वयाची रट्टीसुद्धा आपल्या आत्याबरोबर तिथं तासन्‌तास बसत असे आणि रटाळ वक्त्यांच्या कांजी द्वारकादासनं काढलेल्या खोड्या पाहून खूश होत असे, असं कांजी द्वारकादासनं काढलेल्या आठवणींच्या पुस्तकात नमूद केलं आहे.

परंतु ॲनी बेझंटच्या होमरूल एवढीच या आत्या-भाची द्वयांना जिनांची भाषणंसुद्धा भुरळ घालत असत. सर दिनशाँमुळे नीसला असतानाच हमाबाईंची जिनांशी ओळख झाली होती. त्यानंतर त्यांच्यात (मोटार गाड्या आणि अश्वारोहण हे समान आवडीचे विषय असल्यामुळे) मैत्रीचे संबंध प्रस्थापित झाले होते. त्यांचा स्नेह इतका दृढ झाला होता की, दिवाणी कज्जे कधीही न लढवणाऱ्या जिनांनी तिच्या शब्दाला मान देऊन तिच्या बाजूनं भूमिसंपादनाचा एक खटलासुद्धा लढवला होता.

हमाबाई इतकी स्वतंत्र विचारांची होती की, तिनं जिनांबरोबरच्या आपल्या नात्यामध्ये भावाला अजिबात हस्तक्षेप करू दिला नाही. सर दिनशॉ आणि जिना यांच्यात पूर्ण वैरभाव निर्माण झाल्यावरसुद्धा हमाबाई त्यांच्या सभांना पूर्वीप्रमाणेच उपस्थित राहत होती. तिच्या भावानं जिनांचा प्रस्ताव फेटाळल्यानंतर दोहोंमध्ये टोकाचा बेबनाव झाल्यावरही तिनं कोणा एकाची बाजू घ्यायला नकार दिला आणि होमरूलच्या मुंबई शाखेत ती मानद उपाध्यक्ष या नात्यानं अध्यक्ष असलेल्या जिनांना मदत करत राहिली. भावा-बहिणीत जिव्हाळा असूनही दोघेही आपापले निर्णय स्वतंत्रपणे घेत राहिले होते. विशेषत: हमाबाईनं निर्णय घेऊन निवडलेला पती दिनशाँना अजिबात पसंत नव्हता. तो कुणी ऐरागैरा नव्हता. तो सुप्रसिद्ध बॅरिस्टर आणि राष्ट्रवादी नेते सर फिरोजशाह मेहता यांचा पुतण्या होता; परंतु जगप्रवास

आणि अश्वारोहण याबाबतच्या त्याच्या आणि हमाबाईच्या समान आवडीखेरीज त्याच्या ठायी अन्य कोणती पुण्याई नव्हती. सर दिनशॉ आपल्या कुटुंबाला पारशी समाजात अत्यंत उच्च स्थान आहे, असं समजत होते, त्यामुळे त्यांना हा नातेसंबंध पसंत असणं शक्यच नव्हतं; परंतु आर्थिकदृष्ट्या स्वतंत्र असलेली आणि तिशीपुढलं वय असलेली हमाबाई स्वतंत्रपणे निर्णय घ्यायला मुखत्यार होती, त्यामळे रट्टीच्या दृष्टीनं, हमाबाईसोबत लखनौला जाता येणं, हे तिचं मोठंच सुदैव होतं. तिच्या प्रेमाकडे हमाबाईपेक्षा अधिक सहानुभूतीनं बघणारी इतर कोणी पाठराखीण रट्टीला या प्रवासात कोठून मिळाली असती?

त्यांच्या सुरक्षिततेसाठी सोबतीला पाठवलेले डी. एन. बहादुरजी ही व्यक्तीसुद्धा रट्टीच्या दृष्टीनं शुभशकुनीच ठरणार होती. ते पेटिट कुटुंबाचे पारशी स्नेही होते आणि त्यांनी ब्राह्मण कुटुंबातील हिंदू स्त्रीशी प्रेमविवाह केलेला असल्यामुळे त्यांना रट्टीच्या प्रेमाबद्दल सहानुभूती वाटत असण्याचा भरपूर संभव होता. त्याखेरीज लखनौला त्यांच्या मालकीचा प्रचंड मोठा बंगला असल्यामुळे या दोघींच्या निवासाची उत्तम सोय झालेली होती. काँग्रेसच्या त्या अधिवेशनाला, देशभरातून जमा झालेल्या प्रचंड मोठ्या जनसमुदायाला, मिळेल त्या जागी, दाटीवाटीनं राहणं भाग पडलेलं होतं. भरीला, बहादुरजी जिनांचेही जवळचे मित्र होते. ते वयानं जिनांपेक्षा ज्येष्ठ असले, तरी ते स्वत:सुद्धा जिनांप्रमाणेच एक अत्यंत यशस्वी बॅरिस्टर होते. रट्टी अवघी सहा वर्षांची असताना १९०६ सालापासून हे दोघे सुटीला बरोबर जात असत. त्या सालच्या ऑक्टोबर महिन्यात जिनांनी बहादुरजीसमवेत पाचगणीला सुटी व्यतीत केली होती. त्या वेळेस जिनांच्या वाहचालकानं बहादुरजींशी उद्दामपणे वर्तणूक केली होती. त्याबद्दल जिनांनी त्याला टोकल्यावर त्यानं जिनांनासुद्धा उर्मटपणे प्रत्युत्तर दिलं होतं, त्यामुळे जिनांनी त्यांना नोकरीवरून हाकलून लावलं होतं.

रट्टीला तिच्या आत्याबरोबर, बहादुरजींच्या देखरेखीखाली लखनौला जाताना, अनेकांनी बघितलं होतं. तिच्या शेजारच्या रेल्वेच्या डब्यात त्या वेळेस विद्यार्थीदशेत असलेला कांजी द्वारकादास, सुप्रसिद्ध बॅरिस्टर भुलाभाई देसाई, त्यांची पत्नी व मुलगा यांच्या समवेत लखनौला जात होता. ते सर्व जणसुद्धा काँग्रेसच्या अधिवेशनासाठी निघाले होते. कांजीची अजून कुणी रट्टीशी अधिकृतपणे ओळख करून दिली नव्हती, त्यामुळे जाऊन तिच्याशी बोलायचं धाडस त्यानं केलं नसलं, तरी दर स्टेशनवर गाडी थांबली की, खाली उतरून फलाटावर बहादुरजींसमवेत पाय मोकळे करायला चालणारी रट्टी त्याला दिसत होती. त्या वेळेस गाडीच्या प्रथम वर्गाच्या डब्यातून प्रवास करत असतानासुद्धा जोरात हलणाऱ्या गाडीमुळे प्रवाशांची हाडं खिळखिळी होत असत. असं स्वत: सरोजिनी नायडूंनीच नमूद केलं होतं; परंतु फलाटावरील प्रचंड गर्दीत उतरून पाय मोकळे करण्याचं रट्टीसारखं धारिष्ट्य मात्र फारच थोड्या स्त्रिया दाखवत असत. बाहेर हमाल इकडून तिकडे धावत असत. चहावाले, 'हिंदू चाय, मुसलमान चाय' अशा आरोळ्या मारत फिरत असत. श्रीमंतांच्या स्त्रिया, खालची घाण साडीला लागू नये म्हणून चिमटीनं निऱ्या वर उचलून आपल्या पती समवेत लगबगीनं चालत असत. त्यांच्या मागोमाग त्यांच्या नोकरांचा ताफा निघालेला असे. अनेक रंगीत पागोटी, टोप्या आणि क्वचित प्रसंगी मुस्लिमांच्या उंच टोप्या यांचा समुद्र उसळलेला दिसत असे. गोरगरीब आपल्या कुटुंबीयांबरोबर एका बाजूला वळकट्यांवर बसलेले असत,' असं फलाटांचं वर्णन सरोजिनी नायडूंनी केलं होतं. आपल्या

बंदिस्त आयुष्यातून निसटण्याची ही संधी पूर्णपणे उपभोगू इच्छिणारी रट्टी या रंगीबेरंगी जगाचा जवळून अनुभव घेण्यासाठी दर स्टेशनवर गाडीतून खाली उतरत होती आणि अत्यंत सौजन्यशील बहादुरजी तिचं हे चोज पुरवण्यासाठी तिच्यासोबत फलाटावर फेरफटका मारत होते. आपल्या मित्राची सुरेख, अल्पवयीन मुलगी फलाटावरच्या गर्दीत एकटीच फिरते आहे आणि हजारो अनोळखी लोक तिच्याकडे टक लावून पाहत आहेत, हे त्यांना पसंत असणं केवळ अशक्यप्राय होतं.

दुसऱ्या दिवशी लखनौ स्थानकावर येऊन पोचलेल्या जिनांचं अभूतपूर्व उत्साहानं जे स्वागत करण्यात आलं होतं, त्याला अफाट गर्दी लोटली होती. त्या गर्दीत बहादुरजींना घेऊन बहुधा रट्टीसुद्धा उतरली असणार! लखनौ स्थानकावर आणि स्थानकाबाहेर जिनांच्या स्वागतासाठी हिंदू, ख्रिस्ती, शिया आणि सुन्नी मुस्लीम यांची आलोट झुंबड उडली होती. जिना लखनौला महमुदाबादच्या राजाच्या कैसरबाग या निवासस्थानी राहणार होते. स्थानकापासून कैसरबागपर्यंत प्रचंड मोठी मिरवणूक काढून जिनांना वाजत गाजत नेण्यात आलं होतं. *बॉम्बे क्रॉनिकल* या दैनिकानं अहवाल दिला होता की, फलाटावर फक्त चारशेंनाच उपस्थित राहण्याची परवानगी देण्यात आली होती आणि बाहेर असंख्य लोक बसून राहिले होते. जिना तेथे एका खास रेल्वेगाडीतून पोचले, तेव्हा महत्त्वाचे राष्ट्रवादी मुस्लीम नेते- महमुदाबादचे राजे आणि काँग्रेसच्या स्वागत समितीचे अध्यक्ष, पंडित जगत्नारायण यांनी हार घालून जिनांचं स्वागत केलं आणि फुलं आणि झिरमिळ्यांनी सुशोभित केलेल्या घोडागाडीतून त्यांची कैसरबागेपर्यंत मिरवणूक काढली. बाहेर त्याचे जे चित्रफलक लावले होते, त्यात मुस्लीम धर्मगुरूंप्रमाणे उंच टोपी घातलेल्या जिनाच्या फोटोचा उल्लेख 'मौलाना मोहंमद अली जिना' असा केलेला पाहून रट्टीची भरपूर करमणूक झाली होती आणि तिथं खरोखरच प्रत्यक्षात तशी टोपी घालून ते उतरलेले पाहून इतरांप्रमाणेच रट्टीलासुद्धा आश्चर्याचा धक्का बसला होता. त्यानंतर तिनं प्रत्यक्ष जिनांच्या तोंडूनच त्याबद्दलचं विनोदी वर्णन ऐकलं असणार. प्रत्यक्षात घडलं असं की, जिना अजिबातच 'मौलाना'सदृश दिसत नाहीत हे तिथल्या मुस्लीम लीगच्या नेत्यांना जेव्हा दिसलं, तेव्हा घाबरून गेलेल्या मुस्लीम लीगच्या संयोजकांना सुज्ञ जिनांनी शांत केलं. एका संयोजकानं तेव्हा प्रचारात असलेली फेझकॅप (टर्किशधर्तीची उंच टोपी) घालण्याची त्यांना केलेली विनंती जिनांनी मान्य केली. एका माणसाला डझनभर फेझकॅप आणायला बाजारात पिटाळण्यात आलं. त्यातली पसंतीची टोपी जिनांनी चढवेस्तवर त्यांना रेल्वेच्या डब्यातच थांबवून ठेवण्यात आलं होतं. ती टोपी चढवून जिना फलाटावर उतरले आणि इतरांच्या दृष्टीस पडले. रट्टीनं बहुधा त्यांच्या या नव्या 'मौलाना' स्वरूपाबद्दल त्यांची भरपूर थट्टा केली असणार; परंतु चार दिवस अधिवेशन सुरू असेपर्यंत त्या टोपीत वावरायची तिनं त्यांना परवानगी दिली असणार! परंतु अधिवेशनाच्या या चार दिवसांमध्ये जिनांनी टर्किश फेजकॅप घातली असली, तरी इतर मुस्लीम प्रतिनिधींप्रमाणे लांब, पायघोळ, जरी-रेशमाचं भरतकाम केलेले 'छोगे' मात्र त्यांनी परिधान केले नाहीत. ते त्यांच्या नेहमीच्या सूट-बूट या पेहेरावातच वावरले.

या आकर्षक, खोडसाळ चिमुरडीनं तिच्या मिश्किल विनोदबुद्धीनं त्या फेझकॅपबद्दल जिनांना भरपूर चिडवून घेतलं असणार, याबद्दल त्यांच्या स्नेह्यांना कोणताच संदेह वाटत नव्हता. तिच्याखेरीज असं धाडस करायला इतर कुणीच धजलं नसतं! आणि तिच्या या

थट्टामस्करीला त्यांनी ज्या अभूतपूर्व मृदूपणे आणि हसतखेळत प्रतिसाद दिला, त्यामुळे या दोघांना ओळखणाऱ्या आणि त्यांच्यावर प्रेम करणाऱ्या सरोजिनी नायडूंसारख्या परिचितांची मनं हेलावून गेली होती. सरोजिनी नायडू नुकत्याच आजारपणातून उठलेल्या असूनही अधिवेशनाला उपस्थित राहिल्या होत्या आणि मुस्लीम लीग आणि काँग्रेस या दोन्ही पक्षांच्या सत्रांना त्या वक्त्या म्हणून हजर राहिल्या होत्या. जिनांचा हा मृदू प्रतिसाद पाहिल्यावर सरोजिनींनी निष्कर्ष काढला की, 'त्यांचं खरोखरच तिच्यावर प्रेम आहे!' आणखी पंधरा महिन्यांनी त्यांनी त्यांचे जवळचे मित्र सय्यद मेहमूद यांना म्हटलं होतं, 'या आतल्या गाठीच्या आणि आत्मकेंद्री माणसानं प्रथमच इतक्या मृदू आणि प्रांजल भावनांची अभिव्यक्ती केली होती.'

पण रट्टीला प्रथम तिच्या योजनेनुसार त्यांच्याशी संपर्क साधायचा होता आणि जिना इतके प्रचंड व्यस्त असूनही तिनं अखेरीस आपलं उद्दिष्ट साध्य करून घेतलं! ते येऊन पोचले, त्याच दिवसाच्या संध्याकाळपासून जिना हिंदू-मुस्लीम कराराचा तपशील नक्की करण्यात पूर्णपणे गुंतून गेले. मुस्लिमांसाठी किती टक्के जागा आरक्षित ठेवाव्या या मुद्द्यावर मुस्लीम लीग आणि काँग्रेस यांच्या नेत्यांचं अजिबातच एकमत होत नव्हतं. त्यासाठीच्या वाटाघाटी रात्री उशिरापर्यंत तब्बल दोन दिवस सुरू होत्या; परंतु समझोता घडून अखेरीस या करारावर सह्या झाल्यानंतर आणि काँग्रेसचं अधिवेशनातलं सत्र सुरू झाल्यानंतर मात्र जिनांनी रट्टीला भेटायला वेळ काढला. तिची आत्या आणि रट्टी यांच्या समवेत ते पेटिट कुटुंबाच्या गाडीत बसून जाताना लोकांनी पाहिलं.

चोरून महाकष्टानं मिळवलेल्या त्या काही क्षणांच्या काळात त्यांच्यात कोणतं संभाषण घडलं हे कळायला मार्ग नाही. लोकप्रवादाप्रमाणे स्वतः रट्टीनं त्यांच्यापुढे प्रस्ताव मांडला होता? ती नव्या शतकातील स्वतंत्र विचारांची मुलगी होती. तिनं आई-वडिलांच्या विरोधाला न जुमानता सहचराची निवड करण्याचा निर्णय आपल्या हाती घेतला होता का? आणि जिनांनी तिला आपल्या मितभाषी स्वभावानुसार, 'हा प्रस्ताव मला चांगला वाटतोय!' असं उत्तर तर दिलं नव्हतं? तिनं स्वतः त्यांच्यापुढे आपला प्रस्ताव मांडण्याचं धारिष्ट्य खरोखरच दाखवलं असलं, तरी तिनं तशी कबुली कधीच, कुणाजवळही दिली नव्हती. त्या उलट तिनं दावा केला होता की, त्यांनी तिच्यापुढे आपली मागणी घालणारा प्रस्ताव मांडला असता, तिनं त्याला मान्यता देण्यापूर्वी आपल्या काही अटी मंजूर करून घेतल्या होत्या. अनेक वर्षांनी पद्मजाला पाठवलेल्या पत्रात तिनं म्हटलं होतं, 'मी त्यांचा प्रस्ताव स्वीकारताना घातलेल्या अटींपैकी ही एक अट असताना ही गोष्ट मी मान्य करणं कसं शक्य आहे? त्यांना मी अट घातली होती की, माझ्या परवानगीशिवाय ते त्यांच्या केसांना (केशभूषेला) हातही लावणार नाहीत?' पण कदाचित हा बालिश अभिमानही असू शकेल आणि त्यापायी कदाचित रट्टी दर्शवत असेल की, प्रत्यक्षात तिच्याकडून प्रस्ताव गेला नव्हता; स्वतः जिनांनीच पाठपुरावा करून तिचं प्रियाराधन केलं होतं; परंतु या वेळेस पहिल्यांदा कुणी का पुढाकार घेतला असेना! या भेटीनंतरचे जिना एक वेगळीच व्यक्ती बनले होते! तिच्या वडिलांच्या विरोधात जाऊन ती त्यांच्या बाजूनं उभी आहे हे पाहून फक्त त्यांची उमेदच वाढली नव्हती, तर इतर कुणालाही साधलं नसतं ते आता आपण करू शकणार आहोत, याची त्यांना खात्री पटली होती.

जिनांची उत्फुल्ल मनोवस्था हा लखनौच्या विद्युतभारित वातावरणाचा परिणाम असू शकेल. त्या ऐतिहासिक 'राष्ट्रीय आठवड्यात' अचानक साऱ्या गोष्टी शक्यतेच्या परिघात आल्यासारख्या वाटू लागल्या होत्या. जातिधर्मांचे भेदभाव दूर सारून, आपण 'भारतीय' आहोत, या कल्पनेनं, एकजुटीच्या भावनेने भारलेला लोकांचा एक नवाच वर्ग एकत्र आलेला होता. युनायटेड प्रॉव्हिन्सचे लेफ्टनंट गव्हर्नर लॉर्ड मेस्टन यांनी व्हाइसरॉयला पत्र लिहून या काँग्रेस अधिवेशनाबद्दलची त्यांची भावना कळवली होती, 'भरभरून आनंद लुटणारा, सुशिक्षित मध्यमवर्गीय भारतीय समाज इतक्या प्रचंड संख्येनं उपस्थित राहिलेला मी पहिल्यांदा पाहिला! काँग्रेसची ही अधिवेशनं उल्हास आणि बौद्धिक आनंदाची वार्षिक मेजवानी बनली आहेत.' हे अधिवेशन विशेष आनंददायी ठरलं होतं, कारण प्रत्येकाची खात्री पटली होती की, अखेरीस हिंदू-मुस्लिमांचं ऐक्य शोधण्यात कायमस्वरूपी यश लाभलं आहे. काँग्रेसची स्थापना झाल्यापासून प्रथमच या अधिवेशनाला जाणवण्याएवढ्या प्रचंड मोठ्या संख्येत मुस्लीम लोक उपस्थित राहिले होते. आजवरच्या इतिहासात प्रथमच हिंदू आणि मुस्लीम एकवाक्यतेनं एकत्र आले होते, एकमुखानं बोलले होते, मंडपात स्नेहानं एकमेकांशी वागले होते, एकत्र जेवले होते आणि एकाच व्यासपीठावर उपस्थित असलेल्या त्यांच्या नेत्यांची भाषणं त्यांनी ऐकली होती. पहिलं महायुद्ध सुरू होऊन दोन वर्षं लोटली होती आणि ते केव्हा संपणार याचा अंदाज कुणीच बांधू शकत नव्हतं; परंतु बदलाची स्पंदनं सर्वांना जाणवू लागली होती. नेत्यांची संप्रेरित करणारी जोशपूर्ण भाषणं ऐकणाऱ्या या प्रचंड मोठ्या जनसमुदायाच्या उत्साहाची जाणीव झालेल्या कुणालाही क्षणभरसुद्धा शंका आली नसती की, ब्रिटिश राजवट लवकरच संपणार आहे आणि नव्या शक्यतांचं युग उदयाला येणार आहे! फक्त रट्टीच्याच आशंका आणि काळज्या दूर झाल्या नव्हत्या. स्वत: जिनासुद्धा समाजाच्या आणि रट्टीच्या वडिलांच्या विरोधाची तमा न बाळगता आपल्याला प्रिय वाटणाऱ्या स्त्रीशी विवाहबद्ध होण्याची स्वप्नं पाहू लागले होते.

त्या दोघांमध्ये लखनौमध्ये काय घडलं असेल ते असो! तेथून परत आलेली रट्टी उत्फुल्ल आणि आनंदी दिसत होती. गेल्या काही महिन्यांच्या उदासीनतेचा आणि निराशेचा आता मागमूसही उरला नव्हता. आपल्या अंतःकरणात उसळलेला आनंद कुणाजवळ तरी व्यक्त करायची विलक्षण ओढ आणि आपलं गुपित त्यायोगे फुटणार तर नाही ही काळजी अशा विभिन्न भावनांच्या कात्रीत ती सापडलेली होती. तिला आशा वाटत होती, तसं पद्मजाचं पत्र तिची वाट पाहत नव्हतं. तिच्याजवळ कदाचित ती वाजवीपेक्षा जास्त बोलून गेली असती. त्याऐवजी तिच्या धाकट्या बारा वर्षांच्या बहिणीचं लीलामणीचं पत्र रट्टीची वाट पाहत होतं. नेहमीप्रमाणे लीलामणीला रट्टीची सहानुभूती हवी होती. या संस्मरणीय प्रवासानंतर अगदीच कुणी नाही, तरी निदान लीलामणीशी बोलता येईल, याचा रट्टीला आनंद वाटला होता आणि तिनं ताबडतोब तिला उत्तर लिहायला सुरुवात केली होती. ते पत्र तिला नव्यानं वाटू लागलेल्या आनंदाचं आणि आशेचं, तिच्या मनात स्फुरणाऱ्या (आणि ज्यात जिनांना काडीमात्र रस नव्हता) अशा काव्याचं सुभग प्रतिबिंबच होतं. 'माझ्या, चिमुकल्या अनुराग-फुला!' अशी सुरुवात केलेलं हे काव्यमय पत्र रट्टीनं ३ जानेवारी १९१७ रोजी पेटिट हॉलमधून लिहिलं होतं. ती पुढे लिहिते, 'स्वप्न पाहण्याचा

आनंद लुटणाऱ्या, सूर्य-चंद्र आणि नृत्य करणाऱ्या ताऱ्यांवर प्रेम करणाऱ्या तुझ्यासारख्या संवेदनशील मुलीनं का म्हणून निराश व्हावं?...पण प्रेम आणि सहानुभूतीसाठी तू व्याकूळ का व्हावंस? तुझी आई तुझ्यावर प्रेम करत नाही? मी तुझ्यावर प्रेम करत नाही? आणि आम्ही दोघीही तुझ्या भावना जाणत नाही? सुगंधी फुलं, सळसळणारी झाडं आणि चिवचिवाट करणारे पक्षी तुझ्या भावना जाणत नाहीत? गुलाबात तू तुझा स्वतःचा सुगंध अनुभवत नाहीस?... तारे तुझ्या नेत्रांचं तेज परावर्तित करत नाहीत? तू गात असलेली गाणी हाच पक्ष्यांच्या मंजूळ गाण्यांचा प्रतिध्वनी नाही?' परंतु या काव्यमय शब्दांमागं कुठं तरी रट्टीला आजवर दुष्प्राप्य ठरलेल्या कशाची तरी अतीव तीव्र ओढ जाणवतेय. कारण एक असं वाक्य ती लिहून गेलीय, 'तुझी कधीही न शमणारी तृष्णा तुझ्या स्वतःखेरीज दुसरं कोण शांतवू शकणार आहे? तुझ्या आत्म्यातील झळाळत्या, प्रेमझऱ्याची मदिराच तुझं तृषार्त हृदय शांतवू शकेल.' या ओळीतून रट्टीची व्यथा डोकावते आहे की, ती तिचा सारा वेळ द्यायला तयार आहे; पण दुसरं कुणी आपला वेळ तिला देऊ शकतंय? परंतु हा विचार वेळीच आटोक्यात आणून तिनं घाईनं पत्राचा समारोप केलेला दिसतोय!

आणखी चार दिवस पद्मजाच्या पत्राची वाट पाहून, अखेरीस न राहवल्यामुळे रट्टीनं स्वतःच पद्मजाला पत्र लिहिलं! ७ जानेवारी १९१७ रोजी तिनं पद्मजाला लिहिलेल्या या पत्राची भाषा थोडी काव्यमय असली, तरी तिनं अधिवेशनाहून आलेले लोक बातम्यांची देवाण-घेवाण करतात, तसंच पत्र लिहिलं आहे. गेल्या आठवड्यात रट्टीनं नेत्यांची देशभक्तीनं भारलेली आणि जातीय ऐक्याच्या भावनेनं रसरसलेली जी भाषणं मंत्रमुग्ध होऊन ऐकली होती, त्या शब्दांचं ओज तिच्या या पत्रातल्या शब्दांमध्ये स्पष्टपणे प्रतिबिंबित झालेलं जाणवतंय. 'अवधच्या नवाबांची देदीप्यमान राजधानी असलेल्या शहरानं काँग्रेस आणि मुस्लीम लीगचं स्वागत केलं. या शहरानं पूर्वी स्वातंत्र्यात ताठ मानेनं जगणाऱ्या पूर्वजांच्या अपत्यांचा विलाप ऐकून घेतला. मशिदी मिरवणाऱ्या या शहरानं कृष्ण आणि बुद्ध यांच्या उपासकांना प्रेमानं कवेत घेतलं, या शहरानं मवाळांची तोलून मापून उच्चारलेली भाषणं ऐकली आणि परदेशी-सरकारवर जहालांनी बेलगाम भाषेत केलेल्या दोषारोपांचा भडिमारही ऐकून घेतला. आपल्या मातृभूमीच्या पायावर सर्वस्व वाहून टाकणाऱ्या राष्ट्रवाद्यांची कळकळीची हाक या शहरानं ऐकून घेतली. आपल्या साम्राज्याचा जन्मसिद्ध हक्क आपल्याला परत मिळावा म्हणून पिळवटलेल्या हृदयानं या शहरानं टिपं गाळली'; परंतु अशाच संप्रेरक वाक्यांचा रूळ अचानक बदलून रट्टी एकाएकी हलक्या-फुलक्या मनोवस्थेत शिरली. थोडी थट्टा मस्करी केल्यानंतर खरं तर तिला मुख्यत्वे करून लौकिक विषयांबाबत बोलायचं होतं; परंतु तसा उघड धीर न झाल्यामुळे तिनं आडवळणानं पद्मजाला विचारलं, 'तू ज्या सद्गृहस्थांच्या घरी सध्या राहते आहेस, ते XXXमध्ये नबीउल्लाहांपेक्षा सरस आहेत?' पद्मजाला पूर्वी यशस्वी बॅरिस्टर आणि मुस्लीम लीगचे नेते-सैद नबीउल्लाह यांच्याबद्दल आकर्षण वाटत असे. त्यांच्याबद्दल उल्लेख करून रट्टीनं मोठ्या धाडसानं प्रश्न विचारू पाहिला; पण त्याचा स्पष्ट उच्चार करायला मात्र ही धजावली नाही. ही नवी व्यक्ती XXXमध्ये अधिक सरस म्हणजे चुंबन देण्यात अधिक सरस असं तर रट्टीला विचारायचं नव्हतं? हा प्रश्न मात्र तिनं लज्जेपोटी अर्धाच सोडून दिला होता!

रट्टीला कोणती गोष्ट इतकी टोचत होती की, तिला त्याबद्दल पद्मजाशी बोलावसं वाटलं होतं; पण तेवढं तिचं धारिष्ट झालं नव्हतं? ती आणि जिना यांचा गुप्तपणे वाङ्निश्चय झालेला असूनही त्यांच्यात कोणतीही शारीरिक जवळीक झाली नसल्याची तिला रुखरुख तर वाटत नव्हती? एक तर जिनांच्या स्वाभाविक धारणेत ही गोष्ट बसली नसती. ते 'शारीरिक जवळिकीपासून निग्रहानं दूर राहणारे, नात्यांच्या बाबत संकोची असणारे निग्रही ब्रह्मचारी होते,' असं त्यांच्याबद्दल लिहिलं गेलं होतं आणि सामाजिक आघाडीवर प्रकाशझोतात वावरणाऱ्या लोकांना असं बंधन पाळावंच लागत असे. स्वतः अत्यंत विषयासक्त असूनही ब्रह्मचर्य पाळावंच लागल्याचा उल्लेख खुद्द जवाहरलाल नेहरूंनीसुद्धा त्यांच्या आत्मचरित्रात केला होता. ते म्हणतात, 'शारीरिक जवळीक हे पाप आहे, असं आम्हा कुणालाच वाटत नव्हतं. निदान मला तरी तसं वाटत नव्हतं; परंतु एका प्रकारच्या संकोचामुळे आणि त्यासाठी वापरल्या जाणाऱ्या नेहमीच्या पद्धतींची घृणा वाटत असल्यामुळे मी त्या वाटेला गेलो नाही.' एका दृष्टीनं जिना नेहरूंपेक्षा अधिक अनुभवी होते, कारण ते साडेपंधरा वर्षांचे असताना त्यांचा करून देण्यात आलेला विवाह अल्पकाळ का होईना टिकला होता; परंतु नेहरूंपेक्षासुद्धा अधिक रूढिबद्ध काळात वाढलेले जिना, विवाहापूर्वी रट्टीशी शारीरिक जवळीक करायचं स्वातंत्र्य घेतील, ही केवळ अशक्य कोटीतली गोष्ट होती.

परंतु आता जिना लखनौहून मुंबईला परत आले होते आणि दिल्लीला कायदेमंडळाच्या सत्रासाठी ते जाणार असले, तरी दरम्यानचा तीन आठवड्यांचा अवधी हाती होता, त्यामुळे त्यांना विविध जागी भेटायच्या शक्यता असल्यामुळे रट्टी खुशीत होती. अचानक रट्टीला तिचं सामाजिक वर्तुळ प्रिय वाटू लागलं होतं; कारण तिथंच तिला जिना भेटले असते. पद्मजाला पत्रात ती लिहिते, 'पुढला आठवडा इतका मजेत जाणार आहे म्हणून सांगू! मला मौजमजा अतिशय प्रिय वाटते! तुलासुद्धा वाटते ना? नाटक, विवाह-समारंभ, घोड्यांच्या शर्यती! दिवाणखान्यात झडणाऱ्या मेजवान्या मला आवडत नाहीत;' पण रट्टीची आई आग्र्याहून परत येत होती आणि लखनौहून परत येताना उत्तरेच्या कडक थंडीत, प्रत्येक स्थानकाच्या फलाटावर फिरण्याचा हट्ट धरल्यामुळे रट्टीला झालेला खोकला तिच्या फुप्फुसापर्यंत पोचला असल्याचं निदान करून डॉक्टरनं तिच्यावर विविध निर्बंध लादले होते. 'आई मला घरातच डांबून न ठेवो म्हणजे मिळवली!' अशी आशंकासुद्धा रट्टीनं या पत्रात व्यक्त केली आहे.

परंतु नशिबानं रट्टीचं प्रकृतीचं अस्वास्थ्य लेडी पेटिटच्या लक्षात आलं नव्हतं. रट्टीचं पुढलं पत्र तिनं तिच्या छोट्याशा मैत्रिणीला लीलामणीला पाठवलं होतं, २० जानेवारी १९१७ रोजी. त्यात ती दुपारी रेसला जात असल्याचं हर्षभरित वर्णन आहे. आपल्या प्रसाधनाबाबत ती विशेष काळजी घेत असल्याचंसुद्धा तिनं लिहिलं आहे. अर्थात ही गोष्ट स्वाभाविकच म्हटली पाहिजे. कारण अश्वप्रेमी जिना तिथं नक्कीच उपस्थित असतील, याबाबत शंकेला जागाच नव्हती.

पद्मजा अजून आपल्या स्नेह्याच्या घरून परत आली नसल्यामुळे, समवयस्क मैत्रिणीजवळ गुपितांची देवाण-घेवाण करण्याची संधी अजून रट्टीला लाभलेली नाही. त्याऐवजी पद्मजाच्या धाकट्या बहिणीलाच भावनिक आधार देण्याचं काम तिच्या शिरी

आलेलं दिसतंय. गेल्या पत्रात रट्टीनं लीलामणीची अत्यंत काव्यमय वाक्यंच तिला उद्धृत करून पाठवल्यामुळे रट्टी आपली थट्टा करतेय, असं वाटून लीलामणी रुसली होती. या पत्रात तिचा हा रुसवा काढताना रट्टीनं लिहिलं होतं, 'मी पत्रातून तुझी थट्टा उडवते, असं तुला क्षणभर तरी कसं वाटू शकलं? क्षणभरसुद्धा असा विचार जवळ फिरकू देऊ नकोस आणि विनाकारण दु:खी, कष्टी होऊ नकोस. ऑस्कर वाइल्डनं 'द प्रोफंडिस'मध्ये म्हटलंच आहे की, जगातली सर्वांत मोठी पापं अंत:करणात घडतात.'

'तुम्हाला कुणी फूल दिलं, तर तुम्ही काट्यांचा विचार करायचा नसतो, तर त्या फुलाचं सौंदर्य आणि सुगंध यांचा भरभरून आस्वाद घ्यायचा असतो. मी तुला देऊ केलेला स्नेह म्हणजे एक गुलाबपुष्प आहे, असं समज आणि काट्यांचा – या वेळेस काल्पनिक काट्यांचा – विचार करून उगाचच कष्टी होऊ नकोस!'

जी भावना रट्टीच्या अंतर्यामी डाचत होती आणि त्याची कबुली द्यायला ती तयार नव्हती, त्यामुळेच तर असं तत्त्वज्ञान रट्टीच्या पत्रात व्यक्त झालं नसेल?? रट्टी अत्यंत सुरक्षित वातावरणात, लाडाकोडात वाढलेली आणि अनेक प्रशंसकांचा काळजाचा घड असलेली उच्चभ्रू लावण्यवती होती. सरोजिनी नायडू तिचं समर्पक शब्दांत वर्णन करून तिला 'नीलपुष्प' म्हणत असत. सुखलोलुपतेलाच प्राधान्य देणाऱ्या कुटुंबात वाढलेल्या रट्टीच्या दृष्टीनं जिना हे कधीच अनुरूप वाग्दत्त वर ठरले नसते. ते सहजी भावना व्यक्त करत नसत, ही गोष्ट अलाहिदा; परंतु लखनौ अधिवेशनात हिंदू–मुस्लीम ऐक्याचे शिल्पकार ठरून त्यांना जे घवघवीत यश लाभलं होतं, त्यानंतर ते राजकारणात पूर्वीपेक्षा अनेक पटींनी अधिक व्यस्त राहू लागले होते. मुंबई राजकीय पक्षाचे राज्यपाल, लायनेल कर्टिस यांच्याबरोबर झालेल्या बैठकीखेरीज इतर असंख्य राजकीय बैठकींना उपस्थित राहणं जिनांच्या दृष्टीनं अनिवार्य ठरलं होतं. त्याखेरीज बॅरिस्टर या नात्यानं त्यांच्या अशिलांचं भरपूर काम त्यांना हातावेगळं करायचं होतं. रट्टीची क्षणभर भेट होईल, या आशेनं विविध सामाजिक समारंभात रेंगाळण्याएवढी फुरसत त्यांना लाभणं शक्यच नव्हतं. त्यांची राजकीय प्रतिमा लक्षात घेता तिची चोरून भेट घेण्याचा प्रश्नच उद्‌भवत नव्हता. या परिस्थितीत रट्टीच्या हाती असलेल्या गुलाबाला भरपूर काटे होते आणि ते अजिबातच काल्पनिक नव्हते!

आणि अखेरीस पद्मजाचं पत्र आलं, तेव्हा त्याला लिहिलेल्या उत्तरात तिच्या अंत:करणात उसळलेल्या विभिन्न भावनांच्या प्रक्षोभाला दडवून ठेवणं तिला शक्य झालं नव्हतं. पद्मजाला २७ जानेवारी १९१७ रोजी लिहिलेल्या उत्तरात रट्टीनं लिहिलं होतं, 'आयुष्य हा मुक्त थरार आणि टोकाची विफलता यांचा मिश्र कल्लोळ बनला आहे आणि तरीही आयुष्य इतकं परिपूर्ण वाटतंय. परिपूर्ण त्यातील रितेपणामुळे. रितं त्यातील परिपूर्णतेमुळे!'

'मी आनंदी आहे आणि मी दु:खी आहे! पण या आत्म्याच्या भावना आहेत– हृदयाच्या नव्हेत! आत्मा म्हणजे मला स्वभाव म्हणायचंय. मला शांतीची आस लागलीय आणि तरी त्या कल्पनेचीसुद्धा मला धास्ती वाटतेय. माझा अणुरेणू विदारून टाकणाऱ्या आणि माझ्या आत्म्याला अननुभूत थराराच्या वेदनेनं पिळवटून टाकणाऱ्या भावनांचा उद्रेक मला अत्यंत प्रिय वाटतो! आणि या मागचं कारण कोणतं असा प्रश्न विचारलास, तर एकाच शब्दातलं त्याचं उत्तर आहे 'स्वभाव!' तू त्याला 'उन्माद' असंसुद्धा बिरुद देऊ शकशील.'

रट्टीला जिनांची जी भुरळ पडली होती, त्यामागचं खरं कारण या कोवळ्या वयाच्या मुलीची आपल्या रित्या पोकळ आयुष्यातून बाहेर पडण्याची तीव्र ओढ आहे, असं दिनशॉंपेक्षा अधिक सुज्ञ माणसाच्या बहुधा लक्षात आलं असतं. पुस्तकी माहितीतून तिनं उभं केलेलं काल्पनिक प्रेमविश्व प्रत्यक्ष अनुभवानं ताडून पाहण्याची इच्छा हेच तिच्या जिनांबद्दलच्या आकर्षणाचं मूळ आहे, हे जवळ जवळ तिला उमगत आलेलंच होतं. आत्ता ती ज्या मन:स्थितीतून जात होती, ती मन:स्थिती केवळ 'लाजिरवाणा उन्माद' आहे, हे नाइलाजानं मान्य करण्याची आता तिची तयारी झाली आहे, हेसुद्धा अधिक सुज्ञ व्यक्तीनं ताडलं असतं; परंतु तिचे वडील सुज्ञही नव्हते आणि आपल्याला अनोळखी असलेल्या मुलीला कह्यात कसं ठेवावं या बाबतीत ते पूर्णपणे अनभिज्ञही होते! त्यांची मुलगी आणि जिना यांच्याबद्दल ज्या चर्चा घडत होत्या, त्या सर्वांत शेवटी त्यांच्या कानी आल्या होत्या. तिच्या हट्टी स्वभावावर नियंत्रण ठेवणं आपल्याला शक्य होणार नाही, याची त्यांना धास्ती वाटत होती. तिच्यावर कडक निर्बंध घालण्याची वेळ आता टळून गेली आहे, याची त्यांना जाणीव झाल्यामुळे सर दिनशॉंनी जिनांनाच रोखण्याचा प्रयत्न केला आणि त्याचा अनर्थकारक परिणाम झाला!

प्रकरण चौथे

~

राष्ट्रवादानं भारलेल्या काळातील या नव्या समस्येला हाताळायचे दोन मार्ग होते. त्यातला एक मार्ग सुज्ञ आणि आधुनिक होता. तो मार्ग मोतीलाल नेहरूंनी स्वीकारला होता. देशातील अत्यंत श्रीमंत आणि यशस्वी वकिलांमध्ये त्यांची गणना होत होती. मुस्लीम मित्राकडे पाणीसुद्धा प्यायचं नाही, हिंदू नोकरानं आणला नसेल तर तिथं विडासुद्धा खायचा नाही, यासारख्या पारंपरिक, कडव्या हिंदू रूढी मोतीलालना पसंत नव्हत्या. पारंपरिक विचारांच्या काश्मिरी ब्राह्मण कुटुंबात त्यांचा जन्म झाला असला आणि आपल्याच कुलातील रूढिप्रिय मुलीशी त्यांचा विवाह झाला असला, तरी त्यांनी त्वेषानं रूढी झुगारून देऊन पूर्णपणे आधुनिक जीवनशैली स्वीकारली होती. अलाहाबादमधल्या त्यांच्या प्रचंड मोठ्या बंगल्याचे दोन स्वतंत्र विभाग होते-भारतीय आणि पाश्चिमात्य. हा पाश्चिमात्य भाग अँग्लो इंडियन देखरेखदाराच्या अधिपत्यासाठी होता आणि त्याच्या मदतीला इंग्रजी आणि मुस्लीम नोकरांचा ताफा होता. त्या वेळच्या प्रथेनुसार आपल्या दोन मुलींसाठी त्यांनी इंग्लिश गव्हर्नेसची नियुक्ती केली होती. उन्हाळ्यात तीन-चार महिन्यांसाठी ते आपल्या मुलींना थंड हवेच्या ठिकाणी घेऊन जात असत. इंग्रजी धर्तीच्या या उन्हाळी सुखनिवासात त्यांच्या मुलींना अश्वारोहण करायला, इतर मुलामुलींमध्ये मिसळायला उत्तेजन दिलं जात असे. रासवट इंग्रजांच्या पद्धतीनं मुली वाढल्याचे दुष्परिणाम त्यांना भोगावे लागणार आहेत, असे बुरसटलेले विचार व्यक्त करणाऱ्यांची ते खिल्ली उडवत असत. ते नेहमीच अत्यंत सढळ हातानं खर्च करून मोठ्या प्रमाणावर मेजवान्या देऊन, लोकांचा पाहुणचार करत असत; परंतु त्यांची मुलं लहान असतानाच ते राजकारणाकडे वळले होते आणि तेव्हापासून त्यांचा 'आनंदभवन' हा प्रासाद राष्ट्रीय राजकारणाचा अड्डाच बनला होता. बहुतांशी राजकीय नेते असलेले पाहुणे तिथं नेहमीच येत-जात असत; परंतु त्यातील एक जण मात्र तेथे कायमस्वरूपी मुक्काम ठोकून राहिला होता. त्याचं नाव होतं सय्यद हुसेन. मोतीलाल नेहरूंनी नव्यानं सुरू केलेल्या इंडिपेंडंट या दैनिकाचा तो संपादक होता.

रट्टी आणि तिच्या मैत्रिणी ज्यांचा 'जाज्वल्य सुधारक' असा उल्लेख करत, त्या व्याख्येत सय्यद हुसेन चपखलपणे बसत होता. ऑक्सफर्डमध्ये शिकलेला, दाढी न राखणारा, आपली राष्ट्रीयता कळणार नाही, अशा इंग्रजी ढंगानं इंग्रजी बोलणारा, इंग्रजी धर्तीचा आधुनिक पेहेराव धारण करणारा मुस्लीम तरुण, रट्टीच्या वर्तुळात 'जाज्वल्य सुधारक' समजला जात असे. सय्यद हुसेन तसाच होता.

फावड्यासारखी दाढी ठेवणाऱ्या टोपीधारी कडव्या धर्मांध मुस्लीम नेत्यांची सय्यदसारख्या लोकांना लाज वाटत असे. तो अत्यंत जहाल राष्ट्रवादी होता. सय्यदच्या तीव्र देशभक्तीकडे प्रथम मोतीलाल नेहरूंचं लक्ष वेधलं गेलं. त्यानंतर ते आपल्या नव्या दैनिकासाठी संपादकाचा शोध घेऊ लागले असता, त्यांचे मित्र आणि *बॉम्बे क्रॉनिकल* या दैनिकाचे संस्थापक संपादक आणि भारतीयाभिमुख असलेले बी. जी. हॉर्निमन यांनी जोरदार प्रशंसा केलेल्या या तरुण पत्रकाराला त्यांनी आनंदानं त्या जागी नियुक्त केलं; परंतु सुखवस्तू सुरक्षित घरात वाढलेला सय्यद अलहाबादमधील ब्रह्मचाऱ्यांच्या मठीत आजारी पडू लागला होता. एकदा खूप आजारी पडलेल्या सय्यदला मोतीलालनी आपल्या घरात त्याचं बस्तान हलवायची सूचना केली.

जगाच्या रितींबाबत अत्यंत सावधगिरी बाळगणाऱ्या मोतीलाल नेहरूंसारख्या सुज्ञ व्यक्तीनं, इतका तरतरीत, संवेदनशील, हुशार, देखणा, तरुण आपल्या अत्यंत सुंदर ज्येष्ठ कन्येच्या, नॅनच्या सहवासात कसा येऊ दिला, हे कळत नाही. परदेशात त्यांचा मुलगा जवाहर शिकत असताना त्याला इंग्रजी मुलींचा मोह टाळण्याचा सावधगिरीचा सल्ला देणारे सुज्ञ मोतीलाल, सय्यद आणि नॅनना इतक्या जवळ येऊन देण्याचे काय परिणाम घडतील याबद्दल इतके निष्काळजी कसे राहिले, हे एक गूढच आहे! कदाचित, त्यांच्या या गाफीलगिरीमागे एक कारण असू शकेल - त्यांनी ती बारा-तेरा वर्षांची असतानाच तिचा वाङ्‌निश्चय आपल्या मित्राच्या मुलाशी करून टाकला होता. आपल्या समाजाच्या रूढिप्रियतेची खिल्ली उडवणाऱ्या मोतीलालनी मात्र आपल्या मुलीचा वाङ्‌निश्चय पारंपरिक पद्धतीनंच केला होता. या दोन कुटुंबांनी हा निर्णय घेतला, तेव्हा नियोजित वधू-वर एकमेकांना भेटलेही नव्हते! कदाचित त्यांनी एकमेकांना दुरून पाहिलं असेल; परंतु एकदा असा वाङ्‌निश्चय केल्यावर मात्र आधुनिक विचारांच्या मोतीलालनी आपल्या कन्येचा इतर माता-पित्यांप्रमाणे बारा-तेराच्या वर्षी विवाह मात्र करून दिला नव्हता. आपल्या प्रचंड मोठ्या कुटुंबातील जाणत्या स्त्रिया आपल्या मुलीला तिच्या स्वातंत्र्याच्या मर्यादांची जाणीव करून देतील, असं कदाचित त्यांनी गृहीत धरलं असावं. नॅन ही पित्याची अत्यंत लाडकी लेक होती. ते तिला लाडाकोडानं खूपच सवलती देत असत. तिला मनाप्रमाणे वागू देत असत. अत्यंत यशस्वी वकील आणि राष्ट्रीय नेते या नात्यानं व्यस्त असलेल्या मोतीलालना भरपूर प्रवास करावा लागत असे; परंतु नॅनच्या गव्हर्नेसखेरीज घरात त्यांची पत्नी आणि अनेक ज्येष्ठ आप्त-स्त्रिया राहत असल्यामुळे ती मर्यादाभंग करेल, असं कदापि त्यांना वाटलं नसावं!

परंतु आनंदभवनमधील मुलींवर नजर ठेवणं ही काही सोपी गोष्ट नव्हती! या घराचे प्रत्यक्षात आणि सामाजिकदृष्ट्या स्पष्ट वेगळे दोन भाग पडलेले होते - भारतीय आणि पाश्चिमात्य!

जेवणाची ताटं वेगवेगळ्या वेळी वेगवेगळ्या खोल्यामंध्ये पाठवली जात असत. सारं कुटुंब फक्त रात्रीच्या भोजनासाठी एकत्र जमत असे. श्रीमती नेहरूंचं राज्य फक्त भारतीय विभागपुरतं सीमित होतं. त्यांना आपल्या मुली अपारंपरिक वातावरणात वाढत असल्याबद्दल मनात काळजी वाटत असली, तरी त्यांनी मुलींच्या हालचालींवर कोणतेही निर्बंध आणले नाहीत किंवा त्यात कोणतीही ढवळाढवळसुद्धा केली नाही. त्याचा परिणाम असा झाला की, त्यांची थोरली लेक आणि त्यांचा मुस्लीम पाहुणा यांच्यातली घसट प्रमाणाबाहेर वाढलेली या भल्यामोठ्या कुटुंबातील कुणाच्याच लक्षात आली नाही. आपल्या पित्यासमोर सय्यदनं विवाहाचा प्रस्ताव नेला, तर ते कालत्रयीही त्याला स्वीकारणार नाहीत, याची जाणीव झाल्यामुळे या दोघांनी एकदम विवाहबद्ध झाल्याची बातमीच त्यांच्या कानी घालायचा निर्णय घेतला. आपल्या घरात कोणता प्रकार घडतोय हे अखेरीस जेव्हा मोतीलाल नेहरूंच्या लक्षात आलं किंवा या प्रेमिकांनी त्यांच्या कानावर घातलं – तोवर हे प्रेमिक अनधिकृतरीत्या (?) विवाहबद्ध झाले होते, असं सय्यदनं सरोजिनी नायडू या त्याच्या एकमेव समर्थक ज्येष्ठ मैत्रिणीला सांगितलं होतं.

आपल्याला मनुष्यस्वभावाची उत्तम पारख आहे, याचा मोतीलालना सार्थ अभिमान वाटत असे आणि या आणीबाणीच्या पेचप्रसंगात त्यांनी कौतुकास्पद चतुराई आणि प्रसंगावधान दाखवलं. काही दिवसांतच सय्यदला अलाहाबाद सोडावं लागलं आणि काही आठवड्यांतच देशाबाहेर जावं लागलं. कोणताही गोंधळ किंवा नाट्यमय प्रसंग न घडता हे दोघे प्रेमिक हा प्रेमसंबंध संपवण्यासाठी तयार झाले, यातच सारं काही आलं! त्यांच्या ज्येष्ठ कन्येनं नंतर म्हटलं, 'ज्या युगात हिंदू–मुस्लीम ऐक्याचे डंके वाजत होते आणि ज्या काळात आमच्या कुटुंबाचे जवळचे मुस्लीम स्नेही होते, त्याकाळात धर्माबाहेर विवाह करण्याला कोणताही आक्षेप घेतला जाणार नाही, असं मला वाटलं असावं.'

या प्रेमिकांचं मन वळवण्याची एक रीत म्हणून आता विभक्त झालेल्या या दोन प्रेमिकांना गांधीजींच्या साबरमती आश्रमात पाठवून देण्यात आलं होतं. सय्यदला तिथं पाठवणं सोपं होतं, कारण सय्यदला महात्माजींबद्दल प्रचंड भक्तिभाव वाटत होता; परंतु तेथे जाण्यासाठी नॅनचं मन वळवणं सोपं नव्हतं. त्यासुमाराला महात्माजी आनंदभवनात आले असता, हा सर्व प्रकार मोतीलालनी त्यांना सांगितला होता, त्यामुळे स्वत: महात्माजी आणि नॅनचे आई–वडील या तिघांनी महत्प्रयासानं तिचं मन वळवलं आणि अखेरीस ती साबरमती आश्रमात जायला तयार झाली.

आपल्या मुलीच्या हिताचं काय ठरेल, यावर प्रथमच तिच्या आई–वडिलांचं एकमत झालेलं होतं आणि त्यांचा कयास योग्यच ठरला होता. त्यांच्या मुलीकडून वर्तणुकीबाबत कोणत्या अपेक्षा केल्या जात आहेत, हे गांधीजींइतक्या प्रयत्नपूर्वकतेनं अन्य कुणीच तिला सांगू शकलं नसतं. पाचव्या वर्षापासून इंग्लिश गव्हर्नेसच्या निगराणीखाली वाढलेल्या नॅनला साबरमती आश्रम हाच पहिला वस्तुपाठ होता! 'ती जागा प्रथम पाहिल्यावर माझा जीवच दडपून गेला. ती जागा इतकी रुक्ष आणि कळाहीन वाटत होती! मी किती काळ तिथं राहू शकेन, याची मला शंकाच वाटत होती!' असं नॅननं नमूद केलंय. आश्रमात पाळल्या जाणाऱ्या दिनचर्येची नॅनला अजिबात सवय नव्हती. 'प्रार्थनेसाठी पहाटे चार वाजता उठल्यावर दिवसाच्या कामांना भिडावं लागत असे. आमच्या राहण्याच्या खोल्यांची

झाडलोट करणं, आमचे कपडे नदीवर नेऊन धुणं... गोशाळेत काम करणं, रोज सूतकताई करणं.' तिथलं जे काही जेवण असे, तसं जेवण खायची तिच्यावर आयुष्यभरात वेळ आलेली नव्हती. चहा नाही, कॉफी नाही आणि दिवसाला फक्त दोन वेळा जेवण! 'बागेत लागलेल्या साऱ्या भाज्या मीठ, मसाले, लोणी यांपैकी काहीही न घालता एकत्र उकडून काढून, त्या कोरड्या चपत्यांबरोबर किंवा हात सडीच्या तांदळाच्या भाताबरोबर खायला दिल्या जात असत. भूक मारणं हा त्यामागचा एकमेव उद्देश असणार.' अत्यंत ऐषआरामात वाढलेल्या या मुलीला एकाच गोष्टीची सूट दिली जात होती – तिच्यावर संडास धुण्याचं काम सोपवण्यात आलेलं नव्हतं! तिच्या भाषेत ते इतकं किळसवाणं होतं की, 'त्याचं वर्णन करणंही शक्य नव्हतं.' संध्याकाळी सहा वाजता पुन्हा एकदा प्रार्थना केली जात असे. त्यात गीतेतील आणि कुराणातील उतारे वाचले जात असे. त्यानंतर लवकरच झोपावं लागत असे, कारण आश्रमात उजेडासाठी फक्त कंदील वापरले जात असत. त्याच्या मिणमिणत्या उजेडात वाचन करणंसुद्धा केवळ अशक्य असे. झोपडीबाहेर गांधीजींच्या बिछान्याजवळ पसरलेल्या वळकटीवर नॅनला झोपावं लागे. तेथे ते तिला हिंदू संस्कृतीबद्दल सांगत आणि तिचं धर्माबाबत अपुरं अधिकृत शिक्षण भरून काढण्यासाठी तिला गीता आणि रामायण वाचायला लावत असत.

आश्रमातील आयुष्याची आणखी भीतिदायक बाजूसुद्धा नॅनच्या दृष्टीस पडली होती. आश्रमात राहणारी एक सुंदर तरुणी तेथे राहणाऱ्या एका तरुणाच्या प्रेमात पडली आणि त्यांच्यात शारीरिक जवळीक घडली. गांधीजींना ही गोष्ट समजल्यावर त्यांनी या जोडीला बोलावून घेतलं आणि त्या मुलीचे सुंदर, लांबसडक, रेशमी केस कापून टाकले. या दोघांच्या हातून घडलेल्या पापाचं प्रायश्चित्त म्हणून स्वत: गांधीजींनी अनेक दिवस कडक उपोषण केलं आणि साऱ्या आश्रमाला चिंतेत लोटलं; परंतु या साऱ्याचा नॅनवर काडीमात्र परिणाम झाला नाही. तिला हा सारा प्रकार 'विचित्र आणि रानटी' वाटला.

तिच्या विचारांना योग्य दिशा देण्यासाठी गांधीजी तिच्या एकटीशी बोलत आणि तिच्यावर संस्कार करण्याचा प्रयत्न करत. नॅननं पद्मजाला गांधीजींच्या वक्तव्याचे काही मासले कळवले होते. तिनं पद्मजाला लिहिलं होतं, 'मी आश्रमात असताना, ते मला म्हणाले की, या घटनेमुळे (तिच्या आणि सय्यदच्या प्रेमप्रकरणामुळे) त्यांचा सर्व मुसलमानांवरचा विश्वासच उडून गेला आहे! ते मला म्हणाले की, 'तू सय्यदकडे भावाखेरीज अन्य भावनेनं पाहूच कशी शकलीस? एका मुसलमानाकडे एक क्षणभरही प्रेमानं आकृष्ट होण्याचा तुला कोणता अधिकार होता? वीस कोटी हिंदूंमध्ये तुला आदर्शवत वाटणारा एकही तरुण तुला सापडला नाही? त्या सर्वांना डावलून तू एका *मुसलमानाच्या* गळ्यात पडलीस??' महात्माजींनी केलेल्या भडिमाराचा नॅनवर काहीही परिणाम झाला नाही. तिनं पत्रात पुढे लिहिलं होतं, 'गरीब बिच्चारा जीव! हिंदू आणि मुस्लीम विवाह करून सुखानं जगू शकतात याची ते कल्पनाही करू शकत नाहीत!'

महात्माजींच्या प्रबोधनाचा नॅनवर तिच्या माता-पित्यांना अपेक्षित असलेला परिणाम झाला नाही! ती पद्मजाला लिहिते, 'एके दिवशी गांधीजी मला सांगू लागले की, माझ्या जागी ते कसे वागले असते! त्याचा माझ्यावर तीळमात्रही परिणाम झाला नाही, कारण माझ्या भावना ते कधीच जाणून घेऊ शकणार नाहीत; परंतु कल्पना कर की, गांधीजींच्या

समोर वीतभर चटईवर बसून मी पुढलं वक्तव्य ऐकतीये, 'सरूप, मी सय्यद हुसेनबद्दल कधीच मैत्रीची भावना वाढू दिली नसती! समजा सय्यदनं माझ्याजवळ प्रशंसा आणि प्रेम व्यक्त करायचा प्रयत्न केला असता, तर मी सौजन्यानं परंतु ठामपणे म्हटलं असतं – 'सय्यद तू बोलतो आहेस, ते अयोग्य आहे. तू मुसलमान आहेस आणि मी हिंदू आहे. आपल्यात कोणतीही नाजूक भावना उद्‌भवणं योग्य नव्हे. तुझ्याकडे मी भावाच्या नात्यानं बघेन; परंतु पती म्हणून मी तुझ्याकडे कधीही पाहू शकणार नाही!''

महात्माजींना आपल्यापेक्षा अधिक कळतं, असं नॅनला अजिबात वाटलं नाही. 'गांधीजींनी हजारो ऋषींच्या कुळातील सुपुत्रीला साजेसं उत्तर ऐकवलं की नाही? त्यांचा पुढला युक्तिवादही असाच निष्फळ ठरला.' नॅन म्हणते, 'त्यांनी आणखी एक मुद्दा उभा केला तो वयातील अंतराचा. त्यांनी म्हटलं की, नियोजित वर चार वर्षांपेक्षा जास्त मोठा असू नये! मी त्यांनी उपस्थित केलेली अन्य आक्षेपार्ह कारणं सांगत बसले, तर पत्राची शंभर पानं भरतील! ती वाचायला मजा वाटली, तरी एवढं लिहिणं हा मोठाच धोका ठरेल!'

तिच्यापेक्षा सय्यदवर गांधीजींच्या प्रवचनांचा जास्त परिणाम झाला होता. नॅननं पद्मजाला पत्रात लिहिलं होतं, 'गांधीजींनी सय्यदला विचारलं होतं, ''तू हिंदू मुलीवर प्रेम करायला धजलासच कसा? तू तिच्याकडे लहान बहीण या नात्यानं बघायला हवं होतंस!'' त्यावर त्याची लंगडी सफाई होती, ''मी सुरुवातीला तिच्याकडे बहीण म्हणूनच पाहिलं होतं.'' त्यावर गांधीजींनी विचारलं, ''भाऊ थोड्या वेळानं बहिणीबरोबर प्रणय करायला लागतो की काय??'' यावर सय्यदनं जे काही तोंड केलंय! त्यानं काय उत्तर दिलं ते मला समजू शकलं नाही. कारण माझ्यानं हसू आवरेसानं झाल्यामुळे मी कोणतीतरी सबब काढून तिथून पळ काढला.

परंतु एका गोष्टीचा मात्र नॅनवर भरपूर परिणाम झाला. रातोरात लाडक्या मुलीऐवजी ती समाजानं वाळीत टाकून दिलेली एक उपेक्षिता बनली आहे, याची जाणीव हा तिच्यावरला मोठाच आघात होता. मोतीलालनी नेहमीप्रमाणे याबाबत सतर्क गुप्तता राखली असली, तरी आनंदभवनाबाहेर ही बातमी फुटलीच. त्याचा पहिला दुष्परिणाम म्हणजे त्यांचे स्नेही राजा नरेंद्रनाथ यांच्या मुलाबरोबर निश्चित करण्यात आलेला नॅनचा विवाह मोडला. नाथ काही वर्षांनी सुप्रसिद्ध हिंदू नेते म्हणून पंजाब विधानसभेत निवडून आले होते; परंतु त्यापूर्वीपासून ते अत्यंत पारंपरिक विचारांचे आणि रूढिप्रिय हिंदू नेते होते. सय्यद आणि नॅन यांच्यात काय घडलंय हे समजताक्षणी त्यांनी हा वाङ्‌निश्चय मोडून टाकला आणि आपल्या मुलाचा इतरत्र विवाह करून दिला आणि ही बातमी सर्वदूर पसरवायला नाथ कारणीभूत असोत की नसोत – ही बातमी चित्रविचित्र रूपात पार लाहोरपर्यंत जाऊन पोचली. राजा नरेंद्रनाथ यांच्या पंजाब विधानसभेतल्या एका तरुण सहकाऱ्यानं अनेक वर्षांनंतर या बातमीबद्दल लिहिलं होतं, 'त्यांच्या लेकीनं सय्यदबरोबर चोरून केलेला विवाह मोतीलालनी रद्दबातल करवला आणि या आणीबाणीच्या पेचातून मार्ग काढण्यासाठी गांधीजींना मध्यस्थी करावी लागली होती.' के. एल. गौबा यानं असं नमूद केलंय.

आश्रमातला शिक्षेचा काळ भोगल्यानंतर आनंदभवनात परत आलेल्या नॅनला आपल्या कृत्याचे दुष्परिणाम नक्कीच जाणवले असणार. सय्यदच्या जागी इंडिपेंडंट या दैनिकाचा संपादक म्हणून काम बघू लागलेल्या नव्या माणसानं 'यंग इंडिया' या दैनिकात गांधीजींनी

लिहिलेला आणि छापून आलेला लेख मुद्दाम आणून नॅनला दाखवला होता आणि त्याचे जे परिणाम घडतील त्याबद्दल तो फारच खूश दिसत होता. यासारख्या टोमण्यांचा तिच्यावर इतरांकडूनही भडिमार होतच होता आणि त्याबद्दलची तक्रार तिनं स्पष्टपणे पद्मजाला पाठवलेल्या पत्रात केली होती.

नॅनच्या स्वत:च्या चुलत-मावस-मामे बहिणींनीसुद्धा त्यांना या प्रकरणाबद्दल वाटत असलेली नापसंती स्पष्टपणे व्यक्त केली होती. दुखावलेल्या नॅननं पद्मजाला लिहिलं होतं, 'तू माझ्या या बहिणींना अजिबातच ओळखत नाहीस पद्मजा!...'

अखेरीस या संकटातून तिची सुटका मोतीलालनीच केली आणि दुसऱ्या अधिक अनुरूप वराशी तिची भेट घडवली. तिचे याआधीचे प्रेमसंबंध तोडल्याबद्दल त्यांनी जे कौशल्य आणि व्यवहारज्ञान वापरलं होतं, तसंच त्यांनी या वेळेसही वापरलं होतं. नॅनचा वाङ्‌निश्चय मोडल्याबरोबर लगेचच त्यांनी अनुरूप वराचा शोध घ्यायला प्रारंभ केला होता. त्यांच्या परिचितांचं विस्तृत जाळं पसरलं असल्यामुळे लवकरच एक अत्यंत अनुरूप तरुण त्यांच्या बघण्यात आला. रणजित पंडित हा हुशार तरुण वकील कोलकात्यात काम करत होता. महत्त्वाची गोष्ट म्हणजे त्यांच्या राजकीय योगदानाबद्दल त्याला नेहरू कुटुंबाबद्दल निस्सीम आदर वाटत होता आणि जवाहरलाल नेहरूंच्या बहिणीशी विवाह करता येणं, ही त्याच्या लेखी भाग्याची गोष्ट होती. तो काश्मिरी ब्राह्मण नसून, महाराष्ट्रातला सारस्वत ब्राह्मण होता; परंतु दहा वर्षांमागे, आपल्या मुलाचा स्वत:च्याच काश्मिरी कुळात विवाह करून देण्याबाबत आग्रही असणाऱ्या मोतीलालना या वेळेस तसा आग्रह धरणं अर्थातच शक्य झालं नव्हतं. काश्मिरी समाज या लग्नावर बहिष्कार टाकेल (आणि तसा त्यांनी टाकलाच!), याचीसुद्धा मोतीलालनी फिकीर केली नाही.

अनुरूप वर तर त्यांनी शोधला! आता त्याबाबत नॅनची खात्री कशी पटवायची हा त्यांच्या पुढचा प्रश्न होता. ती अत्यंत स्वतंत्र विचारांची तरुणी होती. तिच्या विवाहाबद्दलच्या कल्पना सर्वस्वी आधुनिक असल्यामुळे वडिलांनी पुढे उभ्या केलेल्या तरुणाला ती डोळे मिटून माळ घालेल, ही गोष्ट अशक्य कोटीतलीच होती; परंतु त्या वेळचे नॅनचे समकालीन के. एल. गौबा यांनी वडिलांच्या इच्छेविरुद्ध मुस्लीम मुलीशी लग्न करून म्हटलं होतं, 'तुम्हाला तरुण मुलींना भेटायची संधी अजिबातच मिळत नसे. त्यांच्याबाबतची माहिती मिळवण्यासाठी तुम्हाला तुमच्या सख्ख्या बहिणींची किंवा इतर तरुण बहिणींची मदत घ्यावी लागत असे. फार तर तुम्हाला दुरून त्या तरुणीचं दर्शन घेऊन, त्या जोरावरच निर्णय घ्यावा लागत असे की, तुम्हाला ती योग्य सहचरी वाटतेय किंवा नाही! आणि मुलींनासुद्धा तसंच करावं लागत असे.' या तरुणाला आनंदभवनात येण्याचं आमंत्रण देऊन नॅनचं प्रियाराधन करण्याची जबाबदारी मोतीलालनी मोठ्या हुशारीनं त्याच्यावरच सोपवली!

या हुशारीचा सुपरिणाम घडला. नॅननं वर्णन केलंय, 'आमच्या घरी, माझ्या वडिलांच्या शयनगृहासमोरच्या व्हरांड्यात सकाळचा नाश्ता घेतला जात असे. मी तिथं पोचले तेव्हा एक अनोळखी तरुणच टेबलापाशी बसलेला मला दिसला. त्याला नाश्त्याची चुकीची वेळ बहुधा सांगितली गेली होती आणि वेळेआधी येऊन पोचल्यामुळे तो संकोचून गेला होता. त्यानं स्वत:ची ओळख करून दिली... मला तो आकर्षक वाटला. त्याच्या चेहऱ्यावर जो शांत, प्रसन्न भाव होता, तो त्याच्या वयाच्या तरुणांमध्ये सहसा आढळत

नसे. दरम्यान, इतर कुटुंबीयसुद्धा जमले आणि बडबड्या नेहरू कुटुंबीयांमध्ये तो संकोचून जाऊन गप्पच बसला. इतर लोक उठून गेल्यावर मी तिथंच रेंगाळले आणि एकट्यानं काय करावं हे उमगत नसल्यामुळे त्या तरुणाला त्याबद्दल बरंच वाटलं. त्याचा सुरुवातीलाच प्रश्न होता, 'तुला संस्कृत काव्य आवडतं?' मी कबूल केलं की, माझं संस्कृतचं ज्ञान शाळकरी स्तरावरचंच होतं; परंतु मनात मी निश्चय केला की, मी ताबडतोब संस्कृत शिकायला सुरुवात करेन. माझं उत्तर ऐकून तो नाराज झालेला दिसला नाही. त्यानं पुढचा प्रश्न विचारला, 'तुझा आवाज मधुर आहे. तू गातेस?' मला गाता तर येत नव्हतंच; पण आमच्या संपूर्ण कुटुंबात कुणालाच संगीतात थोडीसुद्धा गती नव्हती. मला पळून जावंसं वाटू लागलं होतं. केवळ शिष्टाचारापायी आणि या तरुणाच्या आकर्षणापोटी मी खुर्चीत बसून राहिले होते... काय उत्तर द्यावं हे मला सुचण्यापूर्वीच तो पुढे म्हणाला, 'तू अतिशय सुंदर आहेस आणि मी इथं केवळ तुला भेटण्याच्या इच्छेपोटी आलो होतो. मला वाटतं, तुझ्या हे लक्षात आलंच असेल.' त्याचे हे बोल ऐकून मला फारच आनंद झाला आणि मी थोडी सैलावून बसले. तो सारा दिवस आम्ही जोडीनं बागेत फिरण्यात घालवला. फिरताना रणजितनं मला सुंदर संस्कृत काव्यपंक्ती ऐकवल्या आणि मला त्याच्या घराबद्दल आणि कुटुंबीयांबद्दल माहिती दिली. आम्ही अश्वारोहण केलं. मी त्यात कुशल होते आणि मला त्याबद्दल सार्थ अभिमान होता; पण माझ्या लक्षात आलं की, माझा साथीदारही त्यात अतिशय निष्णात आहे!

तीन दिवस फार भरभर संपले आणि निघण्यापूर्वीच्या सायंकाळी रणजितनं माझ्या एकटीशी बोलायची इच्छा व्यक्त केली. तो म्हणाला, ''आपण अवघ्या दोन दिवसांपूर्वीच भेटलोय; पण मी दीर्घकाळ तुझ्याबद्दल विचार करत आलोय आणि मला वाटतंय की, जणू मी तुला प्रदीर्घ काळापासून ओळखतोय. दूरदूरच्या काठेवाडातून नेहरूंच्या घरी काश्मीर कन्येला भेटायला येताना मला धीर एकवटावा लागला होता; पण मी हृदयी आशा धरून हा प्रवास केला. तू माझ्यावर विश्वास टाकून, आयुष्यभरासाठी माझ्या हाती हात गुंफून, वाटचाल करायला तयार होशील?'''

नॅनसुद्धा त्याला अवघे तीनच दिवस ओळखत होती; पण त्याच्या मार्दवामुळे आणि संवेदनशीलतेमुळे ती इतकी भारून गेली की, तिनं त्वरित होकार दिला. सर्वांनाच या निर्णयाचा अतिशय आनंद झाला. फक्त सरोजिनींनी म्हटलं की, 'गरीब बिचारा सय्यद' मात्र निराश होऊन गेला.

नॅनच्या आईनं गुपचूप या दोघांच्या कुंडल्या ज्योतिषाकडे पाठवून दिल्या होत्या. त्यांचे ग्रह उत्तम जुळत असल्याचा ज्योतिषानं निर्वाळा दिला असल्यामुळे त्यासुद्धा आश्वस्त झाल्या होत्या आणि 'मनुष्यस्वभावाची उत्तम पारख' असल्याबद्दल मोतीलाल आता स्वत:चीच पाठ थोपटून घ्यायला मोकळे झाले होते. मे १९२१मध्ये रणजितबरोबर विवाहबद्ध होईपर्यंत नॅनला भूतकाळातील घटनांचा पूर्णपणे विसर पडला होता आणि ती मनापासून म्हणू लागली होती, 'माझं रणजितवर प्रेम आहे.' नूतन परिणितांना गांधीजींनी ब्रह्मचर्य पाळण्याची शपथ घ्यायला लावण्याचा जो प्रयत्न केला होता, तो धुडकावून लावून नॅननं त्याच्याशी प्रचलित प्रथेनुसार सर्वसाधारण वैवाहिक आयुष्य कंठण्याच्या आपल्या स्वातंत्र्याचा ठामपणे उद्घोष केला!

इतर ठिकाणी आणखीही इतर पित्यांना आपल्या सुधारकी विचारांसाठी त्यांच्या अपत्यांनी वेठीला धरल्याच्या घटना घडू लागल्या होत्या. लाहोरचे पंजाब राष्ट्रवादी आणि उद्योजक लाला हरकिशन लाल त्या वेळेस पंजाब विधानसभेचे मंत्री होते. त्यांचा मुलगा कन्हैयालाल गौबा यानं पंजाब सरकारचे वकील अझीझ अहमद यांच्या मुलीशी विवाह करण्याची इच्छा प्रदर्शित केली. कन्हैयालालला त्याच्या गव्हर्नेसनं 'वॉल्टर' हे नाव दिलं होतं आणि त्याला सारे जण 'वॉल' अशीच हाक मारत असत. अझीझ अहमद यांची पत्नी व मुलगी 'हुस्ना' या पडदानिशीन नसल्यामुळे त्यांना लालाजींनी आपल्या घरीच एका मेजवानीसाठी आमंत्रित केलं होतं आणि वॉलची हुस्नाशी ओळख झाली होती. मोतीलालप्रमाणेच लालाजींनासुद्धा आपण सुधारक असल्याचा प्रचंड अभिमान वाटत असे आणि त्यांचे मुस्लीम मित्र त्यांच्याकडे लाहोरला नेहमी मुक्काम करत असत. लालाजी तर सुधारणेबाबत एक पाऊल आणखीच पुढे गेलेले होते. वॉल लहान असताना त्याची आई निवर्तल्यावर लालाजींनी आपल्या राज्याबाहेरील आणि समाजाबाहेरील एका महाराष्ट्रीय स्त्रीशी विवाह केला होता. त्या वेळच्या कायद्यांप्रमाणे, हिंदूंना जातिबाह्य विवाह करायला परवानगी नसल्यामुळे त्यांनी शीख धर्म स्वीकारून या महाराष्ट्रीय स्त्रीबरोबर विवाह केला होता. आपल्या मुलीचा विवाह ठरवताना त्यांनी एका जातिबाह्य पंजाबी तरुणाचा प्रस्ताव स्वीकारला होता, त्यामुळे मुस्लीम तरुणाबरोबर विवाह करण्याची इच्छा प्रदर्शित करताना वडिलांकडून परवानगी नाकारली जाईल, असं वॉलला अजिबातच वाटलं नव्हतं; परंतु प्रत्यक्षात वॉलला वडिलांकडून उत्तर मिळालं, 'नाऽही! कारण ती मुस्लीम आहे आणि तू हिंदू आहेस! तिच्याशी तू विवाह केलास, तर माझ्या इतर मुलांचा विवाह करून देणं मला शक्य होणार नाही म्हणून मी परवानगी देणार नाही!'

वॉलच्या पिढीच्या मते ही पूर्णत: लंगडी सबब होती. नॅनप्रमाणेच वॉललासुद्धा कधीही धार्मिक भेदभाव शिकवला गेला नव्हता. त्याला कोणतंही अधिकृत धार्मिक शिक्षणसुद्धा कुणी दिलं नव्हतं. त्यानं हिंदू-मुस्लिमांमधील तेढीबद्दल फक्त ऐकलं होतं. त्यानं प्रत्यक्षात ती कधीही अनुभवली नव्हती. तो म्हणतो, 'वर्तमानपत्रात त्या तेढीबाबत लेख येत; पण सामाजिकदृष्ट्या, उच्च वर्तुळात आम्ही मोकळेपणानं एकत्र वावरत होतो. राजकीय मतं वेगळी असली तरी सामाजिकदृष्ट्या ते आड येत नसे. हुस्ना आणि वॉलचे आई-वडील तर एकमेकांकडे नित्य जात येत असतच; पण वॉलचा जिवलग मित्र चमनलाल याची पत्नी हुस्नाची जवळची मैत्रीण होती आणि चमनलालच्या घरी हे दोघे नेहमी भेटत असत. त्याखेरीज लाहोरमधील 'कॉस्मोपॉलिटन क्लब'मध्ये हे दोघे सहजपणे भेटू शकत असत.

मोतीलालप्रमाणे लालाजींना हा प्रस्ताव ताबडतोब धसाला लावायची गरज वाटली नाही. आपला निषेध स्पष्टपणे नोंदवून ते कामासाठी सिमल्याला निघून गेले, त्यामुळे इकडे त्यांच्या मुलाला 'रजिस्ट्रार ऑफ सिव्हिल मॅरेजेस' यांच्याकडे आरामात नोटीस देता आली. सुशिक्षित भारतीयांमध्ये प्रेमविवाहांचं प्रमाण वाढल्यामुळे इंग्रजांनी १८७२मध्ये 'स्पेशल मॅरेजेस ॲक्ट' (विशेष विवाह कायदा) संमत करून घेतला असला, तरी ती प्रक्रिया किचकट होती. या कायद्यान्वये हिंदू आणि त्या धर्माशी संलग्न असलेल्या बौद्ध, शीख, जैन धर्मीयांना एकमेकांत विवाह करता येत असे. फक्त विवाहेच्छू सज्ञान वयाचे असावे लागत

आणि कन्येच्या पित्याची अधिकृत परवानगी आवश्यक असे (सज्ञान वय वरासाठी अठरा आणि वधूसाठी चौदा वर्षे होतं). जर वधुवरांपैकी एक पक्ष वरील धर्मीय नसेल, तर त्यांना सारे प्रचलित धर्म सोडावे लागत असत.

वॉलच्या सुदैवानं त्याच्या पित्यानं परवानगी नाकारली असली, तरी हुस्ना अहमदच्या वडिलांनी 'सिव्हिल मॅरेज (कोर्टात नोंदणी करून विवाह)' करण्याच्या अटीवर आनंदानं परवानगी दिली. वॉलनं त्याबद्दल त्यांना 'उदारमतवादी' हे गौरवास्पद बिरुद दिलं असलं, तरी त्यामागचं खरं कारण हे होतं की, पडदा न पाळणाऱ्या सुशिक्षित मुस्लीम तरुणींना त्या काळी अनुरूप मुस्लीम वर सापडणं फार कठीण जात असे. परदेशात शिकून परत येणारे सुधारक मुस्लीम तरुण बहुधा परदेशी मुलींशी विवाह करूनच परत येत. वॉलच्या म्हणण्यानुसार हिंदू तसंच मुस्लीम तरुण परदेशातून येतेवेळी गोरी बायको आणत. मग ती अगदी निम्न स्तरातली– लँडलेडीची मुलगी का असेना! गोरी बायको आणली की, त्यांना नोकरीत पटापट बढत्या मिळत आणि युरोपियनांसाठी राखीव असलेल्या क्लब्जमध्ये प्रवेशही मिळत असे.

'सोशल मॅरेजेस ॲक्ट'च्या मदतीनं आपला सुपुत्र कुणाशीही विवाह करू शकेल या वास्तवाचं लालाजींना भान आलं तोवर वेळ टळून गेली होती. त्याचं मन वळवण्याची संधी हातची गेली होती. त्यांनी प्रयत्न करायचं मात्र सोडलं नाही. त्यांच्या मंत्रिमंडळातले त्यांचे स्नेही मंत्री सर फझल इ हुसैन यांच्या करवी या लग्नाला अझीझ अहमदनी दिलेली संमती त्यांनी मागं घ्यावी, यासाठी त्यांचं मन वळवण्याचा लालाजींनी केलेला प्रयत्न विफल ठरला. त्यानंतर त्यांनी वॉलचा अत्यंत जिवलग मित्र जीवनलाल कपूर याला फोन केला आणि हे लग्न वॉलनं दोन दिवस पुढे ढकलावं यासाठी त्याचं मन वळवण्याची त्यांनी त्याला गळ घातली. जीवनलालनं वॉलचं मन वळवायचा प्रयत्न केला असता, वॉल म्हणाला, 'माझी भावी पत्नी रजिस्ट्रार ऑफिसमध्ये माझी वाट पाहतेय. मी ही तारीख पुढे ढकलणार नाही. त्याऐवजी तूच माझा 'बेस्ट मॅन' पाठीराखा म्हणून तिथं माझ्याबरोबर ये.' वॉलनं नमूद केलंय, 'जीवनलालचं तेवढं धाडस झालं नाही आणि त्यानं ऑफिसच्या दारापर्यंत सोबत येऊन मला शुभेच्छा दिल्या आणि तेथून तो निघून गेला.'

यापुढे काहीही करणं शक्य होत नाहीये, हे पाहून लालाजींनी एक अत्यंत सुज्ञपणाचा निर्णय घेतला. पाच महिन्यांनी या आंतरधर्मीय विवाहाबद्दल उसळलेलं वादंग शमलं आणि त्याबरोबरच त्यांच्या मनातल्या आशंकासुद्धा हळूहळू दूर झाल्या. त्यानंतर त्यांनी शांतपणे त्यांच्या या मुस्लीम सुनेचा स्वीकार केला आणि तिला आपल्या कुटुंबात सामावून घेतलं. वॉल जुनी आठवण सांगतो, 'आम्ही विवाहबद्ध झालो आणि दोन माणसंच बसू शकतील, अशा माझ्या लहानशा मोटारीत बसून आम्ही मधुचंद्रासाठी काश्मीरला पळ काढला. आमच्या विवाहाची बातमी बाहेर फुटल्यावर हिंदू आणि मुस्लीम समाजात प्रचंड तणाव निर्माण झाला होता. आपल्या समाजातली मुलगी समाजाबाहेर गेलीय या विचारानं मुस्लीम संतापले होते, तर आपला मुलगा आपण गमावला आहे या भावनेनं हिंदू बिथरले होते.' काश्मीरहून परत आल्यावर हे जोडपं लालाजींच्या घरी गेलं नाही. त्याऐवजी त्यांनी लहानसं घर भाड्यानं घेतलं आणि नुकतीच वकिली सुरू केलल्या वॉलच्या तुटपुंज्या आमदनीवर त्यांनी संसार थाटला; पण वॉलच्या म्हणण्यानुसार त्यातही मौज होती. 'दोन तरुण प्रेमी

आठवड्यातून एकदा सामिष भोजन आणि आठवड्यातून फार तर दोनदा पुडिंग अशा आहारावर भागवत होते. तिनं पडदे म्हणून आपल्या साड्याच टांगल्या होत्या!' आणि दिवाळी जवळ आली, तेव्हा लालाजींनी या जोडप्याला माफ करून टाकलं. 'माझ्या वडिलांनी आम्हाला बोलावून घेतलं आणि माझ्या पत्नीला मौल्यवान दागिने आणि भेटवस्तू दिल्या. त्यानंतर सारं काही सुरळीतपणे घडत गेलं.'

परंतु या दोघांसारखं न वागता सर दिनशॉ सैरभैर होऊन गेले. या प्रकारच्या पेचप्रसंगाला तोंड देणाऱ्या तीन नामवंत पित्यांपैकी ते पहिलेच होते म्हणून की ज्या पारशी समाजात आपल्या मुला-मुलींनी जातिबाह्य विवाह करायला प्रारंभ केल्याबद्दल प्रचंड प्रक्षोभ उसळला होता त्या समाजाचे ते घटक होते म्हणून की मोतीलाल नेहरूंप्रमाणे त्यांचा आपल्या मुलीवर वचक नव्हता आणि हरकिशनलालसारखं त्यांच्याठायी मानसिक बळ नव्हतं म्हणून... कारण काही का असेना! सर दिनशॉंनी प्रचंड घाबरून जाऊन जे पाऊल उचललं, ते पूर्णतः असुज्ञपणाचं होतं!

रट्टी लखनौहून परत आल्याला सहा महिने उलटल्यावर आपल्या मुलीच्या अयोग्य निवडीला प्रतिबंध करण्याबद्दलचं आपलं धोरण त्यांनी अचानकच पूर्णपणे बदलून टाकलं. १९१७ सालच्या जून महिन्याच्या अखेरीस लेडी पेटिट यांनासुद्धा विश्वासात न घेता सर दिनशॉ कोर्टात गेले आणि रट्टीशी विवाह करण्याला प्रतिबंध करणारा मनाई हुकूम त्यांनी कोर्टातर्फे जिनांवर लागू केला!

या घटनेबाबतची एक वावडी पुढील प्रमाणे आहे : एके दिवशी सकाळी सर दिनशॉंना समजलं की, पित्याची आज्ञा धुडकावून लावून रट्टी अजूनही जिनांना भेटते आहे. या कथेनुसार हातात जिनांचं पत्र असलेली रट्टी सर दिनशॉंनी मुद्देमालासकट पकडली. त्यानंतर पेटिट हॉलमध्ये कधी नाही ते अनुचित दृश्य दिसलं... स्थूल देहयष्टीचे सर दिनशॉ हातात पत्र घेऊन जेवणाच्या टेबलाभोवती गोलगोल फिरणाऱ्या रट्टीमागे धापा टाकत पळत होते आणि तिच्या हातातलं पत्र ओढून घेण्याचा प्रयत्न करत किंचाळत होते, 'ते जिनांकडून आलंय हे मला माहीत आहे!' हे पत्र पाहून सर दिनशॉंच्या मनात उद्भवलेली भीती, हे दोघे चोरून एकमेकांना प्रेमपत्र पाठवत आहेत, या विचारानं उद्भवली नसावी! कारण जिनांना पत्रं लिहिण्याचा विलक्षण कंटाळा आहे हे सर्वश्रुत होतं. या भीतीमागचं खरं कारण असावं की, हे दोघे जण विशेष विवाह कायद्याच्या आधारे विवाहबद्ध होण्याचा कट करत आहेत, ही दाट शंका सर दिनशॉंना विदीर्ण करत असावी. खरोखरंच असं पत्र आलं होतं का, आलं असलं तर ते सर दिनशॉंच्या हाती लागलं होतं का आणि लागलं असलं तर त्यात खरोखरंच काही आक्षेपार्ह मजकूर होता का, हे कळायला मार्ग नाही; परंतु कशानं तरी सर दिनशॉ पूर्णपणे सैरभैर झाले होते, यात कोणतीच शंका नाही! आपली मुलगी विवाहाच्या वयाची असली (चौदापेक्षा मोठी) तरी अजून अज्ञान आहे (अठरापेक्षा लहान) आणि जिनांचा तिला पळवून नेण्याचा इरादा आहे, या सबबीवर सर दिनशॉंनी कोर्टातर्फे जिनांवर मनाई हुकूम जारी केला होता.

या मनाई हुकमासाठी सर दिनशॉंनी कोर्टापुढे सादर केलेला अर्ज आज उपलब्ध नसला तरी कांजी द्वारकादाससारखे रट्टीचे समकालीन ठामपणे म्हणतात की, सर दिनशॉंनी अर्ज केला होता आणि त्यात म्हटलं होतं, 'तिच्या संपत्तीवर डोळा ठेवून रट्टीच्या पित्याच्या इच्छेविरुद्ध

जिना रट्टीशी विवाह करू पाहत असल्यामुळे कोर्टानं त्यांना तिची भेट घ्यायला किंवा तिच्याशी पत्रव्यवहार करायला प्रतिबंध करावा.' सर दिनशॉंना ऊठसूठ खटले भरायची सवयच होती. उच्च ब्रिटिश अधिकाऱ्यांपासून ते घरातल्या हाउसकिपरपर्यंत सर्वांनाच त्यांनी केव्हा ना केव्हा कोर्टात खेचलं होतं; परंतु आपल्या अशिलांना कठीणातल्या कठीण पेचांमधून सोडवण्याबद्दल विख्यात असलेल्या जिनांसारख्या देशातल्या अत्यंत नामवंत वकिलावर कोर्टातर्फे मनाई हुकूम आणणं हा मूर्खपणाचा कळसच होता! या मूर्खपणाबद्दल दैनिकांनी मौन पाळलं असलं तरी मुंबईभर ही बातमी चवीनं चघळली गेली. ही व्यक्ती अत्यंत कुशल वकीलच नव्हे, तर नामवंत नेता असल्यामुळे या चर्चेची खुमारी आणखीच वाढली!

आपल्याला अयोग्य वाटणाऱ्या माणसाशी आपल्या मुलीनं विवाह करू नये म्हणून त्या माणसावर कोर्टाचा मनाई हुकूम जारी करणं म्हणजे आपली मुलगी आपल्या अजिबातच कह्यात नाही, याला जाहीरपणे कबुली देण्यासारखंच होतं! आणि ती व्यक्ती मोहम्मद अली जिनांसारखा नामवंत वकील आणि अग्रणी नेता असणं हा तर मूर्खपणाचा कळसच होता! लखनौ अधिवेशनात जिनांनी अशक्य ते शक्य करून दाखवल्यानंतर ब्रिटिश सरकार, कॉंग्रेस आणि मुस्लीम लीग या साऱ्यांच्याच लेखी जिना अत्यंत महत्त्वाचे नेते बनले होते. त्याखेरीज एकाच वेळेस दोन 'होमरूल' गट सुरू करण्यात आले होते. एकाची स्थापना बाळ गंगाधर टिळकांनी केली होती तर दुसरा स्थापन केला होता ॲनी बेझंट यांनी. हे दोन्ही गटसुद्धा जिनांच्या मार्गदर्शनावर विसंबून होते. ॲनी बेझंट १९१७ सालच्या जून महिन्याच्या मध्याला मद्रासमध्ये कैद झाल्यावर जिना त्यांच्या होमरूल गटात सामील झाले. लखनौहून जिना परत आल्यावरचे पुढले सहा महिने हा त्यांच्या राजकीय आयुष्यातला सर्वांत वैभवशाली काळ होता. त्यांनी १ जानेवारी १९१७ रोजी युनायटेड प्रॉव्हिन्सच्या लेफ्टनंट गव्हर्नरसमवेत मसलत करून खाना घेतला होता. त्यापुढले सहा महिने त्यांना क्षणाचीही फुरसत मिळाली नव्हती. त्यांनी असंख्य बैठकींचं अध्यक्षपद भूषवलं होतं. त्यात इंडियन इकॉनॉमिक सोसायटी आणि बॉम्बे प्रेसिडेन्सी स्टुडंट्स असोसिएशनच्या बैठकींचा समावेश होता. त्याखेरीज होमरूलच्या सर्व बैठकींचं अध्यक्षपद त्यांनी भूषवलं. लखनौला लॉर्ड मेस्टनना त्यांच्या निवासस्थानी भेटून, भारतीय राजकारणावरची आपली मतं त्यांना ऐकवल्यानंतर ते आग्र्याला जाऊन लायनेल कर्टिसना भेटले आणि ब्रिटिश सरकार आणि भारतीय नेते यांच्यात भरवल्या जाणार असलेल्या गोलमेज परिषदेबाबत त्यांनी चर्चा केली. जिनांच्या सल्ल्यानुसार कर्टिसनी सत्तर भारतीय नेत्यांना या गोलमेज परिषदेसाठी आमंत्रित केलं. फेब्रुवारी आणि मार्च हे संपूर्ण दोन महिने जिना इंपीरियल लेजिस्लेटिव्ह कौन्सिलच्या हिवाळी अधिवेशनासाठी दिल्लीत गुंतून पडले होते. या अधिवेशनात भारतीयांच्या हिताचे विविध कायदे संमत करून घेण्यासाठी त्यांनी पहिल्या दिवसापासून सक्रिय भाग घेतला होता. यात 'वर्तणुकीचे नियम' आणि 'भारतीयांना लष्करी सेवेत प्रवेश' असे भारतीयांच्या जिव्हाळ्याचे प्रश्न असल्यामुळे जिनांच्या भाषणाच्या वेळेस प्रेक्षक कक्ष तुडुंब भरलेला असे. मार्चमध्ये दिल्लीत अंदाजपत्रक सादर झालं तेव्हा त्यातही जिना प्रचंड व्यस्त राहिले होते. एप्रिलच्या मध्याला कॉंग्रेस आणि मुस्लीम लीगनं जिनांची एकमुखानं निवड करून, भारतीय नेत्यांच्या स्वतःच्या सरकारच्या मागणीसाठीचं प्रारंभीचं काम करण्यासाठी त्यांना एप्रिल मध्याला इंग्लंडला धाडायचा निर्णय घेतला होता. जूनच्या प्रारंभी ते मुस्लीम लीग

कौन्सिलच्या बैठकीसाठी कोलकात्याला गेले होते. जून महिनासुद्धा तेवढाच गडबडीत गेला. कोर्ट उघडल्यामुळे त्यांना स्वतःच्या वकिलीकामांकडे बघायचं होतंच; पण त्यांनी बॉम्बे होमरूल लीगचं अध्यक्षपदसुद्धा स्वीकारलं होतं .

त्यांच्या राजकीय आणि सामाजिक आयुष्यात त्यांना लाभलेल्या इभ्रतीवर, सर दिनशॉंच्या मनाई हुकमामुळे इवलासाही डाग पडला नव्हता. त्याउलट, तरुण पिढीतील त्यांच्याबद्दलचा आदर अनेक पटींनी वाढलाच होता. सर्व सुशिक्षितांना वाटू लागलं होतं की, ॲनी बेझंटनं सर्वधर्मसमभावाचे जे धडे दिले आहेत, ते जिना स्वतः आचरणात आणून सर्वांना नवा वस्तुपाठ शिकवत आहेत. ते विविध आघाड्यांवर सकारात्मक सक्रियतेनं इतके व्यस्त होते की, सर दिनशॉंच्या मनाई हुकमाकडे तुच्छतेने पाहण्याखेरीज त्याबाबत त्यांनी आणखी काहीही प्रतिक्रिया व्यक्त केली नाही. जिना नेहमीच्याच निग्रहानं आपल्या दैनंदिन जबाबदाऱ्यात गुंतून गेले होते. त्यांनी रट्टीला भेटायचाही प्रयत्न केला नाही आणि तिला टाळायचाही प्रयत्न केला नाही. फक्त सर दिनशॉंच सर्वांच्या थट्टेचा विषय बनले!

अर्थातच स्वतःच्या घरी दिनशॉंना आपल्या कृत्याची जबर किंमत मोजावी लागली! त्यांनी कोर्टाद्वारे मनाई हुकूम आणलेत ऐकल्यावर रट्टीनं स्वतःला आपल्या खोलीत कोंडून घेतलं आणि ती कुणालाही तिच्या जवळपास फिरकू देईनाशी झाली. उशीत तोंड खुपसून तिच्या आई-वडिलांना जवळही येऊ न देणारी रट्टी पाहून, आपल्या लेकीचं दुःखं बघून स्वतः लेडी पेटिटसुद्धा कोसळून गेल्या. जिनांविरुद्ध कोर्टात याचिका दाखल करणाऱ्या सर दिनशॉंनी या भीषण परिणामांची अपेक्षा केली नव्हती, त्यामुळे तेसुद्धा मनानं खचून गेले. बाकी काहीही असो! ते अत्यंत वत्सल पिता होते आणि इतका शोक करून आपली लेक मानसिक किंवा शारीरिक त्रासानं खचून जाईल, या भीतीपायी त्यांची मनःस्थितीसुद्धा सैरभैर झाली. नेहमी शांत, धीरगंभीर वृत्तीनं प्राप्त परिस्थितीला तोंड देणाऱ्या लेडी पेटिटसुद्धा आपल्या पतीचं सांत्वन करायच्या परिस्थितीत राहिल्या नव्हत्या. हतबल झालेले सर दिनशॉ आता त्यांच्या पत्नीवर आणि मुलीवर प्रभाव पडू शकेल, अशा एकमेव स्त्रीकडे याचना करू लागले!

त्या वर्षी सरोजिनी नायडू ऑफिसच्या आणि वैयक्तिक कामासाठी तीन-चार वेळा मुंबईत आल्या होत्या. पद्मजाला मुंबईच्या कॉलेजात दाखल करून तिच्या राहण्याची सोय लावण्यासाठी त्यांची एक फेरी झाली होती. त्यानंतर पहिल्या ठिकाणच्या घर मालकिणीकडे पाहुण्यांचा ओघ लोटल्यामुळे त्यांना पुन्हा एकदा फेरी मारून तिच्या राहण्याची दुसरी सोय करावी लागली होती. तिच्या लहान भावाला त्यांनी पुण्याच्या शाळेत दाखल केलं होतं. या दोघांच्या नाजूक प्रकृतीबाबतची काळजी त्यांनी लीलामणीला लिहिलेल्या पत्रात व्यक्त केली होती. २३ मे १९१७ रोजी त्या काही दिवसांच्या बदलासाठी पेटिट हॉलमध्ये राहिल्या होत्या, तेव्हा निदान वरवर पाहता सारं काही आलबेल होतं; पण २९ जून १९१७ रोजी पद्मजाच्या राहण्याची पर्यायी व्यवस्था करण्यासाठी त्या मुंबईला आलेल्या असताना त्यांच्या लक्षात आलं की, पेटिट हॉलमधली परिस्थिती पूर्णपणे बदलून गेली होती. लीलामणीला लिहिलेल्या पत्रात पेटिट कुटुंबात माजलेल्या हलकल्लोळाचा उल्लेख न करता त्यांनी मोघम सल्ला देऊन तिला म्हटलं होतं, 'माझ्या मनात पद्मजाच्या आणि मीनाच्या (त्यांच्या धाकट्या मुलाचं रणधीराचं टोपणनाव) प्रकृतीबद्दल काळजी आहेच; पण मलासुद्धा रट्टीच्या प्रकृतीची

सर्वांत जास्त काळजी लागून राहिलीय. तिचं मन किंवा देह (प्रक्षोभामुळे) थकून जाईल, अशी मला तीव्र चिंता वाटतेय. या साऱ्याचा अजिबात उल्लेख न करता, तिला आनंद वाटेल, असं गमतीचं पत्र पाठव. ते वाचून तिला बरं वाटेल. उशीत चेहरा लपवून रडणारी रट्टी तिच्या आई-वडिलांना जवळपास फिरकूही देत नाहीय. ती फक्त मला बिलगून बसतेय.

सरोजिनींनी रट्टीला जिनांशी विवाह न करण्याबाबत आठ महिन्यांपूर्वी अनाहूत सल्ला दिला असता रट्टीनं त्यांना फटकारलं होतं; परंतु त्यानंतर सरोजिनींना जवळून पाहण्याची भरपूर संधी तिला लाभली. बहुधा लखनौमधील अधिवेशनाच्या काळात रट्टीला सरोजिनींशी जवळीक वाटू लागली असावी. कारण तिला सरोजिनींना जिनांबद्दल वाटत असलेलं खरंखुरं कौतुक आणि माया जवळून दिसली होती. काँग्रेसच्या आणि तत्पूर्वीच्या मुस्लीम लीगच्या अधिवेशनाच्या मुक्त वातावरणात रट्टीला बहुधा प्रथमच जिना आणि सरोजिनींमधलं उभयपक्षी विश्वासाचं आणि आदराचं घट्ट नातं उमगलं असावं. त्यानंतर ती सरोजिनींवर आधारासाठी आणि सूचनांसाठी जास्त विसंबू लागली होती. तिच्या सोबत आलेल्या आत्यापेक्षा तिला सरोजिनीच अधिक जवळच्या वाटू लागल्या होत्या. लखनौहून परत आल्यावर रट्टी सरोजिनींना स्वतःचीच खास मैत्रीण समजू लागली होती आणि आपल्या आई-वडिलांच्या वर्तुळाबाहेर त्यांना खेचू लागली होती.

आपल्या स्वतःच्या किंवा आपल्या आई-वडिलांच्या पिढीतल्या कोणालाच तरुणांच्या समस्या सरोजिनींप्रमाणे जाणून घेता येणार नाहीत, असा रट्टीला वाटणारा विश्वास सकारण आणि सार्थ होता. दोघींमध्ये एकवीस वर्षांचं अंतर होतं; परंतु रट्टीच्या तरुण पिढीपुढे जे नैतिक आणि सामाजिक पेचप्रसंग उभे ठाकले होते, ते स्वतः सरोजिनींनीसुद्धा तरुणपणी अनुभवले होते. त्यासुद्धा अत्यंत सुधारक माता-पित्यांच्या कन्या होत्या. त्यांचे पिता अघोरनाथ चट्टोपाध्याय पूर्व बंगालातील संस्कृत पंडितांच्या ब्राह्मण कुटुंबात जन्मले होते; परंतु जातिवाद आणि रूढींविरुद्ध बंड पुकारून त्यांनी चौदाव्या वर्षी आपलं जानवं गंगेत फेकून दिलं होतं आणि ते समाज सुधारकांच्या 'रॉबिनहुड गटात' सामील झाले होते. हा सुधारक गट ब्राह्मणांच्या 'कुलीन' या उपशाखेतील मुलींचे म्हाताऱ्या किंवा मृत्युशय्येवरील वरांशी होणारे लग्न रोखून त्या मुलींना समाज सुधारकांनी उघडलेल्या शाळांमध्ये दाखल करत असे आणि त्यांच्या शिक्षणाची सोय करत असे. अघोरनाथांनी स्वतः निवडलेल्या मुलीबरोबर विवाह करून, तिला ब्राह्मण समाजाच्या शाळेत दाखल केलं होतं आणि त्यानंतर ते स्वतःच्या शिक्षणासाठी एडिंबरा आणि बॉनला जाऊन आले होते. शिक्षण संपवून भारतात परत आल्यावर त्यांनी हैदराबादच्या निजामाकडे शिक्षणतज्ज्ञ म्हणून काम सुरू केलं होतं. त्यांनी मुला-मुलींसाठी इंग्रजी माध्यमाची शाळा, कॉलेज संस्थापित केली होती.

प्रारंभीचे राष्ट्रवादी आणि १९०५च्या स्वदेशी चळवळीतले सहभागी असल्यामुळे त्यांच्या राजकीय हालचालींबद्दल हैदराबाद संस्थानानं त्यांना दोन वेळा हद्दपार केलं होतं. त्यांनी आपल्या मुलांच्या बरोबरीनं मुलींनासुद्धा शिक्षण दिलं होतं. आपल्या मुलीनं इंग्रजी शिकावं, याबाबत ते इतके आग्रही होते की, नऊ वर्षांच्या सरोजिनीनं इंग्रजी शिकायला नकार दिला असता त्यांनी तिला दिवसभर तिच्या खोलीत कोंडून घातलं होतं. त्यानंतर सरोजिनी तिच्या आई-वडिलांशी फक्त इंग्रजीतच बोलू लागली होती. फक्त तिची आई

तिला हिंदीत उत्तर देत असे. आपली मातृभाषा डावलून त्याऐवजी इंग्रजीचा स्वीकार करणारी सरोजिनींची पहिलीच पिढी होती. आपल्याला 'भारतीय' म्हणवून सर्व जातिधर्मांच्या आणि प्रांताच्या लोकांचं मोकळेपणानं आपल्या घरी स्वागत करणारं त्याचं कुटुंबसुद्धा प्रारंभीचंच अग्रणी कुटुंब होतं. सरोजिनी अभिमानानं म्हणत की, त्यांचं घर भारतीयांचं होतं, हिंदूचं किंवा ब्राह्मणाचं नव्हतं!

असं असूनही अटळ ते घडलं, तेव्हा अघोरनाथ एखाद्या पारंपरिक पित्याप्रमाणे दिङ्मूढ झाले. चौदाव्या वर्षी, सरोजिनी ही पडदा न पाळणारी हैदराबादमधील एकमेव अविवाहित तरुणी होती (यात ख्रिस्ती धर्मात धर्मांतर केल्याचा समावेश केलेला नाही). बहुधा तिच्याच घरात प्रथम भेटलेल्या एका तरुणाच्या प्रेमात ती आकंठ बुडून गेली. हा तरुण सर्व दृष्ट्या अनुरूप होता. एडिंबराची वैद्यकीय पद्धती मिळवून डॉ. गोविंदराजुलू नायडू निजामाच्या पदरी नोकरी करत होते. निजाम आणि त्यांचे सरदार यांना गोविंदराजुलूंबद्दल आदर वाटत होता. त्यांचे स्वतःचे वडील अत्यंत सचोटीचे आणि प्रामाणिक डॉक्टर होते आणि लष्करात रुजू होते. त्यांच्या विरोधातली एकमेव गोष्ट म्हणजे ते ब्राह्मणेतर होते आणि बंगाली नसून 'मद्रासी' होते; परंतु स्वतः अघोरनाथांनी हैदराबादेत 'विशेष विवाह कायदा (special marriages act)' लागू करण्यासाठी एकहाती लढत दिलेली होती. सर्व जाती, धर्म, प्रांत समभाव राखण्याबाबतची त्यांची जाज्वल्य मतं आणि त्यांचा राजकीय दृष्टिकोन सर्वांना ठाऊक होता. असं असताना ते सरोजिनीच्या निवडीला कोणत्या तोंडानं नकार देऊ शकणार होते? या नकाराला तर्कशुद्ध कारण देता येणं शक्यच नव्हतं, त्यामुळे नाथनी या पेचातून सुटण्यासाठी सरोजिनीला सोलापूरला शिकायला पाठवून दिलं. दूर राहिल्यानंतर या प्रेमाचा विसर पडेल, अशी वेडी आशा त्यांना वाटत असावी. तसं तर घडलंच नाही, उलट पंधराव्या वर्षी तिला मानसिक खच्चीकरणामुळे वैफल्यग्रस्ततेचा झटका आला (nervous breakdown). त्यातून ती बरी झाली तरी अघोरनाथ आपली तत्त्वं आणि आपले पूर्वग्रह या पेचातून बाहेर आले नव्हते. त्यांनी तिला पुन्हा एकदा दूर धाडलं, या वेळेस शिष्यवृत्तीवर एडिंबराला पाठवून दिलं. सरोजिनीला ती कुटुंबापासूनची कायमस्वरूपी हद्दपारी वाटली. तीन वर्षांनी तिची प्रकृती पूर्णपणे ढासळली, तेव्हा तिला घरी परत येण्याची आणि अजूनही तिची वाट पाहत थांबलेल्या तिच्या प्रियकराशी विवाह करण्याची परवानगी देण्यात आली.

परंतु एकदा आपल्या अंतरी असलेला परस्परविरोधी भावनांचा प्रक्षोभ शांत झाल्यावर, अघोरनाथ पुन्हा एकदा आदर्श 'भारतीय' पित्याच्या भूमिकेत शिरले. त्यांनी मद्रासमध्ये हा विवाह समारंभ आयोजित केला आणि तेथील वर्तमानपत्रांनी 'सामाजिक सुधारणेच्या इतिहासातील नवं युग' अशा शब्दांत या सोहळ्याचा गौरव केला. 'दक्षिण भारतातील समाज सुधारकांचे अग्रणी' हे आपलं स्थान पुन्हा परत मिळवणाऱ्या अघोरनाथांनी ब्राह्मोसमाज नेते राजा राममोहन रॉय यांच्या पत्नीला विवाह प्रसंगीची 'करवली' म्हणून आमंत्रित केलं. पाश्चिमात्य आणि पारंपरिक विधींचा मिलाफ असलेल्या या विवाह समारंभाचं पौरोहित्य समाजसुधारक वीररसलिंगम पंटलू यांच्यावर सोपविण्यात आलं होतं. प्रार्थना आणि हिंदू विधींनी सोहळ्याला प्रारंभ केल्यावर वीररसलिंगम यांनी धर्मनिरपेक्ष याजक या नात्यानं इंग्रजीत प्रवचन दिलं आणि वधू-वरांना विवाहोत्तर जबाबदाऱ्यांची ओळख करून दिली. पित्यानं कन्यादान केलं. पद्मिनी सेनगुप्तांनी *सरोजिनी नायडू : अ बायोग्राफी* या पुस्तकात

नमूद केलंय, 'मिस्टर. एफ. डी. बर्ड, मद्रास शहराचे विवाह नोंदणीदार (मॅरेज रजिस्ट्रार) यांच्या उपस्थितीत विवाह सोहळा यथाविधी पार पडला. राव बहादुर पंडित वीररसलिंगम पंटलू गुरूंनी त्यानंतर आशीर्वाद दिले.'

अठरा वर्षांमागं अशाच प्रकारचा आणखी एक विवाह पार पडला होता, तेव्हा पंडित रमाबाई सरस्वती या कोकणातील चित्तपावन ब्राह्मणकुलीन स्त्रीनं एका बंगाली कायस्थाशी विवाह केला होता. त्यानंतर खूपच वादंग माजलं होतं; परंतु या वेळेस मात्र डॉ. नायडूंच्या तेलुगू बालिजा कुळानं किंवा सरोजिनींच्या कुलीन या बंगाली ब्राह्मण उपशाखेनं कोणताही वादंग माजवला नाही. उलट मद्रासमधील ब्राह्मो मंदिरात संपन्न झालेल्या या विवाहासाठी जमलेल्या आमंत्रितांनी हातातले चषक उंचावून एकमुखानं शुभेच्छा दिल्या. जमलेल्या विविध धर्मीय, जातीय, प्रांतीय आमंत्रितांनी वधू-वरांच्या भिन्न जाती-प्रांतांबद्दल कोणताही किंतू न बाळगता मनापासून आशीर्वाद दिले. 'पाहुण्यांना दिलेल्या मिष्टान्न भोजनाचा आनंदानं आस्वाद घेऊन आमंत्रितांनी शुभेच्छा दिल्या आणि ते निघून गेले. त्यानंतर वधू-वर कॅपर हाउस हॉटेलात निघून गेले. डॉ. नायडू त्या वेळेस तेथे राहत होते,' असं पद्मिनी सेनगुप्तांनी वर्णन केलं आहे. वर्तमानपत्रांसकट सर्वांनी या विवाहाचा 'युगप्रवर्तक समाज सुधारणा' अशा शब्दांत गौरव केला आणि त्यामुळे भविष्यात असेच अनेक आंतरजातीय आणि आंतरप्रांतीय विवाह घडण्याची प्रथा पडेल, असं मत व्यक्त केलं.

असं मत तेव्हा व्यक्त झालं असूनही, त्यानंतर तब्बल वीस वर्षांनंतर रट्टी आणि जिना यांना तशाच, उलट अधिकच कडव्या, पूर्वग्रहांना सामोरं जावं लागत होतं. हाती घेतलेलं कोणतंही काम जिना कोणत्या जिद्दीनं तडीला नेतात, याची रट्टीला कल्पना असती, तर तिला एवढ्या दुःखद यातना भोगाव्या लागल्या नसत्या. आपल्या विरुद्ध कोर्टानं जारी केलेला मनाई हुकूम पाहिल्यावर जिनांची कोणती प्रतिक्रिया झाली हे सर दिनशॉंना कळलं असतं, तर ते याहूनही अधिक खचून गेले असते. जरी वरकरणी त्यांनी त्याबद्दल बेपर्वाईचा मुखवटा धारण केला असला, तरी दिनशॉंनी त्यांचे एकामागून एक केलेले अपमान जिना सहजी दुर्लक्षतील, ही केवळ अशक्य कोटीतील गोष्ट होती. ते जणू काही एक गुन्हेगार किंवा पैशाचे लोभी असावेत, अशा पद्धतीनं सर दिनशॉंनी प्रथम त्यांचा प्रस्ताव अत्यंत उर्मटपणे धुडकावून लावला होता आणि नंतर कोर्टातर्फे अत्यंत अपमानास्पद असा मनाई हुकूम जारी केला होता! आपण कुणाचं वैर ओढवून घेतोय, याची सर दिनशॉंना पुसटशीही कल्पना असती तर...!!!

प्रकरण पाचवे

~

जिना १८९६ साली मुंबईला आले, तेव्हा त्यांच्या हातात फक्त लिंकन्स इन या लंडनमधील लॉ कॉलेजची बॅरिस्टरची पदवी होती आणि आपण विख्यात नेते बनणार, असा स्वतःच्या भविष्याबद्दलचा ठाम विश्वास अंतःकरणात होता. ते तेव्हा वीस वर्षांचेदेखील नव्हते. आपण नाव कमावणार या त्यांच्या ठाम विश्वासाच्या आड त्यांच्या वडिलांचं धंद्यात निघालेलं दिवाळं आलं नाही किंवा झगडणाऱ्या होतकरू वकिलांनी भरलेल्या या शहरात आपला कुणीही आश्रयदातासुद्धा नाही, ही वस्तुस्थिती आडवी आली नाही. आपण खूप मोठे होणार ही कल्पना त्यांच्या डोक्यात आईनं पेरली असली, तरी तिच्या मृत्यूनंतर त्या कल्पनेनं ठाम मूळ धरलं होतं.

ती काठेवाडातील खेड्यात जन्मलेली एक साधीसुधी, धर्मपरायण स्त्री होती आणि आपला पती आणि सहा मुलं हेच तिचं सर्वस्व असलं, तरी मुलांमधले ज्येष्ठ जिना तिचे विशेष लाडके होते. जिना इंग्लंडमध्ये होते, तेव्हा ती सतत तिच्या मुलींना एका फकिरानं वर्तवलेली भविष्यवाणी ऐकवत असे : तान्ह्या जिनांच्या तळपायावरची जन्मखूण पाहून फकीर म्हणाला होता की, एक दिवस हा मुलगा फार मोठा बनेल! जिना साहेबी पोशाखात इंग्लंडहून परत आले, तोवर त्यांची आई मृत्यू पावली होती; परंतु त्यांच्या बहिणींना या जन्मखुणेबद्दल वाटणारं कुतूहल शमवायला, त्यांच्या अंधश्रद्धेची खिल्ली उडवत, जिनांनी मोजे काढून आपला तळपाय त्यांना दाखवला होता. या भविष्यवाणीवर त्यांचा विश्वास बसला असो वा नसो! ती प्रत्यक्षात उतरवण्यासाठी मात्र त्यांनी अथक प्रयत्न केले. त्यांचा स्वभाव इतका जिद्दी होता की, फक्त भविष्यवाणीवर विसंबून ते शांत बसणं केवळ अशक्य होते!

त्यांच्या या स्वभावाची खरी पारख फक्त त्यांच्या पित्याला झाली होती. जिनांचे वडील, जिनाभाई पूंजा हे इस्माइली शाखेचे ख्वाजा मुस्लीम होते. ते स्वतःसुद्धा अजिबात दुर्बल मनोवृत्तीचे नव्हते! काठेवाडातील घुसमवटून टाकणाऱ्या वातावरणातून त्यांनी सोळा-सतराव्या वर्षीच पळ काढला होता आणि व्यापारातलं आपलं नशीब आजमावून पाहायला ते कराचीला गेले होते. ते वीस वर्षांचे झाले तोवर त्यांनी कराचीत स्वतःची

खरेदी-विक्री करणारी व्यापार कंपनी थाटली होती आणि या झपाट्यानं वाढणाऱ्या बंदरगावी त्यांनी इतर, सुस्थापित व्यापाऱ्यांना मागे टाकायला प्रारंभ केला होता. उंच, सडपातळ, काटकसरी जिनाभाई पूंजा अत्यंत शिस्तबद्ध होते आणि आपला धंदा वाढवत नेणं हे त्याचं एकमेव उद्दिष्ट होतं. घरी आणि ऑफिसात त्यांचाच शब्द अंतिम असे, फक्त ते आपल्या ज्येष्ठ पुत्राशी बरोबरीच्या नात्यानं वागत असत. ते त्याच्याशी अत्यंत व्यवहारचातुर्यानं वागत आणि त्याच्या आत्मसन्मानाला धक्का पोहोचणार नाही, याची विशेष काळजी घेत. आपलं म्हणणं पटवण्यासाठी ते त्याच्या भावनेला नव्हे, तर बुद्धीला आवाहन करत असत. जणू काही या मुलाबरोबर मतभेद झाला, तर त्याचीच सरशी होईल, हे त्यांनी ताडलं असावं. उदाहरण द्यायचं, तर एकदा जिनांनी शाळा सोडून वडिलांना धंद्यात मदत करायचा निर्णय घेतला होता. ते शांतपणे वडिलांना म्हणाले होते, 'मी शाळेपेक्षा तुमच्या ऑफिसात अधिक उपयुक्त ठरेन.' यामागचं एकमेव कारण असं की, तोवर जिनांना इंग्रजी अंकगणित शिकवायला घरीच मास्तर येत असत. पहिल्यांदाच घराजवळच्या प्राथमिक शाळेत त्यांना पाठवण्यात आलं होतं. सशक्त, उंच जिना खेळाच्या मैदानावरचे नैसर्गिक नेते होते. शाळेतही त्यांनी आपल्या नेतृत्व गुणांवर मुलांमध्ये अग्रस्थान मिळवलं होतं. फक्त पहिल्या परीक्षेच्या निकालानंतर त्यांना धक्का बसला होता. त्यांच्याहून वयानं लहान असलेल्या मुलांनीसुद्धा त्यांच्या पेक्षा जास्त गुण मिळवलेले पाहून जिनांनी शाळेत वेळ वाया घालवण्याऐवजी धंद्यात मदत करण्याचा निर्णय घेतला होता. आपला मुलगा मॅट्रिकची परीक्षा उत्तीर्ण होऊन आपल्याला धंद्यात मदत करेल, धंद्याची प्रचंड बरकत होईल, अशी स्वप्नं पाहणाऱ्या त्यांच्या पित्याला हा मोठा धक्का होता; पण आपल्या नऊ वर्षांच्या मुलाला धाकदपटशानं किंवा लाडीगोडीनं नमवण्याऐवजी त्यांनी फक्त म्हटलं होतं, 'कामाचे तास खूप असतील; सकाळी आठ ते दोन; मग दोन ते चार जेवणासाठी घरी येऊन पुन्हा चार ते नऊ कामासाठी ऑफिसात; खेळायला वेळ मिळणार नाही!' जिनांनी या साऱ्याचा स्वीकार केल्यावर त्यांच्या वडिलांना मुलाच्या इच्छेपुढे मान तुकवणं भाग पडलं होतं.

दोन महिने जिनांनी अविरत कष्ट करून वडिलांना दिलेला शब्द पाळला होता. त्यांच्या वडिलांनी दहा वर्षं कष्ट करून स्थापन केलेली व्यापारी कंपनी व्यापारी गोंद बनवण्यासाठीच्या गम अरेबिक आणि आयसिन ग्लास या कच्च्या मालाची खरेदी-विक्री करत असे. याखेरीज जिनाभाई पूंजा यांनी काठेवाडातून कामासाठी कराचीला येणाऱ्या व्यापाऱ्यांसाठी अनधिकृत स्वखर्चानी अनधिकृत बँकसुद्धा सुरू केली होती. ब्रिटिशांच्या व्यापारी-कंपन्यांच्या कराचीतील शाखांसाठी ते बहुदा ठेकेदारीही करत असावेत. त्यासाठीच त्यांनी प्रयत्नपूर्वक इंग्रजी लिहिण्या-वाचण्याचा सराव केला होता. स्वतःचं ऑफिस हेच जिनाभाईंचं सर्वस्व होतं आणि तेच त्याचं मुख्य उद्दिष्ट होतं; परंतु केवळ पैशाला पैसा जोडत जाण्यासाठी कष्ट उपसत बसण्यात भविष्याची उच्च स्वप्नं पाहणाऱ्या त्यांच्या महत्त्वाकांक्षी मुलाला काहीच गम्य वाटत नव्हतं. आपण नेतृत्व करण्याऐवजी चाकरमानं आयुष्य जगतोय, हे सहन न झाल्यामुळेच मोहम्मद अली जिनांनी आपला निर्णय बदलला, असं त्याचं चरित्र लिहिणाऱ्या त्यांच्या फातिमा या बहिणीनं नमूद केलं आहे. ती लिहिते, 'त्याला लिहिता, वाचता आणि हिशेब ठेवता येत नसल्यामुळे त्याला ऑफिसात फारसं काही करता येत नव्हतं. तिथं तो

बारीकसारीक कामंच हरकाम्याप्रमाणे करत होता. विकणं-विकत घेणं याबाबतचे आणि अन्य महत्त्वाचे निर्णय त्याचे वडीलच घेत होते. त्याचं मत कुणीच विचारत नव्हतं आणि सर्वांत मोठा तोटा म्हणजे अत्यंत प्रिय असलेले मैदानी खेळ खेळायला त्याला अजिबातच वेळ मिळत नव्हता;' परंतु हे दोन महिने त्यांनी इतकं मन लावून, निष्ठेनं काम केलं होतं की, त्यांच्या पित्याला आपल्या मुलाचा निर्णय सुज्ञपणाचा वाटू लागला होता, त्यामुळे मुलानं ऑफिसात यायचं बंद करून पुन्हा शाळेत जायचं ठरवल्यावर ते थक्कच झाले; परंतु हा निर्णय ऐकून त्यांना झालेला आनंद प्रकट न करण्याएवढा सुज्ञपणा मात्र त्यांचे ठायी होता. फक्त आपल्या हटवादी मुलाला कानपिचकी द्यायचा मोह त्यांना आवरता आला नाही. ते म्हणाले, 'बाळा, आयुष्यात दोन प्रकारे शिकता येतं. एक म्हणजे तुमच्या ज्येष्ठांच्या ज्ञानावर आणि सुज्ञपणावर विश्वास ठेवून त्यांचा सल्ला तंतोतंत पाळणं.' हे ऐकून त्यांच्या मुलावर काडीचाही प्रभाव पडला नव्हता. त्याला पर्यायी मार्ग ऐकायचा होता, त्यामुळे ते पुढे म्हणाले, 'दुसरा मार्ग म्हणजे आपल्या मताप्रमाणे जाणं आणि केलेल्या चुकांपासून बोध घेत जाणं. आयुष्यात खाल्लेल्या टक्क्याटोणप्यांनी आणि लाथांनी तावून-सुलाखून बाहेर पडणं.' हा दुसरा पर्याय त्यांच्या मुलाच्या मनोवृत्तीला साजेसा होता आणि तो मोहम्मद अली जिनांनी शिरोधार्य मानला. हा धडा ते आयुष्यभर विसरले नाहीत.

या अनुभवामुळे ते शाळेत कळपातले एक बनले? 'बाबा वाक्यं प्रमाणं' म्हणू लागले? थोडा वेळ तसं घडलंही असू शकेल. 'तो पूर्णपणे बदलून गेला होता. त्याच्या वयाचे आणि त्याच्याहूनही लहान विद्यार्थी त्याच्या पुढे निघून गेले होते. तो अभ्यासाकडे जोरात वळला. वाया गेलेला वेळ त्याला भरून काढायचा होता. तो रात्री उशिरापर्यंत अभ्यास करू लागला होता,' असं त्यांची बहीण फातिमा हिनं *जिना, माय ब्रदर* या त्यांच्या चरित्रात नमूद केलंय. त्याच घरात राहणाऱ्या त्यांच्या एका चुलतभावानंसुद्धा ते रात्री जागून कसा अभ्यास करत याचं वर्णन केलंय. 'इतकं जागून तू आजारी पडशील,' असं हा भाऊ जिनांना म्हणाला असता, जिनांनी त्याला दिलेलं उत्तर होतं, 'पण मी कष्ट केले नाहीत, तर मी आयुष्यात काहीही साध्य करू शकणार नाही!' मुलगा अभ्यासासाठी एवढे कष्ट करतोय हे पाहून जिनाभाईंच्या आशा पुन्हा एकदा पल्लवित झाल्या होत्या आणि तो मॅट्रिकची परीक्षा नक्कीच उत्तीर्ण होईल, अशी आशा त्यांना नव्यानं वाटू लागली होती; परंतु मुलाचे वर्गशिक्षक रस्त्यात भेटल्यावर त्यांच्या या स्वप्नांचा चक्काचूर झाला. कारण शिक्षक म्हणाले, 'तो सुधारतोय; पण तो अंकगणितात अगदीच सुमार आहे!' फातिमा जिनांचं म्हणणं आहे की, अंकगणिताबद्दलचा शिक्षकांचा शेरा ऐकून जिनाभाई फारच निराश झाले, कारण त्यांच्या व्यापारी कंपनीत अंकगणित आणि हिशेब ठेवणं अतिशय महत्त्वाचं कौशल्य गणलं जात असे.

आपला मुलगा भविष्यात गौरवास्पद कामगिरी करेल, हा विश्वास पूर्णपणे सोडून द्यायला मात्र जिनाभाई तयार नव्हते. आपल्या कर्तबगारीवर यशस्वी झालेल्या जिनाभाईंना मात्र वाटत असे की, कष्ट आणि दृढ निश्चय यांच्यावर काहीही साध्य होऊ शकतं आणि त्यांच्या मुलाचे ठायी या गुणांची कमतरता नसल्यामुळे त्यांनी सोपा सरळ निष्कर्ष काढला की, उनाड मित्रांची संगत लागल्यामुळे आपला मुलगा वेळ वाया घालवून सारा वेळ खेळात खर्च करतोय. त्यासाठी त्यांनी त्याची शाळा बदलली आणि मैलभर लांब असलेल्या

'सिंद मद्रासातुल इस्लाम' या शाळेत त्याला दाखल केलं. इथं इस्लामी वातावरणात इंग्रजी साहित्य आणि फारसीचं शिक्षण दिलं जात असे. आधीच्या शाळेप्रमाणेच त्यांचा मुलगा या शाळेकडेसुद्धा तुच्छतेनं पाहू लागला आणि जुन्या मित्रांमध्येच रमू लागला.

जिनाभाईंनी आपल्या मुलाला त्याच्या आत्याबरोबर मुंबईत पाठवून तिथल्या शाळेत घालायचा प्रयोग करून पाहायचं ठरवलं होतं. तिथल्या शाळेत तो चमकेल, अशी त्यांना आशा वाटत होती; पण त्यांच्या या बेताला, अनपेक्षितपणे खुद्द त्यांच्या पत्नीनंच मोडता घातला. अयोग्य मित्रांची संगत तोडण्याचे जिनाभाईंचे प्रयत्न असफल झाले असले, तरी त्यांच्या मुलाच्या मनावर त्यांच्या अपेक्षेपेक्षा त्याचा बराच खोलवर ठसा उमटला होता. सोळा–सतरा वर्षांचे असताना लंडनमध्ये जिना स्वतःचं उद्दिष्ट साध्य करण्यासाठी स्वबळावर इंग्रजी साहित्य वाचू लागले होते. सिसेरोचं अभिजात वाङ्मय वाचतेवेळी त्यांनी पुढील वाक्य ठळकपणे अधोरेखित केलं होतं : 'जेव्हा तुम्ही एखादी मैत्री किंवा नावडणारा परिचय प्रयत्नपूर्वक तोडू पाहत असाल, तेव्हा तुम्ही (मैत्रीची) गाठ हळूहळू सैल करत जावं; एका झटक्यात ती तोडून टाकू नये.'

आपल्या मुलाचं भविष्य सुधारण्यासाठी जिनाभाई केवळ अयोग्य मित्रांपासून त्याला दूर ठेवू पाहत नव्हते. ते उपयुक्त असे मित्र जोडण्यासाठी पद्धतशीरपणे त्याला उत्तेजनही देत होते. अशी एक व्यक्ती जिनांचं आजवरचं सर्वसाधारण आयुष्य अचानक बदलून टाकण्याच्या दृष्टीनं फार महत्त्वाची ठरली. खरं सांगायचं तर फ्रेडरिक ली क्रॉफ्ट हा तिशीच्या पुढच्या वयाचा इंग्रजी ब्रह्मचारी जिनाभाईंचा मित्र होता. तो ग्रॅहॅम ट्रेडिंग कंपनी या प्रमुख इंग्रजी व्यापारी कंपनीचा कराचीतला मुख्य व्यवस्थापक होता. तो जिनाभाईंना अनेक वर्षं ओळखत असावा. जिनाभाईंना आपल्या मुलाला इंग्रजीत संभाषण करता यावं, असं तीव्रतेनं वाटत होतं, त्यामुळे त्यांनी आपल्या मुलाची ली क्रॉफ्टशी ओळख करून दिली. हेक्टर बोलीथो या जिनांच्या चरित्रलेखकानं म्हटलं की, ली क्रॉफ्टला मुलं आवडत नसत; पण चौदा–पंधरा वर्षांचे जिना काही लहान मूल नव्हते. ते उंच, सडपातळ खानदानी चेहऱ्याचे आकर्षक युवक होते. एखाद्या मोठ्या माणसासारखा आत्मविश्वास त्यांच्या ठायी होता. एकलकोंड्या स्वभावाच्या ली क्रॉफ्टलासुद्धा त्यांचं व्यक्तिमत्त्व आकर्षक वाटलं आणि त्यानं त्वरितच या तरुणाला आपल्या पंखांखाली घेतलं. ली क्रॉफ्टच्या सूचनेमुळेच जिनाभाईंनी आपल्या लहान वयाच्या मुलाला लंडनला पाठवायचा निर्णय घेतला. ली क्रॉफ्टनी मोहम्मद अली जिनांना लंडनमधील ग्रॅहॅम ट्रेडिंग कंपनीत तीन वर्षांसाठी अ‍ॅप्रेंटिस म्हणून (शिकाऊ उमेदवार म्हणून) काम मिळवून देण्याचं कबूल केलं. तिथं प्रत्यक्ष व्यवस्थापनाचे धडे घेतल्यावर मोहम्मद अलींना परत आल्यावर पित्याच्या कंपनीत काम करणं सुलभ जाईल, असं ली क्रॉफ्टनी जिनाभाईंना पटवलं, असं फातिमा जिनांनी नमूद केलंय. या प्रस्तावाचा जिनाभाईंना मोह पडला. त्यांच्या ठायी असलेल्या सुज्ञ व्यापारी व्यवहारज्ञानामुळे त्यांना पटलं की, आपल्या मुलाचं हे प्रशिक्षण कंपनीच्या भरभराटीसाठी आणि विकासासाठी अतिशय उपयुक्त ठरेल; परंतु हा खर्चिक प्रस्ताव होता, त्यामुळे एक पैसासुद्धा वायफळपणे वाया न घालवणाऱ्या जिनाभाईंनी त्याबद्दल भरपूर साधकबाधक विचार केला.

अखेरीस ली क्रॉफ्टनी जिनाभाईंचं मनं वळवलं. त्यांनी एकूण किती खर्च येईल याचा नेमका अंदाज जिनाभाईंना दिला. कराचीहून लंडनला प्रवास करण्याचा सर्वांत स्वस्त मार्ग

कोणता, अशी जिनाभाईंनी ली क्रॉफ्ट जवळ सावधपणे चौकशी केली. आपल्या मुलाच्या तीन वर्षांच्या वास्तव्यासाठी नेमका किती खर्च येईल, याचा अंदाज घेतला. जरी एकूण खर्च बराच येणार असला, तरी तेवढा आपल्याला परवडेल असं पटल्यावर त्यांनी मुलाच्या तीन वर्षांच्या लंडनमधील वास्तव्यासाठीची पूर्ण रक्कम लंडनच्या ग्रॅहॅम कंपनीत पाठवली. हा तपशील फातिमा जिनांनी आपल्या पुस्तकात नमूद केला आहे.

जिनाभाईंच्या आपल्या मुलाकडून फारशा उच्च अपेक्षा नसतानासुद्धा ते एवढा खर्च करायला तयार झाले, हे एक आश्चर्य आहे. फकिराच्या भविष्यवाणीचा त्यांची पत्नी वारंवार उच्चार करून, माझा मुलगा खूप मोठा बनणार असं ठामपणे म्हणत असे. या भविष्यवाणीवर जिनाभाईंचा अजिबातच विश्वास नसला तरी त्यांच्या पत्नीचा मात्र त्यावर पूर्ण विश्वास होता!

असं असूनही, मोहम्मद अली जिनांची आईच या प्रस्तावाच्या आड आली. आपला लेक तीन वर्षं आपल्याला दिसणार नाही, ही कल्पना तिला सहनच होईना! हे सारं तिच्या मुलाच्या आणि पर्यायानं पूर्ण कुटुंबाच्या हिताचं आहे, असं तिला पटवण्याचा जिनाभाईंनी परोपरीनं प्रयत्न केला. अनेक दिवस तिचं मन वळवल्यावर अखेरीस जिनाभाईंची पत्नी मिठीबाई हिनं या प्रस्तावाला मान्यता दिली; परंतु त्यासाठी तिनं एक अट घातली, 'अविवाहित तरुणाला इंग्लंडला पाठवणं धोक्याचं आहे. विशेषतः माझ्या मोहम्मद अलीसारख्या देखण्या तरुणाला! त्यांनी इंग्लिश मुलीशी विवाह केला, तर आपत्ती ओढवेल...' असं म्हणतं तिनं मोहम्मद अलीचा विवाह करून देऊन मगच त्याला पाठवावं, असा हट्ट धरला. असा युक्तिवाद त्याकाळी नेहमीच केला जात असला, तरी जिनांनी माता-पित्यांच्या या आग्रहापुढे मान तुकवली ही मोठी आश्चर्याची गोष्ट वाटते!

फातिमा म्हणते, 'त्याकाळी आई-वडील आपल्या मुलांचे विवाह निश्चित करत. त्यांच्या सुज्ञपणावर भिस्त ठेवण्यापलीकडे मुलांच्या हाती काहीच नसे! पण जिना कुणी सर्वसाधारण मुलगा नव्हते. वयाच्या सहाव्या वर्षापासून ते सारे निर्णय स्वतंत्रपणे घेत आले होते.' अठ्ठावीस वर्षं त्यांच्या जवळ राहून त्यांना पूर्णपणे ओळखणारी फातिमा लिहिते, 'स्वतःच्या प्रयत्नांनी अनुभव घेऊन त्या बळावर शिकायची त्याला प्रचंड भूक होती. तो इतरांच्या आज्ञेनुसार वागणारं प्यादं नव्हता! आयुष्यातला तो एकच निर्णय त्यानं इतरांना घेऊ दिला होता.' त्या मागचं कारण फातिमाच्या मते होतं, 'त्याचं आईवर इतकं प्रेम होतं की, तो तिचं म्हणणं नाकारू शकला नाही. त्याचा पित्याच्या व्यवहारज्ञानावर इतका प्रगाढ विश्वास होता की, त्याचे वडील चूक करणार नाहीत, याबद्दल त्याला खात्री वाटत होती.'

परंतु आई-वडिलांपैकी त्यांच्या साध्या भोळ्या, अशिक्षित आईचा त्याच्यावर जास्त प्रभाव पडत असे. त्यापायी त्यांनी तिच्या पसंतीच्या मुलीला निःशंकपणे होकार दिला. ही चौदा वर्षांची काठेवाडच्या खेड्यात राहणारी मुलगी त्यांची दूरची नातेवाईक होती आणि निर्णय घेण्यापूर्वी जिनांनी किंवा त्यांच्या आईनं तिला पाहिलीदेखील नव्हती; पण आईनं जिनांना म्हटलं की, अशा बाबतीतले आईचे आशीर्वाद मंगल ठरतात आणि असा विवाह सुखाचा आणि शुभशकुनी ठरतो, तेव्हा सूर्यप्रकाशात धुकं विरून जावं, तशा त्यांच्या साऱ्या आशंकासुद्धा विरून गेल्या, असं फातिमानं नमूद केलं आहे. वधूची निवड करण्याचं स्वातंत्र्य नसण्याखेरीज या विवाहासंबंधीच्या इतर गोष्टीसुद्धा जिनांना नक्कीच आवडल्या नसणार. त्यांच्या वडिलांच्या मूळ गावच्या लोकांची समजूत

होती की, कराचीत जाऊन जिनाभाई कोट्यधीश झाले आहेत. त्यांची ही गैरसमजूत तशीच राहावी म्हणून जिनाभाईंनी आपला काळजीपूर्वक साठवलेला पैसा आणि वेळ यांची प्रचंड उधळपट्टी केली. पानेली या आपल्या काठेवाड्यामधील गावातील लोकांना महिनाभर मेजवान्या चारल्या.

परंतु महिनाभर चालू असलेल्या समारंभाच्या अखेरीस मात्र जिनांची सहनशक्ती संपत आली! अद्याप ज्या वधूचं तोंडही पाहिलं नव्हतं, त्या एमीबाईशी मौलवीनं त्यांचा निकाह लावून दिला. आता मात्र सर्व जिना कुटुंबाला कराचीला परत जायचे वेध लागले; पण वधूचं कुटुंब वधूला त्यांच्या बरोबर पाठवायला तयार होईना. प्रथेनुसार त्यांच्या नवपरिणित मुलीला तीन महिने नाही, तर निदान एक महिना तरी माहेरी राहून मगच सासरी जावं असा त्यांचा हट्ट होता. दोन्ही कुटुंबांत या मुद्द्यावरून खूप वादविवाद होऊनही निष्कर्ष निघेना! सर्व ठप्प झाल्यावर मात्र जिनांनी पूर्वीच्याच तडफेनं आणि स्वतंत्रवृत्तीनं सूत्रं हाती घेतली. ते वधूच्या माता-पित्याकडे गेले. प्रारंभीचं आतिथ्य पार पडल्यावर स्थिर शब्दांत स्पष्टपणे म्हणाले की, त्यांचे आई-वडील यापुढे पानेली गावी राहू शकत नाहीत आणि ते स्वतःसुद्धा त्यांच्या बरोबर कराचीला जात आहेत. त्यांना त्यांच्या पत्नीला स्वतःबरोबर नेण्याची इच्छा आहे... पण तिच्या माता-पित्यांची त्याला सहमती नसेल, त्यांना खेड्याच्या प्रथाच पाळायच्या असतील, तर त्याला ते दोघे मुख्त्यार आहेत... स्वतः जिना लवकरच कराचीहून युरोपला जायला निघणार आहेत. या उभयतांना कदाचित त्यांच्या लेकीला पतीच्या अनुपस्थितीत कराचीला पाठवून तीन वर्षं पतीच्या आगमनाची वाट पाहत तिष्ठत ठेवायचं असेल, तर ते मोकळे आहेत. ही घटना फातिमानं नमूद केली आहे. अर्थातच त्यांचं हे बोलणं ऐकून एमीबाईच्या माता-पित्यांनी आपलं मत ताबडतोब बदललं आणि तिला पतीसोबत कराचीला धाडायला ते तयार झाले. दोन कुटुंबांतील बखेडा संपला आणि पुन्हा त्यांच्यात स्नेहसंबंध प्रस्तापित झाले.

कराचीला घरी परतल्यावर जिनांनी परत एकदा निर्णय आपल्या हाती घेतला आणि एमीबाई सासऱ्यांपुढे घुंघट घेऊन उभी राहण्याची रूढी अजिबात पाळणार नाही, असं ठणकावून सांगितलं. फातिमा म्हणते, 'मोहम्मद अलीचं अशा बाबतीत स्वतःचं असं मत होतं. त्याचं म्हणणं होतं की, त्याची पत्नी त्याच्या माता-पित्यांना मुलीसमान आहे आणि आता ती या कुटुंबाचा घटक आहे. कुणाची पणजी ही प्रथा पाळत होती म्हणून तिनं सासऱ्यांसमोर घुंगट घेऊन वावरण्याची कोणतीच गरज नाही. पुन्हा एकदा जिनाभाईंनी लेकाच्या मतापुढे मान तुकवली आणि कुटुंबात अनेक पिढ्या पाळल्या जाणाऱ्या या प्रथेतून एमीबाईला मुक्त केलं.'

पंधरा वर्षांच्या अल्पवयात जिना आपल्या मतांनुसार कुटुंबाला वाकवू शकत होते म्हणून तर त्यांच्यात इतका असाधारण आत्मविश्वास निर्माण झाला नसेल? ते इंग्लंडला पोहोचले तेव्हा आत्मविश्वास हा त्यांचा फार मोठा गुण ठरला. त्यांच्या बोटीवरच्या एक इंग्रजावर इतक्या अल्पवयीन मुलाच्या असामान्य आत्मविश्वासाचा इतका प्रभाव पडला की, त्यानं या अनोळखी मुलाला पंखाखाली घेऊन इंग्लंडमधील आयुष्याबद्दल युक्तीच्या अनेक गोष्टी ऐकवल्या. हा इंग्रज आपल्या वार्षिक सुट्टीवर भारतातून इंग्लंडला जात होता. त्यानं जिनांना आपला लंडनमधला पत्ता दिला आणि अधूनमधून भेटायला येण्याचं त्यांना

आमंत्रण दिलं. पोर्ट सैदला अनेक खिसेकापू असूनही जिनांनी आपलं पाकीट सुरक्षित राखल्याबद्दल त्यांचं कौतुक करत हा इंग्रज म्हणाला, 'शाब्बास! आयुष्यात सर्व बाबतीत असंच काळजीपूर्वक वागायला हवं!' आपल्या हितचिंतकाचे हे बोल ऐकून जिनांना नक्कीच आपल्या पित्याची आठवण आली असणार!

हा सल्ला साउथॅम्पनला बोटीतून उतरल्याक्षणापासूनच पाळायची जिनांना गरज पडली. ते अजिबात न डगमगता टॅक्सीत बसले आणि त्यांनी माफक दराचं पण आरामशीर हॉटेल सुचवायची टॅक्सीचालकाला विनंती केली. त्या हॉटेलातील स्वागतिकेला प्रश्न पडला होता की, या मुलाला हॉटेलचा दर परवडणार की नाही. जिनांनी पूर्ण आत्मविश्वासानं होकार दिला आणि पुढे पुस्ती जोडली, 'पण ते रास्त दर असतील अशी मी आशा करतो!' पहिली रात्र एकट्यानं अनोळखी देशात काढण्याबद्दल वाटणारी सारी भीती आणि एकाकीपणाची भावना त्यांनी हॉटेलच्या खोलीत शिरेपर्यंत मनात दडवून ठेवली. तेव्हा घडलेली स्वतःबद्दलची एकच घटना ते भविष्यात कोरा चेहरा ठेवून पण विनोदी ढंगानं खास लोकांना ऐकवत असत : पहिल्या रात्री पांघरुणात शिरल्यावर उबेसाठी पायागती ठेवली गेलेली गरम पाण्याची बाटली म्हणजे एखादा प्राणी आहे, असं वाटून भीतीपोटी त्यांनी ती पांघरुणाबाहेर जोरात ढकलून दिली होती. खाली पडलेल्या बाटलीतून पाणी बाहेर निघू लागलं, तेव्हा ते त्या प्राण्याचे रक्त आहे, असं वाटून ते भीतीनं किंचाळत सुटले होते, 'मी त्याला मारलं! मी त्याला मारलं!' अर्थात हे ऐकायला तिथं कुणीच नव्हतं.

घरापासून इतक्या दूरच्या देशात तेसुद्धा हिवाळ्यात वडिलांनी दिलेले दोन परिचितांचे पत्ते शोधल्यावर ते दोघेही बाहेरगावी गेले असल्याचं कळलेलं असताना शांतपणे तिथं स्थिरावणं, ही एका अल्पवयीन मुलाच्या दृष्टीनं सोपी गोष्ट नक्कीच नव्हती; परंतु जिनांनी कोणतीही भीती किंवा एकटेपणाची भावना दर्शविली नाही. लंडनमध्ये माफक दराची हॉटेलची खोली शोधून ते ग्रॅहॅम ट्रेडिंग कंपनीच्या कचेरीत रुजू झाले. लंडनच्या दमट, थंडगार रस्त्यांवर पायपीट करत ते रोज सकाळी कचेरीत पोहोचत असत. मूकपणे, स्थितप्रज्ञ वृत्तीनं परिस्थितीला सामोरं जाण्याची त्यांना तिथं लागलेली सवय आयुष्यभर टिकून राहिली आणि लंडनमधील धुक्याची तीव्र नावड सोडता, त्यांनी तेव्हा अनुभवाला आलेल्या यातना किंवा मानसिक आघात विस्मृतीत ढकलून दिले. तेव्हा वाटत असलेल्या एकटेपणाची आठवण लंडनमधलं धुकं करून देत असे म्हणून की काय त्या धुक्याबद्दल त्यांना आयुष्यभर नावड वाटत राहिली! पन्नास वर्षांनी एका चरित्रलेखकानं त्यांना प्रश्न विचारला होता की, ब्रिटनमधील प्रारंभीच्या विद्यार्थीदशेच्या काळात ते सुखी होते किंवा नाही. त्यांनी त्या साऱ्या भीषण अनुभवाचं एका वाक्यात संक्षेपानं वर्णन केलं होतं, 'पहिल्या काही महिन्यांत अनोळखी देश आणि वातावरण, ओळखीचं कुणीही नाही, हिवाळी धुकं आणि लंडनमधला कडक हिवाळा यामुळे तो खूपच अस्वस्थ होऊन गेला होता; परंतु तो लवकरच रुळला आणि आनंदात राहू लागला.'

हे विधान बरंचसं खरं आहे. इतर भारतीय विद्यार्थ्यांपेक्षा जिना नव्या जगात सहजपणे रुळले. कारण इतरांप्रमाणे ते असुरक्षिततेच्या भावनेनं दडपून गेले नाहीत. त्यांचे वडील काटकसरी होते; परंतु तरीसुद्धा त्यांनी ग्रॅहॅम ट्रेडिंग कंपनीच्या लंडन शाखेत आपल्या मुलाला नीटपणे दोन वर्षं राहता येईल, इतके पैसे भरलेले होते. जिनांनी ते काळजीपूर्वक

वापरून आणखी एक वर्ष पुरवले. जिनाभाईंनी आपल्या मुलाला नुसतेच पैसे पुरवले नव्हते; तर शक्य तेवढ्या काटकसरीत राहून, प्रत्येक पैशाचा हिशेब ठेवण्याचं अत्यंत उपयुक्त प्रशिक्षणसुद्धा त्याला दिलं होतं. ही सवय जिनांना आयुष्यभरासाठी उपयुक्त ठरली. सुरुवातीला वाहन न घेता पायी ऑफिसात जाऊन जे पैसे वाचत असत, ते जिना इतर खर्चासाठी वापरत असत. त्यासाठी भरपूर अंतर ते पायी चालून जात आणि टॅक्सीचे पैसे वाचवत. हॉटेलात खोली घेऊन न राहता त्यांनी स्वस्तात 'पेइंग गेस्ट' म्हणून सोय लावून घेतली. त्यांचे इतर खर्चसुद्धा बेताचे होते. योग्य पोशाखाबाबत काळजी घेणाऱ्या जिनांना त्यावर लगेचच खर्च करावा लागला नसणार, कारण कराचीतले त्यांचे मार्गदर्शक ली क्रॉफ्ट स्वतः पोशाखाबाबत इतके चोखंदळ होते की, त्यांनी जिनांना योग्य प्रावरणं बरोबर न घेता जाऊ दिलं असणं संभवनीय नाही!

शिवाय इंग्रजी मुलींवर छाप पाडण्याची जिनांची काडीचीही इच्छा नव्हती. वस्तुस्थिती उलटच होती. मुलींवर प्रभाव पाडायची त्यांची तीव्र अनिच्छा हेच बहुधा त्यांच्या आकर्षकपणामागचं गुपित असावं. मुलींना दूर ठेवण्यासाठी ते मनात येईल, तेव्हा अलिप्त, मग्रुरीनं वागू लागत. त्यांच्या घर मालकिणीची मुलगी त्यांच्याच वयाची आणि आकर्षक होती. ती चंग बांधल्याप्रमाणे त्यांचा पाठपुरावा करत असे. घरात आयोजित करण्यात आलेल्या मेजवान्यांच्या वेळेस जे खेळ खेळले जात, त्यात ती 'चुंबन घेणं' ही शिक्षा फर्मावत असे. अशी चुंबनाची शिक्षा असलेले खेळ जिना जमेल तोवर टाळत असत; पण एकदा नाताळच्या मेजवानीच्या वेळेस ते अनवधानानं मिसलटोच्या डहाळीखाली उभे राहिले होते आणि त्यासाठीची शिक्षा असलेल्या आलिंगन-चुंबनाला त्यांना सामोरं जावं लागलं होतं. तिच्यापासून दूर राहण्याचे सर्व प्रयत्न फसल्यावर त्यांनी त्यांचं सर्वांत अमोघ शस्त्र वापरलं. अत्यंत कोरड्या थंडपणानं तिला त्यांनी धुतकारून लावलं. अनेक वर्षांनंतर त्याबद्दल त्यांनी फातिमाला म्हटलं, 'तिची कानउघाडणी केली आणि तिला म्हटलं की, आमच्या कोणत्याही समाजात अशा गोष्टी केल्या जात नाहीत आणि त्यांना परवानगीसुद्धा दिली जात नाही. मी तिला तिरस्काराची वागणूक दिली, ते बरंच झालं कारण त्यानंतर दररोजचे तिचे विभ्रम पाहण्याचं माझं संकट दूर झालं.'

एकदा तिथं स्थिरावल्यावर त्यांना तिथलंच आयुष्य बरं वाटू लागलं. त्यांची आई अतिशय तिखट जेवण रांधत असे. त्यांचे आई-वडील गुजरातच्या गोंडल प्रांतातले होते आणि तो भाग मिरच्यांसाठी प्रसिद्ध होता. इंग्लंडमधलं बिनतिखटाचं जेवणच जिनांना आवडू लागलं आणि रोस्ट बीफ (भाजलेलं गोमांस) आणि फ्रूट टार्ट या विद्यार्थीदशेतल्या त्यांच्या सर्वांत आवडत्या गोष्टी बनल्या. लंडनचा कडक हिवाळासुद्धा त्यांनी आव्हान म्हणून स्वीकारला आणि भर थंडीत ते थंड पाण्याने स्नान करू लागले. कधी कधी तर ते आदल्या रात्री टबात गार पाणी भरून ठेवत आणि सकाळी त्यावर बर्फाचा पातळ थर जमला की, तो फोडून आत डुबकी मारण्यात त्यांना थरार वाटत असे. लाडावलेला मुलगा म्हणून कराचीत त्यांना लागलेल्या काही वाईट सवयी इथं त्यांनी आनंदानं झुगारून दिल्या. तिथं त्यांच्या खोलीत ते त्यांच्या गोष्टी सर्वत्र हव्या तशा टाकून देत असत आणि घरातलं कोणीतरी त्या आवरून ठेवत असे. इंग्लंडमध्ये असे लाड करणारं कोणी नव्हतं, त्यामुळे त्यांनी नीटनेटकेपणाची सवय स्वतःच्या अंगी रुजवली.

सुरवातीला त्यांना नकोसा वाटणारा सक्तीचा एकांतवाससुद्धा आता त्यांना मनापासून आवडू लागला होता आणि ग्रॅहॅम कंपनीतील कर्मचाऱ्यांखेरीज कुणीच ओळखीचं नसल्यामुळे ते आपसूकच रोजचं वर्तमानपत्र अथपासून इतिपर्यंत काळजीपूर्वक वाचू लागले होते. वर्तमानपत्रात त्यांना आणखी रस वाटावा, अशी एक गोष्ट घडत होती. प्रथमच एक भारतीय माणूस ब्रिटिश सांसद बनण्यासाठी निवडणूक लढवत होता. त्या निवडणुकीच्या वेळेस जिना इंग्लंडमध्ये पोचलेले नसले, तरी दादाभाई नौरोजी ब्रिटिश सांसद म्हणून निवडून आल्यावर त्यांच्या गौरवार्थ आयोजित करण्यात आलेल्या जाहीर सभांना जिना उपस्थित राहिले होते. त्या सभांमधील भाषणं ऐकून प्रथमच जिनांच्या मनात भारतीय स्वातंत्र्याची कल्पना रुजू लागली होती. दोन हजार भारतीय दादाभाई नौरोजींचा गैरव करण्यासाठी एकत्र जमून जल्लोश करताना पाहून त्यांचा मनात एक नवीनच चेतना स्फुरण पावू लागली होती, असं ते फातिमाला म्हणाले होते.

या जाहीर सभेला उपस्थित राहण्याचा आणखी एक फायदा झाला. तेथे राहून कायद्याचं शिक्षण घेणारे अनेक भारतीय विद्यार्थी त्यांना भेटले. कायद्याचं शिक्षण घेणाऱ्या भारतीयांना पाहून जिना आपल्या भवितव्याबद्दल पुनर्विचार करू लागले. एकीकडे त्यांना राजकीय नेत्यांकडे जनता नव्या आशेनं पाहताना दिसू लागली होती आणि दुसरीकडे ते अहोरात्र ग्रॅहॅम्स कंपनीत खर्डेघाशी करण्यात व्यस्त होते. इतकं कंटाळवाणं काम करून फळ कोणतं मिळणार होतं? तर वडिलांच्या धंद्यात सामील होण्याची संधी! ही त्यांना अत्यंत कोती महत्त्वाकांक्षा वाटू लागली होती आणि ते कायद्याचं शिक्षण घेण्याचा पर्याय विचारात घेऊ लागले होते. त्यासाठी त्यांना 'लिट्ल गो' नावाच्या प्रवेश परीक्षेत उत्तीर्ण व्हावं लागणार होतं. मॅट्रिकची परीक्षा उत्तीर्ण न झालेल्यांना ही प्रवेश परीक्षा देण्याची सूट मिळण्याचं हे अखेरचं वर्ष होतं. पुढल्या वर्षी नियम बदलणार होते आणि ही परीक्षा देण्यासाठी जिनांना दोन वर्षं आणखी खर्चून मॅट्रिकची परीक्षा पार करावी लागणार होती. जिनांवर त्या वेळेस आई-वडील दडपण आणू शकत नसल्यामुळे निर्णय घेणं सोपं होतं. त्यांनी ग्रॅहॅम्समधली उमेदवारी सोडून दिली आणि 'लिट्ल गो' या परीक्षेसाठी नेटानं अभ्यास सुरू केला. ही परीक्षा उत्तीर्ण होऊन 'लिंकन्स इन' येथे कायद्याचं शिक्षण घ्यायला प्रारंभ केल्यावरच जिनांनी याबाबत त्यांच्या वडिलांना कळवलं.

आई-वडील दडपण आणतील या भीतीपोटी किंवा या परीक्षेत आपण उत्तीर्ण होणार नाही या लाजेपोटी तर जिनांनी त्यांना अत्यंत पूज्य वाटणाऱ्या पित्यापासून हा बेत लपवून ठेवला नव्हता? दोन्ही गोष्टी शक्य होत्या! ही परीक्षा अजिबात सोपी नव्हती. लेखी परीक्षेत तीन विषय होते : इंग्रजी भाषा, इंग्रजी इतिहास आणि लॅटिन. त्यानंतर विधिमंडळातील श्रेष्ठींकडून कसून तोंडी परीक्षा घेतली जाणार होती. कराचीत शाळा सोडून दिलेल्या, अभ्यासात कधीच विशेष न चमकलेल्या, वाचनाची विशेष आवड नसलेल्या आणि कोणतीही मोठी सार्वजनिक परीक्षा एकदाही न दिलेल्या जिनांच्या दृष्टीनं या परीक्षेत उत्तीर्ण होण्याचं उच्च उद्दिष्ट मूर्खपणाचंच होतं; पण या परीक्षेच्या अभ्यासासाठी हाती अवघे तीन महिने असतानासुद्धा जिनांच्या मनात यशाबद्दल कोणतीही आशंका नव्हती! त्यांचा आत्मविश्वास इतका जबरदस्त होता की, परीक्षेला बसण्यापूर्वीच त्यांनी लंडनमधील चार लॉ कॉलेजेसबद्दल (त्यांना 'जेम्स ऑफ लंडन' म्हटले जात असे) निवडीच्या दृष्टीनं

चौकशी करायला प्रारंभ केला होता. त्या परीक्षेत एक पेपर लॅटिन भाषेचा आहे, ती नीटपणे शिकायला निदान दोन वर्षं परिश्रम करावे लागतात आणि आपल्याला त्या भाषेचा गंधही नाही, या वस्तुस्थितीचं त्यांच्यावर अजिबात दडपण आलेलं नव्हतं. त्यांनी अत्यंत चिकाटीनं लॅटिनचं अर्धं पाठ्यपुस्तक वाचून काढल्यानंतरच त्यांना माहिती कळली की, भारताचे रहिवासी असल्यामुळे ते ही भाषा कधीच शिकले नाहीत, या कारणामुळे त्यांना लॅटिनच्या परीक्षेला बसावे लागणार नाही. अशी सूट मिळाली असूनही लॅटिनच्या इंग्रजी अनुवादाच्या पुढील ओळी त्यांच्या मनावर पूर्णपणे बिंबल्या होत्या, 'इतर सजीवांपेक्षा वरचढ चढू शकणाऱ्या प्रत्येकानं पूर्ण शक्ती एकवटून प्रयत्नशील राहायला हवं आणि जनावरांप्रमाणे पोटापुरते प्रयत्न करत अप्रसिद्धीच्या काळोखात काळ कंठणं टाळायला हवं.' त्या वचनामुळे त्यांच्यात आमूलाग्र बदल घडून आला, असं फातिमा म्हणते.

त्यांच्या ठायी असलेला आत्मविश्वास त्यांच्या सहकाऱ्यांना अत्यंत लोभसवाणा तरी वाटत असे किंवा अत्यंत त्रासदायक तरी वाटत असे; परंतु त्या आत्मविश्वासाचा या परीक्षेत त्यांना खूपच फायदा झाला. लेखी परीक्षेत उत्तीर्ण झाल्यावर ते मौखिक परीक्षेसाठी जेव्हा परीक्षकांसमोर उभे राहिले तेव्हा या गंभीर मुलाचा असाधारण आत्मविश्वास पाहून परीक्षक अत्यंत प्रभावित झाले. कष्ट नेटानं केले, तर कोणतीही गोष्ट साध्य करता येते, या ठाम विश्वासाखेरीज आयुष्यभर जिना त्यांच्या आईकडून सतत ऐकत आलेली फकीराची भविष्यवाणीसुद्धा अजिबात विसरले नव्हते. ते स्वतःला अत्यंत तर्कशुद्ध विचार करणारे समजत. आपण अजिबात अंधश्रद्ध नाही, असा ते दावा करीत; परंतु अनेक वर्षांनी त्यांनी एक गोष्ट फातिमाजवळ कबूल केली, 'ते जेव्हा कोणतं लॉ कॉलेज निवडावं या विचारात होते, तेव्हा त्यांनी प्रारंभी 'लिंकन्स इन'ऐवजी दुसरचं कॉलेज निवडलं होतं; परंतु लिंकन्स इन प्रवेशद्वारावर जगातल्या नामवंत न्यायाधीशांच्या नावात प्रेषित मोहम्मदच्या नावाचा समावेश करून ते कोरलेलं दिसलं, तेव्हा जिनांनी मूकपणे शपथ घेतली होती की, 'लिट्ल गो' परीक्षेत ते उत्तीर्ण झाले, तर त्याच कॉलेजात ते कायद्याचं शिक्षण घेतील.'

१३० पौंड आणि १४ शिलिंग भरून 'लिंकन्स इन'मध्ये प्रवेश केल्यानंतरच जिनांनी वडिलांना आपला निर्णय कळवला. आता त्यांना प्रतिबंध करण्याजोगं जिनाभाईंच्या हाती काहीच उरलं नव्हतं. जिनांनी ग्रॅहॅम्समध्ये जिनाभाईंनी पाठवलेले २०० पौंड काढून घेतले होते आणि ती रक्कम एका नव्या बँक खात्यात भरली होती; परंतु तरीसुद्धा चिंताग्रस्त जिनाभाईंनी लेकाला निर्वाणीचं पत्र पाठवलं होतं आणि हा सारा 'वायफळ उद्योग' बंद करून कराचीत त्यानं ताबडतोब परत यावं, अशी तंबी भरली होती. त्यांची आज्ञा स्पष्टपणे धुडकावून लावून त्यांचा उपमर्द करायची जिनांची इच्छा नव्हती, त्यामुळे त्यांनी वडिलांची मनधरणी करत त्यांना वचन दिलं की, वडिलांपाशी ते आणखी पैशांची मागणी करणार नाहीत आणि दोन वर्षांसाठी पाठवलेला पैसा ते चार वर्षं पुरवून वापरतील. आजवरची मुलाची अभ्यासातली बेताची कामगिरी पाहता जिनाभाईंना फारशी आशा मात्र नसली, तरी ते आपल्या मुलाला पूर्णपणे ओळखून होते आणि आपण हेका धरून काहीही निष्पन्न होणार नाही, हे मनोमन जाणून होते. फातिमा म्हणते, 'त्यांनी प्राप्त परिस्थितीचा स्वीकार केला आणि सारं काही नीटपणे पार पडो अशी प्रार्थना केली.'

वस्तुतः जिनाभाईंनी मुलाच्या आर्थिक परिस्थितीऐवजी स्वतःच्याच आर्थिक परिस्थितीची काळजी केली असती, तर बरं झालं असतं. जिना इंग्लंडला गेल्याला वर्ष होत नाही तोच जिनाभाईंच्या व्यापारी कंपनीचं दिवाळं निघालं आणि त्याबरोबरच त्यांच्या इतर साऱ्या धंद्यांचीसुद्धा धूळदाण उडाली, त्यामुळे त्यांची इच्छा असली तरीसुद्धा ते मुलाच्या वकिली शिक्षणासाठी मदत करू शकले नसते; परंतु त्यांनी आपल्या मुलाला काटकसरीचे जे धडे शिकवले होते, तेच आता अतिशय उपयुक्त ठरले. बचतीचं जे बाळकडू जिनाभाईंनी जिनांना अत्यंत प्रयत्नपूर्वक पाजलं होतं, ते कामी आलं. जिनांनी जवळ असलेले बेताचे पैसे दुप्पट वर्ष तर पुरवलेच शिवाय सत्तर पौंड शिल्लक ठेवून ते भारतात परतले आणि भारतात परत यायच्या तिकिटाचे आणि प्रवासातील जेवणाचे चाळीस पौंड देऊनसुद्धा ते सत्तर पौंड वाचवू शकले होते. हा चमत्कार त्यांच्या काटकसरी प्रमाणेच त्यांनी बारीकसारीक नोकऱ्या करून कमावलेल्या पैशांमुळेसुद्धा घडला होता. 'लिट्ल गो' परीक्षेनंतर बँकेच्या खात्यातून पाच पौंडांची रक्कम काढण्याची त्यांनी केलेली चैन वगळता, त्यांनी काटेकोरपणे महिन्याला फक्त ११ पौंड खर्च केला. त्यापैकी ६ पौंड त्यांच्या निवास-भोजनासाठी लागत असत. अन्य खर्चासाठी त्यांच्या हाती फक्त पाच पौंड शिल्लक राहत असत; परंतु बाप-लेकांमध्ये काटकसरीची समान सवय हाडीमाशी खिळली असली, तरी पैशांकडे पाहण्याचा जिनांचा दृष्टिकोन त्यांच्या पित्यापेक्षा सर्वस्वी भिन्न होता. जिनाभाईंना पैसा हेच सर्वस्व वाटत असे आणि कंपनीचं दिवाळं निघाल्यावर ते मानसिकदृष्ट्या खचून गेले; परंतु त्यांचा मुलगा काटकसरीनं राहत असला तरी कृपणपणे पैशाला पैसा जोडत राहायचं त्याला जमत नव्हतं. या वृत्तीकडे जिना तुच्छतेनं पाहत असत आणि क्षणाचाही विचार न करता पैशांचा व्यय करण्याबाबत त्यांना कोणतीच फिकीर नसे. पैशांकडे ते गरजा भागविण्याचं साधन याचं वृत्तीनं पाहत असत.

या बाबतीतले त्यांचे विचार येत्या काही महिन्यांत आणखी स्पष्ट होऊ लागले. ते निवडणार असलेल्या मार्गाची दिशा त्यांना एका वैयक्तिक आघातामुळे स्पष्टपणे उमगली. सातव्या अपत्याला जन्म देताना कराचीत त्यांची आई मिठीबाई मृत्यू पावली. जिनांनी इंग्लंडला प्रयाण केल्यावर अवघ्या दहाच महिन्यांत ती निवर्तली. त्या पाठोपाठ जिनाभाईंच्या कंपनीचेही बारा वाजले. तो त्यांच्या पत्नीच्या मृत्यूचा परिणाम होता किंवा नाही हे कळायला मार्ग नसला तरी तिच्या मृत्यूनंतर तो धंदा नव्यानं उभा करण्याची उमेद त्यांच्या ठायी उरली नव्हती, ही गोष्ट उघड आहे. आईच्या मृत्यूच्या बातमीचा जिनांवर प्रचंड आघात झाला. त्यांची बालिका वधू त्यापूर्वीच मरण पावली होती; परंतु लंडनमधील प्रारंभीच्या काळात घडलेल्या पत्नीच्या मृत्यूचा त्यांनी अधिक सहजपणे स्वीकार केला होता; पण आईच्या मृत्यूची बातमी ऐकून हा सुज्ञ आणि व्यवहारी माणूस इतका व्यथित झाला की, त्यांना मूर्च्छा आली आणि त्यानंतर अनेक तास त्यांनी अश्रू गाळत शोक केला. फातिमाचं म्हणणं आहे की, त्यांना हा आघात अत्यंत दुःसह वाटला. त्यांची आई त्यांची जगातली सर्वांत प्रिय व्यक्ती होती. फक्त तीच त्यांचं हटवादी व्यवहार्यतेचं कवच भेदून अंतर्यामी अत्यंत भावुक, स्वप्नाळू आणि आदर्शवादी असलेल्या या मुलाच्या काळजाला हात घालू शकत असे!

घरापासून इतक्या दूर, एकाकी अवस्थेतील शोकाकुल जिनांना कराचीत आईला निरोप घेत असतानाचे बोल आठवले आणि ते बोल जिना आयुष्यभर विसरू शकले नाहीत. मिठीबाई – त्यांची आई – त्यांना म्हणाली होती, 'बाळा, तुझ्यापासून दूर राहणं मला सहन होणार नाहीय; पण मला खात्री वाटतेय की, लंडनचं हे वास्तव्य तुला मोठा माणूस बनण्यासाठी मदत करेल. सारं आयुष्य मी हेच स्वप्न पाहत आले आहे!' जिना मूकपणे तिचं बोलणं ऐकत असताना ती पुढे म्हणाली होती, 'मोहम्मद अली, तू मोठ्या प्रवासासाठी निघतो आहेस. मला वाटतेय की, तू परत येईपर्यंत मी जिवंत राहणार नाहीय.' एवढं बोलून ती रडू लागली होती. जिनांनी तिला शेवटची मिठी मारताना निग्रहानं आपला हुंदका आवरून धरला होता. त्यांच्या आईचे शेवटचे आशीर्वादाचे बोल होते, 'मोहम्मद अली, देव तुझं रक्षण करेल. माझी आशा सुफल करेल. तू मोठा माणूस बनशील आणि मला तुझा अभिमान वाटेल!' हे शब्द जिनांच्या स्मृतीत इतके खोलवर कोरले गेले होते की, त्यानंतर अनेक वर्षांनी एका कवितेत मृत्युशय्येवरील आईनं मुलाला उद्देशून म्हणलेल्या भविष्यवाणीच्या काही ओळी त्यांनी ठळकपणे अधोरेखित केल्या होत्या.

आईनं आपल्यावर टाकलेला विश्वास अनाठायी ठरू नये, हा त्यांचा निश्चय मातृवियोगाच्या दु:खामुळे अधिकच दृढ झाला. त्यांनी 'लिंकन्स इन' या लॉ कॉलेजात आधीच प्रवेश घेतलेला होता. आईच्या मृत्यूनंतर वडिलांना धंद्यात आणि मानसिकदृष्ट्या आधार देण्यासाठी कराचीला धाव न घेता त्यांनी कायद्याच्या शिक्षणात यशस्वी होण्याची शपथ घेतली. त्यांनी प्रचंड नेटानं स्वतःला अभ्यासात झोकून दिलं. त्यांच्या तेव्हाच्या शैक्षणिक पातळीपेक्षा हा अभ्यासक्रम खूपच वरच्या स्तराचा असूनही ते घाबरून गेले नाहीत. उलट भारतात उपयुक्त ठरेल म्हणून त्यांनी घटना कायद्याचा (constitutional law) आणखी एक पाठ्यक्रम पूर्ण करायचा निश्चय केला. त्यांच्या बरोबरीचे इतर विद्यार्थी पदवीधर होते, त्यामुळे जिनांमध्ये कोणताही न्यूनगंड निर्माण झाला नाही. उलट इतरांपेक्षा वर्षभर आधीच हा अभ्यासक्रम पूर्ण करण्याचं त्यांनी ठरवलं. त्यांच्या अपेक्षेपेक्षा ही गोष्ट अवघड ठरली. विशेषतः 'रोमन कायदा' हा पहिलाच विषय शिकतेवेळी लॅटिन भाषा अवगत असणं गरजेच होतं. चिकाटी आणि दृढनिश्चयाच्या बळावर आपण या विषयात उत्तीर्ण होऊ या विश्वासानं त्यांनी नेटानं अभ्यास केला असला तरी पहिल्या फेरीत या विषयात ते उत्तीर्ण होऊ शकले नाहीत. पुन्हा एकदा दैवानं त्यांना हात दिला आणि परीक्षेचे नियम बदलण्यात आले. आता अंतिम परीक्षा देण्यापूर्वी या विषयात उत्तीर्ण होणं ही अनिवार्य गोष्ट उरली नव्हती. पुन्हा एकदा त्यांनी सहा महिन्यांत वर्षभराचा अभ्यास पूर्ण करायचा प्रयत्न केला; परंतु ते फक्त काही विषयांतच उत्तीर्ण होऊ शकले. पुन्हा एकदा परीक्षा देऊनही काही विषय उरलेच होते. अखेरीस चौथ्या खेपेला त्यांनी सर्व विषयांत यश मिळवलं. बार एक्झाममध्ये ते साडेअठराव्या वर्षी उत्तीर्ण झाले. त्या वेळेस, त्यापूर्वी आणि त्यानंतर कुणीच एवढ्या अल्पवयात या परीक्षेत उत्तीर्ण होऊ शकलं नाही!

आणखी एका वर्षानं ते लंडन बारचे सदस्य बनले असते. आता त्यांना श्वास टाकण्याइतपत फुरसत लाभली होती. उरलेल्या चार षण्मासिक सत्रांमध्ये त्यांना कॉलेजातील तेवीसपैकी सहा भोजन समारंभांना उपस्थित राहावं लागणार होतं. हे समारंभ अत्यंत औपचारिक स्वरूपाचे असत आणि पोशाखांबाबत त्यांचे नियम कडक असत; पण

जिनांना हे समारंभ आवडत. वकिलीत जम बसल्यावर भारतात राजनैतिक आघाडीवर नाव कमावण्याची महत्त्वाकांक्षा बाळगणाऱ्या जिनांनी स्वस्थ न बसता बार एक्झाम देण्यापूर्वीच ब्रिटिश सांसद बनलेल्या दादाभाई नौरोजींना मदत करायला प्रारंभ केला होता. त्यांनी इतकं भरीव काम केलं की, भारतातील इतर अग्रगण्य नेत्यांबरोबर अल्पवयीन जिनासुद्धा भारतीय राष्ट्रीय काँग्रेसच्या ब्रिटिश शाखेत निवडून आले होते. एवढ्यावरच त्यांची महत्त्वाकांक्षा शमणार नव्हती. भविष्यात जी कामगिरी बजावण्याचा त्यांनी दृढनिश्चय केला होता, त्याला साजेसा आमूलाग्र बदल स्वतःमध्ये घडवून आणण्यासाठी त्यांनी जोमाचा प्रयत्न सुरू केला आणि ते नेतृत्वगुण अंगी बाणवण्याचं काम त्यांनी हाती घेतलं. त्यांनी ब्रिटिश म्युझियमचं लायब्ररीचं सदसत्व घेतलं आणि ते भूतकालीन आणि अर्वाचीन राजनैतिक तत्त्ववेत्यांचे ग्रंथ गंभीरपणे वाचू लागले. हे ग्रंथ वाचल्यावर त्यांनी ठरवलं की, राजकारणातील व्यक्तीला फार भावनाप्रधान असून चालत नाही. राजकारणी पुरुषानं दगडासारखं घट्ट मन ठेवून भावनांवर नियंत्रण ठेवणं गरजेच असतं. त्यानं स्तुती ऐकून हुरळून जाणं टाळायचं असतं कारण त्याला वारंवार टीकेला सामोरं जावं लागणार असतं आणि ती टीका पचवून त्याला प्रतिटोला हाणायला सज्ज आणि सतर्क राहायचं असतं. त्यांनी आपल्या ठायीच्या साऱ्या भावुकतेला निग्रहानं दूर लोटलं आणि मोठ्या प्रयत्नानं ते भूमीवर घट्ट पाय रोवलेला व्यवहारी माणूस बनले. पंधरा महिन्यांनी ते भारतात परत यायला निघाले, तोवर त्यांनी इच्छाशक्तीच्या आणि वाचनाच्या बळावर स्वतःमध्ये संपूर्ण परिवर्तन घडवलं होतं. आता ते कराचीतला पुस्तकांऐवजी मित्रांना जवळ करणारा उनाड, भावुक, स्तुतीनं हुरळून जाणारा आणि मायेला प्रतिसाद देणारा मुलगा मोहम्मद उरले नव्हते. आता ते स्वतःला एमए जिना म्हणवू लागले होते. ते अत्यंत एकलकोंडे, एकांतप्रिय बनले होते. पैसा आणि वेळेचा अपव्यय करण्याबाबत त्यांना तुच्छता वाटू लागली होती आणि मित्रांच्या निवडीबाबत आपण अत्यंत चोखंदळ आहोत हे सत्य लपवण्याचा ते कोणताही प्रयत्न करत नव्हते!

परंतु त्यांच्या कर्तव्य भावनेत मात्र तीळमात्रही फरक पडला नव्हता. गेल्या काही महिन्यांच्या फुरसतीच्या काळात त्यांना आपल्यातला आणखी एक सुप्त गुण उमगला होता : अभिनयगुण! कोर्टात उपयुक्त ठरणारं संभाषण कौशल्य आत्मसात करण्यासाठी ते एक वाचक गटात सामील झाले होते; परंतु जोरात वाचून दाखवताना त्यांच्यातला नाट्यगुण इतरांना इतका प्रभावीपणे जाणवला होता की, त्यांनी एका नाटक कंपनीतील भूमिकेसाठी नाट्यवाचन करून दाखवण्याची जिनांना गळ घातली होती. आता ते स्वतःचे निर्णय स्वतःचं घेऊ लागले होते, त्यामुळे ती भूमिका मिळताक्षणी त्यांनी नाटक कंपनीच्या करारावर त्वरित सही करून टाकली. त्यानंतरच त्यांनी वडिलांना कळवलं आणि पैसे मिळणार असल्याची त्यांना बातमी दिली. त्यांचे वडील अत्यंत नाराज झाले आणि 'कुटुंबाच्या इभ्रतीला कलंक लावणारी' ही नोकरी ताबडतोब सोडून देण्यासाठी त्यांनी जिनांचं मन वळवलं. निश्चयाला एकदाच असा तडा जाऊ देणारे जिना लंडनहून १८९६ साली भारतात बॅरिस्टर म्हणून परतले तेव्हा ते ओळखू न येण्याइतके बदलले होते. उत्तम कापडाचे आणि उत्कृष्ट शिलाईचे कपडे त्यांनी परिधान केले असले, तरी ते त्यांनी दर्जा आणि किंमत याबाबत काटेकोर विचार करूनच निवडले होते. त्यांनी भारतातले सारे कपडे टाकून दिले होते. रात्री झोपताना घालायचे त्यांचे आताचे पायजमेसुद्धा रेशमी कापडाचे होते. उठल्याबरोबर इतर पोशाख

करण्यापूर्वी या रेशमी पायजम्यांवर ते ब्रिटिश पद्धतीप्रमाणे ड्रेसिंग गाऊन चढवूनच वावरत असत. लंडनमधील वास्तव्यात त्यांनी मोनॉकल (एक भिंगाचा चष्मा) वापरायला सुरवात केली होती आणि गरज पडेल तेव्हा एखाद्या नटाच्या सफाईनं ते त्याचा वापर करू लागले होते; परंतु त्यांच्या बाह्यरूपात घडलेलं हे नाट्यमय परिवर्तन त्यांनी अत्यंत प्रयत्नपूर्वक घडवलेल्या आंतरिक परिवर्तनाच्या तुलनेत अगदीच नगण्य होतं!

हे आंतरिक आणि बाह्य स्थित्यंतर त्यांना वकिली व्यवसायात उपयुक्त ठरलं असलं तरी त्यामागचा त्यांचा अंतिम उद्देश अधिक विशाल होता. भारतात वकिलांची इतकी प्रचंड गर्दी होती की, अनेक दरवाजे ठोठावूनसुद्धा प्रवेश मिळवायला इतरांना अनेक वर्षं तिष्ठावं लागत असे; परंतु जिना मात्र अवघ्या दोन वर्षांत नामवंत वकील म्हणून ओळखले जाऊ लागले होते आणि हे त्यांनी त्यांच्या स्वतःच्या अटींवर प्राप्त करून घेतलं होतं. हाती कोणतंही काम नसतानासुद्धा त्यांनी कधीच कोणाच्याही मदतीची भीक मागितली नाही! अगदी प्रारंभीच्या काळापासून त्यांच्या अंगीचा दखल घेण्याजोगा रुबाब अगदी उठून दिसत असे. हा अद्ययावत राहणीचा, तरतरीत, देखणा, बॅरिस्टर उद्दाम गुर्मीत कोर्टाच्या कॉरिडॉरमधून चालत असे आणि खिशात एकही रुपया नसताना आपल्या स्वस्तातल्या हॉटेलच्या खोलीवर परत येत असे. हा अंगभूत उद्दामपणा तोवर फक्त ब्रिटिशांच्या ठायी आढळत असे आणि त्या जोरावर जिनांनी अनेक प्रशंसक, प्रामुख्यानं ब्रिटिश प्रशंसक आकृष्ट करून घेतले. सर जॉन मोल्सवर्थ मॅक्फर्सन हे तत्कालीन हंगामी ॲड्व्होकेट जनरल जिनांचे प्रशंसक होते. त्यांनी जिनांना आपल्या कचेरीत काम करण्यासाठी बोलावून घेतलं होतं. असा बहुमान एका भारतीयाला प्रथमच देऊ केला गेला होता. महानगरपालिकेचे प्रमुख जेम्स मॅक्डॉनल्ड या स्कॉटिश महोदयांवरसुद्धा या उमद्या, तरुण वकिलानं छाप पाडली होती. गच्च भरलेल्या कोर्टाच्या खोलीत वकिलांसाठी राखीव ठेवलेल्या खुर्चीत जेम्स मॅक्डॉनल्ड बसले असता जिनांनी त्यांना ती खुर्ची रिकामी करणं भाग पाडलं होतं; परंतु याचा राग न धरता याउलट त्यांनी जिनांना काम दिलं होतं. जिनांच्या करारी, आत्मविश्वासपूर्ण व्यक्तिमत्त्वानं न्यायखात्याचे प्रमुख, सर चार्ल्स ऑलिव्हंटसुद्धा प्रभावित झाले होते. नामवंतांचा वशिला न लावता थेट त्यांच्या पुढे जाऊन कामाची मागणी करणाऱ्या जिनांचं त्यांना इतकं कौतुक वाटलं होतं की, त्यांनी जिनांना केवळ हंगामी मॅजिस्ट्रेट म्हणूनच नियुक्त केलं नव्हतं, तर त्या हुद्द्यावर कायमस्वरूपी काम करण्याची गळ घालून त्यांना दरमहा घसघशीत सहाशे रुपये वेतन देऊ केलं होतं; परंतु जिनांनी नकार देताना म्हटलं होतं की, तेवढे पैसे प्रतिदिवशी कमवता येतील, अशी त्यांची स्वतःची उमेद आहे आणि या पोकळ वल्गना नव्हत्या. अल्पावधीतच जिना दिवसाला त्याच्या दुप्पट पैसे मिळवू लागले होते.

परंतु अशी उद्दाम गुर्मी आणि आपल्या व्यवसायाला सर्वस्व वाहून घेण्याची वृत्ती यांमुळे जिना त्यांच्या समकालीन सहकाऱ्यांमध्ये लोकप्रिय होणं शक्यच नव्हतं! त्यांच्या समकालीन बॅरिस्टरनं नमूद केलं आहे, 'जिनांसारखा माणूस आळशी पौर्वात्यांमध्ये टीकापात्र ठरतो. इथं माणसाच्या अंगभूत गुणांपेक्षा त्याच्या दोषांना अधिक सहजतेनं माफ केलं जातं.' या बॅरिस्टरच्या म्हणण्याप्रमाणे जिना हे यशस्वी ठरलेले एकमेव मुस्लीम बॅरिस्टर असूनही त्यांनी स्वतःसाठी गुणवत्तेचा इतका उच्च मापदंड ठेवला होता की, अप्रत्यक्षपणे तोच दर्जा राखण्याचं इतरांवरही त्यापायी दडपण आलं होतं. 'जिनांच्या आयुष्यात सुखोपभोगाला

कोणतंच स्थान नव्हतं. दिवसरात्र आपल्या वकिली कामाला त्यांनी स्वतःला पूर्णपणे वाहून घेतलं होतं आणि त्याहूनही वाईट म्हणजे त्यांच्या खाजगी आयुष्याबद्दल कोणालाही चकार शब्दानंसुद्धा शिंतोडे उडवता येत नसत. ते अत्यंत कष्टाळू, निष्ठेनं ब्रह्मचर्य पाळणारे आणि काहीसे तुसड्या स्वभावाचे होते.'

परंतु १९१६ साली त्यांनी रट्टीशी विवाह करायचं ठरवलं आणि आपला प्रस्ताव घेऊन ते तिच्या पित्यापाशी गेले, तोवर त्यांच्या अंतःकरणात कोणती तरी मृदू भावना जागी होऊ लागली होती. त्याखेरीज त्या वर्षी त्यांना भेट म्हणून मिळालेल्या 'माय हार्ट वॉज डस्टी' या पुस्तकातल्या पुढील ओळी त्यांनी कशासाठी अधोरेखित केल्या असत्या? रिचर्ड जेफरीजच्या आत्मचरित्रातील पुढील ओळी त्यांनी ठळकपणे अधोरेखित केल्या होत्या, 'मृदुभावनांच्या सरींवाचून सुकून गेलेलं माझं मन शुष्क आणि कोरडं पडलं होतं. कारण (अशा वातावरणात) हृदयावर कोरड्या धुळीची पुटं थर चढवतात... अशा थरांमुळे (नवे अनुभव टिपून घेणारी) रंध्रं बुजून जातात. रोजच्या साध्या सवयीच जगण्यासाठी अनिवार्य वाटू लागतात. मन (असंवेदनशीलतेच्या) कवचाखाली बंदिस्त होऊन जातं.' आणि जर रट्टी खरोखरीच अशा भावनिक मूर्च्छेतून जिनांना जागं करण्यात यशस्वी झाली असली, तर जगातील कोणतीही व्यक्ती जिनांना तिला प्राप्त करण्यापासून रोखू शकली नसती. त्यांच्याबद्दल प्रत्येकाला तेवढी खात्री वाटत होती.

कोर्टाच्या मनाई हुकमाच्या रूपानं सर दिनशाँनी जिनांच्या पुढे आव्हानाचा विडाच ठेवला होता. आता केवळ प्रत्युत्तराची प्रतीक्षा करण्याखेरीज दिनशाँच्या हाती काहीच उरलं नव्हतं; परंतु सर दिनशाँना एक सत्य उमगलेलं दिसत नव्हतं. जिनांपुढे असं जाहीर आव्हान ठेवल्यावर आता गोष्टी एकाच दिशेनं जाणार होत्या. कारण रट्टीबद्दलच्या प्रीतीपेक्षाही जिनांचा स्वाभिमान त्यांना माघार घेण्याची परवानगी देईल, ही केवळ अशक्यातली अशक्य संभावना होती.

प्रकरण सहावे

सकाळच्या नाष्ट्याच्या वेळेस सर दिनशाँनी त्यांचं आवडतं वर्तमानपत्र उघडलं. आठ पानावरचा स्तंभ वाचायला त्यांनी प्रारंभ केल्यावर ते त्यांच्या जेवणाच्या टेबलावर मूर्च्छित होऊन पडले. पेटिट हॉलच्या भरघोस भोजनप्रथेच्या इतिहासात पहिल्याच वेळेस न्याहारीला पूर्ण न करताच विराम दिला गेला होता. ती तारीख होती २० एप्रिल, साल होतं १९१८. वर्षाच्या या महिन्यात सर्व साधारणतः घर बंद करून पेटिट कुटुंबीय दोन महिन्यांच्या उन्हाळी सुट्टीसाठी थंड हवेच्या ठिकाणी रवाना होत असत; परंतु पेटिट हॉलच्या इतिहासात प्रथमच सर दिनशाँनी सहकुटुंब सहपरिवार मुंबईतच राहण्याचा निर्णय घेतला होता. महत्त्वाची व्यावसायिक कारणं असल्याची त्यांनी पुढे केलेली सबब अगदीच लंगडी होती कारण या दोन कामकाजाच्या बैठका पूर्णपणे बिनमहत्त्वाच्या होत्या; परंतु रट्टीचं जिनांबरोबरच प्रेमप्रकरण जगजाहीर झाल्यावर पेटिट हॉल अशा काळोख्या मनःस्थितीत बुडून गेला होता की, त्याबद्दल सर दिनशाँबरोबर वादविवाद करण्याच्या फंदात कोणीच पडलं नव्हतं, त्यामुळे एक-दोन गिरणीमालकांखेरीज त्यादिवशी कुटुंबीयांखेरीज तिथं अन्य कोणी हा नाट्यमय तमाशा पाहायला उपस्थित नव्हतं; पण पेटिट कुटुंबीयांना ओळखणाऱ्यांना तिथलं दृश्य अंतश्चक्षूंनी स्पष्टपणे पाहता आलं असणार. जॉर्जेटच्या साड्या आणि मोत्यांचे अलंकार परिधान केलेल्या स्त्रिया आणि सूट-बुटातले पुरुष अचानक कर्कश्श आवाजात बोलू लागले असणार. नाश्ता आणून देणारे बेअरर अचानक थांबले असणार. पेटिट हॉलच्या व्यवस्थापकानं उलटतपासणी घेण्यासाठी युरोपीय नोकरांना बोलावून आणलं असणार. घरातले पाहुणे सौजन्यानं आपापल्या खोल्यांमध्ये परत गेले असणार. घोड्याचे मोतद्दार आणि साहाय्यक यांच्यापाशी चौकशी करायला बटलर रवाना झाले असणार. पेटिट हॉलमागील राईमध्ये कुटुंबीय अश्वारोहणासाठी जात असत. तेथे तपासपथकं धाडली गेली असणार. डॉक्टरांना आणि त्यानंतर वकिलांना बोलावून घेतलं गेलं असणार...! एका सुपीक डोक्याच्या माणसानं सरोजिनींच्या नावे पुढील वाक्यं ठोकून दिली होती, 'त्या वयस्कर माणसाचं डोकं फिरलंय आणि घरात प्रचंड उलथापालथ झालीय.' वस्तुतः त्या

दिवशी सरोजिनी नायडू उत्तर भारतात राजकीय कामासाठी गेल्या होत्या; परंतु या काल्पनिक बातमीवर लोकांचा सहजी विश्वास बसेल, अशीच वार्ता त्या दिवशीच्या वर्तमानपत्रात छापून आली होती. ती वाचून अगदी शांत माणूसही हादरून गेला असता. मग सर दिनशाँसारखा सहजी प्रक्षोभित होणारा माणूस हादरून गेला नसता तरच नवल! 'अधिकृत आणि वैयक्तिक' या सदराखाली दोन बातम्यांच्या मधोमध एका वाक्यात छापून आलेली ही बातमी होती : 'सन्माननीय एम. ए. जिना आणि सन्माननीय सर दिनशाँची कन्या कुमारी रट्टी पेटिट यांचा विवाह काल सायंकाळी संपन्न झाला.'

बॉम्बे क्रॉनिकल या त्याकाळच्या एकमेव राष्ट्रवादी दैनिकानं ही थरारक बातमी आतल्या पानात, सहजी दिसणार नाही अशा जागी छापली, यात फारसं आश्चर्य नाही! एकतर स्वतः नवरदेवांनीच हे वाक्य काळजीपूर्वक लिहिलं असणार आणि स्वतः जिना केवळ या दैनिकाच्या विश्वस्तमंडळातच नव्हते तर ते दैनिकाचे संपादक बेंजॅमिन जी. हॉर्निमन यांचे निकटचे स्नेहीसुद्धा होते. अशा परिस्थितीत आपली नोकरी टिकवून धरू इच्छिणारा कोणीही वार्ताहर ही बातमी रंगवून छापण्यासाठी धजला नसता. याचं कारणास्तव जिनांची भाषणं संकलित करून प्रसिद्ध झालेल्या, महमुदाबादच्या राजांची प्रस्तावना आणि सरोजिनी नायडूंनी रेखाटलेलं जिनांचं संक्षिप्त चरित्र असलेल्या पुस्तकाचीच त्या दिवशीच्या दैनिकात ठळकपणे जाहिरात करण्यात येऊन त्यांच्या विवाहाची बातमी एका वाक्यात छापण्यात आली होती.

परंतु भारतीयांबद्दल जराही ममत्व न बाळगणाऱ्या 'टाइम्स ऑफ इंडिया' या इंग्रजी वर्तमानपत्रानंसुद्धा ही बातमी एकाच ओळीत आणि दहाव्या पानाच्या तळाला दाबून टाकली होती. 'मुस्लीम – पारशी' विवाह या मथळ्या खालच्या आणि रट्टीचा उल्लेख तिच्या अधिकृत पारशी नावानं – रट्टनबाई नावानं करून एका ओळीत छापलेल्या या बातमीतसुद्धा विवाहस्थळ, आमंत्रितांची नावं असा नेहमीचा कोणताच तपशील देण्यात आलेला नव्हता. एक गोष्ट उघड आहे; एक तर दोन्ही दैनिकांच्या वार्ताहरांना या विवाहासाठी उपस्थित राहण्याचं आमंत्रण पाठवलं गेलं नसणार आणि आमंत्रितांना त्याबद्दल विचारायचं धाडस झालं नसणार, त्यामुळे त्यांना देण्यात आलेला अधिकृत मजकूरच त्यांना छापावा लागला असणार. त्यांनी त्याउपर काही छापलं तर जिना अब्रुनुकसानाचा खटला भरायला मागेपुढे पाहणार नाहीत, अशी त्यांना धास्ती तर वाटली नसेल? वर्तमानपत्रं जिनांना वचकून होती, यात शंकाच नाही. 'ब्रिटन' या दैनिकानं *बॉम्बे क्रॉनिकल*चे संपादक बी. जी. हॉर्निमन यांच्या चारित्र्यावर शिंतोडे उडवणारा (ते घरात समलिंगी संभोगाचे उद्योग करतात, असा आरोप करणारा) मजकूर छापला होता. 'ब्रिटन'वर केलेला अब्रुनुकसानीचा खटला जिनांनी हॉर्निमन यांच्या वतीनं यशस्वीपणे लढवला होता, त्यामुळे त्यांचा क्रोध ओढवून घ्यायला कोणीही धजावलं नसणार; परंतु ही बातमी आणखी दोन दिवसांनी छापणारी दैनिकंसुद्धा तपशिलाबद्दल खूपच सावध होती. १९ एप्रिलची बातमी सोमवार, २२ एप्रिल रोजी छापणाऱ्या *स्टेट्समन*, *पायोनिअर* आणि *सिव्हील अँड मिलिटरी गॅझेट्* या वृत्तपत्रांनी छापलं होतं : 'रट्टनबाई, नामवंत पारशी बॅरनेट सर दिनशॉ यांची एकुलती एक कन्या, हिनं काल इस्लाम धर्म स्वीकारला आणि आज तिचा सन्माननीय एम. ए. जिना यांच्या बरोबर विवाह सोहळा संपन्न होत आहे.'

कुणालाच एका गोष्टीचा उलगडा होत नव्हता : रट्टी लागोपाठ दोन दिवस, प्रथम १८ एप्रिलला इस्लाम धर्म स्वीकारण्यासाठी जिनांबरोबर जामा मस्जिद येथे आणि पुन्हा दुसऱ्या दिवशी संध्याकाळी १९ एप्रिलला तिच्या सावध माता-पित्यांचा डोळा चुकवून माउंट प्लेझंट रोडवरच्या जिनांच्या बंगल्यावर कशी जाऊ शकली? जिनांच्या बंगल्यावर जिनांनी मौलवी आणि बारा पुरुष साक्षीदार तयार ठेवले होते. विवाहानंतर ती तिथून निघून गेली होती. कुणालाच तिची अनुपस्थिती कशी जाणवली नाही? ती केवळ एक छत्री आणि तिच्या बरोबर सर्वत्र जाणारा तिचा पाळीव कुत्रा घेऊन निसटली होती. तिच्या माता-पित्यांनी तिच्या विवाहाची बातमी वर्तमानपत्रातच प्रथम वाचली. तिनं आणखी कोणाला विश्वासात घेतलं असेल, तर त्या बद्दलची माहिती नाही. तिची जिवलग मैत्रीण पद्मजा आता मसुरीच्या हॉस्टेलमध्ये राहून शिक्षण घेत होती आणि त्यांचा पत्रव्यवहार अद्याप सुरू झाला नव्हता आणि रट्टीच्या जिनांबद्दलच्या भावनेला सहानुभूती दाखवणाऱ्या सरोजिनींचा रट्टीला आधार वाटत असला तरी त्या या विवाहाला प्रतिबंध करू शकतील, या भीतीपोटी तिनं त्यांनासुद्धा याबद्दल आगाऊ माहिती दिली नसणार! जरी सरोजिनींना जिनांबद्दल अतिशय आदर वाटत होता, तरी त्यांचे दोषही त्या जाणून होत्या, त्यामुळे आदल्या वर्षी त्यांनी रट्टीला या विरोधात सावध केलं होतं आणि तिचा रोषही ओढवून घेतला होता. असं असूनही त्यांच्या समान वर्तुळातल्या अनेकांचं मत होतं की, या विवाहाला सरोजिनींनीच रट्टीला फूस लावली असणार; परंतु वस्तुतः त्यांनीसुद्धा ही बातमी वर्तमानपत्रातच प्रथम वाचली होती आणि एका आठवड्यानं त्यांच्या जवळच्या मित्राला सय्यद महमूद या तरुण, राष्ट्रवादी, बिहारी मित्राला त्यांनी पत्रात लिहिलं होतं, 'तर अखेरीस जिनांनी इच्छित नीलपुष्प खुडलं आणि हस्तगत केलं तर.' पुढे त्यांनी लिहिलं होतं, 'हे अतिशय अचानक घडलं आणि त्यामुळे पारशी समाजात प्रचंड प्रक्षोभ आणि संताप उसळला आहे; पण मला मात्र वाटतंय की, जरी या बालिकेनं तिच्या कल्पनेपलीकडचा स्वार्थ त्याग केलेला असला, तरी जिना नक्कीच तेवढ्या योग्यतेचे आहेत. त्यांचं तिच्यावर प्रेम आहे. या आतल्या गाठीच्या आणि आत्ममग्न स्वभावाच्या माणसाची ही एकमेव आणि प्रामाणिक मृदुभावना आहे आणि ते तिला नक्कीच सुखी करतील!'

परंतु जरी रट्टीनं अवघ्या दोन महिन्यांपूर्वीच अठरावं वर्षं पूर्ण केलं असलं, तरी सरोजिनींना वाटत होतं तशी आणि तेवढी काही रट्टी अजाण नव्हती. जरी भावुक वृत्तीच्या रट्टीनं जिनांवर जीव ओतून प्रेम केलं असलं, तरी एका वस्तुस्थितीबाबत ती अजिबात आंधळी नव्हती. तिला जाणवलं होतं की, गेल्या अकरा महिन्यांत जिना मनानं तिच्यापासून आणखीनच दूर गेले आहेत. त्यांचं प्रियाराधन अत्युच्च स्थानावर असतेवेळीसुद्धा तिला जिना त्यांच्या कोरड्या आणि मूक स्वभावामुळे दूरस्थ वाटत असत, त्यामुळे तिच्या अंतःकरणात एक प्रचंड अतृप्त तृष्णा, अस्वस्थ करणारी हुरहूर उसळलेली तिला जाणवत असे. त्याचं वर्णन तिनं 'बेलगाम उत्तेजना आणि थंडगार वैफल्य यांचं मिश्र थैमान,' अशा भाषेत केलं होतं आणि कोर्टाचा मनाई हुकूम आल्यावर तर चारचौघांपुढे का होईना, भेटून दोन शब्द बोलायची तिच्या पुढली संधीसुद्धा नाहीशी झाली होती. कायद्याचं तंतोतंत पालन करण्याबाबत अत्यंत आग्रही असलेल्या जिनांनी तर तिला पत्र लिहिण्यासही स्पष्ट नकार दिला होता. तसाही त्यांना पत्र लिहिण्याचा कंटाळाच होता. रट्टीनं आपली व्याकूळ

प्रेमभावना व्यक्त करणारी अनेक पानी पत्रं पाठवली की, त्यांची येणारी उत्तरं अत्यंत संक्षिप्त असत. आपल्या भावना व्यक्त करण्याची जिनांना सवय नसली तरी त्यांनी त्यांचं हृदय मात्र पूर्णपणे रट्टीलाच समर्पित केलं होतं; परंतु असं असलं तरी पुढील आयुष्य सोप्पं असणार नाहीय, ही वस्तुस्थिती सरोजिनींएवढी लखखपणे रट्टीला बहुधा उमगलेली नव्हती. तिला त्याबद्दल अधूनमधून येणारी शंका, तिला वाटणाऱ्या अंतर्यामीची पोकळी तिनं केलेल्या वर्णनात उमटली असली, तरी तिचं जिनांवरचं प्रेम इतकं प्रगाढ होतं की, तिला आणखी खोलात जाऊन आपल्या मनाचा शोध घ्यावासा वाटत नव्हता! परंतु जिनांबद्दल पूर्ण विश्वास आणि श्रद्धा अंतर्यामी असूनही तिला एक अनामिक भीती झुगारून देणं शक्य होतं नव्हतं!

इतर सुज्ञ स्नेह्यांनी आणि आप्तांनी तिला या माणसाचा नाद सोडण्याचा नक्कीच सल्ला दिला असणार. जिना केवळ वयानं मोठे आणि भिन्न धर्माचेच नव्हते, तर त्यांचे स्वभावसुद्धा सर्वस्वी भिन्न होते. सर्वांना जिनांबद्दल प्रशंसा वाटत असली तरी फारच थोड्या जणांना ते आवडत असत. राजकारण हा त्यांच्या जिव्हाळ्याचा एकमेव विषय होता. याउलट तिचा आत्मा मुक्त स्वच्छंद होता आणि तिला वाटणारी तीव्र ओढ कशाबद्दलची आहे हे तिला स्वतःलाच उमगलेलं नव्हतं! परंतु जिनांबद्दल विरोधाचा एक शब्दही ऐकून घेण्याची तिची तयारी नव्हती. आदल्याच वर्षी तिनं कडक शब्दांत लीलामणीला सुनावलं होतं, 'तुम्हाला कुणी फूल दिलं, तर तुम्ही काट्यांबद्दल विचार करायचा नसतो! तुम्ही त्या फुलाचं सौंदर्य आणि सुगंध यांचा भरभरून आस्वाद घ्यायचा असतो.' प्रेम करणं हा तिचा स्वभावच होता आणि दहाव्या वर्षापासून केवळ इंग्रजी कवींच्या आणि कादंबरीकारांच्या भावुक कल्पनाविलासाची पारायणं करणारी रट्टी या अद्‌भुत रम्य कल्पनाविश्वातच वावरत होती. सोळाव्या वर्षी तिनं पद्मजा जवळ कबुली दिली होती, 'माझा अणुरेणू विदारून टाकणाऱ्या आणि माझ्या आत्म्याला अननुभूत थराराच्या वेदनेनं पिळवटून टाकणाऱ्या भावनांचा उद्रेक मला अत्यंत प्रिय वाटतो!' आणखी एका पत्रात तिनं पद्मजाला लिहिलं होतं, 'विषण्णतेची भावना मला अत्यंत प्रिय वाटते, कारण ती भावना नेहमीच मला परिपूर्णतेकडे आणि मृदू सहानुभूतीकडे नेते असं मला वाटतं.' त्यांचं प्रियाराधन अत्युच्च स्थानी पोचलं असतानासुद्धा ती इतकी किंमत मोजून निवडलेल्या प्रियकराकडे डोळसपणे पाहण्याऐवजी आपल्या अंतःकरणातील तीव्र भावनांचाच वेध घेताना दिसते. त्याच आठवड्यात तिनं लीलामणीला लिहिलं होत, 'तुझ्या कधीही न शमणाऱ्या तृष्णेला तुझ्या स्वतःखेरीज कोण शांतवू शकणार आहे? तुला मनीचं ईप्सित साध्य करून घ्यायचं असेल, तर तो प्रयत्न तू स्वतःच करायला हवास, तरच तुला साक्षात्कारी आत्मभान येईल!'

आणि मनातली तीव्र व्याकुळता ती कोणापाशी व्यक्त करू शकणार होती? ज्या माणसानं सुटीच्या मुक्ततेत क्षणभरच आपला मुखवटा दूर केला होता आणि आपल्या खऱ्याखुऱ्या स्वभावाचं क्षणिक दर्शन घडवलं होतं, त्या माणसाच्या प्रेमात ती बुडून गेली होती; परंतु त्यानंतर नेहमीच्या अलिप्ततेच्या कवचात तो पुन्हा एकवार बंदिस्त होऊन गेला होता. ती त्या क्षणभासाचा उरी फुटून पाठपुरावा करत राहिली होती. तिनं कवितेत म्हटलं होतं त्याप्रमाणे, 'त्या फुलाने आपल्या सौंदर्याचं गुपित माझ्या कानात सांगितलं आणि ते कोमेजून गेलं.' या भावना तिला शब्दांत मांडता आल्या असत्या तरी त्या ती कोणापुढे उघड करू शकली असती? तिच्या हाती असलेली एकच गोष्ट तिनं केली;

तिची उत्फुल्लता, हजरजबाबीपणा, विनोदबुद्धी, उत्तमोत्तम वस्त्रं प्रावरणं आणि प्रसाधनं यामागे दडून बसून तिनं आपल्या भावना तपासून पाहण्याचं धाडसच केलं नाही. मग त्या कुणापाशी उघड करणं तर दूरच!! जिनांना मात्र त्यांच्या प्रियतमेच्या मनःस्थितीची कोणतीच कल्पना नव्हती. तेसुद्धा आजवरच्या आयुष्यात प्रथमच प्रेमात पडले होते. जवळ जवळ मनाविरुद्धच ते प्रेमात पडले होते, असं म्हटलं तरी ते चूक ठरणार नाही; परंतु भावनेत बुडून जाण्याएवढा वेळही त्यांच्या हाती नव्हता आणि तो त्यांचा स्वभावही नव्हता! त्यांच्याशी नेहमी थोडक्यात आणि स्पष्टपणे बोलावं लागत असे. कदाचित, त्यांनासुद्धा अधिक खोलात जाऊन आपल्या भावनांचा छडा लावावासा वाटला नसेल आणि तिची आपल्यावर निस्सीम प्रीती आणि त्याहूनही महत्त्वाची गोष्ट म्हणजे पूर्ण निष्ठा आहे, याची एकदा खात्री पटल्यावर त्यांनी स्वतःला पूर्ण शक्तीनिशी, मनापासून राजकारणात झोकून दिलं होतं. त्यांच्या मते त्यांच्या प्रेमाला तीच त्यांची सलामी होती आणि पुढे वाढून ठेवलेल्या अडचणींची पर्वा न करता तिच्याशी विवाह करण्याचा त्यांचा दृढनिश्चय हीच त्या आंतरिक प्रेमाची पावती होती!

परंतु तिच्या आधुनिकतेमुळे आणि चैतन्यमयतेमुळे अवाक् होणाऱ्या तिच्याच वयाच्या मुलींना तिच्या या विजोड निवडीचा अन्वयार्थच लावता येत नव्हता. तिच्या सारखी चैतन्यमय, चतुर आधुनिक लावण्यवती एका मुस्लीम माणसाच्या प्रेमात पडावी, याचा तिच्या वयाच्या तरुणींना अजिबात धक्का बसला नव्हता. इंग्रजी शिकलेली कोणतीही सुशिक्षित स्त्री आपल्या मित्रांची वर्गवारी धर्माच्या निकषावर कधीही करत नसे. खालच्या स्तरावरचे लोकच तसं करत असत. मोतीलाल नेहरूंची कन्या नॅन आणि तिच्यासारख्या आंग्लसंस्कारात वाढलेल्या मुलींना धर्माबाहेर विवाह करायला कोणताच प्रत्यवाय वाटत नसे; पण जिना जरी देखणे आणि परिपूर्णतेनं शिष्टाचार पाळणारे म्हणून सुप्रसिद्ध असले तरी ते रट्टीपेक्षा चोवीस वर्षांनी मोठे होते आणि ही गोष्ट रट्टीच्या मैत्रिणींना अक्षम्य वाटत होती. आपल्यापेक्षा दुपटीनं जास्त वयाच्या माणसाला वरून रट्टी ब्रिटिशांच्या नजरेत सुशिक्षित भारतीयांची प्रतिमा डागाळून टाकत आहे, अशी या मुलींची धारणा होती. भारतातल्या पारंपरिक विवाहांमध्ये नेहमीच अशी वयाची तफावत चालत आली होती. रट्टी आपल्या चुकीच्या निवडीनं त्याचीच री ओढते आहे, असं नॅनसारख्या मुलींना वाटत होतं आणि रट्टीनं ज्या सहजतेनं अशी विजोड निवड करणं हा आपला जन्मसिद्ध हक्क मानला होता, ते पाहून या आंग्लाळलेल्या तरुण मुलीसुद्धा हादरून गेल्या होत्या.

नॅन स्वतः रट्टीच्याच वयाची आणि तशाच वैभवात वाढलेली मुलगी होती. तिनंसुद्धा एका मुस्लीम तरुणावर प्रेम केलं होतं; परंतु तिनं तिच्या माता-पित्यांच्या विरोधापुढे मान तुकवली होती. त्यांची आज्ञा धुडकावणं तिच्या स्वप्नातही आलं नव्हतं, त्यामुळे तिला वाटलं की, रट्टीचं जिनांवर प्रेम नसून, या विजोड वयाच्या निवडीमागं दुसरंच कोणतं तरी कारण आहे. नॅन ऊर्फ विजयालक्ष्मी पंडित यांनी आपल्या आत्मचरित्रात त्यांना वाटलेलं यामागचं कारण पुढील प्रमाणे नमूद केलं आहे, 'जिना मुस्लीम होते आणि त्याकाळचे पारशी अत्यंत रूढिप्रिय, पारंपरिक विचारांचे होते, त्यामुळे या समाजाला धक्का देऊन खडबडून जागं करणं, हा रट्टीचा या निवडीमागचा हेतू असावा. शिवाय ते अत्यंत मान्यवर वकील आणि उभरते राजकीय नेते होते. या गोष्टींची तिला भुरळ पडली असावी.'

रट्टी अजिबातच गर्विष्ठ नव्हती; परंतु जिनांसारखा ब्रिटिश - हिंदू - मुस्लीम या सर्वांच्या विश्वासाला पात्र ठरलेला उदयोन्मुख राजकीय नेता प्रेमानं जिंकून घेणं ही खरोखरच अभिमान वाटावा अशीच गोष्ट होती. जिनांसारखा आकर्षक, देखणा, प्रभावी विनोदबुद्धीचा, स्त्री-पुरुष दोहोंना मोहिनी घालणारा आणि आजवर कोणत्याही स्त्रीकडे ढुंकूनही न पाहणारा पुरुष तिच्या प्रेमात आकंठ बुडून गेला होता आणि ती गोष्ट कोणापासूनही अगदी तिच्यापासूनही लपवून ठेवायची, त्याला गरज वाटली नव्हती. तिच्या इच्छेपायी जिनांनी आपली जाड मिशी भादरून टाकली होती, केसांचं वळण बदललं होतं. या गोष्टी जिनांनी अगदी सहजपणे मान्य केल्या होत्या. मिशी उतरवून त्यांनी मुस्लीम असल्याची शेवटची खूणही पुसून टाकली होती; पण त्याबद्दल त्यांनी फिकीर केली नव्हती.

अर्थात रट्टीचं त्यांच्यावर इतकं प्रेम होतं की, या गोष्टींना त्यांनी नकार दिला असता, तरी तिनं त्यांच्याशी विवाह केला असता. तिच्या मनात त्यांच्या धर्माविषयी किंतू नव्हता. तिला 'विवाह' या विचाराचीच धास्ती वाटत होती. श्रीमती जिना म्हणून परावर्तीत तेजात तळपत, एक गृहिणी म्हणून तिला आयुष्य कंठायचं नव्हतं. तिनं स्त्रियांसाठी मतदानाचा हक्क मागणाऱ्या अमेलिया पँकहर्स्टचं आत्मचरित्र अनेकदा वाचलं होतं. एच. जी. वेल्स आणि जॉर्ज मुअर हे तिचे आवडते कादंबरीकारसुद्धा व्हिक्टोरियाकालीन गृहिणीच्या भूमिकेवर तडाखे देत स्त्रियांना आत्मशोध घेण्यास प्रवृत्त करू लागले होते. आजवर रट्टी वैभवातलं सुरक्षित, सुखासीन आयुष्य जगली होती. तसं आयुष्य तिला पारशी समाजातल्या वराकडून नक्कीच लाभलं असतं; परंतु तिच्या आईप्रमाणे वैभवात राहून, मुलांच्या जबाबदाऱ्या परदेशी नॅनी आणि गव्हर्नेसवर सोपवून फक्त मेजवान्या आयोजित करण्यात आयुष्य कंठणं तिला मंजूर नव्हतं. जिनांकडे ती आकृष्ट झाली ती खांद्याला खांदा लावून भारतीय स्वातंत्र्य लढ्यासाठी कार्यरत राहण्याच्या महत्त्वाकांक्षेनं! इतर कोणत्याच व्यवसायाचं तिनं प्रशिक्षण घेतलं नव्हतं; पण स्वातंत्र्यासाठी पतीच्या बरोबरीनं रणांगणात उतरायची कल्पना तिला अत्यंत थरारक वाटली होती. जिनांसमवेतच्या सहजीवनाचं तिनं देखणं चित्र रंगवलं होतं. रात्री उशिरापर्यंत चाललेली प्रक्षोभक राजकीय चर्चा, सहकार भावनेची पती-पत्नीमधली मैत्रीपूर्ण जवळीक, देशाला स्वातंत्र्य मिळवून देण्याचं समान इप्सित, त्यासाठी आवश्यक असलेले त्याग, जिनांचा सुखासीन दुनियेबद्दलचा तिरस्कार आणि त्यांचं ऋषितुल्य ध्येयप्रेरित आयुष्य यांकडेच रट्टी आकृष्ट झाली होती. नॅनीनं जो चुकीचा अर्थ काढला होता, त्याप्रमाणे त्यांच्या कीर्तीची किंवा राजकीय सामर्थ्याची तिला अजिबातच भुरळ पडलेली नव्हती.

आणि आपलं जुनं आयुष्य सोडून देण्याच्या स्वार्थत्यागाबद्दल तिच्या मनात वादळ उठलं नव्हतं. तिला आई-वडिलांकडून लाभणारं वैभव, ऐषआराम आणि सुरक्षितता सोडून देण्याबद्दल कोणताही प्रत्यवाय वाटत नव्हता. तिला वाटणारी भीती होती की, सत्त्वपरीक्षेची वेळ समोर उभी राहिल्यावर आपल्याला गतायुष्याच्या बेड्या तोडून टाकणं जमेल किंवा नाही! मागं वळून न पाहता, परिणामांची तमा न बाळगता, निर्धास्तपणे नव्या साहसात स्वतःला झोकून देण्याच्या आपल्या कुवतीबद्दल तिला नेहमीच अभिमान वाटत आला होता. आपण लिहिलेली पत्रं पुन्हा वाचून पाहणंसुद्धा तिला अत्यंत पुचाटपणाचं आणि हिशेबीवृत्तीचं कृत्य वाटत असे; परंतु जरी इतरांना त्याची कल्पना नसली तरी प्रत्यक्षात रट्टी अत्यंत काळजीखोर होती; परंतु आता तिच्या सुटकेसाठी योजना आखण्याची तिनं जिनांना

परवानगी दिली होती; नव्हे आपल्या गतायुष्याच्या बेडीतून सोडवण्याची तिनं जिनांना गळच घातली होती. आता कोणाजवळही याबद्दल शब्दही न उच्चारता, मुख्य म्हणजे आपण ज्याला वचन दिलंय त्या माणसाला आपल्या अस्वस्थतेची कल्पनाही न येऊ देता, या धाडसासाठी धैर्य एकवटण्यावाचून तिच्यापुढे दुसरा मार्ग उरलेला नव्हता. त्यासाठी तिला गरज होती ती स्फूर्तीची! नेहमीप्रमाणे ती तिनं तेव्हा वाचत असलेल्या विल्यम थाकरेच्या *नॉव्हेल्स बाय एमिनंट हँड्स* या पुस्तकातून मिळवली. तिनं पुढील ओळी अधोरेखित केल्या होत्या : 'माणसाला शोभेसं सारं काही करायचं मी धारिष्ट्य दाखवेन. जो त्याहूनही अधिक धारिष्ट्य दाखवतो तो माणूस म्हणून श्रेष्ठही नसतो किंवा उणाही नसतो.' हातात केवळ एक छत्री घेऊन तिनं घर सोडलं. त्यापूर्वीचे शेवटचे महिने, या अधोरेखित केलेल्या ओळी तिचं ब्रीद वाक्य बनल्या होत्या.

आणि असं असलं तरीसुद्धा पेटिट हॉलच्या चिरपरिचित उंच प्रवेशद्वारांमधून बाहेर पडून आपल्या नव्या घरी प्रवेश करताना तिच्या अंतर्यामी नक्कीच काहूर माजलं असणार! मलबार हिलच्या पायथ्याशी असलेल्या पेटिट हॉलपासून अवघी अर्धी टेकडी चढून गेल्यावर फक्त १०० यार्डांवर जिनांचा बंगला होता. पेटिट हॉलपासून माउंट प्लेझंट रोडपर्यंतचा रस्ता फुलून गेलेल्या गुलाबी तमालपत्रांमुळे आणि लाल जर्द गुलमोहोरांमुळे सौंदर्याची उधळण करत होता. समुद्रावरून येणारी सायंकालीन शीतल झुळूक दिवसभराचा उष्मा बाजूला सारत होती. हा रस्ता रट्टीला सुपरिचित होता. तिच्या मावशीचा–लेडी पेटिटच्या लहान बहिणीचा – कूवरबाई पोवाला हिचा बंगला जिनांच्या बंगल्याच्या समोरच होता. पेटिट हॉलपासून मावशीच्या घरापर्यंतचं अंतर तिनं बालपणापासून अगणित वेळा पार केलं होतं. कधी एकटीनं तर कधी आपल्या धाकट्या भावांसमवेत, रट्टी आठवड्यातून निदान दोन–तीन वेळा हे पाच–दहा मिनिटांचं अंतर चालून मावशीकडे नित्य जात आलेली होती. तीन मावस भावंडांशी खेळायला, मावशीजवळ राहणाऱ्या आपल्या आजीला भेटायला तेथे रट्टी अगणित वेळा गेली होती. आता तर एप्रिल महिन्यात या रस्त्यावर किरमिजी कण्हेर, लालजर्द लिली, पळसाच्या झाडांच्या उमलत्या फुलांचा शेंदरी रंग अशी लाल रंगांच्या विविध छटांची निसर्गानं मुक्त उधळण केलेली दिसत होती; परंतु एरवीसुद्धा रट्टी निसर्गसौंदर्याकडे फारसं लक्ष देत नसे. आता आपल्या आयुष्यभराच्या घराकडे जाताना तिनं बहुधा हे घर पेटिट हॉलइतकं वैभवशाली नसलं, तरी निदान 'कूमी' मावशीच्या घरासारखं असणार असं गृहीत धरलं असावं. कूमी मावशीचं 'पोवाला' कुटुंब श्रीमंत पारशी जमीन मालकांमध्ये मोडत असलं, तरी स्वतः जिना उच्च अभिरुची आणि सधनता याबद्दल सुप्रसिद्ध होते, त्यामुळे मुंबईतील सर्वांत उच्चभ्रू वस्तीतला त्यांचा बंगला त्यांनी उच्च अभिरुचीनं सजवला असणार हे कुणीही गृहीत धरलं असतं. आजवर ती कधीच जिनांना त्यांच्या घरी भेटली नव्हती. त्यांची भेट नेहमीच रेसेस, क्लब्ज किंवा इतरांच्या घरांतील पार्ट्यांच्या वेळेस होत आलेली होती; परंतु आता ती जिनांच्या घरात प्रवेश करत होती, तेव्हा तिथलं कोंदट – उदासवाणं वातावरण पाहून ती अतिशय अस्वस्थ होऊन गेली. ते घर पाहून तिचा जो ग्रह झाला, त्याचं वर्णन 'कोणताही आनंद न जाणवणारं घर' अशा शब्दांमध्ये तिन पद्मजाजवळ केलं होतं.

जिनांनी रट्टीपासून कधीच काहीही लपवलं नव्हतं; परंतु त्यांची ऐषआरामाची कल्पना केवळ मोटरगाड्या, कपडे आणि सिगार यांच्यापुरतीच सीमित आहे, याची

तिला अजिबातच कल्पना नव्हती. जिनांचा समावेश मुंबईतील दहा नामवंत बॅरिस्टरांमध्ये केला जात असला, तरी त्यांनी इतर यशस्वी वकिलांप्रमाणे कधीच भपकेबाज मेजवान्या दिल्या नव्हत्या. कधी कधी ते स्वतः इतरांनी दिलेल्या पार्ट्यांना उपस्थित राहत असले, तरी त्याची परतफेड करण्यासाठी अशा मेजवान्या द्याव्यात, असं त्यांच्या कधीच मनात आलं नव्हतं. त्यांच्या ब्रह्मचर्याच्या मोठ्या प्रदीर्घ काळात त्यांनी फक्त दोनदाच मेजवान्या दिल्या होत्या. त्यादेखील फक्त पुरुषांसाठीच होत्या आणि त्यांनी त्या हॉटेलात आयोजित केल्या होत्या. जिनांनी विवाहाच्या सहा वर्षं आधी मलबार हिल वरील 'साउथ कोर्ट' हा बंगला एक चांगली गुंतवणूक आणि यशस्वी बॅरिस्टरला शोभेसा पत्ता या दोनच गोष्टींखातर विकत घेतला होता. तेथे स्वतः राहू लागायचं त्यांच्या मनातही आलं नव्हतं. कोर्टाच्या जवळ, सोयीच्या, भाड्याच्या घरातच राहणं त्यांना श्रेयस्कर वाटलं होतं. त्यांची कोर्टातली ऑफिसची खोली हेच त्याचं खरं घर होतं. मुंबईतलं लोकमान्य टिळकांचं 'सरदारगृह' हे निवास स्थान आणि जिनांची कोर्टातली कचेरी हे मुंबईतले दोन महत्त्वाचे राजकीय अड्डे समजले जात असत. जिना आपल्या कचेरीत केवळ आपल्या अशिलांनाच भेटत नसत, तर त्यांच्या प्रशंसकांशी रात्री उशिरापर्यंत राजकारणाबाबत चर्चा करण्यासाठी तिथेच अड्डा ठोकून बसत असत. या तरुण प्रशंसकांपुढे त्यांचा अलिप्ततेचा मुखवटा गळून पडत असे. त्यांच्या ठायी तेव्हा उद्दाम गुर्मीचा लवलेशही उरत नसे. ते या तरुण प्रशंसकांशी बरोबरीच्या नात्याने गप्पा मारत. त्यांच्या पुढल्या समस्या सहानुभूतीनं ऐकून त्यांचं निवारण करायचा प्रयत्न करत, राजकारणाबद्दलची त्यांची साधकबाधक मतं खुल्या दिलानं ऐकून घेत आणि त्यांचं म्हणणं या प्रशंसकांनी खोडून काढलं तरी त्यांना राग येत नसे. रात्रीचे चर्चेचे हे दोन तास जिनांना इतके मोलाचे वाटत की, त्या वेळेस कुणी अशील आलेच तर ते त्याला त्वरेनं परत पाठवून देत असत.

घरी त्यांच्या गरजा अगदी माफक होत्या आणि नोकरांची संख्या अगदी मोजकी होती. थोडेसे नोकर. त्यात त्यांच्या वेशभूषेला मदत करणारा वैयक्तिक नोकर, एक दोन स्वयंपाकी आणि वाहनचालक. त्यांचं आतिथ्य जवळच्या पुरुष मित्रांसाठीच सीमित होतं. हे लोक त्यांच्या घरी येऊन रात्रभर मद्य पीत राजकारणावर चर्चा करत बसत.

त्यांचा कुलाब्यातला भाड्याचा फ्लॅटही पेटिट हॉलमध्ये वाढलेल्या त्यांच्या नववधूला आणण्यासाठी पूर्णतः अयोग्य जागा आहे, हे ते जाणून होते. ते विवाहानंतर साउथ कोर्ट या मलबार हिलवरच्या बंगल्यात हलले असते आणि आपल्या नूतन पत्नीला त्यांनी तिच्या रुची प्रमाणे हे घर सजवायला सांगितलं असतं, तर ते जास्त श्रेयस्कर ठरलं असतं आणि बहुधा त्यांचा तसाच बेत असावा; पण त्यांच्यापुढे काही व्यावहारिक अडचणीसुद्धा उभ्या होत्या. त्यांच्या विवाह सोहळ्यासाठी त्यांना जागेची गरज होती आणि सोहळा संपन्न होण्यापूर्वी सर दिनशाँना त्याचा सुगावा लागणार नाही, अशी जागा मिळणं आवश्यक होतं आणि त्या दृष्टीनं, अनेक महिने कुलूपबंद असलेल्या त्यांच्या बंगल्यापेक्षा आणखी योग्य जागा कोणती असणार होती? जरी सर दिनशाँना कुठून तरी या बातमीचा सुगावा लागला असता तरी हाकेच्या अंतरावरच्या जिनांच्या कुलूपबंद बंगल्यात या प्रेमिकांचा शोध घेण्याचा विचार त्यांच्या मनाला शिवलासुद्धा नसता.

त्यामुळेच हा बंगला बाहेरपेक्षाही आतून अधिकच भयाण, उदास वाटला असणार. आपल्या विवाहाची बातमी फुटू नये म्हणून सर्वतोपरी काळजी घेण्यात व्यग्र असलेल्या जिनांनी गेली दहा वर्षं त्यांच्यापाशी राहत असलेल्या त्यांच्या धाकट्या बहिणीला - फातिमाला - विवाहापूर्वीच आपल्या दुसऱ्या बहिणीकडे हलवलं होतं, त्यामुळे साउथ कोर्टला घर हलवताना त्यांना पूर्णपणे आपल्या विश्वासू नोकरांवर भिस्त ठेवणं भाग पडलं होतं, त्यामुळे ते घर रट्टीला उजाड वाटलं नसतं तर नवल! गालिचे नसलेल्या दिवाणखान्यात मधोमध एकच सोफासेट ठेवलेला, भिंतीवर सजावटीसाठी एकही फोटो फ्रेम नाही, असं घर पाहून रट्टीला प्रचंड धक्का बसला होता. तिच्या माहेरच्या घरापेक्षा हे किती वेगळं होतं! पेटिट हॉलमध्ये प्रवेशद्वारातून आत शिरल्याबरोबर संगमरवरी पुतळे आणि कुंड्यांमधली शोभेची झाडं होती, काचेची झुंबरं तर अगणित होती, पर्शियन रूजामे होते, रंगवलेले चिनी पडदे आणि रंगीबेरंगी पुष्पपात्रं होती. प्रत्येक खोलीत पिळदार नक्षीचे संगमरवरी खांब होते आणि खिडक्यांना रंगीत, बिलोरी काचा होत्या. त्यातून बागेचा आणि पलीकडल्या समुद्राचा देखावा दिसत असे. या साऱ्याची रट्टीनं अपेक्षा धरली नसली, तरी प्रत्यक्षात दिसलेलं दृश्य तिला अपेक्षित नव्हतं. तिनं एखाद्या स्वैर जिप्सीप्रमाणे प्रचंड धाडस करून नव्या आयुष्याला सुरुवात केली असली, तरी जिनांच्या बंगल्यातली उदास रुक्षता तिनं स्वप्नातही अपेक्षिली नसावी. भरीला तिची प्रतीक्षा करणारे सारे लोक प्रामुख्यानं पुरुषच होते. तिथं तसेही मोजकेच लोक जमले होते. तेसुद्धा दाढीवाले, कुर्ता-पायजमाधारी विरोधकच वाटत होते. फक्त दोनच लोक जिनांप्रमाणे विनादाढीचे होते. एक होते त्यांचे निकटचे स्नेही, आतिथ्याबद्दल सुप्रसिद्ध असे महमुदाबादचे राजेसाहेब आणि दुसरे होते जिनांचे होमरूल लीगचे उत्साही, तरुण सहकारी उमर सोभानी; परंतु या लोकांची निवड जिनांनी त्यांच्या मैत्रीपूर्ण वर्तणुकीसाठी किंवा सौजन्यपूर्ण शिष्टाचारांसाठी केली नव्हती. हे लोक अत्यंत विश्वासू विवाह साक्षीदार ठरतील एवढ्याच निकषावर जिनांनी या लोकांना तिथं उपस्थित राहण्याची विनंती केली होती. या समारंभाला फक्त दोन स्त्रिया उपस्थित होत्या; जिनांच्या दोन धाकट्या बहिणी - शिरीन पीरभॉय आणि फातिमा; परंतु रट्टीला त्या भावनिक आधार देतील, अशी जर त्यांची अपेक्षा असली, तर ती सपशेल चुकीची ठरणार होती. जॉर्जेटची साडी आणि खोल गळ्याचा सॅटीनचा ब्लाउज घातलेली, लिपस्टिक लावलेली आणि नापसंतीच्या नजरा दूर ठेवण्यासाठी (सिगारेटच्या) धुराची वर्तुळं फेकणारी आणि थेट जिनांच्या दिशेनं जाऊ लागलेली ही पारशी वधू पाहून, तिचं स्वागत करण्याची त्यांना इच्छाच वाटली नव्हती. निदान स्वतः जिना तरी नेहमीप्रमाणे दिसत आहेत हे पाहून, रट्टीला थोडा धीर आला होता. उंच, सडपातळ, देखण्या जिनांनी नेहमीप्रमाणे रेशमी सूट, चमकदार पंप शूज परिधान केले होते. ते तिच्या समीप आले, तेव्हा तिच्या प्रतीक्षेत जमा झालेल्या या पारंपरिक पाहुण्यांच्या दृष्टीनं त्यांच्या वधूची झिरझिरीत तलम साडी आणि खोल गळ्याचा ब्लाउज हा पोशाख अगदी अयोग्य आहे, याची त्यांना जाणीवही झाली नव्हती.

त्यांच्या दृष्टीनंसुद्धा हे अत्यंत अवघड वर्ष होतं. त्या वर्षी राजकीय घडामोडी अगदी टिपेला पोचल्या होत्या. रात्र रात्र चाललेली वादविवादाची चर्चासत्रं, जाहीर सभा, सरकारकडे दररोज धाडले जाणारे ठराव यात जिना कल्पनेबाहेर गुंतून पडले होते. विवाहाच्या दृष्टीनं हे अतिशय अवघड वर्ष होतं. आदल्याच वर्षी, जून १९१७मध्ये होमरूलच्या संस्थापिका

ॲनी बेझंट मद्रासमध्ये कैद झाल्यावर जिनांना होमरूल लीगचे अध्यक्ष बनण्याची गळ घालण्यात आली होती. त्यांच्यापेक्षा तीस वर्षांनी ज्येष्ठ असलेल्या आयरिश ब्रह्मविद्या प्रचारक आणि समाजवादी नेत्या ॲनी बेझंट यांचे जिना कधीच प्रशंसक नव्हते. त्यांची धोरणं जिनांना टोकाची आणि अव्यवहार्य वाटत असत; परंतु या चळवळीचे नेते म्हणून जिनांनी एकदा जबाबदारी स्वीकारल्यावर त्यांनी त्याचं रूप पूर्णपणे बदलून टाकलं. आपले विश्वासू सहकारी नेमून, अनेक नामवंत मित्रांची मदत घेऊन त्यांनी होमरूल हे राजकीय चळवळीचं व्यासपीठ बनवलं. त्याच्या त्यांनी मुंबईभर आणि गुजरातेत अनेक नव्या शाखा उघडल्या. सारे वकील मित्र त्यासाठी त्यांनी एकत्र आणले, खूप निधी जमवला, पत्रकं हजारोंनी छापली आणि वाटली. अनेक जाहीर सभांचं आयोजन केलं. होमरूल लीगचं व्यवस्थापन सुसूत्रपणे चालावं म्हणून त्यासाठी ते दररोज कचेरीत तास-दोन तास लीगच्या कार्यकर्त्यांसाठी बाजूला ठेवून त्यांच्याशी चर्चा करत असत.

त्यांची इतर राजकीय कामंसुद्धा तेवढ्याच जोमानं सुरू होती! इंपीरियल लेजिस्लेटिव्ह कौन्सिलचं सत्र चालू असे, तेव्हा जिना त्यातले सर्वांत क्रियाशील आणि आग्रही वक्ते म्हणून उठून दिसत. तेथे चर्चेसाठी आलेल्या प्रत्येक मुद्द्याबाबत त्यांचं स्वतंत्र मत असे आणि ते नेहमीच आपलं मत ठामपणे सभेपुढे मांडत असत. लष्करात भारतीयांना प्रवेश देण्याचा हक्क जिनांनी एकहाती मिळवला होता. ते इतक्या आवेशानं आपले मुद्दे मांडू शकत असत की, ब्रिटिश राज्यकर्तेच त्यांना वचकून राहत असत. भारतीय राष्ट्रीय काँग्रेस आणि मुस्लीम लीग या दोघांच्या दृष्टीनं त्यांचं योगदान अनिवार्य ठरलं होतं. सरकारपुढे किंवा लंडनमध्ये त्यांचं प्रतिनिधी मंडळ नेण्यासाठी जिनांचं नेतृत्व अत्यंत महत्त्वाचं ठरत असे. ते भावनांचा प्रक्षोभ उसळवणारे वक्ते नव्हते; परंतु भावनांना नव्हे, तर बुद्धीला साद घालणारं त्यांचं भाषण ब्रिटिशांपुढे अमोघ ठरत असे. ते ब्रिटिशांची कधीच हांजी हांजी करत नसत; उलट त्यांच्याशी ते नेहमीच बरोबरीच्या नात्यानं वागत असत. त्यांच्याच भाषेत त्यांच्याशी बोलत आणि त्यांच्याच धर्तीचा पोशाख त्यांच्यापेक्षासुद्धा अधिक नेटकेपणानं परिधान करत असत. ज्या वेळेस भारतातील विविध जातीय गटांबरोबर आणि ब्रिटिशांबरोबर संवाद साधण्याची आणि जोरदार वाटाघाटी करण्याची मोठीच गरज उभी राहिली होती, तेव्हा जिनांचे नेतृत्व गुण अतिशय महत्त्वाचे ठरले होते. राजकीय क्षितिजावरील त्यांचं महत्त्व आता टिपेला पोहोचलं होतं. भारतीयांना 'होमरूलचा' (स्वतःचं सरकार स्थापून राज्यकारभार चालवण्याचा) अधिकार दिल्यावर जिनाच त्यांचे नेते असतील, हे भारतीयांप्रमाणेच ब्रिटिशांनीसुद्धा गृहीत धरलं होतं. तोवर जवाहरलाल राजनीतीच्या रिंगणात उतरले नव्हते आणि गांधीजींच्या राजकीय कारकिर्दीची नुकतीच सुरुवात होत होती, त्यामुळे राजकारणात जिना इतके व्यस्त राहू लागले होते की, अठरा वर्षांच्या वकिली व्यवसायाच्या कारकिर्दीत जिनांना प्रथमच चालू असलेला खटला तहकूब करवून पुढील तारीख मागावी लागली होती आणि सुधारणांची मागणी करणाऱ्या दोन प्रतिनिधी मंडळांचं नेतृत्व करण्यासाठी दिल्लीला धाव घ्यावी लागली होती. पहिलं महायुद्ध संपत आल्याची चाहूल लागल्यावर ते प्रत्यक्षात संपण्यापूर्वी काही बाबतीत स्वतःचं सरकार स्थापण्याची सवलत मिळवण्याची निकड आणखीनच वाढली होती आणि स्वतःच्या विवाहाला अवघा एक महिना उरला असताना जिना त्या जोराच्या वाटाघाटींमध्ये आणखीनच गुंतून गेले. ब्रिटिश सरकारनं

ऐनवेळेस टिळकांना इंग्लंडला जाण्यास मनाई केली होती. त्याबद्दल निषेध नोंदवणारे तार संदेश ब्रिटिश पंतप्रधान व्हाइसरॉय आणि भारतातील ब्रिटिश राजदूत यांच्याकडे धाडावे लागले होते. स्वतःच्या विवाहाला अवघे दोन दिवस उरले असताना जिनांनी 'होमरूल'च्या कार्यकर्त्यांबरोबर त्यासाठी सारी संध्याकाळ खर्च केली. जिनांच्या अंगची अशी तडफ आणि महत्त्वाकांक्षा पाहून, इतरांप्रमाणेच सर दिनशाँचीसुद्धा दिशाभूल झाली की, अखेरीस जिनांनी रट्टीचा नाद सोडून दिला आहे आणि आपल्या अत्यंत प्रिय असलेल्या राजकारणात स्वतःला पूर्णपणे झोकून दिलं आहे.

जिना विवाहाची योजना आखत आहेत, याचा सुगावा गेली दहा वर्षे त्यांच्या जवळ राहणाऱ्या त्यांच्या धाकट्या बहिणीलासुद्धा लागला नव्हता. ते फातिमाला सकाळी कोर्टात जाताना त्यांच्या दुसऱ्या बहिणीच्या शिरीनच्या घरी सोडत असत आणि संध्याकाळी तिला स्वतःच्या घरी नेत असत; पण एक दिवस त्यांनी त्यांच्या थंड आवाजात अत्यंत निर्ममपणे तिला आपल्या विवाहाची बातमी दिली आणि आपलं बस्तान बहिणीकडे हलवण्याची आज्ञा दिली. त्यांचा कोणत्याही बाबतीत एकदा निर्णय झाला की, आर्जव किंवा अश्रूंनी त्यांना पाझर फुटत नसे आणि त्यांचा निर्णय बदलण्यास त्यांना कधीही उद्युक्त करता येत नसे याची पक्की खात्री असल्यामुळे फातिमाला निमूटपणे आपला गाशा गुंडाळून आपल्या बहिणीकडे जाणं भाग पडलं होतं. तिनं 'माय ब्रदर' या पुस्तकात लिहिलं आहे, 'त्यांच्या इच्छाशक्तीच्या सागराच्या प्रचंड लाटेमुळे वाटेतले सारे अडथळे वाहून जात असत.'

परंतु त्यांची इच्छाशक्ती इतकी जबर असूनही हा विवाह ही एक अशक्य कोटीतली गोष्ट बनली होती. कोणत्याही दृष्टिकोनातून पाहिलं तरी आड येणारे वैयक्तिक, सामाजिक आणि कायद्याचे अडथळे अश्लाघ्य वाटत होते. वेगवेगळ्या समाजातले तरुण प्रेमिक सोप्पा मार्ग निवडत असत. ते चोरून कोर्टात किंवा मंदिरात विवाह करत आणि उसळलेला हाहाकार निवळेपर्यंत तिथून पळ काढत; परंतु रट्टीच्या पित्यानं कोर्टाचा मनाई हुकूम आणण्यापूर्वीसुद्धा जिनांना असा पळपुटेपणा पसंत नव्हता. ते उद्दामपणे समाजाच्या मतांकडे दुर्लक्ष करतात, असा प्रवाद असला तरी प्रत्यक्षात जिनांनी तोवर आपली इभ्रत पूर्णपणे निष्कलंक ठेवली होती. आता इतकं मोठं सामाजिक स्थान मिळवल्यावर ते आपल्या कीर्तीला कलंक लागू देतील, ही पूर्णतः अशक्य गोष्ट होती. जिनांवर दिनशाँनी लादलेला मनाई हुकूम ही एकापरीनं इष्टापत्तीच ठरली होती. रट्टी अठरा वर्षांची होईपर्यंत तो हुकूम जारी राहणार होता. त्या अवधीत जिनांना इतर पर्याय शोधायला भरपूर वेळ मिळणार होता.

सुरुवातीला अठरा वर्षांची होईपर्यंत कोर्टाचा मनाई हुकूम पाळावाच लागेल, ही गोष्ट रट्टीला मान्य नव्हती; त्यातून दुसरा मार्ग नक्कीच काढता येईल, या आशेनं रट्टीनं जिनांना न सांगता पद्मजाच्या मदतीनं सैद नबीउल्ला या लखनौच्या समाजसुधारक वकिलाचा सल्ला गुप्तपणे मिळवण्याचं ठरवलं होतं; परंतु जिना रागवतील या धास्तीपायी किंवा वाट पाहणंच सुज्ञपणाचं आहे, हे जिना तिला पटवू शकल्यामुळे तिनं तो बेत रद्द केला.

परंतु रट्टीला ठाऊक नसलेली एक गोष्ट जिना पूर्णपणे जाणून होते; रट्टी अठरा वर्षांची होऊन कोर्टाचा मनाई हुकूम बाधक होईनासा झाला, तरी त्यामुळे विवाहातल्या अडचणी आपोआप दूर होणार नव्हत्या. मुस्लीम आणि पारशी धर्मीयांमधला विवाह

कायद्यानं संमत करून घेण्यात मोठीच अडचण होती. सिव्हील मॅरेजेस ॲक्टनुसार कोर्टात विवाह करण्यासाठी वधूच्या पित्याची संमती गरजेची असे आणि साक्षीदार म्हणून त्यांची कोर्टातली उपस्थिती अनिवार्य असे. त्याखेरीज वधू-वर हिंदू धर्माखेरीज अन्य धर्माचे असले, तर त्यांना जाहीरनाम्यावर सही करून आपला जन्मजात धर्म आपण सोडून देत आहोत, असं कायदेशीर प्रतिज्ञापत्र करावं लागत असे. जिनांनी अधिकृतपणे मुस्लीम धर्म सोडला असता, तर ती त्यांची राजकीयदृष्ट्या आत्महत्याच ठरली असती. त्यांनी कधीच अधिकृत मुस्लीम धर्माचं पालन केलं नव्हतं. ते ख्वाजा इस्माइली कुटुंबात जन्मले वाढले होते आणि सर्वधर्मसमभाव राखणाऱ्या शाळांमध्ये शिकले होते. ख्वाजा इस्माइली लोक कुराणाचा रूपकात्मक अर्थ ग्राह्य धरत असल्यामुळे सुन्नी पंथीय त्यांना शुद्ध मुस्लीम म्हणून स्वीकारतच नसत. जिनांना राजकारणात आपण मुस्लीम आहोत, ही प्रतिमा जपणं अनिवार्य ठरलं होतं. ते पारंपरिक मुस्लिमांप्रमाणे पोशाख करत नाहीत, तशा दाढीमिशा ठेवत नाहीत, ते डुकराचं (मुस्लिमांना निषिद्ध असणारं) मांस खातात, मद्य पितात, सिगार ओढतात, उर्दूऐवजी इंग्रजी बोलतात म्हणून पाचच वर्षांपूर्वी रूढिप्रिय, पारंपरिक मुस्लिमांनी त्यांच्यावर आगपाखड केली होती. ते मुस्लीम लीगचे अनभिषिक्त नेते बनल्यावर त्यांनी या टीकेचं उत्तर आत्मविश्वासानं दिल होतं आणि 'मी मुस्लिमांचा राजकीय नेता आहे, धार्मिक नेता नव्हे,' असा युक्तिवाद केला होता. असं असताना कायदेशीरपणे मुस्लीम धर्माचा त्याग करणं म्हणजे राजकीय आत्महत्या करणंच ठरलं असतं. ते करणं त्यांना शक्य नव्हतं.

यातून एकच मार्ग काढता येणार होता; रट्टीनं इस्लाम धर्म स्वीकारणं आणि त्या दोघांनी मुस्लीम कायद्यानुसार विवाह करणं! नशिबानं जिनांनी पारशी धर्म स्वीकारावा असा आग्रह रट्टीला करता येणार नव्हता, कारण पारशी धर्मात इतर धर्मीयांना प्रवेश करता येत नसे. रट्टीच्या वडिलांचे मित्र रतन बी. टाटा यांनी आपल्या फ्रेंच पत्नीला पारशी धर्माची दीक्षा देऊन तिच्याशी पारशी विधींनुसार विवाह केल्यावर पारशी समाजातील रूढिप्रिय पक्षानं फार मोठं वादंग माजवलं होतं. प्रत्यक्षात हे घडलं तेव्हा रट्टी तीनच वर्षांची असली तरी ती जाणती होईपर्यंत तो बखेडा चालू असलेला तिनं प्रत्यक्ष पहिला होता. आपण धर्मांतर करून मुस्लीम विधींनुसार विवाह केला की, तसंच वादंग माजणार हे ती जाणून होती, तरीही तिनं या प्रस्तावाला सहजी मान्यता दिली. त्यामागचं कारण 'नॅन' ऊर्फ 'सरूप' नेहरूला वाटलं तसं पारशी रूढिप्रिय समाजाला धक्का देऊन खडबडून जागं करणं हे नव्हतं. रट्टीची पिढी फक्त इंग्रजी शिकली होती आणि जस्टिस दावरनी उपरोधानं म्हटलं होतं, त्याप्रमाणे 'आपल्याला आपल्या आजोबांपेक्षा जास्त अक्कल आहे आणि आपल्या पूर्वजांच्या चुका सुधारणं हे आपल्या आयुष्याचं परमकर्तव्य आहे,' अशी या पिढीची प्रामाणिक समजूत होती.

त्या वेळेस आपण कोणताच धर्म पाळत नाही, असं म्हणण्याचा प्रघात तरुण पिढीत रूढ होता; रट्टीच्या वर्तुळातले तरुण लोक आपण देवावर विश्वास ठेवत नाही, असं बिनदिक्कत कबूल करत. अग्निमंदिरात जाऊन किंवा घरी प्रार्थना करायला नकार देत आणि धर्माच प्रतीक असलेल्या कोणत्याच गोष्टी करणं नाकारत असतं. या तरुण मंडळींच्या माता-पित्यांचीसुद्धा त्याला हरकत नसे, कारण आपण निरीश्वरवादी आहोत, असे

म्हणण्यात या उच्चभ्रू गटाला भूषण वाटत असे. त्यांच्या अशा वागण्यामुळे रूढिप्रिय पारशी लोक आंग्लाळलेल्या उच्चभ्रूंच्या धर्म डावलणाऱ्या, भोगवादी, पाश्चिमात्य जीवनशैलीवर जोरदार टीका करू लागले होते; परंतु या टीकेचा किंवा निषेधाचा सर दिनशाँसारख्या 'विलिंग्डन क्लब' गोटावर अजिबातच परिणाम झाला नव्हता. या 'फालतू' जनतेचा हा 'मत्सरी दांभिकपणा' आहे, अशी हे उच्चभ्रू लोक या टीकेची संभावना करत असत. असे पाश्चिमात्य जीवनशैली स्वीकारणारे उच्चभ्रू पारशी लोक आणि गुजरातीत बोलणारे रूढिप्रिय पारशी लोक यांच्यातली वाढत जाणारी दरी पाहतच रट्टी लहानाची मोठी झाली होती. आपल्या वडिलांच्या वर्तुळातील लोक धर्मगुरूंना लाच देऊन नियम आपल्या बाजूनं किती सहजी फिरवून घेत असत, हे जवळून पाहिल्यामुळे रट्टीसारख्या तरुणींना वाटू लागलं होतं की, हे नियम आपल्यासाठी नव्हतेच! अर्थातच रट्टीचा 'नवज्योत' विधी मोठ्या थाटामाटात करण्यात आला होता. सात ते नऊ वर्षांच्या मधल्या वयाच्या पारशी धर्मीय मुला-मुलींना धर्मगुरू पवित्र जानवं आणि पांढरं जाकीट विधीपूर्वक मंत्र म्हणून देतो आणि त्यायोगे त्यांना अधिकृतपणे झरतृष्ट्र धर्माची दीक्षा देतो; परंतु या गंभीर धार्मिक विधीकडे रट्टीच्या आई-वडिलांनी आणखी एक भपकेबाज समारंभ एवढ्याच दृष्टीनं पाहिलं होतं आणि पारशी समाजातील आणि इतर समाजातील हजारो पाहुणे आमंत्रित करून त्यांचा जोरदार पाहुणचार केला होता. अशा परिस्थितीत या धार्मिक विधीचा रट्टीच्या मनावर कितपत प्रभाव पडला असणार? तिच्या वर्तुळातील बहुसंख्य लोकांप्रमाणेच रट्टीसुद्धा केवळ नावालाच पारशी होती!

जिनांची स्वतःची धर्माकडे बघण्याची दृष्टी त्यांच्या वधूएवढी उथळ आणि निरुद्देश नव्हती. ते रूढिग्रस्त आणि जाती धर्म भेद मानणारे नसले, तरी ते आंग्लाळलेल्या आणि युरोपीय नॅनींनी वाढवलेल्या मुलांसारखे भारतीय संस्कृतीला आणि धर्माला तुच्छ मानण्याची शिकवण मिळालेले युवक नव्हते! त्यांची आई अत्यंत धर्मपरायण स्त्री होती आणि ती हयात होती, तोपर्यंत जिना पूर्णपणे मातृभक्त होते. ती पुराणमतवादी मुस्लिमांप्रमाणे रूढिप्रिय नसली तरी ती धर्मपरायण होती. जिनांचे वडील इस्माइली पंथाचे असल्यामुळे त्यांच्या बालपणी त्यांच्यावर हिंदू प्रथांचा आणि रूढींचा बराच प्रभाव होता; परंतु कराचीला स्थलांतर केल्यावर त्यांनी पूर्णतः मुस्लीम रिवाज अंगीकारले होते. गुजरातेतील इस्माइली लोक आपल्या मुलांना हिंदू नावं देत असतं. तसं करायला जिनाभाईंनी नकार दिला होता आणि ते आपल्या मुलांना दररोज कुराणचे पाठ देऊ लागले होते. त्यांच्या बहिणींप्रमाणे विशेषतः फातिमा प्रमाणे जिना अगदी उघडपणे अस्तिक नसले, तरी त्यांना कुराणाबद्दल पूर्ण ज्ञान होतं आणि त्यांनी इस्लाम धर्माचा तर्कसुसंगत आणि बुद्धिनिष्ठ वृत्तीनं अभ्यास केला होता. इंग्लंडमध्ये 'बार'च्या परीक्षेची तयारी करतेवेळी त्यांनी धर्मगुरू मुहम्मदचं इंग्रजी भाषेतलं चरित्र वाचून काढलं होत. भारतात परतल्यावर उपयुक्त ठरेल म्हणून जिनांनी इंग्लंडमध्ये कायद्याचं शिक्षण घेताना इस्लाम धर्माच्या न्यायशास्त्राचा अभ्यास केला होता. भारतात परतल्यावरसुद्धा धर्माबद्दलच्या जिनांच्या भावना संमिश्र होत्या.

मुस्लीम धर्मीयांची मागासवृत्ती, रूढिप्रियता, अंधश्रद्धा आणि नैतिक तत्त्वावरचे मनाई निषेध यांपासून कटाक्षानं दूर राहण्यासाठी जिनांनी मुस्लिमांचा पारंपरिक वेशही (गोल टोपी, फावड्याच्या आकाराची दाढी, काळा डगला) निषिद्ध मानला होता. त्याकाळी शिकलेले

आणि मान्यवर मुस्लीम नेतेसुद्धा असाच पोशाख करत; परंतु जिनांनी मात्र इंग्रजांप्रमाणे सूट, टाय, पंप शू, मोनॉकल, हाच वेश ठेवला होता. फक्त पोशाखाच्या बाबतीतच नव्हे, तर त्यांनी मुस्लीम धर्माचे अन्य नियमही धुडकावून लावले होते. ते डुकराचं मांस (पोर्क) खात, मद्य पीत, सिगार ओढत आणि आणखी गंभीर गोष्ट म्हणजे त्यांनी स्वतःच्या खोजा पंथाचा निषेध नजरेआड करून निग्रहानं आपल्या बहिणीला इंग्रजी कॉन्व्हेंट बोर्डिंग स्कूलमध्ये दाखल केलं होतं; परंतु त्यांनी आपली मुस्लीम अशी ओळख पूर्णपणे पुसून टाकायला नकार दिला होता. ते स्वतःला वेगळ्या प्रकारचा मुस्लीम म्हणवू लागले होते. मशिदीत प्रार्थनेसाठी न जाणारा; परंतु स्वतःला मुस्लीम समाजाचा घटक समजणारा मुस्लीम अशी स्वतःची प्रतिमा त्यांनी तयार केली होती. त्यासाठी त्यांनी एका सुधारक मुस्लीम संस्थेचं सदस्यत्व स्वीकारलं होतं. या संस्थेचं नावं होतं, 'खोजा शिया इस्नाशारी जमात'. ही संस्था विसाव्या शतकाच्या प्रारंभी स्वतःला अधिक सुधारक आणि आधुनिक मुस्लीम म्हणवणाऱ्या आणि प्रमुख मुस्लीम समाजधारेत समाविष्ट होऊ इच्छिणाऱ्या काही खोजा पंथीय मुस्लिमांनी स्थापन केली होती. या संस्थेनं स्वतःच्या मशिदी, मदरसा आणि इमामवाडे स्थापन केले होते. या नव्या पंथाचे लोक आपल्या स्वतःला इस्माईलींपेक्षा वेगळे म्हणवू लागले होते. जिनांनी आपली मुस्लीम असल्याची प्रतिमा ठळक करण्यासाठी ताबडतोब या पंथाचा स्वीकार केला. त्यांच्या काही चरित्रलेखकांचं म्हणणं आहे की, हा वेगळा पंथ स्वीकारल्यामुळेच बॅरिस्टर होऊन भारतात परतल्यावर जिनांनी त्यांच्या इस्माईली पंथीय पित्यानं पाठवलेल्या विवाह प्रस्तावांना नकार दिला होता!

त्यांचा इस्लाममधला रस उघडपणे केवळ कायद्याशी आणि तर्कशास्त्राशी निगडित होता. इंपीरियल लेजिस्लेटिव्ह कौन्सिलचे सदस्य झाल्याबरोबर त्यांनी मुस्लीम वक्फ कायद्याचा पहिला मसुदा तयार केला होता. (वक्फ कायदा : मुस्लीम धर्मासाठी दान केलेल्या स्थावर मालमत्तेसंबंधित कायदा). या कायद्याचा मसुदा तयार करण्यापूर्वी त्यांनी त्याचं पूर्ण ज्ञान मिळवण्यासाठी अनेक वर्षं खर्चून इस्लामच्या पंडितांशी चर्चा केली होती आणि त्यासंदर्भात वाचनही केलं होतं. त्यांचा पाश्चिमात्य पोशाख पाहून रट्टीनं काहीही अर्थ काढला असला, तरी तिला इस्लाम धर्म स्वीकारायला लावण्यामागे जिनांचा उद्देश केवळ कायद्यातून पळवाट काढणे एवढाच नव्हता. त्यांचे मुस्लीम प्रतिस्पर्धी आधीच ते 'काफिर' (मुस्लीम धर्मेतर) असल्याचा त्यांच्यावर आरोप करत होते. त्यांनी 'काफिर' स्त्रीशी विवाह केला असता, तर या विरोधकांना चेवच आला असता! परंतु रट्टीचं इस्लाममध्ये धर्मांतर करण्यासाठी त्यांना ते अनेक वर्षं विरोधकांच्या अन्वेषणातून तावूनसुलाखून निघण्याएवढ्या कायदेशीर पद्धतीनं करणाऱ्या धर्मगुरूंची गरज होती.

त्यांना अशा व्यक्तीचा फार शोध घ्यावा लागला नाही. मौलाना नाझीर अहमद खुजांदी हे केवळ बहुसांख्यिक सुन्नी पंथीयांचे सर्वमान्य धर्मगुरू आणि जामा मशिदीचे इमामच नव्हते, तर ते मुस्लीम लीगचे सदस्यसुद्धा होते. मुस्लीम लीगचे नेते असलेल्या जिनांसाठी ते रट्टीचं धर्मांतर करून द्यायला तयार तर झालेच असते; परंतु ते धर्मांतर अल्पकाळ गोपनीय ठेवायचंसुद्धा त्यांनी मान्य केलं असतं. धर्मांतराची तारीख होती १८ एप्रिल. ही तारीख जिनांनी काळजीपूर्वक निवडली होती. तो अजमेरचे सूफी संत ख्वाजा मोइनुद्दिन चिश्ती यांचा पवित्र जन्मदिवस होता, हे त्यामागचं कारण नव्हतं, तर आदल्या दिवशी धर्मांतर

पार पडल्यावर १९ तारखेच्या विवाहदिनी आणखी वेळ खर्च होणार नाही, हे त्यामागचं खरं कारण होतं. आदल्याच दिवशी झालेलं धर्मांतर एक दिवस गुप्त ठेवणं अवघड पडणार नव्हतं. १८ तारखेला जिनांचा होमरूलचा सहकारी उमर सोभानी याच्या समवेत रट्टी गुपचूप जामा मशिदीत पोचली. धर्मांतराला फार वेळ लागला नसणार आणि ती रात्रीच्या जेवणापर्यंत पेटिट हॉलला परत पोचू शकली असणार. रट्टीनं धर्मांतर केलं तो दिवस योगायोगानं 'अबान जशन' या पारशी सणाचासुद्धा दिवस होता. १८ एप्रिल हा मुस्लीम आणि पारशी या दोघांच्या दृष्टीनं पवित्र दिवस होता, हा विरोधाभास धर्मांतराच्या वेळेस रट्टी आणि जिना या दोघांच्याही लक्षात आला नव्हता!

परंतु एक गोष्ट मात्र विचारी जिनांच्या नजरेतून अजिबात सुटली नव्हती. अठरा तारखेला अबान जशन या पारशी सणाची सुट्टी होती, त्या दिवशी धर्मांतर पार पडलं होतं. एकोणीस एप्रिल या विवाहदिनी रामनवमीच्या सणाची सुट्टी होती. तो शुक्रवार होता. पुढे शनिवार-रविवारची आठवड्याची सुट्टी होती. हायकोर्ट उन्हाळी सुट्टीसाठी बंद झालं असलं, तरी सर दिनशॉंची अजूनही रट्टीवर करडी नजर होती; परंतु त्यांना रट्टीच्या विवाहाबद्दल बातमी लागली असती, तरी सोमवारपर्यंत त्यांना काहीही करता आलं नसतं. कारण गुरुवार, शुक्रवार, शनिवार, रविवार पोलीस न्यायालयं बंद असणार होती. तोवर रट्टी आणि जिना मुंबईबाहेरच्या त्यांनी गुप्त ठेवलेल्या जागी जाऊन पोचले असते. आणखी महत्त्वाची गोष्ट म्हणजे तेथे जाण्यापूर्वी जिनांना आपल्या विवाहाची अधिकृत बातमी वृत्तपत्रांकडे पाठवता येणार होती! ही बातमी दिल्यामुळे हा विवाह शांतपणे परंतु न लपवता, उघडपणे पार पडलाय, त्यात कोणतीही लपवाछपवी नाही, असा आभास निर्माण करणं शक्य झालं असतं.

प्रत्यक्ष विवाहविधी अगदी नेटका, औपचारिक आणि धर्ममान्य पद्धतीनं थोडक्यात पार पडला. जोरदार मेजवान्या देत पार पडणाऱ्या पारशी विवाहविधींच्या तुलनेत हा विवाहविधी अगदीच सर्वसाधारण होता. वर-वधू दोघांनाही 'निकाह'चे अरबी शब्द उच्चारता येत नसल्यामुळे ते इतरांनी उच्चारले. मौलवींनं 'अल्ला'ची स्तुती करून कुराणातील तीन पंक्ती म्हटल्या. हुंड्याचा आकडा नोंदवला गेला आणि वधू-वरांनी नोंदवहीत सह्या केल्या. संध्याकाळी सात ते आठ या एक तासात सर्व विधी उरकले. साऱ्या घाईत जिना वधूला घालायला अंगठी आणायला विसरले होते. त्यांचे मित्र, महमुदाबादचे राजे यांनी स्वतःच्या बोटातील हिऱ्याची अंगठी जिनांना दिली आणि हा विवाह पार पडला. हा विवाह शिया धर्मानुसार पार पडला होता. मौलाना मोहम्मद हसन नजाफी हे रट्टीचे प्रतिनिधी धर्मगुरू होते आणि त्यांनी तिच्या वतीनं विवाहनोंदीवर सही केली होती. शरियत मदार आकी हाजी मोहम्मद अब्दुल हाशीम नजाफी यांनी जिनांच्या वतीनं सही केली. वकील आणि साक्षीदार होते शरीफ देवजी कांजी, उमर सोभानी आणि महमुदाबादचे राजे. विवाहनोंद फारसी भाषेत करण्यात आली होती आणि नोंदवहीतील नोंदीचा क्रमांक होता ११८.३७. विवाह नोंदवहीत हुंड्याची रक्कम १००१ रुपये नमूद केली असली तरी जिनांनी रट्टीला १,२५,००० रुपये भेट म्हणून दिले. एवढी रक्कम राजपिपळीच्या महाराजांनी युद्धनिधीसाठी प्रदान केली होती; परंतु ही रक्कम किती मोठी आहे, याचा रट्टीच्या डोक्यात प्रकाश पडणं शक्यच नव्हतं, कारण तिनं आजवर कधीच रोख रक्कम हाताळली नव्हती.

विवाहानंतर उपाहार देण्यात आला असला तरी वर्तमानपत्रात त्याचा उल्लेख आढळत नाही. ही बातमी फुटून हलकल्लोळ माजण्यापूर्वी नवविवाहित दाम्पत्याला मुंबईबाहेर जाण्याची घाई होती. अशी घाई असूनही जिना अगदी शांत होते. बाहेर पडण्यापूर्वी त्यांनी बंगल्यातल्या ऑफिसात जाऊन तीन दिवसांनंतरच्या बैठकीची अध्यक्षता गांधीजींनी स्वीकारावी या विनंतीच्या पत्रावर सहीसुद्धा केली. असा बारीक तपशीलही ते विसरले नव्हते! आता अखेरीस रट्टी त्यांची पत्नी म्हणून त्यांच्यापाशी उभी असूनही त्यांच्या डोक्यात पहिला विचार राजकारणाचाच होता!

प्रकरण सातवे

~

मधुचंद्रावर आलेले रट्टी आणि जिना यांना ज्यांनी ज्यांनी पाहिलं होतं, त्या सर्वांनाच हे अत्यंत अनुरूप जोडपं वाटलं होतं : कल्पनेपलीकडे देखणं, त्यांच्या वयात चोवीस वर्षांचं अंतर असूनही अत्यंत अनुरूप–सुस्वरूप जोडी, संभाषण चतुर, बुद्धिमान आणि अत्यंत अद्ययावत राहणीचं आणि असं असूनही त्यांच्या बाह्यरूपातही ते दोघे अगदी भिन्न होते. जिना उंच आणि सडपातळ होते, नाकीडोळी अत्यंत रेखीव होते, त्यांच्या रेखीव भिवयांखालचे त्यांचे काहीसे अरुंद डोळे बुद्धिमत्तेच्या तेजानं चमकत असत. ते अलिप्त स्वभावाचे आणि अधिकार गाजवणारे होते. ते क्वचितच स्मितहास्य करताना दिसत. ते अत्यंत तोलून मापून बोलत. प्रत्येक शब्दाचा उच्चार ते ठामपणे आणि स्पष्टपणे करत. आपला मुद्दा वादविवादात स्पष्ट करताना, आपलं म्हणणं स्पष्ट करण्यासाठी ते आपली तर्जनी रोखून धरत. त्यांच्या चर्येवरचा ऋषितुल्य गंभीरपणा त्यांच्या डोक्याच्या मधोमधल्या पांढऱ्या झुलुपांमुळे अधिकच उठून दिसत असे. ते नेहमीच नीटनेटक्या पोशाखात असत. अगदी झोपेतून उठल्याबरोबर अंथरुणातून बाहेर पडतानासुद्धा ते रेशमी पायजम्यावर रेशमी नाइटगाऊन चढवल्याखेरीज खाली पाउल टाकत नसत. पोशाखाबाबत ते इतके चोखंदळ असल्यामुळे, त्यांच्यापेक्षा लहान वयाचे वकील सहकारी कुचेष्टेनं त्यांचा उल्लेख 'मुंबई हायकोर्टाचे ब्यू ब्रमेल' असा करू लागले होते. ब्यू ब्रमेल हे एकोणिसाव्या शतकाच्या प्रारंभी लंडनमधले सर्वांत फॅशनेबल, देखणे तरुण मानले जात. जिनांचा औपचारिक, पाश्चिमात्य धर्तीचा पोशाख उत्तम शिलाईचा असे आणि त्यांच्या पाच फूट अकरा इंच उंचीच्या देहावर चपखल बसत असे. रेशमी जाकीट, शर्टाची कडक, शुभ्र कॉलर, रंगसंगती साधणारा नेकटाय, कोटाच्या वरच्या खिशातला हातरुमाल, चमकदार पंप शूज हा त्यांचा पोशाख मावळत्या पिढीलाच अधिक शोभेसा होता. पहिलं महायुद्ध संपत आल्यावर, पोशाखाबाबतच्या आणि संस्कृतीबद्दलच्या सर्व जुन्या कल्पना ढासळू लागल्या होत्या. त्या दृष्टीनं जिना जुन्या, मावळत्या पिढीचे प्रतिनिधी म्हणता आले असते.

याउलट रट्टी अगदी नाजूक, प्रेमळ, उत्स्फूर्त-उत्फुल्ल, खोडसाळ आवाज आणि चर्या असलेली आणि त्यामुळे अत्यंत आकर्षक वाटणारी तरुणी होती. त्यांच्या मधुचंद्राच्या पहिल्या रात्री महमुदाबादचे राजे आणि त्यांचे कुटुंबीय यांच्या समवेत रात्रीचे जेवण घेण्यासाठी पायऱ्या उतरून खाली येणारी रट्टी इतकी आकर्षक दिसत होती की, राजेसाहेबांच्या चार वर्षांच्या मुलाला ती परीच वाटली आणि तो विस्मयानं डोळे विस्फारून तिच्याकडे पाहतच राहिला. रट्टीनं जरीचे काळे काठ असलेली पांढरीशुभ्र साडी परिधान केली होती. फारसे अलंकार घातले नव्हते. जिनांनी महमुदाबादच्या राजेसाहेबांचं आमंत्रण स्वीकारलं होतं आणि त्यांच्या जवळ लखनौला राहून मग महिनाभर त्यांच्या नैनितालच्या बंगल्यावर मधुचंद्रासाठी ते राहणार होते.

मधुचंद्राची पहिली संध्याकाळ अनोळखी लोकांबरोबर वार्तालाप करण्यात घालवण्याचं रट्टीवर थोडंसं दडपण आलं होतं. छोटासा मुलगा आपल्याकडे विस्मयानं बघतोय हे पाहून रट्टीनं त्याला प्रेमानं उचलून घेतलं आणि त्याला मांडीवर घेऊन ती सोफ्यावर बसली. सख्ख्या आणि मावस भावंडांमध्ये सर्वांत मोठी असल्यामुळे रट्टीला लहान मुलांना खेळवायची विलक्षण हातोटी होती. हा लहानगा मुलगा तिला जो चिकटून बसला की, इतरांनी सांगूनही जेवणाची वेळ होईपर्यंत तो रट्टीच्या मांडीवरून उठलाच नाही! तेव्हा लहान असलेला हा मुलगा नंतर राजा आमीर अहमदखान, महमुदाबादचा राजा झाला. अनेक वर्षांनीसुद्धा त्याला तो प्रसंग लख्खपणे आठवत होता.

महमुदाबादचे राजे त्यांच्या आतिथ्याबद्दल सुप्रसिद्ध होते आणि ही काही साधीसुधी मेजवानी नव्हती. ते जिनांचे अत्यंत जिवलग मित्र होते. ते एकाच वयाचे असले तरी पाहताक्षणी राजेसाहेब जिनांपेक्षा वीस वर्षांनी मोठे वाटत. ते अत्यंत विख्यात घराण्यातले आणि ज्येष्ठ हुद्द्याचे असूनही ते जिनांना हुशारी आणि लौकिकात स्वतःपेक्षा श्रेष्ठ समजत. रट्टी अगदी लहान असताना या दोघांचा परिचय झाला होता आणि त्याचं रूपांतर दृढ मित्रभावात झालं होतं. ते दोघेही प्रखर राष्ट्रभक्त होते आणि राजेसाहेबांची जिनांवर प्रचंड भक्ती आणि निष्ठा होती. ते एकत्र येत तेव्हा पहाटेपर्यंत राजकारणावर गप्पा मारत. राजेसाहेब स्वप्नाळूवृत्तीचे होते आणि आपला अत्यंत धीरगंभीर आणि तर्कनिष्ठ मित्र, कधीच वाहवत न जाणारा स्नेही अखेरीस चारचौघांसारखा प्रेमात पडलेला पाहून त्यांना विलक्षण आनंद झाला होता. प्रणय ही आपली विशेष ज्ञानाची गोष्ट आहे, असं मानणाऱ्या राजेसाहेबांनी आपल्या या ब्रह्मचारी मित्राला विवाह योजनेबाबत सुज्ञ सल्ला तर पुरवलाच; पण जिनांच्या मधुचंद्राची योजनासुद्धा आखली. जिनांच्या डोक्यात एरवी ती गोष्ट अजिबातच आली नसती.

जिना कामातले दोन दिवसही वाया घालवत नाहीत, हे राजेसाहेब जाणून होते. मधुचंद्राचे पहिले पाच दिवस जिनांनी त्याप्रमाणे वाया घालवलेच! व्हाइसरॉयनं दिल्लीला युद्धासंदर्भात भारतीय नेत्यांची एक परिषद आयोजित केली होती आणि जिनांना तिथं उपस्थित राहणं अनिवार्य वाटलं होतं. या परिषदेची बातमी जिनांनी विवाहानंतर मुंबई बाहेर पळ काढला, तेव्हाच सर्व वृत्तपत्रांमध्ये ठळकपणे छापून आली होती. युद्धासाठी भारतीयांचा ब्रिटिश सरकारला कितपत पाठिंबा आहे, हे व्यक्त करण्यासाठी या परिषदेत भारतीयांना संधी देण्यात आली होती. अनेक संस्थानिक आणि राजकीय नेते इथे हजेरी लावणार होते. असं असताना जिना तिथं अनुपस्थित राहणं शक्यच नव्हतं! एप्रिल महिन्यात

दिल्ली हे शहर मधुचंद्रासाठी सर्वस्वी अयोग्य होतं. त्या वेळेस उन्हाळ्यामुळे अनेक हॉटेल्स बंद करण्यात आली होती. असं असूनही रट्टीनं कोणतीही तक्रार केली नाही.

रट्टीला आपल्या पतीला या परिषदेबाबत वाटणाऱ्या उत्साहात पूर्णपणे सहभागी व्हायचं होतं. या संधीचा फायदा घेऊन जिना घटनात्मक सुधारणांच्या बदल्यात ब्रिटिशांना युद्धात मदत करण्याचा त्यांचा दृष्टिकोन ठामपणे मांडणार होते. या विषयावर जिनांनी लिहिलेला प्रस्ताव जिनांच्या विवाहानंतर दोनच दिवसांत होमरूलच्या प्रतिनिधी मंडळानं दिल्लीत व्हाइसरॉयसमोर ठेवला होता आणि या प्रस्तावाची एक प्रत इंग्लंडच्या परराष्ट्रमंत्र्यांकडे तारेनं पाठवून दिली होती. अर्थातच सरकारनं प्रस्तावावर कोणतीच प्रतिक्रिया व्यक्त केली नव्हती. फक्त जिना हे 'अतिरेकी' आणि 'प्रक्षोभक' असून, त्याच्यावर नजर ठेवली पाहिजे, अशी खूणगाठ बांधली होती! परंतु स्वतःच्या मन वळवण्याच्या कुवतीवर जिनांचा पूर्ण विश्वास होता आणि रट्टीनं आपल्या सहजीवनाच्या सुरवातीलाच मधुचंद्रात आलेलं हे विघ्न हसतमुखानं स्वीकारून दिल्लीच्या प्रवासाची तयारी केली होती.

रट्टीला भीती वाटत होती, त्यापेक्षासुद्धा दिल्ली आणखीच कंटाळवाणं शहर ठरलं. युद्ध परिषदेपूर्वीच्या लेजिस्लेटिव्ह कौन्सिल मीटिंगला उपस्थित राहण्याची जिनांची इच्छा असल्यामुळे ते दिल्लीत इतरांपूर्वीच येऊन पोचले होते. ते दिल्लीतील सर्वोत्कृष्ट मेडन्स हॉटेलमध्ये उतरले होते. रट्टीनं त्याबद्दल अनेक वर्षांनी व्हाइसरॉयच्या साहाय्यकाला म्हटलं होतं, 'ते फारच छान आणि शांऽऽत शांऽऽत होतं.' ती म्हणली होती की, तिला स्वतःला शांतता मुळीच आवडत नसे; तिला उत्साहाचं-गडबडीचं वातावरण प्रिय वाटत असे. दिल्लीच्या दिवसाच्या बैठकासुद्धा तिला अत्यंत कंटाळवाण्या वाटल्या होत्या. ती प्रेक्षकांसाठीच्या सज्जात बसून एकामागोमाग एक सुरू असलेली कंटाळवाणी भाषणं ऐकत बसली होती. युद्धाबाबतच्या परिषदेत तर वीस वक्ते बोलले होते आणि त्यात जिना शेवटच्या क्रमांकाचे वक्ते असल्यामुळे रट्टी तेथून निघूनही जाऊ शकली नव्हती. आपल्या पतीच्या खांद्याला खांदा लावून स्वातंत्र्यासाठी लढण्याची स्वप्नं पाहणाऱ्या स्वप्नाळू रट्टीनं असल्या राजकीय आयुष्याची अपेक्षा केलेली नव्हती!

वर्तमानपत्रांनी आगपाखड केलामुळे रट्टीला विवाहानंतर जी कुप्रसिद्धी मिळाली होती, त्यापायी दिल्लीला जाताना तिच्या मनावर दडपण आलं होतं. पारशी आणि उर्दू वृत्तपत्रं एकमेकांच्या नरडीचा घोट घेऊ पाहत होती. जणू काही त्या दोघांचा विवाह हा या उभयतांचा वैयक्तिक प्रश्न नसून, तो चव्हाट्यावर चर्चा करण्याचाच विषय होता! विशेषतः पारशी वृत्तपत्रांनी फारच गरळ ओकली होती. तिनं आपल्या पित्याची आज्ञा मानली नाही. यापेक्षाही तिनं इस्लाम धर्म स्वीकारल्याबद्दल त्यांना अधिक संताप आला होता. त्याहूनही त्यांचा अधिक प्रक्षोभक आरोप होता की, रट्टीला इस्लाममध्ये धर्मांतर करायला लावण्यामागे जिनांचा आणि संपूर्ण मुस्लीम जमातीचा पारशी समाजाविरुद्ध केलेला दुष्ट कट कारणीभूत होता. जणू काही रट्टी हे या लोकांच्या हातचं एक बाहुलं होतं आणि तिला स्वतःच्या काहीच इच्छा-आकांक्षा नव्हत्या!

तिनं केलेल्या स्वार्थत्यागाबद्दल मुस्लीमही तिचे गोडवे गात नव्हते! काही पारशी वृत्तपत्रांनी रट्टीच्या शुक्रवारच्या विवाह दिनाला *काळाकुट्ट शुक्रवार* म्हटल्यामुळे मुस्लिमांना विशेष संताप आला होता. लाहोरचं एक उर्दू दैनिक *पैसा अखबार* चवताळून उठलं आणि

त्यांनी 'जे कोणी जगातील धर्मांमध्ये जिवंत असलेल्या मुस्लीम धर्माच्या राष्ट्रावर शिंतोडे उडवतील, त्यांना भीषण परिणामांना सामोरं जावं लागेल,' अशी तंबी दिली. त्या वृत्तपत्रानं जिनांकडे – रट्टी त्यांना 'जे' (J) म्हणून संबोधू लागली होती – पाठ फिरवली आणि म्हटलं, 'इस्लामच्या जगतात जिना काही कोणी मोठे मान्यवर लागून गेलेले नाहीयत की, त्यांच्या एका (मूर्ख) कृतीनं इस्लाम धर्माला कलंक लागावा आणि इस्लामचं पुण्यवान क्षितिज काळ्याकुट्ट ढगांनी झाकोळून जावं!' आणि जरी वृत्तपत्रानं छापलेल्या बातमीत तथ्य होतं, जिना त्यांच्या विचित्र आडनावाखेरीज कशातच मुस्लीम म्हणवले गेले नसते, तरी तिला वाटलं होतं त्याहून त्यांनी या बातमीकडे अधिक गांभीर्यानं पाहिलं. हे सारं इतकं विचित्र आणि जातीयवादी होतं चाललं होतं!!

तिच्याबद्दल याच वृत्तपत्रानं दोन दिवसांनी शिंतोडे उडवून आरोप केला होता की, तिनं जिनांची इभ्रत आणि जगातील कीर्ती यांसाठी धर्मांतर करून हा मासा गळाला लावला होता. 'पारशी बॅरनची मुलगी इस्लाम स्वीकारतेय' या शीर्षकाखाली या संपादकीयानं म्हटलं होतं :

> 'वाचकांनी बातमी वाचलीच असेल की, सुप्रसिद्ध पारशी बॅरनेट सर दिनशॉ पेटिट यांची एकुलती एक कन्या रट्टनबाई हिनं इस्लाम धर्म स्वीकारून सुप्रसिद्ध राष्ट्रवादी मान्यवर मोहम्मद अली जिना यांच्या बरोबर विवाह केला. इस्लाममधलं सत्य आणि पावित्र्य यांमुळे तिनं इस्लाम धर्म स्वीकारला की प्रेमामुळे? काहीही असलं तरी सुधारकी विचारांच्या भोगवादी लोकांना धर्म आणि रूढी यांची काहीच पर्वा वाटत नसते; परंतु अशी आशा आहे की, सर दिनशॉ आणि पारशी समाज या दृष्टिकोनातून याकडे बघेल. जिना हे आघाडीचे वकील, राष्ट्रवादी लोकांचे नेते आणि मुंबई इलाख्याच्या बारचे अत्यंत लाडके बॅरिस्टर आहेत. शिवाय ते व्हाइसरॉयच्या लेजिस्लेटिव्ह कौन्सिलमध्ये मुस्लिमांचं प्रतिनिधित्व करणारे सदस्य आहेत. थोडक्यात म्हणजे ते अत्यंत मान्यवर असे वकील आहेत. आदर, कीर्ती आणि जागतिक प्रतिष्ठा या दृष्टीनं या विवाहासाठी ते अत्यंत योग्य उमेदवार आहेत. सुप्रसिद्ध पारशी व्यक्तीच्या मुलीनं धर्मांतर करून मान्यवर मुस्लिमाशी विवाह करणं ही गोष्ट मुंबई इलाख्यात अलीकडल्या काळात प्रथमच घडली नसली तरी ती अत्यंत दखल घेण्यायोग्य गोष्ट म्हटली पाहिजे.'

'जें'च्या समोर रट्टीनं ही बातमी हसून उडवून लावली असली तरी त्यातील कुचेष्टा आणि जादापणा तिला प्रचंड झोंबला होता. त्याहूनही वाईट म्हणजे इतरांनी तो लेख वाचला आहे, हे तिला त्यांच्या नजरेत उमटलेलं जाणवत असे आणि वरकरणी तिनं त्याबद्दल अलिप्ततेचा कितीही बुरखा पांघरला असला, तरी मनोमन तिला त्याबद्दल आणि विशेषतः तिच्या गरीब बिचाऱ्या वडिलाचं नाव या विवादात खेचलं जात असल्याबद्दल अतिशय शरम वाटत होती!

आता दिल्लीचं वास्तव्य संपल्यावर मात्र तिला पूर्ण महिना नैनितालला जिनांच्या सहवासात निवांतपणे घालवता येणार होता. महमुदाबादच्या राजेसाहेबांनी त्यांचा नैनितालचा बंगला जिनांना मधुचंद्रासाठी वापरायला दिला होता आणि नशिबानं जिनांचं लक्ष वेधून घेण्याजोग्या राजकीय घडामोडी या उन्हाळ्यात घडणार नव्हत्या.

हा महिना झरकन संपला; पण तिनं स्वप्न पाहिली होती तशा थरारक उत्कट उन्मादाची अनुभूती तिला लाभली नाही. आजवरच्या तिच्या आयुष्याचं ध्येय केवळ आपल्या 'उत्कट भावनेच्या पूर्ती' एवढंच होतं; परंतु ते एकदा साध्य झाल्यावर मात्र तिच्या वाट्याला केवळ निराशाच आली आणि ती निराशा मान्य करायला तिच्या मनानं नकार दिला. ती निराशा तिनं मनाच्या आत दडपून टाकली. त्यांच्या बाह्य गंभीर मुखवट्याच्या आड आपल्यासारखीच बंडखोर उत्कटता दडली आहे, असं रट्टीनं गृहीत धरलं होतं; पण आपल्या कामाला ते सर्वांत जास्त महत्त्व देतात आणि त्यापुढे त्यांना भूक, झोप यांचीसुद्धा तमा वाटत नाही, याचा तिला मोठा धक्काच बसला होता! त्यांनी निग्रहानं दडपून ठेवलेल्या भावनांभोवतालचं कवच भेदून त्या आडची उत्कट प्रेमभावना अनुभवण्याचं स्वप्न तिनं पाहिलं होतं; परंतु तिची ती इच्छा फलद्रूप झाली नाही. त्यांच्या गंभीर, विचारी मनातली उत्कटता तिच्या दृष्टीला कधीच पडली नाही. त्याहूनही वाईट म्हणजे नवी नव्हाळी ओसरण्यापूर्वीच त्यांच्या बरोबरचा प्रणय थरारक वाटेनासा झाला होता.

ती अननुभवी असल्यामुळे जिनांच्या प्रदीर्घकाळच्या ब्रह्मचर्याचा परिणाम काय असेल किंवा प्रियाराधनाच्या काळातही त्यांनी प्रेमाची शारीरिक अभिव्यक्ती का केली नसेल, हे तिला जाणून घेता आलं नव्हतं. ते तिला जाणवलं असतं तरी तिनं ते बहुधा त्यांच्या कौतुकास्पद निग्रहाचं दृश्य रूप आहे, असं मानलं असतं. त्याकाळी शरीरसंबंधांबद्दल मोकळेपणे चर्चा करणं अनुचित समजलं जात असे. पद्मजाबरोबर आपल्या भावना व्यक्त करतानासुद्धा तिचा संकोच आड येत असे.

परंतु आता तिचा विवाह झाला होता आणि जिनांचा आत्मविश्वासाचा आणि सुज्ञतेचा मुखवटा गळून पडला होता, तरी त्याआडचा तिला दिसलेला माणूस तिच्या स्वप्नातला उत्कट प्रेमिक नव्हता. तो तिच्या देहाचा अणुरेणू प्रणयानं भेदून टाकत नव्हता. उलट त्यामागं दडलं होतं एक बुजरं, भोळं, लाडावलेलं पण हुशार मूल आणि ते तिच्या मनाला पाझर फुटावा इतक्या उत्कंठेनं तिच्या कौतुकासाठी आसुसलं होतं आणि तिनं अगदी अंतर्ज्ञानानंच हे जणू ताडलं होतं आणि आईच्या मायेनं त्यांना जवळ केलं होतं. रट्टीच्या आठवणींच्या पुस्तकात कांजी द्वारकादासनं नंतर चाणाक्षपणे टिपलेल्या भावना व्यक्त केल्या होत्या : 'ती त्यांच्यापेक्षा वयानं इतकी लहान होती, तरीसुद्धा ती त्यांची काळजी घेत होती आणि त्यांच्या ते लक्षातही आलं नव्हतं.'

ती मातेच्या ममतेनं त्यांना वागवू लागली होती आणि त्यांची अलिप्तता, आत्मकेंद्रीवृत्ती आणि टोकाचा 'तर्ककर्कशपणा' यांबद्दल तिनं त्यांना माफ करून टाकलं होतं. तिचं काव्यप्रेम आणि टोकाचा हळवेपणा यांची त्यांनी चेष्टा केली, तरी ते ती मनाला लावून घेत नव्हती. ते तिला समजून घेऊन शकले नसले, तरी ती 'तहानलेल्या आत्म्यांवर प्रेमाचं सिंचन करून सहानुभूती आणि प्रेमाच्या शिडकाव्यानं त्यांना तरारून उमलवण्याचं' आपलं स्वप्न जिवंत ठेवणार होती. ती तिचं आयुष्य प्रेमाच्या अधिष्ठानावर उभं करून आपला आत्मा प्रेम आणि अनुकंपेनं भरून टाकणार होती. आपल्या उत्कटतेचं सुंदर, सुगंधी फूल उमलवून त्याच्या सौंदर्यानं प्रेम खेचून घेणार होती.

त्यामुळे जिनांना अचानक त्यांच्या नित्याच्या सवयींमधून जोरदारपणे बाहेर खेचण्यात तिनं थट्टा, आर्जव यांच्या जोरावर यश मिळवलं. लाडिकपणे त्यांच्या डोळ्यांपुढलं

वर्तमानपत्र खेचून काढून तिनं त्यांना अश्वारोहण करायला किंवा आजूबाजूला मोटारनं भटकंती करायला भाग पाडलं. जरी त्यांना घोडे आणि मोटारगाड्या प्रिय वाटत असत, तरी तिच्याप्रमाणे निसर्ग सौंदर्यात रमणं त्यांच्या स्वभावात नव्हतं. पक्ष्यांची किलबिल, रातकिड्यांची किरकिर यांनी जिवंत झालेल्या आसमंताची त्यांना ओढ वाटत नव्हती. रात्री घराबाहेर पडून तारे आणि काजवे पाहण्याची त्यांना आवड नव्हती. त्यांना केवळ घरात बसून मद्य पीत, एक-दोन पुरुष मित्रांबरोबर राजकारणावर चर्चा करण्यातच गम्य वाटत असे आणि ते स्पष्टवक्ते असल्यामुळे ते ही गोष्ट तिला परखडपणे ऐकवण्यास कचरत नसत; पण तरीसुद्धा ते प्रयत्न करत होते! त्यांच्या प्रेमाचं प्रतीक म्हणून बागेत रोपटं लावण्यासाठी रट्टी त्यांना बाहेर खेचून नेऊ शकली; परंतु त्यांच्या विवाहाबद्दल त्यांचं अभिनंदन करणाऱ्या अनेक तारा येऊन पडल्या होत्या. त्या प्रत्येक अभिनंदनपर संदेशाला उत्तर देत बसायला मात्र त्यांनी ठामपणे नकार दिला. त्यांच्या मते तो वेळचा पूर्ण अपव्यय असला तरी तिला त्यांनी मनाजोगं करण्याला आडकाठी आणली नाही.

आणि आभाराची छोटी छोटी पत्रं पाठवण्यात ती रमून गेली. पूर्ण पान तिच्या देखण्या अक्षरात लिहिलेल्या अकृत्रिम भाषेतल्या एकदोन ओळींनी भरलेली तिची आभार पत्रं पुढील प्रमाणे असतं, 'प्रिय XXX, तुम्ही तारेनं पाठवलेल्या शुभेच्छांबद्दल आम्ही दोघेही तुमचे आभारी आहोत.' खाली तिची लपेटदार अक्षरातली नवी सही असे 'आर. जिना'.

'विवाहिता' या आपल्या नव्या भूमिकेचा तिला अभिमान वाटत असे. जिनांचं जेवण, पोशाख यांबद्दल ती इतक्या मृदू प्रेमानं अधिकार गाजवू लागली होती की, आपण तिच्यावर पूर्णपणे अवलंबून राहू लागलोय, हे त्यांच्या लक्षातही आलं नव्हतं! तिच्या उच्च अभिरुचीवर आणि निर्णयावर त्यांनी इतका विश्वास टाकला होता की, त्यांची नजर नेहमी तिच्या पसंतीची पावती शोधू लागली होती आणि त्याचा तिला आनंद आणि अभिमान वाटू लागला होता.

परंतु जून महिना फारच लवकर उजाडला आणि जिना मुंबईला आपल्या घरी परत जायला सिद्ध झाले. इच्छा असो की नसो! मुंबईतील परिणामांना सामोरं जायला त्या दोघांना आता सिद्ध राहावं लागणार होतं!!

प्रकरण आठवे

~

ती जाणून होती की, ती गोष्ट तिला सतत लांबणीवर टाकत राहणं शक्य होणार नव्हतं. कधी ना कधी तिला तिच्या माता-पित्यांना तोंड दाखवावं लागणारच होतं आणि पहिल्यांदा त्यांच्या समोर उभं राहण्याची तिला भीती वाटत असली, तरी 'जे' तिच्या जवळ उभे असणार होते आणि त्यांच्या आश्वस्त करणाऱ्या व्यवहारज्ञानाच्या आधारानं, प्रारंभीचं अवघडलेपण लगेचच दूर करता येणार होतं. जरी तिनं आपल्या मनातल्या आशंका केवळ 'जें'पासूनच लपवल्या नव्हत्या, तर स्वतःसुद्धा त्या कबूल केल्या नव्हत्या, तरीसुद्धा तिला खात्री वाटत होती की, तिच्या वडिलांच्यात आणि तिच्यात अखेरीस समझोता घडून येईल. तिच्या वडिलांच्या सुधारकी मुखवट्याआडची पारंपरिकता जरी तिला त्यांच्या घरी राहत असताना अतिशय डाचत होती, तरी आता तिच्या इच्छेप्रमाणे जिनांबरोबर विवाह केल्यावर पित्यानं आयुष्यभर केलेले तिचे लाड तिला आठवू लागले होते. सर दिनशाँची ती अतिशय लाडकी लेक होती. तिचं सौंदर्य, तिचा विनोदी हजरजबाबीपणा आणि ते स्वतः वाचनप्रेमी नसल्यामुळे तिचं वाचनाचं वेड, या गोष्टींचं त्यांना अतिशय कौतुक आणि अभिमान वाटत असे. तिच्या आईचा राग फार वेळ टिकून राहणार नाही, याबद्दल तिला खात्री वाटत होती. सर दिनशाँनी कितीही प्रयत्न केले असले, तरी लेडी पेटिटना जिनांबद्दल वाटणारं कौतुक नाहीसं करण्यात त्या प्रयत्नांना यश लाभलेलं नव्हतं आणि आता तिच्या लेकीचा विवाह झाल्यावर त्या नक्कीच लेकीसाठी भारी साड्यांची जमवाजमव करू लागल्या असतील आणि नूतन विवाहित दाम्पत्यासाठी स्वागत समारंभाचं आयोजन करू लागल्या असतील, याबद्दल रट्टीला खात्री होती आणि तिचे पप्पा? त्यांचं तिच्यावर निरतिशय प्रेम असल्यामुळे ते रागावून बसणं शक्यच नव्हतं. तिच्या विवाहाला पाच आठवडे होऊन गेले असताना रागाला कवटाळून बसण्यात काय अर्थ आहे? असं असूनही नैनितालच्या बंगल्यात त्यांचं सामान भरलं जाताना पाहून मुंबईला परतण्याबद्दल जिनांएवढी उत्कंठा तिला अजिबातच वाटत नव्हती!

मधुचंद्राहून परतण्याची जिनांना वाटणारी ओढ अजिबातच प्रेमिकाला शोभणारी नव्हती, तरी त्यामागं सबळ कारणही होतं. मुंबईच्या राज्यपालानं मुंबई इलाख्याची युद्ध

परिषद आयोजित केली होती. एप्रिलअखेरीला दिल्लीला भरवण्यात आलेल्या युद्ध परिषदेचा पुढचा टप्पा अशा स्वरूपाच्या या आयोजनाचा हेतू होता युद्धासाठी भारतीयांचा पाठिंबा मिळवण्याचा. या वेळेस संस्थानिक, राजकीय नेते आणि मुंबई प्रांताचे मान्यवर नागरिक यांची मदत मिळवण्याचा राज्यपालांचा मानस होता. दिल्लीतील परिषदेत सरकारकडून हव्या त्या सवलती मिळवण्यात जिना यशस्वी झाले असले, तरीही या परिषदेत उपस्थित राहण्याचा त्यांना तेवढाच उत्साह वाटत होता. त्यांचे खलिते आणि भाषणं व्यर्थ ठरली आहेत, हे मान्य करायला ते तयार नव्हते. ते आणि रट्टी परिषदेच्या तीन दिवस आधीच मुंबईला येऊन पोहोचले होते, कारण राजकीय सुधारणा मिळवण्यासाठी सरकारबरोबर सौदा करण्याची नवी योजना आखायला तेवढा वेळ त्यांना गरजेचा वाटत होता.

नैनितालला चार आठवडे राजकीय कामांपासून दूर राहून त्यांनी घेतलेली प्रदीर्घ सुट्टी ही गेल्या दशकभरातील त्यांची पहिलीच सुट्टी होती आणि मुंबईत परतल्यावर राजकीय आघाडीबाबतच्या इतक्या असंख्य विचारांची त्यांच्या मनात दाटी झाली होती की, सासरेबुवांच्या पुढल्या खेळीबद्दल चिंता करण्याएवढी फुरसत त्यांना उपलब्धच नव्हती. त्यांच्या नेहमीच्या सतर्क धोरणी वृत्तीनं त्यांनी पुरेपूर काळजी घेतली होती की, सर दिनशाँनी रट्टीला पळवून नेण्याचा त्यांच्यावर कोर्टात आरोप दाखल केला, तर कायद्यापुढे अशा प्रयत्नांचा टिकाव लागणार नाही. कायद्याच्या साऱ्या पळवाटांचा दिनशाँच्या विरोधात पूर्ण बंदोबस्त करून टाकल्यावर आता जिना पूर्ण शक्तीनिशी राजकारणाकडे लक्ष द्यायला मोकळे झाले होते.

ते दूर असताना त्यांच्या तरुण साहाय्यकांनी जाहीर भाषणं आणि २००० लोकांहून जास्त उपस्थितांची शांतारामाच्या चाळीपुढली सभा आयोजित करून होमरूल चळवळीचा वेग अव्याहतपणे चालू ठेवला होता; परंतु आता मुंबईला परत आल्यावर नेतृत्वाची सूत्रं हाती घ्यायला ते उत्सुक झाले होते. नैनितालहून परत आल्याच्या पहिल्याच सायंकाळी ॲनी बेझंट यांच्या अध्यक्षतेखालच्या पहिल्या भाषणाला जिना उपस्थित राहिले होते आणि आई-वडिलांना भेटायचं संकट पुढे लोटण्यासाठी त्यांच्यासोबत रट्टीसुद्धा तेथे गेली होती. या भाषणाच्या शेवटी आभारप्रदर्शन करताना जिनांचे जिवलग मित्र आणि साहाय्यक हॉर्निमन जेव्हा म्हणाले की, जिना अभूतपूर्व प्रकारची राजकीय चळवळ देशात चालू करतील आणि सरकारला राजकीय सुधारणा घडवणं भाग पाडतील, तेव्हा रट्टीनं आई-वडिलांपुढे जाण्याची तिच्या मनातली धास्ती बाजूला सारली आणि ब्रिटिशांच्या जोखडातून देशाला मुक्त करण्यासाठी पतीच्या खांद्याला खांदा लावून लढत देण्याच्या आपल्या पूर्वापारच्या अत्यंत उत्कट स्वप्नात ती पुन्हा गुंगून गेली.

जिनांनाच प्रथम पेटिट पती-पत्नींसमोर जावं लागलं होतं. तीन दिवसांनी राज्यपालांनी टाउन हॉलमध्ये भरवलेल्या युद्ध परिषदेसाठी आपले खंदे समर्थक असलेल्या दिनशॉ पेटिट आणि लेडी पेटिट यांना राज्यपालांनी खास आमंत्रण धाडलं होतं आणि रट्टीच्या विवाहानंतर हे दोघे बाहेर जाणं आणि इतरांना भेटणं टाळत होते, तरी राज्यपालांचं हे आमंत्रण डावलून चालणार नव्हतं. तेथे जिना भेटतील, याची त्यांना कल्पना असली तरी आपल्यावर रोखलेल्या नजरांमुळे आपण अस्वस्थ झालेलो असताना जिनांनी नेहमीच्याच शांत आत्मविश्वासानं तेथे प्रवेश करावा, ही गोष्ट त्यांना झोंबली होती; परंतु महत्प्रयासानं

सर दिनशॉंनी इंग्लंडच्या राजाप्रतीची आपली निष्ठा व्यक्त करणारं लहानसं अपेक्षित भाषण कसंबसं पूर्ण केलं आणि जमेल तेवढा आब राखून हे दोघे या सत्त्वपरीक्षेतून बाहेर पडले.

जिनांच्या दृष्टीनं ते आणखी सोपं होतं. पारशी लोकांच्या रागाच्या नजरा मनाला लावून घेण्याचा एकतर त्यांचा स्वभावच नव्हता आणि त्याहूनही महत्त्वाची गोष्ट म्हणजे त्यांना जे बघायची इच्छा नसे, त्याकडे पूर्ण दुर्लक्ष करण्याची त्यांनी सवय लावून घेतली होती. त्या परिषदेत जे राजकीय नाट्य सुरू झालं होतं, त्यातच ते इतके गुंगून गेले होते की, इतर कोणतीच गोष्ट त्यांना जाणवत नव्हती. राज्यपाल, लॉर्ड विलिंग्डन यांनी परिषदेची सुरुवातच होमरूल चळवळीच्या नेत्यांवर तोफा डागून आरंभली. भाषणात त्यांनी या नेत्यांच्या ब्रिटिश साम्राज्यावरच्या निष्ठेबाबत प्रश्न उभा केला आणि सरकार त्यांनी निरुत्साहानं केलेली मदत अजिबात स्वीकारणार नाही, असं खडसावून सांगितलं. होमरूलच्या नेत्यांनी हा अपमान निमूटपणे स्वीकारायला नकार दिला. वक्त्यांमध्ये पहिला क्रमांक लोकमान्य टिळकांचा होता. ते भाषणात राज्यपालांच्या आरोपांचा निषेध करू लागताक्षणी राज्यपालांनी उद्धटपणे भाषणात व्यत्यय आणून टिळक 'राजकीय चर्चेकडे' भरकटत आहेत असा आरोप केला, त्यामुळे रागावून टिळक दाणदाण पावलं टाकत हॉलमधून बाहेर पडले. न. चि. केळकरांच्या भाषणात राज्यपालांनी असाच अडथळा आणल्यामुळे त्यांनीसुद्धा सभात्याग केला. जिनांचे होमरूलचे अन्य सहकारी हॉर्निमन, जम्नादास द्वारकादास आणि बोमनजी यांनीसुद्धा सभात्याग केला; परंतु जिनांनी तेथेच बसून राहण्याचा निर्णय घेतला. आता ते होमरूलचे एकमेव नेते तेथे उपस्थित राहिले होते. त्यांच्या जाज्वल्य स्वाभिमानामुळे त्यांनी भाषणाच्या अखेरीस सभात्याग केला नाही. त्याऐवजी साऱ्या द्वेषयुक्त नजरांचा मारा सहन करत ते हॉलमध्येच थांबले आणि मत द्यायला नकार देऊन आपला निषेध नोंदवला.

टाउन हॉलमध्ये जिनांच्या वाट्याला आलेला पारशी लोकांचा रोष इतरत्रही त्यांच्या वाट्याला आला. त्यांच्या या रोषाचा, द्वेषाचा कोणता भाग त्यांनी उच्चभ्रू पारशी मुलीला तिच्या वडिलांच्या इच्छेविरुद्ध आपल्याकडे वश करून इस्लाम मध्ये धर्मांतरित केली म्हणून होता आणि कोणता भाग त्यांच्या जोरदार सरकारविरोधी भूमिकेपोटी होता हे सुरवातीला समजणं कठीण गेलं होतं. सुरवातीला एकच गोष्ट उघड झाली होती; अचानक सर्व पारशी लोकांची एकजूट होऊन त्यांनी जिनांच्या आणि होमरूलच्या विरोधातील राज्यपालांच्या हल्ल्याला पूर्णपणे पाठिंबा दिला होता. ही युद्ध परिषद झाल्यावर अवघ्या दोनच दिवसांत मुंबईतले आघाडीचे पारशी सर जमशेटजी जीजीभॉय यांनी एक जाहीर सभा आयोजित केली होती आणि दुसऱ्या 'भारतीय युद्ध कर्जासाठी' मदत करायचं आवाहन केलं होतं. होमरूलच्या सदस्यांना युद्ध परिषदेत जी वावगी, अपमानास्पद वागणूक देण्यात आली होती, त्याबद्दलचा निषेध नोंदवण्यासाठी जिनांनी आणि होमरूलच्या अन्य सदस्यांनी या सभेवर बहिष्कार घातला होता.

परंतु राज्यपालांना पाठिंबा देऊन जिनांना खाली ओढायला राज्यपालांना मदत करण्याचा पारशी लोकांचा प्रयत्न अयशस्वी झाला. वर्तमानपत्रांनी, विशेषतः *बॉम्बे क्रॉनिकलनं* केवळ राज्यपालांच्या विरोधात जिनांची बाजू उचलून धरली नाही, तर जाहीरपणे त्यांनी जिनांचा गौरव करून म्हटलं होतं की, होमरूलच्या अन्य सर्व नेत्यांनी सभात्याग केल्यावरसुद्धा जिनांनी एकट्यानं तिथं थांबण्याचं आणि राज्यपालांच्या अपमानांचा भाषणात वचपा

काढण्याचं धैर्य दाखवलं होतं, त्यामुळे राजकीय नेते म्हणून जिनांची प्रतिष्ठा आणखीनच वाढली होती.

त्यांच्या सर्वांत नव्या राजकीय विजयानंतर जिना पती-पत्नी अखेरीस सर दिनशाँना भेटले. रट्टीच्या अपेक्षेनुसार त्यांना पेटिट हॉलमध्ये आमंत्रित करण्यात आलं नव्हतं, त्याऐवजी रट्टीच्या पित्यानं जिनांवर केलेल्या नव्या आरोपाला उत्तर देण्यासाठी त्यांना कोर्टात उपस्थित राहावं लागलं होतं. या नव्या आरोपात सर दिनशाँनी म्हटलं होतं की, तिच्या संपत्तीवर डोळा ठेवून जिनांनी त्यांच्या मुलीला पळवून नेलं होतं.

इतर कशामुळेही जिना एवढे संतापले नसते. ते स्वतःच्या हिमतीवर कोट्यधीश झाल्याबद्दल जिनांना नेहमीच अभिमान वाटत आलेला होता. त्यांच्यावर एक सामान्य लोभी चोर असल्याचा आरोप करण्यात यावा! आता रट्टीच्या कुटुंबीयांशी दिलजमाई करणं केवळ अशक्य होणार होतं. त्यांनी त्यांच्या बरोबरचे सारे संबंध कायमचे तोडून टाकले असते आणि त्यांना आणि इतर सर्वांना दाखवून दिलं असतं की, स्वतःच्या हिमतीवर ते पत्नीला तिच्या सवयीप्रमाणे सर्व ऐषआरामात फुलाप्रमाणे ठेवू शकतात!

रट्टीच्या मनात अधिक खळबळ माजली होती. तिच्या वडिलांची खंगलेली छबी पाहून तिला धक्काच बसला होता. गेल्या पाच आठवड्यांत तिचे प्रिय पप्पा जिनांपेक्षा वीस वर्षांनी म्हातारे दिसू लागले आहेत, हे तिला जाणवल्यावाचून राहिलं नाही. त्यांची सारी प्रसन्नता नाहीशी झाली होती आणि त्याची जागा कडवट, पराजित भावानं घेतली होती; परंतु तिनं त्यांची नजर टाळली आणि न्यायाधीश जिनांना विचारत होते, त्या प्रश्नावर चित्त केंद्रित केलं. ते जिनांना विचारत होते; त्यांनी रट्टी पेटिटचं अपहरण केलं होतं का? आणि या प्रश्नामुळे चिडून जाऊन रट्टीनं उत्स्फूर्तपणे या आरोपाचं ज्या आवेशानं खंडन केलं, त्यामुळे तिच्या पळून जाण्यापेक्षासुद्धा या उत्तरामुळे सर दिनशाँना अधिक वेदना झाल्या. जिनांबद्दल तिच्या मनात जी जोराची संरक्षक भावना निर्माण झाली होती, त्याच भावनेच्या भरात ती म्हणाली, ''महाशय, श्रीयुत जिनांनी माझं अपहरण केलेलं नाही! उलट मीच त्याचं अपहरण केलेलं आहे.'' तिचे शब्द किंवा तिच्या चेहऱ्यावरचे भाव सर दिनशॉ पेटिट कधीही विसरू शकले नाहीत. त्यांच्या लाडक्या लेकीची सोडवणूक करण्यासाठी त्यांनी मोठ्या प्रयासांनी उभा केलेला कायद्याचा कचाटा तिनं एका क्षणात धुळीला मिळवला होता. आता सारं संपलंच होतं. आपला वारसा हक्क सोडत असल्याच्या कायदेशीर प्रतिज्ञापत्रावर तिची सही घेण्यावाचून आता त्यांच्यापुढे अन्य कोणताच पर्याय शिल्लक उरला नव्हता.

रट्टीला तिच्या वडिलांची निराशा आणि दुःख जाणवलंच नाही. ती ज्या त्वेषानं जिनांच्या कैवाराला धावली, ते पाहून जिनासुद्धा आश्चर्यचकित झाले होते; पण तिचे शब्द ऐकल्यावर त्यांना हसू आवरता आलं नाही. त्यांचं ते गोड स्मितहास्य तिला जगातील इतर कोणत्याही गोष्टीपेक्षा अधिक प्रिय होतं, त्यापुढे तिला कशाचीही तमा वाटत नव्हती. यापूर्वी कधीही अगदी एका छत्रीनिशी पेटिट हॉल सोडतानासुद्धा तिला इतकं मुक्त, निर्भय आणि उत्फुल्ल वाटलं नव्हतं. जिनांचं ते गोड स्मित पाहून तिला आपल्याला कधीही समजून न घेणाऱ्या आपल्या माता-पित्यांचा कायमचा दुरावासुद्धा कःपदार्थ वाटला.

परंतु रट्टीच्या पप्पांच्या असुज्ञपणावर आणि दुराभिमानावर प्रचंड चिडलेल्या रट्टी आणि जिना यांना तेव्हा सर दिनशाँची वैयक्तिक असाहाय्यता मुळीच उमगली नव्हती.

रट्टीचा विवाह आणि तिनं केलेलं इस्लाममधलं धर्मांतर हा आता केवळ कौटुंबिक प्रश्न उरला नव्हता, त्यामुळे सारा पारशी समाज युद्धाला सज्ज झाला होता. सध्या सर दिनशाँना केवळ जुनाट रूढी कवटाळून बसणाऱ्यांच्याच वैराला सामोरं जावं लागत नव्हतं. निम्न आर्थिक स्तरातल्या रूढिप्रिय पारशी लोकांना ते कःपदार्थ मानून त्यांच्याकडे दुर्लक्ष करत आले होते; पण आत्ताचा त्यांचा आवेशपूर्ण द्वेषभाव फारच निराळा होता. सर दिनशाँनी त्यांच्या लेकीच्या विवाहाला विरोध केला होता आणि ती गोष्ट सिद्ध करण्यासाठी त्यांनी कोर्टापुढे दावाही केला होता, तरी ते लोक आता त्यावर संतुष्ट न राहता त्यांचं किंवा त्यांच्या बदल्यात या नव्या जोडीचं शरसंधान करायला सज्ज झाले होते. एवढंच नव्हे, तर दिनशाँप्रमाणे आंग्लाळलेले त्यांचे मित्रसुद्धा त्यांना पाठिंबा देण्याचं सोडून याच लोकांमध्ये सामील झाले होते. त्यांच्या मस्तकावर असं पिस्तूल रोखण्यात आल्यामुळे त्यांच्यापुढे दुसरा कोणताही पर्याय उरला नव्हता.

निषेधाला गेल्या महिन्यातच सुरुवात झाली होती. रट्टी आणि जिना मधुचंद्राहून परत येण्यापूर्वीच २६ मे रोजी मुंबईतल्या पारशी अग्निमंदिरातल्या काही धर्मगुरूंनी अग्यारी लेनमधील दादी सेठ अग्निमंदिरात - त्यांच्या प्रमुख देवालयात सभा भरवली होती. मुंबईचे मुख्य धर्मगुरू शम्स-उल्-उन्मा दस्तुर दोराब पेशोटन संजाना या सभेचे अध्यक्ष म्हणून नियुक्त करण्यात आले होते.

जरी ही सभा रविवारी आयोजित करण्यात आली होती आणि त्यात इतर कोणालाही आमंत्रित करण्यात आलं नव्हतं, तरी पारशी स्त्रियांनी पारशी धर्माबाहेर विवाह करण्याबाबत निषेध नोंदवण्यासाठी भरवण्यात आलेल्या या सभेची बातमी *टाइम्स ऑफ इंडिया* या ब्रिटिश वृत्तपत्रासकट सर्वत्र छापून आली होती आणि जरी या सभेत रट्टी आणि जिना यांच्या नावाचा उच्चार कुणीही स्पष्टपणे केला नसला, तरी त्यांचा रोख कुणावर आहे हे सर्वांनाच समजलं होतं.

परंतु अशा विवाहांचा फक्त निषेध करूनच हे धर्मगुरू संतुष्ट होणार नव्हते! सर्व पारशी समाजाला शिस्त शिकवण्याची ही उत्तम संधी आहे, हे त्यांच्या स्पष्टपणे लक्षात आल्यामुळे त्यांनी पारशी आई-वडिलांची कानउघाडणी केली होती आणि त्यांच्या मुलींवर त्यांनी पारशी धर्माबाहेरील मुलांमध्ये मिसळण्यावर निर्बंध आणावेत, अशी त्यांना कडक तंबी दिली होती. त्यांना पारशी धर्माचे नियम नीटपणे शिकवल्याशिवाय त्यांना इतरांमध्ये मिसळू देता कामा नये, असा निर्वाणीचा संदेश या धर्मगुरूंनी या सुधारकी आईबापांना दिलेला होता. गेली शंभर वर्षे पडदा न पाळणाऱ्या पारशी मुलींवर इतर समाजातील मुलींप्रमाणेच निर्बंध घातले जावेत, अशी या धर्मगुरूंनी मागणी केली होती. थोडक्यात म्हणजे उच्चभ्रू स्तरातल्या पारशी मुलींचे इंग्रजी शिक्षक, नृत्यशिक्षक, त्याचं अश्वारोहण, पाट्यां, विलिंग्डन क्लबमधली नृत्यं या सर्वांवर निर्बंध घालायला सांगण्यात आलं होतं. थोडक्यात म्हणजे या मुलींचे पारंपरिक पद्धतीनं विवाह करून दिले जात नाहीत, तोवर त्यांना घरातच कोंडून घातलं जावं, अशापैकी ही मागणी होती.

आणखी एक ठराव या पारशी धर्मगुरूंनी एकमतानं संमत करून घेतला होता. आंग्लाळलेले पारशी आपल्या मुलांवर पारशी धर्माचे संस्कार करत नसल्यामुळे अशा गोष्टी घडत आहेत, यावर एकमत असलेल्या या धर्मगुरूंनी या ठरावात म्हटलं होतं,

'पारशी समाजानं त्यांच्या मुलांना धर्माबाबत शिक्षण द्यावं आणि इतिहासावर ठसा उमटवणाऱ्या आपल्या पूर्वजांचं अनुकरण करायला त्यांना उद्युक्त करावं.'

दुसऱ्या ठरावात गुन्हा करणाऱ्यांना कोणती शिक्षा दिली जावी, हे स्पष्ट करण्यात आलं होतं आणि आजवरच्या इतिहासात प्रथमच केवळ धर्माबाहेर विवाह करणाऱ्या मुलीलाच नव्हे, तर तिच्या माता-पित्यांसुद्धा दोषी धरून, त्यांनी त्यांच्या मुलीशी सारे संबंध तोडून टाकले नाहीत, तर मुलींबरोबर त्यांनासुद्धा वाळीत टाकण्यात यावं, असं फर्मान काढण्यात आलं होतं. अशा लोकांच्या बाबतीत कोणताही पारशी धर्मगुरू त्यांच्यासाठी कोणताही धार्मिक विधी करू शकणार नव्हता. अगदी मर्तिकासाठीसुद्धा तो उपस्थित राहणार नव्हता.

आणि ही तर केवळ सुरुवात होती. या पारशी धर्मगुरूंच्या सभेला देशभरात एवढी प्रसिद्धी देण्यात आली होती की, देवळाली सारख्या इतर गावांतल्या पारशी पंचायतींनीसुद्धा अशा सभा भरवल्या आणि असेच ठराव मंजूर करून घेतले. विशेषतः पारशी लोकांच्या मालकीच्या *कैसर-ए-हिंद* आणि *जाम-ए-जमशेद* या वृत्तपत्रांनी या बातमीला इतकं महत्त्व दिलं की, लवकरच पारशी समाजातील प्रत्येक व्यक्तीला 'अशा प्रकारचे पारशी समाजाला घातक असणारे विवाह थोपवणं हे आपलं परम कर्तव्य आहे,' अशी खात्री पटू लागली होती.

आपल्या हाकेला इतका प्रचंड प्रतिसाद मिळतोय हे पाहून या धर्मगुरूंचा उत्साह इतका वाढला की, त्यांनी प्रचंड मोठ्या प्रमाणावरची आणखी एक सभा भरवली. पहिल्या सभेत या धर्मगुरूंनी काळजी घेऊन फक्त 'सल्ला' स्वरूपात आपलं मत व्यक्त केलं होतं; कारण ते जाणून होते की, प्रचंड पैसेवाले सुधारक पारशी लोकच त्यांचे अन्नदाते आहेत! परंतु आता वृत्तपत्रांनी त्यांची बाजू उचलून धरल्यामुळे त्यांना जोर आला होता. त्यांनी आणखी एक ठराव करून त्यात म्हटलं की, धर्माबाहेरील व्यक्तीशी विवाह करणारी मुलगी आणि तिच्याशी संबंध तोडायला नकार देणारे तिचे माता-पिता यांच्यासाठी धर्मविधी करायला धर्मगुरूंना मज्जाव करण्यात आला आहेच; पण ज्या घरात अशा व्यक्ती हजर असतील तेथेसुद्धा अजाणता एखादा धर्मगुरू धर्मविधींसाठी गेला असला तरीसुद्धा त्या धर्मगुरूला कडक शिक्षा केली जाईल. अशा वेळेस ही गोष्ट लक्षात येताच क्षणी त्या धर्मगुरूनं सर्व धार्मिक विधी थांबवून तेथून निघून जावं. तसं त्यानं केलं नाही, तर त्यालासुद्धा धर्माबाहेर टाकण्यात येईल.

पारशी धर्मगुरू आणि पारशी समाज कशामुळेही शांत होत नव्हते. सर दिनशाँनी भर कोर्टात आपली मुलगी आणि जावई यांच्यावर बहिष्कार घातला असूनही पारशी समाज संतुष्ट झाला नव्हता. आता त्यांनी या विषयाचा खल करण्यासाठी संपूर्ण पारशी समाजाची जाहीर सभा भरवण्याचा फतवा काढला होता. झोरोस्ट्रियन - अंजुमान म्हणजेच संपूर्ण पारशी समाजातले सज्ञान पुरुष मुंबईतील सभेला प्रथमच एकत्र जमणार होते. पारशी पंचायतचे प्रमुख, सर जमशेटजी जीजीभॉय यांच्या मते ही परिस्थिती इतकी गंभीर होती की, अशी सभा भरवणं अत्यंत आवश्यक होतं.

सर जमशेटजी जीजीभॉय हे लेडी पेटिटचे चुलतभाऊ होते आणि लेडी पेटिटच्या वडिलांची 'सर' ही उपाधी आणि त्यांची मालमत्ता ही त्यांनी वारसाहक्कानं मिळवली होती. पाचवे सर जमशेटजी पेटिट दाम्पत्याचे स्नेही नव्हते. सर दिनशॉ पेटिट आणि सर जमशेटजी जीजीभॉय या दोघांमध्ये पारशी पंचायतीच्या विश्वस्त मंडळाच्या अध्यक्ष पदासाठी

झगडा होऊन संबंध पार बिघडले होते. हे वैर चौथे जमशेटजी, लेडी पेटिटचे काका हयात असल्यापासून सुरू झालं होतं. दिनशाँनी कोर्टात फिर्याद दाखल करून प्रश्न उभा केला होता की, पारशी - पंचायत - विश्वस्त मंडळाचं अध्यक्षपद जणू आपल्याला वारसा हक्कानं मिळाल्याप्रमाणे चौथे सर जमशेटजी यांनी ते गृहीत धरलं आहे. १९०६ साली दाखल केलेल्या या फिर्यादीचा निर्णय १९०८ साली सर दिनशॉ पेटिटच्या बाजूनं लागला होता. त्या वेळपर्यंत चौथे सर जमशेटजी निवर्तले होते आणि त्यांचा मुलगा पाचवा सर जमशेटजी पारशी पंचायतचा (वारसाहक्क असल्याप्रमाणे) अध्यक्ष बनला होता. त्यानं कोर्टाचा निकाल विरोधात लागला असूनही आपली अध्यक्ष पदाची खुर्ची सोडली नाही; कारण पारशी लोक त्याला आपला मान्यवर नेता समजू लागले होते. त्या वेळेपासून पेटिट आणि जमशेटजी जीजीभॉय यांच्यात वितुष्ट आलेलं होतं.

आणि आता हा गादी बळकावणारा दिनशाँचा मेहुणा त्यांचा जाहीर अपमान करण्यासाठी उत्साहानं जाहीर सभेचं आयोजन करत होता.

परंतु सर जमशेटजींचा होरा बरोबर होता. त्यांच्या भाचीनं मुस्लीम माणसाशी, धर्मांतर करून केलेल्या विवाहामुळे पारशी समाज इतका खवळला होता की, ८५०० पारशी लोकांनी या सभेच्या ठरावावर सह्या केल्या होत्या. सभेला इतकी प्रचंड गर्दी उसळली की, सारा गोंधळ माजला आणि सभा बरखास्त करणं भाग पडलं; पण तत्पूर्वी जमशेटजींनी लोकांना आश्वासन दिलं की, पारशी पंचायतीच्या सदस्यांची ते सभा भरवतील आणि भविष्यात अशा प्रकारचे विवाह थोपवण्यासाठी आणि गुन्हेगारांना योग्य सजा देण्यासाठी पावलं उचलतील.

जमशेटजींनी आपला शब्द पाळला आणि अशी सभा भरवली. त्या सभेनं दिनशाँना भीती वाटत होती त्याहूनही कडी सजा फर्मावली. त्या सर्वांनी रट्टीसारखे विवाह थोपवणं हे आपलं कर्तव्य आहे, असं एकमतानं मान्य केलं. त्यांनी तिला पारशी धर्माबाहेर काढून टाकलं आणि तिला आणि तिला होणाऱ्या मुलांना पारशी धर्मीयांच्या सर्व हक्कांपासून वंचित करून टाकलं. पारशी समाजात तिला अजिबात प्रवेश करता येणार नाही, असा ठराव त्यांनी मंजूर केला. पारशी विवाह, नवज्योत आणि सामाजिक मेळाव्यांना तिला उपस्थित राहता येणार नाही, असा त्यांनी निर्बंध लादला. त्यांनी देशभरातील संपूर्ण पारशी समाजाकडे या ठरावाच्या प्रती पाठवल्या आणि इतर पारशी आई-वडील आणि त्यांच्या मुलींपुढे तो धोक्याचा लाल कंदील उभा केला.

पारशी लोकांच्या इतिहासात यापूर्वी कधीच कोणावरही इतका भीषण हल्ला चढवण्यात आला नव्हता आणि असं असूनही धर्मगुरूंच्या आणि समाजाच्या सभांमध्ये रट्टी आणि जिना यांच्या नावांचा एकदाही स्पष्ट उल्लेख न करण्याची काळजी घेण्यात आली होती; परंतु या सौजन्याच्या बुरख्याआडची हिंसकता मात्र मध्ययुगीन जाहीर शिक्षांपेक्षा तीळमात्रही उणी नव्हती. त्याकाळी प्रेमासाठी विवाह करणाऱ्यांचं डोकं भादरून त्यांची रस्त्यात नागव्यानं मिरवणूक काढली जात असे. या शिक्षांचा झोंबणारा परिणाम तेवढाच निष्ठुर आणि भीषण होता!

प्रकरण नववे

~

रट्टीचा जो अपमान होत होता, त्यामुळे अस्वस्थ झाल्याचं कोणतंही बाह्यचिन्ह तिनं दर्शवलं नाही. तिनं निग्रहानं तिचे आप्तमित्र दूर ठेवले आणि ते भेटतील अशा ठिकाणी जाण्याचं ती टाळू लागली. विलिंग्डन क्लबचे सदस्य प्रामुख्यानं पारशी असल्यामुळे रट्टीच्या दृष्टीनं ती शत्रूची छावणी झाली होती. त्याप्रमाणेच जिनांनी ओरिएंट क्लबचं सदस्यत्व सोडून दिलं होतं. तेथे ते बिलियर्ड्स खेळायला आणि त्यांच्या मित्रांना भेटायला अधूनमधून जात असत. ओरिएंट क्लब हा पुरुषांसाठीचा क्लब असल्यामुळे प्रामुख्यानं पारशी लोकांचीच वर्दळ नसली, तरी तेथे बरेच पारशी लोक येत असत. रट्टीचे स्वतःचे काकाच तेथे येत असत, त्यामुळे जिनांबद्दल द्वेष व्यक्त करता येईल, अशी ती आणखी एक जागा होती. वस्तुतः त्यांच्या विरोधातली पारशी लोकांची मोहीम इतकी जोमानं फैलावली होती की, जिनांनी वेस्टर्न इंडियातर्फे क्लबच्या सदस्यत्वासाठी केलेल्या अर्जावर कुणीही भलावणीची सही करायलाही पुढे येईना आणि रट्टीच्या आईच्या वर्तुळातील स्त्रियांच्या व्यवस्थापनाखालील लेडीज जिमखान्यात रट्टीला प्रवेश मिळणं तेवढंच अशक्य बनलं होतं.

पारशी तरुण स्त्रिया तर तिला पारशी पुरुषांपेक्षा जास्त पाण्यात पाहत होत्या. तिनं केलेल्या 'पराक्रमा'मुळे आता त्यांनासुद्धा बंधनांना सामोरं जावं लागत होतं. रूढिप्रिय पारशी लोक त्यांच्यावर चौफेर हल्ला चढवू लागल्यामुळे आंग्लाळलेल्या पारशी लोकांना आपल्या मुलींवरच्या बंधनाच्या अभावाबद्दल बचावाचा पवित्रा घ्यावा लागला होता. मुलींच्या शालेय शिक्षणाला अटकाव करून त्यांना घरात डांबून ठेवावं, अशा चर्चेलासुद्धा प्रारंभ झाला होता. प्रत्यक्षात तसं घडलं नसलं, तरी सर्व पारशी घरांचे दरवाजे रट्टी आणि जिना यांच्यासाठी बंद झाले होते. जे मोजके एकनिष्ठ पारशी मित्र जिनांशी अजूनही मित्रत्वानं वागत होते, त्यांनी त्याबाबत गुप्तता पाळणं श्रेयस्कर समजलं होतं. जिथं आई-वडिलांच्या वर्तुळातलं कुणीही भेटण्याची शक्यता होती, तिथं जायचं रट्टी कटाक्षानं टाळू लागली होती आणि तिच्या आई-वडिलांच्या परिचितांची संख्या अमाप असल्यामुळे ही गोष्ट करणं फारच कठीण होऊ लागलं होतं.

के. एल. चौबांची पत्नी हुस्ना हिनं आणखी दोन वर्षांनी अशाच परिस्थितीतून जाताना जे केलं होतं, तेच रट्टी करू शकली असती. त्यांच्या हिंदू–मुस्लीम विवाहामुळे लाहोरच्या तथाकथित सर्वधर्मसमभाव राखणाऱ्या उच्चभ्रू वर्तुळानं हुस्नावर बहिष्कार घातल्यावर तिनं आवेशानं आणि सुसूत्रपणे समाजातली सर्वांत लोकप्रिय आणि मान्यवर यजमानीण अशी आपली प्रतिमा उभी केली होती. तिच्याकडून आमंत्रण मिळवणं ही लोकांना इतकी गौरवाची गोष्ट वाटू लागली होती की, सामाजिक लौकिकाला महत्त्व देणारं कुणीही तिच्या आमंत्रणांचा अव्हेर करू धजेना! परंतु सामाजिकदृष्ट्या तरून जाण्याचं हे धोरणं रट्टीच्या कुवती बाहेरचं होतं आणि तसा तिचा कलहही नव्हता. ती अत्यंत सुरक्षित वातावरणात वाढली होती आणि मनोमन पूर्णपणे जिनांमध्ये गुरफटून गेली होती. त्यांच्या वर्तुळात आपला स्वीकार व्हावा, एवढंच तिचं तेव्हाचं उद्दिष्ट होतं. त्याच गोष्टीचा तिला ध्यास लागला होता. आजवरच्या ओळखीच्या जगातून हद्दपार केलं गेल्यावर आपली काय अवस्था होईल, याची तिला तेव्हा कल्पनाही आलेली नव्हती.

जिनांना या बहिष्काराची फारशी फिकीर वाटत नव्हती. खरं तर ते त्यांना फायद्याचंच वाटत होतं, त्यामुळे त्यांचा आत्मविश्वास जराही उणावला नव्हता; उलट सुधारक विचारांच्या भारतीयांना ते आदर्श वाटू लागले होते. आपल्या पसंतीच्या स्त्रीशी विवाह करण्यासाठी साऱ्या समाजाच्या रोषाला न डगमगता सामोरे जाणारे! त्यांनी लेजिस्लेटिव्ह कौन्सिलच्या व्यासपीठावरूनही मोठ्या गर्वानं जाहीरपणे ठासून म्हटलं होतं की, आपल्या पसंतीच्या व्यक्तीशी जातीबाहेर विवाह केल्याबद्दल समाजानं बहिष्कार घालणं, ही गोष्ट त्यांच्यासारखे सुधारक आणि इंग्रजीत शिक्षण घेतलेले लोक मुकाट्यानं कदापि सहन करणार नाहीत! परंतु हे सारं करताना त्यांच्या एक गोष्ट मात्र अजिबातच लक्षात आली नव्हती की, या साऱ्या धाडसाची किंमत ते स्वतः चुकवत नव्हते, तर ती किंमत रट्टीला चुकवावी लागत होती! जन्मभर 'मुंबईतलं दुर्मीळ नीलपुष्प' म्हणून गौरवली गेलेली आणि इतर तरुणींच्या मत्सराला पात्र झालेली रट्टी एका रात्रीत शहरातली सर्वांत कुप्रसिद्ध अस्पृश्य मुलगी बनली होती.

जिनांना इतर लोकांच्या भावना जाणून घ्यायची सवयच नव्हती. विशेषतः रट्टीच्या भावना जाणून घ्यायचा ते मुळीच प्रयत्न करत नव्हते; परंतु रट्टीच्या मुखवट्या आडच्या तिच्या खऱ्या भावना तिच्या स्नेह्यांनासुद्धा ताडता आलेल्या नव्हत्या. पारशी पंचायतीनं तिच्यावर पूर्ण बहिष्कार घातला असला आणि तिच्या आईनंसुद्धा तिच्याशी संपर्क साधण्याचा प्रयत्न केला नसला, तरी त्याबद्दल रट्टी पूर्ण बेफिकिरी दाखवत होती. लेडी पेटिटना बहुधा सर दिनशाँनी तशी तंबी दिली असावी. आपल्या मुलीच्या बंडखोर वागण्यामुळे ते चिडले तर होतेच; परंतु त्याहूनही त्यांना समाजाच्या रोषाची आणि त्यापायी त्यांच्या तीन मुलाचं भविष्य झाकोळण्याची धास्ती वाटत होती. त्यासाठी ते चोरून रट्टीला पाठिंबा द्यायला घाबरत होते.

वस्तुतः रट्टीच्या नात्याची एक व्यक्ती तिला अधूनमधून भेटत होती, तीसुद्धा तिच्या अंतरीच्या दुःखाला जाणून न घेताच दूर निघून गेली होती! ही व्यक्ती म्हणजे तिचा भाऊ फली. हा तिच्या वडिलांचा 'बॅरन' उपाधीचा वारस होता. तिच्यापेक्षा अवघ्या एकच वर्षानं लहान असलेला फली स्वभाव आणि आवडीनिवडींमध्ये अगदी रट्टीसारखाच होता. खोडसाळ विनोदबुद्धी, औदार्य, आढ्यताखोराच्या अभिमानाला टाचणी लावण्याची तीव्र

ओढ, बंडखोरी, पुस्तकं आणि कुत्र्याचं प्रेम, सार्‍या सुंदर गोष्टी – विशेषतः जेड – जमवण्याचा शौक आणि फक्त अत्यंत श्रीमंतांनाच वाटू शकते, अशी पैशांबाबतची बेफिकिरी या सर्व बाबतीत या भावाबहिणींमध्ये विलक्षण साम्य होतं. बालपणापासूनच्या या मित्रासमोर सारं काही ठीक असल्याचा रट्टीनं आव आणला होता. अर्थात युद्ध संपल्यावर तो शिक्षणासाठी केंब्रिजला गेला होता. जाण्यापूर्वी तो रट्टीला भेटायला नक्कीच गेला असणार.

परंतु रट्टीनं केवळ फलीच्याच डोळ्यांत धूळ फेकली नव्हती! पारशी समाजाच्या बहिष्काराबद्दल तिनं इतकी बेदरकारी दाखवली होती की, तिच्या स्नेह्यांना तिच्याबद्दल सहानुभूती वाटण्याऐवजी धक्काच बसला होता! आणि तिनं पारशी समाजाची त्यांच्या बालिश पूर्वग्रहांबद्दल निंदा करून, त्यांना खडबडून जागं करण्याबद्दल वल्गना केल्या होत्या, तेव्हा त्यांना तो तिचा उठवळपणा वाटला होता.

स्वातंत्र्याचं वारं पिऊन उन्मत्त झालेल्या त्याकाळात तिचं लक्ष खिळवून ठेवणारं दुसरं काहीतरी तिला सापडलं असतं, तर तिचं मन तिच्या वाट्याला आलेल्या उपेक्षेकडून दुसरीकडे वळलं असतं. तिच्यापुढे करण्यासारखं आणखी काहीतरी असतं तर फक्त तिला आणि जिनांनाच नवज्योत समारंभासाठी आमंत्रित न केल्याचं किंवा समोरच राहणाऱ्या आजीनं, मावशीनं आणि मावस भावंडांनी त्यांना भेटणं किंवा बोलावणं टाळल्याचं तिनं इतकं मनाला लावून घेतलं नसतं.

परंतु जिनांच्या बंगल्यावर – साउथ कोर्टवर – काहीच घडत नव्हतं. घर सुरळीत चालवणारे जुने विश्वासू नोकर घरात होते. विसन जिनांचा स्वीयसेवक, हिशेबनीस, बेअरा आणि गृहसचिव अशी सारी कामं सांभाळत होता. तो सुरवातीपासूनच मुंबईत त्यांच्याकडे होता आणि आपल्या धन्याच्या सुखसोयीसाठी काय काय करणं आवश्यक आहे, हे तो पूर्णपणे जाणत होता. आज दुपारच्या किंवा रात्रीच्या जेवणाला किती माणसं येणार आहेत, हे जिनांनी सांगितलं की, तो सारी जबाबदारी नीटपणे पार पाडत असे, असं जी. ॲलाना या त्यांच्या चरित्र लेखकानं नमूद केलं आहे. त्यांचा दुसरा चरित्र लेखक रिझवान अहमद म्हणतो, 'विसनचा आणखी एक महत्त्वाचा गुण म्हणजे जिनांची प्रत्येक फाइल आणि प्रत्येक पुस्तक कुठं ठेवलं आहे, हे त्याला नेमकं माहीत असे.' जिनांना उकडलेलं आणि बिन तिखटाचंच जेवण लागत असल्यामुळे, त्यांचा स्वयंपाकीसुद्धा त्यांच्याकडे अनेक वर्षं होता.

परंतु जिना हे अत्यंत सदसद्विवेकानं वागणारे पती असल्यामुळे विवाहानंतर घर चालवण्याचं सारं स्वातंत्र्य त्यांनी रट्टीला बहाल केलं होतं. ते ती कसं चालवते, त्यात कोणते बदल करते आणि त्यासाठी किती खर्च करते, याबद्दल तिला कोणतीही आडकाठी न करण्याचा त्यांनी निश्चय केला होता. त्यांनी त्याबाबत तिला पूर्ण स्वातंत्र्य द्यायचं ठरवलं होतं आणि अनावश्यक गोष्टींवर अगदी सहजपणे प्रचंड खर्च करताना पाहून त्यांना धक्का बसत असला, तरी त्यांनी ऐका शब्दानंही किंवा कृतीनंही आपल्या भावना तिच्यापुढे किंवा इतरांपुढे कधी उघड केल्या नाहीत.

त्यांनी आपल्या ब्रह्मचर्याच्या सवयीसुद्धा दूर लोटल्या होत्या. जेव्हा त्यांची बहीण फातिमा, कॉन्व्हेंट शाळेचं शिक्षण संपवून त्यांच्याकडे राहायला आली होती, तेव्हा ते रात्री मनाला वाटेल तेवढ्या उशिरा घरी परत येत असत. फातिमा बरोबर सकाळचा नाश्ता घेऊन कामाला जाताना, तिला तिची थोरली बहीण शिरीन हिच्या घरी सोडल्यावर तिच्या

बरोबर आणखी वेळ खर्चायची त्यांना गरज वाटत नसे. त्यांच्या इतर सहकाऱ्यांसारखे ते बार, जिमखान्यात जाऊन मद्य घेणं आणि पत्ते खेळणं यात वेळ वाया घालवत नसत! परंतु रात्री उशिरापर्यंत कोर्टातल्या आपल्या खोलीत थांबून त्यांच्या प्रशंसकांबरोबर राजकारणावर गप्पा मारणं त्यांना आवडत असे. असा एखादा तरुण प्रशंसक गप्पांसाठी त्यांच्या कचेरीत न सांगता आला, तर ते अशिलाबरोबरची चर्चा सहजपणे तहकूब करत असत. ते रात्री खूप उशिरा घरी परत येत असत. विशेषतः विवाहापूर्वीच्या शेवटच्या दोन वर्षांत त्यांच्या वकिली कामांपेक्षा त्यांच्या राजकीय कामांमध्ये त्यांचा जास्त वेळ जाऊ लागला होता.

आणि ते संध्याकाळी घरीच असले, तरी विवाहापूर्वी ते लायब्ररीत दडी मारून वर्तमानपत्र वाचत बसत. त्यांची बहीण फातिमा एकटीच काहीतरी करत बसे आणि कधीही तक्रारीचा शब्दही काढत नसे. अगदी क्वचित प्रसंगी आपल्या खोलीच दार धाडकन लोटून घेऊन, कडी लावून घेऊन धुमसत बसण्याखेरीज तिनं कधी तक्रार केली नाही किंवा त्यांनी लक्ष द्यावं, अशी मागणीही केली नाही.

परंतु विवाहानंतर ते आता वेळेवर घरी परतू लागले होते आणि संध्याकाळचा सारा वेळ रट्टी बरोबर घालवू लागले होते; परंतु संध्याकाळी क्लबमध्ये किंवा नाटक पाहायला न जाता नुसतं घरात बसून राहाणं तिला कंटाळवाणं वाटत असे. संध्याकाळी इतर काही न करता ते फक्त मद्य घेत वृत्तपत्र वाचत बसत आहेत, कुणी येणार नाही आणि कुठं जायचं नाही हे तिला विचित्र वाटत असे!

जिनांएवढं वृत्तपत्रप्रेम तिनं आजवर कुठंही पाहिलं नव्हतं. उत्साहानं घरात सुधारणा करताना तिनं जिनांची लायब्ररीची खोली नव्या धर्तीनं सजवली होती. त्यात दुर्मीळ पुस्तकं आणि मौल्यवान पहिल्या आवृत्त्या आणून अभिमान वाटावा, असं वाचनालय तिनं तयार केलं होतं. कोणालाही आपल्या वैयक्तिक संग्रहाचा अभिमान वाटावा, अशी पुस्तक तिनं जमवली होती. जिनांनी अजिबात तक्रार न करता पुस्तकांची किंमत चुकवली होती; परंतु त्यांनी त्या अमूल्य पुस्तकांकडे नजरही टाकली नव्हती. वृत्तपत्रांच्या वाचनातून त्यांना इतर कशासाठीही वेळ काढता येत नव्हता.

हे जर आणि कुणी इतर असतं, तर वृत्तपत्रांखेरीज इतर काहीही न वाचण्याबद्दल तिनं त्या माणसाकडे तुच्छतेनं पाहिलं असतं. फक्त वृत्तपत्र वाचणारी तिला नव्यानं इंग्रजी शिकणाऱ्या माणसांसारखी वाटत असत. तिचे वडीलही आपल्याला वाचनाची आवड नाही, असं म्हणवत असले, तरी नामवंत इंग्रजी कवी आणि कादंबरीकार त्यांच्या वाचनात आलेले होते; परंतु जिना आपल्या नेहमीच्या स्पष्टवक्तेपणानं आणि प्रामाणिकपणानं या कवी-लेखकांबद्दल काहीही रस वाटत नसल्याचं कबूल करत असत. हे पाहून तिला गंमतही वाटे आणि वैतागही येई! लहान मुलगा आपण जमवलेले स्टँप्स वारंवार पाहत बसतो, त्यासारखंच त्यांचं वृत्तपत्राचं वेड आहे, असं तिला वाटत असे. जिना लंडन *टाइम्स*पासून दूरच्या जिल्ह्यांमधील वृत्तपत्रांपर्यंत सर्व वृत्तपत्र विकत घेत असत आणि ते अथपासून इतिपर्यंत वाचून काढत असतं आणि त्या नंतर जुनी वृत्तपत्रं रद्दीत टाकून देण्याएवजी ती बाजूला ठेवून त्यातले महत्त्वाचे स्तंभ कातरून स्मरण वहीत चिकटवून ठेवत असत. आपल्याला किती एकटं पडल्यासारखं वाटतंय, हे त्यांना सांगायची तिच्या मनाची तयारी होत नव्हती.

जवळ जवळ दिवसभर तिला कुणाशीच बोलता येत नव्हतं. त्यांच्या दोघांच्या परिचयाची एकमेव स्त्री होत्या सरोजिनी नायडू; परंतु रट्टीच्या विवाहानंतरच्या सुरवातीच्या काही महिन्यांत त्या मुंबईला आलेल्याच नव्हत्या. कवयित्री या त्यांच्या लौकिकानंतर आता लोकप्रिय राजकीय विषयांवरच्या व्यक्त्या म्हणून त्या लोकप्रिय होऊ लागल्या होत्या. त्यासाठी त्या मद्रासहून सिंधमध्ये आणि बलुचिस्तानातून पंजाबमध्ये अविरत भ्रमंती करू लागल्या होत्या. त्या अखेरीस जेव्हा मुंबईत ताजमहाल हॉटेलातील त्यांच्या नावावरच्या खोलीवर येऊ शकल्या, तेव्हा काँग्रेस नेत्यांमध्ये समझोता घडवण्यात त्या इतक्या गुंतून गेल्या होत्या की, त्यांना रट्टीसाठी तास, दोन तासांपेक्षा जास्त वेळ मोकळा ठेवता आला नव्हता आणि त्या दोन तासांमध्येसुद्धा त्यांचे अनेक इतर स्नेही सतत तेथे येत-जात होते.

या महत्त्वाच्या काळात सरोजींच्या दोन लेकीसुद्धा मोकळ्या नव्हत्या. पद्मजा आणि लीलामणी या दोघींनीही आप्तांपासून तोडल्या गेलेल्या आणि एकट्या पडलेल्या रट्टीला नक्कीच भावनिक आधार दिला असता; परंतु त्या दोघींना आता मसुरीच्या बोर्डिंग स्कूलमध्ये पाठवून देण्यात आलं होतं. त्या आता जवळच्या पाचगणीच्या शाळेत नव्हत्या.

पारशी समाजानं वाळीत टाकल्यामुळे रट्टी काही पूर्णपणे एकटी पडली नव्हती. संस्थानिकांच्या गोटातले तिचे काही स्नेही अजूनही जवळपास होते किंवा तिच्याच वयाची तिची मैत्रीण क्षमा रावसुद्धा होती. रट्टीच्या आधी अनेक वर्षे विवाह झाल्यामुळे ती आता एका तरुण मुलीची आई होती. पद्मजा आणि लीलामणी खेरीज त्या दोघांचे इतरही सामाईक स्नेही होते. रट्टीप्रमाणे क्षमालासुद्धा केवळ एक गृहिणी म्हणून काळ न कंठता आणखी काहीतरी करण्याची तीव्र इच्छा वाटत होती. तिला नाटककार आणि कादंबरीकार बनावं, अशी महत्त्वाकांक्षा वाटत होती. आजवर ही मैत्री क्षमानं जोपासली होती, कारण तिला रट्टीचं लावण्य, राहणी आणि चातुर्य यांचं प्रचंड कौतुक वाटत होतं आणि रट्टी तिच्याकडे सुस्वभावी सहनशीलतेनं बघत आलेली होती. आता अचानक रट्टीलाच तिच्या सहवासाची गरज वाटू लागली होती, त्यामुळे त्यात कमीपणा वाटून तसा प्रयत्न करायची रट्टीला इच्छा होईनाशी झाली होती.

त्याऐवजी तिनं पूर्ण शक्तीनिशी जिनांच्या आयुष्यात स्वतःला झोकून द्यायचं ठरवलं होतं. हे काम सोपं नव्हतं. तिनं त्यांच्या जेवणाची काळजी घ्यायचं ठरवलं होतं; पण जिनांना खाण्याचा अजिबातच शौक नव्हता. ते अगदीच मोजकंच जेवत आणि कधी कधी तर ते भोजनाला पूर्ण फाटा देत असत. पेटिट हॉलमध्ये ब्रेकफास्टपासून प्रत्येक जेवणात प्रचंड वैविध्य असे. अशा ठिकाणी वाढलेल्या रट्टीला जिनांची भोजनाबाबतची नावड फारच डाचत असे. जिना लहान होते, तेव्हा ते नीट जेवत नाहीत, अशी त्यांच्या आईची नित्याची तक्रार आणि काळजी असे. कालांतरानं त्यात सुधारणा झाली असली आणि इंग्लंडमध्ये असताना तर त्यांना रोस्ट बीफ आणि ॲपल् पाय आवडू लागला असला, तरी जिनांना जेवणाबद्दल फारशी रुची वाटत नव्हती. अजिबात न जेवणंसुद्धा त्यांना चालत असे. भोजन ही त्यांच्या आयुष्यातली सर्वांत बिनमहत्त्वाची गोष्ट होती. जेवण वाढलंय असं सांगितल्यावर समजा ते चर्चेत व्यग्र असले, तर त्याकडे ते अजिबात लक्ष देत नसत. 'जेवण थंड होतंय' असं त्यांना म्हटलं तर 'आणखी काही मिनिटं' किंवा 'तू सुरू कर, मी येतोच' असं ते म्हणत असत आणि कधी कधी तर ते यायला खूप वेळ लावत असत. रट्टीला थट्टा आणि

आर्जवं करून त्यांना तिच्याबरोबर जेवायला उठवणं भाग पडत असे. जरी ते तिच्या बरोबर जेवायला बसलेच, तरी त्यांच्या ठरलेल्या आहारापेक्षा ते एक घासही अधिक खात नसत. कोणताही नवा पदार्थ खाऊन पाहायला त्याचं मन वळवणं फार कठीण जात असे.

त्यांची एकलकोंडी वृत्ती बदलणं तर त्याहूनही अवघड काम होतं. रट्टीच्या माहेरी प्रत्येक जेवणाला नेहमीच थोडेतरी पाहुणे हजर असत. त्यांच्या साउथ कोर्टच्या घरात कोणीच येत नाही, ही गोष्ट रट्टीला सहन होत नसे; परंतु त्याबाबत सुरुवातीला जिना खूपच हटवादीपणाने वागले. आपलं राजकारणातलं भविष्य घडवण्यासाठी जिनांनी अनेक वर्षांपूर्वी अनावश्यक पाहुणचाराला निग्रहानं फाटा दिलेला होता. बागेतल्या आणि घरातल्या मेजवान्या, करमणुकीचे कार्यक्रम आणि बँड असलेल्या घरातल्या आणि घराबाहेरच्या पार्ट्या या साऱ्या गोष्टी जिनांना अनावश्यक आणि वेळेचा अपव्यय करणाऱ्या वाटत. सरोजिनी नायडूंचे पतीसुद्धा याच मताचे होते. दिवसभरात इतके खचाखच भरलेले कार्यक्रम पाहून भारतातील उच्चभ्रू लोक झोपतात केव्हा आणि काम करतात की नाही, असा कोणालाही त्याकाळात नक्कीच प्रश्न पडला असता; परंतु या सामाजिक रूढीच्या विरोधात आवाज उठवण्याचा धीर मात्र कोणीच करत नव्हतं! फक्त जिनांनीच असा धीर केला आणि वेळेचा अपव्यय करायला ठाम नकार दिला. त्याबद्दल त्यांना ओळखणारी प्रत्येक व्यक्ती त्यांना 'कंजूष' म्हणू लागली असली, तरी त्याची त्यांनी फिकीर केली नाही.

कामाखेरीज ते कोणालाही भेटायला जायचंसुद्धा नाकारत. मग ती व्यक्ती अगदी जवळची सहकरी असून, आजारी पडलेली असो किंवा मृत्युशय्येवर पडलेली असो! त्यामागचं कारण त्यांनी एकदा त्यांच्या तरुण प्रशंसकांपुढे मांडलं होतं, 'मी आजाऱ्यांच्या समाचाराला जाण्यातच सर्व वेळ खर्च करू लागलो, तर महत्त्वाची कामं करायला माझ्याजवळ वेळच शिल्लक राहणार नाही.' त्यांचं हे मत एकून त्यांचे एक तरुण प्रशंसक, एम. ए. एच. इस्फहानी धक्का बसल्यामुळे गप्पच बसले; परंतु जिनांच्या प्रचंड इच्छाशक्तीचं त्यांना कौतुक वाटल्याशिवाय राहिलं नाही.

परंतु रट्टीची आर्जवं आणि त्यांच्या आयुष्यात बदल घडवण्याचे तिचे हळुवार प्रयत्न यांचा थोडा थोडा परिणाम दिसू लागला. आपली तत्त्वं न झुगारता जिना तिचं म्हणणं थोडं थोडं ऐकू लागले होते. ती सुज्ञ असल्यामुळे तिनं पारंपरिक पद्धतीनं मेजवान्या देण्याचा प्रयत्न केला नाही किंवा आपले स्वतःचे स्नेहीसुद्धा त्यांच्यावर तिनं कधी लादले नाहीत, कारण ती जाणून होती की, सरोजिनी आणि त्यांच्या दोन्ही लेकींखेरीज राजकारणावरच्या चर्चेत इतर कोणीही टिकाव धरू शकणार नाही आणि जिनांच्या दृष्टीनं तेवढा एकच विषय जेवणाच्या टेबलापाशी स्वीकार्य होता.

परंतु तिनं त्यांना स्वागतार्ह वाटतील, अशा पाहुण्यांची यादी बनवली. हे लोक एकतर त्यांचे तरुण सहकारी असत किंवा कधी तरी बाहेर गावाहून येणारे मोतीलाल नेहरू किंवा महमुदाबादचे राजे यांसारखे त्यांचे मित्र तरी असत! आजवर जिनांच्या लेखीचा पाहुणचार म्हणजे त्यांच्या एक-दोन पुरुष मित्रांना अनौपचारिक भोजनासाठी बोलावणं आणि भोजनानंतर पहाटेपर्यंत मद्याचा आणि सिगारेटचा आस्वाद घेत राजकरणावर चर्चा करत बसणं. या बैठकींमध्ये एकही स्त्री उपस्थित राहत नसे.

परंतु आता रट्टी साऱ्या गोष्टींचं आयोजन करू लागल्यावर तिनं फक्त त्यांच्या मित्रांनाच नव्हे, तर होमरूल चळवळीतील त्यांच्या तरुण राजकीय सहकाऱ्यांनासुद्धा आमंत्रित करायला प्रारंभ केला. ही जेवणं ती कटाक्षानं अनौपचारिक राखत असे आणि या आमंत्रणांना 'पॉट लक' (घरात बनवलेलं चाखायला या) असं म्हणत असे. एका वेळेस दोन किंवा तीन जणांपेक्षा जास्त लोकांना न बोलवण्याची ती काळजी घेत असे. आपल्या हस्ताक्षरात ती त्यांना आमंत्रण पाठवत असे, 'आमच्याकडे आमच्या समवेत भोजनाला या. कदाचित, आणखी एक-दोन स्नेही उपस्थित असतील.'

तिचं आमंत्रण स्वीकारलं जात नाही, असं क्वचितच घडत असे. त्या सर्वांना जिनांना त्यांच्या घरात भेटायची उत्कंठा वाटत असली, तरी त्यांना भुरळ मात्र पडत असे रट्टीचीच! त्यांना जिनांबद्दल भक्तिभाव वाटत असला, तरी त्यांना ते त्यांच्या ऑफिसात कधीही भेटू शकत असत; परंतु साउथ कोर्टला येण्याचं आमंत्रण मिळाल्यानंतर त्यांना काही तासांचा श्रीमती जिनांचासुद्धा सहवास लाभत असे! तेथे एकट्यानं येणाऱ्या विवाहित आणि अविवाहित तरुणांना रट्टीचं मोठंच आकर्षण वाटत असे. केवळ तिचं लावण्य, अद्ययावत राहणी आणि वागण्यातली अकृत्रिमताच त्यांना भुरळ घालत नसे, तर त्यांना मोहिनी पडत असे ती रात्रभर सिगारेटचा धूर आणि मद्य या वातावरणात सहजी बसून राजकारणावर हिरिरीनं गप्पा मारणारी त्यांच्या माहितीची ती एकमेव उच्चभ्रू स्त्री असल्याची! परत जाताना सारेच जण तिचे किंचितसे आशिक बनत असत. कांजी द्वारकादास तर तिचा आजन्म भक्त बनला होता.

परंतु तिचं केवळ आणि केवळ जिनांवरच लक्ष केंद्रित झालेलं असे. ते तेथे अगदी सैलावून, आपले पाय लांबवर ताणून बसले आहेत आणि कोणतातरी मुद्दा पटवून सांगत आहेत; ते जवळिकीनं त्यांच्या अलिप्त, विनोदी शैलीत कोणता तरी वैयक्तिक किस्सा रंगवून सांगत आहेत आणि इतरांचं बोलणं तेवढ्याच आत्मीयतेनं ऐकून घेत आहेत आणि त्याबरोबरच आपली राजकारणावरील पकड सिद्ध करत कोणत्या तरी गुंतागुंतीच्या मुद्द्याची सहजपणे उकल करत आहेत - हे सारं पाहताना रट्टी पुन्हा नव्यानं त्यांच्या प्रेमात पडत असे! आणि अशा लहानशा अनौपचारिक मेळाव्यांमध्ये ते दोघेही अतिशय आनंदी राहत असत. रट्टीला तर विशेष आनंद होत असे, कारण जिना तिची राजकारणावरची मतं लक्षपूर्वक ऐकून घेऊन तिला आपल्या राजकारणाबाबतच्या योजनांमध्ये सामावून घेत असत आणि इतरांसमोर तिनं केलेली त्यांची थट्टा-मस्करी न रागवता ऐकून घेत असत. त्यांच्या अशा हळुवार वागण्यामुळे तिला अतिशय आश्वस्त वाटत असे. बिनधास्तपणे इतरांपुढे जिनांची थट्टा करता आल्यामुळे रट्टीला आपल्या त्यांच्यावरील सुप्त वर्चस्वाची सुखदायक जाणीव होत असे! तर आपल्या आढ्यतेखोर आणि आतल्या गाठीच्या स्वभावासाठी ख्यातनाम असलेल्या जिनांबाबत ती निःशंकपणे इतकं स्वातंत्र्य घेताना पाहून इतर लोक आश्चर्यचकित होत असत आणि कौतुकानं त्यांचं म्हणणं ऐकत राहणाऱ्या रट्टीला पाहून जिनासुद्धा अत्यंत फुलून जात आणि जेवणाच्या टेबलापासच्या त्यांच्या गप्पा मोठ्या नाट्यमय बनत. एकदोन स्नेह्यांच्या उपस्थितीत आपण किती आनंदी वैवाहिक आयुष्य जगत आहोत हे दाखवता आलं की, रट्टीला अभूतपूर्व समाधान लाभत असे.

त्यांच्या आयुष्यात तिनं घडवलेले अन्य कल्पक बदल मात्र स्वतः जिनांच्या मते नसले, तरी इतर निंदा करणाऱ्या परिचितांच्या दृष्टीनं टीका पात्र ठरले. ती दररोज संध्याकाळी त्याच्या कचेरीत पोहोचत असे आणि ते दोघे बरोबर घरी परतत असत. तिच्या आणि जिनांच्या दृष्टीनं ही अत्यंत निरुपद्रवी गोष्ट होती. इंग्लंडमध्ये तर याचा सर्रास प्रघात पडला होता. तेथे मोटर चालवता येणाऱ्या स्त्रिया आपल्या पतीला घरी परत आणण्यासाठी स्वतः डौलानं गाडी चालवत जात आणि पतीला शेजारी बसवून घरी परत आणत असत. रट्टी स्वतः मोटार चालवत नसली तरी ड्रायव्हर गाडी चालवत असताना मागच्या सीटवर पतीसमवेत बसून घरी परत येण्यात तिला थरार वाटत असे. जिनांचा याला कोणताच आक्षेप नव्हता. उलट तिला आपल्या समवेत सर्वत्र नेण्यात त्यांना अभिमान वाटत होता.

परंतु इतरांचं विशेषतः कोर्टातल्या सहकाऱ्यांचं मत मात्र तसं नव्हत. त्यांनी कधीही कोणाच्या पत्नीला–विशेषतः रट्टीसारख्या लावण्यवती पत्नीला–बिनदिक्कतपणे पतीच्या ऑफिसात प्रवेश करताना पाहिलेलं नव्हतं. जिना इतर वकिलांशी चर्चा करत असतानासुद्धा ती बेधडक आत येतेय आणि 'कोर्टातला सिंह' म्हणून ख्यातनाम असलेले जिना तिला थांबवण्याचा कोणताही प्रयत्न करत नाहीत, हे पाहून त्यांना मोठाच धक्का बसत असे!

त्यांच्या वकिली वर्तुळातले एम. सी. छागला यांच्यावर जिनांचा प्रचंड प्रभाव होता. ते जिनांना न्यायक्षेत्रातला आणि राजकारणातला आदर्श समजत असत. त्यांनासुद्धा रट्टीची वागणूक आक्षेपार्ह वाटत असे. त्यांनी त्यांच्या *रोझेस इन डिसेंबर* या आत्मचरित्रात नमूद केलंय, 'आम्ही चर्चा करत असताना श्रीमती जिना खोलीत येत. आधुनिक काळातही उत्तेजक समजले जातील असे कपडे घातलेले असत. त्या जिनांच्या टेबलवर बसून... पाय झुलवत बसून राहत आणि जिना बैठक केव्हा आटोपतात आणि आपण दोघे केव्हा घरी परततो, याची वाट बघत बसत.'

छागलांच्या मते अशा 'स्वैर' वागण्याचा कुणाही पतीला नक्कीच राग आला असता; परंतु त्याबाबत जिना कोणतीच प्रतिक्रिया कशी दर्शवत नाहीत, याचं छागलांना मोठं आश्चर्य वाटत असे.

परंतु रट्टीच्या कोणत्याच वागण्याची, विशेषतः तिच्या कपड्यांच्या निवडीची जिनांना कधीच लाज वाटली नाही. उलट तिच्या कपड्यांच्या निवडीवर त्यांचा इतका संपूर्ण विश्वास होता की, त्यांनी स्वतःच्या कपड्यांमधला बदलसुद्धा पूर्णपणे तिच्यावर सोपवला होता. तिनं त्यांची केशभूषा नव्या धर्तीची केली. त्यांचे जुन्या पठडीतले सूट त्यांना फेकून द्यायला लावले आणि नव्या धर्तीचे, हलक्या वजनाच्या रेशमी कापडाचे सूट आणि जाकिटं त्यांच्यासाठी शिवून घेतली. ती त्यांच्या उंच, सडपातळ शरीरयष्टीला शोभून दिसत. इतरांवर छाप पडेल; परंतु ब्रिटिशांची टीका ओढवणार नाही, अशा प्रकारचे डौलदार परंतु अनौपचारिक ढंगाचे कपडे तिनं जिनांसाठी शिवून घेतले. या त्यांच्या नव्या छबीचं भारतीयांनी तसंच ब्रिटिशांनीसुद्धा कौतुक केलं. कांजी द्वारकादासनं नंतर नमूद केलं होतं, 'याबाबतीत जिनांवर रट्टीचं किती ऋण होतं हे इतर कुणीच जाणत नव्हतं.'

परंतु जगाकडे पाहण्याच्या तिच्या विभिन्न दृष्टिकोनाचा तिच्या स्वतःच्या कपड्यांच्या निवडीवर भरपूर प्रभाव पडलेला होता. ती ज्या वातावरणात वाढली आणि तिच्या ठायी जो असाधारण आत्मविश्वास होता, त्यामुळे तिला इतरांवर छाप पाडण्याची कधीच गरज वाटली

नव्हती. इंग्लंडमधील नवी पिढी ज्याप्रमाणे स्वतःच्या नित्य नव्या फॅशन तयार करत होती, त्याप्रमाणेच रट्टीचं वागणं होतं. तिच्या स्वतःच्या पारशी वर्तुळात तिच्या पोशाखांचं अतिशय कौतुक होत असे. तिचे कपडे सर्वांत आधुनिक समजले जातं. जिनांच्या जुन्या विचारांच्या ब्रिटिश आणि भारतीय वर्तुळात मात्र त्याकडे नाराजीनं पाहिलं जात असे.

भारतीय पोशाखाची इंग्लंडमधील सर्वांत नव्या फॅशनशी सांगड घालून रट्टीनं आपल्या पोशाखाची एक नवीनच रीत शोधून काढली होती आणि तिच्या विवाहापूर्वीच्या वर्तुळात इतर लोक त्या धर्तीचं अनुकरण करण्यात धन्यता मानू लागले होते; परंतु अनुकरण करायला तिचा पोशाख सोपा नव्हता. तिच्या साड्या फिक्या, इंद्रधनुषी रंगाच्या, तलम, झिरझिरीत गॉझच्या असत. लेडी पेटिटच्या पिढीतील स्त्रिया घालत असत त्याहूनही रट्टीच्या साड्या झिरझिरीत शिफॉन किंवा जॉर्जेटच्या असत आणि त्यांचे काठ नाजूक भरतकाम केलेले असत.

रट्टीनं ती गोष्ट कबूल केली नसली, तरी तिच्या साड्यांच्या निवडीवर तिच्या आईच्या रुचीचा बराच प्रभाव पडलेला होता. त्या दोघींनाही भडक रंग आणि झगमगतं जरीकाम मुळीच आवडत नसे, त्यामुळे ती कधीही दुकानातल्या साड्या विकत घेत नसे. घरी पत्र्याच्या पेट्यातून साड्या घेऊन येणाऱ्या फिरत्या व्यापाऱ्यांकडून ती साड्या मागवत असे. त्यांच्याकडून ती तिला हव्या त्या धर्तीच्या आणि रंगाच्या साड्या विणून घेत असे. तिची निवड इतकी अचूक असे की, पद्मजासारख्या तिच्या मैत्रिणी आपल्या साड्यांची खरेदी निःशंकपणे तिच्यावरच सोपवत असत. रट्टीनं पद्मजाला लिहिलेल्या एका पत्रात ती पद्मजासाठी साडी मागवत असल्याचा स्पष्ट उल्लेख आढळतो.

रट्टीनं ब्लाउजची निवडसुद्धा नव्या पिढीच्या नव्या धर्तीनुसार केली होती. लेडी पेटिटच्या पिढीच्या स्त्रिया लांब बाह्यांची, पोट झाकण्याएवढी लांब पोलकी घालत. आपला देह उघडा दिसू नये, याची काळजी घेत असत. त्या पिढीच्या स्त्रिया दहा-पंधरा पौंड खर्चून पॅरिसहून ब्लाउज मागवत असत. ही पारशी स्त्रियांची खास धर्ती मानली जात असे; परंतु रट्टीच्या पिढीतल्या मुली या राणी व्हिक्टोरियाच्या काळातील या फॅशनला नाकं मुरडून नव्या धर्तीचे ब्लाउज शिवून घेऊ लागल्या होत्या. तंग बसणारे आणि खोल गळा, खोल पाठ असलेले ब्लाउज त्यांनी लोकप्रिय केले होते.

परंतु या तरुण पिढीनं वापरायला सुरुवात केलेले ब्लाउज सरकारी वर्तुळात अजून वापरले जाऊ लागले नव्हते. ब्रिटिश अधिकाऱ्यांच्या बायकांना या नव्या फॅशनचा धक्काच बसला होता. अर्थात या नाराजीमागे त्यांच्या जातीय पूर्वग्रहांचा आणि मूर्खपणाचा भाग किती होता, याबाबत बेलिथो या जिनांच्या चरित्रलेखकानं संदेह व्यक्त केला आहे. त्याचं म्हणणं आहे की, आपल्या पतींनी केलेल्या उत्तम कामगिरीवर या मूर्ख स्त्रियांनी बोळा फिरवल्यामुळे ब्रिटिशांना हिंदुस्थान हातून घालवावा लागला होता! रट्टीनं भारतीय ब्लाउज फॅशनमध्ये आणला, त्याच्या वीस वर्षे आधी लेडी कर्झननं हैदराबादमधील 'पर्दा पार्टी' (गोशातील स्त्रियांचा समारंभ)बद्दल इंग्लंडमध्ये पत्र लिहून कळवलं होतं, 'एका प्रचंड लठ्ठ स्त्रीनं चमकदार हिरव्या पँटवर (लेहेंग्यावर?) सारी कंबर दाखवणारा तोकडा ब्लाउज, त्यावर छोटासा लेसचा कोट आणि त्यावर गॉझची साडी असा पोशाख करून आमची भरपूर करमणूक केली होती...'

परंतु केवळ इंग्लिश मेमसाहिबांनाच रट्टीच्या पोशाखामुळे धक्का बसला नव्हता. पारंपरिक मुस्लीम समाजातसुद्धा तिची वेशभूषा उत्तान आणि उठवळ समजली जाऊ लागली होती. विशेषतः जिनांच्या राजकारणाचा महत्त्वाचा हिस्सा बनलेले दाढीधारी 'मुल्ला' आणि 'मौलवी' रट्टीची वेशभूषा पाहून फारच संतापले होते. 'ग्लोब सिनेमा' येथे भरलेल्या एका मुस्लीम परिषदेत घडलेली घटना छागलांनी नमूद केली आहे, 'रट्टी व्यासपीठावरील मान्यवरांसाठी ठेवलेल्या खुर्चीत बसली. हॉल दाढीवाल्या 'मुल्लांनी' आणि 'मौलवींनी' ओसंडून वाहत होता. ते माझ्यापाशी येऊन रागानं विचारू लागले की, 'ती स्त्री कोण आहे?' ते मला म्हणू लागले की, तिला हॉल बाहेर काढायला हवं, कारण तिचे कपडे आक्षेपार्ह आहेत.

परंतु आपल्या कपड्यांमध्ये शालीनता आणण्याऐवजी इतरांना चिथावण्यात रट्टीला गंमत वाटत असे. तिच्या विवाहानंतर महिन्याभरातच सिमल्यातील व्हाइसरॉयच्या निवासस्थानावर रट्टी तोकडं ब्लाउज आणि गॉझची साडी अशा वेशात पोहोचली. नाराज नजरांकडे पूर्ण दुर्लक्ष करून तिनं प्रथेनुसार व्हाइसरॉय यांना लवून प्रणाम करायला नकार दिला. त्याऐवजी हस्तांदोलन केल्यावर तिनं भारतीय पद्धतीनुसार दोन्ही हात जोडून त्यांना प्रणाम केला. लॉर्ड चेम्सफोर्डनी या उपमर्दाबद्दल रट्टीची कानउघाडणी केली. भोजनानंतर त्यांच्या स्वीय सचिवानं रट्टीला व्हाइसरॉयला भेटायला सांगितले. व्हाइसरॉय घमेंडखोरपणे रट्टीला म्हणाले, 'श्रीमती जिना, तुमच्या पतीचं राजकीय भविष्य उज्ज्वल आहे. तुम्ही त्याला बाधा आणू नका. रोममध्ये असाल, तेव्हा रोमन लोकांसारखंच वागा.' रट्टी ताबडतोब म्हणाली, 'युवर एक्सलन्सी, मी तेच केलंय! भारतात मी तुम्हाला भारतीय पद्धतीनंच अभिवादन केलं आहे!' अझीझ बेग यांनी *जिना अँड हिज टाइम्स* या पुस्तकात नमूद केलंय की, रट्टी लॉर्ड चेम्सफोर्डना तेव्हा पहिल्या आणि अखेरच्या वेळेस भेटली होती.

आणखी बऱ्याच वर्षांनी आणखी एका व्हाइसरॉयच्या पत्नीनं, लेडी रीडिंगनं मैत्रिणीला पाठवलेल्या पत्रात लिहिलं होतं, 'त्याकाळी जिनांच्या अत्यंत देखण्या पत्नीमुळे जिना प्रसिद्धीच्या झोतात आले होते. ते त्यांच्या पत्नी समवेत दुपारच्या भोजनाला आले होते. ती अतिशय सुरेख आणि द्वाड मुलगी आहे. ती पारशी आहे आणि ते मुस्लीम आहेत. त्यांच्या विवाहामुळे त्या दोन्ही समाजांमध्ये हाहाकार माजला होता. दिवसा तिच्या एवढे तोकडे कपडे घातलेलं मी इतर कोणी पाहिलं नाही. ब्रोकेडचा, गळा आणि पाठ कंबरेइतका खोल असलेला, तंग बिनबाह्यांचा ब्लाऊज आणि त्यावर डोक्यावर पदर घेतलेली फुलांच्या प्रिंटची शिफाँनची साडी!' आणखी एका पत्रात त्यांनी लिहिलं होतं, 'तिचा वेश होता स्कार्फ, रत्नजडित बिंदी आणि पाचूचा कंठा. ती अत्यंत देखणी, आकर्षक आणि उत्तान वेशभूषा करणारी मुलगी आहे. सारे पुरुष तिच्याकडे लालसेने बघतात आणि स्त्रिया नाकं मुरडतात.'

जिनांना तिची वेशभूषा किंवा मोकळी ढाकळी वागणूक यात काहीच आक्षेपार्ह वाटत नसे. तिची उत्फुल्लता आणि खोडसाळ डांबरटपणा यांमुळेच तर ते तिच्याकडे आकृष्ट झाले नव्हते का? तिच्या वेशभूषेमुळे आणि वागण्यामुळे ती वेगळी उठून दिसते, हे जिनांच्या निदर्शनास आणून देण्याचं धारिष्ट्य करायला कुणीच धजत नसे. त्यांना चटकन कशाचाही राग येत असे आणि त्यांची अशी नाराजी जन्मभर टिकत असे. त्यांचा अपमान करणाऱ्या

स्ट्रांगमन या इंग्रजी वकिलाशी ते जन्मभर बोलले नव्हते आणि कोर्टात हे दोघे सिंह एकमेकांविरुद्ध खटला लढवू लागले की, त्यांना शांत ठेवताना न्यायाधीशांचीसुद्धा तिरपीट उडत असे.

अखेरीस मुंबई इलाख्याच्या राज्यपालांची पत्नी, लेडी विलिंग्डन हिनंच मांजराच्या गळ्यात घंटा बांधली. हेक्टर बोलिथो या जिनांच्या चरित्र लेखकानं म्हटलंय, 'श्रीमती जिनांनी खोल गळ्याचा घातलेला ब्लाउज यजमानीण बाईंना आवडला नाही. ते सर्व जण भोजनाच्या टेबलाभोवती बसले असताना त्यांनी आपल्या साहाय्यकाला शाल आणायला पाठवलं आणि म्हटलं, 'श्रीमती जिनांना गारठा जाणवत असेल.' बॅरिस्टर जिनांनी नेहमीच्या पद्धतीनं प्रतिटोला दिला. ते उठून उभे राहिले आणि म्हणाले, 'जेव्हा श्रीमती जिनांना गारठा जाणवेल, तेव्हा त्या स्वतःच तसं सांगतील आणि शाल मागून घेतील.' एवढं बोलून ते त्यांच्या पत्नी समवेत तेथून बाहेर पडले आणि पुन्हा कधी चुकूनही गव्हर्मेंट हाउसवर फिरकले नाहीत!'

या घटनेवर रट्टीची संमिश्र प्रतिक्रिया झाली. एकीकडे जिना तिच्या कैवाराला धावले, याबद्दल तिला कृतज्ञता वाटली. तिनंसुद्धा स्वाभिमानानं लोकांच्या टीकेला धूप न घालण्याचा निश्चय केला आणि जनतेला अपेक्षित असलेल्या शालीन धर्तीची वेशभूषा करायला ठामपणे नकार दिला; परंतु इतक्या विविध आघाड्यांवर इतक्या असंख्य लोकांच्या नापसंतीला तोंड देता देता तिची दमछाक होऊ लागली होती. आपण किती सुखी आहोत, असं स्वतःला पटवण्याचा आटोकाट प्रयत्न करूनही तिची प्रकृती ढासळू लागली आणि अखेरीस तिच्या विवाहानंतर तीन महिन्यांनी सरोजिनींना तिला भेटता आलं तेव्हा त्यांच्या अपेक्षेच्या निम्म्यानंसुद्धा ती सतेज दिसत नाहीय, हे पाहून त्यांना धक्काच बसला होता. त्याऐवजी रट्टीच्या ठायी भावनांचं विचित्र मिश्रण त्यांना दिसलं. 'ती खूप आजारी; परंतु तरीही आनंदी वाटत होती,' असं त्यांनी त्याबद्दल म्हटलं होतं.

प्रकरण दहावे

डिसेंबर महिन्यात युद्ध (पहिलं महायुद्ध) संपलं आणि त्याबरोबरच कायदेमंडळाचं (लेजिस्लेचर) हिवाळी सत्र संपलं आणि जिना मुंबईला परत आले. त्यांनी दिल्लीला व्यतीत केलेले तीन महिने रट्टीच्या आजवरच्या आयुष्यातले सर्वांत कंटाळवाणे महिने होते. जिना कायदेमंडळाच्या बैठकीत दिवसभर गुंतलेले असताना रट्टीला काहीच उद्योग नसे. सरकारी सुधारणांचा– मॉंटेग्यू चेम्सफर्ड रिफॉर्म्सचा पहिला खर्डा प्रसिद्ध झाल्यामुळे जिनांची व्यग्रता आणखीच वाढली होती. ते दिवसभर आणि कधी कधी मध्यरात्रीपर्यंत बाहेरच चर्चांमध्ये गुंतलेले असत. ते राहत असलेलं मेडन्स हॉटेल शहरापासून दूर असल्यामुळे तिथे दिवस रात्र पूर्ण शांतता असे. आधीच वाळीत टाकल्या गेलेल्या रट्टीला ती स्मशान शांतता फारच जाचक वाटत असे; परंतु आता अखेरीस ते मुंबईला परतले होते आणि तिथं करण्यासारख्या भरपूर गोष्टी होत्या.

पार्ट्यांचा मौसम जोरात सुरू होता आणि गव्हर्नर विलिंग्डन इंग्लंडला परत जात असल्यामुळे त्यांच्या निरोपासाठी आयोजित होणाऱ्या मेजवान्या अखंडपणे सुरू होत्या; परंतु या सर्व समारंभांपासून वाळीत टाकली गेल्यामुळे वंचित राहिलेली रट्टी अजिबातच नाराज झालेली नव्हती. त्याऐवजी ती प्रथमच जिनांच्या राजकीय मोहिमेत मनापासून सहभागी झाली होती. सर्वसाधारणपणे जिनांच्या या राजकीय मोहिमा अत्यंत रुक्ष आणि विचारपूर्वक योजलेल्या असत. ते दोघे सभेच्या ठिकाणी व्यासपीठावर बसत आणि रट्टीला प्रेक्षकांच्या बहुतांशी नापसंतीच्या नजरा सहन करत बसावं लागत असे. नशिबानं जिनांना लांबलचक भाषणं ठोकायची सवय नव्हती; परंतु त्यांची चुरचुरीत भाषणं शांतपणे ऐकत राहण्याखेरीज तिला इतर काहीच करता येत नसे. असली भाषणं नुसती ऐकत राहण्याऐवजी हातात तलवार उपसून स्वातंत्र्य लढ्यात हिरिरीनं भाग घेण्याची आस तिला लागून राहिली होती.

परंतु सात महिने केवळ भाषणबाजी सहन करून झाल्यावर, कागद पेन्सिलच्या मदतीनं किंवा राजनीतीच्या मुत्सद्दी भाषेत लढवली जाणारी वाग्युद्ध पाहून थकल्यावर आता तिला ठोस कृती दिसू लागली होती! जिना नेहमी म्हणत असत की, राजकारणात भावनाप्रधान

असून चालत नसतं; परंतु आता अखेरीस तिला या युद्धात स्वतःची वीरश्री ओतायची संधी मिळाली होती. या वेळेस प्रथमच जिना सभांमध्ये श्रोत्यांच्या उफाळलेल्या प्रक्षोभाला प्रतिसाद देऊ लागले होते. रट्टीनं पाहिलेलं ते पहिलंच प्रक्षोभक जनआंदोलन होतं. रात्री उशिरापर्यंत चालणाऱ्या सभा, नाऱ्यांच्या घोषणा, जिनांना पाठिंबा देण्यासाठी रस्त्यावर उतरलेले हजारो लोक, देशभक्तीच्या उत्कट भावनेचं दर्शन आणि निकरानं लढल्या जाणाऱ्या युद्धात अनुभवाला येणारी वीरश्रीची भावना यांमुळे रट्टी थरारून गेली होती. इमेलीन पँकहर्स्ट मतदानाच्या हक्कासाठी इंग्लंडमध्ये देत असलेल्या लढ्यातच आपण सहभागी होत आहोत, असा रट्टीला भास होऊ लागला होता; परंतु इथं प्रत्यक्षात सभांमध्ये तिच्याखेरीज अन्य कुणीही स्त्री उपस्थित राहत नव्हती.

या मोहिमेला तीन आठवड्यांपूर्वी प्रारंभ झाला होता. राज्यपालांचे काही प्रशंसक एकत्र आले होते आणि राज्यपालांच्या निवृत्तीनंतर त्यांच्या स्मरणार्थ डौलदार स्मारक उभारण्याचा त्यांनी प्रस्ताव मांडला. त्यांनी यासाठी शेरिफ महोदयांच्या अध्यक्षतेखाली जाहीर सभेचं आयोजन केलं नसतं, तर बहुधा ही गोष्ट बिनबोभाट पार पडली असती. लॉर्ड विलिंग्डन आणि जिनांमध्ये गेले सहा महिने वैर धुमसत होतं आणि जिना आणि त्यांचे सहकारी गव्हर्नरच्या बंगल्यावर तर जात नव्हतेच; परंतु गव्हर्नर उपस्थित असतील त्या सर्व बैठकींपासूनही दूर राहत होते. या गोष्टीकडे पूर्ण दुर्लक्ष करून या गव्हर्नरच्या प्रशंसकांनी त्यांच्या स्मारकासाठी जाहीर सभेचं आयोजन केलं होतं. निषेधाच्या या संधीवर जिनांनी दोन्ही हातांनी झडप घातली! त्यांना भारतीयांच्या लाळघोटेपणाचा नेहमीच तिरस्कार वाटत आलेला होता. ब्रिटिश सरकारकडून सवलती किंवा उपाध्या मिळवणारे किंवा त्या मिळवण्यासाठी धडपडणारे भारतीय लोक ब्रिटिशांची हांजी हांजी करताना पाहून, जिनांना अशा लोकांबद्दल तुच्छता वाटत असे; परंतु लोकसेवेच्या नावाखाली चाललेल्या या भ्रष्टाचारी तोंडपुजेपणावर आजवर जिनांनी हल्ला चढवलेला नव्हता. आता मात्र ते त्याबद्दल टोकाचा प्रतिकार करायला सज्ज झाले होते.

सहा महिन्यांपूर्वी विलिंग्डन पतिपत्नींनी रट्टीचा जाहीरपणे उपमर्द केला होता. त्या वेळेस जर कुणी जिनांना म्हटलं असतं की, जिना आणि त्यांचे अनुयायी निवृत्त होणाऱ्या गव्हर्नर विलिंग्डनच्या विरोधात असं आंदोलन सुरू करतील की, त्यात त्यांच्या स्वतःच्या जीविताला धोका संभवेल; गोष्टी इतक्या भडकतील की, खुर्च्यांची फेकाफेक होऊन हाणामारी होईल; तर जिना बहुधा जोरानं हसले नसते कारण जोरात हसणं हे सभ्य व्यक्तीला शोभेसं नसतं, असं त्यांचं स्पष्ट मत होतं; परंतु अविश्वासानं त्यांनी नक्कीच अस्फुट स्मित केलं असतं. आंदोलनातला दंगाधोपा त्यांना कधीच पटलेला नव्हता!

जिनांचं गव्हर्नर विलिंग्डनशी कधीच पटलेलं नव्हतं. त्यांच्या राजकीय मतांबाबतच्या विभिन्नतेखेरीज त्यांचे स्वभावसुद्धा सर्वस्वी भिन्न होते. लॉर्ड विलिंग्डनना त्यांच्या सत्तेला विरोध झालेला अजिबात सहन होत नसे. आपल्या जनतेबाबतच्या कर्तव्यांपेक्षा ते भोगविलासांना अधिक महत्त्व देत असत. त्यांच्या व्यवस्थापनातील त्रुटींकडे ते नेहमीच काणाडोळा करत. ते सत्तेचा पूर्णपणे गैरवापर करत नसले तरी आपल्या मतांनुसार वागता यावं यासाठी ते कटकारस्थान करायला मागे-पुढे पाहत नसत. त्याविरोधात जिना अत्यंत कर्तव्यनिष्ठ होते. एखाद्या ब्रिटिश सांसदाप्रमाणे परखड युक्तिवाद करून ते व्हाइसरॉय, ब्रिटिश

परराष्ट्रमंत्री अशा सर्वांना आपल्या तर्कनिष्ठ आणि मुद्देसूद वक्तव्यानं गप्प करून टाकू शकत. ब्रिटिशांनी न्यायपद्धतीनं वागावं यासाठी ते हटवादी आग्रहीपणानं वागत आणि सतराव्या वर्षी एकट्यानं लंडनमध्ये तरून जातेवेळी त्यांनी स्वतःपुढे नीतिमत्तेचा जो उच्च आदर्श ठेवला होता, त्याप्रमाणेच स्वतःप्रमाणेच इतरांनीही वागावं, याबाबत ते अत्यंत आग्रही होते. राजकीय मतभिन्नता असली तरी त्यासाठी ते कुणाचाही वैरभाव धरत नाहीत असा ते दावा करत, त्यात भरपूर सत्य होतं. त्यांनी एकदा म्हटलं होतं, 'मी निष्कांचन अवस्थेत होतो, तेव्हा मी लॉर्ड लॉन्डेसच्या कचेरीत गेलो होतो. ते मला पित्यासमान होते आणि त्यांनी मला पुत्रवत वागवलं होतं. जेव्हा ते इंपीरियल लेजिस्लेटिव्ह कौन्सिलमध्ये भारत सरकारचे कायदा सदस्य म्हणून काम बघत होते, तेव्हा मी त्यांच्यावर जोरदार टीका केली होती आणि तरीसुद्धा आजपर्यंत आमची मैत्री अबाधित राहिली आहे.'

ही नीतिमूल्यं जिना त्यांच्या समकालीनांकडून शिकले नव्हते; ती त्यांनी पुरातन वाङ्मयातून – पहिल्या शतकातला रोमन मुत्सद्दी सिसेरो याच्या द *ऑफिसेसमधून* मिळवली होती. त्यांनी त्यातले 'प्री एमिनन्स' (उत्कर्ष), 'जस्टीस' (न्याय), 'प्रूडन्स'(सुज्ञपणा), 'मॅग्नॅनिमिटी' (औदार्य), 'फॉर्टिट्यूड' (मनोधैर्य), 'मॉडरेशन' (नेमस्तपणा किंवा संयम), असे शब्द पेन्सिलने अधोरेखित केले होते आणि ते सारे गुण मोठ्या चिकाटीनं अंगी बाणवले होते. प्रयत्नपूर्वक हे सारे गुण अंगी रुजवून त्यांनी आपलं संतुलित व्यक्तिमत्त्व घडवलं होतं. सिसेरोनं आपल्या मुलाला दिलेल्या सल्ल्याच्या पुढील ओळी त्यांनी ठळकपणे अधोरेखित केल्या होत्या : 'प्रत्येक परिस्थितीत मानसिक संतुलन टिकवून धरणं यालाच शौर्य म्हणतात' किंवा 'स्तुतिपाठकांच्या बोलण्याला भुलू नका आणि त्यांच्या लुच्च्या शब्दांना बळी पडू नका.' लॉर्ड विलिंग्डन इतके दोषैकवृत्तीचे होते की, त्यांना जिनांच्या ठायीचा प्रामाणिकपणा आणि जिनांना 'क्षुद्रवृत्ती आणि कपट' यांबद्दल वाटणारा तिरस्कार समजणं अशक्य होतं.

या दोघांमध्ये यापूर्वीसुद्धा वादावादी झालेली होती. उदाहरणार्थ, तीन वर्षांपूर्वी विलिंग्डन जिनांच्या अपेक्षेनुसार न्यायवृत्तीनं वागले नव्हते. मुस्लीम लीगची एक सभा चालू असताना, काही गुंड लोक ती सभा उधळून लावायचा प्रयत्न करत होते. त्या वेळेस त्या गुंडांना तिथून हाकलवून लावण्याऐवजी एका पोलीस सुपरिटेंडंटनं सभा उधळण्याचा प्रयत्न करणाऱ्या गुंडांचीच बाजू घेतली होती. जिनांनी याबद्दल गव्हर्नर जवळ तक्रार केली असता त्यानं त्याकडे पूर्ण दुर्लक्ष तर केलंच; परंतु आपण जिनांना किती कस्पटासमान लेखतो हे सिद्ध करण्यासाठी त्यानं या पोलीस प्रमुखाला आणि जिनांची सभा उधळू पाहणाऱ्या गुंडांना एका मेजवानीला मोठ्या गौरवानं आमंत्रित केलं होतं. जिना अर्थातच त्याबाबत गव्हर्नरजवळ काहीच बोलले नाहीत; पण त्यांनी वृत्तपत्रात मात्र निर्ममपणे गव्हर्नरचं ढोंग फोडून त्याच्यावर शाब्दिक आसूड ओढले. याचा गव्हर्नरला संताप आला असला, तरी जिनांनी हे काही वैरभावानं केलं नव्हतं. त्यांना जे आपलं कर्तव्य वाटलं होतं, तेच त्यांनी केलं होतं. त्यांच्या मते त्यांच्या गव्हर्नरबरोबरच्या सलोख्याच्या संबंधांमध्ये काहीच फरक झालेला नव्हता. गव्हर्नर विलिंग्डन सारी टीका त्यांच्यावरचे वैयक्तिक प्रहार समजतात, त्यामागचं कारण जाणूनच घेत नाहीत, याचं जिनांना नेहमीच आश्चर्य वाटत असे.

सहा महिन्यांपूर्वी गव्हर्नरनं पुन्हा मनात खदखदणाऱ्या विषारी द्वेषाला ज्या पद्धतीनं वाट करून दिली, ते पाहून पुन्हा एकदा जिनांना गव्हर्नरच्या मूर्खपणाचं प्रचंड आश्चर्य वाटलं

होतं. त्यानं मुंबई प्रांताच्या युद्ध परिषदेसाठी होमरूलच्या सर्व नेत्यांना आमंत्रित केलं होतं आणि मग सर्वांसमोर जाहीरपणे त्यांच्यावर अप्रामाणिकतेचा आरोप करून त्यांचा अपमान केला होता. त्यांनी आपली बाजू मांडण्याचा प्रयत्न केल्यावर गव्हर्नरनं त्यांना उर्मटपणे गप्प केलं होतं. त्यावर निषेधस्वरूपात या होमरूल नेत्यांनी सभात्याग केला होता. जिना मात्र तेथेच थांबून राहिले होते आणि त्यांनी ठामपणे आपला निषेध नोंदवला होता; परंतु त्या घटनेनंतर जिनांना गव्हर्नरबद्दल अजिबात आदर वाटेनासा झाला होता.

त्यानंतर जिनांनी गव्हर्नरच्या या 'सर्वांत मोठ्या मूर्खपणावर' एखाद्या वकिलाला साजेशा तर्कनिष्ठ, मुद्देसूद युक्तिवादानं वृत्तपत्रांमध्ये आणि जाहीर व्यासपीठांवरून कडाडून हल्ला चढवला होता, तरीसुद्धा त्यांनी गव्हर्नरबद्दलच्या त्यांच्या वैयक्तिक भावनांवर पूर्णपणे नियंत्रण ठेवलं होतं. त्यांनी गव्हर्नरवर हा वैयक्तिक हल्ला चढवला नव्हता. त्यांनी त्यांच्या धोरणांवर टीका केली होती. या टीकेमुळे गव्हर्नर विलिंग्डनची प्रतिमा दिल्ली आणि लंडनमध्ये खूपच डागाळली. सप्टेंबरमध्ये जिना दिल्लीला कायदेमंडळाच्या सत्रासाठी गेले, त्यानंतर कुठे गव्हर्नरला टीकेतून थोडी मुक्तता मिळाली.

परंतु नोव्हेंबरच्या मध्याला गव्हर्नरच्या नियुक्तीची मुदत संपत आल्यावर पुन्हा एकदा वैराला प्रारंभ झाला. शहरासाठी गव्हर्नरनं जे योगदान दिलं होतं, त्याच्या स्मरणार्थ स्मारक उभारावं, असा फतवा गव्हर्नरच्या स्तुतिपाठकांनी काढला. ही खरंतर लाळघोटेपणाची निरुपद्रवी कृती होती; परंतु जिना या गव्हर्नरवर स्तुतीची फुलं उधळू द्यायला राजी नव्हते.

हा तत्त्वाचा प्रश्न आहे, असं जिनांचं म्हणणं होतं. व्यवस्थापन करणं हे जर गव्हर्नरचं आद्य कर्तव्य म्हटलं, तर ते केल्याबद्दल त्याला जनतेकडून प्रशंसापत्रक कशासाठी देण्यात यावं? जिनांचे मित्र बेंजामिन हॉर्निमन *बॉम्बे क्रॉनिकल*चे संपादक होते. त्यांनी लॉर्ड विलिंग्डनं यांच्या साडेपाच वर्षांच्या राज्यपाल म्हणून कारकिर्दीचा जोरदार पंचनामा केला आणि त्यांनी केलेल्या गफलतींवर आणि चुकांवर आसूड ओढले. लोकशाहीची गळचेपी करणं आणि होमरूल नेत्यांवर प्रहार करून त्यांना त्रास देणं, अशा त्यांच्या सर्व चुकांची पुन्हा जाहीर उजळणी करण्यात आली. या टप्प्यावर यशस्वी माघार घेणं हा लॉर्ड विलिंग्डन यांच्या दृष्टीनं सुज्ञपणा ठरला असता. दोन मित्रांच्या एकत्रित शक्तीला टक्कर देणं हा खरोखरच मूर्खपणा ठरला असता. जिना आणि हॉर्निमन हे दोघे मुंबईवर अधिराज्य गाजवणारे अनभिषिक सम्राट होते. जिनांना केवळ एका अत्यंत लोकप्रिय वृत्तपत्राचा पाठिंबा नव्हता, तर आजवर अनेक यशस्वी मोहिमांचं संचालन करण्याचा अनुभव गाठीशी असणाऱ्या होमरूल सदस्यांची प्रचंड मोठी पलटण त्यांच्या पाठीशी उभी होती.

परंतु आधीच्या अनुभवानं लॉर्ड विलिंग्डन फारसं शहाणपण शिकले नव्हते! शिवाय भारतातील इंग्रज सरकारमधली त्यांची भविष्यकालीन कारकीर्द विचारात घेणंही आवश्यक होतं. त्या कारकिर्दीला नुकतीच कुठे सुरुवात होत होती. असं स्मारक उभं राहिलं असतं, तर जिनांखेरीज इतर सर्व भारतीय त्यांना प्रचंड मान देतात, हे त्यांना दिल्लीमधील आणि लंडनमधील उच्च अधिकाऱ्यांना पटवणं सोप गेलं असतं! तेव्हा त्यांनी एका नव्याच धोरणाचा अवलंब करायचं ठरवलं. जिना वैयक्तिक वैरापायी त्यांच्या विरुद्ध आंदोलन उभं करत आहेत, हे सिद्ध करण्यासाठी त्यांनी जिना आणि त्यांच्या साहाय्यकांना दूर ठेवायला सुरुवात केली. होमरूल चळवळीतला जिनांचा पूर्वीचा साहाय्यक आता शत्रुपक्षाला जाऊन

मिळाला होता. त्यानं लॉर्ड विलिंग्डनची तरफदारी करून जिनांवर वैयक्तिक वैरापोटी आंदोलन करत असल्याचा आरोप केला होता. ही एस. आर. बोमंजींची मुलाखत *जम-ए-जमशेद* या पारशी वृत्तपत्रात छापून आली होती आणि सर्व पारशी जनतेनं ती चवीनं वाचली होती. जिनांना गव्हर्नरनं त्याच्या कायदेमंडळातून वगळल्यामुळे निराश होऊन जिना गव्हर्नरवर गरळ ओकत आहेत, असा बोमंजींनी जिनांवर आरोप केला होता. लोकांनी गव्हर्नरसाठी स्मारक का उभारावं याचं संयुक्तिक कारण बोमंजींनी या मुलाखतीत मांडल होतं. त्यांचं म्हणण होतं की, आता गव्हर्नर निवृत्त होऊन लंडनला परत जात आहेत आणि तिथून ते भारतीयांच्या भल्यासाठी कोणतं तरी ठोस काम करू शकतील. पारशी जनतेला हा युक्तिवाद पटला आणि ते ठामपणे गव्हर्नरच्या पाठीशी उभे राहून स्मारकासाठी जोरदार प्रयत्न करू लागले. जिनांच्या गोटाच्या निषेधांना त्यांनी अजिबात धूप घातली नाही.

या छुप्या कारनाम्यांमुळे शिसारी येऊन नाद सोडण्याऐवजी जिनांनी कोणत्याही किमतीवर स्मारकाची कल्पना हाणून पाडायची, असा विडा उचलला. त्यांच्या आकर्षक व्यक्तिमत्त्वाखाली दडलेली प्रचंड हटवादीपणाची जवळ जवळ पाशवी म्हणण्यासारखी भावना त्यांच्या मित्रांना प्रथमच दिसली होती. हा मुद्दा खरंतर इतका स्थानिक स्वरूपाचा होता की, सर्वसाधारणतः त्याबद्दल जिनांना जास्त काळ रस वाटला नसता; परंतु आता त्यांनी या आंदोलनात स्वतःला पूर्णपणे झोकून दिलं होतं आणि हा मुद्दा आत्ता अतिशय उच्च स्तरीय बनला होता. पहिल्यांदाच या आंदोलनाची सारी सूत्रं त्यांनी आपल्या हाती ठेवली होती. पूर्वी ते इतर व्यवस्था साहाय्यकांवर सोपवून फक्त भाषण करायला स्वत: उपस्थित राहत असत. आता ते आपल्या शत्रूच्या प्रत्येक खेळीकडे काळजीपूर्वक लक्ष देऊ लागले होते. त्यांच्या पंचेद्रियांपुढलं हे सतर्कतेचं आव्हान बनलं होतं. त्यांना बुद्धिबळाचा खेळ अत्यंत आवडत असे. आता ते बुद्धी परजून त्या खेळीत शत्रूला चीत करायला सज्ज झाले होते. त्यासाठी ते वकिलीतला आपला मौल्यवान वेळ आणि मोजकी झोप या दोन्हींचं बलिदान द्यायला तयार झाले होते; परंतु आजवर ते नेहमीच वैयक्तिक सुख आणि वकिली कारकिर्दीपेक्षा राजकीय कारकिर्दीला जास्त महत्त्व देत आले होते!

त्यांच्या दृष्टीनं हे आंदोलन केवळ दोन अहंकारांमधलं वैर नव्हतं. ते इतक्या महत्त्वाच्या गोष्टींबाबतचं आंदोलन होतं की, त्यासाठी सर्वस्व ओतणं हे त्यांचं परमकर्तव्यच होतं. त्यांनी युक्तिवादानं सर्वांना पटवलं होतं की, भारतीयांनी स्वतःचं सरकार स्थापण्याची वेळ समीप आलेली आहे आणि त्यासाठी सरकारशी लढा देण्याचा भारतीयांना केवळ हक्कच आहे, असं नव्हे तर ते त्यांचं कर्तव्यही आहे! जिनांनी ठरवलं होतं की, या स्मारकाच्या मुद्याचा उपयोग करून घेऊन, भारतीयांना त्यांच्या राजनैतिक हक्कांची आणि कर्तव्यांची योग्य ती जाणीव करून देण्याची उत्तम संधी ते हातून अजिबात दवडणार नाहीत. पहिलं महायुद्ध अखेरीस समाप्त झालं होतं आणि ब्रिटिश सरकारनं राजकीय सुधारणा करण्याचं पूर्वीपासून दिलेलं वचन त्यांना पाळायला लावण्यासाठी त्यांच्यावर दबाव आणणं अत्यंत गरजेचं बनलं होतं. एकामागून एक घेतल्या जाणाऱ्या जाहीर सभांमध्ये जनता वाढत्या संख्येनं उपस्थित राहू लागली होती आणि त्यांच्यासमोर जिना एकच मुद्दा वारंवार ठासून सांगू लागले : 'जनतेची तशी इच्छा असल्याची थाप मारून लॉर्ड विलिंग्डनचे तोंडपुजे प्रशंसक स्मारक उभारण्याचा खटाटोप करत आहेत. त्यांना प्रतिबंध न करणं ही गोष्ट मुंबईकरांच्या दृष्टीनं

आपल्या कर्तव्यात कसूर करणं ठरेल! गव्हर्नरच्या व्यवस्थापनानं लोकशाहीची सर्व तत्त्व धाब्यावर बसवली होती, तसंच माणुसकीलासुद्धा रजा दिली होती. ब्रिटिश हुकूमशाहीपुढे चाललेला लाळघोटेपणा मूकपणे पाहत राहणं म्हणजे स्वत:चा आणि देशाचा उपमर्द करणं ठरणार आहे!' असं प्रक्षोभक प्रतिपादन करून, जिना त्यांच्या नेहमीच्या शैलीत आपली तर्जनी नाचवत श्रोत्यांना प्रश्न विचारत, 'जनतेकडून प्रशंसापत्रक मिळवण्याची या गव्हर्नरची लायकी आहे?' श्रोते घनगर्जना करीत, 'नाही!' श्रोत्यांचा असा उत्साह आणि असा प्रतिसाद जिनांना यापूर्वी कधीच दिसला नव्हता. जिनांनी जनतेच्या देशभक्तीला केलेलं आवाहन लोकांच्या अंतरीच्या तारा छेडू लागलं होतं.

जिनांचा उत्साह संसर्गजन्य होता. त्यांच्या आजूबाजूच्या सर्वांवर – रट्टीवरसुद्धा – त्याचा प्रचंड प्रभाव पडत होता. जाहीर सभा रात्री कितीही उशिरा असली तरी रट्टी त्यांच्या सोबत प्रत्येक सभेला हजर राहत असे. ते ती काही केवळ कर्तव्य भावनेपोटी करत नव्हती. तिला प्रचंड जनसमुदायाचा एक अंश बनून तेथील जल्लोशात सहभागी होण्याची प्रचंड ओढ वाटत असे. तिचा असा उत्साह पाहून जिना मनोमन हेलावून गेले. त्यांनी या आंदोलनाच्या प्रत्येक बाबतीत तिला सहभागी करून घेतलं. ती जिनांच्या साहाय्यकांच्या प्रत्येक बैठकीला उपस्थित राहत असे. शत्रुपक्ष स्मारकाचा ठराव बहुमतानं मंजूर करून घेण्यासाठी कोणती षडयंत्रं रचतो आहे, यावरची चर्चा ती मनापासून ऐकून घेत असे. जिना निषेध सभांमध्ये हजारो लोकांना स्मारकाविरुद्ध उभं ठाकायला प्रेरित करत असल्यामुळे गव्हर्नरच्या तोंडपुज्या गोटाला जाणवत होतं की, लोकमताची प्रचंड मोठी लाट त्यांच्या विरोधात उसळणार आहे, त्यामुळे स्मारकाच्या ठरावावर जमेल त्या मार्गानं जास्तीत जास्त सहमतीच्या सह्या मिळवण्याचा निकराचा प्रयत्न ते करू लागले होते. *बॉम्बे क्रॉनिकल* या वृत्तपत्रानं नमूद केलं होतं की, त्यातल्या बऱ्याचशा लोकांना ते कशावर सह्या करत आहेत, याची अजिबात कल्पना नव्हती. तोंडपुज्या गोटानं खोजा मुस्लिमांचा ब्रिटिशधार्जिणा नेता सुलेमान कासम मिठा यालासुद्धा आपल्या बाजूला वळवून घेतला होता. तो पैसे देऊन पठाणांची कुमक उभी करत असे. आतासुद्धा त्यानं पगारी गुंड पठाण भेंडी बाजारासारख्या मोहल्ल्यांमध्ये तैनात केले होते आणि तेथील लोकांना स्मारकाला सहमती देण्यासाठी टाउन हॉलवर सह्यांसाठी नेण्याची जोरदार तयारी केली होती. पोलीस लोकही लाळघोट्यांच्या बाजूनच उभे होते आणि विरोधकांना मतदानाच्या जागेवरून पळवून लावायला सज्ज झाले होते.

परंतु जिना काही हे सारं गप्प बसून पाहत बसले नव्हते. त्यांनी जाहीरसभांमध्ये जोरदार प्रतिपादन केलं, स्मारकाच्या विरोधात मतदान करणं हे प्रत्येकाच कर्तव्य आहे! तुम्हाला जर कुणी सांगू लागलं की, ते कायद्याला धरून नाही, तर मी वकील या नात्यानं तुम्हाला सांगतोय की, तो तुमचा अधिकार आहे! त्यांच्या हाकेला प्रतिसाद देऊन, जीविताची तमा न बाळगता वीस हजार लोक स्मारकाविरोधात सह्या करण्यासाठी पुढे आले. मतदानाच्या दिवशी टाउन हॉलमध्ये प्रवेश करता यावा म्हणून रात्रभर टाउन हॉलच्या पायऱ्यांवर झोपून राहायलासुद्धा ते तयार होते.

दोन्ही पक्षांचं धोरण एकच होतं : टाउन हॉलमध्ये पंधराशे लोकांपेक्षा जास्त लोक मावू शकत नसतं, त्यामुळे हॉल भरताक्षणी हॉलचे दरवाजे बंद केले जात, त्यामुळे ज्या पक्षाचे लोक प्रथम आत घुसू शकतील, त्यांना साऱ्या जागा काबीज करून सभेवर ताबा

मिळवता येईल, हे उघड होतं. अर्थातच स्मारकाच्या बाजूच्या लोकांची फळी जास्त बळकट होती कारण पोलीस आणि सरकार दोघेही त्यांच्या मदतीला सज्ज होते. त्यांनी केलेली पहिली व्यूहरचना होती, हॉलमध्ये चारशे लोक बसू शकतील एवढं प्रचंड व्यासपीठ उभारून तिथं खास निमंत्रितांना विशेष पास देऊन, बाजूच्या दरवाज्यानं आणून बसायला लावणं. बाजूचा दरवाजा इतरांसाठी अजिबात उघडला जाणार नव्हता. त्यांच्या गोटातील लोकांना त्यांनी स्वयंसेवकांचे बिल्ले देऊन ठेवले होते. त्याविरुद्ध जिनांचे समर्थक शक्य तेवढ्या आधीपासून रांगेत उभे राहून, हॉलचे दरवाजे उघडताक्षणी आत जाऊ शकणार होते. अर्थातच, मतदानाच्या दिवशी मुख्य दरवाजे केव्हा उघडले जातील याचा सरकारनं जिनांच्या गोटाला थांगपत्ताही लागू दिला नव्हता. जिनांनी अधिकाराच्या स्वरात प्रश्न विचारला असता, त्यांना नेहमीच्या सरकारी पद्धतीनं उडवाउडवीची उत्तरं देऊन बाजूला सारण्यात आलं होतं.

या साऱ्या कपटनाटकांमुळे आजवर मुंबईत कधीही नजरेस न पडलेल्या स्तरावर या लढ्याच्या ज्वाळा भडकू लागल्या होत्या. मतदानाच्या आदल्या रात्री शांतारामाच्या चाळीसमोरच्या जाहीर निषेध सभेला जनतेनं अभूतपूर्व गर्दी केली होती. लढ्यापूर्वीच्या त्यांच्या शेवटच्या भाषणात 'शेम! शेम!' (धिक्कार असो!) किंवा 'हिअर... हिअर' (वा! वा!)चा सतत गजर होत होता. 'आज टाउन हॉलवर शक्य तेवढ्या लवकर पोहोचा,' या त्यांच्या आव्हानानंतर लोकांनी टाळ्यांचा कडकडाट केला. रट्टी व्यासपीठावर बसून त्या सभेतली अर्धा डझन भाषणं ऐकत होती. हॉर्निमननी श्रोत्यांना प्रश्न विचारला की, ते टाउन हॉलवर जाणार आहेत की नाहीत, तेव्हा श्रोत्यांबरोबर रट्टीलासुद्धा 'हो' म्हणून ओरडताना जिनांनी ऐकलं.

टाउन हॉलवर त्या दिवशी दंगाधोपा होण्याची भरपूरच शक्यता होती, त्यामुळे स्त्रीनं तिथं जावं, अशी परिस्थिती नव्हती; परंतु जिनांनी रट्टीच्या उत्साहावर विरजण घातलं नाही किंवा तिनं घरीच राहावं, असंही तिला मनवलं नाही. या लढ्यात सहभाग घेण्याची तिची किती तीव्र इच्छा आहे हे जाणवल्यामुळे जिना गप्पच राहिले; परंतु ते तिला न सांगताच टाउन हॉलवर निघून गेले. मतदान संध्याकाळी साडेपाच वाजता होणार होतं; पण जिना तेथे सकाळी सातलाच पोचले. त्यांनी जाण्यापूर्वी तिला जागं केलं नाही.

जिनांच्या समर्थकांनी रात्रभर तेथे झोपून राहू नये म्हणून पोलिसांनी आदल्या रात्रीच टाउन हॉल सभोवतालच्या भागात प्रवेशबंदी केली होती, असं असूनही सकाळी जिना आणि हॉर्निमन टाउन हॉलवर पोचले, त्यापूर्वी दोनशी-तीनशे समर्थक तेथे आधीच पोचले होते. टाउन हॉलचे दरवाजे अजून उघडण्यात आले नव्हते आणि पायऱ्यांवर स्मारकाच्या बाजूनं मत देणारे लोक स्वयंसेवकांचे बिल्ले लावून जागा अडवून उभे राहिले होते. हे सारे युरोपीय आणि पारशी लोक होते. जिनांनी त्यांच्या चांगल्या परिचयाच्या सर कावसजी जहांगीरना प्रश्न विचारला की, दरवाजे केव्हा उघडणार आहेत; परंतु त्यांनी थंडपणे उत्तर दिलं, 'मला ठाऊक नाही!'

दरवाजे उघडेपर्यंत तिथंच आपल्या समर्थकांबरोबर थांबून राहण्याचं जिनांनी ठरवलं. आणखी दीड तासानं, स्मारकाच्या बाजूनी मतं देणाऱ्यांनी शत्रुपक्षाच्या संख्येएवढे आणखी लोक पकडून आणून तिथं उभे केले. *बॉम्बे क्रॉनिकल*नं नमूद केलं होतं की,

हे लोक मिल मजूर, गोठ्याचे कारकून आणि सुलेमान कासीम मिठानं आणलेले भेंडी बाजारातले मवाली लोक होते. हे लोक येऊन पोहोचल्यावर पोलिसांनी त्या सर्वांना रांगेत उभे राहायला सांगितलं. पोलिसांनी स्मारकाचे समर्थक आणि विरोधक यांना वेगळ्या रांगा लावायला सांगितल्या असल्या तरी जिनांचे लोक या युक्तीला फसले नाहीत. त्यांनी धावत पुढे जाऊन एकाच रांगेत पुढली जागा धरली. दहा वाजता गव्हर्नरच्या गोटानं हार मानली आणि सर्वांना दरवाजे उघडले. जिनांच्या समर्थकांनी रांगेत जिनांसाठी आणि त्यांच्या मदतनिसांसाठी ज्या जागा अडवून ठेवल्या होत्या, तिथं जिना त्वरेने पोचले आणि हॉलमध्ये त्यांच्या उत्साही समर्थकांचं नेतृत्व करत अग्रस्थानी प्रथम जिनांचं पाऊल पडलं. मीटिंग सुरू व्हायला अजून निदान साडेसहा तासांचा अवधी होता आणि जिनांचे विरोधक आरामात जागे होऊन आता कुठे सकाळचा नाश्ता घेऊ लागले होते. जिनांनी त्यांच्यावर कुरघोडी करण्यासाठी किती परिश्रम घेतले आहेत, याचा त्यांना पत्ताच नव्हता.

लढाईला आत्ता कुठं प्रारंभ होत होता. जिनांचे समर्थक हॉलमधल्या सर्वांत चांगल्या खुर्च्या पकडून स्थानापन्न होताना असाहाय्यपणे पाहत बसणाऱ्या स्वयंसेवकांनी आता सत्ता हातात घेतली आणि त्यांना जबरदस्तीनं उठायला लावून हॉलच्या मागील भागात पाठवून देण्याचा प्रयत्न केला. जिना तेथे उपस्थित असताना असं करणं ही त्यांची मोठीच चूक ठरली. टाउन हॉल मीटिंगमध्ये पहिल्या काहीशे पारशी स्वयंसेवकांना साहाय्यकांचे खास बिल्ले देण्यात आले होते. हे लोक फारच दादागिरी दाखवू लागले होते. जिनांच्या समर्थकांना उठवायचा त्यांनी प्रयत्न केला, तो फोल ठरला कारण जिनांनी तसूभरही हलायला ठाम नकार दिला. पारशी साहाय्यकांना नाइलाजानं माघार घ्यावी लागली असली, तरी मनोमन ते फारच चिडले होते.

दरवाजे उघडल्यावर दोनच तासांत दोन गटांमध्ये हाणामारीला प्रारंभ झाला. मीटिंग सुरू व्हायला अजून सहा तासांचा अवधी होता आणि करण्यासारखं काहीच नव्हतं, त्यामुळे स्मारकाच्या बाजूच्या गटानं आणवलेले मिठाचे गुंड अस्वस्थ होऊ लागले होते. त्यांनी स्मारकविरोधी जिना गटाला डिवचण्याचा प्रयत्न केला. त्यांनी कोणतीही प्रतिक्रिया दर्शवणं टाळलं! परंतु एका पारशानं त्यांच्यावर हात उगारला, तेव्हा जिनांच्या गोटाची सहनशक्ती संपली. जिनांना शारीरिक हाणामारी आवडत नसे; परंतु आत्ता चिडलेले त्यांचे समर्थक खवळून उठले होते.

दोन्ही गोटाचे लोक खुर्च्या उचलून एकमेकांवर फेकू लागले. या कुरापतीला कारणीभूत असणारे पारशी लोक सोडून, बाकीचे पारशी स्वयंसेवक व्यासपीठावर सुरक्षित जागी जाऊन दडले. या धक्काबुक्कीत कुणीतरी जिनांनासुद्धा जिन्यावरून खाली ढकलून देण्याचा प्रयत्न केला, असं अझीझ बेगनं आपल्या पुस्तकात नमूद केलं आहे; पण जिना अगदी शांत राहिले. त्यांनी आणि त्यांच्या साहाय्यकांनी त्यांच्या गोटातील त्यांच्या समर्थकांना चुचकारून आपापल्या जागांवर बसवलं असलं, तरी शांतता प्रस्थापित व्हायला बराच वेळ लागला. कुरापती काढणाऱ्या पारशी स्वयंसेवकांना हॉलच्या दुसऱ्या बाजूला नेण्यात आलं. जिनांच्या गोटातल्या दोघांना गंभीर इजा झाल्यामुळे त्यांना बाहेर न्यावं लागलं. जिना स्वभावतः धीरगंभीर असूनही या साऱ्या दंगलींमुळे हादरून गेले होते.

परंतु आणखी थोड्याच वेळात हाणामारीला पुन्हा सुरुवात झाली. या वेळेस स्त्रियांसाठी राखीव ठेवलेल्या जागांवरून भांडण सुरू झालं. जे बिल्लाधारी मदतनीस स्वयंसेवक खुर्च्यांची फेकाफेक सुरू झाल्यावर व्यासपीठावर दडून बसले होते, ते आता सभागृहात परत आले होते. त्यांच्या खुर्च्या इतरांनी काबीज केलेल्या पाहून, ते स्त्रियांसाठी राखीव ठेवलेल्या खुर्च्यांवर जाऊन बसले. जिनांच्या गोटानं याला जोरदार आक्षेप घेतला. स्मारकाला पाठिंबा देणाऱ्यांची खात्री पटलेली होती की, कुणीही स्त्रिया या सभेला उपस्थित राहणार नाहीयत; परंतु रट्टीबरोबर अन्य काही स्त्रिया या सभेला ठरलेल्या वेळेस येतील याबद्दल जिनांना खात्री वाटत होती. स्त्रियांसाठीच्या खुर्च्यांवर बसलेल्यांना तेथून उठवण्याचे प्रयत्न करण्यात आले; परंतु त्यांनी अजिबात दाद दिली नाही. *बॉम्बे क्रॉनिकलनं* नमूद केलं होतं की, स्त्रिया आल्या तर आम्ही उठून त्यांना जागा करून देऊ; परंतु तोवर आम्हाला इथं बसायचा पूर्ण अधिकार आहे, असं त्याचं म्हणणं होतं.

परंतु स्त्रिया आल्या - निदान एक स्त्री तरी आली. रट्टी तिथं आली; परंतु तिला प्रवेशद्वारातूनच माघारी पाठवून देण्यात आलं. आत काय चाललंय हे तिला समजलं असतं, तर तिला आत येण्याची आणखीच इच्छा झाली असती. जाहीरपणे घडणाऱ्या हाणामाऱ्या तिला नेहमीच उत्तेजक वाटत असत; परंतु दार अडवून उभे असलेले पारशी स्वयंसेवक तिला अजिबात आत जाऊ देत नव्हते. आत अजिबात जागा नाही, असं त्यांचं म्हणणं होतं. जिना आणि त्यांचे समर्थक यादरम्यान आतच अडकून पडले होते. ते लोक मिनिटभरही हॉलबाहेर गेले, तर त्यांना पुन्हा आत प्रवेश दिला जाणार नाही, असं स्वयंसेवक त्यांना धमकावू लागले होते. त्यांच्या रागात आणखीनच भर पाडायला स्मारक समर्थकांना वेळोवेळी गटागटानं बाहेर नेण्यात येत होतं आणि त्यांना बिर्याणीचे पुडे आणि अन्य खाद्यपदार्थांची पुडकी देऊन पुन्हा आत सोडण्यात येत होतं. जिनांच्या गटाच्या हाती तक्रार करण्याखेरीज काहीच उरलं नव्हतं, तरीही जिनांच्या गटाचा उत्साह अबाधित राहिलेला पाहून, सहा तासांनंतर त्यांच्या भुकेजलेल्या समर्थकांना खाद्यपदार्थ आत आणण्याची परवानगी देण्यात आली होती.

एकदा खुर्च्यांची फेकाफेक करण्यात आली असली तरी आत्तापर्यंत हा लढा शिरा ताणून आरडाओरडा करण्यावरच थांबला होता. पाच वाजता सुलेमान मिठाचे भाडोत्री पठाण आणि युरोपीय पोलीस यांच्या संरक्षणाखाली स्मारक समर्थक नेत्यांना आणि दोनशे मवाली गुंडांना आत सोडण्यात आल्यावर जिनांचा गोट धिक्काराचा गदारोळ करू लागला होता. हॉल आता खचाखच भरला होता. जिनांचा स्मारकविरोधी गट जिथं पुढे बसला होता, त्यांच्या आणि व्यासपीठाच्या मधोमध शंभर पारशी, युरोपीय आणि आंग्लभारतीय स्वयंसेवक दाटीवाटीनं उभे राहिले होते, त्यामुळे व्यासपीठावर काय चाललंय हे जिनांच्या गोटाला दिसतच नव्हतं. गव्हर्नरच्या बाजूचे लोक - मुंबईचे शेरीफ, सर शापूरजी ब्रोचा, सर दिनशॉ वाच्छा, सर इब्राहिम रहमतुल्ला, मिस्टर कार्मायकल वगैरे-आत आल्यावर गव्हर्नरच्या गोटानं जोरात टाळ्या पिटल्या, तर जिनांच्या गोटानं धिक्काराच्या गर्जना करून टाळ्यांचा आवाज मिटवून टाकला. गव्हर्नरना निरोपाचं भाषण देण्याचं महत्त्वाचं काम सर नारायण चंदावरकर यांच्यावर सोपवण्यात आलं होतं. त्यांचा हॉलमध्ये प्रवेश झाल्यावर तर जिनांच्या गोटाचा निषेधाचा आवाज टिपेला पोचला होता! हॉलच्या पुढल्या आणि

मधल्या भागात जिनांचा स्मारकविरोधी गट प्रचंड संख्येत हजर असल्यामुळे या तोंडपुज्या लाळघोट्यांबाबतचा प्रचंड निषेध जोरदारपणे व्यक्त होत होता.

परंतु आरडाओरड सोडली, तर सर्व अन्य बाबतीत जिना आपला निषेध नोंदवताना घटनात्मक मूल्यांपासून तसूभरही ढळायला तयार नव्हते. साडेपाच वाजता सभेला प्रारंभ होणार होता. त्या वेळेस जिनांनी आपल्या समर्थकांना गप्प केलं आणि सभेत काय घडतं हे शांतपणे ऐकायला सांगितलं. स्मारक समर्थक गटही जिनांप्रमाणेच नियमांनुसार वागला असता, तर गोष्टी हाताबाहेर गेल्याच नसत्या. शेरीफनी सभेचं कामकाज सुरू होत असल्याची घोषणा केली, त्याच क्षणी हॉर्निमन आपला निषेध नोंदविण्यासाठी उभे राहिले; परंतु त्यांना बोलू न देता व्यासपीठावरच्या स्मारक समर्थकांनी त्यांना ताबडतोब गप्प बसवलं आणि त्याचं बोलणं ऐकूनही घेतलं नाही.

हॉर्निमन आपला मुद्दा ओरडून सांगू पाहत असतानाच स्मारक समर्थकांनी व्यासपीठावरून सूत्र आपल्या हाती घेतली. व्यासपीठावरील एका नेत्यानं सर जमशेटजी जीजीभॉय यांना सभेचे अध्यक्ष म्हणून घोषित केलं. हॉर्निमन आपल्या गटातल्या एकाच नाव सुचवत होते, त्याकडे या श्रेष्ठींनी पूर्ण दुर्लक्ष केलं. सर जमशेटजींनी घाईघाईनं सूत्रं आपल्या हाती घेतली.

असली जुलूमशाही सहन करणं जिनांच्या गटाला शक्यचं नव्हतं. त्यांच्या गटानं निषेधाची आरडाओरड सुरू केली, तेव्हा स्मारक समर्थक गटाचे लोक शिवीगाळ करू लागले. व्यासपीठावर काय चाललंय ते इतर कुणालाच दिसलंही नाही आणि ऐकूही आलं नाही! व्यासपीठावरून स्मारक बांधावं, असा ठराव मंजूर झाल्याची घोषणा करण्यात आली. प्रत्यक्षात मतदान झालंच नाही, त्यामुळे दोन्ही गट आपण जिंकल्याचा दावा करू लागले.

ही आरडाओरड वीस मिनिटं चालू होती. सरत्या मिनिटागणिक जिना अधिक अधिक अस्वस्थ होऊ लागले होते. सुसूत्रपणे सभा चालवली जाईल, ही त्यांची अपेक्षा फोल ठरली. त्यांनी आवरतं घेतलं नाही, तर कुणीतरी जखमी होईल, अशी त्यांना भीती वाटली. त्यांनी पोलिसांना आत बोलावून घ्यायचं ठरवलं.

परंतु यंत्रणेवरच्या त्यांच्या विश्वासाला आणखी एक जबर धक्का बसला. कमिशनरच्या नेतृत्वाखाली पोलीसपार्टी सभागृहात शिरली आणि त्यांनी सर्वांना हॉल बाहेर निघायची आज्ञा केली. जिनांची अपेक्षा होती की, जिना आणि त्यांच्या साहाय्यकांच्या नेतृत्वाखाली, त्यांच्या लोकांना शिस्तशीरपणे हॉलबाहेर जाऊ देण्यात येईल, तसं घडलचं नाही. उलट पोलिसांनी लाठ्या परजल्या आणि जिनांच्या गटाचे लोक वेचून काढून त्यांच्यावर लाठीमार केला. जिनांवरही त्यांनी लाठीचे काही तडाखे लगावलेले पाहून जिना हादरूनच गेले.

परंतु जिनांना फारशी शारीरिक दुखापत झाली नाही. त्यांचा आत्माभिमान दुखावला असला, तरी त्या वेळेस त्यांना त्याची जाणीव झाली नाही. ते धक्काबुक्कीतून हॉलच्या दरवाजाबाहेर पडले, तेव्हा एक अभूतपूर्व दृश्य त्यांच्या नजरेस पडलं. अगदी वरच्या पायरीवर ते उभे होते तेव्हा जनसमुदायाचा प्रचंड सागर थेट एलफिन्स्टन सर्कलपर्यंत पसरलेला त्यांच्या नजरेस पडला. पंचवीस हजार लोकांना हॉलमध्ये प्रवेश नाकारण्यात आला होता. ते सारे लोक जिना हॉलमधून बाहेर पडण्याची वाट पाहत तेथे थांबून राहिले होते. ज्या क्षणी जिना आणि हॉर्निमन दरवाजाबाहेर पडले, त्याच क्षणी जयजयकाराची घनगंभीर गर्जना

सायंकालीन आकाशाला भेदून वरपर्यंत दुमदुमली. हा जयजयकार फक्त उभ्यांच्या गर्दीतूनच केला जात नव्हता, तर रस्त्याकडील बाजूची प्रत्येक बाल्कनी आणि प्रत्येक व्हरांडा माणसांनी फुलून गेला होता आणि तेसुद्धा जिनांचा जयजयकार करून त्यांच्या दिशेनं आपले हातरुमाल फलकावत होते. या जनसमुदायाच्या भावना इतक्या अनावर झाल्या होत्या की, हॉर्निमन पायऱ्यांवरून खाली उतरताक्षणी लोकांनी त्यांना खांद्यांवर उचलून घेतलं आणि रस्ताभर आणि एलफिन्स्टन सर्कलभोवती त्यांची मिरवणूक काढली. त्यांची तशी शहामत झाली असती, तर लोकांनी जिनांनासुद्धा खांद्यावर बसवून त्यांची मिरवणूक काढली असती; परंतु जिनांना शारीरिक जवळीक आवडत नाही हे अनोळखी लोकांनासुद्धा जाणवल्यावाचून राहत नसे! त्यामुळे जनतेनं तो मोह टाळला.

परंतु जिनांचं जाहीर भाषण ऐकल्याखेरीज त्यांना तेथून जाऊ द्यायला लोक तयार नव्हते. जिनांनी थोडक्या शब्दांत चुरचुरीत भाषण केलं. रस्त्याकडे खिडक्या असलेल्या मित्राच्या ऑफिसच्या खिडकीशी उभं राहून जिनांनी लहानसं, आशयगर्भ भाषण केलं.

जिना आणि त्यांचे समर्थक हॉलमध्ये थांबलेले होते, तेव्हा रट्टी काही स्वस्थ बसून राहिली नव्हती. तिला हॉलमध्ये प्रवेश नाकारण्यात आला, तेव्हा ती टाउन हॉलच्या लायब्ररीवरच्या बाल्कनीत पोचली. तिथून तिला एलफिन्स्टन सर्कलच्या बागेपर्यंत पोचलेला जनसमुदाय दिसला. जिना आणि अन्य नेते हॉलमध्ये अडकलेले असताना, त्यांची वाट पाहण्याखेरीज करण्यासारखं काहीच नसल्यामुळे हे लोक निर्हेतुकपणे इथं तिथं बघत नुसते उभे होते. कोणत्या तरी अंतःप्रेरणेन रट्टीनं खाली उतरून लोकांजवळ जायचं ठरवलं. रट्टीला नेहमीच गर्दीतली आवेशयुक्त गडबड आवडत असे आणि आज तिला प्रतिबंध करेलसं कुणीच तिथं नव्हतं. लोकांपुढे पोचून तिनं आजवर नेहमीच करावीशी वाटलेली आणि आजवर तसं धैर्य न झालेली एक गोष्ट केली. तिथं एका खोक्यावर चढून उभं राहून तिनं या जनसमुदायापुढे इंग्रजीत भाषण करायला प्रारंभ केला. ती इतक्या मोठ्या जमावापुढे प्रथमच भाषण करत होती; परंतु कोणताही प्रयत्न न करता तिला शब्द स्फुरत गेले. 'आपण गुलाम नाही आहोत!' ती ओरडली आणि लोक प्रचंड उत्तेजित होऊन टाळ्यांचा कडकडाट करू लागले.

तिचं भाषण एकूण लोक इतके हेलावून गेले की, तिच्या प्रत्येक वाक्यागणिक लोक टाळ्यांचा गजर करून तिला सतत उत्तेजन देऊ लागले. त्या जमावाला कशाची भूल पडली – तिच्या भाषणाची की तिच्या धाडसाची – हे सांगणं कठीण आहे. काहीही असो! पण तिच्या भाषणामुळे हॉलमध्ये गेलेला पोलीस कमिशनर हॉल बाहेर आला. व्हिन्सेंट नावाच्या या पोलीस कमिशनरला जमावाला तेथून हटवणं शक्य झालं नसलं, तरी त्यांनी रट्टीला ताबडतोब भाषण थांबवायला सांगितलं, कारण लोक फारच हल्लागुल्ला करत होते.

अगदी सर्वसामान्य परिस्थितीतसुद्धा रट्टीला नमवणं अजिबात सोप्पं नसे आणि आता तर राजकीय व्यासपीठावरच्या पहिल्या थरारक भाषणाचा तिला कैफ चढला होता! ती हटवादीपणानं जागेवरच ठाम उभी राहिली आणि तिनं पोलीस कमिशनरला जोरदार प्रत्युत्तर दिलं, 'मिस्टर व्हिन्सेंट, पहिली गोष्ट म्हणजे माझं भाषण बंद करायला लावायला तुम्हाला कोणताही हक्क नाही, कारण मुंबईची नागरिक या नात्यानं मला भाषण करायचा पूर्ण अधिकार आहे! दुसरी गोष्ट म्हणजे तुम्ही काहीही केलंत, तरी मी इथून हलणार नाही!'

जिना कायद्याची अंमलबजावणी करणाऱ्यांच्या तोंडावर कायद्याचा मुद्दा फेकून त्यांना कसं गप्प बसवत असतं, हे रट्टीनं जवळून पाहिलं होतं आणि त्यापासून बराच बोध घेतला होता. शारीरिक बळ वापरण्याखेरीज इतर काहीही करणं पोलीस कमिशनरला शक्य होणार नव्हतं. तो तेथून हळूच निघून गेला.

परंतु त्यांनी अजून पूर्ण हार मानली नव्हती. ऐन वेळेस घेतली जाणारी ही जाहीर सभा उद्ध्वस्त करण्यासाठी दंडुके घेऊन पोलिसांना पाठवण्याऐवजी त्यानं या जमावावर पाण्याच्या मोठ्या पाइप वापरून पाण्याचा जोरदार मारा करायची आज्ञा केली. जिना जसे दंडुक्याच्या मारातून बचावले नव्हते, तशीच रट्टीसुद्धा पाण्याच्या फवाऱ्यांमधून वाचली नव्हती. पाण्याच्या फवाऱ्यांमुळे ती नखशिखांत भिजून निथळत होती; परंतु तरीही ती तिच्या व्यासपीठावरून इंचभरही हलली नाही, उलट नव्याच आवेशानं तिनं तिचं भाषण सुरू ठेवलं. पाण्याची जोरदार फवारणी होत असूनही, साऱ्या पुरुष श्रोत्यांचा जमाव, मंत्रमुग्ध होऊन तिचं भाषण ऐकत जागेवरच खिळून राहिला होता. त्यांचं अत्यंत थरारक स्वप्न प्रत्यक्षात उतरत होतं. पाण्यानं निथळत भाषण देणाऱ्या रट्टीची प्रतिमा त्यांच्या स्मृतीत कायमची कोरली गेली होती. पन्नास वर्षांनी अझीझ बेग या पाकिस्तानी इतिहासकारानं नमूद केलं की, 'ती पूर्णपणे भिजून गेल्यामुळे तिची कमनीय आकृती आणखीनच लोभसपणे उठून दिसत होती; परंतु पुरुषी नजरांची पर्वा न करता रट्टीनं टाउन हॉलमधली सभा बरखास्त होईपर्यंत आपलं भाषण सुरूच ठेवलं.' कांजी द्वारकादासनं लिहिलंय की, 'टाउन हॉलची सभा संपल्यावर लोक बाहेर पडू लागले होते, तेव्हा रट्टी टाउन हॉलच्या पायऱ्यांवर बसून सिगारेट ओढताना दिसली.'

पुढल्या दिवशीच्या *बॉम्बे क्रॉनिकलमध्ये* एका वार्ताहारानं लिहिलं, 'ही परिस्थिती पाहून तिच्या पतीला किती अभिमान वाटला असणार!' परंतु प्रत्यक्षात याबद्दल जिनांची कोणती भावना होती, हे कळायला मार्ग नाही. पत्नीबद्दलचा अबोल अभिमान वाटत असल्याची प्रतिमा त्यांनी उभी केली होती. रट्टीला प्रत्यक्ष आवेशपूर्ण भाषण करताना त्यांनी पाहिलं नसलं, तरी त्यांना ते लवकरच उमगलं असणार. ते हॉलमधून बाहेर पडताक्षणी त्यांना वार्ताहरांनी गराडा घातला होता आणि त्यांच्या पत्नीच्या साहसपूर्ण वीरश्री बद्दलची त्यांची प्रक्रिया जाणून घ्यायचा प्रयत्न केला होता. त्यांचा पाणउतारा करून जिना गप्प करतील, अशी त्यांना वाटणारी भीती खरी ठरली नाही, त्यामुळे त्यांनी धीर एकवटून पुढचा प्रश्न विचारला, 'तुम्ही श्रीमती जिनांचं मन घरी बसण्यासाठी वळवू शकला नसता का?'

त्यांनी आपल्या पत्नीला नियंत्रणात ठेवायला हवं होतं, हा या प्रश्नामागचा गर्भित अर्थ जिनांच्या लक्षात आल्यावाचून राहिला नाही; परंतु त्यांनी या प्रश्नाचं उत्तर देणं टाळलं नाही. उलट पूर्ण गंभीरपणे त्यांनी ठामपणे म्हटलं, 'आदल्या संध्याकाळच्या सभेला त्या हजर होत्या. मिस्टर हॉर्निमनंनी सभेला प्रश्न विचारला की, ते टाउन हॉलवर पोचणार की नाही, त्यांवर इतरांबरोबर मिसेस जिनांनीसुद्धा जोरदार होकार दिला होता, त्यामुळे त्या टाउन हॉलवर पोहोचल्या होत्या.' जिनांच्या स्वतःच्या खाजगी आशंका काहीही असल्या तरी पत्नीला घरी थांबायला लावून तिचा हिरमोड करायला त्यांचा जीव झाला नाही, याचीच ती कबुली होती.

आणि मनोमन ते स्त्रियांच्या हक्कांचे समर्थक होते. स्त्रियांना समान अधिकार लाभावेत याबाबत ते इतके आग्रही होते की, ते तरुणपणी इंग्लंडमध्ये शिकत असताना, ते स्त्रियांना मतदान मिळावं याबाबत प्रचंड आग्रही समर्थक होते आणि त्या बाबतच्या सभांना हजर राहत होते; परंतु असं असूनही त्यांच्या मनाच्या एका कोपऱ्यात वळवळणारी एक भावना तपासून पाहायला ते तयार नव्हते. त्याना जाणीव होऊ लागली होती की, *बॉम्बे क्रॉनिकलच्या* वार्ताहारानं गृहीत धरलं होतं त्याप्रमाणे त्यांना आपल्या पत्नीचा अभिमान वाटला असला आणि औदार्यपूर्ण स्वयंप्रेरणेनं तिच्या बाबत एकरूपतेची भावनाही जाणवली असली, तरी त्याबरोबरच त्यांना आणखी एक गोष्ट उमगली होती आणि ती गोष्ट मान्य करायची अजूनही त्यांच्या मनाची तयारी होत नव्हती! तिनं जाहीर भाषणं करावी असं त्यांना वाटत नव्हतं; तो फक्त आणि फक्त त्यांचा स्वतःचा प्रांत आहे, अशी त्यांची मनोमन भावना होती! यापूर्वी जेव्हा कांजी द्वारकादास होमरूल चळवळीत सामील झाला होता, तेव्हा जिनांनी त्याला कार्यकर्ता म्हणून मदत करायला आणि भाषणाचं काम त्यांच्या स्वतःवर सोपवायला सांगितलं होतं. कांजीनं त्या गोष्टीला मान्यता देऊन पडद्यामागची कामं करणं स्वीकारल्यामुळे कांजी जिनांचा लाडका बनला होता. जिना इतरांसमोर कांजीचं कौतुक करत असतं, 'हा माझा सर्वांत चांगला कार्यकर्ता आहे. तो काम करतो आणि इतर लोक भाषणं करतात!' खरी वस्तुस्थिती अशी होती की, ते स्वतः आणि रट्टी सर्वथैव विभिन्न वातावरणात वाढले होते. जिनांनी कितीही मनोनिग्रह केला असला, कितीही उत्तम कपडे परिधान केले असले आणि तरुणपणी एडमंड बर्कच्या भाषणांचं कितीही मनन - चिंतन केलं असलं, तरी त्यांच्या रूढिप्रिय वडिलांची नाराजीची नजर ते मनःपटलावरून कधीच पुसून टाकू शकले नव्हते. त्यांनी बाह्य पोशाख बदलला असला तरी बालपणीचे संस्कार पूर्णतः पुसून टाकणं त्यांना जमलं नव्हतं आणि सर्वस्वी भिन्न वातावरणात वाढलेल्या रट्टीला ते जाहीर भाषणं करण्यापासून कोणत्या तोंडानं मनाई करू शकणार होते? आजवर त्यांची बहीण, खूप वर्षांपूर्वी त्यांची पत्नी आणि वडिलांच्या सेवेतच आयुष्य कंठलेली त्यांची आई यांखेरीज कोणत्याही स्त्रीला ते ओळखत नव्हते.

अर्थात वरील गोष्ट मनात खदखदत असून, त्याला ते ते वाचा फोडायला असमर्थ असले, तरी आणखी एका बाबतीमुळे याबद्दलचा त्यांचा विरोध ते मनोमन मान्य करू शकत होते. त्यांना आता राजनैतिक क्षेत्रात अभूतपूर्व लोकप्रियता आणि यश लाभलेलं होतं. पारशी समाजाखेरीज बाकी सारे आबालवृद्ध त्यांच्यावर स्तुतिसुमनांचा वर्षाव करत होते. गव्हर्नरविरोधी लढ्यात जिनांना लाभलेल्या यशामुळे जनसमुदाय इतका हर्षोत्फुल झाला असला, तरी जिनांनी वेळ न दडवता त्यांना जमिनीवर आणलं. या यशानंतर त्यांचा गौरव करायला शांतारामच्या चाळीपुढल्या मैदानात हजारोंनी लोक जमले होते. ते तिथं मावेनासे झाल्यावर आणखी एक गौरव सभा चौपाटीच्या फ्रेंच ब्रिजवर घ्यावी लागली होती. तेथेसुद्धा पंधरा हजार लोक जमले होते. या सभांना जिना येऊन पोचले, तेव्हा प्रेक्षकांनी मन हेलावून टाकणारी कृतज्ञता आणि कौतुक यांचा वर्षाव केला; परंतु प्रेक्षकांच्या उत्साहाला आणखी उधाण आणायचं किंवा स्वतःची किंवा कार्यकर्त्यांची पाठ थोपटून घ्यायचं जिनांनी टाळलं. त्यांनी लोकांना सावध केलं की, बारीकशाही गोष्टीनं आणखी भडका उडाला असता, तर गोष्टी हाताबाहेर जाऊन काही लोक मृत्युमुखी पडले असते. जिनांनी जाहीरपणे म्हटलं की,

जनतेबाबतचं स्वतःच कर्तव्य बजावण्यात ते अजिबात कसूर करणार नसले, तरी रट्टीला पोलिसांच्या त्या वेळसारख्या अत्यंत लज्जास्पद वागणुकीला सामोरं जाऊ द्यायची वेळ ते भविष्यात कधीही येऊ देणार नव्हते!

गव्हर्नरविरोधी लढा जिंकल्याचा जाहीर उत्सव साजरा होत असताना रट्टी त्यांच्या समवेत व्यासपीठावर उपस्थित होती का? तसा अहवाल आढळत नाही. फक्त जिनांचे एक समकालीन बॅरिस्टर कामदार यांच्या पत्नीनं मुंबईकरांच्या वतीनं जिनांबद्दल कृतज्ञता व्यक्त करणारं भाषण केल्याचा अहवाल नमूद झाला आहे. रट्टीबाबतची कृतज्ञता आणखी एका आठवड्यानं व्यक्त करण्यात आली. घाटकोपरच्या रहिवाशांनी जिनांच्या नेतृत्वाचा गौरव करून त्यांना एक सुवर्णपदक अर्पण केलं आणि त्या वेळस रट्टीचा तिच्या साहसासाठी गौरव केला. स्वागताच्या भाषणात घाटकोपरच्या एका पूर्वापारपासूनच्या रहिवाशानं म्हटलं, 'सीतेप्रमाणे ती पतीच्या पाठीशी उभी राहिली आणि शूरपणे तिनं पोलीस कमिशनरचा सामना करून त्याला तिच्यापुढे चळचळ कापायला लावलं. भारतीय स्त्रियांचा उच्च पदासाठीचा हक्क तिनं सिद्ध केल्याबद्दल तिचं जेवढं कौतुक करावं आणि जेवढी कृतज्ञता व्यक्त करावी तेवढी थोडीच ठरेल!' त्यांचं हे भाषण ऐकून जनसमुदायानं टाळ्यांचा गजर केला; परंतु तिचा गौरव केल्याबद्दल तिनं उठून आभारचं भाषण केलं नाही. स्वतः जिना उठून उभे राहिले आणि त्यांचा आणि त्यांच्या पत्नीचा गौरव केल्याबद्दल त्यांनी श्रोत्यांचे आभार मानले आणि ते कर्तव्यात कधीही कसूर करणार नाहीत, असा त्यांचा निग्रह त्यांनी पुन्हा एकदा व्यक्त केला.

त्या घटनेबाबत रट्टी आणि जिना यांच्यामध्ये कोणतंही संभाषण झालं नसावं; परंतु जिनांच्या भावना अंतःप्रेरणेनं जाणून घेणाऱ्या रट्टीला त्यांचे विचार स्पष्टपणे उमगले होते. तिला दिवस जाऊन पाच आठवडे लोटले होते आणि तिनं धोक्याला सामोरं जावं, या गोष्टीला पूर्वीच्या पठडीतली सभ्यता पाळणारे जिना तयार झाले नाहीत, अशी शक्यता नाकारता येत नसली, तरीसुद्धा त्यानंतर रट्टीनं राजनैतिक क्षेत्रात कधीही उठून न दिसण्याची पूर्ण काळजी घेतली. जरी तिच्या मनात उफाळणाऱ्या, धगधगत्या देशप्रेमाला वाचा फोडणं तिला गरजेचं वाटत असलं, तरी त्यानंतर ती कधीही श्रोत्यांपुढे उभी राहिली नाही. जिनांच्या जाहीर उपस्थितीच्या वेळेस त्यांच्या पाठीशी उभं राहण्यात आणि व्यासपीठावर मूकपणे बसून त्यांची भाषणं ऐकण्यातच ती समाधान मानू लागली आणि तिच्या पित्याला धक्का बसेल, इतक्या आज्ञाधारकपणे, एखाद्या गरीब गायीसारखी तिनं ही भूमिका स्वीकारली आणि तिच्या साऱ्या नैसर्गिक अंतःप्रेरणांना आवर घातला!!

प्रकरण अकरावे

~

त्या दोघांच्याही दृष्टीनं बाळाचं आगमन ही एक आपत्तीच ठरणार होती. जिनांच्या दृष्टीनं तो अतिशय काळजीचा काळ होता आणि त्या काळजीचा रट्टीशी आणि बाळाशी अर्थाअर्थी कोणताही संबंध नव्हता. घडत चाललेल्या घटना त्यांना इतक्या मोठ्या मोठ्या संकटाकडे घेऊन चालल्या होत्या की, त्याचं राजकीय भविष्यच डळमळीत होऊ घातलं होतं.

वर्षाचा प्रारंभ तर उमेद वाढवणारा होता. आजवर कधी नाही एवढा लौकिक जिनांना लाभला होता. विलिंग्डन निषेधाचं नेतृत्व केल्यावर त्यांची कीर्ती केवळ मुंबई प्रांतातच नव्हे, तर देशभर फैलावली होती. घरोघरी ते नावानं ओळखले जाऊ लागले होते. टाउन हॉलमधील सभेनंतर अवघ्या काहीच दिवसांत त्यांच्या मित्रांनी आणि चाहत्यांनी उत्स्फूर्तपणे त्यांच्या नावे एक हॉल बांधण्यासाठी पैसे जमवायला प्रारंभ केला होता. त्यासाठी देशभरातून प्रचंड निधीचा ओघ येत दोन-तीन महिने सुरू राहिला होता. हा निधी देणगी स्वरूपात देणाऱ्यांची नावं *बॉम्बे क्रॉनिकलमध्ये* ठळकपणे छापण्यात येऊ लागली होती. ही नावांची यादी चांगलीच लांबलचक होती आणि त्यामुळे ब्रिटिश गव्हर्नरविरोधातलं जिनांचं यश लोकांच्या मनात ताजं ठेवण्यास नक्कीच हातभार लागत होता; परंतु आपल्या विजयाचा आनंद अनुभवायला जिना आणि रट्टी जास्त वेळ मुंबईत राहू शकले नाहीत. या टाउन हॉलमधील विजयानंतर अवघ्या दोनच आठवड्यांमध्ये सालाखेरचं काँग्रेस आणि मुस्लीम लीगचं सत्र दिल्लीला सुरू झालं होतं आणि तेथे त्यांना हजर राहावं लागणार होतं. त्यानंतर मुंबईला परतल्यावर एक-दोन दिवसांतच ब्रिटिश सरकारच्या सुधारणा समितीपुढे जिनांना प्रथम मुंबईत आणि त्यानंतर कोलकात्यात उपस्थित राहावं लागलं. ज्या भारतीय नेत्याची या समितीनं मुंबई आणि कोलकाता या दोन्ही ठिकाणी मुलाखत घेतली होती, त्यात जिनांचा समावेश करण्यात आला होता.

ब्रह्मचारी असताना देशभर भ्रमंती करायची त्यांना भरपूर सवय होती. त्या वेळेस त्यांच्या बरोबर फक्त त्यांचा गोव्याचा स्वीय नोकर जात असे. सांगितल्याबरोबर ताबडतोब आपल्या मालकाला लागणारं सारं सामान बांधून घेण्यात तो तरबेज झालेला होता. एका रात्रीसाठी

जरी कुठं जायचं असेल तरी जिनांसाठी अनेक सूट्स, हॅट्स आणि बूट बरोबर न्यावे लागत, कारण अद्ययावत पोशाखासाठी ते आवश्यक समजले जात. हे सारे कपडे बांधून बरोबर घेणं आणि विविध ठिकाणी त्यांची सुखरूपपणे ने-आण करणं याची जबाबदारी या नोकरावर सोपवलेली असे. जिना हे अत्यंत कडक मालक होते आणि नेलेलं सामान गळपटलं, हरवलं तर त्याबद्दल कोणतीही सबब ते ऐकून घेत नसत. त्याबाबतीत ते कठोर असले, तरीही एरवी ते नोकरांना आपापली कामं करायला मोकळं सोडत असत आणि त्यात ढवळाढवळ करत नसत. आजवर त्यांचे चाकर त्यांचं घर अतिशय नीटपणे सांभाळत आलेले होते; परंतु आता ते विवाहित कुटुंबप्रमुख झाल्यावर घराचं खातं त्यांनी बऱ्याच अंशी पत्नीवर सोपवलं होतं. त्यांना प्रवासात प्रत्येक ठिकाणी त्यांच्या बरोबर रट्टीनं यावं असं वाटत असे. मग तिच्या उपस्थितीमुळे कितीही गडबड गोंधळ माजला तरी तो शांतपणे सहन करायला ते तयार असत. आपल्या ठायी भरपूर सहनशक्ती असल्याची जाणीव त्यांना होऊ लागली होती. या सहनशक्तीमुळेच ते तक्रारीचा शब्दही न उच्चारता रट्टीचा सामानाचा ढीग, तिच्या नोकराण्या, तिचा कुत्रा आणि त्यासाठीची आया, खास जेवण आणि उन्हाळ्याच्या दिवसांत खास बर्फाची पेटी असा सारा पसारा सहन करत असत. ते नेहमीच्या संतुलित वृत्तीनं हे सारं सहन करीत आणि चुकूनही चिडचिड करत नसत किंवा कमी सामान घ्यावं, असं ते रट्टीला कधीच सुचवत नसत. देशभरात तिची अशी फरफट करत तिला असा प्रवास करायला लावू नये, असं त्या दोघांनाही तोवर कधीच वाटलं नव्हतं. त्यांची जोडी अतूट होती.

परंतु आता दिवस गेल्यावर तिची प्रकृती नाजूक झालेली असल्यामुळे जिनांनी रट्टीला देशभर न फिरवता मुंबईतच ठेवायचं ठरवलं. त्यांची मुंबई-दिल्ली भ्रमंती अव्याहतपणे चालूच होती. दिल्लीला कायदेमंडळाच्या बैठकीला आठवडाभर उपस्थित राहून आठवडा अखेरीस तातडीच्या वकिली कामकाजासाठी ते मुंबईला धाव घेत होते. विवाहानंतर पहिल्यांदाच ते रट्टीला सोबत न घेता एकटे दिल्लीला गेले होते. दिल्लीला गावापासून दूर असलेल्या हॉटेलात दिवसभर एकटं राहावं लागल्यामुळे रट्टी दिवसभर कंटाळून जात असे, त्यामुळे दिल्लीला न जाता शांतपणे मुंबईत राहता येणं खरं तर तिला बरंच वाटायला हवं होतं; परंतु मुंबईतसुद्धा ती स्नेह्यांनी वाळीत टाकल्यामुळे एकटीच पडली होती. दिल्लीला निदान संध्याकाळी हॉटेलात परत येणाऱ्या जिनांची ती उत्कंठेनं प्रतीक्षा तरी करत होती आणि ते परत आल्यावर त्यांच्या भोवती रुंजी घालून ती त्यांच्या सुखसोयीची पूर्ण काळजी घेत होती. ते काही तास एकत्र असत तेव्हा ती त्यांची मनमुराद थट्टामस्करीसुद्धा करत असे, त्यामुळे जिना त्यांच्याही नकळत पूर्णपणे तिच्यावर विसंबून राहू लागले होते. आपण दिवसभर दिल्लीत कामात गुंतून पडलेले असतो, तेव्हा रट्टी एकटीनं आपला वेळ कसा घालवत असेल, असा विचारही त्यांच्या मनाला शिवत नसे.

परंतु आता त्यांचं चित्त विचलित करायला रट्टी तेथे नव्हती, त्यामुळे ते अगदी सहजपणे पूर्वीच्या ब्रह्मचारी दिवसांच्या दिनक्रमात रुळून गेले आणि दिवस-रात्र राजकारणात व्यग्र राहू लागले. तिची उणीव त्यांना जाणवताना दिसली नाही. फेब्रुवारी महिन्यात रट्टीच्या वाढदिवसाच्या दोन आठवडे आधी त्यांच्या आजवरच्या राजकीय आयुष्यातलं पहिलं संकट त्यांच्या समोर उभं ठाकलं आणि त्याचा सामना करता करता श्रीमती जिना झाल्यावरचा रट्टीचा पहिला वाढदिवसही त्यांना साजरा करता आला नाही. इंपीरियल लेजिस्लेटिव्ह

कौन्सिलपुढे (ब्रिटिश कायदेमंडळापुढे) रौलट ठराव मंजुरीसाठी ठेवण्यात आले होते. त्या ठरावांवर त्यांचं चित्त इतकं केंद्रित झालं होतं की, रट्टीच्या वाढदिवसासाठी ते मुंबईला गेलेच नाहीत. रट्टीच्या आजवरच्या आयुष्यात प्रथमच कुणी तिच्या वाढदिवसाची दाखल घेतली नव्हती; परंतु जिनांच्या आयुष्यात राजकारणाला प्रथम स्थान असल्याचा ती स्वीकार करेल, अशी त्यांची अपेक्षा होती आणि रट्टीनं ती निमूटपणे स्वीकारलीही होती!

ब्रिटिश सरकार जो नवा कायदा संमत करू पाहत होतं, त्यामुळे प्रचंड अस्वस्थ होणारे जिना काही एकमेव भारतीय नेते नव्हते. पहिलं महायुद्ध संपल्यावर 'डिफेन्स ऑफ इंडिया' कायदा आपोआपच रद्दबातल झाला होता. त्यानंतर हिंदुस्थानात युद्धकाळात फोफावलेली बंडखोर आंदोलनं नियंत्रणाखाली आणण्यासाठी ब्रिटिश सरकारनं भारतातील कायदेमंडळापुढे कायद्याचे दोन प्रस्ताव ठेवले होते. राजद्रोह-अन्वेषण-समितीचे अध्यक्ष, न्यायमूर्ती रौलट यांनी या दोन प्रस्तावांची भलावणी केली असल्यामुळे त्या प्रस्तावांना 'रौलट प्रस्ताव' असं नाव देण्यात आलं होतं. या प्रस्तावांखाली ब्रिटिश सरकारला आणीबाणीचे विशेष अधिकार कायमस्वरूपी बहाल करण्यात आले होते. कायदेशीर सुनावणी न करता लोकांना कैद करून शिक्षा करण्याचा अधिकार यात समाविष्ट करण्यात आला होता. या दोन प्रस्तावांपैकी पहिला प्रस्ताव होता, द क्रिमिनल लॉ (इमर्जन्सी पॉवर्स) बिल : (फौजदारी कायदा आणीबाणी अधिकार प्रस्ताव) आणि दुसरा प्रस्ताव होता, द इंडियन क्रिमिनल लॉ (अ‍ॅमेंडमेंट) बिल : (भारतीय फौजदारी कायदा सुधारणा प्रस्ताव). हा दुसरा प्रस्ताव अखेरीस मागं घेण्यात आला असला तरी पहिला प्रस्ताव ब्रिटिश कायदेमंडळात चर्चेसाठी घेण्यात आल्यावर अधिकार पदावर नसलेल्या प्रत्येक भारतीय सांसदानं त्याला जोराचा विरोध केला. त्यांनी विरोध करावा यात काहीच आश्चर्य नव्हतं, कारण कोणताही विरोध सहन न करणारं ब्रिटिश सरकार अनेक दृष्ट्या या कायद्याचा गैरवापर करू शकणार होतं! जिनांना अशा क्रूर आणि अनियंत्रित कायद्याबद्दल अत्यंत तिरस्कार तर वाटत होताच; परंतु त्याखेरीज त्यांना सारे वकिली डावपेच अवगत असल्यामुळे ते विरोधी पक्षनेते या पदाला सर्वांत लायक उमेदवार होते. याचाच अर्थ असा की, जोवर ब्रिटिश कायदेमंडळात या प्रस्तावावर उलट सुलट चर्चा चालू होती, तोवर सारा वेळ जिनांनी तेथे उपस्थित राहणं अत्यंत गरजेचं होतं. त्यांचे कायद्यात विशेष पारंगत नसलेले सहकारी मुद्दा मांडू लागले की, त्यांना कुमक पुरवून आपलं कायद्याचं ज्ञान आणि धारदार भाषाशैली विरोधीपक्षाची बाजू उचलून धरण्यात उपयोगाला आणणाऱ्या जिनांची उपस्थिती तेथे अनिवार्य ठरली होती.

परंतु या प्रस्तावामुळे त्यांच्या अंतःकरणात इतका प्रचंड प्रक्षोभ उसळला की, त्याचं त्यांना स्वतःलासुद्धा आश्चर्य वाटलं. आजवरच्या आयुष्यात जिना प्रथमच मुळापासून हादरून गेले होते आणि स्वतःबद्दलच्या आणि जगाबद्दलच्या स्वतःच्या कल्पना तपासून पाहणं त्यांना गरजेचं वाटू लागलं होतं. युद्ध संपल्यावर, आश्वासन दिल्याप्रमाणे ब्रिटिश सरकार राजकीय सुधारणा घडवेल आणि आपण महत्त्वाची राजनैतिक भूमिका बजावू शकू ही त्यांची अपेक्षा या कायद्याच्या प्रस्तावामुळे धुळीला मिळाली होती. आपल्याला शिक्षण आणि प्रशिक्षण देऊन तयार करणाऱ्या ग्रेट ब्रिटनला जिना आजवर अत्यंत पूज्य मानत आले होते. तेथे न्याय्य पद्धतीनं साऱ्या गोष्टी केल्या जातात, असा त्यांचा तोवर विश्वास होता. आता हा पूज्य भाव आणि विश्वास तपासून पाहण्याची वेळ समोर उभी ठाकली होती.

त्यांच्या स्वतःच्या नेतृत्वावरील विश्वासालासुद्धा तडा जाऊ लागला होता. आजवर त्यांना खात्री वाटत होती की, एक नेता या भूमिकेतून स्वबळावर, ब्रिटिश कायद्याचं पद्धतशीरपणे पालन करून ते पारतंत्र्याच्या जोखडातून त्यांच्या प्रिय मातृभूमीला मुक्त करू शकतील. राजकारणात प्रथमच त्यांना प्रचंड धक्का बसला होता आणि पराजयाची आशंका त्यांना उद्विग्न करू लागली होती.

या अघोरी प्रस्तावाला ते त्यांना ठाऊक असलेल्या एकमेव मार्गानं प्रत्युत्तर देऊ लागले. ते सरकारबरोबर साधकबाधक चर्चा करून सरकारची खात्री पटवण्याचा प्रयत्न करू लागले की, हा प्रस्ताव कायद्यात परिवर्तीत झाला, तर त्यामुळे सरकार आणि हिंदुस्थानातील जनता या दोघांनाही अपरिमित हानी पोहोचणार आहे; परंतु जिना जेवढी अधिक तर्कशुद्ध चर्चा करू लागले, तेवढाच ब्रिटिश सरकारचा हेकेखोरपणा आणि हुकूमशाही या गोष्टी वाढीस लागल्या. अखेरीस जिनांचा निग्रह आणि चिकाटी निष्प्रभ ठरली. ब्रिटिश सरकार या कायद्याबाबतचा सारा विरोध चिरडून टाकायला इतकं निग्रहानं सज्ज झालं होतं की, जिनांची मन हेलावून टाकणारी भाषणं, त्यांचं कायद्याबद्दलचं तार्किक आणि मार्मिक विवेचन या कशाचाही उपयोग होईनासा झाला होता. अखेरीस जिना इतके चिरडीला आले की, या प्रस्तावाचं कायद्यात होणारं परिवर्तन निदान पुढे ढकलता यावं, असा प्रयत्न ते करू लागले. हा प्रस्ताव ब्रिटिश सरकारनं हायकोर्ट, न्यायाधीश आणि स्थानिक समित्यांपुढे विचारासाठी मांडावा, असं जिना सुचवू लागले. ब्रिटिश कायदेमंडळापुढे त्यांनी प्रक्षुब्ध मनःस्थितीत कबुली दिली, 'इथं बसून चर्चेच्या नावाखाली चाललेलं नाटक पाहणं ही कठोर शिक्षा बनली आहे,' असं असूनही या चर्चेतलं अखेरचं भाषण करताना त्यांनी त्यात जीव ओतला होता आणि आपला जन्म झाला तो आणि आपल्याला ज्यानं घडवलं तो, अशा दोन्ही देशांबद्दल वाटणारं प्रेम आणि निष्ठा व्यक्त करून या दोन्ही देशांची सेवा करण्याची आपली प्रखर आंतरिक इच्छा त्यांनी शब्दबद्ध केली.

आणि त्यानंतर उद्वेगानं जिना तेथून बाहेर पडले आणि मुंबईला आपल्या घरी परत आले. आता फारसं कायद्याबाबतचं सांसदीय काम पुढे नसलं, तरी त्यांची वकिलीची कामं त्यांची वाट पाहत होती. रौलट कायद्याचा मुद्दा जनतेपर्यंत कसा पोचवावा, या विचारातही ते गढलेले होते. त्याखेरीज आता महायुद्ध संपलं होतं आणि युद्धकाळात ब्रिटिश सरकारनं कबूल केलं होतं, त्या राजकीय सुधारणा घडतील आणि ते सरकारात भारतीय नेता या भूमिकेतून महत्त्वाची कामगिरी बजावू शकतील, असा त्यांचा होरा होता. त्यासाठी आपलं स्थान बळकट करणं गरजेचं होतं. अनेक कामं जिनांची वाट पाहत होती.

परंतु दरम्यान रट्टी मुंबईत एकटी पडली होती. आपल्या उदरात वाढणारं बाळ आपली कोंडी करतंय, ही भावना निग्रहानं दूर सारायचा ती प्रयत्न करत होती. जिना क्वचित घरी असत, तेव्हा ते दुखावले जाऊ नयेत म्हणून रट्टी आपल्या या भावना दडपून ठेवत असे आणि तिचा प्रचंड आत्माभिमान तिला आपल्या भावना कुणापुढेही-अगदी सरोजिनींपुढेही उघड करू देत नव्हता.

आपल्या विवाहानंतर सरोजिनींना भेटायची फारशी संधी रट्टीला मिळालीच नव्हती. आदल्या वर्षीच्या ऑगस्टमध्ये त्या दोघींची मुंबईत चुटपुटती भेट झाली होती. त्यानंतर आपल्या राजकीय दौऱ्यांमध्ये व्यग्र झालेल्या सरोजिनी देशभर भाषणं देत भ्रमंती करत होत्या. ताजमहाल

हॉटेलमध्ये त्यांनी भाडेतत्त्वावर एक खोली आपल्या नावे कायमची आरक्षित केली असली तरी प्रत्यक्षात सरोजिनींना फार वेळा तेथे येणे शक्य होतं नव्हतं. अगदी आपल्या आप्तमित्रांसाठीसुद्धा त्यांना मोकळा वेळ काढता येत नव्हता; परंतु अखेरीस १३ फेब्रुवारी १९१९ रोजी रट्टीची आणि सरोजिनींची भेट घडली. योगायोगानं त्या वेळेस सरोजिनींचा चाळिसावा वाढदिवस होता आणि त्या एक-दोन दिवसांसाठी मुंबईला आल्या होत्या. इतक्या महिन्यांचा खंड पडल्यावर आता त्यांना भेटायचंच असा निग्रह करून रट्टी त्यांच्यासाठी वाढदिवसाची भेट घेऊन ताजमहाल हॉटेलवर पोचली. तिनं पांढऱ्या निळसर रंगाचे भरतकाम केलेले साडीला लावायचे सुंदर काठ भेट म्हणून नेले होते. रट्टीप्रमाणेच कविता आणि कपडे यांचा शौक असलेल्या सरोजिनी ही सुंदर भेट पाहून हरखून गेल्या. इतके सुंदर काठ लावता येतील, अशी साडी विकत घ्यायला जायचा बेत या दोघींनी पक्का करून टाकला. निळसर रुपेरी रंगाच्या साडीला हे काठ लावले, तर सूर्यप्रकाशात चमचमणाऱ्या आणि हिरवट समुद्र शेवाळ आणि चांदण्यांच्या फुलांची कड असणाऱ्या सागराचा भास होईल, यावर दोघींचं एकमत झालं. सरोजिनींना रट्टीच्या मनातली एकाकीपणाची भावना जाणवली नाही.

त्या दोघी आणखी दोन आठवड्यांनी सरोजिनींच्या ताजमहाल हॉटेलातील खोलीवर भेटल्या. दुपारच्या जेवणाला ताजी कालवं घेऊन रट्टी तेथेच रेंगाळली. कालवं फक्त ताजमहाल हॉटेलात किंवा पेटिट हॉलसारख्या महालांमध्येच शिजवली जात. रट्टी रात्री सातपर्यंत तेथेच थांबली आणि त्यानंतर त्या वेळेस मुंबईत असलेल्या जिनांना ऑफिसातून घरी न्यायला तेथून बाहेर पडली.

सरोजिनी दरवेळेस मुंबईला आल्या की, रट्टी न सांगता दुपारी तेथे येऊन पोचत असे. ती तेथेच दिवसभर ठिय्या मारून बसून राहत असे. मग सरोजिनींपुढे काम असो की भेटायला आलेल्यांशी त्यांना बोलायचं असो की त्यांना थोडावेळ एकटीनंच बसावसं वाटत असो! संध्याकाळखेरीज रट्टी तेथून हलतच नसे. सरोजिनींना ही गोष्ट दिवसेंदिवस जास्तच त्रासदायक वाटू लागली असली, तरी त्यांनी ती व्यक्त मात्र केली नाही. रट्टी कशामुळे तरी अस्वस्थ झालीय, हे सरोजिनींना जाणवलं असलं, तरी त्या सुज्ञ असल्यामुळे अधिक खोलात शिरणं त्यांनी टाळलं. वरवर पाहता रट्टी पूर्वीसारखीच आनंदी, मिश्कील, खोडसाळ आणि स्टायलिश दिसत होती. इतकी देखणी, फॅशनेबल तरुणी एकटेपणाच्या भावनेशी झगडत असेल, असं सरोजिनींसारख्या चाणाक्ष स्त्रीच्यादेखील नजरेतून सुटलं होतं! पण दररोज सकाळी सरोजिनी उठून अंघोळ करतात न करतात तोवर रट्टी आगंतुकासारखी तेथे येऊन पोचत असे. स्वतःच्या घरी किंवा समवयस्क मैत्रिणींसमवेत वेळ घालवण्याऐवजी ही नवविवाहित तरुणी दिवसभर आपल्यापेक्षा मोठ्या वयाच्या स्त्रीबरोबर हॉटेलच्या एका खोलीत बसून राहते, ही गोष्ट सरोजिनींना कितीही अगम्य वाटली, तरी त्या रट्टीशी अतिशय ममतेनं आणि सुज्ञपणे वागत. त्यांचा रट्टीमुळे खूप वेळ वाया जातो, अशी तक्रार त्या कधीमधी घरी लिहिलेल्या पत्रात करत असल्या तरी त्यांनी कधीच रट्टीला माघारी धाडलं नाही. त्याऐवजी त्या तिच्यासाठी ताजच्या रेस्टॉरंटमधून जेवण मागवत असत आणि जे काही जेवण येईल, त्यावर तुटून पडणाऱ्या रट्टीकडे आईच्या ममतेनं बघत राहत. स्वतः सरोजिनींना ताजचं जेवण फारसं आवडत नसे. दक्षिणेकडच्या मसालेदार, चमचमीत जेवणाच्या तुलनेत त्यांना ते अत्यंत मिळमिळीत आणि बेचव वाटत असे; परंतु रट्टीला ताजच्या जेवणाचा

कधीच कंटाळा आलेला दिसला नाही. उलट ताटलीत उरलेल्या शेवटच्या बिस्किटासाठी ती सरोजिनींच्या खोलीतल्या इतर पाहुण्यांशी बालिश लाडिकपणानं भांडाभांडी करत असे. तिचा विवाहापूर्वीचा मिश्कीलपणा, खोडसाळपणा अजूनही टिकून होता; परंतु रट्टी फक्त सरोजिनींसमवेत असतानाच तो उफाळून येत असे आणि तेथून आपल्या स्मशानशांतता असलेल्या घरी परत जायच्या कल्पनेनं तिच्या पोटात गोळा उठत असे, हे सरोजिनींना कळायला कोणताच मार्ग नव्हता.

रट्टीच्या माहेरच्या कुटुंबानं तिच्याशी सारे संबंध तोडून टाकल्यामुळे आता रट्टीला सरोजिनींच्या कुटुंबात सामावून जाण्याची आस लागली होती. फक्त सरोजिनींची चार अपत्यंच नव्हे, तर त्यांची भावंडंसुद्धा तिला आपल्या कुटुंबाचा भाग वाटू लागली होती आणि ते सर्व जण काय करत आहेत, त्यात तिला खूपच रस वाटत असे. उदाहरण द्यायचं, तर सरोजिनींचा बहुढंगी भाऊ, हरिंद्रनाथ चटोपाध्याय यानं नुकतंच *फिअर्स ऑफ युथ* हे पुस्तक लिहिलं आहे, हे ऐकल्यावर रट्टीनं त्याची स्वाक्षरी असलेल्या प्रतीची लगेच मागणी केली; परंतु त्यांच्या स्वतःच्या हॉटेलच्या खोलीतसुद्धा सरोजिनी फारच क्वचित एकट्या असत. संस्थानिक, राजकारणातील श्रेष्ठी आणि जुजबी ओळखीचे लोक अशा असंख्य लोकांची रीघ त्यांना भेटण्यासाठी लागलेली असे. हे लोक कोणत्या तरी कामासाठी किंवा नुसत्याच गप्पा छाटण्यासाठी तेथे येत असत. ते येत त्या वेळी जेवायची किंवा चहाची वेळ असेल, तर त्यासाठी थांबण्याचा आग्रह सरोजिनी हटकून करत असत. आयत्या वेळेस जमलेल्या लोकांचे असे गप्पांचे अड्डे चहा, जेवणामुळे आणखीनच रंगत असत. त्याबद्दलचे उल्लेख सरोजिनींनी त्यांच्या लेकींना लिहिलेल्या पत्रात आढळतात. त्यांनी लीलामणीला २८ फेब्रुवारी रोजी लिहिलेल्या पत्रातला मजकूर होता, 'काल माझ्या खोलीतली टी पार्टी मोठी गमतीची होती. रट्टीनं किरमिजी रंगाच्या क्रेपचा ड्रेस घातला होता. त्यावर लाल कंदील, गेईशा आणि आनंदानं बागडणारी फुलपाखरं हातानं रंगवली होती. रट्टी फ्रेंच उमरावणीसारखी दिसत होती.' त्या वेळेस उपस्थित असलेल्या सरोजिनींच्या अतिथींमध्ये लीला मुखर्जी या मातब्बर उच्चभ्रू स्त्रीचा समावेश होता. तिच्याबद्दल सरोजिनींनी लीलामणीला लिहिलं होतं, 'लीला मुखर्जी नेहमीहूनही जास्त भयानक दिसत होती. तिनं पिवळ्या गॅझची, भूमितीच्या डिझाईनची साडी नेसली होती, पायात सोनेरी स्लीपर्स घातले होते. रंगरंगोटी केलेल्या चेहऱ्यावर सौंदर्यतीळ रेखला होता. तिच्या चेहऱ्यावरच्या (सौंदर्य?) तिळाची जागा दर वेळेस कशी बदलते, अशी शंका एक पुरुष असूनही लियाकत अलींच्या मनात डोकावली होती!'

मुंबईतल्या उच्चभ्रू स्त्रियांची सरोजिनींच्या खोलीत भरलेली मैफल नेहमीच मैत्रीपूर्ण भावनेची नसे. काही जणी रट्टीला कुचके टोमणे मारायची संधी साधून घेत असत; परंतु जिना ज्याप्रमाणे ब्रिटिश लेजिस्लेटिव्ह कौन्सिलमध्ये आणि त्या बाहेर हे हल्ले जोरदारपणे परतवून प्रत्युत्तर देत असत, तसंच रट्टीसुद्धा करत असे. त्याच पत्रात सरोजिनींनी लीलामणीला लिहिलं होतं, 'ती मूर्ख मेहता, रट्टीवर आणि लीलावर कुचके ताशेरे मारत होती. ते सारं लीलाच्या डोक्यावरून गेलं असलं तरी रट्टीनं तेवढ्याच तडफेनं तिच्या दुष्ट शेऱ्याला त्याच भाषेत उत्तर दिलं.'

फेब्रुवारी नंतर मार्च उजाडला आणि जिना ब्रिटिश लेजिस्लेटिव्ह असेंब्लीला कायमचा रामराम ठोकून दिल्लीहून मुंबईला परत आले, तरीसुद्धा रट्टी पूर्वीप्रमाणेच सरोजिनींच्या

खोलीत ठाण मांडून बसत होती. त्याबद्दल काहीसा तक्रारीचा सूर २० मार्चच्या सरोजिनींनी घरी लिहिलेल्या पत्रात उमटलेला दिसतोय. त्यांनी लिहिलं आहे, 'दिवस काही काम न होता नुसता माणसांच्या गर्दीतच गेला. विशेषतः रट्टी भरतकाम केलेली नेटची साडी नेसून आली होती आणि स्वतःचे नवे फोटो दाखवायला घेऊन आली होती.' पुन्हा एकदा रट्टी आणि सरोजिनी खरेदीसाठी बाहेर पडल्या आणि सरोजिनींची मैत्रीण, नेल्ली सेनगुप्ता हिच्या विवाहासाठी त्यांनी गोल्ड टिशूची साडीचोळी विकत घेतली.

सरोजिनींच्या कुटुंबाचाच एक घटक बनण्याची रट्टीची इच्छा आणखी एका मार्गानं व्यक्त होऊ लागली होती. तिनं सरोजिनींना दाखवायला स्वतःचे फोटो आणले होते. पूर्वी आईनं फोटोसाठी स्टुडियोमध्ये पाठवल्यावर कुरकुर करणारी रट्टी आता स्वतःहून फोटो काढून घ्यायला फोटो स्टुडियोत जाऊ लागली होती. त्यासाठी तासन्‌तास शांतपणे बसून राहायची आता तिची तयारी होती. न विचारता एका फोटोची प्रत तिनं लीलामणीलासुद्धा पाठवली आणि त्यासोबत तिला वॉटरकलर पेंटसुद्धा वाढदिवसाची भेट म्हणून पाठवले होते.

कदाचित, रट्टीचा स्वतःचा पोर्ट्रेट फोटो तिनं आपल्या विवाहाच्या वर्षदिनाची भेट म्हणून जिनांना देण्यासाठी काढून घेतला असेल. लीलामणीचा वाढदिवस त्याच दिवशी होता. जिनांनी त्या फोटोची फारशी दखल घेतली नसावी, त्यामुळे बहुधा तिनं तो फोटो लीलामणीला पाठवला असावा. त्यांच्या लग्नाचा पहिला वाढदिवससुद्धा विवाहानंतरच्या रट्टीच्या पहिल्या वाढदिवसाप्रमाणेच साजरा न होताच पार पडला. त्या आठवड्यात जिना पती-पत्नी हैदराबादमध्ये होते. जिनांना त्यांच्या अशिलावरचा खुनाचा खटला लढवण्यासाठी तेथे जाणं भाग पडलं होतं. आपल्या जिवलग मैत्रिणीला, पद्मजाला भेटण्यासाठी रट्टीसुद्धा त्यांच्या समवेत तेथे गेली; परंतु हैदराबादहून दोघांना ताबडतोब माघारी यावं लागलं होतं. जिनांनी आधीच्या हैदराबाद भेटीच्या वेळेस जे जाहीर भाषण केलं होतं, त्यामुळे निजामाच्या सरकारचा त्यांनी रोष ओढवून घेतला होता आणि त्यांच्या हैदराबाद प्रवेशावर निजाम सरकारनं निर्बंध घातला होता. जिना आणि निजाम सरकार यांच्यात त्यानंतर जो कलह झाला, त्यामुळे आपल्या विवाहाचा पहिला वाढदिवस मोठ्या प्रमाणावर साजरा करण्याची त्यांची सारी इच्छाच नष्ट होऊन गेली.

जिना दिल्लीहून परतल्याला आता दोन महिने होऊन गेले होते; परंतु अजूनही ते रट्टीच्या वाट्याला अजिबातच येत नव्हते. जिना सकाळी रट्टीच्या आधी उठत. रट्टी जागी होईपर्यंत ते सकाळचा नाश्ता होऊन कोर्टात निघूनही गेलेले असत. संध्याकाळी त्यांना कोर्टातून परत आणायला रट्टी त्यांच्या ऑफिसात जात असे. दोघे जोडीनं घरी परत येत. बरोबर ड्रिंक आणि जेवण घेतल्यानंतर जिनांना एकांतात बसणं आवडत असे. कोर्टाच्या कामाच्या नावाखाली ते एकटेच त्यांच्या लायब्ररीत जाऊन बसत. दिल्लीहून परत आल्यावर पहिले काही आठवडे जिना त्यांच्या पुढल्या वैयक्तिक पेचप्रसंगाबाबत विचार करण्यात व्यग्र झाले होते. त्यांच्यासारख्या सदस्यांनी कडाडून तक्रारी आणि विनंत्या केल्या असूनही सरकारनं रौलट कायद्याला मंजुरी दिली होती, त्यामुळे लेजिस्लेटिव्ह कौन्सिलच्या सदस्य पदावरून राजीनामा देऊन बाजूला व्हावं, असं त्यांना वाटू लागलं होतं. सरकारच्या वागण्यामुळे त्यांना अपमानित झाल्यासारखं वाटत होतं; परंतु राजीनामा दिला, तर आपलं राजकीय भवितव्य समाप्त होईल, अशी भीतीसुद्धा त्यांना जाळत होती. रौलट ॲक्टचा मुद्दा

जनतेपर्यंत नेऊन पोचवायला गांधीजींनी आधीच प्रारंभ केला होता. त्यात सहभागी होण्यात दोन समस्या होत्या; घटनात्मक मुद्दे धसाला लावून भारताला स्वातंत्र्य मिळवून देता येईल, असा त्यांना आजवर जो विश्वास वाटत होता, तो विश्वासच दूर सारणं असा या कृतीचा अर्थ झाला असता आणि त्याहूनही वाईट म्हणजे भारताचा भविष्यकालीन वादातीत नेता असं त्यांचं स्थान सोडून देऊन त्यांना गांधीजींच्या पाठोपाठ रांगेत उभं राहावं लागणार होतं आणि जिनांचा गांधीजींवर विश्वासही नव्हता आणि त्यांच्याबद्दल जिनांना आदरही वाटत नव्हता!

परंतु अखेरीस त्यांच्या भावनांवर तर्कनिष्ठतेनं मात केली आणि २८ मार्चला त्यांनी व्हाइसरॉयकडे आपला राजीनामा पाठवून दिला आणि गांधीजींच्या नेतृत्वाखालच्या रौलट कायदा निषेध आंदोलनात जिना सहभागी झाले.

परंतु एकदा गांधीजींना पाठिंबा देण्याचा निर्णय घेतल्यावर जिना काही गांधीजींचे केवळ मूक समर्थक राहिले नाहीत. त्यांनी या लोकप्रिय आंदोलनात स्वतःला नेहमीच्या उत्साहानं आणि एकाग्रतेनं झोकून दिलं. कायदेमंडळातून राजीनामा देऊन बाहेर पडल्यावर अवघ्या दोनच आठवड्यांमध्ये सरकारला गांधीजींपेक्षा जिनाच अधिक धोक्याचं सत्ता केंद्र वाटू लागले होते आणि सरकारला त्यांचीच जास्त भीती वाटू लागली होती. गांधीजी ब्रिटिश सरकारशी दुटप्पीपणे वागत असतं. कोणत्याही अटी न घालता गांधीजींनी युद्धकाळात ब्रिटिशांसाठी भारतीय सैनिक मिळवून देण्याची तयारी दाखवली होती. याउलट जिना ब्रिटिश सरकारशी आमोरा-समोर दोन हात करत असत, त्यामुळे आधीचे मुंबईचे गव्हर्नर लॉर्ड विलिंग्डन यांना जिनांबद्दल आकस होता, त्याहूनही जास्त आकस नवे गव्हर्नर, सर जॉर्ज लॉइड यांना वाटू लागला होता. लंडनमधील परराष्ट्र मंत्री, मॉंटेग्यू यांना लिहिलेल्या पत्रात जॉर्ज लॉइडनी लिहिलं होतं, 'जिना उमदे दिसतात, नीटपणे बोलतात; पण प्रत्येक बाबतीत अत्यंत अप्रामाणिक आहेत.' आणि जिनांनी रौलट कायदाविरोधी आंदोलन अतिशय जोरदारपणे सुरू केल्यावर ब्रिटिश सरकार इतकं धास्तावून गेलं होतं की, जिना आणि गांधी या दोघांनाही ब्रह्मदेशात हद्दपार करायचा सरकार गंभीरपणे विचार करू लागलं होतं. गांधीजींनी हे आंदोलन अर्ध्यावरच सोडून दिलं आणि त्यांनतर ब्रिटिश सरकारनं या दोघांना हद्दपार करायचा बेत मागं घेतला.

एप्रिल महिन्यात मुंबई ओस पडली होती आणि उदासवाणी वाटत होती. उन्हाळा सुरू झाला होता आणि मलबार हिल्सवरचे सारे लोक थंड हवेच्या ठिकाणी रवाना झाले होते. रट्टीचे आई-वडील तिच्या तीन भावांना घेऊन माथेरानला गेले होते. तिथं त्यांच्या मालकीचा मोठा बंगला होता. रट्टीची मैत्रीण क्षमा तिच्या पती आणि मुली समवेत महाबळेश्वरला गेली होती. रट्टी आणि जिनांखेरीज मुंबईत कुणीच अन्य मान्यवर उरले नव्हते. फक्त सरोजिनी मुंबईत होत्या आणि त्या लंडनला जाणाऱ्या बोटीत जागा मिळवण्यासाठी धडपड करत होत्या. त्यांना हृदयविकारावर उपचार करून घेण्यासाठी लंडनमधील हृदयविकारतज्ज्ञाची भेट घ्यायची होती; परंतु आता युद्ध संपल्यावर अनेक सैनिक आणि अधिकारी इंग्लंडला परत जायला निघाले होते, त्यामुळे अनेक लागेबांधे असूनही सरोजिनींना बोटीवर जागा मिळत नव्हती.

सरोजिनी मुंबईत अडकून पडल्यामुळे त्यांची मुलगी पद्मजा त्यांना भेटायला तेथे आली. सरोजिनी आजारी होत्या आणि त्यांना आपल्या कुटुंबीयांचा विरह खूपच जाणवत होता, त्यामुळे आपली लाडकी लेक भेटणार म्हणून त्यांना अतिशय आनंद झाला होता. पद्मजा

हैदराबादमधलं आपल्या पित्याचं घर सांभाळत असल्यामुळे तिला सहजी हैदराबादबाहेर पडता येत नसे. ती येणार म्हणून अत्यंत निकडीच्या मीटिंग्जखेरीज बाकी सर्व गोष्टी सरोजिनींनी रद्द करून टाकल्या होत्या; परंतु आपल्या लेकीबरोबर एकटीनं वेळ घालवण्याचे त्यांचे सारे बेत रट्टीनं धुळीला मिळवले. ती क्षणभरही पद्मजाला एकटं सोडायला तयार झाली नाही. पद्मजाला आपल्या घरी नेता आलं नाही, तर ती सरोजिनींच्या ताजमधल्या खोलीतून अजिबात बाहेर निघत नसे.

परंतु पद्मजा मुंबईत जास्त दिवस राहू शकली नाही. तिला येऊन चार दिवस होतात तोच तिच्या वडिलांनी तिला हैदराबादला परत बोलावून घेतलं. पद्मजा परत गेल्यावर पुन्हा रट्टीचा वेळ जाता जाईना. नको असलेल्या बाळाच्या प्रतीक्षेखेरीज करण्यासारखं तिच्या हाती काहीच उरलं नव्हतं आणि त्यानंतर जे काही घडलं, ते तर त्याहूनही वाईट होतं. पद्मजा मुंबईला येऊन गेल्यानंतर अवघ्या एकच आठवड्यात जिनांचे जिवलग मित्र आणि *बॉम्बे क्रॉनिकल* या वृत्तपत्राचे संपादक, बेंजामिन हॉर्निमन यांना पोलिसांनी उचललं आणि लंडनला जाणाऱ्या बोटीत टाकून दिलं. उपचारासाठी एका मिलिटरी हॉस्पिटलमध्ये दाखल झालेल्या बेंजामिनना अकल्पितपणे पोलिसांनी मध्यरात्री उचललं, बोटीच्या धक्क्यावर आणलं आणि वाटेत कुठंही न थांबता थेट लंडनला जायला ताबडतोब निघणाऱ्या बोटीतून त्यांना पाठवून दिलं. त्यांना लंडनला पाठवून देण्यासाठी ब्रिटिश सरकारनं त्यांच्यावर घाईघाईनं आरोप रचला होता की, गर्दी पांगवायला ब्रिटिश सैनिक 'सॉफ्ट पॉइंट बुलेट्स' वापरत असल्याची खोटी बातमी त्यांनी प्रसिद्ध केली होती. जिनांना आणि हॉर्निमनच्या अन्य मित्रांना या गोष्टीची काहीच पूर्वकल्पना नव्हती; परंतु मागं वळून आढावा घेता याबद्दल फारसं आश्चर्य वाटायचं कारण नव्हतं. *बॉम्बे क्रॉनिकल*चे संपादक असताना हॉर्निमननी जालियनवाला बागेतील गोळीबार, त्यानंतर पंजाबात कार्यान्वित करण्यात आलेला मार्शल लॉ आणि ब्रिटिश सरकारची एकूणच दडपशाही यावर कडाडून टीका करून या गोष्टींना भरपूर प्रसिद्धी दिली होती आणि त्यापायी ब्रिटिश सरकारचा रोष ओढवून घेतला होता.

जिना आणि हॉर्निमन यांची मैत्री जिना लंडनमध्ये विद्यार्थी असताना सुरू झाली होती. तेथे दोघांनीही अल्पकाळासाठी एका नाटककंपनीत जोडीनं काम केलं होतं. दोघांचे स्वभाव पूर्णत: विभिन्न होते. हॉर्निमन ब्रह्मचारी होते आणि जिनांपेक्षा बऱ्याच वर्षांनी मोठे होते. ते अत्यंत भावनाप्रधान आणि गबाळग्रंथी होते, तर जिना अत्यंत अलिप्त मनोवृत्तीचे शिस्तबद्ध, सुसूत्रता पाळणारे होते. या मित्रांमधला विरोधी स्वभाव सरोजिनींनी नमूद केला होता. असं असूनही दोघांमध्ये खरोखरीच्या प्रेमाची जवळीक होती. जिनांशी स्नेह जुळल्यामुळे भारतात काम करावं, असं हॉर्निमनना वाटू लागलं होतं आणि ते जिनांच्या पाठोपाठ भारतात आले होते. हॉर्निमननी सुरुवातीला कोलकात्यातील *स्टेट्समन* या दैनिकाचे संपादक म्हणून कामाला सुरुवात केली होती. त्यानंतर जिनांचे दुसरे जिवलग मित्र सर फिरोजशहा मेहता यांनी मुंबईत दुसरं राष्ट्रीय स्तरावरचं वृत्तपत्र सुरू केल्यावर जिनांनी त्या वृत्तपत्राचे संपादक म्हणून हॉर्निमनना मुंबईत काम करायची संधी मिळवून दिली. हे तीन मित्र, तिघेही ब्रह्मचारी, इतके घनिष्ट मित्र बनले की, त्यांचा सगळा मोकळा वेळ ते एकत्र घालवू लागले. सुट्टीचा काळसुद्धा ते सर फिरोजशहा मेहतांच्या पुण्यातल्या बंगल्यात घालवू लागले होते. मुंबईच्या पावसाळ्यातून पळ काढण्यासाठी मेहतांनी पुण्यात हा बंगला बांधला होता. सर

फिरोजशहा मेहतांच्या मृत्यूनंतरसुद्धा जिना आणि हॉर्निमनची मैत्री तेवढीच दृढ राहिली होती. त्यानंतर मेहतांच्या *बॉम्बे क्रॉनिकलच्या* संचालक मंडळाचे अध्यक्ष हे पद जिनांना देण्यात आलं होतं. १९१५ साली *बॉम्बे क्रॉनिकलच्या* संचालक मंडळाशी जोराचा मतभेद झाल्यामुळे हॉर्निमननी त्या वृत्तपत्रासाठी काम करायला नकार दिला आणि आपल्या संपादक मंडळातील सर्व कर्मचाऱ्यांसकट ते तेथून बाहेर पडले; परंतु हॉर्निमनची लोकप्रियता इतकी अफाट होती की, ते तेथून बाहेर पडल्यामुळे संपूर्ण संचालक मंडळाला राजीनामा देणं भाग पडलं. वृत्तपत्राच्या भागधारकांनी नवं संचालक मंडळ निवडून दिलं आणि जिनांना त्याचं अध्यक्षपद दिलं. जिनांनी ताबडतोब हॉर्निमनना आणि त्यांच्या संपूर्ण संपादक मंडळाला पुन्हा नोकरीवर नियुक्त केलं. त्यानंतर हॉर्निमन-जिना युती इतकी बलवान बनली की, *बॉम्बे क्रॉनिकलचं* वादातीत अधिराज्य केवळ बॉम्बे प्रेसिडेन्सीतच नव्हे, तर देशभरात सुरू झालं. जिना राजकारणात नेतृत्व गाजवू लागले आणि हॉर्निमन त्यांना आपल्या वृत्तपत्राच्या संपादकीयातून कुमक पुरवू लागले.

हॉर्निमनची लंडनला गठडी वळणं हा जिनांवरचा फारच मोठा आघात होता. मुंबईचे नवे गव्हर्नर, जॉर्ज लॉइड यांनी मुंबईत खदखदणारा असंतोष शांतवण्याचं अधिकृत कारण पुढे करून हॉर्निमनना लंडनला पाठवून दिलं असलं तरी त्यांच्यापुढचं खरंखुरं लक्ष्य होते जिना! त्यांच्या आधीचे गव्हर्नर लॉर्ड विलिंग्डन यांच्यासारखंच जॉर्ज लॉइड यांचंसुद्धा मत होतं की, जिनाच ब्रिटिश सरकारचे सर्वांत धोकादायक शत्रू आहेत आणि काहीही करून त्यांचं राजकीय महत्त्व कमी करणं अत्यंत गरजेचं आहे; परंतु जिनांशी समोरासमोर दोन हात करण्याऐवजी लॉइडनी *बॉम्बे क्रॉनिकलवरच* खोटेनाटे आरोप करून ते वृत्तपत्र बंद पाडायचा निर्णय घेतला. जे वृत्तपत्र जिनांची राजकीय मतं आणि त्यांची आंदोलनं प्रसृत करणारं त्यांचं मुखपत्र बनलं होतं, तेच बंद पाडलं की, ब्रिटिशांचा सर्वांत मोठा शत्रू कायमचा नेस्तनाबूत होईल, असा लॉइड यांचा होरा होता.

अर्थात जिना गप्प बसले नाहीत. त्यांनी लढत दिली; परंतु आधीच्या गव्हर्नरपेक्षा लॉइडनी जास्त हुशारीनं उडवाउडवी करून जिनांना जेरीस आणलं. जिना हे अत्यंत कुशल वकील होते. त्यांनी आत्तापर्यंतचे सारे कलह कोर्टापर्यंत नेऊन आपली बाजी यशस्वी करून दाखवली होती, त्यामुळे लॉइड जिनांशी समोरासमोर लढत न देता नोकरशाहीच्या जाळ्यात जिनांना अडकवून ठेवत होते आणि स्वत:पर्यंत पोहोचूच देत नव्हते, त्यामुळे गव्हर्नरपुढे कैफियत दाखल करून *बॉम्बे क्रॉनिकलवरील* निर्बंध उठवण्यासाठीच्या अटी जाणून घेणं जिनांना शक्यच होत नव्हतं. हॉर्निमन आधीच लंडनच्या वाटेवर निघालेले असल्यामुळे ते लंडनला पोहोचेपर्यंत त्यांच्या सुटकेसाठी काहीही करणं जिनांना शक्यच होणार नव्हतं; परंतु वृत्तपत्रावरील बंदी उठवण्यासाठीचे जोरदार प्रयत्न मात्र जिनांनी नेटानं सुरू ठेवले होते. त्यांनी ब्रिटिश सरकारशी वाटाघाटी करण्यासाठी गव्हर्नरची भेट घ्यायचा प्रयत्न केला; परंतु त्यांची स्वत: भेट न घेता गव्हर्नरनं जिनांना न्यायखात्याच्या सचिवाकडे पाठवून दिलं. येते काही आठवडे या सचिवावर जिनांनी पत्रांचा भडिमार केला; परंतु सरकारनं एकाही पत्राला उत्तर दिलं नाही. महिनाभर अथक प्रयत्न केल्यानंतर, अखेरीस सरकारनं *बॉम्बे क्रॉनिकलला* दैनिक प्रकाशित करायला परवानगी दिली; परंतु त्यासाठी त्यांनी अनेक अटी लागू केल्या होत्या. त्यांच्या संपादकीयाला सेन्सॉर बोर्डाकडून मान्यता मिळाल्याशिवाय ते छापता येणार नाही, ही त्यातली अत्यंत जाचक

अट होती. सरकारशी लढत देण्यात जिना इतके व्यग्र राहू लागले होते की, इतर कशाचीच त्यांना शुद्धबुद्ध उरली नव्हती. आपल्या घरापासून ते आणखीनच दूर गेले होते.

परंतु या वेळची त्यांची व्यग्रता रट्टीला अजिबातच त्रासदायक वाटली नाही, कारण भारतीयांहूनही अधिक भारतीय बनलेला हा प्रेमळ इंग्रजी संपादक तिला अत्यंत जवळचा वाटू लागला होता. हॉर्निमनना भारतात परत आणण्याच्या प्रयत्नात रट्टीनंसुद्धा मनापासून सहभाग घ्यायला सुरुवात केली होती. जिनांचा या गोष्टीला संपूर्ण पाठिंबा असल्यामुळे तिचा उत्साह आणखीच वाढला होता. जिना *बॉम्बे क्रॉनिकलवरचे* निर्बंध हटवण्यात पूर्ण गुंतून पडले होते, तेव्हा रट्टी प्रथमच आयोजित करण्यात आलेल्या ट्रेड युनियन काँग्रेसलासुद्धा हजर राहिली आणि तेथे तिनं हॉर्निमनना हद्दपार केल्याबद्दलचा निषेध ठरावही सभेपुढे मांडला. या ट्रेड युनियन काँग्रेसला अनेक महत्त्वपूर्ण श्रेष्ठी उपस्थित होते; परंतु प्रेक्षागृहातल्या एका बाजूच्या जागी एकटीनं बसलेल्या रट्टीनं केवळ हा निषेधाचा ठरावच सभेपुढे मांडला नाही, तर कोणत्याही पूर्वतयारीशिवाय तिनं पाच मिनिटं आंतरिक तळमळीनं अत्यंत उत्स्फूर्त शब्दांमध्ये अस्खलित भाषण केलं. तिला हा मुद्दा वैयक्तिकदृष्ट्या अतिशय महत्त्वाचा वाटत होता, हे त्यावरून उघड होत होतं; परंतु त्यानंतर मात्र ती कधीही जाहीर सभेत बोलली नाही. तो फक्त आणि फक्त जिनांचाच प्रांत आहे, असं तिनं ठरवलं. तिनं असं का केलं, याचं कारण ती स्वत:लासुद्धा देऊ शकली नव्हती.

या साऱ्या जोरदार राजकीय गडबडीत येऊ घातलेल्या बाळाची कुणालाच आठवण येत नव्हती. बाळाच्या आगमनाला अवघे तीन महिने उरले असूनही कुणालाच त्याबद्दल फिकीर वाटत नव्हती. मुंबईत तिच्या प्रसूतीची व्यवस्था लावण्याऐवजी जिना पती-पत्नी अनिश्चित काळासाठी लंडनला जायला निघाले होते. होमरूलच्या नेत्या ॲनी बेझंट यांनी जिनांपुढे जो प्रस्ताव ठेवला होता, तो नाकारणं त्यांना शक्य झालं नव्हतं. ॲनी बेझंट इंग्लंडला माँटेग्यू- चेम्सफोर्ड-सुधारणा प्रस्तावावर चर्चेसाठी प्रतिनिधीमंडळ नेणार होत्या. त्यात जिना सामील झाले, तर त्या त्यांच्या प्रवासाची सारी सोय लावणार होत्या. पहिलं महायुद्ध संपल्यावर सैनिक इंग्लंडला परत जायला निघाल्यामुळे कितीही पैसा असला तरी बोटीत जागा मिळणं अत्यंत अवघड बनलं होतं. जिनांच्या दृष्टीनं ही अभूतपूर्व संधी होती. भारतातील ब्रिटिश सरकारचा रोष ओढवल्यामुळे जिनांना इंग्लंडमधील उच्चपदस्थ मित्रांची मदत घेऊन हॉर्निमनच्या सुटकेचे प्रयत्न करावेसे वाटत होते. समुद्रप्रवासाला निदान वीस दिवस लागले असते आणि ब्रिटिश संसदेतील चर्चा अजून निदान दोन महिने सुरू होणार नव्हती. त्याचाच अर्थ असा की, रट्टी प्रसूत होईपर्यंत जिना भारतात येऊ शकणार नव्हते. तिच्या माहेरच्या आप्तांनी तिच्याशी सारे संबंध तोडून टाकले होते, त्यामुळे तिला एकटीला भारतात सोडून जिना इंग्लंडला जाऊ शकणार नव्हते. समोरची संधीही त्यांना सोडवत नव्हती आणि पती आणि पिता म्हणून आपलं कर्तव्यही त्यांना टाळायचं नव्हतं, त्यामुळे इतर कुणीही घेतला नसता असा धोका पत्करून त्यांनी रट्टीला आपल्याबरोबर इंग्लंडला न्यायचं ठरवलं. रट्टीला त्याचा अतिशय आनंद वाटला. त्यांच्या विवाहानंतर दोघे प्रथमच परदेशवारीला जाणार होते. एकदा इंग्लंडला पोहोचल्यावर आपण पती-पत्नी म्हणून आपलं कल्पनेतलं आयुष्य जगू शकू, अशी तिला आशा वाटत होती. बाळाचं विचाराल तर त्याबद्दल विचार करायची तिची अजूनही तयारी नव्हती!

प्रकरण बारावे

~

गेल्या सहा वर्षांत रट्टीनं बोटीनं परदेशप्रवास केलेला नव्हता. गेल्या वेळेस ती बोटीनं गेली तेव्हा ती अवघ्या तेरा वर्षांची शाळकरी मुलगी होती. दर उन्हाळ्यात तिच्या आई-वडिलांबरोबर आणि भावांबरोबर ती परदेशात सुट्टीला जात असे. बरोबर त्यांचा नोकरांचा लवाजमासुद्धा दिमतीला घेऊन जायची त्यांची प्रथा होती. पेटिट कुटुंबाचा फ्रान्सच्या दक्षिण किनाऱ्यावर मोठा प्रासाद होता आणि इंग्लंडमध्येसुद्धा उन्हाळी सुट्टीसाठीचा बंगला होता. ते अत्यंत सुखवस्तू भाग्यवंतांमध्ये मोडत होते. सहा वर्षांपूर्वी रट्टीनं बोटीनं परदेशप्रवास केला, त्या वेळेस योगायोगानं जिनासुद्धा त्याच बोटीनं इंग्लंडला निघाले होते. तेसुद्धा पेटिट कुटुंबाप्रमाणेच उन्हाळी सुट्टीसाठी इंग्लंडला जात होते. त्या वेळेस आपल्या मित्राची लहान मुलगी असाच जिनांचा रट्टीकडे बघण्याचा दृष्टिकोन होता. कधीमधी ती डेकवर दिसली, तर तिच्याशी चार शब्द बोलण्यापलीकडे त्यांच्यात संभाषण घडत नव्हतं. त्या वेळेस तेरा वर्षांची असलेली रट्टी चांगलीच दांडगोबा होती. तिच्या भावांबरोबर खोड्या काढण्यात तिला तेव्हा प्रचंड रस वाटत असे. हे उद्योग करून कंटाळा आला की, ती पुस्तकांच्या जगात शिरून वाचनात रममाण होत असे. कधीमधी मुंबईत रट्टीला त्या वेळेस जेव्हा जिना भेटत, तेव्हा ती त्यांच्या राजकारणावरच्या गप्पा ऐकून घेत असे; परंतु बोटीवरच्या प्रवासात मौजमस्ती करण्यात रमलेल्या रट्टीला आत्ताच्या फेरीत तरी गप्पा ऐकण्यात फारसा रस नव्हता. जिनांच्या मनातही त्याच बोटीवरून प्रवासाला निघालेल्या गोपाळ कृष्ण गोखल्यांशी राजकारणावर चर्चा करण्याचा प्राथमिक हेतू होता. बोटीवर निर्विघ्नपणे तशी चर्चा करता येईल म्हणूनच गोखले प्रवास करत असलेल्या बोटीनंच जायचं, असं जिनांनी ठरवल्याचं सरोजिनींनी गोखल्यांना पत्राद्वारे कळवलं होतं. आपल्या सौजन्यशील स्वभावानुसार पेटिट कुटुंबातील स्त्रियांशी चार शब्द बोलण्यापलीकडे जिनांनी त्यांच्यावर वेळ खर्च केला नाही. बोटीची ती सफर लग्नापूर्वीची रट्टीची शेवटची परदेशसफर ठरली. कारण पुढच्याच वर्षी पहिलं महायुद्ध सुरू झालं.

जर युद्ध इतकं प्रदीर्घ काळ सुरू राहिलं नसतं तर रट्टी आणि जिना मधुचंद्रासाठी नक्कीच परदेशात गेले असते. रट्टीला हिंदुस्थानाबाहेर जायचा ध्यास लागला होता. केवळ

या विवाहानंतर तिच्या वाट्याला आलेल्या टीकेपासून आणि वादंगापासून दूर जाण्यासाठी नव्हे, तर सारा वेळ व्यग्र ठेवणाऱ्या राजकारणाच्या फासातून जिनांना सोडवण्यासाठी तिला परदेशवारीवर जायचं होतं. इंग्लंडमध्ये ते दोघे त्यांच्या नैसर्गिक प्रवृत्तीप्रमाणे वागू शकले असते, असं रट्टीला वाटत होतं : प्रेमळ, देखणं, लोकांमध्ये मिसळण्याची आवड असलेलं जोडपं. राजकारणाबद्दलच्या प्रेमाच्या तीव्रतेत मृदूपणा आणण्यासाठी गाण्याचे, नाटकांचे कार्यक्रम ऐकणं, इतर कलांच्या कार्यक्रमांना उपस्थित राहणं, यांसारख्या गोष्टींमध्ये सहभाग घेणारं दांपत्य. नुसतं घरात बसून दोघांनीच जेवत न बसता इतर लोकांमध्ये मिसळण्यासाठी डिनर पार्टीजना हजेरी लावणं, प्रवास करणं आणि आयुष्यात थोडी मौज असणं. एकदा मुंबईबाहेर पडल्यावर जिना त्यांच्या प्रियाराधनाच्या वेळेसारखे वागताना तिला नक्कीच दिसले असते. त्या वेळचे जिना पुन्हा दिसावेत याचीच तर तिला प्रचंड आस लागली होती. त्या अपेक्षेत तिचं मन इतकं हर्षोत्फुल्ल झालं होतं की, अवघ्या दोन महिन्यांत बाळाचा जन्म होणार आहे आणि आपल्या हाती केवळ दोनच महिने आहेत, या वस्तुस्थितीचासुद्धा तिला विसर पडला होता.

पुढे किती आनंद वाढून ठेवलाय, या रट्टीच्या भावनेत भर घालायला सरोजिनीसुद्धा त्यांच्याच बोटीनं इंग्लंडला जाणार होत्या. आपल्या हृदयविकारावर उपचार करून घेण्यासाठी सरोजिनींना इंग्लंडला जायचं होतं; परंतु अनेक आठवडे वाट पाहूनही कोणत्याच बोटीवर जागा मिळाली नसल्यामुळे त्यासुद्धा ॲनी बेझंटच्या प्रतिनिधीमंडळात सामील झाल्या होत्या. रट्टीच्या दृष्टीनं एकट्या जिनांसोबत जाण्यापेक्षा सरोजिनींची सोबत मिळणं अधिक आनंददायी ठरणार होतं. जिना बोटीवरसुद्धा ॲनी बेझंटच्या प्रतिनिधीमंडळातल्या सदस्यांसोबत दिवसरात्र राजकारणाचाच काथ्याकूट करत बसले असते. मुंबईत रट्टीला एकट्या सरोजिनींचा सहवास दुष्प्राप्य झाला होता. आता तब्बल वीस दिवस रट्टीला सारा वेळ सरोजिनींबरोबर गप्पागोष्टी करता येणार होत्या. डेकवर त्यांच्या शेजारच्या खुर्चीवर लोळत त्यांच्याशी गप्पा करणं, थोडंसं वाचणं, थोडीशी डुलकी घेणं यात वेळ किती मजेत जाईल, याची ती स्वप्नं पाहू लागली होती.

पण ती रट्टीची आशासुद्धा फोल ठरली. एडन येईपर्यंत प्रचंड उकाड्यामुळे आणि वादळी समुद्रामुळे हलणाऱ्या बोटीमुळे सतत मळमळत असल्यामुळे रट्टीला केबिनच्या बाहेरच पडता आलं नाही. एडनला ते बोटीतून खाली उतरले नसले तरी १५ जून १९१९ रोजी घरी धाडलेल्या पत्रात सरोजिनींनी लिहिलं होतं, 'बोटीत बसूनही आजूबाजूची भरपूर मौज पाहता येत होती. आमच्या बोटीजवळ छोट्याशा होड्या घेऊन कुरळ्या केसांचे निग्रो मुलगे येत होते आणि वाळवंटातल्या अनेक गोष्टी विकत होते. शहामृगाची अंडी, खजुरीची पानं विणून बनवलेल्या रंगीत टोपल्या, खजुराचे घड, सिगारेटी, हरणाची कातडी, मणी, शिंपले अशा चित्रविचित्र गोष्टी ते विकत होते; परंतु बोट लागून बेजार झालेली आणि आता गर्भारपणामुळे आणखीच त्रासलेली रट्टी हे तरंगते बाजार पाहण्याच्या शारीरिक आणि मानसिक स्थितीत नव्हती!'

जिना तिच्या जवळ असूनही नसल्यासारखेच होते. ते तिच्याच केबिनमध्ये तिच्या सोबत असले, तरी त्यांचं मन तिच्यापासून अनेक मैल दूर मुंबईतच घुटमळत होतं. *बॉम्बे क्रॉनिकलच्या* संपादकीयावरचा सेन्सॉरच्या पूर्वतपासणीचा निर्बंध ब्रिटिश सरकारनं

अजूनही दूर केलेला नव्हता. तो दूर व्हावा म्हणून जिनांनी इंग्लंडला निघण्यापूर्वी सर्व तऱ्हेचे प्रयत्न करून पाहिले होते. सरकार दर वेळेस नवेच नियम त्यांच्या तोंडावर फेकून त्यांची गळचेपी करत होतं, त्यामुळे शक्य तेवढ्या सर्व मार्गांनी सरकार आपलं राजकीय भवितव्य नष्ट करू पाहतंय, असं जिनांना वाटू लागलं होतं. शेवटी सरकारच्या वेळकाढूपणापुढे हात टेकून निघण्यापूर्वी जिनांनी संपादकीयाखेरीजच *बॉम्बे क्रॉनिकल* वृत्तपत्र प्रकाशित करायला प्रारंभ केला होता. हॉर्निमनच्या जागी पूर्वीचे उपसंपादक एस. ए. ब्रेलवी संपादक म्हणून नियुक्त झाले असले तरी त्यांच्या आणि संपादकमंडळातील इतरांच्या कर्तृत्वाबद्दल जिनांना तितकीशी खात्री वाटत नव्हती. पोर्टसैदला बोट पोहोचेपर्यंत *बॉम्बे क्रॉनिकलच्या* चिंतेतच जिना पूर्णपणे व्यग्र राहिले होते. तेथे पोहोचल्यावर मात्र त्यांच्यानं राहावलं नाही आणि त्याबद्दल चौकशी करणारं पत्र त्यांनी ब्रेलवींना पाठवून दिलं. *बॉम्बे क्रॉनिकलचे* अंक त्यांच्या लंडनच्या पत्त्यावर पाठवायचीसुद्धा त्यांनी विनंती केली. जिनांना पत्र लिहिण्याचा किती प्रचंड कंटाळा आहे, हे माहीत असल्यामुळे जिनांचा ब्रेलवींना पत्र पाठवण्याचा खटोटोप पाहून एरवी रट्टीची खूपच करमणूक झाली असती आणि तिनं त्याबद्दल त्यांना भरपूर चिडवूनही घेतलं असतं; पण रट्टीला अजिबातच बरं वाटत नसल्यामुळे त्या घटनेतला विनोद तिला जाणवलाच नाही.

बोटीवरून त्यांनी लिहिलेलं दुसरं पत्रसुद्धा देशातली बातमी जाणून घेण्यासाठी त्यांनी अगदी नाइलाजानं गांधीजींना पाठवलं होतं. जिनांनी गांधीजींजवळ भारतातील राजकीय बातमीची पृच्छा करून त्यांचं सुधारणा-कायद्याबाबतचं मत विचारलं होतं. गांधीजींनी जिनांना उत्तर ताबडतोब धाडलं; परंतु जिनांना ज्या गोष्टीची तहान लागली होती, त्या राजकीय बातम्या किंवा सुधारणा कायद्याबाबतची स्वत:ची मतं पाठवण्याऐवजी गांधीजींनी आपल्या पत्रातून जिनांना गुजराती-हिंदी शिकून घेण्याचा सल्ला दिला होता आणि मुंबईत त्यांच्या स्वत:च्या देखरेखीखाली त्यांनी चालू केलेल्या सूतकताईच्या वर्गांमध्ये परत आल्यावर रट्टीनं सहभाग घ्यावा, असंही सुचवलं होतं.

सरोजिनींना जिनांप्रमाणे भारतातील राजकारणाबाबतच्या चिंता जाळत नव्हत्या. रट्टीपेक्षा कणखर प्रकृती असल्यामुळे त्यांना बोटसुद्धा लागत नव्हती, त्यामुळे त्या आराम घेत प्रवासाची मौज अनुभवू शकत होत्या. बोटीतून टाकलेल्या खाद्यपदार्थांच्या कचऱ्यावर झडप टाकायला बोटीपाठोपाठ शार्क माशांच्या झुंडी कशा फिरत असतात आणि लहान आकाराचे व्हेल मासे गमतीनं कशा उसळ्या घेत असतात, याबद्दलची वर्णनं त्यांनी आपल्या मुलींना पाठवलेल्या पत्रांमध्ये केली होती. त्याप्रमाणेच बोटीवरल्या बहुरंगी-बहुढंगी प्रवाशांबद्दलही खुसखुशीत टिप्पण्या पाठवल्या होत्या.

त्यांनी एडननंतर पाठवलेल्या एका पत्रात उकाडा कमी होऊन जोरदार वाऱ्यांमुळे हवेत सुखकारक गारवा आल्याचं वर्णन केलं आहे. या पत्रात प्रथमच बोट लागून मळमळत असल्यामुळे त्रस्त झालेल्या रट्टीचा त्यांनी उल्लेख केला आहे : 'रट्टीसुद्धा सुखद गारव्यामुळे संध्याकाळी केबीनबाहेर पडू लागली आहे. ती रंगीबेरंगी कपड्यात एखाद्या फुलासारखी दिसते. ती इतकी सुरेख आणि नाजूक दिसते की, साऱ्या स्त्रिया आश्चर्यचकित होऊन तिच्याकडे बघतच बसतात.'

बोट इंग्लंडला पोहोचल्यावरही रट्टीच्या स्वप्नांमधील पतीचं सहचर्य तिला लाभलं नाही. अर्थात लंडनच्या वास्तव्यासाठी जिनांनी सुज्ञपणे आधीच एक घर भाड्यानं घेऊन ठेवलं होतं.त्यांना खरंतर लंडनच्या रिट्झ या त्यांच्या आवडत्या हॉटेलमध्ये राहायला जास्त आवडलं असतं; पण रट्टीची प्रसूतीची वेळ जवळ येत चालली होती, त्यामुळे हॉटेलात राहणं योग्य ठरणार नाही, असं वाटल्यामुळे त्यांनी घरच भाड्यानं घेतलं होतं; पण या घरात रट्टीची एकदा व्यवस्था लावून दिल्यावर ते ताबडतोब त्यांच्या इतर उद्योगांसाठी बाहेर पडले. त्यांच्या मते त्यांनी पती या नात्यानं आपलं सारं कर्तव्य पार पाडलं होतं आणि घराबाहेरची हजारो राजनैतिक कामं त्यांना आता खुणावत होती.

समित्यांसमोर आपली मतं मांडायची वेळ येईपर्यंत आराम करणाऱ्या प्रतिनिधीमंडळामधल्या इतर सदस्यांसारखं राहून जिनांना चैनच पडलं नसतं. भारताच्या भल्यासाठी शक्य तेवढं सारं करण्यासाठी, जमेल तेवढ्या महत्त्वाच्या लोकांची भेट घेण्याची जिनांची तीव्र इच्छा त्यांना सतत घराबाहेरच व्यग्र ठेवत होती. भारतातील इतर प्रतिनिधीमंडळांच्या तुलनेत ॲनी बेझंटचा गट लंडनमध्ये खूपच लवकर पोचला होता. १९१९ सालच्या ऑगस्टच्या पहिल्या आठवड्यात त्यांच्या समितीच्या बैठका सुरू होणार होत्या; पण त्यापूर्वी ब्रिटनचे परराष्ट्रमंत्री सर मॉंटेग्यू यांची भेट घेऊन जिनांना हॉर्निमन यांचा पासपोर्ट परत मिळवून त्यांच्यावरील भारतातून हद्दपारीचा निर्बंध दूर करायचा होता. रौलट कायद्याबाबतसुद्धा सर मॉंटेग्यू यांच्याशी चर्चा करून त्याबाबत त्यांचं मत आपल्या बाजूला वळवण्याचा जिना प्रयत्न करणार होते.

परंतु या दोन्ही बाबतीत जिनांना मॉंटेग्यूबाबत वाटणारा विश्वास फोलच ठरला. वैयक्तिक बाबतीतल्या लोकांबाबतच्या वावड्यांवर अजिबात विश्वास ठेवत नसल्यामुळे इंग्लंडमधली बदलती सत्तेची समीकरणं जिनांच्या लक्षातच आलेली नव्हती. मॉंटेग्यूंचं इंग्लंडच्या राजकारणातलं महत्त्व आता अस्ताला चाललं होतं. त्यांच्या ढासळत्या प्रकृतीपायी ते पूर्वीइतक्या तडफेनं चर्चेत आपलं मत मांडू शकत नव्हते, हे त्यामागचं एक कारण असलं तरी आणखी महत्त्वाचं दुसरं कारण होतं की, जालीयनवाला बाग घटनेनंतर ब्रिटिश सरकार भारताबद्दल पूर्वीएवढं उदारमतवादी राहिलं नव्हतं. मॉंटेग्यू दोन वर्षांमागं सुधारणा कायद्याबद्दल भारतीय नेत्यांशी चर्चा करायला आले होते, तेव्हा जिनांची मतं त्यांनी आस्थेनं ऐकून घेतली होती. त्यांना आता जिनांबद्दल त्या वेळेसारखी जवळीक वाटत नव्हती. जिनांबद्दल त्या वेळेस त्यांचं जे अनुकूल मत झालं होतं, ते मुंबईचे आताचे गव्हर्नर लॉर्ड लॉइड आणि त्यापूर्वीचे गव्हर्नर लॉर्ड विलिंग्डन यांच्या तक्रारींमुळे पूर्णपणे प्रतिकूल बनलं होतं. लॉइडनी तर जिनांच्या बेभरवशी स्वभावापासून सावध राहण्याची सूचना सर मॉंटेग्यूंना केली होती. लॉइडनीच *बॉम्बे क्रॉनिकल*चे संपादक हॉर्निमन यांची गठडी वळून त्यांना लंडनला पाठवून दिलं होतं. मुंबईमधली अशांतता दूर करण्यासाठी आणि जिनांच्या नेतृत्वाखालच्या मुंबईतील अतिरेक्यांना निष्प्रभ करण्यासाठी आपण असं केलं, असं त्यांनी म्हटलं होतं. आता हॉर्निमनना दूर केल्यामुळे त्यांच्या वृत्तपत्राद्वारे वाचकांना पुरवला जाणारा देशद्रोहाचा दैनिक खुराक बंद होऊन मुंबईत शांतता नांदू लागली आहे, असं त्यांनी सर मॉंटेग्यूंना पटवलं होतं.

पृष्ठभागाखाली कोणती खळबळ चालू आहे, याची कोणतीही कल्पना नसल्यामुळे जिना सर माँटेग्यूंना आणि अन्य उच्चपदस्थांना भेटायचे जोराने प्रयत्न करत होते. घरी जो थोडका वेळ ते घालवत, तो ते वर्तमानपत्र वाचण्यातच घालवत. लंडनला येताना बोटीवरल्या प्रदीर्घ प्रवासादरम्यान त्यांना भारतातली कोणतीच राजकीय बातमी समजली नसल्यामुळे ते अत्यंत बेचैन झाले होते. आता ते लंडनमधील आणि भारतातील केवळ ताजी दैनिकंच वाचत नव्हते, तर वृत्तपत्रांचे शिळे अंकसुद्धा ते काळजीपूर्वक वाचून टिपणं करत होते. बातम्यांची उपासमार घडल्यामुळे ते भेटतील, त्या भारतीय विद्यार्थ्यांना राजकारणाच्या बातम्यांसाठी आणि चर्चेसाठी घरी बोलवू लागले होते.

जुलैअखेरीस त्यांचं चित्त सुधारणा कायद्यात पूर्णपणे व्यग्र होऊन गेलं. त्यावरील चर्चेसाठी आमंत्रित करण्यात आलेली सर्व प्रतिनिधीमंडळं एव्हाना लंडनमध्ये येऊन पोहोचली होती आणि भारतीयांच्या राजकीय आकांक्षांबद्दल सहानुभूती बाळगणाऱ्या अनधिकृत संस्थांनी या प्रतिनिधीमंडळांच्या स्वागतासाठी मेजवान्या आयोजित करायला प्रारंभ केला होता. भारतीय सदस्यांपैकी सर्वांत नामवंत असलेल्या जिनांना अशा समारंभांमध्ये प्रमुख वक्ते म्हणून भाषण करायला सांगितलं जात असे. जिनांनी आता त्यांना दिवस-रात्र गुंतवून ठेवणारं नवंच काम स्वेच्छेनं आपल्या शिरी ओढवून घेतलं होतं. सर्व भारतीय एकमुखानं स्वत:चं सरकार स्थापू इच्छित आहेत, फक्त मूठभर सुधारक लोक आणि वकीलच त्यासंदर्भातील सुधारणांसाठी टाहो फोडत नाहीयेत, हे ब्रिटिश सरकारला पटवायचं असेल, तर त्यासाठी इथं उपस्थित राहिलेल्या सर्व प्रतिनिधींनी चर्चासंदर्भात एकमुखानं तशी मागणी करणं गरजेचं आहे, अशी जिनांची ठाम खात्री पटली होती, त्यामुळे त्यांनी सर्व प्रतिनिधीमंडळांशी त्याबाबत सखोल चर्चा केली आणि एकमुखानं तशी मागणी करायची विनंती केली. त्यांनी इतके अथक प्रयत्न केले असूनही काँग्रेस आणि उदारमतवादी गट दोघेही आपली टोकाची मतं सोडून द्यायला राजी झाले नाहीत. सुधारणांचा उपयोग होईल की, तो नुसता बकवास आहे, याबाबत त्यांचं एकमत होतच नव्हतं. जिना जो मध्यम मार्ग सुचवत होते, त्या प्रस्तावावर ॲनी बेझंटच्या प्रतिनिधीमंडळाच्या सर्व सदस्यांनी सह्या केल्या असल्या तरी आपल्या दोन टोकांच्या मतांपासून काँग्रेसचे सदस्य आणि उदारमतवादी गट तसूभरही ढळले नाहीत.

यासारख्या सर्व उठाठेवींमध्ये स्वत:च्या घरात काय चाललंय याकडे लक्ष द्यायला जिनांना क्षणाचीही फुरसत मिळत नव्हती. त्यांच्या पैशांनी विकत घेता येण्यासारख्या सुविधांखेरीज दुसरा कोणताही आधार नसताना परदेशात प्रसूत होण्याबाबत रट्टीला कोणती काळजी वाटतेय, याचा विचारही त्यांच्या मनाला शिवला नव्हता. रट्टीला तर वाटू लागलं होतं, की एका जागेवरचा बंदिवास संपून आता नव्या जागेवरच्या तिच्या बंदिवासाला सुरुवात झाली आहे. सरोजिनींनी म्हटलं होतं, त्याप्रमाणे युद्धोत्तर काळातल्या इंग्लंडमध्ये कोणताही ठोस हेतू नसलेल्यांसाठी अजिबात जागा उरली नव्हती. लंडनमधल्या रट्टीच्या ज्या बालपणीच्या सुखद आठवणी होत्या, तसं लंडन आता लुप्त झालं होतं. जिनांनी भाड्यानं घेतलेलं घर 'पॉल मॉल' या सोयीच्या भागात होतं. हा भाग जिनांच्या वेगवेगळ्या मीटिंगजच्या दृष्टीनं जवळ होता, तसंच रट्टीला एकटीला खरेदीसाठी जावंसं वाटलं, तर त्या दृष्टीनंही सोयीचा होता; परंतु युद्ध संपल्यावर सर्व गोष्टींची इंग्लंडमध्ये इतकी टंचाई

भासत होती की, रट्टी एकटीनं कोणत्या गोष्टी विकत घ्यायला बाहेर पडणार होती? आणि अन्नाचीसुद्धा टंचाई निर्माण झालेली होती. शिवाय कुणाला भेटायला जायचं म्हटलं, तर तिच्या ओळखीचंही कुणी तिथं नव्हतं. तिच्या लग्नापूर्वी ओळख झालेले काही लोक तिच्या आई-वडिलांच्या वर्तुळातले होते, त्यामुळे त्यांची घरं आता तिला वर्ज्य झाली होती. राहता राहिल्या सरोजिनी! त्यासुद्धा चर्चासत्रापूर्वी महिनाभर इंग्लंडमधील लेक डिस्ट्रिक्ट आणि आयर्लंड येथे फिरायला गेल्या होत्या.

जिनांचं लक्ष पुढील चर्चासत्राच्या मुलाखतीत विचारल्या जाणाऱ्या प्रश्नांवर केंद्रित झालं होतं, त्यामुळे त्याबाबत चर्चा करण्यासाठी ते भेटेल त्या भारतीय विद्यार्थ्याला आपल्या घरी चहासाठी बोलवू लागले होते. दिवाण चमनलाल हा ऑक्सफर्डमधून पदवी मिळवून नुकताच बाहेर पडलेला विद्यार्थी आणि एम. सी. छागला हा ऑक्सफर्डमध्ये पदवीचं शिक्षण घेणारा तरुण विद्यार्थी या दोघांनीही त्याबद्दलच्या आठवणी नमूद केल्या आहेत.

महिन्यानं या चर्चासत्राच्या बैठकी सुरू झाल्यावर तर जिना रट्टीच्या वाट्याला अजिबातच येईनासे झाले होते. आठवड्यातून तीनदा होणाऱ्या या चर्चेच्या बैठकी अनेक तास चालू राहत असत; परंतु प्रत्येक प्रतिनिधी मंडळांच्या चर्चासत्रात जिना आग्रहीपणे हजर राहत आणि प्रत्येक सदस्याचा शब्दन्‌शब्द ऐकून घेत असत. ही सत्रं अजून महिनाभर तरी सुरूच राहणार होती, त्यामुळे एकट्या जिनांसमवेत थोडा वेळ घालवता येईल, ही रट्टीची आशा पूर्णपणे मावळून गेली होती.

आपले स्वत:चे मुद्दे मांडायची संधी इतरांपेक्षा त्यांना लवकर लाभली. १३ ऑगस्ट रोजी चर्चासत्र सुरू झाल्यावर अवघ्या एकच आठवड्यात जिना सुधारणा कायद्याबाबतची आपली मतं मांडायला समितीपुढे उभे राहिले. त्यासाठी त्यांनी संपूर्ण तयारी केली होती आणि नेहमीच्या निर्भिड आवेशानं त्यांनी आपली मतं मांडायला सुरुवात केली. सुधारणा कायद्याचा प्रस्ताव पुढे आणणाऱ्या मॉंटेग्यूंनी जिनांचं स्पष्ट बोलणं आपल्या जिवाला लावून घेतलेलं पाहून जिनांना आश्चर्याचा धक्काच बसला. जिनांनी या सुधारणा कायद्याचं वर्णन 'भेदरट आणि पूर्वग्रहयुक्त' असं केल्यामुळे मॉंटेग्यू संतापले होते. बऱ्याचदा जिनांना जेव्हा वाटत असे की, आपण तर केवळ जोरकसपणे आपलं मत मांडत आहोत, तेव्हा आपल्या स्पष्टवक्तेपणाचा ऐकणाऱ्यावर कोणता परिणाम होतोय, याची त्यांना जाणीवच होत नसे. आतासुद्धा तसंच घडलं. मॉंटेग्यूंच्या आधीचे परराष्ट्रमंत्री लॉर्ड मोर्ली यांचं जोरदार कौतुक करून जिनांनी त्यांचं वर्णन 'आजवरचे सर्वोत्कृष्ट परराष्ट्रमंत्री' अशा शब्दांमध्ये केलं आणि त्यानंतरचा एकही परराष्ट्रमंत्री त्यांची आजवर बरोबरी करू शकलेला नाही आणि भविष्यातही करू शकणार नाही, असा समारोप केला. त्याचा सर मॉंटेग्यूंवर आणि त्यांच्या मंडळातल्या इतरांवर कोणता परिणाम होतोय, हे जिनांच्या खिजगणतीतच नव्हतं. रट्टी तेथे असती तर त्यांच्या निष्ठुर परखडपणाचा परिणाम पाहून तिची बहुधा करमणूक झाली असती. हा परखडपणा या वेळेस जिनांना चांगलाच भोवला. यापूर्वी मॉंटेग्यूंना जिनांबद्दल आदर आणि प्रेम वाटत असे. त्यांनी जिनांना आपल्या घरीसुद्धा आमंत्रित केलं होतं. आता मात्र त्यांना प्रचंड अपमानित वाटलं आणि त्यांनी जिनांवर प्रतिहल्ला चढवून ते सतत आपल्या मागण्या वाढवतच नेत असल्याचा आरोप केला.

माँटेग्यूंच्या समितीतल्या इतरांनाही जिनांच्या आरोपांची चीड आली. या सुधारणा प्रस्तावातल्या सुधारणा फारच अल्प-स्वल्प आहेत आणि त्या वेळ टळून गेल्यावर करण्यात येत आहेत, हा जिनांचा आरोप ऐकून खवळलेल्या समितीनं एका अन्य प्रतिनिधीला विचारलेला एक प्रश्न वगळता आपला सारा रोख जिनांकडेच वळवून त्यांना युक्तिवादात हरवून पेचात पकडायचा जोरदार प्रयत्न सुरू केला; परंतु जिना या ब्रिटिश सांसदांना पुरून उरले. या प्रश्नोत्तरांच्या फैरीत जिना सर्वांना पुरून उरले, असं तेथे उपस्थित असलेल्या बी. जी. तेलंगांनी नमूद केलं आहे; परंतु कायद्याच्या बारकाव्यांच्या व्यावहारिक बाजूंचा जिनांनी पुरेशा सखोलपणे अभ्यास केला नव्हता, असंसुद्धा तेलंगांनी म्हटलं आहे.

परंतु जिनांना मात्र आपण आपलं काम अत्यंत चोखपणे बजावलं आहे, असंच वाटलं होतं. ते स्वत:वरच इतके खूश झाले होते की, त्या संध्याकाळी त्यांनी आपल्या राजकीय कामातून सुट्टी घेतली आणि रट्टीला घेऊन ते नाटक बघायला बाहेर पडले. त्यांचं जेव्हा प्रियाराधन चालू होतं, तेव्हा आपल्याला नाटकं पाहायला खूप आवडतं, असं जिना नेहमी म्हणत असत. आता लंडनमध्ये असताना आपण नाटक पाहायला जाऊयात, असा तिचा लाडिक हट्ट खूप वेळ चालू होता. त्यांचं समितीपुढलं विवेचन झालं, त्याच्या पुढच्याच दिवशी संध्याकाळी हे दोघे नाटक पाहायला बाहेर पडले. कोणतीही विवंचना नसलेलं, अद्ययावत कपडे परिधान केलेलं हे देखणं जोडपं सर्वांच्या नजरा वेधून घेत होतं; परंतु कधी नव्हे ते जिनांबरोबर बाहेर पडता आल्याचा रट्टीचा आनंद अल्पकाळच टिकणार होता! नाटक अर्धमुर्धं संपतंय तोच तिच्या पोटातल्या बाळानं जगात अवतरायचं ठरवलं. त्या दोघांना घाईघाईनं प्रेक्षागृहातून बाहेर पडावं लागलं.

१४ ऑगस्टच्या मध्यरात्री बाळाचा जन्म झाला. ती मुलगी होती. रट्टीची मोहक जिवणी आणि टपोरे, काळेभोर डोळे घेऊन जन्माला आलेली! परंतु त्या गोड बाळाचं कोडकौतुक करायला आणि त्याच्या आईची काळजी घ्यायला इथं कुणीच आप्तमित्र हजर नव्हते. माथेरानची उन्हाळी सुट्टी संपवून लेडी पेटिट मुंबईला परतल्या होत्या आणि गांधीजींकडून सूतकताईचे धडे घेत होत्या. सरोजिनींनी समितीपुढे आपलं म्हणणं जिनांपूर्वीच मांडलं होतं, त्यामुळे त्या बहुधा त्यानंतर आयर्लंडला गेल्या असाव्यात. त्यांनी २७ ऑगस्ट १९१९ रोजी डब्लिनहून आपल्या मुलाला लिहिलेल्या पत्रात रट्टीचा किंवा तिच्या बाळाचा उल्लेख आढळत नाही; परंतु समजा त्या रट्टीच्या प्रसूतीच्या वेळेस लंडनमध्ये असत्याच तरी अत्यंत स्वाभिमानी आणि स्वातंत्र्याबाबत हेकेखोर असलेल्या जिनांनी आपल्या कोवळ्या वयाच्या पत्नीला भावनिक आधार देण्याची सरोजिनींना विनंती केली नसती! लंडनहून सरोजिनींनी घरी जी अनेक पत्रं पाठवली, त्यातल्या एकाही पत्रात तसा उल्लेख आढळत नाही! अर्थात एकटे असूनही जिना आपल्या कर्तव्यात अजिबात उणे पडले नाहीत. पैशांनी विकत घेता येतील, असे सारे प्रशिक्षित नोकरचाकर आपल्या पत्नीच्या आणि लेकीच्या दिमतीला तैनात केल्यावर जिना पुन्हा एकवार आपल्या प्रिय राजकारणामध्ये व्यग्र झाले.

रट्टीलासुद्धा मुलगी ही आपली स्वत:ची जबाबदारी वाटली नाही. आजवर साऱ्या रंजल्यागांजल्यांवर प्रेमाचा वर्षाव करणारी रट्टी आपल्या तान्ह्या मुलीच्या बाबतीत मात्र पूर्णपणे अलिप्त राहिली. जिनांनी सुखवस्तू घरात जन्मलेल्या बाळासाठी योग्य अशा साऱ्या परिचारिका-आया-दाया नियुक्त करण्यात कोणतीही कसूर केली नव्हती, त्यामुळे

आपल्यापेक्षा बाळाची काळजी घ्यायला त्याच अधिक सक्षम आहेत, असं रट्टीला वाटलं असण्याची शक्यता आहे. जिनांना जेथेजेथे जाहीर सभांमध्ये भाषणासाठी किंवा त्यांच्या सन्मानार्थ आयोजित केलेल्या मेजवान्यांसाठी जावं लागत होतं, त्या सर्व ठिकाणी रट्टी न चुकता त्यांच्याबरोबर जात होती. आपल्या नवागत बाळाला ती नॅनीज आणि आयांच्या ताब्यात सोडून देत होती.

बाळाच्या जन्मानंतर अवघ्या एकाच आठवड्यात सगळीकडे जाण्याइतपत तिची तब्येत सुधारली, तरीही तिच्या अंतर्यामी कोणती तरी वेदना दडलेली जणवत असे. ८ ऑक्टोबर १९१९ रोजी रट्टीची आणि बाळाची भेट घेतल्यानंतर त्यांनी पद्मजाला लिहिलेल्या पत्रात सरोजिनींनी म्हटलंय, 'सोनेरी ठिपक्यांचे काळेभोर पंख असलेल्या फुलपाखरासारखी रट्टी दिसतेय. ती फार आनंदी वाटत नाहीये, तरीही एखाद्या धैर्यशील कारुण्यमूर्तीसारखी ती सुंदर दिसतेय.'

सरोजिनींनी ८ ऑक्टोबरच्या सुमारास रट्टीची आणि बाळाची भेट घेतली होती. त्यानंतर अवघ्या दोनच आठवड्यांत जिना कुटुंबानं बोटीनं परतीचा प्रवास सुरू केला. बाळ नुकतंच दोन महिन्यांचं झालं होतं आणि जिनांना आता आणखी धीर धरवत नव्हता. भारत सोडून आता चारपेक्षा जास्त महिने होऊन गेले होते आणि आता परत जाणं त्यांच्या मते गरजेचं झालं होतं. भारतीय राजकारणातलं आपलं स्थान अभेद्य आहे, असा जरी त्यांना अजूनही पूर्ण विश्वास वाटत असला, तरी अलीकडे घडलेल्या घटनांमुळे आपण राजकीयदृष्ट्या निष्प्रभ ठरू की काय अशी शंका त्यांना अस्वस्थ करू लागली होती. राजकीयदृष्ट्या तरून जाणं हे आता त्यांच्या पुढचं प्राथमिक आणि अवघड लक्ष्य बनलं होतं!

प्रकरण तेरावे

~

तीन आठवड्यांत जिना कुटुंब मुंबईला पोहोचलं. रट्टीपेक्षा तिच्या बाळालाच समुद्रप्रवासाचा कमी त्रास झाला असणार. रट्टीला बोट इतकी प्रचंड लागत असे की, तिनं एका पत्रात कांजीला कळवलं होतं, 'उसळत्या लाटांना तोंड द्यायला माझी आतडी सदैव सज्ज असतात.' दुसऱ्या दिवशीच्या *बॉम्बे क्रॉनिकलच्या* 'अधिकृत आणि वैयक्तिक' या लोकप्रिय सदरातली बातमी होती, 'शुक्रवारी सकाळी एस. एस. मालवा या बोटीनं श्रीयुत आणि श्रीमती जिना मुंबईला परत आले.' त्यात त्यांच्या नवागत मुलीचा उल्लेखच केला नव्हता.

जिना जरी शुक्रवारी परत आले होते, तरी शनिवार-रविवार आराम न घेता ते ताबडतोब कामाला जुंपले. पोचताक्षणी त्यांनी *बॉम्बे क्रॉनिकलच्या* वार्ताहराला बोलावून घेतलं आणि स्वतःच्या लंडनवारीत त्यांनी कोणकोणत्या गोष्टी साध्य करून घेतल्या याबद्दलची आपली मतं त्याच्यापुढे नमूद केली. 'भारतासाठी केलेलं जिकिरीचं आणि कष्टप्रद काम' आणि 'महत्त्वाच्या व्यक्तींच्या त्यांनी घेतलेल्या गाठीभेटी' तसंच 'सरकारच्या सुधारणा कायद्याबाबत असलेला त्यांचा सावध आशावादी दृष्टिकोन' याबद्दल त्यांनी वार्ताहराला या मुलाखतीत भरपूर माहिती ऐकवली. रट्टीला हेतुपूर्वक हिशेबीपणे केलेल्या कृतींची नेहमीच घृणा वाटत आली होती. मग ती कृती राजकारणाबाबत असो की वैयक्तिक स्तरावरची असो. सोमवारी त्यांनी दिलेली लांबलचक मुलाखत छापून आल्यावर ती स्वतःचा डांगोरा पिटणारी कृती पाहून रट्टीला नक्कीच शरम वाटली असणार; पण जिना हे व्यवहारानं वागणारे असल्यामुळे ते पूर्णपणे जाणून होते की, झपाट्यानं बदलणाऱ्या राजकीय परिस्थितीत टिकाव धरण्यासाठी स्वतःची जाहिरातबाजी करणं गरजेचं बनलं होतं.

जिना इंग्लंडला गेले होते त्यादरम्यान भारतातील राजकारणात खूपच बदल घडून आले होते आणि आपण ताबडतोब कामाला सुरुवात केली नाही, तर राजकारणावरली आपली पकड सुटेल, अशी त्यांना भीती वाटू लागली होती. ब्रिटिश सरकारच्या 'भारत कायद्यात' भरपूर बदल घडवण्यात इंग्लंडमध्ये जिना आपली सारी शक्ती खर्ची पाडत होते, तेव्हा भारतातील मुस्लीम 'स्वतःचं सरकार' या कल्पनेपासून आणखीच दूर गेलेले

होते. वस्तुत: सध्या भारतातील मुस्लिमांना एकाच राजकीय समस्येची–खिलाफत प्रश्नाची–चिंता पडलेली दिसत होती. खलिफ हा तुर्की सुलतान होता आणि पहिल्या महायुद्धात तो ब्रिटिशांच्या शत्रुपक्षात होता. आता इंग्लंड आणि त्यांची मित्रराष्ट्रं अरबस्तानातील पवित्र जागांवरची त्याची सत्ता काढून घ्यायच्या मागं लागली असल्यामुळे भारतातील मुस्लिमांच्या मते या मुद्याखेरीज बाकी साऱ्या गोष्टी नगण्य बनल्या होत्या.

आपल्या संपूर्ण राजकीय कारकिर्दीत जिनांनी धर्माला कटाक्षानं राजकारणापासून दूर ठेवलं होतं, त्यामुळे जिनांना 'खिलाफत' या समस्येकडे गांभीर्यानं पाहणं शक्य होत नव्हतं. इंग्लंडला जिना गेले, त्यापूर्वीपासून मुस्लीम लीगमधली खिलाफत धार्जिणी मंडळी या मुद्यावर काम करण्यासाठी जिनांवर दडपण आणू लागली होती, त्यामुळे तेथे असताना ब्रिटिश सरकारपुढे नाइलाजानं त्यांना त्याबाबत निषेधाचं एक पत्र सादर करणं भाग पडलं होतं; परंतु जिना भारतात परत आले तोवर खिलाफत धार्जिण्या लोकांनी खूपच सत्ता हाती घेतली होती. त्यांनी प्रत्येक इलाख्यात त्यासाठीच्या समित्यांची स्थापना केली होती आणि आपल्या निषेधाला भरपूर वाचा फोडली होती. जिना भारतात परत आले, त्यानंतर लगेचच, नोव्हेंबर महिन्यात खिलाफतीचा मुद्दा अग्रस्थानी ठेवणाऱ्यांनी त्यासाठी सिमल्यात अखिल भारतीय परिषदेचं आयोजन केलं होतं. जिनांना अर्थातच त्या परिषदेचं आमंत्रण पाठवण्यात आलं होतं; परंतु कोणती तरी लंगडी सबब पुढे करून त्यांनी तेथे जाण्याचं टाळलं आणि त्याऐवजी त्यांना पाठिंबा देणाऱ्या मजकुराची एक तार पाठवून दिली; परंतु दुसरीकडे ब्रिटिश सरकारनं (युद्धोत्तर) शांतता साजरी करण्यासाठी एक समिती नेमली, त्या वेळेस जिनांनी स्वत:चा खिलाफत मुद्याला पाठिंबा असल्याचं कारण पुढे केलं आणि स्वत:ला त्या समितीपासून दूर ठेवलं; परंतु त्यांच्यावर ब्रिटिश आणि मुस्लीम या दोघांचाही विश्वास बसला नाही. त्यांनी खिलाफत चळवळीला दिलेला पाठिंबा अगदी वरवरचा आहे, असं या दोन्ही गटांना जाणवलं होतं.

काँग्रेस पक्षातसुद्धा आपलं वर्चस्व उणावू न देण्यासाठी त्यांना धडपड करावी लागणार होती. सुधारणांबाबतच्या त्यांच्या मध्यममार्गी विचारांशी कुणीच सहमत होत नव्हतं. सरकार ज्या सुधारणा देऊ करत आहे, त्या निराशा वाटेल इतक्या अल्पस्वल्प असल्या तरी काँग्रेसनं ब्रिटिशांना सहकार्य देण्यातच आपलं भलं आहे, याची जिनांना पूर्ण खात्री वाटत असली तरी इतर कुणालाच ते मत ग्राह्य वाटत नव्हतं. काँग्रेस पक्षात आपलं मत इतरांनी ऐकावं, यासाठी गांधीजींशी हातमिळवणी करण्याखेरीज दुसरा पर्याय उरला नव्हता आणि तो पर्याय त्यांना कितीही अपमानास्पद वाटत असला तरी त्याखेरीज दुसरा मार्ग दिसत नव्हता.

अर्थात यापैकी कोणतीच चिंता जिनांनी रट्टीपुढे उघड केली नाही. तिनं अजूनही त्यांच्या राजकीय आयुष्यात सहभाग घेण्याचे प्रयत्न थांबवले नसले तरी आपल्या समस्यांपासून ते तिला दूर ठेवत होते. ते तसं करत होते कारण, आपल्या समस्यांची आणि त्यावरच्या तोडग्यांची मनात उकल होईपर्यंत त्याबाबत कुणाशीही चर्चा करण्याचा त्यांचा स्वभाव नव्हता. पूर्वी जसं केलं असतं, तसं तिनं लाडीगोडी लावून त्यांच्या मनातले विचार जाणून घेण्याचे प्रयत्नही केले नाहीत. त्यांना जाळणाऱ्या चिंता तशाही तिला फार कोरड्या आणि किचकट वाटत होत्या. कदाचित, बाळाच्या जन्मामुळे असेल; पण आपलं तारुण्य आणि स्वातंत्र्य आपल्या हातून निसटत चाललं आहे, या भावनेनं अवघ्या एकोणीस वर्षांची

असूनही ती अत्यंत बेचैन होऊन गेली होती. वरवर पाहता तिचा दिनक्रम ठरीव आणि चाकोरीबद्ध बनला होता. जरी कायदेमंडळाच्या बैठकींना जिनांना आता राजीनाम्यानंतर जावं लागत नसलं तरी ते कामात पूर्वीएवढेच व्यस्त राहत होते. सकाळी लवकर घराबाहेर पडून संध्याकाळी घरी परत आल्यावरसुद्धा ते स्वतःला पूर्णपणे कामात गुंतवून ठेवत होते. विश्रांती घेण्यासाठी किंवा करमणुकीसाठी ते कामातून थोडाही वेळ बाजूला ठेवत नव्हते, त्यामुळे रट्टीला एकटीनंच वेळ काढावा लागत होता; पण गुंतवून ठेवण्याजोगं रट्टीला काहीच दिसत नव्हतं. आपल्या आईप्रमाणेच रट्टीनंसुद्धा आपली मुलगी पूर्णपणे नॅनी आणि आयांवर सोपवून दिली होती; परंतु लेडी पेटिटना मुलांबद्दल अतीव अभिमान वाटत असे. त्या मुलांना उत्तमोत्तम कपड्यांमध्ये नटवत, त्यांचे फोटो काढून घेत. मुलांना थोडंसं सर्दी-पडसं झालं तरी त्या त्याबद्दल चिंता करत. त्याउलट रट्टी आपल्या मुलीत अजिबातच रस घेत नव्हती. बाळाची खोली उत्तमरीत्या सजवल्यावर आणि तिची काळजी घ्यायला प्रशिक्षित नोकर तैनात केल्यावर तिला बाळाकडे आणखी लक्ष पुरवणं गरजेचं वाटत नव्हतं. तिनं आपल्या घरात आधीच भरपूर सुधारणा घडवल्या होत्या आणि उच्चभ्रू घरांमधील प्रचलित पद्धतीएवढे नोकर-चाकर, स्वयंपाकी तैनात केले होते. सारं घर सुसूत्रपणे चालू झाल्यावर रोजच्या जेवणाचा मेन्यू ठरवण्याखेरीज रट्टीला कोणतंच काम उरलं नव्हतं. जिनांच्या बाबतीत तर त्यांना वेळेवर सकाळचा नाष्टा मिळतोय, याखेरीज तिला काहीच पाहावं लागत नसे. इतर जेवण तर ते फारच कमी घेत आणि तेसुद्धा जवळजवळ उकडलेलं, बिनमसाल्याचंच असे; परंतु तरीही काहीतरी उद्योग पाहिजे म्हणून ती दैनिक जेवणात विविधता आणायचा प्रयत्न करत असे. उदाहरणार्थ, एकदा रात्रीच्या जेवणाला पाहुणे येणार होते, तेव्हा तिनं पूर्णपणे शाकाहारी जेवणच बनवायला सांगितलं होतं. त्याचं कारण विचारल्यावर तिनं एम. सी. छागलांना उत्तर दिलं होतं, 'माझं मांजर आजारी पडलंय.' तिचं मन रमवायला ती पूर्वी खरेदीला जात असे. त्यातला तिचा उत्साहसुद्धा आता ओसरू लागला होता. लंडनहून परत आल्याच्या दुसऱ्या दिवशी तिनं साडी विक्रेत्याला आपली ट्रंक घेऊन साड्या दाखवायला घरी बोलावलं होतं; पण तिला एकही साडी विकत घ्यावीशी वाटली नव्हती. पूर्वीच्या सवयीनं तिनं एक दोन साड्या मागवल्या असल्या तरी पुढले अनेक महिने तिला त्याबाबत चौकशीसुद्धा करावीशी वाटली नव्हती.

बाळाच्या जन्मानंतर जिना आणि रट्टी १९१९ सालच्या डिसेंबर महिन्यात प्रथमच मुंबईबाहेर पडले. बाळाला त्यांनी मुंबईतच नर्स आणि नॅनीच्या ताब्यात सोडलं होतं. अमृतसरला वर्षाअखेरीस भरत असलेल्या काँग्रेस आणि मुस्लीम लीगच्या अधिवेशनाला उपस्थित राहण्यासाठी ती दोघे मुंबईबाहेर पडली होती. अवघ्या तीनच वर्षांपूर्वी आपल्या आत्याबरोबर रट्टी मोठ्या उत्साहानं लखनौच्या अधिवेशनासाठी गेली होती, तेव्हा डोळे विस्फारून तिनं सारी भाषणं मोठ्या उत्साहानं ऐकली होती. तो तिचा उत्साह केव्हाच मरून गेला होता. तिला वाटलं होतं तशीच अमृतसरमधली सारी भाषणं तिला अत्यंत कंटाळवाणी वाटली होती. त्यानंतर मुस्लीम लीगच्या अधिवेशनाच्या मध्याला अली बंधूंनी प्रवेश केला आणि व्यासपीठाचा आणि श्रोत्यांच्या हृदयाचा ताबा घेतला. 'अल्लाहू अकबर'च्या आरोळ्या घुमू लागल्या आणि लोकांनी अश्रू ढाळायला सुरुवात केली. हे दृश्य रट्टी किंवा जिना यांपैकी कुणालाच आवडलं नाही.

मुस्लीम लीगच्या सत्राच्याच वेळेस दुसरीकडे काँग्रेसचं सत्रसुद्धा सुरू होतं. तेसुद्धा तेवढंच कंटाळवाणं होतं. तिच्या हृदयात देशप्रेम जागं करणाऱ्या भाषणांचं युग संपत आलं होतं आणि रट्टीला एकाएकी थकून गेल्यासारखं वाटू लागलं होतं.

आपल्या उदास मनोवृत्तीला टवटवी आणू शकेल, अशी एकच गोष्ट रट्टीला सुचत होती – जिना आणि बाळ या दोघांना मुंबईतच सोडून एकटीनं पद्मजाला भेटायला हैदराबादला फेरी मारायची कल्पना तिला मोह पाडत होती. हैदराबादला ती यापूर्वी एकदाही गेली नव्हती. गेल्या एप्रिल महिन्यात ती जिनांबरोबर तेथे गेली होती; पण जिनांनी तेथे केलेलं भाषण निजाम सरकारला अजिबात आवडलं नव्हतं आणि निजाम सरकारनं जिनांना हैदराबादमध्ये राहू न देण्याचा निर्णय घेतल्यामुळे जिना आणि रट्टी यांना ताबडतोब मुंबईला परत जावं लागलं होतं. सरोजिनी आणि त्यांच्या दोन्ही मुली यांच्याशी घनिष्ट संबंध जुळल्यापासून रट्टीला हैदराबादला जावंसं वाटत होतं. काही वर्षांपूर्वी पद्मजानं हैदराबादमधील त्यांच्या आयुष्याचं जे रसभरीत रर्णन केलं होतं – अचानक ठरवून केलेल्या मेजवान्या आणि काढलेली वनभोजनं, एकमेकांकडे सकाळच्या नाष्ट्याला जाणं, अनौपचारिक मित्रत्व, मध्यरात्रीपर्यंत चालणारे जलसे – त्याचा खोल ठसा रट्टीच्या मनावर उमटला होता. ज्या साम जिक वर्तुळात कुणीच कधी निराश आणि दुःखी राहू शकत नाही, त्याचा एक भाग बनायची रट्टीला ओढ लागली होती. पंधराव्या वर्षी रट्टीनं पद्मजाला पत्रात लिहिलं होतं, 'जीवनात चैतन्य कसं आणायचं हे मुंबईनं हैदराबादकडून शिकायला हवं.' तर रट्टीनं लीलामणीला लिहिलं होतं, 'हैदराबाद हे सुंदर बेगमा, लढवय्ये नबाब, सुगंधी शुभ्र जाई, ऊदधुपाचा सुगंध, आरामशीर दिवाण आणि इंद्रधनुषी काठ्या, मशिदी आणि किल्ले, प्रार्थनेची वेळ झाल्याची मशिदीच्या मनोऱ्यावरची बांग, हौदा घातलेले हत्ती आणि पौर्वात्य डामडौल यांचं शहर आहे, असं मला वाटतंय.'

तिच्या विवाहानंतर रट्टी एकदा पद्मजाला भेटायला मसुरीला गेली होती आणि सरोजिनी इंग्लंडला जाण्यापूर्वी त्यांना भेटायला पद्मजा मुंबईला आली होती. त्या दोन चुटपुटत्या भेटींखेरीज रट्टीला गेल्या दोन वर्षांमध्ये पद्मजा आणि लीलामणीला भेटायची एकही संधी मिळालेली नव्हती. नव्या आयुष्यात गुंतून गेल्यानंतर रट्टीचा पद्मजाशी होणारा पत्रव्यवहारसुद्धा थांबला होता आणि त्या दोघींमध्ये पत्राची देवघेव झालीच नव्हती. त्यांना परत भेटून आपलं हृद्गत सांगावं आणि एकाकीपणाची भावना दूर करून टाकावी, असं रट्टीला अगदी तीव्रतेनं वाटू लागलं होतं.

त्या इच्छेमागे आणखीही एक कारण दडलेलं होतं. त्यांना भेटायला हैदराबादला रट्टी एकटीच गेली असती, तर तिची जिनांपासून आणि बाळापासून काही काळ तरी सुटका झाली असती. जिनांवरील निर्बंधांमुळे त्यांना हैदराबादमध्ये प्रवेश करता येणं शक्यच झालं नव्हतं. त्यामुळे रट्टीबरोबर तेथे येण्याची इच्छा ते व्यक्त करू शकले नसते. नवऱ्याच्या आणि बाळाच्या जोखडातून मुक्त राहून मोकळेपणानं मैत्रिणींबरोबर गप्पागोष्टी करण्याची रट्टीच्या दृष्टीनं ही एक उत्तम संधी होती. त्यांच्यावर करण्यात आलेल्या शस्त्रक्रियेनंतर सरोजिनी अजून इंग्लंडमध्येच आराम घेत होत्या; परंतु पद्मजा आणि लीलामणी दोघीही हैदराबादमध्ये आपल्या वडिलांजवळ होत्या. त्यांनी रट्टीच्या हैदराबाद भेटीच्या कल्पनेचं

इतकं मनापासून स्वागत केलं की, एकटीनं तेथे जाण्याचा तिचा निश्चय आणखीच पक्का झाला; परंतु जिना मात्र त्याबद्दल फारसे उत्सुक दिसत नव्हते.

तिच्या जाण्याला प्रतिबंध करणं जिनांना असभ्यतेचं वाटलं असतं आणि कमीपणाचंसुद्धा वाटलं असतं. ती हैदराबादला निघून गेल्यावर मात्र त्यांनी आपल्या प्रतिष्ठेची कल्पना बाजूला ठेवली आणि पत्र पाठवून रट्टीनं परत यावं, अशी तिची मनधरणी करायला सुरुवात केली, असं पद्मजानं तिचा भाऊ रणधीरा याला पाठवलेल्या पत्रात नमूद केलं आहे. त्यांच्या अलिप्ततेच्या मुखवट्याआडचे जिना प्रत्यक्षात अतिशय हळवे होते, त्यामुळे रट्टीनं एकटीनं निघून जाण्याचा निर्णय घेतल्यामुळे ते नक्कीच दुखावले गेले असणार. त्यांना हैदराबादमध्ये प्रवेश करता येणं त्यांच्यावरील निजामाच्या निर्बंधामुळे पूर्णत: अशक्य आहे, हे पूर्णपणे ठाऊक असूनही रट्टीनं आपल्याला वाऱ्यावर सोडून असं निघून जावं, हा त्यांच्या मर्मी बसलेला घावच होता; पण त्याहूनही त्रासदायक वस्तुस्थिती अशी होती की, त्यांच्या जुन्या आणि नव्या मानसिकतेत त्यांच्या विवाहानंतर सुरू झालेलं द्वंद्व, रट्टीच्या अशा तडकाफडकी निघून जाण्यामुळे अधिकच जोरदार बनलं होतं. विवाहानंतरचे जिना उदारमतवादी सभ्यतेचा आदर्श होते; पण त्यांच्या मनात अजूनही कुठंतरी त्यांच्या वडिलांचे जुने विचार दडलेले होते. त्यांच्या आणि रट्टीच्या विचारांमधली दरी त्यांना विवाहानंतर अनेकदा जाणवली होती. त्यांची आई आपल्या पतीला सोडून एकटी कधीच, कुठंही गेली नव्हती. तिनं पूर्णपणे स्वत:ला पतीच्या चरणांशी समर्पित करून टाकलं होतं. जिनांच्या पहिल्या विवाहानंतर पतीला एकट्यानं कराचीला जाऊ द्यायची तिची तयारी नव्हती आणि त्याउलट रट्टीचं वागणं! ती मजेसाठी खुशाल आपल्या नवऱ्याला एकटं सोडून निघून गेली होती. तिच्या दृष्टीनं त्यात काहीच गैर नव्हतं. तिच्या आईला असंच वागताना ती पाहत आलेली होती; परंतु जिनांना अंतर्यामी कितीही खदखदत असलं तरी त्यांनी आपल्या भावना मनातच दाबून ठेवल्या आणि ती प्रवासाच्या योजना आखत होती, तेव्हा त्यांनी एका शब्दानंही त्या भावना व्यक्त केल्या नाहीत.

गंमत म्हणजे त्यांची मुलगी अजून फक्त पाच महिन्यांची होती, तरी तिला एकटीला सोडून जाण्याबद्दल दोघांनाही कोणताच प्रत्यवाय वाटला नाही. लंडनहून परत आल्यावर, बाळाला स्वतंत्र खोलीत नॅनी-नर्सच्या ताब्यात एकदा सोपवून दिल्यावर त्या दोघांनाही तिच्या अस्तित्वाचा पूर्ण विसरच पडल्यासारखा झाला होता. रट्टीला आपल्या बाळाबद्दल कोणतंच ममत्व वाटत नसल्याबद्दल इतरांची चर्चा अजून वर्षभर तरी सुरू होणार नव्हती; परंतु इतर उच्चभ्रू घरातील अत्यंत व्यस्त असलेल्या आई-वडिलांमध्ये आणि त्यांच्या अपत्यांमध्ये जी जवळीक आढळते, तशी जवळीक रट्टीला आपल्या तान्ह्या मुलीबद्दल सुरुवातीपासूनच वाटत नव्हती, ही गोष्ट नाकारता येत नव्हती.

जिना पतिपत्नींचं आपल्या मुलीकडे इतकं पूर्ण दुर्लक्ष होत होतं की, तिला निदान स्वत:चं नाव द्यायला हवं, हेसुद्धा त्यांच्या डोक्यात आलेलं नव्हतं.

अगदी लहान वयापासून कोणत्याही दु:खीकष्टी जिवाच्या कैवाराला ताबडतोब धावून जाणाऱ्या रट्टीनं आपल्या बाळाकडे इतक्या निर्ममपणे का पाठ फिरवली होती, हे एक गूढच आहे. निष्काळजीपणाच्या मुखवट्याखाली तिनं पत्नी आणि आई या भूमिकेतल्या

आपल्या गुलामगिरीबद्दलची तीव्र नाराजी दडवून ठेवली नव्हती? आयुष्याचा भरभरून उपभोग घ्यायची तिची तीव्र इच्छा या गुलामगिरीच्या जोखडाविरुद्ध जोरदार बंड करून 'मला मुक्तता हवीय' असा टाहो तर फोडू लागली नव्हती? या जोखडाखाली आपण दबून गेलो आहोत आणि आपली तारुण्याची वर्षं भरभर मागं पडत आहेत, अशी भीती वाटून तिला सारी बंधनं झुगारून द्यावीशी तर वाटत नव्हती? आपल्या मैत्रिणींसमवेत एकटीनं आनंदात काही दिवस घालवावेत आणि आपण मूर्खपणानं आपल्या ज्या आयुष्याकडे पाठ फिरवली होती, ते पुन्हा एकदा समरसून उपभोगावं, असं तिला तीव्रतेनं वाटू लागलं होतं. रट्टीच्या कुटुंबीयांपैकी निदान तिच्या आईला, लेडी पेटिटला, आपल्या लेकीशी समेट घडवून आपल्या लहानग्या नातीला पाहण्याची उत्सुकता वाटत होती; पण रट्टी जिनांएवढीच दुराभिमानी होती. तिनं आईकडे पाठ फिरवली आणि हैदराबादमधल्या आपल्या मैत्रिणीच आपले आप्त आहेत, असं समजून त्यांच्याकडे धाव घेतली.

परंतु जिनांना आणि आपल्या बाळाला एकटं सोडून जाण्यात तिला कोणताच प्रत्यवाय वाटत नसला-नव्हे, त्याची तिला गरजच वाटत असली तरी तिच्या लाडक्या कुत्रीला आर्लेटला मागं सोडून जाणं तिला शक्य झालं नाही. अगदी पंधरा दिवसांसाठीसुद्धा आर्लेटचा विरह तिला सहन करता येणार नव्हता आणि नायडूंचं घर हे अनेक कुत्री, मांजरं, खार, मुंगूस आणि हरीण यांचं प्राणिसंग्रहालयच होतं, तरी रट्टीनं स्वत:सोबत फक्त आर्लेटलाच नेलं नाही! आर्लेटसोबत तिच्याकडे बघणारे नोकर आणि तिच्यासाठीच्या खास खाद्याच्या पेट्यासुद्धा बरोबर नेल्या. हा सारा लवाजमा घेऊन, त्यांच्या शिवायच्या पहिल्या सुट्टीवर रट्टी एकटीनं जायला निघाली, तेव्हा जिना मूकपणे त्याकडे बघत राहिले. त्यांच्या मनातली खळबळ त्यांच्या चेहऱ्यावर त्यांनी अजिबात दिसू दिली नाही!

प्रकरण चौदावे

~

रट्टी हैदराबादहून परत आल्याबरोबर त्यांच्यात भांडणं होऊ लागली. अर्थात त्यांच्यातली भांडणं सर्वसाधारण स्वरूपाची नव्हती! कुणीच आवाज चढवून बोललं नाही, कुणीच दरवाज्यांची आपटाआपटी किंवा तमाशे केले नाहीत किंवा कुणीच आदळआपट करून संतापाला वाचा फोडली नाही. तसं केलं असतं तरी एक वेळ बरं झालं असतं, कारण कुढत बसण्याऐवजी त्यामुळे संतापाचा निचरा तरी होऊन गेला असता आणि वातावरण निवळून त्यांना नव्यानं आयुष्य सुरू करता आलं असतं; परंतु जिनांना शब्दाशब्दी करणं असभ्यपणाचं कृत्य वाटत असे. ते आपल्या नोकराशीसुद्धा कधी आवाज चढवून बोलत नसत. रट्टीच्या बाबतीत, त्यांनी पूर्णपणे अलिप्ततेचा मुखवटा धारण करून पूर्ण अबोला धरला. तिनं कितीही आर्जवं केली, लाडिकपणे कितीही चिडवलं, तरी त्यांच्या चेहऱ्यावरची सुरकुतीसुद्धा हलली नाही. ते खरंच चिडले आहेत का आणि तिनं काय केलं त्याचा त्यांना इतका राग आला आहे, असा प्रश्न रट्टीला पडला. ती हैदराबादहून परत आली, तत्क्षणीच ते तिच्यावर नाराज झाले आहेत, हे तिला जाणवलं होतं; परंतु तिनं कोणता गुन्हा केला आहे की, त्यावर ते अशी दुराव्याची शिक्षा करत आहेत, हे मात्र तिला उमजत नव्हतं. नायडू कुटुंबाचं अगत्य आणि प्रेम अनुभवल्यानंतर स्वतःच्या घरातलं असं दुराव्याचं वातावरण सहन करणं रट्टीला अजूनच अवघड वाटू लागलं होतं.

पद्मजानं आपल्या गावाचं जे वर्णन केलं होतं, ते अजिबातच अतिशयोक्तीपूर्ण नव्हतं. नायडूंच्या परिचितांच्या प्रचंड मोठ्या वर्तुळानं रट्टीला ताबडतोब मोठ्या प्रेमानं आपल्यात सामावून घेतलं होतं. तिला भेटलेल्या जवळ जवळ सर्व हैदराबादीवासीयांवर रट्टीच्या सौंदर्याचा आणि आकर्षकतेचा प्रचंड प्रभाव पडला होता. त्यांनी आपल्याला पडलेली तिची भुरळ लपवायचा कोणताही प्रयत्न केला नव्हता. त्यांच्या कौतुकाच्या शिडकाव्यामुळे उमललेली रट्टी पुन्हा एकदा पूर्वीसारखी मनमोकळी, स्नेहाळ रट्टी बनली. इतरांना हादरवून टाकण्यासाठीच तिनं उपहास करणाऱ्या, सतत धूम्रपान करणाऱ्या आणि कशामुळेही न दुखावून जाणाऱ्या उच्चभ्रू स्त्रीचा जो मुखवटा धारण केला होता, तो आपोआपच गळून

पडला आणि त्याआड दडलेली अतिशय प्रेमळ, सर्वांबद्दल मनात अनुकंपा दाटलेली खरीखुरी रट्टी सर्वांना दिसू लागली.

रट्टी पद्मजाबरोबर आणि तिच्या मित्रमैत्रिणींबरोबर अश्वारोहण करत असे, त्यांच्या बरोबर आपली अंतरीची गुपितं वाटून घेत असे. त्यांनाही पूर्णपणे बोलतं करून अंतरीच्या भावना व्यक्त करायला लावत असे. ती इतक्या चतुराईनं आणि सावधपणानं हे करत असे की, त्यांना तिच्याबद्दल वाटणारा आदरयुक्त दरारा आपोआपच दूर झाला आणि त्यांच्यात मोकळेपणानं संवाद घडू लागला. त्यातल्या अनेकांचा रट्टीसारख्या उच्चभ्रू जगाशी परिचयच नव्हता; पण ते रट्टीशी इतक्या खऱ्याखुऱ्या प्रेमानं वागत असत की, त्यांनी बोलण्यावागण्यात केलेल्या चुकांमुळे झालेली करमणूक रट्टी पूर्णपणे लपवत असे आणि त्यांच्याशी अत्यंत आस्थेनं वागून त्यांना आश्वस्त करत असे. इतके सारे महिने रट्टी तरुण समवयस्कांच्या सहवासापासून वंचित राहिली होती आणि आपल्याच शहरात वाळीत टाकली गेली होती. आता सर्व जण प्रेमानं आपलं स्वागत करत आहेत, हे पाहून ती सुखावून गेली. त्यांच्या भोळ्याभाबड्या प्रेमानं तिला जिंकून घेतलं आणि पूर्वीप्रमाणेच ती खुल्या दिलानं त्यांना जवळ करू लागली. ते सर्व जण आग्रहानं तिला आपल्या घरी बोलावू लागले आणि इतकं मनापासून तिचं आतिथ्य करू लागले की, रट्टी अतिशय सुखावून गेली आणि दिसेल ती गोष्ट तिला सुंदर भासू लागली. तिच्या नजरेत भरेल त्या प्रत्येक गोष्टीची खरेदी करण्याचा तिनं सपाटा लावला. फर्निचर, पितळेची धूपदानं, मातीच्या कुंड्या, अगदी एक घोडासुद्धा तिनं पुढचा मागचा विचार न करता विकत घेऊन टाकला. हे सारं तिनं मुंबईला नेण्यासाठी विकत घेतलं होतं. साउथ कोर्टमधल्या गेल्या अठरा महिन्यांच्या वास्तव्यात तिनं जोडले नव्हते, तेवढे स्नेही हैदराबादमधल्या अठरा दिवसांत तिनं जोडले आणि अगणित ठिकाणी ती भोजनासाठी गेली. मुंबईत तिच्या वाट्याला कुप्रसिद्धी आली होती. लोक तिच्याकडे तुच्छतेचे कटाक्ष टाकत होते. आता हैदराबादमध्ये संपूर्ण स्वातंत्र्य उपभोगत असताना तिच्यावर प्रेमाचा आणि कौतुकाचा वर्षाव होत होता, त्यामुळे तिच्या चित्तवृत्ती बहरून गेल्या होत्या. तिच्या विवाहानंतर प्रथमच तिला हैदराबादेत घरच्यासारखं वाटू लागलं होतं आणि पद्मजाच्या मित्रमैत्रिणींना भेटून तिला जेवढा आनंद झाला, त्याहून जास्त आनंद तिला पद्मजाजवळ अंतरीची व्यथा उघड करता आल्यामुळे झाला. त्या दोघींमध्ये कोणतीही गुप्तता राखली जात नसे. विशेषतः पद्मजा पूर्ण विश्वासानं आपल्या मनीची सारी गुपितं रट्टीला सांगत असे. आता आपल्या गुपितांना पद्मजाजवळ वाचा फोडण्याची संधी रट्टीला लाभली होती. आपल्या विवाहाबद्दलच्या, जिनांबद्दलच्या संमिश्र भावना रट्टीनं पद्मजासमोर उघड केल्या. आपल्याशिवाय काही दिवसही जिनांना एकट्यानं काढता येत नसल्याचा सुप्त अभिमान आणि काहीसा वैतागसुद्धा तिनं पद्मजासमोर उघड केला.

सरोजिनींच्या पहिल्या कविता संग्रहाचं नाव होतं, 'द गोल्डन थ्रेशहोल्ड (सोन्याचा उंबरा)'. त्यांच्या हैदराबादमधील बंगल्याचंसुद्धा तेच नाव होतं. एका पाहुण्यानं या बंगल्याचं वर्णन केलं होत, 'सभोवताली भिंतीचं कुंपण असलेला आणि प्रचंड वृक्षांच्या सावलीत विसावलेला शांतसा बंगला... बंगल्याच्या ओसरीवर दाक्षिणात्य घरांमध्ये दिसतो तसा मोठा झोपळा आहे... बंगल्यात पौर्वात्य अभिरुची आणि पाश्चिमात्य सुखकारकता यांचा संगम आढळतो.' ते वातावरण रट्टीला अतिशय अद्भुत वाटलं होतं आणि त्या

वातावरणात रट्टीसुद्धा वेगळीच भासत होती. ते वातावरण रूढींच्या साऱ्या शृंखलांमधून मुक्त तर होतंच; पण तेथील उत्स्फूर्त अगत्यशीलता सर्वत्र चैतन्याचा शिडकावा करतेय, असा रट्टीला भास होत होता. आता शालेय शिक्षण संपल्यामुळे पद्मजा आणि लीलामणी मनाला येईल तसा दिवस घालवायला मुक्त होत्या. जाग येईल तेव्हा उठत होत्या आणि त्यांचे स्वतःचे उद्योग करत होत्या. जेवणाचीसुद्धा एक ठरीव वेळ नव्हती. नोकरसुद्धा मनमोकळं वागू बोलू शकत होते. बाग अस्ताव्यस्त असूनही सुंदर वाटत होती. पुस्तकं हवी तशी इकडे तिकडे टाकून देता येत होती. पाळीव प्राणी साखळी शिवाय घरभर मुक्तपणे बागडत होते. भेटायला येणारे लोक न सांगता कधीही घरी येत होते, अनौपचारिकपणे घरच्या लोकांबरोबर जेवायला बसत होते. आयत्या वेळेस वेगवेगळे बेत ठरवून लगेच ते बेत पारही पडत होते. जिनांच्या साउथ कोर्ट बंगल्यात पाळली जाणारी कडक शिस्त आणि औपचारिकता आणि इथली मनमोकळी अकृत्रिमता यातला तीव्र भेद रट्टीला नक्कीच जाणवला असणार आणि कोणत्याही परिणामांचा विचार न करता तिनं विवाहापूर्वीच्या आपल्या सुखद आयुष्याकडे निष्काळजीपणे पाठ फिरवल्याचा तिला बहुधा पश्चात्तापही होत असणार!

नायडूंच्या घरातली बागही अजिबात आखीवरेखीव नसूनही सुंदर भासत होती. त्यात अत्यंत सुंदर फुलझाडं, वेली लावल्या होत्या; पण त्या हव्या तशा वाढू दिल्या होत्या. सरळ ओळीत फुलझाडांचे आखीवरेखीव वाफे असण्याबाबत आग्रही असणाऱ्या जिनांच्या बंगल्यापुढली शिस्तबद्धतेनं आखलेली बाग आणि इथला मनमुक्त झाडोरा यातला फरकही रट्टीला जाणवला होता.

त्या घरातल्या प्रत्येक व्यक्तीबद्दल रट्टीला विलक्षण आत्मीयता वाटू लागली होती. विशेषतः डॉक्टर नायडूंबद्दल! त्यांना ती प्रथमच भेटत होती. ते अतिशय अबोल होते. बऱ्याचदा ते पूर्णपणे मूकच राहत असत; परंतु त्यांच्या डोळ्यांमधून आपल्याला त्यांचं मन वाचता येतंय असं रट्टीला वाटत होतं आणि तिनं तसं पद्मजा आणि लीलामणीला सांगितलंही होतं. ते फारसे घरी राहू शकत नसले तरी आपल्या मुलांवरचं त्यांचं प्रेम रट्टीसारख्या परक्या व्यक्तीच्यासुद्धा लक्षात आल्याशिवाय राहिलं नव्हतं. एकट्यानं मुलांची जबाबदारी पेलून आपल्या पत्नीला कवयित्री आणि उदयोन्मुख राजनीतिज्ञ अशी दुहेरी कारकीर्द गाजवण्यासाठी त्यांनी मोकळीक दिली होती आणि त्याबद्दल त्यांच्या मुलींना आपल्या पित्याबद्दल प्रेमादर वाटत होता. हे सारं पाहून रट्टी भारावून गेली होती आणि तिच्या सुपीक मेंदूनं त्यांच्या स्वार्थ त्यागाबद्दल अनेक कहाण्या रचल्या होत्या आणि मुंबईत परत गेल्यावर तिची भोळसट मैत्रीण क्षमा राव हिला ऐकवल्याही होत्या.

रट्टीला आपल्याबद्दल इतकं गम्य वाटतंय याची कल्पना आली असती, तर डॉक्टर नायडूंना धक्काच बसला असता. निजामाच्या सेवेतले लष्करी डॉक्टर असल्यामुळे ते फारच थोडा वेळ घरी राहू शकत असत. त्यातून तेथे फ्लू आणि प्लेग अशा दुहेरी साथी पसरल्यामुळे ते आणखीच व्यस्त राहू लागले होते. पाहुणी म्हणून आलेल्या रट्टीबद्दल त्यांचं मत त्यांनी मनातच ठेवलं होतं. सरोजिनींच्या उच्चभ्रू मैत्रिणींबद्दल त्यांना नेहमीच साशंकता वाटत असे आणि आपला पती आणि तान्ही मुलगी या दोघांना घरी सोडून मजेसाठी घराबाहेर पडणाऱ्या रट्टीबद्दल तर त्यांना विशेष दुरावा वाटू लागला होता; पण त्याबद्दल त्यांनी कोणतंही मत व्यक्त करणं टाळलं होतं.

त्या पंधरवड्यातला नायडूंच्या घरातला ज्वलंत मुद्दा होता पद्मजा आणि लीलामणी या दोघींना पुढील शिक्षणासाठी इंग्लंडला पाठवण्याबाबतचा. त्या दोघी लहान असल्यापासून हे स्वप्न नायडू पतिपत्नींनी उरी जपलं होतं. ते खरेखुरे उदार मतवादी होते, त्यामुळे आपले दोन मुलगे आणि दोन मुली या सर्वांना परदेश शिक्षणाच्या समान संधी देण्याबाबत ते आग्रही होते. आता पद्मजा सिनियर केंब्रिज या परीक्षेत उत्तीर्ण झाली होती, त्यामुळे तिला परदेशी पाठवण्याची तयारी त्यांनी सुरू केली होती. त्यांच्या ओळखीच्या हैदराबादमधील ख्रिश्चन मिशनरी श्रीमती विजेल – यांच्या मार्फत त्यांनी पद्मजाला ऑक्सफर्डला प्रवेश मिळवून द्यायचे प्रयत्न सुरूसुद्धा केले होते; परंतु ही सारी सोय लावली जात असताना एरवी आज्ञाधारकपणे वागणारी पद्मजा अचानकच घर सोडायला नकार देऊ लागली होती. आपल्या पित्यावर तो आर्थिक भार पडेल, हे त्यामागचं एक कारण असू शकेल. डॉ. नायडूंना निजामाचे लष्करी डॉक्टर म्हणून चांगला पगार असला तरी चार मुलांना परदेशात शिक्षणासाठी पाठवण्याएवढी त्यांची ऐपत नव्हती. त्याखेरीज हैदराबादमधील एका तरुण अधिकाऱ्याबरोबर गुप्तपणे तिचं प्रेमप्रकरण चालू होतं. या दोहोंपैकी कोणत्या तरी कारणानं पद्मजानं परदेशात शिक्षणासाठी जायला ठाम नकार दिला. तिच्या नकारापुढे हात टेकून डॉ. नायडूंनी तिच्या ऑक्सफर्ड प्रवेशाचे सर्व प्रयत्न थांबवले.

परंतु लीलामणीला पद्मजासारख्या कोणत्याही आशंका वाटल्या नाहीत आणि तिनं बहिणीऐवजी स्वतः परदेशात शिक्षण घेण्याची इच्छा व्यक्त केली. लीलामणी पंधरा वर्षांची स्वच्छंदी आणि उच्छृंखल मुलगी होती. पित्याच्या आमदनीला हा खर्च झेपेल की नाही याबद्दल तिला कोणतीच फिकीर वाटत नव्हती. खरं तर विश्वविद्यालय – प्रवेश – परीक्षेची तयारी करण्यासाठी तिला आणखी एक वर्ष इंग्लिश वसतिगृहात काढावं लागणार होतं; पण त्याबद्दल तिला कोणतीच चिंता वाटत नव्हती. स्त्रीमुक्तीबद्दल उदार विचार असणाऱ्या पित्याचं मन ती सहजी वळवू शकली. या बेताला मोडता घालायला सरोजिनीसुद्धा तेथे नव्हत्या. नायडूंच्या घरात ही खळबळ माजलेली असताना पाहुणी म्हणून नेमकी त्या वेळेस रट्टी तेथे टपकली होती! नायडू कुटुंबाचा आपण एक भागच असावं, अशी रट्टीला प्रचंड आंतरिक ओढ वाटत होती, त्यामुळे तिनं ताबडतोब घरच्या एखाद्या व्यक्तीप्रमाणे या चर्चेत जोरदारपणे भाग घ्यायला सुरुवात केली.

स्त्रियांना समान अधिकार असावेत याबद्दल पूर्वीपासूनच रट्टी प्रचंड आग्रही होती. आपली ही मतं ती ठामपणे आजवर मांडतही आलेली होती. स्त्रियांना मताधिकार मिळावा म्हणून आंदोलन करणारी एमेलीन पँकहर्स्ट रट्टीचा आदर्श होती. आपल्यापेक्षा चोवीस वर्षांनी मोठ्या वयाच्या बॅरिस्टरबरोबर तिनं प्रेमविवाह केला होता आणि तिला पाच मुलंही झाली होती, तरी आपल्या पती समवेत सामाजिक कार्यात तिनं स्वतःला झोकून दिलं होतं. एमेलीनच्या आत्मचरित्राची रट्टीनं चौदाव्या वर्षांपासून पारायणं केली होती आणि त्याकाळात शिक्षणाबद्दल मुलामुलींमध्ये भेदभाव कसा केला जात असे, याबाबतचा मजकूर रट्टीनं अधोरेखित केला होता. परदेशात शिकण्याच्या संधीची वाट पाहत रट्टी महायुद्ध संपेपर्यंत थांबली असती, तर तिला पेटिट दाम्पत्यानं नक्कीच परदेशात पाठवलं असतं. जिनांशी विवाह करून रट्टीनं ती संधी गमावली होती, त्यामुळे आपण अविचारानं हातून जी संधी घालवली, ती या अल्पवयीन मुलीला मिळतेय, याचा रट्टीला काहीसा मत्सरही वाटू शकला

असेल, त्यामुळे की काय रट्टीनं पद्मजाच्या आवाजात आवाज मिसळला आणि लीलामणीनं परदेशात शिकायचा बेत सोडून द्यावा म्हणून ती जोरदारपणे तिचं मन वळवण्याचा प्रयत्न करू लागली. आपले हे प्रयत्न यशस्वी झाले आहेत, असंसुद्धा रट्टीला वाटू लागलं होतं; परंतु दूरच्या, भीषण थंडी असलेल्या अनोळखी देशात, आपल्या कुटुंबीयांचा आधार नसताना चार वर्षं काढण्याबद्दल लीलामणीला कोणतीही भीती वाटत नव्हती, त्यामुळे रट्टीच्या अपेक्षेप्रमाणं लीलामणीनं परदेशात शिकायचा आपला हट्ट अजिबात सोडला नाही.

रट्टीचे हैदराबादमधले पंधरा दिवस झरझर संपले. अर्थात जिनांना तो खूप प्रदीर्घ काळ वाटला होता. नेहमीच्या कोरड्या अलिप्ततेनं तिला वाटेल तेव्हा परत येऊ देण्याऐवजी त्यांनी व्याकूळतेनं तिला निदान दोन-तीन पत्रं तरी पाठवली आणि लगेच परत येण्याबद्दल विनवलं. ती मात्र ही विनंती ऐकायच्या मनःस्थितीत नव्हती. तिनं आपला मुक्काम आणखी तीन दिवस वाढवला आणि अखेरीस मोठ्या नाइलाजानंच ती आपल्या उदासवाण्या घरात परत यायला सिद्ध झाली. पद्मजानं हे सारं आपला भाऊ - रणधीरा - याला पत्रानं कळवलं होतं. दरम्यान, आपल्या मुक्कामाचे दिवस पूर्णपणे उपभोगण्यात रट्टी व्यस्त होती. त्या अठरा दिवसांत रट्टीनं इतकी मौजमजा केली आणि इतक्या मेजवान्या झोडल्या की शेवटी पद्मजा त्या अतिरेकानं अगदी थकून गेली.

रट्टीच्या या सफरीचा कळस म्हणजे तिनं एक भटका कुत्रा जवळ केला आणि त्याला आपल्या सोबत मुंबईला परत न्यायचं ठरवलं. गोळकोंडा किल्ल्यावर रट्टी आणि तिथले तिचे स्नेही घोड्यावरून गेले होते. तिथं तिला एक गोंडस गावठी कुत्रं सापडलं. 'परत आल्यावर रट्टीनं त्या पिलावर किती साबण आणि किती पोमेड खर्च केलंय, त्याला सीमा नाही! पण ते फारच गोंडस आहे आणि रट्टीची आर्लेट (कुत्री) त्याचा तिरस्कार करतेय,' असं पद्मजानं भावाला पत्रात कळवलं होतं.

जिनांनाही तो कुत्रा अजिबातच आवडला नाही किंवा तिनं पतीला एकटं सोडून मौजमजेसाठी निघून जावं, याबद्दल त्यांच्या मनात खदखदत असलेल्या निषेधाला वाचा फोडण्याचा त्यांचा तो एक मार्ग असावा! काहीही असो! कधी नव्हे ते त्यांनी नवरेशाही गाजवल्यामुळे रट्टी घाबरूनच गेली. आजवर तिनं आणलेले दोन कुत्रे त्यांनी विनातक्रार सहन केले होते. आर्लेट ही तिची अत्यंत लाडकी कुत्री होती. लग्नापूर्वी ती सर्वत्र फिडो नावाच्या कुत्र्याला घेऊन जात असे. तिच्या साडीच्या रंगाचा 'बो' फिडोच्या गळ्यात बांधलेला असे. फिडोच्या जागी विवाहानंतर रट्टीनं बोल्शी (बोल्शेव्हिक) नावाचा कुत्रा आणला होता. ही दोन कुत्री घरात साखळीशिवाय बागडणारी अत्यंत लाडावलेली कुत्री होती. ती जिनांनी निमूटपणे सहन केली होती. आता हैदराबादहून आणलेल्या गावठी कुत्र्याला रट्टीनं 'लोफर-उल्-मुल्क' हे नाव बहाल केलं होतं; परंतु तिसऱ्या कुत्र्याला पाहून जिनांची सहनशक्ती संपली. कदाचित, या तीन कुत्र्यांनी आपसात भांडाभांडी करून, भुंकून घरात हैदोसही घातला असेल; परंतु रट्टीनं पद्मजाला दुसऱ्या दिवशी लिहिलेल्या पत्रात अशा कुत्र्यांच्या भांडणाचा उल्लेख केलेला दिसत नाही. तिनं लिहिलंय, 'काल तुला पत्र लिहिणार होते; पण मी इतकी गळाठले होते की, माझ्यानं लिहिलचं नाही, कारण जिनांनी गुडघ्यांमध्ये वेताची छडी ठेवून दोन बाजूंना बोल्शी आणि लोफर-उल्-मुल्क यांना बसवून ठेवलं होतं.

रट्टीनं जिनांच्या या कृतीला 'त्यांचं सुपर ट्रेनिंग' म्हटलं होतं आणि त्यामुळे ती खरोखरच हादरून गेली होती. निमूटपणे तिनं त्यांच्या रागापुढे आणि इच्छेपुढे मान तुकवली होती. लहानपणी तिच्या कुत्र्यांवर तिच्या आईनं किंवा गव्हर्नेसनं छडी नुसती उगारली तरी चवताळून उठणारी रट्टी आता मूकपणे जिनांकडे बघत राहिली होती. यावरूनच विवाहानंतरच्या अठरा महिन्यांमध्ये ती किती बदलली होती हे सिद्ध होत होतं. मनोमन तिला इतका संताप आला होता की, हे दोघे कुत्रे जिनांवर हल्ला करतील तर बरं असंसुद्धा तिला वाटून गेलं होतं. तिनं तसं पद्मजाला लिहिलंही होतं, 'ते दोघे त्यांना त्यांचा शत्रू समजतील, अशी माझी आशा फोल ठरली! त्यांच्या या कडक प्रशिक्षणाचा परिणाम असा झालाय की, बोल्शी लंगडतोय आणि जोरानं भुंकून लोफर गळ्यातल्या साखळीबद्दल तक्रार करतोय!' तिनं गरीब गायीसारखं निमूटपणे वागून एवढ्यावरच या विषयावर पडदा पाडला होता, हे कळलं असतं तर तिचे पेटिट हॉलमधले नातेवाईक थक्कच झाले असते.

या पत्रात तिच्या मनातली भावना स्पष्टपणे वाचता येतेय. ज्या जागेला तिला आपलं घर म्हणावं लागतंय, तेथे राहण्याऐवजी आपल्या मैत्रिणींबरोबर वेळ घालवायची तिची उत्कट इच्छा शब्दांवाचूनही या पत्रात उमटली आहे. 'मी औपचारिक शब्दांमध्ये औपचारिक आभार मानू शकत नसले, तरी मी जेव्हा जेव्हा 'गोल्डन थ्रेशोल्ड'मधील सुखद अनौपचारिकतेची आठवण जागवते, तेव्हा मला जाणवतं की, त्या माझ्या सर्वांत आनंददायक आठवणी असणार आहेत.'

पद्मजाच्या परिचयाच्या दोन ज्येष्ठ व्यक्तींच्या सौहार्दाबद्दलही या पत्रात रट्टीनं कृतज्ञतापूर्वक उल्लेख केला आहे.

मुंबईच्या घरात रट्टीला आपण उपरं असल्यासारखं वाटू लागलं होतं. त्यात आणखीच भर पडली फातिमाच्या येण्यानं. रट्टीच्या मनात फातिमाबद्दल प्रचंड नावड निर्माण झाली होती आणि ती नेहमीच्या शिरस्त्याप्रमाणे आपल्या भावाबरोबर रविवारचा दिवस घालवण्यासाठी साउथ कोर्टच्या घरी आली. शिष्टाचाराला धाब्यावर बसवून थट्टेच्या स्वरात रट्टीनं आपल्या गंभीर प्रवृत्तीच्या नणंदेला डिवचून चिडवायला प्रारंभ केला. तिनं पद्मजाला पत्रात लिहिलं, 'जाता जाता गंमत सांगते! मी फातिमाला म्हटलं की, मी तिच्यासाठी योग्य वर शोधायला हैदराबादला गेले होते आणि मी तिला तौफिकचा फोटो दाखवला.' यावर जिनांची आणि फातिमाची कोणती प्रतिक्रिया घडतेय, याची अजिबात कल्पना न आल्यामुळे रट्टीनं चिडवणं चालूच ठेवलं. फातिमा सव्वीस वर्षांची घोडनवरी झाली असूनही अजून जरठ कुमारीच राहिली आहे, असं या थट्टेमुळे ध्वनित करण्यात रट्टीला कोणताही प्रत्यवाय वाटला नव्हता; पण जिनांच्या चेहऱ्यावरच्या भावांकडे लक्ष गेल्यावर मात्र रट्टी मनोमन शरमून गेली. त्यांनी रट्टीकडे जो जळजळीत कटाक्ष टाकला होता, तो तिला चांगलाच झोंबला होता. त्याची बोच दुसऱ्या दिवशीसुद्धा उणावली नव्हती. तिनं पद्मजाला लिहिलं होतं, 'सुरुवातीला तिचा (फातिमाचा) या थट्टेवर विश्वास बसला होता; पण जिनांनी आपली भूमिका वठवली नाही, त्यामुळे तिच्या गंभीर डोळ्यांमध्ये मला शंकेची सावली दिसू लागली.'

परंतु तिची अशी थट्टा जिनांना रुचली नसल्यामुळे जरी रट्टी काहीशी अस्वस्थ झाली असली, तरी तिच्या निष्काळजी उधळेपणामुळे त्यांच्यात लवकरच मतभेद होणार आहेत,

सर दिनशॉ पेटिट, रट्टीचे पिताश्री

लेडी पेटिट, रट्टीच्या मातुःश्री

जिनाभाई पूंजा, जिनांचे पिताश्री

सर जमशेटजी जीजीभॉय, रट्टीचे मामा आणि
पारशी पंचायतचे प्रमुख

लेडी पेटिट यांचे स्टुडियो पोर्ट्रेट

तरुणपणीची फातिमा जिना

मध्यभागी सहा वर्षीय रट्टी, तिच्या डाव्या
हाताला तिचा भाऊ फली आणि तिच्या उजव्या
हाताला तिचा भाऊ माणेक

ऑक्सफर्ड येथे पदवीपूर्व शिक्षण घेतानाची
लीलामणी नायडू

पद्मजा नायडू, रट्टीची जिवलग मैत्रीण आणि पत्रानं
सतत संपर्कात राहणारी स्नेही

डॉक्टर एम. जी. नायडू, मनस्वी स्वभावाच्या नायडू
कुटुंबाचे कुटुंबप्रमुख

सरोजिनी नायडू. त्या तिशीत असताना रट्टीला प्रथम भेटल्या होत्या.

तरुणपणीचे बॅरिस्टर जिना

विवाहापूर्वीचे जिना

चाळिशीतले जिना

तरुण पत्रकार असतानाचा सय्यद हुसेन

Courtesy National Archives, Pakistan

विशीच्या आतली नवरी – रट्टी

Courtesy National Archives, Pakistan

काळ्या पोशाखातली रट्टी

Courtesy National Archives, Pakistan

जिना, त्यांच्या डावीकडे त्यांची बहीण फातिमा आणि उजवीकडे कन्या दिना

Courtesy National Archives, Pakistan

जिना त्यांची मुलगी व कुत्रे यांच्या समवेत

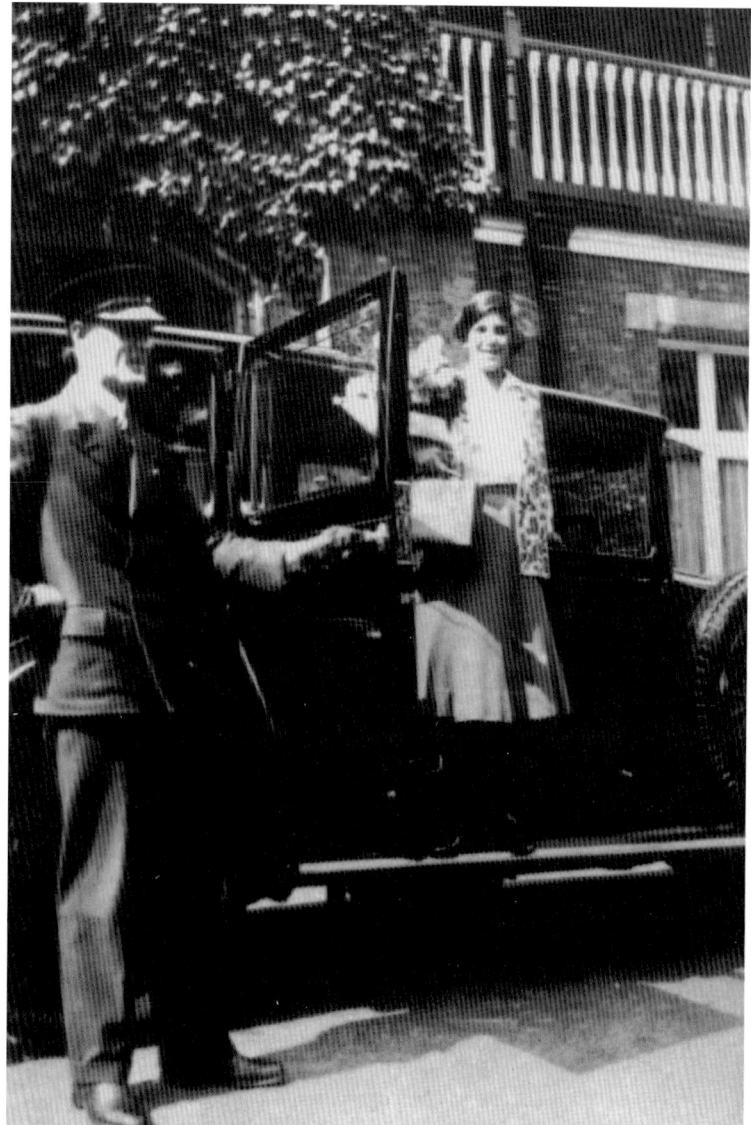

आपल्या वडिलांच्या घरासमोर उभी असलेली दिना जिना

याची तिला अजून जाणीव झाली नव्हती. हैदराबादमध्ये असताना तिच्या मनात भरलेली प्रत्येक गोष्ट विकत घेण्याचा तिनं सपाटा लावला होता. लाकडी फर्निचर, पितळेच्या आणि मातीच्या कुंड्या, पितळी धूपदानं यासारख्या वस्तू साउथ कोर्टचं जुनाट घर मनाप्रमाणे नटवायला तिनं विकत घेतल्या होत्या. त्यावर आपण किती खर्च केला आहे, हे तिनं अजून जिनांना सांगितलं नव्हतं; परंतु खर्चाचा हिशेब ठेवण्याबाबत ते किती काटेकोर आहेत आणि आपण पैशांची सहजपणे उधळपट्टी करतो, त्याचा त्यांना किती राग येतो, याची तिला जाणीव होती. फातिमाच्या चेष्टेमुळे त्यांना आलेला संताप पुसून टाकायचीसुद्धा तिची इच्छा होती, त्यामुळे तिनं पद्मजाजवळ बिलांची चौकशी करायला सुरुवात केली. सिकंदराबादच्या विक्रेत्यांनी साऱ्या गोष्टी धाडल्या असत्या, तर त्यासाठीचा चेक पद्मजाकडे पाठवत असतानासुद्धा तिला हैदराबादहून विकत घेण्याजोग्या आणखी गोष्टी आठवत होत्या.

बिलं चुकती करण्याचा कंटाळवाणा मुद्दा हातावेगळा केल्यावर रट्टीनं पद्मजाच्या वडिलांना आणि भावाला आपले प्रणाम कळवले आणि तेथे मैत्र जुळलेल्या इतरांनासुद्धा शुभेच्छा धाडल्या.

आणखी पंधरवड्यानं रट्टीनं पद्मजाला पाठवलेलं पत्र तिनं गमतीदार घटना नमूद करून सुरू केलं असलं, तरी त्यात तिच्या मनात खदखदत असलेला जिनांबद्दलचा संताप व्यक्त केल्याशिवाय तिच्यानं राहवलं नव्हतं. तिनं क्षणिक अंतःप्रेरणेनं हैदराबादमध्ये एक घोडा विकत घेतला होता आणि तो नीट परीक्षा न करता विकत घेतल्यामुळे जिनांनी त्या खरेदीला नकार दिला होता. त्याबद्दल तिनं संताप व्यक्त केला. 'जिनांशी विवाह करण्यापूर्वी मी कुठं त्यांची कसून परीक्षा घेतली होती? पण नवऱ्यापेक्षा घोडे फारच महत्त्वाचे आणि किमती असणार!'

जिनांची टीका ओढवू नये म्हणून तिनं हैदराबादच्या खरेदीसत्राचा हिशेब ठेवायची पुन्हा धडपड सुरू केली होती; पण त्यात तिला यश आलं नाही. हिशेबात तिनं खूप गोंधळ केल्यामुळे एक चेक परत पाठवण्यात आला. जिनांची त्याबाबत मदत घेण्याचं तिनं अभिमानापोटी टाळलं असलं तरी मुंबईत वापरात असलेलं ब्रिटिश चलन आणि हैदराबादमधील मोगलाई चलन यातला फरक लक्षात घेता हिशेब करणं तिच्या कुवती बाहेरचं ठरलं. तिच्या पत्रातला मजकूरच पाहा. 'स्टँड विकणाऱ्याला ३३५ रु. ब्रिटिश चलनात मला द्यायचे आहेत म्हणजे हैदराबादी चलनातले २४५ रु. द्यायचे आहेत. पितळी गोष्टींचे ४६३ ब्रिटिश किंवा ४८५ मोगलाई – ४६३ + २३५ = ६९८. मला हे गणिती हिशेब जमत नाहीत. चुकले असले तर सुधार. मी तुला आणखीही देणं लागते. तू कळवलंस की, तेवढी रक्कम पाठवेन.'

पुढच्या आठवड्यात जिना पती-पत्नीमधील भांडणाला तोंड फुटलं. आजवर रट्टीची अविचारी उधळपट्टी जिनांनी मूकपणे सहन केली होती. आता मात्र कोणतीही आडकाठी न ठेवता त्यांनी कडक शब्दांमध्ये रट्टीची कानउघाडणी केली. रट्टीला ते झोंबलं होतं. त्वेषानं शाब्दिक परतफेड करण्याएवढी तिच्या ठायी जिद्द होती. पद्मजाला ३ मार्च १९२० रोजी लिहिलेल्या पत्राची सुरुवात तर रट्टीनं हलक्याफुलक्या शब्दांत केली आणि क्षमा रावची फिरकी कशी घेतली त्याचं विनोदी वर्णन करून पद्मजाला हसवायचा तिनं प्रयत्न केला होता; पण जिनांवरचा राग तिला दाबून ठेवता आला नाही. तिनं पुढे लिहिलं, 'मला वाटतं,

माझ्या उधळेपणामुळे ते मला पटवायचा प्रयत्न करत आहेत की, ते सोन्याची अंडी घालणारं वासरू नव्हेत!' (मला वाटतं हे शब्द तिनं नंतर घातले होते) आपला मुद्दा पटवण्यासाठी जिनांनी दोन वेगळ्या रूपक कथांमध्ये गोंधळ करून 'बळीचा बकरा' आणि 'सोन्याची अंडी घालणारी कोंबडी' यात घोळ केला असला तरी त्यांचा टोमणा रट्टीला वर्मी लागला. तिला जिनांचं वक्तव्य अत्यंत अन्याय्य वाटलं, कारण बळीचा बकरा जिना नव्हते. स्वत: रट्टीनं त्यांच्याशी विवाह करण्यासाठी माहेरच्या संपत्तीच्या प्रचंड वारशाकडे पाठ फिरवली होती आणि तीच बळीचा बकरा बनली होती! परंतु त्यांच्या या अन्याय्य टोमण्याबद्दल ती मूक राहिली असली तरी त्यांना उलथून पाडावंसं वाटण्याएवढा संताप तिच्या मनात खदखदत होता. ती अतिशय संतापल्यामुळे अवज्ञा करण्याच्याच मन:स्थितीत होती, त्यामुळे खरेदी केलेल्या आणखी वस्तू घरी येऊन त्यांच्या संतापात भर पडणार असल्याचा तिला आनंदच वाटत होता. तो तिनं पत्रात व्यक्तही केला होता.

परंतु या तर बारीकसारीक कुरबुरी होत्या. त्यांच्यात प्रचंड वितुष्ट आणून त्यांच्यात दरी पाडणारी खरी गंभीर समस्या होती फातिमा! रट्टीला ही वयानं मोठी स्त्री कधीच आवडली नव्हती. आत्तापर्यंत तिनं दर रविवारी येऊन जिनांबरोबरचा सुट्टीचा आपला एकमेव दिवस नासून टाकायला फातिमाला आडकाठी केलेली नव्हती; परंतु आता दोघांमधल्या भांडणाला तोंड फुटलंच होतं, त्यामुळे जिनांच्या बहिणीचा सहवास मूकपणे सहन करण्याचं कोणतंही कारण उरलेलं नाही, असं रट्टीला वाटू लागलं!

प्रकरण पंधरावे

रट्टीला आणि फातिमाला एकमेकींचा तिरस्कार वाटावा, अशी कारणं भरपूरच होती. नऊ वर्षांपूर्वी फातिमानं शालेय शिक्षण पूर्ण केलं होतं, तेव्हापासून जिनांसकट सर्व आप्तांनी तिला उत्तेजन दिलं होतं की, तिनं जिनांची एकमेव सोबती या नात्यानं स्वतःला घडवायला प्रारंभ करावा आणि आता या सर्व आप्तांची प्रशंसा आणि काहीसा मत्सर मिळवण्याजोगी आपल्या भावाबरोबरची जवळीक निर्माण केल्यावर अचानक त्या प्रिय भावाच्या घरातून तिची हकालपट्टी करण्यात आली होती. तिच्या प्रिय 'जिन'चं हृदय चोरणाऱ्या या उपटसुंभ भावजयीबद्दल तिला प्रेम वाटणं काहीसं अवघडच होतं. नेहमी भावाजवळ राहत आलेल्या फातिमाला एखाद्या दरिद्री आप्ताप्रमाणे फक्त रविवारचा दिवस त्याच्या घरात घालवायची परवानगी मिळणं, हा तिचा मोठा अपमानच होता; पण भावापुढे किंवा इतर कुणापुढेही त्याबद्दल आकांडतांडव करण्याचा तिचा स्वभाव नव्हता. त्याऐवजी दर रविवारी येऊन गंभीरपणे मूक राहून ती जिनांप्रमाणेच स्वतःलासुद्धा यातना देत होती. तिची गंभीर मूकता ही तिच्या भावाच्या विश्वासघाताला तिनं दिलेली अबोल शिक्षाच होती!

संपूर्ण रविवारचा दिवस या उदास तोंडाच्या नणंदेच्या म्लान मुखाकडे बघत घालवणं, ही रट्टीच्या दृष्टीनं शिक्षाच होती. रट्टीहून सात वर्षांनी मोठ्या वयाच्या फातिमाला रट्टीबद्दल अजिबातच कौतुक किंवा सहानुभूती वाटत नव्हती. तिला स्वतःला जवळची एकही मैत्रीण नसूनही रट्टीशी मैत्री जोडायची तिची अजिबात तयारी नव्हती. सरोजिनींच्या मते फातिमा कायमच इतरांच्या दडपणाखाली वावरत आली होती. तिला आयुष्यात कधीच मनमुक्तपणे वागता आलेलं नव्हतं. फातिमा वयानं थोडी लहान असती आणि रट्टीबद्दल तिला इतकी तीव्र नापसंती वाटत नसती, तर तिनं कदाचित रट्टीशी जुळवून घ्यायचा प्रयत्न केला असता. फातिमा विशीच्या वयाची असताना तिला इतरांशी मैत्री जोडायची इच्छा वाटत होती. सरोजिनींनी त्या वेळेस एकाकी, तरुण फातिमाची दया येऊन पद्मजाला तिच्याशी पत्रमैत्री जोडायला उत्तेजन दिलं होतं. त्या वेळेस पद्मजा अवघ्या तेरा वर्षांची होती. या दोन मुलींच्या वयातल्या आणि स्वभावातल्या तफावतीमुळे त्यांच्यातली पत्रमैत्री सुरू झाली असली, तरी ती लवकरच संपुष्टात आली.

रट्टीलासुद्धा फातिमाच्या आणि स्वतःच्या वयातला आणि स्वभावातला फरक नक्कीच जाणवला असणार; परंतु जोवर जिना आपल्या बाजूचे आहेत आणि त्यांनासुद्धा फातिमाची उपस्थिती आपल्याप्रमाणेच जाचक वाटतेय, असं रट्टीला वाटत होतं, तोवर तिनं या नणंदेची उपस्थिती सहन केली होती; परंतु आजकाल तिच्या जिनांबाबतच्या या विश्वासाला तडा जाऊ लागला होता. रट्टीला जाणवू लागलं होतं की, जिनांना फातिमाची उपस्थिती जाचक वाटण्याऐवजी, तिच्याबद्दल ममत्वच वाटतंय. इतर कोणत्याही भावंडासाठी ते वेळ देत नाहीत, इतका वेळ ते फातिमाला देतात. इतर भावंडांना आर्थिक चणचण जाणवली, तर ते मदत करत असत; पण त्यात ममत्व नसे. त्यांच्या भावाला ते कधीच आपल्या घरी येऊ देत नसत. तो त्यांच्या ऑफिसातच येऊन त्यांना भेटत असे; पण फातिमाची गोष्ट सर्वस्वी वेगळी आहे आणि या बहीण-भावांनी शब्दांनी किंवा कृतीनं अजिबात दर्शवलं नसलं तरी त्यांच्यात अतिशय जवळीक आहे, ही गोष्ट चाणाक्ष रट्टीच्या लक्षात आल्यावाचून राहिली नव्हती.

आजवर तिनं पाहिलेल्या असंख्य भावाबहिणींच्या जोड्यांपेक्षा ही जोडी पूर्णतः भिन्न होती. रट्टीची स्वतःच्या भावांशी, विशेषतः वयानं आणि स्वभावानं तिच्या जवळच्या फलीशी खूपच जवळीक होती. सर्वांत मोठी बहीण या नात्यानं तिनं त्यांच्यावर ममतेचा वर्षाव केला होता आणि त्यांनासुद्धा तिच्याबद्दल प्रचंड भक्ती आणि प्रेम वाटत होते. सारे खेळ आणि खोड्या यात ती त्यांचं नेतृत्व करत असे; परंतु तिला एकटीनं वेळ घालवावासा वाटला, तर ते तिच्या त्या इच्छेला मानही देत असत. घरातली एकमेव वाचनप्रेमी या नात्यानं त्यांना तिच्या पुस्तकांच्या निवडीबद्दल आदर वाटत असे. तिच्या बाराव्या वाढदिवसाची भेट म्हणून तिला शार्लट ब्राँटेची कुठली कादंबरी आवडेल, हे त्या वेळेस फक्त आठ वर्षांच्या वयाच्या माणेकलासुद्धा उमगलं होतं. ही चौघं भावंडं एकत्र आली की, हास्य-विनोद-थ्री मस्केटिअर्सचा खेळ किंवा अश्वारोहण यात त्यांचा वेळ अतिशय मजेत जात असे. याउलट फातिमा आणि जिना रविवारचा संपूर्ण दिवस एकत्र घालवत असले, तरी त्यांच्यात एका शब्दाचीही देवघेव होत नसे. जिना बहुतांशी तिच्याकडे संपूर्ण दुर्लक्ष करत, वाचत असलेल्या पुस्तकातून किंवा वृत्तपत्रातून ते मान वर करून तिच्याकडे बघतही नसत आणि फातिमाची निर्भत्सना करणारी किंवा भक्तिभावानं ओथंबलेली दृष्टी जिनांवर सतत खिळलेली असली, तरी ती स्वतःहून त्यांच्याशी शब्दही बोलत नसे. समोर उघडं पुस्तक ठेवून रविवारचा पूर्ण दिवस ती तिथं नुसती बसून राहत असे आणि त्याचाच रट्टीला प्रचंड वैताग येत असे.

या बहीणभावांच्या चेहऱ्यात किंवा स्वभावात कोणतंच साम्य नव्हतं. फातिमाचे ओठ कायम नापसंतीनं घट्ट मिटलेले असत आणि तिचे डोळे खोल गेलेले होते. या उलट जिना नाकीडोळी अत्यंत रेखीव होते. ते तरुण पिढीशी मोकळ्या मनानं हास्यविनोद करत असत. या उलट या तरुण पिढीच्या आधुनिक आणि मोकळ्या ढाकळ्या वागण्याबद्दल असलेली फातिमाची तीव्र नापसंती स्पष्टपणे जाणवत असे. असं असूनही अशा सर्वस्वी भिन्न प्रकृतीच्या बहीणभावांमध्ये इतकी मूक जवळीक कशी असू शकते, याचं रट्टीला कुतूहल, आश्चर्य आणि काहीसा हेवाही वाटत असे. फातिमा उपस्थित असताना जिनांच्या मनातल्या भावनांची प्रतिक्रिया त्यांनी दर्शवावी म्हणून रट्टी त्यांना डिवचायचा भरपूर प्रयत्न करत असे; परंतु त्यांच्या दगडी मुद्रेआडचे खरे भाव ते कधीही व्यक्त करत नसत.

रट्टीनं हैदराबादहून परत आल्यावर फातिमाची थट्टा करायला सुरुवात केली होती की, ती आपल्या नणंदेसाठी वरसंशोधन करायलाच तेथे गेली होती. जिनांनी या थट्टेत अजिबात भाग घेतला नव्हता आणि त्यांच्या डोळ्यांत जी नाराजी उतरली होती, त्यामुळे रट्टी पहिल्यांदाच हादरून गेली होती आणि आपल्याच घरात आपण उपरे आहोत, अशी तिची भावना झाली होती. भावाबहिणींमधली मूक एकजूट तर तिला दिसलीच होती; परंतु त्याहूनही तिला झोंबली होती त्यांच्या नजरेतली निर्भत्सना आणि ती निर्भर्त्सना सकारण असल्याची मनोमन लज्जित करणारी जाणीव! रट्टी पेटिट हॉलमध्ये असताना नेहमीच खोडसाळपणे वागत असली, तरी त्यात तेव्हा कधीही दुष्टाव्याचा भाग नसे; परंतु सतत नापसंतीची नजर टाकणाऱ्या या जरठ कुमारी नणंदेला त्याबद्दल डिवचणं, यात नक्कीच द्वेष आणि आकसाचा भाग होता!

परंतु पुढल्या वेळेस तिच्यात आणि फातिमात जेव्हा शब्दाशब्दी झाली, तेव्हा जिनांनी तिरस्काराच्या नजरेनं पाहावं, असा आपण कोणताच गुन्हा केला नव्हता, असं वाटून रट्टी अतिशय दुखावली होती. फातिमानं आपला अपमान केला असूनही जिनांनी आपली बाजू घेतली नाही, याचा तिला राग आला होता. एरवीसुद्धा फातिमा तिला ढोंगी आणि गंभीर वाटत असे. त्या दिवशी तिच्या उधळेपणाबद्दल जिनांनी तिची कानउघाडणी केल्यामुळे संतापलेल्या रट्टीच्या मनात आपल्या पावित्र्याचं ढोंग रचत नापसंतीची नजर टाकत बसलेल्या नणंदेबद्दल तीव्र असंतोष उफाळून आला. ३ मार्च १९२० रोजी पद्मजाला पाठवलेल्या पत्रात रट्टीनं लिहिलं होतं, 'फातिमाच्या बुद्धिवादामुळे गेला रविवार बरबाद झाला. ती कुराण वाचत बसली होती आणि मी तिला म्हटलं की, कुराणाची चर्चा करायची असते. ते वाचायचं नसतं. त्यावर ती पूर्ण गंभीरपणानं म्हणाली की, आपण पुस्तक वाचलं नसेल, तर त्याबद्दल बोलता कसं येईल?' जिनांनी मूक राहून बहिणीच्या बोलण्याला दुजोरा दिला असल्यामुळे रट्टीला एकाएकी आपल्याच घरात उपरं वाटू लागलं होतं.

अर्थात असं बोलण्यामुळे रट्टी नकळत का होईना जिनांनासुद्धा चीड आणत होती. वरकरणी ते कितीही पक्के इंग्लिशमन दिसले, तरी त्यांच्या मनाच्या कोणत्या तरी कोपऱ्यात अजूनही कुटुंबाबद्दलचं कर्तव्य आणि कुटुंबाचा मान अग्रस्थानी ठेवण्याचं बाळकडू मिळालेला मोहम्मद अली दडलेला होता. तरुण वयात इंग्लंडमध्ये कुटुंबापासून सातासमुद्रापार राहत असूनही जिनांचे वडील वेचक शब्दांमध्ये त्यांची कानउघाडणी करून त्यांना रूळावर आणू शकले होते. त्या वेळेस जुना पोशाख आणि जुन्या रूढी जिनांनी पूर्णपणे झुगारून दिल्या होत्या आणि ते एका नाटक कंपनीत कामाला सुरुवात करणार होते. वडिलांनी फक्त 'कुटुंबाचं नाव काळं करू नकोस' एवढं बोलून त्यांना तो बेत रद्द करायला लावला होता. वडिलांचं तेवढं एकच वाक्य ऐकून जिनांनी नट म्हणून काम करायची इच्छा बाजूला ठेवली आणि कुटुंबप्रमुख ही जबाबदारी स्वीकारून ते भारतात परत आले. जिना त्या वेळेस अवघे एकवीस वर्षांचे होते, तरीसुद्धा त्यांच्या वडिलांनी आधारासाठी त्यांच्यावर पूर्णपणे भिस्त टाकली होती आणि आपल्या धंद्यातल्या आणि वैयक्तिक आयुष्यातला गोंधळ निस्तरण्याची जबाबदारी आपल्या अल्पवयीन मुलावर सोपवली होती.

या जबाबदाऱ्यांमधली सर्वांत मोठी जबाबदारी होती – दोन थोरल्या मुलींचे विवाह जुळवून द्यायची. हे काही सोपं नव्हतं. जिनांहून दोन वर्षांनी लहान असलेली रहमत

एकोणीस वर्षांची होऊन गेली होती. त्या वयातल्या त्यांच्या समाजातल्या मुली अनेक मुलांच्या आया बनलेल्या असत; पण धंद्याचं वाजलेलं दिवाळं आणि पत्नीचा अकाली मृत्यू यामुळे खचून गेलेल्या जिनांच्या वडिलांनी रहमतच्या लग्नाची कोणतीही खटपट केली नव्हती आणि ती जबाबदारी जिनांवर सोपवून ते बाजूला झाले होते. जिना त्या वेळेस फक्त एकवीस वर्षांचे होते. त्यांच्या हाती नोकरीही नव्हती आणि थोरामोठ्यांशी त्यांचे वशिलेही नव्हते, तरीसुद्धा लंडनहून परत आल्याबरोबर त्यांनी कोलकात्यातील सधन व्यापाऱ्याशी तिचा विवाह जुळवून दिला.

पण त्यासाठी त्यांना किंमत मोजावी लागली होती. वय उलटून गेलेल्या रहमतसाठी त्यांच्या इस्माइली खोजा समाजाबाहेरचा एक विधुर त्यांना शोधावा लागला होता, त्यामुळे त्यांचा समाज त्यांच्या संपूर्ण कुटुंबाला वाळीत टाकेल, अशी शक्यता निर्माण झाली होती. जिनांना त्यांच्या इस्माइली खोजा समाजातून द्वितीय पत्नी मिळण्याच्या शक्यतेबाबतही त्यामुळे संदेह उद्भवला होता. जिनांचे मामा आगाखानचे जवळचे साहाय्यक होते. जिना लंडनमध्ये शिकत असताना त्यांनी जिनांच्या कुटुंबाला भरपूर मदत केली होती. जिनांची प्रथम पत्नी निवर्तल्यावर आता ते पुन्हा विवाहाला मोकळे झाले होते. त्यांना आपली मुलगी द्यावी, असा या मामांचा मानस होता; परंतु रहमतला जमाती बाहेर दिली, तर आपण आपली मुलगी देणार नाही, अशी या मामांनी अट घातली होती.

जिनांनी मामांच्या धमकीकडे लक्ष दिलं नाही. कदाचित, मनात त्यांना त्याबद्दल आनंदच वाटला असेल. जिनांनी पहिला विवाह आपल्या मनाविरुद्ध केवळ आईच्या म्हणण्याखातर केला होता; परंतु आता त्यांची आई आणि पहिली पत्नी एमीबाई दोघीही निवर्तल्या होत्या, त्यामुळे पुन्हा लग्नाच्या जोखडात स्वतःला अडकवून घ्यायला ते फारसे राजी नव्हते.

रहमतचा सुन्नी खोजा समाजात विवाह करून दिल्यामुळे जिना आणखी एका बाबतीत स्वतंत्र झाले. आता ते आपला भूतकाळ झुगारून देऊन नव्या रूपात आपलं परिवर्तन करू शकणार होते. लंडनमध्ये त्यांनी आपला पूर्वीचा पोशाख आणि जुन्या रूढिग्रस्त कल्पना झुगारून देऊन एखाद्या इंग्लिश माणसासारखे रितीरिवाज आणि राहणी स्वीकारली होती. त्याप्रमाणेच आता ते मुस्लिमांच्या विविध जाती, उपजाती न मानणारे आधुनिक, बुद्धिनिष्ठ, तर्कसुसंगत विचार करणारे मुस्लीम बनू शकणार होते. हा बदल घडवणं त्यांनी इंग्लंडमध्ये घडवलेल्या बदलापेक्षा खूपच जास्त धाडसाचं होतं; परंतु जिनांनी एकदा एक गोष्ट करायचा दृढनिश्चय केला की, तो ते पार पाडतच असत आणि थोड्याच काळात प्रत्येकानं, अगदी पुराणमतवादी - मुस्लिमांनीसुद्धा, त्यांच्या या नव्या रूपाचा स्वीकार केला. बॅरिस्टर म्हणून त्यांनी मिळवलेले यश आणि पैसा यांमुळे मुस्लीम समाजाचा विरोध मावळायला नक्कीच मदत झाली असणार. आपली इस्माइली समाजाशी आता कोणतीही बांधिलकी उरलेली नाही, हा मुद्दा ठोसपणे मांडण्यासाठी त्यांनी एका नव्याच सुधारक इस्लामी संस्थेचं सभासदत्व स्वीकारलं आणि आपल्या पित्यालाही ते स्वीकारायला लावलं. या मुस्लीम सुधारक पंथाचं नाव होतं 'इश्नाशारी' आणि ते स्वतःला जातीय भिन्नतेपासून अलिप्त मानत असत.

त्यांनी हा पंथ स्वीकारल्याचा आणखी एक फायदा झाला. ते आता आर्थिक सुस्थिती आणि पार्श्वभूमीच्या निकषांवर आपल्या बहिणींसाठी पुष्कळ मोठ्या गटातून वर शोधू

शकणार होते. जिनांना आपल्या समाजात इतका प्रचंड मान मिळत असे की, त्यांच्या द्वितीय बहिणीचं, मरियमचं लग्न त्यांनी रहमतप्रमाणेच सुन्नी खोजा समाजातील पीरभॉय या सुप्रसिद्ध व्यापारी कुटुंबात करून दिल्यावर कुणीही आक्षेपानं भिवया उंचावल्या नाहीत.

परंतु जिनांनी बहिणींचे विवाह करून दिले असले आणि वडिलांना ते घरभाडं आणि इतर खर्चासाठी पैसे देत असले, तरी त्यांनी आपलं आयुष्य कुटुंबापासून वेगळं ठेवलं होतं. ते स्वतः वेगळे राहत होते आणि त्यांना कधीमधी भेटायला जात होते. जिना लंडनहून परत आले, तोपर्यंत त्यांचे वडील कराचीहून मुंबईला हलले होते आणि शहराच्या गर्दीच्या खोजा विभागात एका लहानशा भाड्याच्या जागेत राहत होते. त्यांच्याजवळ राहण्याऐवजी किंवा त्यांना आपल्या जागेत राहायला लावण्याऐवजी जिनांनी वेगळं राहणं पसंत केलं. त्या वेळेस त्यांची पैशांची प्रचंड चणचण असूनही ते एका इंग्रजानं चालवलेल्या फोर्टमधील ऑपोलो हॉटेलमध्ये राहू लागले. ते त्यांच्या वडिलांच्या घरापासून खूपच दूर होतं.

पण जिना त्यांना नियमितपणे भेटायला जात असत. जिनांचे उत्तम शिलाईचे सूट, टाय, शर्टची कडक कॉलर, बूट – मोजे हा पेहेराव पाहून त्यांचे शेजारी आणि भावंडं भलतीच भारावून जात आणि आश्चर्यानं त्यांच्याकडे पाहत राहत असत. ते कालांतरानं ऑपोलो हॉटेलच्या खोलीतून स्वतःच्या फ्लॅटमध्ये राहू लागले, तरी त्यांनी आपल्या वडिलांना आणि भावंडांना आपल्याजवळ राहायला बोलावलं नाही. त्यांनी आपली दुहेरी आयुष्यं सुरूच ठेवली. हा उमदा ब्रह्मचारी एकट्यानंच फ्लॅटमध्ये राहून मुंबईच्या उच्चभ्रू वर्तुळात वावरत असताना, त्याची भावंडं आणि वृद्ध वडील शहराच्या दूरच्या भागात राहत होते. असं त्यांचं दुहेरी आयुष्य त्यांच्या पित्याच्या मृत्यूपर्यंत पुढील सहा वर्षं चालू होतं.

त्यांचे वडील १९०२च्या एप्रिल महिन्यात निवर्तले आणि त्यांची तीन अज्ञान मुलं जिनांवर सोपवून गेले. त्यांचा भाऊ अहमद अली तेव्हा सोळा वर्षांचा होता आणि शिरीन आणि फातिमा या दोन बहिणी अनुक्रमे चौदा आणि नऊ वर्षांच्या होत्या. त्या सर्वांना शक्य तेवढ्या लवकर हातावेगळं करणं ही त्यांची तत्कालिक आणि त्वरित अंतःप्रेरणा असावी, कारण अहमदला त्यांनी अंजुमान इस्लाम या शाळेच्या वसतिगृहात पाठवून दिलं. जिनांनी स्वतः त्याच शाळेत शिक्षण घेतलं होतं, त्यामुळे त्याच्या पुढील व्यावसायिक कारकिर्दीसाठी पाया रचण्यासाठी त्यांना ती योग्य जागा वाटली असणार.

परंतु चौदा वर्षांची शिरीन उपवर झाली असली, तरी त्यांनी अजून तिच्यासाठी वरसंशोधन सुरू केलं नव्हतं, त्यामुळे तिला त्यांनी नाइलाजानं आपल्या जवळ ठेवली. रोज सकाळी ते तिला कोर्टात जाताना वाटेत त्यांच्या मरियम या बहिणीच्या घरी सोडत आणि घरी येताना तिला परत आणत. शिरीनचा मुंबईतील नामवंत व्यापारी कुटुंबात – करीमभॉय कुटुंबात – विवाह करून दिल्यावर ती एक जबाबदारी त्यांनी हातावेगळी केली.

राहता राहिली फातिमा. जिनांच्या इंग्रजी सवयी आणि प्रशिक्षण लक्षात घेता, त्यांच्या पुढचा तर्कसुसंगत पर्याय होता तिला एका उत्तम इंग्रजी शाळेच्या वसतिगृहात ठेवण्याचा. आधुनिक मुलीला इंग्रजी शिक्षण देणं गरजेचं आहे, असं त्यांचं स्वाभाविक मत होतं; परंतु या गोष्टीचे त्यांच्या आयुष्यात कोणते तरंग उठणार आहेत, याची त्यांना कल्पना आलेली नव्हती.

तोवर एकाही मुस्लीम मुलीनं ख्रिश्चन मिशननं चालवलेल्या शाळेत आणि तेसुद्धा वसतिगृहात राहून शिक्षण घेतलेलं नव्हतं, त्यामुळे मुस्लीम समाजात आणि त्यांच्या नातेवाइकांमध्ये त्याबद्दल टीका होऊ लागली होती. त्यांच्यासारख्या श्रीमंत आणि रूढी न मानणाऱ्या माणसाच्या दृष्टीनंसुद्धा ही मर्यादेबाहेरची गोष्ट समजली गेली. अर्थातच या कृतीमागच्या धोक्यांची त्यांना नक्कीच कल्पना आलेली असणार. तशी आली नसली, तरी इतरांनी नक्कीच त्यांना सावध केलं असणार की, इंग्रजी शिक्षण घेतलेल्या मुलीचा मुस्लीम समाजात विवाह करून देणं खूप कठीण असणार आहे. बांद्रा मुंबईपासून नऊ मैल दूर होतं आणि घोड्याच्या बग्गीतून तेथे जायला सात-आठ तास तरी लागत असत, त्यामुळे सुट्टीचे दोन महिने सोडता, पुढील सात-आठ वर्षं फातिमा तिच्या सर्व आप्तांना दुरावणार होती, अनोळखी लोकांकडून वाढवली जाणार होती, आपल्या समाजातल्या कुणाशीही बोलू किंवा नातं जोडू शकणार नव्हती. अशा मुलीशी कुणी विवाह केला असता? दोन दशकांपूर्वी मुस्लिमांना ख्रिश्चन मिशनरी लोकांबद्दल इतका संशय वाटत असे की, ते आपले मुलगेसुद्धा इंग्रजी शाळेत धाडत नसत आणि इकडे जिना आपल्या पोरक्या बहिणीला त्यांच्या वसतिगृहात पाठवायला निघाले होते! परंतु आतापर्यंत जिना साऱ्या टीकेबाबत - विशेषतः रूढिप्रिय मुस्लिमांच्या टीकेबाबत बेदरकार बनले होते, त्यामुळे जे त्यांना फातिमाच्या दृष्टीनं भलं वाटत होतं, त्याबद्दल ते आणखीच आग्रही बनले होते.

अर्थात ते फातिमाशी एखाद्या हुकूमशहाप्रमाणे वागू शकले नसते. घरापासून दूर राहायच्या कल्पनेनं ही लहानगी मुलगी प्रचंड धास्तावून गेली होती. आईच्या मृत्यूनंतर वेगवेगळ्या ज्येष्ठ बहिणींच्या हाताखाली वाढलेली फातिमा अतिशय लाजरीबुजरी, अनोळखी लोकांना घाबरणारी आणि दडपणाखाली वावरणारी मुलगी बनली होती. जिना इंग्लंडला गेल्यावर तिचा जन्म झाला होता आणि ते परत आले, तेव्हा ती फारच लहान असल्यामुळे त्यांनी तिची कधीच फारशी दखल घेतली नव्हती; परंतु आता तिच्या मनातली भीती दूर करणं त्यांना भाग होतं; परंतु ते त्यांनी इतक्या सहनशीलतेनं आणि हळुवारपणे केलं की, त्यांच्या इतर भावंडांना ते पाहून आश्चर्याचा धक्काच बसला असता, कारण त्यांना वैयक्तिक नातं जोडायला कधीच वेळ मिळत नसे !

परंतु आता त्यांनी आपल्या व्यस्त दिनक्रमातून वेळ काढून आपल्या लहानग्या बहिणीला घोड्याच्या बग्गीतून बांद्र्याला नेऊन तिला शाळा दाखवली होती. मग तिला जवळ घेऊन शांतपणे तिला समजावून सांगितलं होतं. त्यांच्या पित्यानं त्या वयाचे असताना जिनांना जसं समजावून सांगितलं असतं, तसंच जिनांनी फातिमाला समजावलं होतं आणि तिला दोन गोष्टींमधून निवड करायला सांगितलं होतं. शाळा आणि शालेय शिक्षणानंतर मिळणारी आत्मनिर्भरता किंवा पडदानिशीन स्त्रीचं पारंपरिक, रूढिग्रस्त आयुष्य यातून तिनं निवड करायची होती; पण फातिमा जिनांसारखी स्वतंत्र विचारांची आणि हट्टी नव्हती. तिनं भावाला खूश ठेवण्यासाठी त्याची गोष्ट मान्य केली आणि वसतिगृहात राहायला ती केवळ त्याच्या इच्छेला मान देण्यासाठी तयार झाली.

परंतु आपल्या आग्रहानं तिचं भविष्य बदलून जिनांनी तिला कायमचं आपल्याला जोडून घेतलं होतं. ते रविवारचा मौल्यवान दिवस तिच्याखातर वाया घालवून तिला भेटायला तिच्या वसतिगृहात जाऊ लागले. जायला आणि यायला नऊ-नऊ मैलांची घोड्यावरची

रपेट करू लागले. बरोबर तिच्यासाठी चॉकलेट्स नेऊ लागले. तिच्या अभ्यासात मनापासून रस घेऊ लागले आणि ती त्यांच्याहून सोळा वर्षांनी लहान असूनही इतर कुणापेक्षाही तिच्याबद्दल त्यांना जास्त आत्मीयता वाटू लागली.

फातिमा इतर नातेवाइकांपासून दूर राहिल्यामुळे त्यांना दुरावली. तिला कोणत्याही खेळात गम्य नव्हतं. कुटुंबातलं इतर कुणीही तिला भेटायला येत नव्हतं. आठ वर्षांनी ती शाळेबाहेर पडली - चार वर्षे बांद्रा आणि चार वर्षे खंडाळ्याच्या सेंट पॅट्रिक स्कूलमधून मॅट्रिकपर्यंतचं शिक्षण पूर्ण करून ती बाहेर पडली - तोवर तिला इतर कुणाचीही गरज भासेनाशी झाली होती. तिचा देखणा आणि हुशार भाऊ तिचं सर्वस्व बनला होता.

सर्वांनी गृहीतच धरलं होतं की, शिक्षण पूर्ण झाल्यावर ती भावाच्या घरी राहू लागणार. जिना आता कुलाब्यातील इमारतीच्या पहिल्या मजल्यावरच्या प्रशस्त फ्लॅटमध्ये राहू लागले होते. फातिमा त्यांच्या शिस्तबद्ध दिनक्रमात निमुटपणे सामावून गेली. त्यांनी तिला सिनियर केंब्रिजच्या परीक्षेला बसण्यासाठी अभ्यास करायला सांगितलं होतं आणि ते स्वतः त्यासाठी तिचं मार्गदर्शन करू लागले होते. बरोबर नाश्ता घेतल्यावर जिना कोर्टात जाताना फातिमाला वाटेत शिरीनच्या घरी सोडत असत आणि संध्याकाळी तिला आपल्याबरोबर परत आणत असत. शिरीनच्या बाबतीत त्यांनी तेच केलं होतं. आता फरक एवढाच होता की, त्यांनी फातिमासाठी वरसंशोधन सुरूच केलं नाही. तिनंसुद्धा तसं त्यांना किंवा इतर आप्तांना सुचवलं नाही. तिनं आपलं आयुष्य भावाच्या सेवेला वाहून घेतलं आहे, असं सर्व आप्तांना वाटू लागलं होतं आणि त्यांची समजूत दूर करायचा फातिमानं कोणताही प्रयत्न केला नाही. भावाकडे समर्पिततेनं लक्ष देणारी बहीण ही भूमिका तिनं आनंदानं स्वीकारली होती, कारण तिची भावावर भक्ती तर होतीच; पण त्याखेरीज इतर कुटुंबीयांचा तिला त्याबद्दल मानही मिळत होता.

इतरांनी, विशेषतः तिच्या बहिणींनी - तिला विवाहाचा नक्कीच आग्रह केला असणार. सतराव्या वर्षी मॅट्रिकची पदवी आणि इंग्रजीतलं शिक्षण यामुळे तिचं लग्न होणं अवघड झालं असलं, तरी ते काही अशक्य बनलेलं नव्हतं; परंतु तिच्या देखण्या आणि नामवंत भावाच्या तुलनेत इतर कुणीही वर सर्वांना नक्कीच फिक्का वाटला असणार!

भावाबहिणीचं चांगलचं मैत्र जुळलं होतं. ते दोघे फिरायला जात, एकत्र जेवण घेत, कधी कधी ती त्यांच्यासोबत घोड्यावरून रपेटही करत असे. तिला फक्त अश्वारोहणातच गती होती. ती त्यांचं बोलणं भक्तिभावानं अगदी आनंदानं ऐकून घेत असे, त्यामुळे जिना मनात येईल तेव्हा तिच्याशी राजकारणावर गप्पा मारत बसत. कधीमधी त्यांच्यात भांडणही होत असे. विशेषतः त्यांचं चढेल आणि बेदरकारपणे वागणं तिच्या सहनशक्तीबाहेर जाऊ लागलं की, ती रागावत असे. एकदा तिनं खिडकी उघडल्यामुळे जिनांनी तिला फटकारलं होतं. ती फुरंगटून आपल्या खोलीत दार बंद करून बसली आणि जेवायलाही बाहेर पडेना.

खिडकी उघडली की, जिना नेहमीच चिडत. खालच्या रस्त्यावरल्या आवाजाचा त्यांना त्रास होत असे. एकदा तर त्यांनी चिडून खाली बादलीभर पाणीही ओतलं होतं; पण तिच्या या रागाच्या झटक्याची त्यांना चिंता वाटली. तिनं आतून कडी लावून घेतलेल्या दरवाजापुढे उभे राहून ते अजिजीनं विनवणी करू लागले, 'फाती दार उघड.' फाती हे त्यांनी तिला दिलेलं नाव होतं आणि ती त्यांना जिन म्हणून संबोधत असे. अखेरीस ती खोलीबाहेर

आली, तरी तिचा राग गेलेला नव्हता. त्या दोघांनी मूकपणे रात्रीचं जेवण घेतलं आणि त्यांनी तिला लहानसा दागिना भेट म्हणून देऊन शांत करेपर्यंत, तिनं आपला अबोला सोडला नाही. तिला अशा लहानशा भेटवस्तू आवडत असत आणि त्या देऊन तिचा राग काढायची कला जिनांना अवगत होती.

त्या दोघांमधल्या या मूक जवळकीची अचानक जाणीव झाल्यानंतर रट्टी अस्वस्थ होऊन गेली आणि शांतपणे माघार घेण्याऐवजी ती कोणत्या तरी आंतरिक प्रेरणेनं फातिमाला टोचून बोलत राहिली. तिचं तार्किक वागणं, गंभीर नजर, तिचा स्वार्थत्याग आणि आता तिचा धार्मिकतेचा देखावा या साऱ्या साऱ्या गोष्टी रट्टीला चीड आणू लागल्या. फातिमाला महागड्या मिशनच्या शाळेत शिक्षण मिळालेलं असूनही – की त्यामुळेच – ती अत्यंत धर्मनिष्ठ मुस्लीम बनली होती. ती प्रामुख्यानं कुराणच वाचत असे आणि साउथ कोर्टला येताना ती स्वतःबरोबर तिची कुराणाची प्रत घेऊन येऊ लागली होती. पूर्वी ती जिनांच्या लायब्ररीतलं एखादं पुस्तक वाचत बसत असे. त्याऐवजी आता ती सारा वेळ कुराण वाचत बसू लागली. अनेक आठवडे तिचं हे वागणं सहन केल्यावर रट्टीच्या सहनशक्तीची परिसीमा झाली आणि तिनं कुराणाबद्दल शेरा मारला की, तो ग्रंथ चर्चेसाठी आहे; वाचनासाठी नाही.

सर्वसाधारणतः त्या शेऱ्याचा जिनांवर कोणताच परिणाम झाला नसता. लहानपणी त्यांच्यावर जे धार्मिक संस्कार झाले होते (विशेषतः त्यांच्या आईचा संतांच्या चमत्कारांवरचा आंधळा विश्वास) ते सोडता त्यांना कुराणाबद्दल वाटणारा रस पूर्णतः बौद्धिक पातळीवरचा होता. जिनांनी पौर्वात्य संस्कृतीचे अभ्यासक, डी. एस. मार्गोलिथ यांचं *मोहम्मद अँड द राइझ ऑफ इस्लाम* हे पुस्तक बारकाईनं वाचून काढलं होतं. अगदी मौलवींच्या उपस्थितीतही ते मद्यप्राशन आणि धूम्रपान यांसारख्या मुस्लीम धर्माला त्याज्य असलेल्या गोष्टी बिनदिक्कत करत असत आणि मशिदीत प्रार्थनेसाठी ते त्यानंतर वीस वर्षांनी प्रथमच गेले होते.

पण त्यांची बहीण त्यांच्याहून वेगळ्या वातावरणात वाढली होती. तिला आणि त्यांच्या इतर भावंडांना वाढवण्याची वेळ येईपर्यंत जिनांचे वडील खूपच बदलले होते. ते त्या वेळपर्यंत मुलांना आपल्या भोवती बसवून, त्यांना कुराण वाचून दाखवू लागले होते.

त्यामुळे रट्टीच्या बोलण्याला आक्षेप घेऊन कधी नव्हे ते फातिमानं भावाच्या उपस्थितीतसुद्धा रट्टीला प्रत्युत्तर दिलं, तेव्हा गोष्टी हाताबाहेर चालल्या आहेत, अशी जिनांना जाणीव झाली.

पुढल्या काही दिवसांत साउथ कोर्टमधील मतभेद अशा थराला पोचला होता की, रट्टी त्यांना सोडून निघून जाण्याची भाषा करू लागली होती. पद्मजाची बहीण लीलामणी हिच्याबरोबर लंडनला जायचा बेत रट्टीनं आखला आणि पुढल्या महिन्यात बोटीनं तेथे जायची तयारी तिनं सुरू केली. ही तिची खरोखरचीच योजना होती, कारण सरोजिनींनी पुढल्याच पत्रात रट्टीचा हा बेत ऐकून आपल्याला प्रचंड धक्का बसल्याचं कळवलं होतं. बाळाला आणि जिनांना मागं सोडून, फक्त आपल्या लाडक्या आर्लेट कुत्रीला बरोबर घेऊन रट्टी लंडनला यायला निघालीय, ही बातमी ऐकून त्या खरोखरच अतिशय हादरून गेल्या होत्या.

जिनांनी एकदा आंतरिक तळमळीनं म्हटलं होतं, 'स्त्रीशी कधीही वाद घालू नये,' त्याची त्यांना आता दु:खद प्रचिती येऊ लागली होती, त्यामुळे त्यांनी फातिमाची समजूत पटवण्यावर आता चित्त केंद्रित केलं होतं. ती त्यांचं म्हणणं ऐकून घेईल, अशी बऱ्यापैकी शक्यता त्यांना अजूनही वाटत होती. त्यांच्या म्हणण्याखातर, नाइलाजानं का होईना, फातिमानं कोलकात्याच्या डेंटल कॉलेजमध्ये प्रवेश घ्यायला होकार दिला. ही निवड सुज्ञपणाची होती. कारण इतर फारच थोडे व्यावसायिक अभ्यासक्रम त्या वेळेस स्त्रियांना उपलब्ध होते. स्त्रियांसाठी लॉ कॉलेजचा प्रवेश आणखी दोन वर्षांनंतर खुला होणार होता. वैद्यकीय शिक्षण घ्यायला परदेशात निदान पाच वर्षं काढावी लागत. जिना फातिमाच्या शिक्षणाचा आणि कोलकात्यातल्या वसतिगृहाचा खर्च करायला तयार होते. तिची सर्वांत थोरली बहीण कोलकात्यात होती; पण तिच्याजवळ राहायला फातिमा तयार नव्हती आणि जुलैपर्यंत, पुढल्या दोन वर्षांसाठी फातिमा मुंबईबाहेर निघून गेली होती!

रट्टीनं आपला विजय साजरा करण्यासाठी जिनांना उटीला दोन महिन्यांच्या सुट्टीसाठी नेलं. ती फारच उत्फुल्ल मन:स्थितीत होती. उटीच्या वाटेवर बंगलोरमधून तिनं लीलामणीला पाठवलेल्या पत्रात म्हटलं होतं, 'मी दोन घोडे आणि आमची कार पुढे पाठवून देऊन उटीतील थरारक वास्तव्याची तजवीज करून टाकलीय!'

प्रकरण सोळावे

परंतु फातिमाला आपल्या आयुष्यातून दूर सारल्या नंतरसुद्धा हे दोघे जण एकमेकांच्या फारसे जवळ येऊ शकले नाहीत. एक कृश, अर्धवट नागवा राहणारा, खोल आवाजात बोलणारा, चक्रम माणूस जिनांना प्रचंड काळजीत पाडून त्यांची सुट्टी नासवून टाकू लागला होता. तो माणूस पुढे काय करेल याचं कोणतंच भाकीत वर्तवणं अशक्य असल्यामुळे जिनांच्या सर्व रात्री सचिंततेत जात होत्या. त्यांचं राजकीय भवितव्य नष्ट करू पाहणारा हा विक्षिप्त माणूस त्यांच्यासारखाच गुजराती होता आणि सारे जण त्याला महात्मा गांधी म्हणून संबोधू लागले होते.

जिनांवर गांधीजी कधीच प्रभाव पाडू शकले नव्हते. या बाबतीत मुंबईतील उच्चभ्रूंपेक्षा जिना अजिबात निराळे नव्हते. दक्षिण आफ्रिकेत खूप मोठं नाव कमावून गांधीजी पाच वर्षांपूर्वी १९१५ साली, भारतात परत आले होते आणि जागतिक कीर्तीच्या या नेत्याची भेट घ्यायला सारे जण फारच उत्सुक होते; पण त्यांच्या स्वागतासाठी मुंबईत आयोजित करण्यात आलेल्या मेजवान्यांसाठी आलेल्या गांधीजींना पाहून लोक अजिबातच प्रभावित झाले नाहीत! गांधी तेथे अनवाणी, गुडघ्यापर्यंतच धोतर, *काठेवाडी धर्तीचा अंगरखा आणि फेटा* अशा वेशात आले आणि गुजरातीत बोलू लागले. सुरुवातीपासूनच जिना आणि गांधीजी यांचं एकमेकांशी अजिबात जुळलं नव्हतं. मुंबईतल्या गुजराती समाजानं मुंबईतली पहिली मेजवानी गांधीजींसाठी आयोजित केली होती आणि जिनांच्या अध्यक्षतेखाली ती पार पडली होती. गांधीजी आपल्या मायदेशासाठी फारसं काही करू इच्छित आहेत की नाहीत, याबद्दलची साशंकता व्यक्त करून जिनांनी पुढे शेरेबाजी केली होती, 'दक्षिण आफ्रिकेतील लोकांसाठी लढा देणारं त्यांना आणखी इतर कुणी सापडलं नाही, ही खेदाची बाब आहे.' त्या उलट जिनांना मुस्लीम हे बिरुद लावून गांधीजींनी जिनांना चीड आणली होती. गांधीजी म्हणाले होते, 'एक मुस्लीम माणूस गुर्जर सभेचा सदस्य आणि समारंभाचा अध्यक्ष आहे हे पाहून मला आनंद झाला.' त्यांच्या स्वागतासाठी एका मागोमाग एक आयोजित करण्यात आलेल्या मेजवान्यांनंतर गांधीजी राजकीय क्षितिजावरून जवळजवळ

लुप्तच झाले होते आणि त्या वर्षाच्या अखेरीस आयोजित करण्यात आलेल्या काँग्रेसच्या सत्राला थोडा वेळ हजेरी लावून त्यांनी पुन्हा एकदा त्यांच्या चाहत्यांना निराश केलं होतं. त्यांनी तशाच विचित्र पोशाखात केलेलं भाषण कुणाला ऐकूच गेलं नव्हतं.

युद्ध सुरू असेपर्यंत गांधीजींनी स्वतःला राजकारणापासून कटाक्षानं दूर ठेवलं होतं. सरकारविरुद्धच्या कोणत्याही निषेधसभांमध्ये भाग घ्यायला त्यांनी नकार दिला आणि ब्रिटिशांना पूर्ण पाठिंबा देऊ करून त्यांच्यासाठी सैनिक मिळवून द्यायची तयारीसुद्धा दर्शवली. त्यांच्या पुढे समस्या घेऊन आलेल्या तरुणांना पूर्ण मूर्खपणाचे तोडगे सुचवून त्यांना गांधीजींनी निराश केलं. उदाहरण द्यायचं तर : ॲनी बेझंटना ब्रिटिशांनी तुरुंगात टाकलं, तेव्हा त्यांच्या सुटकेसाठी गांधीजींनी ॲनी बेझंटच्या समर्थकांना सुचवलेला उपाय होता की, शांतपणे मुंबई ते कोईम्बतूर हे हजार मैलाचं अंतर पायी काटून निषेध नोंदवण्याचा! राजकीय काम करू इच्छिणाऱ्यांना गांधीजी सुचवत होते की, त्यांनी ग्रामीण बिहारात संडास स्वच्छ करायचं काम करावं, त्यामुळे 'स्वतंत्र विचार आणि कृती असलेला राजनीतिज्ञ' या बिरुदाला गांधीजी लगेचच पारखे झाले असले, तरी सर्वसामान्य जनता त्यांना संत मानू लागली होती. जिनांच्या दृष्टीनं गांधी हे एक गूढच होतं. हा माजी बॅरिस्टर अत्यंत चाणाक्ष हिंदू नेता आहे की राजकारणात अजिबात रस नसलेला खराखुरा समाजसुधारक आहे, हे जिनांना समजत नव्हतं. एकीकडे आपल्याला राजकारणात पडण्याची अजिबात इच्छा नाही, असा गांधीजी देखावा करत होते; तर दुसरीकडे कोणताही समाज सुधारणेचा उपक्रम ते मोठ्या चतुराईनं जाज्वल्य राजकीय नाट्यात परिवर्तित करून स्वतःसाठी भरपूर प्रसिद्धी मिळवत होते. अत्यंत अनुभवी बॅरिस्टर असूनही गांधीजींच्या खऱ्याखुऱ्या इराद्याची उकल करणं जिनांना शक्य होत नव्हतं.

गांधीजींच्या वैयक्तिक सवयींबाबतच्या असंख्य कहाण्या जिनांना त्यांच्या तरुण साहाय्यकांकडून समजत होत्या. आपल्याला भेटायला येणाऱ्यांचं ते जमिनीवरच्या गादीवर बसून स्वागत करतात, साधेपणाची राहणी इतकी टोकाला नेतात की, साबण न वापरता केवळ पाणी वापरून मोडक्या ब्लेडनं दाढी करतात, अशा कहाण्या जिनांच्या कानी पडत होत्या; पण त्यांच्या वैयक्तिक सवयींहूनही त्यांची राजकीय मतं जिनांना जास्त धक्कादायक वाटत होती. 'संदिग्ध राजकीय मूर्खपणा' असं बिरुद जिनांनी गांधीजींच्या राजकीय मतांना बहाल केलं होतं. गांधीजींची ही विचित्र मतं जिनांनी पहिल्यांदा ऐकली, तेव्हा गांधीजींनी जिनांना सुचवलं होतं की, त्यांच्या होमरूल चळवळीचं त्यांनी युद्धासाठी सैनिक मिळवण्याच्या जागेत रूपांतर करावं म्हणजे कोणतीही अट न घालता असा पाठिंबा दिल्याचं बक्षीस म्हणून ब्रिटिश सरकार भारतीयांना स्वतःचं सरकार स्थापायला परवानगी देईल.

त्यानंतर गांधीजींचं कोणतंही बोलणं गंभीरपणे घेणं जिनांना शक्य झालं नव्हतं. पुढल्या दोन वर्षांत जिना लेजिस्लेटिव्ह कौन्सिलमध्ये पुन्हा निवडून आले होते आणि १९१६च्या लखनौच्या काँग्रेस सत्रानंतर आणि पुढच्या वर्षी भेटीला आलेल्या सर माँटेग्यू या परराष्ट्र मंत्र्याबरोबर वाटाघाटी केल्यावर तर ते राष्ट्रीय नेता या नात्यानं सर्वोच्च पदाला पोहोचले होते. गांधीजींनी लखनौच्या काँग्रेस सत्रात कोणताच सहभाग घेतला नव्हता किंवा सर माँटेग्यूंनी विविध भारतीय नेत्यांशी संवाद साधला असताना गांधीजींचा फारसा प्रभाव पडला नव्हता. त्याउलट या दोन्ही ठिकाणी जिनांनी महत्त्वाची भूमिका बजावली होती आणि मुंबईचे गव्हर्नर

लॉर्ड विलिंग्डन यांच्या विरोधात जिनांनी काढलेल्या ज्या मोहिमेला जनतेचा प्रचंड प्रतिसाद लाभला होता, त्या मोहिमेत 'मी मुंबईचा नागरिक नाही' अशी लंगडी सबब पुढे करून गांधीजींनी सहभागच घेतला नव्हता.

मुंबईच्या वर्तुळातील दोन प्रमुख सत्ताकेंद्रं होती स्वतः जिना आणि बाळ गंगाधर टिळक, त्यामुळे जिना इतर राष्ट्रवादी नेत्यांशी अगदी प्रतिस्पर्धी होमरूल लीग चालवणाऱ्या युवकांशीसुद्धा औदार्यानं वागू शकत होते. जिनांनी कोणतीही फी न घेता टिळकांवरचा राष्ट्रद्रोहाचा खटला फुकट चालवला होता आणि लॉर्ड विलिंग्डनांनी टिळकांचा जाहीर अपमान केला असता, ते त्यांच्या कैवाराला धावले होते आणि जो कुणी मागे राहून जिनांना केंद्रस्थानी राहू द्यायला तयार असे, तो जिनांना विशेष प्रिय वाटत असल्यामुळे गांधीजींबद्दल तर ते अधिकच स्नेह दर्शवत. जोवर गांधीजी समाजसुधारक म्हणून काम करत होते आणि राजनैतिक क्षेत्रात ढवळाढवळ करत नव्हते, तोवर जिना त्यांना त्यासाठीचं व्यासपीठ आणि कुमक मिळवून द्यायला तयार होते. स्वतः वक्ता या नात्यानंसुद्धा त्या बाबतीत ते गांधीजींना मदत करायला तयार होते; परंतु या गरीब मुखवट्याआडचे खरे गांधीजी नेतृत्व करायची आकांक्षा बाळगून होते, याची प्रचिती आल्यावर जिना हादरूनच गेले. गांधीजी जिनांपेक्षा सात वर्षांनी मोठे होते आणि जागतिकदृष्ट्या अनेक पटींनी अधिक विख्यात होते ही गोष्ट खरी असली तरी जिना अनुभव आणि नैसर्गिक क्षमता या दोन्ही बाबतीत गांधीजींपेक्षा वरचढ होते. त्याहूनही जिनांना चीड येत असे गांधीजींच्या इतरांचं मतांतर करण्याच्या खुमखुमीची. गांधीजी त्यांच्या मृदू चिकाटीनं जिनांचे गुरू बनू पाहत आणि त्यांना सतत उपदेश करत असत. इतरांनी मार्गदर्शन केलेलं जिनांना अजिबात खपत नाही, हे गांधीजी लक्षातच घेत नसत. जिना जितका प्रतिकार करत, तेवढाच गांधीजींचा त्यांना उपदेश करायचा प्रयत्न आणखी जोर घेई! जणू काही गांधीजींच्या ठायीचा समाजसुधारक जिना पुढे ठेवत असलेल्या आव्हानाकडे दुर्लक्ष करूच शकत नव्हता!

आपल्याप्रमाणेच जिनांनी इंग्रजीऐवजी गुजरातीत भाषणं करावीत म्हणून गांधीजी विशेष प्रयत्न करू लागले होते. जिनांना हा उद्धटपणातर वाटतच होता आणि जी इंग्रजी भाषा आपण मोठ्या परिश्रमांनी अवगत केलीय आणि इंग्रजीत बोलल्यामुळेच ब्रिटिश आपल्या बोलण्याची गांभीर्यानं दखल घेत आहेत, ती भाषा सोडणं हा जिनांना निव्वळ मूर्खपणाच वाटत होता; पण जिनांनी कितीही दुर्लक्ष केलं तरी त्या अपमानाकडे लक्ष न देता गांधीजींनी आपला उपदेश चालूच ठेवला.

सुरुवातीला जिनांनी गांधीजींकडे दुर्लक्ष केलं. गुजरात काँग्रेसचं अधिवेशन गोध्रा गावात सुरू असताना गांधीजी अध्यक्षस्थानी एका सत्राकडे बघत होते. त्यांनी जिनांना गुजरातीत बोलायला सांगितलं. त्यांचं मन मोडू नये म्हणून जिना बोलायला उभे राहिले आणि म्हणाले, 'मित्र हो! आज गांधीजींच्या आज्ञेप्रमाणे मी गुजरातीत बोलत आहे!' मग हे गरजेचं गुजराती वाक्य बोलून हातावेगळं केल्यावर ते पुढे म्हणाले, 'माझ्या भाषणाचा हा भाग गुजरातीत बोलल्यानंतर आता मी माझं उरलेलं भाषण इंग्रजीत पूर्ण करणार आहे!' श्रोते पोट धरधरून हसले आणि कोणताही व्यत्यय न आणता श्रोत्यांनी जिनांचं इंग्रजीतलं भाषण पुढचा पाऊण तास अगदी लक्षपूर्वक ऐकून घेतलं. उर्वरित आयुष्यभर टिकलेल्या गांधी आणि जिना यांच्यामधील गैरसमजाची ती सुरुवात होती. श्रोते हसल्यामुळे मलासुद्धा

अपमानित वाटलं, तसेच जिनांना वाटलं, अशी गांधीजींनी स्वतःची समजूत करून घेतली आणि गांधीजींनी अशा समजुतीपायी निष्कर्ष काढला की, त्यामुळे जिनांनी गांधीजींना कधीच माफ केलं नाही. याउलट कांजी द्वारकादासचं मत पडलं की, ही पहिली झक्काझक्की नक्कीच जिना जिंकले होते. कारण जिनांचं इंग्रजीतलं भाषण श्रोत्यांनी लक्षपूर्वक विनाव्यत्यय ऐकून घेतलं होतं. सरोजिनींसकट जवळजवळ सर्व नेत्यांना व्यासपीठावरून जाहीर भाषण गुजरातीत करणं अवघड वाटत असलं, तरी जिनांखेरीज अन्य कुणीही गांधीजींची ही आज्ञा धुडकावून लावायचं धारिष्ट्य दाखवलं नाही.

परंतु त्यानंतर गांधीजींचा विरोध करणं अधिक अवघड बनत गेलं. ऑक्टोबर १९१६च्या गुजरात काँग्रेस अधिवेशनानंतर १९१७च्या चंपारण-खेडा सत्याग्रहापर्यंतच्या वर्षाहूनही कमी कालावधीत गांधीजींनी समाजसुधारक म्हणून केलेल्या कार्यामुळे गांधीजी संपूर्ण देशाचे सर्वमान्य लोकनायक आणि त्याबरोबरच हुकूमशहासुद्धा बनले. १९१९ साली, रौलट कायद्याच्या विरोधात गांधीजींनी देशभरात सविनय कायदेभंग आंदोलन जारी केल्यावर ते राजनैतिकदृष्ट्या अत्युच्चपदी जाऊ लागले. रातोरात त्यांचं अर्धा-नागवा-फकीर या भूमिकेतून कसलेला राजकीय नेता या स्वरूपात परिवर्तन झालं आणि या सरकारविरोधी आंदोलनात सामील होण्याच्या त्यांच्या हाकेला देशभरातले लक्षावधी सर्वसामान्य लोक उत्स्फूर्त प्रतिसाद देऊ लागले. त्यानंतर त्यांची लोकप्रियता इतकी प्रचंड वाढली की, या काँग्रेस नेत्याला प्रकट विरोध करायची इतर कोणत्याही काँग्रेस नेत्याची हिंमतच झाली नाही. जनतेचा रोष ओढवून घेण्याऐवजी इतर नेते गांधीजींच्या मुलुखावेगळ्या कल्पना आणि उपक्रम निमुटपणे स्वीकारू लागले. निदान तसं ढोंग करू लागले.

कोणत्याही प्रकारचं ढोंग करणं जिनांच्या स्वभावात बसत नव्हतं; परंतु जिनांनी लेजिस्लेटिव्ह कौन्सिलच्या सदस्यत्वाचा राजीनामा दिल्यावर त्यांना गांधीजींचा मार्ग स्वीकारणं भागच पडलं; कारण तोवर रौलट कायद्याविरुद्ध गांधीजींनी जोरदार आंदोलन सुरू केलं होतं. गांधीजी कोणत्याही आंदोलनाला प्रार्थना, उपास, मंदिर-मशिदींना भेटी देणं, समुद्रात पवित्र करणाऱ्या बुड्या मारणं अशा गोष्टींनी जो धार्मिक रंग चढवत असत, तो जिनांना विशेष रुचत-पटत नसे; पण त्यापुढे त्यांचा कोणताही इलाज चालत नव्हता. ते एकतर गांधीजींची बाजू स्वीकारू शकत होते, नाही तर सरकारचे समर्थक बनू शकत होते, त्यामुळे आपलं वैयक्तिक मत आणि मनातला किंतू बाजूला ठेवून जिना गांधीजींच्या आंदोलनात सामील झाले.

या गोष्टीचे दुष्परिणामही जिनांना भोगावे लागले. नाइलाजानं त्यांना गांधीजींच्या १९१९ सालच्या रौलट कायदाविरोधी आंदोलनात सामील व्हावं लागलं असलं, तरी त्याची किंमतही त्यांना चुकती करावी लागली, कारण ब्रिटिश सरकारनं गांधीजींबरोबर जिनांनाही अतिरेकी हे बिरुद लावलं आणि गांधी, जिना यांच्याबरोबर आणखी सहा जणांना ब्रह्मदेशात हद्दपार करायचं ठरवलं. गांधीजींनी आपलं आंदोलन मागं घेतल्यामुळे ते संकट टळलं असलं तरी जिनांना खूप मोठा वैयक्तिक तोटा सोसावा लागला. हॉर्निमनना सरकारनं इंग्लंडला पाठवून दिल्यामुळे जिनांनी आपला संपादक आणि राजनैतिक साहाय्यक गमावला.

परंतु मनात एवढा किंतू असूनही जिनांनी सुज्ञपणे गांधीजींबरोबर काम करायचा निर्णय घेतला. गांधीजींना तोडून टाकणं महागात पडलं असतं, कारण गांधीजी आता

अत्यंत लोकप्रिय राष्ट्रीय लोकनायक बनले होते आणि त्यांच्याकडे दुर्लक्ष करून चाललं नसतं. गांधीजींनी रौलट कायदाविरोधी आंदोलन मागं घेतल्यावर जिनांनी गांधीजींशी संपर्क ठेवायचा प्रयत्न केला होता आणि पाच महिने इंग्लंडमध्ये असताना त्यांच्याशी पत्रव्यवहार केला होता. देशात काय चाललंय ते जाणून घेण्याखेरीज जिनांना गांधीजींचं सुधारणा कायद्याबद्दलचं मतसुद्धा जाणून घ्यायचं होतं.

परंतु रौलट कायदाविरोधी आंदोलन फसल्यावर गांधीजींनी त्यातून कोणताही बोध घेतलेला दिसत नव्हता. गांधीजी फक्त जिनांचं वैयक्तिक परिवर्तनच करू पाहत होते. कारण जिनांच्या प्रश्नांना कोणतंही उत्तर देण्याऐवजी गांधीजींनी जिनांना उत्तरादाखल पाठवलेल्या पत्रात फक्त 'हिंदी-गुजराती बोलायला शिका' एवढाच धोशा लावला होता.

२८ जून १९१९ रोजी जिनांना पाठवलेल्या उत्तरात गांधीजी रट्टीलाही उपदेश करू लागले होते आणि हिंदुस्थानात परत आल्यावर रट्टीनं मुंबईतल्या सूतकताई-वर्गांमध्ये सामील व्हावं, अशी सूचना करू लागले होते. जिनांपेक्षा गांधीजी रट्टीबरोबर अधिक स्नेहानं आणि मोकळेपणानं संवाद साधू शकत होते. जिनांच्या अलिप्त मुखवट्याचा भेद करणं गांधीजींना शक्य झालं नसलं, तरी सरोजिनींबरोबर ते रट्टीला अनेकदा भेटले असल्यामुळे ते दोघेही सहजपणे एकमेकांची थट्टा-मस्करी करू शकत असत.

गांधीजींकडून एक तसं उत्तर आल्यावर इंग्लंडमधील वास्तव्यात जिना पुन्हा गांधीजींना पत्र लिहिण्याच्या फंदात पडले नाहीत. वस्तुतः गांधीजींनी स्वतःच रट्टीमार्फत जिनांशी संपर्क साधायचा प्रयत्न केला होता. २० एप्रिल १९२० रोजी रट्टीला पाठवलेल्या पत्रात गांधीजींनी जिनांना प्रणाम कळवला होता आणि त्यांनी हिंदी-गुजराती शिकावं म्हणून त्यांचं मन वळवण्याची जबाबदारी रट्टीवर सोपवली होती.

परंतु हे पत्र पोहोचेपर्यंत जिना रट्टीबरोबर उटीला निघून गेले होते आणि १९ एप्रिल ते ३ जूनपर्यंत तेथेच राहिले होते. त्या वास्तव्यात गांधीजींनी जिनांना मोठ्याच विवंचनेत पाडलं होतं. जिना इंग्लंडमध्ये पाच महिने असताना गांधीजी पुन्हा एकदा राजकारणात बलिष्ठ बनले होते. या वेळेस गांधीजींनी आजवर इतर कोणत्याही राजकीय नेत्यानं केव्हाच न अवलंबलेलं राजकीय धोरण स्वीकारलं होतं : फक्त मुस्लिमांच्या जिव्हाळ्याच्या धार्मिक प्रश्नांची उकल करण्यासाठी गांधीजींनी देशभरातल्या हिंदू-मुस्लिमांमध्ये ऐक्य घडवलं होतं. हा प्रश्न होता 'खिलाफत' बाबतचा! पहिल्या महायुद्धानंतर तुर्कस्तानचा पाडाव होऊन त्यांच्या ऑटोमन साम्राज्याची शकलं पडली होती, त्यामुळे अरबस्तानातली पवित्र स्थानं तुर्की कलिफच्या हातून मुस्लिमेतर लोकांच्या हाती जाण्याची शक्यता उभी राहिली होती. मित्रराष्ट्रं जो शांतता करार आखत होती, त्याविरुद्ध मुस्लीम लोक निषेध दर्शवू लागले होते, कारण युद्धापूर्वी ब्रिटिशांनी वचन दिलं होतं की, युद्धानंतर ते तुर्की कलिफच्या अधिकारांना बाध आणणार नाहीत आणि त्या वचनाचा ते आता भंग करू पाहत होते.

जिनांच्या मते ही घटना दुर्दैवी असली तरी ही काही राजनैतिक बाब नव्हती. अर्थात त्याबद्दल जिनांनी भारतातल्या आणि ब्रिटनमधल्या सरकारपुढे निषेधपत्र दाखल केलं असलं, तरी ती गोष्ट त्यांनी आपल्या मुस्लीम मतदारसंघाला शांत ठेवण्यासाठी केली होती. ती त्यांना महत्त्वाची समस्या वाटत नव्हती! याउलट गांधीजींनी नेहमीच्या धर्मप्रचारकाच्या उत्साहानं या समस्येबाबतचं आंदोलन हाती घेतलं. जिना पाच महिने इंग्लंडमध्ये होते,

तेव्हा गांधीजींनी खिलाफत समस्येविरुद्ध लढा देऊ इच्छिणाऱ्या मूलगामी मुस्लीम नेत्यांशी मैत्री जोडली होती आणि आपल्या असहकार चळवळीला त्यांचा पाठिंबा मिळावा या हेतूनं त्यांना चिथावणी द्यायला प्रारंभ केला होता की, त्यांनी आपली वेगळी संस्था स्थापन करावी. गांधीजींनी खिलाफतीचा प्रश्न इतका उचलून धरला की, जातील तेथे त्यांनी त्यावर लिहायला-बोलायला सुरुवात केली. त्यांच्या मदतीमुळे आणि मार्गदर्शनामुळे हिंदुस्थानभर प्रत्येक जिल्ह्यात खिलाफत समित्या स्थापन होऊ लागल्या आणि सुधारणा कायद्याबाबत विविध नव्या कल्पना घेऊन जिना भारतात परत आले, तोवर गांधीजींनी मोठ्या कार्यक्षमतेनं जनतेचं लक्ष सुधारणा कायद्यावरून हटवून खिलाफत प्रश्नाकडे वळवलं होतं. याहूनही अधिक चिंताजनक गोष्ट म्हणजे खिलाफत चळवळीनं इतका जोर धरला होता की, त्यांनी मुस्लीम लीगला निष्प्रभ करण्याएवढं प्रचंड मोठं राजकीय अधिवेशन सिमल्याला आयोजित केलं होतं. मुस्लीम धर्माच्या देशभरातल्या प्रत्येक पंथाचे प्रतिनिधी या अधिवेशनाला उपस्थित राहणार होते आणि या अधिवेशनाला राष्ट्रीय अधिवेशनाचं रूप देऊन मुस्लीम लीगचं महत्त्व नगण्य करणार होते.

वरकरणी या नव्या लाटेबद्दल जिनांनी फारशी चिंता दर्शवली नाही. हिंदू-मुस्लिमांच्या वाढत्या ऐक्याबद्दल आपल्याला खूप आनंद वाटतोय, असं दर्शवून त्यांनी आपल्या सुधारकी विचारांचं प्रदर्शनही करू पाहिलं होतं. इंग्लंडहून परत येताक्षणी त्यांनी स्वतः दिलेली मुलाखत *बॉम्बे क्रॉनिकलमध्ये* छापून आणली होती आणि या नव्याच हिंदू-मुस्लीम एकजुटीचा 'यशासाठी अत्यावश्यक गोष्ट' अशा शब्दांमध्ये उदोउदोसुद्धा केला होता; परंतु सिमला अधिवेशनाचं जिनांना आमंत्रण आलेलं असूनही, अभिमानापोटी तेथे जाणं त्यांना शक्य झालं नव्हतं. मुस्लिमांच्या अधिवेशनात गांधीजींना उच्चस्थानी पाहणं त्यांना शक्य होणार नव्हतं.

परंतु गांधीजींना एकट्यांनाच मोकळं रान सोडून त्यांना हिंदू-मुस्लिमांचा नेता म्हणून उदयाला येऊ देणं ही मोठीच चूक ठरली होती. गांधी महत्त्वाच्या हिंदू नेत्यांबरोबर सिमला अधिवेशनाला उपस्थित राहिले होते आणि अधिवेशनानंतर वृत्तपत्रांमध्ये लेख लिहून आणि भाषणं करून त्यांनी खिलाफत चळवळीतला आपला सहभाग खूपच वाढवला होता. खिलाफत दिनाबद्दल त्यांनी दिलेल्या आवाहनाला हिंदू आणि मुस्लीम या दोघांकडून प्रचंड प्रतिसाद लाभला होता. त्यायोगे ते सर्वोच्च कोटीचे राष्ट्रीय नेते बनले होते आणि पुढच्याच महिन्यात अमृतसर येथे आयोजित करण्यात आलेल्या काँग्रेस आणि मुस्लीम लीग यांच्या संयुक्त अधिवेशनात काँग्रेस सत्रात जिनांना व्यासपीठावर खरोखरच गांधीजींच्या मागच्या रांगेत दुय्यम स्थानी बसणं भाग पडलं होतं. मुस्लीम लीगच्या सत्रातसुद्धा गांधीजींचे चेले अली बंधू यांनी सभेचा ताबा घेतला. ते नुकतेच तुरुंगातून बाहेर आले होते आणि सत्राच्या मध्याला मंडपात दाखल झाले होते. त्यांनी प्रवेश केल्याबरोबर चर्चेला खीळ बसली. सर्व सदस्य त्यांचं स्वागत करायला उठून उभे राहिले आणि 'अल्ला हू अकबर' असा जयजयकार करू लागले. अली बंधूंमधला ज्येष्ठ बंधू - शौकत अली - व्यासपीठावर आला आणि 'चाळीस लाख मुसलमानांनी पुढे या आणि धर्मासाठी मृत्यू कवटाळायला तयार व्हा!' अशी त्यानं घनगर्जना केली. त्याचं भाषण ऐकून श्रोते रडू लागले. त्याचा भाऊ मोहम्मद अली यानं असंच भावभरं भाषण केलं आणि श्रोते सद्गदित झाल्यामुळे त्या दिवशी बाकी कारभार ठप्प होऊन गेला.

काँग्रेस सत्रात 'खिलाफत परिषद' हा सर्वोच्च बिंदू होता. त्या वेळेस पुन्हा एकदा जिना बाजूला सारले गेले. व्यासपीठावर गांधीजींच्या डझनावारी हिंदू-मुस्लीम समर्थकांच्या दाटीत बसणं त्यांना भाग पडलं होतं. या खिलाफत परिषदेला, गांधीजींच्या आवाहनाला मान देऊन, १६००० मुस्लिमांनी उपस्थिती लावली होती. या वेळेस गांधीजींनी उर्दूत भाषण करून अली बंधूंनासुद्धा फिक्कं पाडलं. *बॉम्बे क्रॉनिकलनं* पुढल्या दिवशी बातमी छापली होती, 'गांधीजींचं उर्दूतलं भाषण इतकं जोरदार आणि प्रवाही होतं की, त्यांनी मुस्लिमांची हृदयं आणि मनं काबीज करून टाकली.' जिनांनी हे भाषण कोणतेही भाव न दर्शवता ऐकून घेतलं होतं.

अमृतसरनंतर गांधीजींनी खिलाफत चळवळ आणखीनच जोरानं सुरू केली आणि हिंदूंचा पाठिंबा मिळवण्यासाठी त्यांनी अली बंधूंसमवेत देशभर दौरे काढले. गांधीजींनी पुन्हा एकदा जिनांना पेचात पाडलं होतं. खिलाफत प्रश्न मुस्लिमांच्या जिव्हाळ्याचा प्रश्न असल्यामुळे जिना स्वतःला त्यापासून दूरही ठेवू शकत नव्हते आणि गांधीजींच्या मुस्लीम चेल्यांच्या दबावापुढे मान तुकवायचीसुद्धा त्यांची इच्छा नव्हती. त्यांची तर्कबुद्धी त्यांना एका बाजूला खेचत होती, तर त्यांचा अभिमान त्यांना दुसऱ्या बाजूला खेचत होता; पण त्यांनी या चिंता स्वतःजवळ ठेवल्या. आपल्या चिंता इतर कुणापुढेही उघड करण्याची त्यांना सवय नव्हती.

ते स्वतःच्या विचारांमध्ये गढलेले असत, तेव्हा ते इतके मूक राहत की, त्यांना कशाची चिंता वाटतेय हे रट्टीला समजणं केवळ अशक्य होऊन जात असे. जिना आणि गांधी यांच्यातला पृष्ठभागाखालचा तणावसुद्धा रट्टीला जाणवला नव्हता. कुणाशी स्नेह जोडण्यापूर्वी पतीची परवानगी घेण्याची तिला कधीच गरज वाटत नसे आणि गांधीजींशी पत्रव्यवहार करण्यापूर्वी पतीची परवानगी घेणं गरजेचं आहे हे तिला जाणवलंच नव्हतं. सुट्टीवर निघण्यापूर्वी तिनं गांधीजींना चेक पाठवला होता. त्याबद्दलही तिनं जिनांना सांगितलं नव्हतं, गांधीजींनी जालियनवाला बाग येथे स्मारक उभारण्यासाठी निधी जमवायला प्रारंभ केला असता, औदार्याच्या उमाळ्यापोटी रट्टीनं त्यासाठी चेक पाठवून म्हटलं होतं, 'हे स्मारक आपल्याला जगण्यासाठी कोणतं तरी उद्दिष्ट तरी पुरवेल!' गांधीजींनी त्यांच्या *यंग इंडियाच्या* पुढल्या अंकात १२ मे १९२० रोजी रट्टीच्या नावाचा उल्लेख करून हे वाक्य छापलं होतं. जिनांना सुट्टी संपवून मुंबईला आल्यावरच तो अंक बहुधा दिसला असावा! आणि तसंही रट्टी कोणाला पत्र लिहिते किंवा त्यांच्या पैशांनी कोणाला देणगी देते, यात हस्तक्षेप करण्याचा जिनांचा स्वभावच नव्हता.

त्यामुळे रट्टीच्या अपेक्षेप्रमाणे एकट्या जिनांबरोबर उटीला आनंदात वेळ घालवणं तिला शक्यच झालं नाही. तिनं दोन घोडे आणि कार पुढे पाठवली होती, लेकीला घरी ठेवलं होतं आणि दिवसभर मजेत अश्वारोहण करता येईल, अशी स्वप्नं ती पाहत होती. त्याऐवजी उटीच्या संपूर्ण चाळीस दिवसांच्या वास्तव्यात जिना आपल्या राजकीय भवितव्याच्या चिंतेत व्यग्र राहिले होते. धार्मिक रंग घेतलेलं सध्याचं राजकारण जिनांना सर्वस्वी नवं होतं. त्याहून अधिक चिंताजनक होतं मुस्लिमांचं मुस्लीम लीग सोडून खिलाफत समित्यांकडे धाव घेण्याचं नवं धोरण! जिनांना वाटू लागलं होतं की, त्यांनी त्वरेनं पावलं उचलली नाहीत तर खिलाफत समितीपुढे मुस्लीम लीग निष्प्रभ बनेल. उटीला आल्यावर

पहिल्या दहा दिवसांतच जिनांनी मुस्लीम लीगच्या सचिवाला पत्र पाठवलं होतं आणि जून मध्याला मुंबईत मुस्लीम लीगची बैठक आयोजित करून खिलाफत प्रश्नावर सांगोपांग चर्चा करण्याचा ठराव मांडायला कळवलं होतं. सदस्यांची उपस्थिती भरपूर राहावी म्हणून आगाऊ पत्रं पाठवावीत, असंही त्यांनी सुचवलं होतं.

जून मध्याला रमजान महिन्याचा मध्य असल्यामुळे मुस्लीम लोक प्रवासाला तयार नसतात, ही वस्तुस्थिती या सचिवानं जिनांच्या कानी घातली आणि जिनांनी उशीरही केला होता, कारण खिलाफतवाल्यांनी गांधीजींच्या असहकार चळवळीला पाठिंबा देण्यासाठी अलाहाबादला एक बैठक त्यापूर्वीच आयोजित करून टाकली होती.

या सर्व चिंतामध्ये व्यग्र असल्यामुळे रट्टीसाठी वेळ काढणं जिनांना शक्य झालं नाही. ते सर्व कामाच्या पत्रांना मात्र स्वहस्ते उत्तरं लिहिण्याएवढा वेळ काढत असत. न्यू इंडिया या वृत्तपत्रानं *बॉम्बे क्रॉनिकलवर* आणि एस. ए. ब्रेलवी या त्यांच्या संपादकावर टीका करणारा लेख लिहिला होता. त्या लेखाचं कात्रण ब्रेलवींनी जिनांना पाठवलं होतं. ब्रेलवींच समर्थन करून त्यांना पाठिंबा देणारं पत्र जिनांनी *बॉम्बे क्रॉनिकलमध्ये* छापण्यासाठी लगोलग रवाना केलं होतं. असं सारं चाललं होतं आणि पाहता पाहता उटीची सुट्टी संपली आणि अतृप्त मनानंच, पतीचा कोणताच आनंददायक सहवास न मिळता रट्टीला मुंबईला परत जावं लागलं. तिचा अंतरात्मा प्रेमासाठी, पतीच्या सहवासासाठी नेहमीच अतृप्तीत तळमळत राहिला होता. पद्मजानं अनेक वर्षांनी एम. सी. छागलांना पत्रानं कळवलं होतं, 'ही अतृप्तीची शोकांतिका होती. ती इतकी तरुण, इतकी सुंदर, आयुष्याचा भरभरून आस्वाद घ्यायला उत्सुक होती; पण आयुष्यानं तिला नेहमीच रितं ठेवलं होतं.' गांधीजींनी स्वतःपुढे उभ्या केलेल्या समस्यांवर तोडगे शोधण्यासाठी मुंबईला परतण्याची घाई झालेल्या जिनांना रट्टीची अतृप्ती लक्षातच आली नाही!

मुस्लिमांचा भरघोस पाठिंबा मिळाल्यानंतर गांधीजींना आपली असहकार चळवळ राष्ट्रीय पातळीवर नेऊन शाळा, कॉलेज, कोर्ट, कायदेमंडळ या साऱ्या सरकारी गोष्टींवर बहिष्कार घालायचा होता. जिनांच्या मते हे देशावरलं मोठं अरिष्टच ठरलं असतं. गांधीजींना रोखण्याचा एकच मार्ग दिसत होता. त्यांना मुस्लीम लीगपासून तोडणं! त्यासाठी खिलाफत चळवळ गांधीजींकडून मुस्लीम लीगनं हस्तगत करणं गरजेचं होतं. या विचारांमध्ये मग्न असलेल्या जिनांना रट्टीच्या भावना जाणून घ्यायला वेळच नव्हता; परंतु तरीही तिनं मूकपणे पतीला पाठिंबा द्यावा, अशी त्यांची अपेक्षा होती.

आणखी तीन महिन्यांनी जिना मुस्लीम लीगचं विशेष अधिवेशन आयोजित करू शकले; परंतु तोवर फार उशीर झाला होता, कारण आपल्या खिलाफत दोस्तांच्या भक्कम पाठिंब्याच्या बळावर गांधी कॉंग्रेस जिंकून घ्यायच्या मार्गावर होते!

पण जिना अजूनही हार मानायला तयार नव्हते. आता लढाई कोलकात्याकडे वळली होती. तेथे कॉंग्रेसचं विशेष सत्र आयोजित करण्यात आलं होतं आणि गांधीजींच्या असहकार चळवळीच्या प्रस्तावाला मान्यता द्यावी किंवा नाही याबाबत तेथे निर्णय घेतला जाणार होता. जरी गांधीजींनी मुस्लिमांना आपल्या बाजूला वळवून घेण्यात यश मिळवलं असलं, तरी जिनांप्रमाणेच इतरही अनेक कॉंग्रेस नेते गांधीजींच्या उपक्रमाला विरोध करण्याबाबत ठाम होते. कोर्टावर बहिष्कार घालण्याला या लोकांचा विशेष विरोध होता, कारण त्यामुळे

त्यांच्या जोरानं चाललेल्या वकिली व्यवसायावर गदा येणार होती, तसंच लेजिस्लेटिव्ह अॅसेंब्लीच्या निवडणुकींवर बहिष्कार घालणंसुद्धा त्यांना मंजूर नव्हतं; कारण त्यामुळे निवडणुकींवर बहिष्कार न घालणाऱ्या उदारमतवाद्यांकडे त्यांच्या अॅसेंब्लीमधल्या जागा गेल्या असत्या. गांधीजींच्या असहकार चळवळीला विरोध करू इच्छिणाऱ्या या गोटावरच आता जिनांची भिस्त होती.

रट्टी आणि होमरूल चळवळीच्या सहकाऱ्यांसमवेत जिना कोलकात्याला जाणाऱ्या गाडीत चढले, तेव्हा त्यांना कशाचीच फारशी चिंता वाटत नव्हती. कोलकाता सत्रासाठी राखीव ठेवलेल्या या विशेष आगगाडीनं काँग्रेसचे २५० सदस्य प्रवास करत होते आणि त्यातले बहुतांश लोक गांधीजींच्या असहकार चळवळीचे विरोधक होते. प्रवासभर त्यांच्यात जोरदार चर्चा सुरू असल्यामुळे रट्टीला फारच आनंद झाला होता. चिंताक्रांत जिनांबरोबर एकट्यानं रेल्वेच्या पहिल्या वर्गाच्या कूपेनं (दोघांसाठीचाच खास डबा) कंटाळवाणा प्रवास करण्यापेक्षा हा बदल तिला खूपच चेतनादायी वाटत होता.

स्वतः गांधी त्या आधीच्या रेल्वेनं रवाना झाले होते. त्यांच्यासोबत शौकत अलीसकट त्यांचा नेहमीचा लवाजमा होता. जिथं जिथं रेल्वे थांबत होती. तिथं तिथं अनेक मैलांचा प्रवास करून आलेल्या हजारो लोकांचा जमाव त्यांचा जयघोष करत थांबलेला असे; परंतु काँग्रेस सत्रात ठराव मंजूर होण्यासाठी या जमावाची मदत होणार नव्हती!

गांधीजींना विरोध करण्यासाठी कोलकात्याला पोहोचताक्षणी जोरदार मोर्चेबांधणी सुरू झाली होती. पंडित मदन मोहन मालवीय, सी. आर. दास, लजपत राय, अॅनी बेझंट यांचा गांधीजींना विरोध होता. दास हे बंगालमधले सुप्रसिद्ध वकील नेते काँग्रेस सदस्यांचं गांधीजींच्या ठरावाविरुद्ध मत वळवण्यासाठी अनेक भोजन कार्यक्रम आयोजित करू लागले होते.

हे सारं पाहून गांधीजींच्या समर्थकांना असुरक्षित वाटू लागलं होतं आणि त्यांनी आपले पित्तू विरोधकांना सामील होऊ नयेत म्हणून त्यांचे प्रयत्न आणखीच वाढवले. मत कुणाच्या बाजूनं पडणार हे शेवटपर्यंत अनिश्चित राहिलं होतं; परंतु विरोधकांची गांधीजींवर कुरघोडी होणार, असा रंग दिसू लागला होता; परंतु शेवटच्या मिनिटाला गांधीजींच्या समर्थकांनी रस्त्यावर उतरून सापडेल त्या माणसाला आपली संख्या फुगवण्यासाठी मंडपात आणायला प्रारंभ केला. मतदानाच्या वेळेस निदान १०० रस्त्यावरचे लोक गांधीजींच्या बाजूनं मतं द्यायला मंडपात पकडून आणण्यात आले होते; पण गांधीजींचे पाठीराखे एवढ्यावरच थांबले नव्हते. शेवटपर्यंत विरोधकांच्या गटात असलेल्या मोतीलाल नेहरूंनी ऐनवेळेस गांधीजींच्या बाजूनं मत दिलं, कारण त्यांचा मुलगा जवाहर यानं त्यांना तशी गळ घातली होती. त्याप्रमाणेच जिनांचे होमरूल गटाचे साहाय्यक शंकरलाल आणि उमर सोभानी गांधीजींच्या पक्षाला फक्त जाऊनच मिळाले नाहीत, तर त्यांनी गांधीजींच्या बाजूनं मतं पडावीत म्हणून हाराफेरीतही भाग घेतला होता. अशा प्रकारचा विश्वासघात जिनांनी स्थितप्रज्ञतेनं सहन केला; परंतु सारे जण जिनांप्रमाणे संतुलित वृत्तीचे नव्हते. जिना आपला विरोध सोडत नाहीत हे पाहून शौकत अली तर त्यांना चोपून काढू पाहत होता. धिप्पाड अंगकाठीचा शौकत अली जिनांवर चाल करून आला होता; इतरांनी त्याला कसंबसं थोपवून धरलं. जिना मात्र काहीच घडलं नाही, अशा शांत वृत्तीनं तेथून बाहेर पडले.

सत्र चालू असताना मंडपातल्या आपल्या जागेवरून रट्टी तसूभरही हलली नसली, तरी तिला सारी चर्चा कंटाळवाणी आणि निरस वाटली. गांधीजींचा विजय होण्याचा जिनांच्या राजकीय कारकिर्दीवर कोणता घातक परिणाम होणार आहे, याची तिला अद्याप जाणीव झाली नव्हती; परंतु मंडपाबाहेर हाणामाऱ्यांचे आवाज ऐकू आल्यावर ती उठून उभी राहिली. गर्दीतून एकटीनं वाट काढत जाण्याऐवजी ती तिचा मित्र कांजी द्वारकादास याच्यापाशी धावली. कांजीनंही हाणामाऱ्यांचे आवाज ऐकले होते आणि आपल्या नेत्या ॲनी बेझंट यांना मंडपाबाहेर नेण्यासाठी थांबलेला कांजी ते आवाज बंद होण्याची वाट पाहत होता. कांजीची बाही खेचत रट्टी म्हणाली, 'चल, चल! मला बाहेर ने!' कांजी तिची कोणतीच विनंती डावलू शकत नसे; परंतु त्यानं तिला समजावायचा प्रयत्न केला, 'आपल्याला बाहेर पडता येणार नाही. बाहेर मारामाऱ्या सुरू आहेत;' पण रट्टी स्वस्थ बसणाऱ्यांपैकी नव्हती. 'तेच तर मला बघायचंय! लवकर बाहेर चल!' असं म्हणत तिनं त्याला बाहेर खेचून नेलं. नशिबानं तोवर मारामारी थांबली होती, असं त्यानं अनेक वर्षांनी नमूद केलं.

परंतु जिनांच्या मस्तकातला संताप निवला नव्हता. तो आणखी एका महिन्यानं उफाळून बाहेर पडला. त्याचं निमित्त झालं, जिनांनी शून्यातून यशस्वितेला आणलेल्या होमरूल लीगचे सारे नियम गांधीजींनी संपूर्णपणे बदलून टाकल्याचं. गांधीजींनी लुच्चेपणानं आपल्यावर कुरघोडी करून आपल्याला फसवलं, अशी जिनांची त्यामुळे भावना झाली.

सहा महिन्यांपूर्वी जिना अशा भ्रमात होते की, ते गांधीजींना नियंत्रणात ठेवू शकतील, त्यामुळे जिनांनी गांधीजींवर होमरूल लीगचं नेतृत्व सोपवलं होतं; परंतु जिनांशी सहकार्यानं वागायचं सोडून गांधीजींनी जिनांना पारच धुडकावून लावलं आणि होमरूल लीगची घटनाच बदलून टाकून, त्याचं नवं नामकरण केलं 'स्वराज सभा'. त्यांना कह्यात ठेवणं अशक्य झाल्यामुळे जिना आणि त्यांचे एकोणीस अन्य सहकारी यांना राजीनामा देऊन होमरूल लीगमधून बाहेर पडावं लागलं. तोवर जिनांची सहनशक्ती पूर्णपणे संपली होती, त्यामुळे गांधीजींशी समोरासमोर बोलून मार्ग काढण्याऐवजी जिनांनी पुढल्या दिवशीच्या *बॉम्बे क्रॉनिकलमध्ये* त्यांचं राजीनाम्याचं पत्र छापून आणायचं टोकाचं पाऊल उचललं. यावर गांधीजींनी तब्बल वीस दिवसांनी जे उत्तर पाठवलं, त्यामुळे जिना आणखीनच संतापून गेले. आपल्या निर्णयाचा जिनांनी पुन्हा फेरविचार करावा, अशी थंड सूचना करून गांधीजींनी जिनांना चीड तर आणलीच; पण आपण कायदे मोडल्याची कोणतीही कबुली न देता उलट आपण जिनांपेक्षा श्रेष्ठ असल्याचा गांधीजींनी आव आणल्यामुळे जिनांचा सयंम सुटला. आपल्या मनात दाटलेल्या साऱ्या तिरस्काराला वाचा फोडण्यासाठी जिनांनी गांधीजींना खुलं पत्र लिहिलं. हे अनेक पानी पत्र दुसऱ्या दिवशीच्या *बॉम्बे क्रॉनिकलमध्ये* छापून आलं. जिनांनी गांधीजींवर हल्ला चढवला होता, 'तुमच्या वागण्याच्या पद्धतीमुळे तुम्ही आजवर भाग घेतलेल्या जवळ जवळ प्रत्येक संस्थेत तुम्ही फूट पाडली आहे आणि देशाच्या सामाजिक आयुष्यात फक्त हिंदू-मुस्लिमांमध्येच नव्हे, तर हिंदू-हिंदू आणि मुस्लीम-मुस्लिमांमध्येसुद्धा भांडण लावून दुही माजवली आहे. अगदी पिता-पुत्रांमध्येसुद्धा तुम्ही फूट पाडली आहे!'

सर्वांनी ज्या नेत्याला पूज्य मानून त्याला महात्मा हे बिरुद दिलं होतं, त्यावर असा वैयक्तिक हल्ला चढवूनच जिना थांबले नाहीत. त्यांनी आपला राजकीय आत्मघात ओढवून आणला. गांधीजींच्या समर्थकांबद्दलचं आपलं परखड मत जाहीर करून त्यांनी छापून आणलं, 'देशभरातले लोक सध्या अतिशय निराश झाले आहेत आणि तुमचा टोकाचा उपक्रम सध्या मुख्यत्वे करून अननुभवी तरुण, अडाणी आणि निरक्षरांना भावला आहे!'

आपल्या तेवीस वर्षांच्या सामाजिक आयुष्यात जिना प्रथमच संतापानं इतके अविचारी बनले होते आणि त्याची पूर्ण किंमतही त्यांना चुकवावी लागली होती. रातोरात त्यांची संपूर्ण लोकप्रियता नष्ट झाली. मुंबईचा अनभिषिक्त सम्राट या पदावरून रातोरात ते ढळले आणि गेली वीस वर्षं त्यांची पूजा करून त्यांना पाठबळ पुरवणाऱ्या मुस्लिमांच्या तिरस्काराला पात्र झाले.

परंतु त्यांच्या या अविचाराचा संपूर्ण परिणाम आणखी सात आठवड्यांनी नागपूरला भरणाऱ्या काँग्रेसच्या वार्षिक अधिवेशनाच्या वेळेस उमगणार होता. गांधीजींची असहकार चळवळ राष्ट्रीय योजना म्हणून स्वीकारावी की नाही, यावर त्या अधिवेशनात मतदान घेतलं जाणार होतं. कोलकाता अधिवेशनानंतरच्या तीन महिन्यांच्या कालावधीत गांधीजींना लोक देव समजू लागले होते. देशभरात ते जिथं जिथं दौरा करत, तेथे त्यांचं केवळ दर्शन घेता यावं म्हणून लोकांची झुंड उसळत होती. त्यांना आता विरोध करणं म्हणजे राष्ट्रद्रोही हे बिरुद ओढवून घेण्यासारखं होतं. गांधीजींच्या अत्यंत टोकाच्या असहकार चळवळीला काँग्रेसच्या काही प्रमुख नेत्यांचा गुप्त विरोध होता; परंतु प्रकटपणे तो दर्शवायला त्यांचा धीर होत नव्हता. अशा लोकांची मनं जिंकायचा जोरदार प्रयत्न करण्यासाठी गांधीजींनी शौकत अलीला आपला दूत म्हणून धाडलं. शौकत अलींनं प्रत्येक काँग्रेस विरोधकाचं मन जिंकून घ्यायचा प्रयत्न केला; परंतु तो जिनांच्या जवळ फिरकला नाही. त्याच्या दृष्टीनं जिना त्याचे वैयक्तिक शत्रू बनले होते. डिसेंबर १९२०च्या त्या काँग्रेस अधिवेशनात जिना आणि त्यांच्या सोबत असल्यामुळे रट्टी हे दोघेही अस्पृश्याप्रमाणे बाजूला पडले होते.

शौकत अलींनं जोरदारपणे मन वळवायचा प्रामुख्यानं प्रयत्न केला होता सी. आर. दास या कोलकात्याच्या काँग्रेस नेत्याचा. ते स्वखर्चानं अठराशे सदस्यांना या अधिवेशनाला घेऊन आले होते. त्यासाठी त्याकाळात त्यांनी पन्नास हजार रुपयांची मोठी रक्कम खर्च केली होती. गांधीजींच्या समर्थकांनी आपला प्रस्ताव मान्य करून घेण्यासाठी वावगे मार्ग अवलंबू नयेत, यासाठीची ती सावधगिरी होती. हा 'बंगाल कंपू' अधिवेशनात अत्यंत महत्त्वाचा गोट बनला होता आणि त्यांना आपल्या बाजूला वळवून घेण्यासाठी शौकत अली दास यांच्याशी सतत वाटाघाटी करत होता, तर त्याचे गुंड त्याच्या वतीनं हाणामाऱ्या करत होते. बंगाली गोटात अनेक डोकी फुटली असल्याची गांधीजींनी स्वतःच कबुली दिली असली, तरी त्याकडे त्यांनी कानाडोळा केला आणि 'कुटुंबातला कलह' एवढ्यावरच तो विषय संपवला.

शौकत अलींची 'आर्जव आणि धाकदपटशा' अशी दुहेरी क्लृप्ती यशस्वी झाली आणि विरोधी पक्षातले नेते त्यानं हळूहळू आपल्या बाजूला वळवून घेतले. मैदानात फक्त एकटे जिनाच विरोधक म्हणून टिकून राहिले आणि गांधीजींचे समर्थक त्यांचे लचके तोडायला टपून बसले होते. कोलकात्याला गांधीजींना विरोध केल्यावर बसलेल्या

दणक्यामुळे शहाणपण शिकलेल्या ॲनी बेझंट नागपूर सत्राला आल्याच नाहीत. मोतीलाल नेहरू आपल्या मुलाच्या आर्जवांना बळी पडून गांधीजींच्या पक्षात सामील झाले. अली बंधूंच्या नेतृत्वाखालच्या गांधी समर्थकांनी पंडित मालवियांवर इतका कडाडून हल्ला चढवला होता की, मतदानाच्या बैठकीला मलेरिया झाल्याची सबब पुढे करून ते हजरच राहिले नाहीत. टिळकांचे सहकारी, जी. एस. खापर्डे गांधीजींच्या प्रस्तावाचे विरोधक होते. जमावानं त्यांना शिवीगाळ करून इतकी हुल्लड माजवली की, ते त्यांचं भाषणही पूर्ण करू शकले नाहीत. रातोरात पक्ष बदलणारी सर्वांत महत्त्वाची व्यक्ती होते सी. आर. दास. त्यांनी पक्ष बदलल्यावर विरोधकांमध्ये एकटे जिना उरले होते; पण तरी ते हार मानायला तयार नव्हते.

जिनांनी तर्कशास्त्र वापरलं असतं आणि दबावापुढे न झुकण्याचा हट्टीपणा सोडला असता, तर त्यांनी तेथून ताबडतोब काढता पाय घेतला असता. गांधीजींचं काँग्रेसवर एकहाती अधिराज्य असल्याबद्दल आता कोणताही संदेह उरला नव्हता. त्यांचा शब्द आता कायदा बनला होता; परंतु जिनांनी शेवटपर्यंत प्रयत्न सोडला नाही. त्यांनी नेहमीच्या स्थितप्रज्ञतेनं जमावाच्या द्वेषाला तोंड दिलं आणि त्यांच्या विरोधाला अजिबात जुमानलं नाही, त्यामुळे जमाव आणखीनच भडकला. त्यांना इतकी वाईट वागणूक देण्यात आली होती की, ब्रिटिश मजूर पक्षाचे जे आमंत्रित तेथे उपस्थित होते, त्यांनी जमावाला सभ्यतेनं वागायचं आवाहन केलं; पण बिथरलेला जमाव त्यांचं काहीच ऐकायला तयार नव्हता.

अधिवेशनाच्या शेवटच्या दिवशी गांधीजींच्या प्रस्तावाला विरोध करायला जिना उठून उभे राहिले, तेव्हा जमाव त्यांना एक शब्दही बोलू देईना! तीन हजार लोक मावतील एवढ्या मंडपात सोळा हजार ते पन्नास हजार संख्येचे लोक दाटीवाटीनं बसले होते; परंतु जिनांपूर्वी जेव्हा गांधी आणि लजपतराय बोलायला उभे राहिले होते, तेव्हा या जमावानं अत्यंत शिस्तबद्ध शांततेत त्यांची भाषणं ऐकून घेतली होती; पण जिना भाषणासाठी उभे राहिले आणि त्यांनी भाषणाचा प्रारंभच 'मी या प्रस्तावाला विरोध करण्यासाठी इथं उभा आहे,' अशा वाक्यानं केला. तत्क्षणी जमावानं हुल्लडबाजी करून त्यांचा आवाज दडपून टाकला. मानवसमुद्राच्या द्वेषाला धूप न घालता जिनांनी निग्रहाच्या बळावर तीन वेळा भाषण करायचा प्रयत्न केला; परंतु जमाव आता त्यांना सतावू लागला होता. दर वेळेस जिनांनी 'मिस्टर गांधी' असा उल्लेख केला की, जमाव 'त्यांना महात्मा गांधी म्हणा' असा ओरडा करू लागला. त्यांना शांत करून बोलण्यासाठी मुदत मिळावी म्हणून जिनांनी ही मागणी मान्य केली. त्यावर जमाव संतुष्ट राहिला नाही. मोहम्मद अलीचा उल्लेख जिनांनी 'मौलाना मोहम्मद अली' असा करावा अशी ओरड लोक करू लागले. आता जिनांच्या सहनशक्तीनं परिसीमा गाठली होती. जिनांनी ओरडून प्रत्युत्तर दिलं, 'तुम्ही मला आज्ञा करू शकत नाही! तुम्ही मला माझ्या पद्धतीनं माणसाचा उल्लेख करू दिला नाहीत, तर तुम्हाला जे स्वातंत्र्य हवंय, ते तुम्ही मला नाकारत आहात असं ठरेल,' हे ऐकून जमाव आणखीच खवळला. शौकत अली बाह्या मागं सारून त्यांना मारायला व्यासपीठावर चढला. इतर सदस्यांनी त्याला कसंबसं थोपवून धरलं होतं; परंतु जिना अजूनही व्यासपीठ सोडायला तयार नव्हते. इतर कुणी ऐकत नसलं तरी त्यांनी जमावाला शहाणपण शिकवायचा निकराचा एक शेवटचा

प्रयत्न करून पहिला. अखेरीस त्यांनी गांधीजींना विनंती केली की, आपला अमर्याद प्रभाव वापरून त्यांनी देशाला घातक ठरेल, असा हा उपक्रम मागं घ्यावा. एवढं बोलून ते अगदी स्थितप्रज्ञपणे तेथून निघून गेले. ते जात असताना जमाव 'तोतया राजकारणी' आणि 'लाज नाही वाटत?' असा ओरडा करत होता.

त्यांच्या अंतिम अवमानाच्या घटनेच्या वेळेस रट्टी मंडपात उपस्थित नव्हती. त्या वेळेस काही झालं तरी तिनं त्यांची पाठराखण करायचं सोडलं नसतं आणि त्याप्रमाणे ती त्या सकाळी त्यांच्या बरोबर तेथे उपस्थित राहिलीसुद्धा होती; परंतु तिला परत जाणं भाग पडलं होतं. त्या सकाळी जिना पती-पत्नींनी तेथे प्रवेश करताक्षणी काही सदस्यांनी अध्यक्षांकडे एक चिठ्ठी पाठवली होती आणि रट्टीच्या पोशाखाबद्दल आक्षेप घेतला होता. अर्थातच जिना नागपूरला पोहोचल्यापासून त्यांना बदनाम करायची जी मोहीम सुरू झाली होती, त्याचाच तो एक भाग होता. तेथे उपस्थित असलेल्या एका निःपक्षपाती सदस्याच्या म्हणण्याप्रमाणे रट्टीच्या पोशाखात काहीही आक्षेपार्ह नव्हतं. तिनं तेव्हाच्या फॅशननुसार 'एक सुंदर साडी आणि बिनबाह्यांचं ब्लाउज' परिधान केलं होतं, असं त्यानं नमूद केलं होतं; परंतु खोडसाळ औद्धत्याची ही चिठ्ठी फाडून टाकण्याऐवजी काँग्रेस अध्यक्षानं ती जिनांजवळ दिली, तेव्हाच्या प्रथेनुसार एकतर जिना पत्नीच्या कैवाराला उठून उभे तरी राहू शकले असते आणि त्यायोगे जमावाच्या रोषाला पात्र ठरले असते किंवा तिला निमूटपणे चूक कबूल करून तिथून निघून तरी जावं लागलं असतं. जिनांपुढे एकच मार्ग खुला होता. त्या चिठ्ठीवर एक नजर टाकून त्यांनी ती चिठ्ठी रट्टीच्या हातात दिली. ती उठून उभी राहिली आणि तेथून निघून गेली.

जाता जाता जमावानं त्यांच्यावर आणखी एक अंतिम प्रहार केला. जिनांनी मुस्लीम लीगच्या सत्राला उपस्थित न राहता नागपूर सोडायचा निर्णय घेतला; परंतु गांधीजींचे असहकार चळवळीचे अहिंसक सहकारी(!) जिनांना तेवढीही प्रतिष्ठा लाभू देणार नव्हते. जिनांच्याच गाडीत बसून, प्रत्येक स्थानकावर खाली उतरून ते शिव्यागाळ्यांचा वर्षाव करत मुंबईपर्यंत त्यांचा पाठलाग करत राहिले. शौकत अली त्याच गाडीनं प्रवास करत होता. अकोला स्थानकावर खाली उतरून त्यानं संतापलेल्या जमावाला भरपूर चिथावणी दिली आणि पहिल्या वर्गाच्या डब्यात बसलेल्या जिनांवर जमावानं 'निर्लज्ज' अशा शिवीचा भडिमार केला. ते ऐकून रट्टी अतिशय व्यथित झाली; पण स्वतः जिना अगदी शांत होते! निदान ते तसं भासवत तरी होते!!

प्रकरण सतरावे

घरी परत आल्यावर रट्टीनं केलेली पहिली गोष्ट म्हणजे तिनं ताबडतोब *टाइम्स ऑफ इंडियाकडे* एक खरमरीत पत्र पाठवून दिलं. परतीच्या प्रवासात जिनांवर केलेल्या शिव्यागाळ्यांबद्दल जोरदार निषेध नोंदवणारं हे पत्र पाठवून रट्टीनं जिनांना आणि जगाला दाखवून दिलं की, ती अजिबात न डगमगता त्यांच्या पाठीशी उभी आहे.

त्यांच्या स्थितप्रज्ञतेच्या मुखवट्याआड ते खरोखर किती व्यथित झाले आहेत, हे पाहून तिची सारी मृदू ममता जोरानं उफाळून वर आली आणि ती तिच्या धीट, उतावीळ पद्धतीनं त्यांच्या कैवाराला धावली. ते करताना तिनं परिणामांची क्षिती बाळगली नाही; परंतु जिना अतिशय काळजीपूर्वक वागणारे होते, त्यामुळे हे पत्र लिहिताना तिला भरपूर साधकबाधक विचार करावा लागला होता. हे मोठं नाजूक काम होतं आणि हे पत्र कुठल्या दैनिकाकडे प्रसिद्ध करण्यासाठी पाठवावं, याची निवड करणंही सोपं नव्हतं. जिना *बॉम्बे क्रॉनिकलच्या* विश्वस्त मंडळाचे अध्यक्ष असल्यामुळे सर्व जण वाचत असलेल्या *बॉम्बे क्रॉनिकलकडे* हे पत्र धाडणं गैर ठरलं असतं, त्यामुळे या दैनिकाचं प्रतिस्पर्धी दैनिक तिनं निवडलं. तेथेसुद्धा तिनं आपल्या नावानं हे पत्र न पाठवता फक्त 'आर' अशी सही केली होती. या पत्राचं शीर्षक होतं 'आचरणातला असहकार'. पत्राचा मजकूर अत्यंत संक्षिप्त आणि मुद्देसूद होता आणि जिनांचा अली बंधूंबद्दल कोणता ग्रह आहे, याचा अंदाज असल्यामुळे त्यातल्या एका भावावर तिनं निःशंक मनानं हल्ला चढवला होता; परंतु गांधीजींचा मात्र तिनं अजिबात उल्लेख केला नाही. आपल्या सर्वांत मोठ्या प्रतिस्पर्ध्याबद्दल जिनांच्या स्वतःच्या भावना संमिश्र होत्या आणि त्यामुळे स्वतः रट्टीच्या भावनासुद्धा संमिश्रच होत्या, त्यामुळे त्यांचा उल्लेख करणं तिनं टाळलं. पत्रात तिनं लिहिलं होतं, 'अकोला स्थानकावर जमलेल्या लोकांपुढे शौकत अलीनं छोटंसं भाषण करून त्यांना चिथावणी दिली की, त्यांनी जिनांविरुद्ध हुर्रेबाजी करावी. पहिल्या वर्गाच्या डब्यात बसलेल्या जिनांवर 'निर्लज्ज' अशा शब्दांचा वर्षाव करायला त्यानंच चिथावलं होतं. अशा प्रकारची वर्तणूक म्हणजे अहिंसा ज्याचा गाभा आहे, अशा असहकारावरला कलंक आहे!'

या पत्राद्वारे व्यक्त झालेली आपल्याबद्दलची रट्टीची निष्ठा जिनांना नक्कीच भावली असणार. त्यांना स्त्रीच्या ठाईची निष्ठा सर्वांत जास्त प्रिय असे; परंतु आता मात्र त्यांना तिला आणि स्वतःलासुद्धा पटवून द्यायचं होतं की, ते अजिबातच अस्वस्थ झालेले नाहीत. जिना आपल्या तरुण सहकाऱ्यांना नेहमीच सांगत आले होते की, राजकारणातल्या व्यक्तीनं टीकेबद्दल फार हळवं असून चालत नसतं. आता त्यांच्या या साऱ्या तरुण प्रशंसकांनी त्यांना साथ देणं थांबवलं होतं. त्यातले काही तरुण स्वतःचा व्यवसाय करत होते, काही जण वकील होते. त्यांना केवळ पैसा मिळवण्यापलीकडलं काही तरी हवं होतं. ते जिनांच्या कचेरीत येत असत, त्यांची राजकारणावरची मतं भावभक्तीनं ऐकून घेत असत. घरी अनौपचारिकपणे जेवायला यायचं आमंत्रण त्यांना श्रीमती जिनांनी पाठवलं, तर त्यांना धन्य धन्य वाटत असे; परंतु त्या साऱ्या गोष्टी आता भूतकाळात जमा झाल्या होत्या. नागपूर अधिवेशनानंतर या साऱ्या तरुणांनी – उमर सोभानी, शंकरलाल, सय्यद हुसेन – जिनांकडे पाठ फिरवली होती. राजनैतिक आघाडीवरल्या वाढत्या वैफल्यामुळे जिनांचं वागणं अतिशय तुटक आणि कठोर बनत चालल्याचा तो परिणाम होता. गांधीजींच्या गोटात सामील झाल्याबद्दल जिना त्यांना कधीच माफ करणार नव्हते; परंतु जिनांपुढे निदान त्यांचं वकिलीचं काम होतं आणि त्यात जिनांनी सर्व शक्तीनिशी स्वतःला झोकून दिलं. लोकांनी त्याबद्दल त्यांना पैशाची हाव असलेले लोभी ठरवलं असलं, तरी जिनांना पैशासाठी पैसा जोडण्यात कधीच रस नव्हता. पुरेसे पैसे बाजूला टाकून त्यांनी ते उत्तम प्रकारे गुंतवले होते आणि त्यांच्या मते त्यांच्या भविष्यकालीन निर्वाहाची त्यांनी सोय केली होती. त्यांना आता फक्त आणि फक्त राजकारणातल्या कारकिर्दीत रस वाटत होता. त्यात पिछेहाट झाल्यावर त्यांच्यापुढे निदान वकिली काम तरी उरलं होतं. त्यात त्यांनी स्वतःला अहोरात्र गुंतवून ठेवलं होतं. अजूनही नेमानं ठरल्या वेळेस संध्याकाळी सहाला घरी परत येत; परंतु घरी आल्यावर ते स्वतःला लायब्ररीत कोंडून घेत. त्यांना जेवायला बाहेर काढायलासुद्धा रट्टीला खूप प्रयास पडत. रट्टीनं एकदा कांजी द्वारकादासजवळ प्रेमाची तक्रार केली होती की, तिनं आर्जवं आणि रुसवे केले नाहीत, तर ते जेवायलासुद्धा उठत नाहीत. रट्टी स्वतः एकटी पडली होती आणि निराश झाली होती, त्यामुळे त्यांनी स्वतःला असं कोंडून घ्यावं याचा तिला खूपच त्रास होत असणार. जिना आपलं मन आणि आत्मा तृप्त करू शकतील की नाही, अशी शंका आपल्या मनात वारंवार उभी राहते, हे स्वतःपाशी कबूल करायचं धाडस रट्टीच्यानं अजूनही करवत नव्हतं; परंतु तिच्या मनातली त्यांच्या बद्दलची आस्था आणि प्रेम यांनी तिला अजूनही जिनांबरोबर बांधून ठेवलं होतं – असं हळवं, मृदू प्रेम आजवर तिला इतर कुणाबद्दलही वाटलं नव्हतं. त्या प्रेमापायी त्यांना साऱ्या यातनांपासून संरक्षण द्यायची तीव्र इच्छा तिला व्यापून टाकत होती.

त्या बर्फाळ उद्दामपणाखालची अजूनही हार न मानल्याचं सिद्ध करण्याची त्यांची कोवळी जिद्द तिला हृदयस्पर्शी वाटली असती. त्यांच्या ठाईची लढा देण्याची दुर्दम्य इच्छा अजूनही विझून गेली नव्हती. नागपूरमध्ये इतरांनी त्यांचे लचके तोडल्यानंतर अवघ्या तीनच आठवड्यांत त्यांनी स्वेच्छेनं पुन्हा एकदा सिंहाच्या गुहेत प्रवेश केला. मोहम्मद अली भाषण करत असलेल्या जाहीर सभेत जिना प्रेक्षकांत जाऊन बसले. जणू काही ते एक नगण्य श्रोते होते. ते आलेले पाहून मोहम्मद अलीनं त्यांना टोमणे मारायला सुरुवात केली की, काही

लोक गांधीजींच्या असहकार आंदोलनात भाग घेत नाहीत, कारण त्यांना वकिलीतले पैसे सोडून देशासाठी स्वार्थत्याग करायचा नसतो; पण विरोधकांशी दोन हात करताना जिनांचं धैर्य आणखीच उठून दिसत असे. अर्थातच जिनांना नामोहरम करणं केवळ अशक्य होतं. त्यांचा रुबाब, त्यांच्या ठायीची अधिकारवृत्ती दुर्दम्य होती. याउलट स्वतः जिना प्रेक्षकांमध्ये बसले असूनही, व्यासपीठवरल्या मोहम्मद अलीवर मेहेरबानी केल्याच्या स्वरात ते म्हणाले, 'तरुण माणसा!' आणि त्यानंतर जिनांनी त्याच्यावर प्रश्नांची सरबत्ती करून जाब विचारला की, त्यांचा पक्ष आश्वासन दिल्याप्रमाणे नेमकं काय करून आठ महिन्यांत स्वातंत्र्य मिळवून देणार आहे, अशा त्यांच्या प्रश्नांचा जमावाला अर्थातच राग आला असला तरी जिनांनी आपण अविचल असल्याचा निदान आव तरी आणला होता.

चार आठवड्यांनी जिनांनी पुन्हा एकदा जनतेला सावध करू पाहिलं की, त्यांनी गांधीजींवर आंधळा विश्वास ठेवू नये आणि पुन्हा एकदा जमावाचा रोष ओढवून घेतला. या वेळेस गोपाळकृष्ण गोखल्यांच्या पहिल्या पुण्यस्मरणाच्या शोकसभेत ते व्यासपीठावरून बोलत होते. जिना गोखल्यांचे प्रशंसक असल्याचं श्रोत्यांना ठाऊक असल्यामुळे श्रोत्यांनी जिनांच्या गांधीजींबरोबरच्या मतविरोधाकडे दुर्लक्ष केलं आणि ते बोलायला उभे राहिल्यावर टाळ्यांचा कडकडाट केला; पण जिना शांत बसणाऱ्यांपैकी नव्हते. त्यांनी पुन्हा एकदा गांधीजींच्या असहकार आंदोलनाचा विषय उकरून काढला आणि तो उपक्रम देशाला किती घातक ठरेल, हे श्रोत्यांना समजावून सांगण्याचा प्रयत्न केला. गांधीजी देशाला चुकीच्या घातक मार्गानं कसं नेत आहेत, याबद्दल जनतेचे डोळे उघडणं हे आपलं कर्तव्य आहे, अशी त्यांची प्रामाणिक समजूत होती; परंतु श्रोते अस्वस्थ होऊन 'थांबवा हे!' असं ओरडू लागले तरी जिनांनी आपली टीका आटोपती घेतली नाही. जिनांना लोकांकडून शाबासकीची थाप अत्यंत प्रिय वाटत असे; परंतु तरीसुद्धा त्यांचा रोष सहन करून ते त्यांना आंधळ्या विश्वासाच्या उन्मादातून जागं करू पाहत होते.

या वेळेस निदान कुणी त्यांना मारपीट करायचा प्रयत्न केला नाही. जे लोक जिनांपेक्षा अधिक सावधपणे आणि धोरणी दूरदृष्टीनं गांधीजींबद्दल विरोध दर्शवत होते, त्यांनाही श्रोत्यांच्या हल्ल्याला तोंड देता देता पुरेवाट होत होती. ॲनी बेझंट यांच्या होमरूल लीगनं गांधीजींच्या असहकार आंदोलन उपक्रमाविरुद्ध पत्रक छापून वाटायला सुरुवात केली होती. मुंबईतील एका जाहीर सभेत श्रोत्यांनी ॲनी बेझंटना बोलूच दिलं नाही. त्या व्यासपीठावर तब्बल एक तास मूकपणे नुसत्या उभ्या राहिल्या होत्या आणि श्रोते त्यांच्यावर शिव्याशापांचा वर्षाव करत होते. अखेरीस काहीही न बोलता त्यांना व्यासपीठावरून निघून जावं लागलं होतं. मुंबईच्या लोकप्रिय एक्सलसियर थिएटरमध्ये गांधीजींच्या असहकार चळवळीला विरोध करण्यासाठी आणखी एक सभा भरली होती, तेव्हा गांधी समर्थक लोक वक्ते श्रीनिवास शास्त्री यांच्यावर हिंसकपणे चाल करून गेले, त्यामुळे शास्त्रींना मागील दारानं पळ काढणं भाग पडलं होतं. या दोन्ही समित्यांचा सचिव असलेल्या कांजी द्वारकादासवर हल्ला चढवून गांधी समर्थकांनी त्याचे कपडे फाडून टाकले होते.

गांधीजींवर टीका करताना खुद्द जिनांनासुद्धा त्यांचा नेहमीचा परखड, फटकळपणा कह्यात ठेवणं भाग पडत होतं, कारण गांधीजींचे भक्त त्यांच्या 'अहिंसा देवदूता'विरुद्ध एक शब्दही ऐकून घ्यायला तयार नव्हते; परंतु मनोमन जिनांच्या मनात संतापाच्या उकळ्या

फुटत होत्या. त्यांनी मोठ्या कष्टानं गेली तेवीस वर्षं प्रयत्न करून आपली राजकीय प्रतिमा उभी केली होती. ती एका अनपेक्षित प्रकारे धुळीला मिळाली होती आणि ते एक नगण्य व्यक्ती बनले होते. अर्थात त्यांनी याचा सर्व दोष गांधीजींना दिला नाही. तसं करणं म्हणजे गांधीजींना अवास्तव महत्त्व देणं ठरलं असतं; परंतु जिना ब्रिटिश सरकारला दोषी मानत होते. ब्रिटिशांच्या घोडचुकांमुळेच जनता आता निराश होऊन गांधीजींच्या भजनी लागली होती. जिनांना आणखीनच असाहाय्य वाटत होतं, कारण त्यांना गांधीजी आणि ब्रिटिश सरकार यांपैकी एकाची निवड करण भाग होतं आणि ते पेचात अडकले होते. त्यांना आता सुधारणेनंतरच्या लेजिस्लेटिव्ह कौन्सिलच्या निवडणुकीत भाग घेता येणार नव्हता. कारण तसं केलं असतं, तर ते ब्रिटिशधार्जिणे ठरले असते; पण ते ब्रिटिशविरोधी लढ्यातही सहभाग घेऊ शकत नव्हते, कारण गांधीजींचे वेडगळ विचार त्यांना पटत नव्हते. आता त्यांच्यापुढे फक्त एकच पर्याय उरला होता... गांधीजींची असहकार चळवळ त्यातल्या मूर्खपणापायी नैसर्गिकरीत्या मरण पावेल आणि लोकांचा गांधीजींवरचा विश्वास नष्ट होईल, याची शांतपणे वाट बघत बसणं! परंतु काहीही न करता निष्क्रियपणे बसून राहणं त्यांना शक्य होणार नव्हतं. त्यांनी इतर कोणताही छंद कधी जोपासला नव्हता आणि सुट्टीत वेळ वाया घालवणं त्यांना सहन होण्यातलं नव्हतं.

रट्टीच्या दृष्टीनंसुद्धा हा सत्त्वपरीक्षेचाच काळ होता. तिच्या सभोवारचे तिचे सारे स्नेही गांधीजींच्या चळवळीकडे ओढले जात होते. 'शाळा - कॉलेज, सरकारी नोकऱ्यांवर बहिष्कार घाला आणि देशाला सर्वस्व अर्पण करा,' गांधीजींच्या या आवाहनामुळे जनतेची प्रचंड एकजूट झाली होती. मुंबईच्या कॉलेजातले विद्यार्थी शेकडोंच्या संख्येनं शिक्षण सोडून चळवळीत सामील झाले होते. पद्मजाचा भाऊ जयसूर्यासुद्धा चळवळीत सामील झाला होता. त्याच्या वडिलांनी लीलामणीला इंग्लंडला पाठवलेल्या पत्रात जयसूर्याच्या निर्णयाला आपला पाठिंबा असल्याचं कळवलं होतं. पद्मजाच्या नाजूक प्रकृतीबद्दल तिच्या पित्याला काळजी वाटत होती, तरीसुद्धा तिनं दिल्लीत किंवा इतर कुठंतरी गांधीजींच्या चळवळीत भाग घ्यायचं ठरवलं होतं. डॉक्टर नायडूसुद्धा देशप्रेमाच्या लाटेत वाहून गेले होते. रट्टीला वाटत होतं की, साउथ कोर्टखेरीज सारा देश देशप्रेमाच्या भावनेनं प्रेरित होऊन गेला आहे.

त्यामुळे ती अतिशय अस्वस्थ झाली होती. देशभक्तीची भावना सगळीकडे जाणवत होती आणि फक्त तिचं स्वतःचं घरच मृतावस्थेत होतं. जिथं राजकारण महत्त्वाचं नसेल, अशा कुठल्या तरी दूरच्या जागी निघून जावं, अशी तीव्र इच्छा तिला जाणवू लागली होती. मुंबईतील सर्वांत लोकप्रिय राजनैतिक जोडपं या स्थानावरून घसरलेले जिना पती-पत्नी आता सर्वांना तुच्छ वाटू लागले होते. विवाहानंतर त्या दोघांना पारशी आणि मुस्लीम या दोन्ही समाजांनी वाळीत टाकलं होतं; परंतु त्या वेळेस त्यांचे स्नेही तरी त्यांच्या पाठीशी उभे होते. आता त्या मित्रांनीसुद्धा त्यांची साथ सोडली होती आणि फक्त रट्टी आणि जिना यांविरुद्ध सारं जग अशी झुंज सुरू झाली होती. त्या दोघांखेरीज इतर सारं जग गांधीजींना जाऊन मिळालं होतं. जिनांप्रमाणे रट्टीच्या ठायी आता लढा द्यायची शक्ती उरली नव्हती. त्याऐवजी दूर कुठंतरी, नव्या लोकांमध्ये, नवं आयुष्य सुरू करण्याची स्वप्नं तिला खुणावू लागली होती. अर्थातच जिना या गोष्टीला कबूल नव्हते. त्यांनी वीस वर्षं कष्ट करून

आपली राजनैतिक कारकीर्द घडवली होती आणि ती या एका माणसामुळे नष्ट होऊ द्यायला ते तयार नव्हते. इतर लोक एकतर बिनविरोध गांधीजींना तरी सामील होत होते. नाही तर राजकारणाकडे पाठ फिरवून आपल्या वकिली व्यवसायाकडे तरी वळत होते. जिना या दोन्ही गोष्टींना राजी नव्हते. ते आपलं महत्त्व राजकारणात नव्यानं प्रस्थापित करायचा वेगळा मार्ग शोधू लागले होते. आता मुंबईत राहण्याचं कोणतंच कारण उरलं नव्हतं, कारण हायकोर्ट दोन महिन्यांसाठी उन्हाळी सुट्टीसाठी बंद होतं; पण चार महिने शत्रूंना खुलं मैदान सोडून रट्टीबरोबर युरोपच्या दौऱ्यावर जायला ते तयार नव्हते. अखेरीस आपली आर्जवं आणि हट्ट यांचा जिनांवर कोणताच परिणाम होत नाही हे पाहून रट्टीनं जिना आणि बाळाला मुंबईत सोडून एकटीनंच युरोपला जायचं ठरवलं.

अर्थात याबद्दल ताबडतोब जिभा वळवळू लागल्या. त्यांचे स्नेही सोडून बाकी सर्व लोक त्यांची फारकत होण्याची वाट पाहू लागले होते. त्यांना संदेहातच ठेवण रट्टीनं पसंत केलं. आपण फ्रेंच रिव्हिएरा आणि माँटेकार्लो या मार्गानं इंग्लंडला जात असल्याचं ती सर्वांना सांगू लागली होती. पद्मजानं लीलामणीला एप्रिल १९२१ रोजी लिहिलेल्या पत्रात रट्टी लवकरच इंग्लंडला पोचत असल्याची बातमी कळवली होती. त्या वेळेस रट्टी माँटेकार्लोला पोचली होती. रट्टी भारतात परत केव्हा येणार हे कोणालाच ठाऊक नव्हतं. पद्मजानं लीलामणीला कळवलं होतं, 'तिनं माँटेकार्लोत सारे पैसे उधळले नाहीत, तर ती इंग्लंडला पोचणार! ती चित्रपटात काम करणार आणि 'व्हाम्पायर'चं काम करून पैसा कमवून जिनांना पोसणार, असं सर्वांना सांगतेय.' रट्टीला अचानक रक्तशोषक भुताची, व्हाम्पायरची भूमिका का करावीशी वाटली, हे एक गूढच आहे.

आपण मुक्त स्त्री आहोत असं भासवत ती परत केव्हा येणार हे सांगतच नव्हती. अखेरीस जूनमध्ये जेव्हा रिव्हिएरा आणि माँटेकार्लोचं वास्तव्य संपवून रट्टी इंग्लंडमध्ये पोचली, तेव्हा पद्मजानं लीलामणीला विचारलं, 'रट्टी इंग्लंडमध्ये किती दिवस राहणार आहे? तिला माझ्या शुभेच्छा कळव.'

परंतु या साऱ्या मुक्ततेच्या ओढूनताणून धारण केलेल्या मुखवट्यामागची रट्टी मनोमन अजूनही समर्पित पत्नी होती. जिना लंडनला येणार असल्याची वेळ गाठून ती तिथं पोचली होती. जिना काही आठवड्यांसाठी आलेले होते. ते तिच्या पाठोपाठ लंडनला येणार हे उघडच होतं. ती युरोपला गेल्यानंतर मुंबईतल्या गोष्टी आणखीनच हाताबाहेर गेल्या होत्या. *बॉम्बे क्रॉनिकल* वृत्तपत्राच्या विश्वस्त मंडळाचे अध्यक्ष हे शेवटचं सामाजिक स्थान त्यांना सोडून द्यावं लागलं होतं. *बॉम्बे क्रॉनिकलचे* संपादक म्हणून श्रीयुत पिक्टहॉल यांची निवड खुद्द हॉर्निमन यांनी केली असली तरी त्यांच्याशी जिनांचे मतभेद झाले होते, कारण त्यांनी वृत्तपत्रात गांधीजींच्या असहकार चळवळीला ठळक स्थान दिलं होतं. जिनांच्या मते, असं करून पिक्टहॉलनी *बॉम्बे क्रॉनिकलचं* राजकीय बाबतीत तटस्थता पाळण्याचं धोरण सोडलं होतं. तेथील पदाचा राजीनामा पाठवून दिल्यानंतर जिनांनी काही दिवस सुट्टीवर जायचं ठरवलं. लंडनला गेल्यावर त्यांना तेथील राजकीय संबंधितांशी पुन्हा एकदा संपर्क साधता येणार होता आणि त्यातूनही महत्त्वाची गोष्ट म्हणजे त्यांना रट्टीची खूप उणीव भासत होती. ही गोष्ट जरी ते स्वतःजवळही कबूल करायला तयार नसले, तरी त्यांना तिची खूपच आठवण येत होती. त्यांच्या विवाहानंतर इतका दीर्घकाळ ते तिच्यापासून दूर कधीही राहिले

नव्हते. कांजी द्वारकादासनं आपल्या आठवणींच्या पुस्तकात नमूद केलं होतं, त्याप्रमाणे त्यांच्या पत्नीपासून निराळं असं त्यांचं अस्तित्वच नव्हतं.

लंडनमध्ये पुन्हा एकत्र आल्यावर रट्टी इतक्या सहजपणे 'त्यांची आधारदायी पत्नी' या भूमिकेत शिरली की, तिच्या मनातील वाढत्या अस्वस्थतेची जिनांना कल्पनाच आली नाही. त्यांना त्याबद्दल काही जाणूनही घ्यावंसं वाटत नव्हतं. आपण आपल्या वेगळ्या पद्धतीनं एकमेकांशी समर्पित असं प्रेमळ जोडपं आहोत, या भ्रमातच राहण्याची त्यांची इच्छा होती. त्यांना तिची उधळपट्टी कितीही अनाठायी वाटली, तरी ते तिला कोणतीही गोष्ट नाकारू शकत नसत. कधी त्यांनी त्याबद्दल तक्रारीचा सूर काढला, तरी त्यांच्या काटकसरी स्वभावाबद्दल तिनं केलेली थट्टा ते विनोदानं घेत असत. ते थंडपणे आणि अलिप्तपणे इतर सर्वांशी वागू शकत असत; परंतु तिच्या सहवासात मात्र ते अत्यंत मृदू, प्रेमळ अशी वेगळीच व्यक्ती बनत, असं सरोजिनींनी नमूद केलं होतं. ती त्यांच्यावर वरचष्मा गाजवत असे आणि इतरांसमोरही त्यांची थट्टा मस्करी करत असे; ते आपल्या मुठीत आहेत हे सिद्ध करून आपली अस्मिता कुरवाळत असे; परंतु मनोमनी मात्र ती त्यांच्याशी पूर्णपणे एकरूप झालेली होती. त्यांच्या सुखसोयींची ती सर्वतोपरी काळजी घेत होती. ती ज्या वातावरणात वाढली होती, त्या स्त्रीमुक्तीच्या वातावरणाशी पूर्णतः विसंगत असं तिचं हे वागणं होतं. ती संध्याकाळी कुठंही असली तरी तेथून ती पाचच्या ठोक्याला उठून ते कोर्टातून घरी येण्यापूर्वी घरी पोचत असे. संध्याकाळचं ड्रिंक आणि रात्रीचं जेवण न चुकता ती त्यांच्या बरोबर घेत असे. त्यासाठी इतर कोणत्याही सामाजिक कार्यक्रमावर ती सहजपणे पाणी सोडत असे. ती इतर अनेक प्रकारे त्यांचं आयुष्य सुखद करण्यासाठी झटत असे. त्यांच्या कपड्यांची आणि परफ्युम्सची निवड ती स्वतः करत असे. त्या निवडीबाबत जिना निःशंकपणे रट्टीवर जबाबदारी सोपवत असत. ते तिच्यावर अवलंबून राहू लागले होते. तिला आपल्या बरोबर सर्वत्र नेऊ लागले होते आणि एखादा मुद्दा बिनतोडपणे सिद्ध केल्यावर तिच्याकडे प्रेमाचा कटाक्ष टाकून जणू तो नजराणा तिला समर्पित करू लागले होते. कधी कधी त्यांच्याबद्दलचं कौतुक तिच्या नजरेतून ओसंडून वाहत असे. विशेषतः ते पूर्णपणे सैलावून एखादा विनोदी किस्सा ऐकवू लागले की, तिच्या नजरेतलं प्रेम स्पष्टपणे कळत असे.

परंतु बाळाबाबत मात्र ती पूर्ण वेगळ्या पद्धतीनं वागत असे. त्या बाळाबद्दल कोणतीही ममता दर्शवणं तिला गरजेचं वाटत नव्हतं. तिनं बाळाच्या अस्तित्वाकडे संपूर्ण दुर्लक्षच करून टाकलं होतं. जिनांच्या अपेक्षेप्रमाणे तिनं बाळाबद्दलचं आपलं कर्तव्य पार पाडलं होतं. घराच्या वेगळ्या भागात बाळासाठी खास खोली तयार केली होती आणि अनेक नोकर तैनात करून तिनं त्यांच्यावर बाळाची जबाबदारी सोपवली होती; परंतु अशी व्यवस्था लावून दिल्यावर तिनं बाळाकडे पूर्णपणे पाठ फिरवली होती आणि हे बाळ आता वीस महिन्यांचं झालं असलं तरी तिनं अद्याप त्याचं नावही ठेवलं नव्हतं. आपल्या कन्येच्या जन्मानंतरच्या पहिल्या वर्षात तिनं पद्मजाला अनेक पत्रं लिहिली होती; परंतु त्यातल्या एकाही पत्रात तिनं बाळाबद्दल ओझरता उल्लेखही केला नव्हता. दर पत्रात ती न चुकता आपल्या कुत्र्यांकडून शुभेच्छा धाडत असली तरी बाळ मात्र जणू काही तिच्या लेखी अस्तित्वातच नव्हतं! विवाहापूर्वीच्या रट्टीच्या स्वभावाशी ही गोष्ट इतकी पूर्णतः विसंगत होती की, याचा काय अर्थ लावावा हे पद्मजाला समजतच नव्हतं. युरोपच्या मोठ्या

दौऱ्यावर रट्टी निघून गेल्यानंतर एकदा पद्मजा रट्टीच्या साउथ कोर्ट या घरात गेली होती. आईबापांचं अजिबात लक्ष नसलेल्या या एकाकी लहान बाळाकडे पाहून पद्मजा अतिशय व्यथित झाली होती. पद्मजानं एप्रिल १९२१मध्ये लीलामणीला लिहिलेल्या पत्रात म्हटलं होतं, 'तिची लहानगी मुलगी हे मी आजवर पाहिलेलं सर्वांत करुण, हृदयद्रावक दृश्य आहे. रट्टीच्या या वागण्याचा मला अर्थच कळत नाहीय. इथल्या बहुतांश लोकांप्रमाणे मी रट्टीला दोष देत नाहीय; परंतु एखाद्या जखमी पिलाप्रमाणे, भेदरून गोंधळून गेलेलं ते लहानगं मूल मला आठवतं, तेव्हा माझ्या मनात रट्टीबद्दल विलक्षण तिरस्कार दाटून येतो. मला रट्टीबद्दल खूप प्रेम वाटत असूनही मला तिचा संताप येतो!'

त्या वेळेस जिना मुंबईतच होते. ते रट्टीला भेटायला अजून लंडनला गेले नव्हते; परंतु ते स्वतःच्या कामात इतके व्यग्र होते की, त्यांच्या उपस्थितीचा त्या बाळाला कोणताच उपयोग होत नव्हता, तसंच रट्टीनं घरात सोडलेल्या कुत्र्यांकडेही जिनांचं अजिबात लक्ष नव्हतं. सेवक सोबत नसताना आपल्याला कुत्र्यांकडे बघता येणं शक्य होणार नाही म्हणून रट्टी त्यांना मुंबईतच सोडून निघून गेली होती आणि ही तिन्ही कुत्री रट्टीच्या आठवणीनं झुरत होती. पद्मजा आल्यावर त्यांना ओळखीचा एक चेहरा दिसल्यामुळे ही तिन्ही कुत्री आनंदानं वेडावली होती, असं पद्मजानं लीलामणीला कळवलं होतं.

परंतु घर - गृहस्थीच्या बेड्या बंडखोरपणे तोडून टाकूनही रट्टीला अपेक्षेप्रमाणे मुक्त आणि निर्भर वाटलं नव्हतं. एखाद्या आधुनिक, मुक्त स्त्रीप्रमाणे, पती आणि मुलीशिवाय युरोपभर फिरता येऊनही रट्टीला शांतता लाभली नव्हती. ११ जून १९२१ रोजी सरोजिनींनी लीलामणीला पाठवलेल्या पत्रात लिहिलं होतं, 'मला रट्टीनं एक लहानसं आणि आसावलेलं पत्र पाठवलं आहे. ती अतिशय अस्वस्थ आणि प्रेमाला भुकेली वाटतेय. माझी तिला अतिशय गरज आहे असं मला जाणवतंय.' परंतु गांधीजींनी आपल्या आंदोलनात सरोजिनींना इतकं व्यस्त ठेवलं होतं की, त्यांना आपल्या आजारी लेकीसाठी, पद्मजासाठीसुद्धा वेळ काढता येत नव्हता. मग त्या रट्टीसाठी कुठून वेळ काढणार होत्या? आणि वयाप्रमाणे अधिक सुज्ञ बनलेल्या सरोजिनींना रट्टीनं बाळाला वाऱ्यावर सोडून स्वातंत्र्याचा टाहो फोडत पळ काढावा, ही गोष्ट अजिबात रुचली-पटली नव्हती.

बाळाच्या जन्मानंतर सरोजिनींची रट्टीशी फार वेळा भेट झालीच नव्हती. जिना आपल्या दोन महिन्यांच्या मुलीला घेऊन इंग्लंडहून मुंबईला परत आले होते, तरी त्या वेळेस सरोजिनी पुढील दीड वर्ष इंग्लंडमध्येच राहिल्या होत्या आणि काँग्रेसच्या सांस्कृतिक आणि राजकीय प्रतिनिधी म्हणून काम बघत होत्या. सरोजिनी इंग्लंडहून मुंबईला परत आल्या, तोपर्यंत रट्टी आपल्या पतीला आणि बाळाला सोडून युरोपला निघून गेली होती. रट्टी आणि जिना दोघेही युरोपला गेले असता एकदा सरोजिनी बाळाला बघायला साउथ कोर्ट येथे गेल्या होत्या. त्यांनी पद्मजाला पाठवलेल्या पत्रात कळवलं होतं, 'मी जिनांचं बाळ बघायला आज गेले होते. नोकरांच्या ताफ्यात एकाकी अवस्थेतलं ते बाळ आजच उटीहून परत आलं होतं. नुकतीच अंघोळ घालून ताजतवानं झालेलं ते बाळ इतकं गोड दिसत होतं! मी त्या गोडुल्या बाळाशी थोडा वेळ खेळले. मला जेव्हा जेव्हा त्या लहानग्याची आठवण येते, तेव्हा तेव्हा मला रट्टीला चोप द्यावासा वाटतो!' हाच मजकूर सरोजिनींनी लीलामणीलाही पत्रात कळवला होता; पण तोवर त्यांचा राग निवळला होता. त्यांनी त्या पत्रात लिहिलं

होतं, 'रट्टीला माझा निरोप दे की, मला तिला पिटून काढावंसं वाटत असलं तरी तिच्या दुष्टाव्यासकट माझी ती लाडकी आहे!'

परंतु विवाहाच्या दिवसापासून अत्यंत कर्तव्यदक्ष पत्नीची जी भूमिका रट्टीनं स्वेच्छेनं स्वीकारली होती, त्यापासून किंचितही ढळायला ती तयार नव्हती. लंडनमध्ये ती जिनांसमवेत मूक, सुंदर आणि प्रशंसक पत्नीच्या त्यांना अपेक्षित असलेल्या भूमिकेत सर्वत्र वावरत होती. २० जूनला लंडनमधील कॅनॉट रूम्समध्ये जिना जाहीर सभेत भाषण करणार होते. तेथे त्यांचे एकनिष्ठ मित्र हॉर्निमनसुद्धा उपस्थित होते. त्या भाषणाच्या वेळेस रट्टी तेथे हजर होती. ती जिनांबरोबर ऑक्सफर्डलासुद्धा गेली होती. तेथील भारतीय विद्यार्थ्यांच्या वादविवाद मंचानं जिनांचं भाषण आयोजित केलं होतं. भारतात ते इतके अप्रिय बनले असले तरी इंग्लंडमधील त्यांची लोकप्रियता अजूनही टिकून राहिली होती. या सर्व ठिकाणी रट्टी त्यांच्यासोबत उपस्थित राहिली होती.

परंतु अशा ठिकाणी जिनांना आपली पत्नी आपल्या जवळ उपस्थित हवी असली, तरी बाकीच्या गोष्टी ते स्वतःच करत आणि तिच्याकडे ते संपूर्ण दुर्लक्ष करत असत. ते लंडनला सुट्टीवर म्हणून आले असले, तरी त्यांनी अनेक गोष्टी करायच्या योजना आखल्या होत्या; पण सुट्टीवर असतानासुद्धा वेळ वाया घालवण्याबद्दल त्यांना किती तिटकारा वाटतो हे रट्टी पूर्णपणे जाणून होती. ते इंग्लंडला एक योजना आखून आले होते. ती योजना अमलात आणली की गांधीजींपासून खिलाफत समर्थकांची फारकत होईल आणि गांधीजींच्या सत्तेला सुरुंग लागेल, अशी त्यांना खात्री वाटत होती. त्यासाठी ब्रिटिश सरकारनं टर्कीला काही सवलती देणं गरजेचं होतं. तसं घडलं असतं, तर जिनांनी खिलाफत समर्थकांना गांधीजींपासून दूर करण्यात यश मिळवलं असतं. ब्रिटिश सरकारनं अशा सवलती टर्कीला द्याव्यात म्हणून त्यांच्यावर दबाव आणू शकतील, अशा सांसदांशी आणि वृत्तपत्र-वार्ताहारांशी संधान बांधण्याचा जिनांचा जोरदार प्रयत्न सुरू होता. त्याखेरीज त्यांचे जुने मित्र, परराष्ट्र मंत्री सर मॉंटेग्यू यांचासुद्धा पाठपुरावा करणं गरजेचं होतं. या साऱ्या धावपळीतून वेळ उरलाच, तर जिनांना वर्तमानपत्रं खुणावत असत.

एकटी पडल्यामुळे रट्टीला आपल्यातील दुराव्याबाबत विचार करायला भरपूर वेळ मिळाला होता. दोघांमधील दरी सांधता येणं शक्य नाही, असं तिला वाटू लागलं होतं. त्या दोघांमधलं वयातलं अंतर तिला डाचत नव्हतं. त्यांच्या जुनाट सवयी तिला खूपच खुपत होत्या. युद्धोत्तर काळातली तरुण पिढी जुन्या रूढी आणि सवयी बंडखोरपणे झुगारून देऊ लागली होती. त्या पार्श्वभूमीवर जिनांच्या जुनाट सवयी रट्टीला आणखीच आक्षेपार्ह वाटू लागल्या होत्या. रट्टीला या सांस्कृतिक लाटेत आपलं प्रतिबिंब दिसू लागलं होतं आणि ती हे नवं सांस्कृतिक स्वातंत्र्य कवटाळायला सिद्ध झाली होती; पण जिना मात्र प्रयत्नपूर्वक जोपासलेली आपली प्रतिमा झुगारून द्यायला राजी नव्हते. राणी व्हिक्टोरियाच्या काळातील कडक सांस्कृतिक संकेत सोडून देऊन नव्या युगातील मोकळ्या ढाकळ्या चालीरीती स्वीकारायची जिनांची तयारी नव्हती. त्यांच्या हटवादी स्वभावानुसार ते वेशभूषेसकट कोणतीही गोष्ट बदलायला तयार नव्हते. नृत्याची जी नवी लाट उसळली होती, त्याचा तर त्यांना विशेष तिटकारा वाटत होता. ते इतके उदारमतवादी नसते, तर त्यांनी रट्टीला अशा युगुलनृत्यात भाग घ्यायला कडक प्रतिबंध केला असता. त्यांच्या एका श्रीमंत,

मुस्लीम प्रशंसकाच्या घरच्या मेजवानीला जिना पती-पत्नी गेले असता, बँडच्या संगीतावर युगुलनृत्याला प्रारंभ होताक्षणी जिना एका तरुणासोबत तळघरात निघून गेले होते आणि त्याच्याशी गप्पा मारत बसले होते, त्यामुळे नृत्याची ओढ वाटत असूनही रट्टीला नृत्य करता आलं नव्हतं.

त्यांच्या बरोबर खरेदीला जाणंसुद्धा रट्टीला तेवढंच त्रासदायक वाटत होतं. तासन्‌तास कपड्यांची उलथापालथ करूनही कोणताच कपडा त्यांना पसंत पडत नसे. त्यांना एकतर कापडाचा दर्जा तरी आवडत नसे किंवा त्यांना युद्धपूर्व काळात बनवलेले कपडे तरी हवे असत. तसे जुनाट कपडे सापडलेच, तर ते त्यावर झडप घालत आणि ते किती स्वस्तात मिळवले म्हणून फुशारकी मारत बसत! ते किती कालबाह्य झाले आहेत, याबद्दल त्यांना कोणतीच चिंता वाटत नसे. त्यांना या स्वस्तातल्या जुनाट कपड्यांचा मोह सोडायला लावून आधुनिक धर्तीचे अत्यंत महागातले कपडे शिवणाऱ्या पॅरिसमधील शिंप्याकडे न्यायला रट्टीला जोरदार प्रयत्न करावा लागला होता. अखेरीस तिनं ती गोष्ट जिनांच्या गळी उतरवली होती. त्यांनी आपले केस आखूड न कापता विवाहापूर्वी कबूल केल्याप्रमाणे लांब ठेवून उलटे वळवावेत यासाठीही रट्टीला खूप प्रयास करावे लागले होते. ते इतक्या जुनाट पद्धतीनं पेहेराव करायचा हट्ट करत होते, त्यावरची प्रतिक्रिया म्हणून रट्टी अगदी दुसऱ्या टोकाला जाऊन अत्याधुनिक कपडे परिधान करू लागली होती. पाठ उघडी दिसेल असे ब्लाउज, आखूड कापलेले केस-बॉब कट, चेहऱ्यावरची रंगरंगोटी आणि तोंडातला सिगारेट होल्डर असा वेश धारण करून ती आपलं तरुण वय आणि तरुण विचार सिद्ध करू पाहत होती.

ते दोघेही आपापल्या परीनं नाट्यमयतेचे प्रेमी होते. जिनांना व्हिक्टोरिया काळातील, वृद्धत्वाकडे झुकत चालेल्या श्रेष्ठींप्रमाणे जुन्या परिचितांशी वागायला आवडत असे आणि तरुणांशी पितृत्वाच्या नात्याप्रमाणे 'माय बॉय', 'यंग मॅन' अशी संबोधनं वापरावीशी वाटत असतं; तर रट्टी नव्या प्रचलित फॅशनप्रमाणे सुरेख, अल्लड, लहरी, आनंदी आणि चंचल असल्याचा मुखवटा धारण करत असे. तिच्या सभोवतालच्या सर्वांची तिनं अल्पावधीतच खात्री पटवली की, ती 'छोटीशी विक्षिप्त रट्टी होती आणि नेहमीच वेगळेपणानं उठून दिसत होती.' लोकांचं आपल्याकडे लक्ष वेधून घेण्यासाठी विक्षिप्तपणे वागण्याची परिसीमा गाठण्याच्या युगात रट्टीनं आपलं स्वतंत्र स्थान मिळवलं होतं आणि ही सोपी गोष्ट नव्हती.

जिना विद्यार्थ्यांपुढे भाषण द्यायला ऑक्सफर्डला गेले होते, तेव्हा त्यांच्या सोबत गेलेल्या रट्टीला लीलामणीची भेट घेता आली होती. लीलामणी तेव्हा तेथे शिकत होती आणि पूर्वीच्या आपल्या आदर्श देवतेला रट्टीला पाहून लीलामणीला खूपच आनंद झाला होता. सरोजिनींना जाणवली होती तशी कोणतीच वैफल्याची भावना लीलामणीला रट्टीमध्ये आढळली नाही. उलट ती 'इतकी बालिश, खोडसाळ आणि सुंदर दिसतेय!' असं तिनं पद्मजाला कळवलं होतं.

आपल्या आयुष्यातली बर्फाळ थंडी कमी करण्यासाठी योग्य अशी मैत्रीण सापडल्याचा रट्टीला आनंद वाटला होता, असं तिनं नमूद केलं होतं; परंतु ऑक्सफर्डमधला सारा वेळ लीलामणीबरोबर आनंदात व्यतीत करून रट्टी थांबली नाही. तिनं लीलामणीला आपल्या बरोबर लंडनला यायला लावलं. दोन महिन्यांच्या सुट्टीसाठी जिनांनी रिट्झ हॉटेलमध्ये खोल्यांचा संच भाड्यानं घेतला होता. त्यांच्या खर्चानं लंडनमध्ये मजा मारण्याच्या संधीचा

विद्यार्थीदशेतील काटकसर अनुभवत असलेल्या लीलामणीला आनंदच झाला. जिनांनी याला कोणतीच हरकत घेतली नाही. रट्टी आणि लीलामणी खरेदीसाठी त्यांचे पैसे उधळत असल्याबद्दल त्यांची कोणतीच तक्रार नव्हती. ते स्वतःच्या उद्योगात व्यस्त होते. मोठ्या बहिणीच्या प्रेमानं रट्टीनं लीलामणीचे लाड केले. तिला रुचकर भोजन आणि भेटवस्तूंनी खूश करून टाकलं. आपल्या सुरेख मैत्रिणीची संगत मिरवत रस्त्यावर फिरताना लीलामणीला धन्य धन्य वाटत होतं. १५ जुलै १९२१ रोजी लीलामणीनं पद्मजाला पाठवलेल्या पत्रात लिहिलं होतं, 'रट्टी अजूनही खोडसाळ असली तरी पूर्वीपेक्षाही जास्त सुंदर आणि आकर्षक वाटते आहे. तिच्या बरोबर पिकॅडीली आणि बाँडस्ट्रीटवर फिरण्यात वेगळाच थरार जाणवतो. साऱ्या जुनाट वेशातल्या डचेस तरुण ड्युक्स आणि नव-श्रीमंत हे हिऱ्यांचा लखलखाट मिरवत फिरताना माना उंचावून या सुंदर रट्टीकडे पुन्हा पुन्हा पाहत राहतात.

जिना पती-पत्नी पॅरिसला हलले तरी लीलामणीचं शेपूट रट्टीनं तिथंवर नेलं. तेथे तिघं जण क्लॅरिजेस हॉटेलमध्ये राहिले. जिना पती-पत्नी मुंबईला नेणाऱ्या बोटीत चढले, तेव्हाच अखेरीस लीलामणी ऑक्सफर्डला परत गेली. पॅरिसमध्ये रट्टी आणि लीलामणी जोडीनं भटकत होत्या तेव्हा जिनांना अजिबातच एकटं पडल्यासारखं वाटलं नाही. उलट ते तो वेळ सत्कारणी लावून लॉर्ड मॉंटेग्यूंना पत्र लिहून त्यांना आठवण करून देऊ शकले की, त्यांनी जिनांना नवे व्हाइसरॉय लॉर्ड रीडिंग यांची भेट घेण्यासाठी वेळ ठरवून द्यावी.

परतीचा प्रवास जोडीनं करताना जिना पती-पत्नी अजिबातच जवळ आले नाहीत. रट्टीला नेहमीप्रमाणे बोट लागली आणि ती अंथरुणाला खिळून राहिली. स्वतः कधीही आजारी न पडणाऱ्या जिनांना आजारी पडणाऱ्यांबद्दल कोणतीही सहानुभूती वाटत नसे, त्यामुळे ते पुढल्या योजना आखण्यातच व्यग्र राहिले होते आणि रट्टीला त्यांनी एकटंच सोडून दिलं होतं. भारतात नवी राजकीय आणीबाणी ओढवणार असल्याबद्दल जिनांना पूर्ण खात्री पटली होती. त्या संदर्भात ब्रिटिश व्हाइसरॉय आणि गांधीजींचा पक्ष यांच्यात मध्यस्थ म्हणून संवाद घडवण्याची महत्त्वाची राजकीय भूमिका त्यांना खुणावू लागली होती, त्यामुळे मुंबईला पोचण्याची त्यांना विलक्षण उत्कंठा लागली होती. रट्टीच्या अपेक्षेच्या आठवडाभर आधीच ते मुंबईत पोचले.

बाळापासून दूर राहिल्यामुळे रट्टीला बाळाबद्दल वाटणारं ममत्व अजिबात वाढलं नव्हतं. घराला आणि बाळाला सोडून रट्टी पाच महिने युरोपभर भटकली होती; परंतु मुंबईत पाऊल टाकताक्षणी तिला तेथून पुन्हा पळ काढावासा वाटू लागला होता. तिनं लगेचच ताजमहाल हॉटेलात सरोजिनींबरोबर सबंध दिवस घालावयाची मोहीम आखली; परंतु सरोजिनी तेथे नव्हत्याच! त्यामुळे अजिबात नाउमेद न होता रट्टी पुन्हा दुसऱ्या दिवशी तेथे धडकली. आपलं तेथे स्वागत होणार, हे तिनं गृहीतच धरलं होतं, त्यामुळे आदल्या दिवशी तिनं तेथे चिट्ठी सोडली होती, 'मी परत आलेय. उद्या सकाळी अकराला फक्त माझ्या समवेत राहायचं. कुणीही उपटसुंभ खपवून घेतला जाणार नाही. मग तो सर्वसामान्य माणूस असो की महात्मा!'

तिला ते अद्याप जाणवलं नसलं तरी तिच्या पाच महिन्यांच्या अनुपस्थितीत सरोजिनींसकट प्रत्येकात बदल घडून आला होता. राजकीयदृष्ट्या गांधीजींच्या असहकार चळवळीत चढ-उतार होत असले, तरी त्यांनी उच्चभ्रू समाजात सांस्कृतिकदृष्ट्या आणि

आध्यात्मिकदृष्ट्या संपूर्ण परिवर्तन घडवलं होतं. आपल्या गार्डन पार्टीजच्या जमानातल्या सर्व परिचितांनी आपले महाल, मोटारगाड्या आणि दागदागिने लिलावात काढून जमवलेले पैसे गांधीजींच्या राजकीय निधीला दिलेले रट्टीला दिसत होते. त्यांच्या चळवळीत भाग घेऊन तुरुंगवास भोगणं, अशा सर्वांना मोठ्या प्रतिष्ठेचं वाटू लागलं होतं. ज्या स्त्रिया मौजमजा, खरेदी आणि मेजवान्या यांतच आपला सर्व वेळ मजेत घालवत होत्या, त्यांनी आपल्या रेशमी आणि शिफॉनच्या साड्यांची होळी केली होती आणि गांधीजींच्या चळवळीसाठी निधी जमवत त्या दारोदार फिरत होत्या. वृद्ध श्रीमती दादाभॉय, श्रीमती मोहम्मद अलींबरोबर दारोदार निधी जमवत फिरत असल्याची बातमी सरोजिनींनी मोठ्या अभिमानानं एका पत्रात नमूद केली होती. इतर उच्चभ्रू व्यक्तीसुद्धा खादीची दुकानं आणि सूतकताईचे वर्ग चालवण्यात धन्यता मानू लागल्या होत्या. लेडी पेटिटसुद्धा मोत्याचे दागिने आणि भरतकाम केलेल्या जॉर्जेटच्या साड्या न घालता, खादीच्या साडीत राष्ट्रीय सभेला उपस्थित राहिल्या होत्या. हुशारी आणि चिकाटी या दोन्ही बाबतीत फार नामवंत नसलेल्या रट्टीच्या मैत्रिणीनं क्षमा रावनं खादी वापरायला सुरुवात केली होती. अर्थातच स्वतः सरोजिनींनी सर्वांत आधी स्वदेशीची शपथ घेतली होती आणि गिरण्यात बनलेल्या कापडावर बहिष्कार घालून हातानं विणलेल्या साड्या वापरायला सुरुवात केली होती. गांधीजींना 'छोटेसे हुकूमशहा' अशा बिरुदानं चिडवणाऱ्या सरोजिनींनी त्यांच्या रेशमी साड्या त्यागल्या होत्या आणि त्यांच्या स्वतःच्या शब्दांमध्ये 'धोब्याचं गाठोडं बनून' किंवा 'हवा भरलेला खादीचा फुगा' बनून त्या वावरू लागल्या होत्या.

परंतु या बाह्य परिवर्तनापेक्षा सरोजिनींमध्ये घडून आलेलं आंतरिक परिवर्तन अधिक गंभीर स्वरूपाचं होतं. पूर्वीप्रमाणे त्या 'आवो जावो घर तुम्हारा' अशा पद्धतीनं आपल्या हॉटेलच्या खोलीत जमावाचं आतिथ्य करेनाशा झाल्या होत्या. गेले पाच महिने सरोजिनी गांधीजींच्या चळवळीच्या केंद्रस्थानी ढकलल्या गेल्या होत्या. आता त्यांच्यावर विविध प्रकारची जबाबदारी सोपवण्यात आली होती. त्या काँग्रेस नेते आणि खिलाफत समर्थकांमध्ये मध्यस्थी घडवत होत्या; देशभरातल्या जाहीर सभांचं अध्यक्षपद सांभाळत होत्या; काँग्रेससाठी लक्षावधी रुपयांचा निधी जमवत होत्या; असहकार चळवळीची स्त्रीशाखा चालवत होत्या; खादीची प्रदर्शनं आयोजित करत होत्या; त्याखेरीज त्या परदेशी कापडावर बहिष्कार टाकत होत्या आणि मोर्चांचं नेतृत्व करत होत्या. त्या दिवस-रात्र झोपेशिवाय आणि जेवणाशिवाय काम करत होत्या! फक्त सकाळची अंघोळ मात्र ठरल्या वेळेला करून घेत होत्या; परंतु या व्यस्ततेचा प्रत्येक क्षण त्यांना आनंददायी वाटत होता. या थोर कार्यात हातभार लावता येत असल्याबद्दल त्यांना विलक्षण अभिमान वाटत असल्याची भावना त्यांनी व्यक्त केली होती. या त्यांच्या व्यग्र आयुष्यात रट्टीसाठी जागा उरली नव्हती. उलट ती परत येऊन आपला वेळ वाया घालवेल याबद्दल त्या चिंतीत होऊन गेल्या होत्या. ही भावना त्यांनी १० ऑगस्ट १९२१ रोजी लीलामणीला लिहिलेल्या पत्रात व्यक्त केली होती. भरीस भर म्हणजे रट्टी ७ सप्टेंबर १९२१ रोजी आठवडाभर आधीच २८ ऑगस्टलाच मुंबईत परत आली होती आणि त्याच दिवशी ती सरोजिनींकडे पोचली होती.

परंतु आणखी एक आठवडा उलटल्यानंतर अखेरीस त्या दोघींची भेट झाली. त्या दोघींनाही एकमेकींमध्ये खूपच बदल जाणवला. सरोजिनींनी पद्मजाला पाठवलेल्या पत्रात

लिहिलं होतं, 'रट्टी सुरेख दिसतेय; पण पहिल्यासारखं मृदू मार्दव तिच्यात जाणवत नाहीय. त्यात कोणता तरी थंडपणा, रुक्षपणा जाणवतोय. रंगरंगोटी, उघडी पाठ आणि असं सारं काही! पण तरीसुद्धा तिच्या अंतर्यामी मात्र पूर्वीसारखीच पावित्र्याची आणि उदात्ततेची ज्योत तेवत असल्याचं आपल्याला जाणवतं.'

रट्टीच्या अंतरीची ही सद्भावना रट्टीला अजून सोडता आली नसल्यामुळे ती अस्वस्थ होऊन गेली होती. इतर सारे जण या राष्ट्रीय चळवळीत भाग घेत असताना तिला त्याकडे मूकपणे पाहत बसावं लागत होतं. जिनांशी ती प्रेमानं आणि निष्ठेनं बांधली गेली असल्यामुळे तिला स्वतःला या चळवळीत भाग घेता येत नव्हता आणि तिला एकटं पडल्यासारखं जाणवत होतं. या वाढत्या अस्वस्थतेपायीच ती रोज सकाळी जिना कचेरीत जाताक्षणी ताज हॉटेलात सरोजिनींकडे धाव घेत होती. ती रोज सकाळी अकरा वाजता तेथे पोचत असे आणि जिना घरी परतायची वेळ होईपर्यंत तेथेच बसून राहत असे, त्यामुळे आपलं कोणतंही काम करता येत नाही, अशी तक्रार सरोजिनींनी पद्मजाला ३ सप्टेंबर १९२१ रोजी पाठलेल्या पत्रात केली होती.

रट्टी सारा दिवस थांबून, आपल्याला कोणतंही काम करू देत नसल्याचा सरोजिनींना आणखीनच राग येत होता, कारण त्या आता खरोखरच राजकारणात पूर्णपणे व्यस्त होऊन गेल्या होत्या. गांधीजींच्या चळवळीचं केंद्रस्थान असलेल्या, काँग्रेसच्या मुंबई प्रांताच्या शाखेच्या त्या प्रमुख तर होत्याच; परंतु त्याखेरीज अनेक कार्यं करणाऱ्या स्वदेशी सभेच्या त्या अध्यक्षाही होत्या. या सर्व कामांखेरीज त्यांना उत्तर प्रदेश, पंजाब, बंगाल, बिहार, मध्य प्रदेश, बेरार, सुरत, गुजरात, कंदाहार, महाराष्ट्र आणि आंध्र या सर्व ठिकाणांहून तातडीची बोलावणी येऊ लागली होती. आसाम आणि मद्रास येथे येण्याबद्दलची असमर्थता त्यांनी आधीच व्यक्त केली असल्यामुळे तेथे जाण्यातून त्या वाचल्या होत्या!

आपल्या राजनैतिक आयुष्यात इतक्या विविध गोष्टी घडत असल्यामुळे सरोजिनींसारख्या अत्यंत सहानुभूतीनं आणि मित्रत्वानं वागणाऱ्या व्यक्तीलासुद्धा रट्टीचा आळशीपणा आक्षेपार्ह वाटत होता. अर्थातच ही निष्क्रियता जिनांशी विवाह केल्यामुळे रट्टीवर लादली गेली होती. त्यांनी स्वतःवर ओढवून घेतलेल्या राजकीय अज्ञातवासात रट्टीलाही सहभागी व्हावं लागत होतं. जिनांचा आणि सरोजिनींचा मित्र सय्यद हुसेन याला सरोजिनींनी ९ सप्टेंबर १९२१ रोजी पत्र धाडलं होतं आणि लिहिलं होतं, 'जिना पती-पत्नी परत आले आहेत आणि आजच्या घटकेच्या हिंदुस्थानात खड्यासारखे बाजूला टाकले गेले आहेत, कारण आता इथं रिकामटेकड्यांना कोणतंही स्थान उरलेलं नाही. रट्टी नेहमीप्रमाणे सारा दिवस इथंच घालवते आहे. मी खूपच कार्यव्यस्त आहे आणि आजारीसुद्धा आहे; पण तासभरसुद्धा रिकामं बसणं मला शक्य होत नाही. गोष्टी फारच गंभीर बनल्या आहेत.'

मुंबईच्या उच्चभ्रू समाजातसुद्धा गांधी जे कार्यमग्नतेचं वातावरण निर्माण करू शकले होते, त्यामुळे समाजाला जगण्यासाठी नवं उद्दिष्ट आणि नवी प्रेरणा लाभली होती आणि आजारी पडणं ही गोष्टसुद्धा लोकांना आळशी चुकारपणाची वाटू लागली होती. हीच भावना पद्मजाच्या आजाराची बातमी ऐकल्यावर सरोजिनींनी व्यक्त केली होती, 'आजच्या घडीला कुणीही स्त्री किंवा पुरुष घाबरट, मागं राहणारा, आत्मकेंद्री आणि स्वतःचीच कीव करणारा कमकुवत जंतू असू शकत नाही, कारण देशाचा आत्माच आज पणाला लागला आहे. माझी

खात्री आहे की, तू तुझी प्रकृती सुधारायचा जोराचा प्रयत्न करशील आणि तुझ्या वयाच्या इतर मुलींप्रमाणे आणि तुझ्या स्वतःच्या मैत्रिणींप्रमाणे देशसेवेचा तुझा वाटा उचलशील.'

सध्याच्या कार्यमग्नतेच्या कडक वातावरणात सरोजिनींची हॉटेलातली खोली रट्टीच्या दृष्टीनं सर्वांत वाईट जागा होती. तेथे तिला एकटं पडल्यासारखं वाटून संताप येऊ लागला होता. सरोजिनींनी १९ सप्टेंबर १९२१ रोजी पद्मजाला लिहिलं होतं, 'रट्टी जवळ जवळ दररोज इथं येते आणि मला भेटायला येणारे लोक पाहून वैतागते. ती अतिशय अस्थिर, उन्मादी स्वभावाची बनत चाललीय आणि तिचं वागणं दुःसह बनत चाललंय.' आणि पुढे त्यांनी त्याहूनही कठोर शब्दांमध्ये रट्टीची निर्भत्सना केली, 'गरीब बिचारी मुलगी! तिला तिच्या रूपाशिवाय आणि ते रूप कोणत्या वस्त्रात झाकावं किंवा खरंतर कलात्मकतेनं कसं उघडं पाडावं, याशिवाय कशातच गम्य उरलेलं नाही!' रट्टी दररोज सकाळी सरोजिनींपाशी येत होती आणि इतर लोक महत्त्वाच्या कामांमध्ये व्यग्रतेनं धावपळ करताना बघून अधिकच व्यथित बनत होती, यावरूनच ती किती दुःखी आणि एकाकी बनली होती हे सिद्ध होत होतं. सरोजिनींची हॉटेलातली खोली हा राजकीय कामाचा अड्डा बनला असताना चौदाव्या वर्षापासून राजकारणाबद्दल उत्कट आत्मीयता बाळगणाऱ्या रट्टीवर त्यापासून दूर राहण्याची वेळ आली होती!

अर्थातच बाजूला पडल्यामुळे रट्टीला असुरक्षित वाटू लागलं होतं आणि एकेकाळी अत्यंत परिपूर्ण असलेल्या आयुष्यातील आता शिल्लक राहिलेल्या एकमेव मैत्रिणीबद्दल – सरोजिनींबद्दल मालकी हक्क प्रस्थापित करण्याची ऊर्मी तिला दाबून टाकता येत नव्हती; परंतु रट्टीची केविलवाणी स्थिती समजून घेण्याऐवजी सरोजिनी सहनशक्ती संपल्याप्रमाणे तिच्याशी तुटकपणे वागू लागल्या होत्या. उदाहरण द्यायचं तर रट्टीनं एकेदिवशी त्यांना द्यायला एक भेटवस्तू आणली होती. कंटाळ्यातून सुटका म्हणून रट्टी आपल्या सौंदर्यदृष्टीचा वापर करून पुरातन मूर्ती जमवू लागली होती. विशेषतः जेडच्या खूप सुंदर मूर्ती तिनं जमा केल्या होत्या. त्यातली एक अतिशय सुरेख मूर्ती तिनं सरोजिनींना भेट म्हणून दिली होती; पण त्या विचार न करता त्यांना दिलेल्या भेटी इतरांना देऊन टाकत असल्यामुळे रट्टीनं त्यांच्याकडून वचन घेतलं होतं की, त्या ही मूर्ती स्वतःजवळच ठेवतील. खरं तर ही एक अगदी साधी गोष्ट होती. एकाकी झालेल्या एका तरुण जिवानं मातेसमान वाटणाऱ्या मैत्रिणीशी जवळीक जोडू पाहण्याचा तो एक छोटासा, हृद्य प्रयत्न होता! पण सरोजिनी इतक्या निष्ठुर बनल्या होत्या की, त्यांनी लगोलग ती मूर्ती पद्मजाला पाठवून दिली होती!

असं असूनही रट्टी त्यांच्याकडेच धाव घेत राहिली होती. सरोजिनी इतक्या भावनाशून्य पद्धतीनं रट्टीशी वागत असूनही, अत्यंत एकटी पडलेली रट्टी त्यांच्याच आसऱ्याला धाव घेत होती. जेव्हा सरोजिनींचं एखादं मूल त्यांना भेटायला येत असे, तेव्हा सरोजिनी थोड्या सैलावून गप्पा मारू लागल्या की, त्यांना पूर्वीच्या रट्टीची झलक दिसत असे. अशा वेळेस त्यांनी पत्रात नेहमीप्रमाणे टीकेचा सूर धरला असला तरी अवचितच त्यांना तिच्यातील बालिश आकर्षणाची जाणीव होत असे. नायडू कुटुंबाचाच आपण अविभाज्य भाग आहोत असं सिद्ध करण्यासाठी रट्टी लाडीकपणे बारीकसारीक गोष्टींची हक्कानं मागणी करत असे. एकदा तिनं हैदराबादहून टोमॅटो सॉसच्या एक डझन बाटल्या व्हीपीनं (पार्सल पोस्ट) मागवल्या होत्या.

इतर लोकांना ती आगाऊ, धीट आणि वेगळीच वाटत असे. लेडी रीडिंगनं नाक उडवून, रट्टीबद्दल टिपणी केली होती, 'ती महा चालबाज बाई आहे.' जणू काही रट्टी एखाद्या उठवळ स्त्रीची भूमिकाच आयुष्यात वठवत होती! आणि रट्टीला मनाला येईल तेव्हा ती लोकांचा हवा तसा उपमर्दही करू शकत असे. जिनांनी एडमंड बर्कला आपला आदर्श मानून आपली बोलायची पद्धत विकसित केली होती, त्याप्रमाणे ऑस्कर वाइल्ड हा रट्टीचा आदर्श होता. त्याच्या सारखाच फटकळपणा मनाला आलं की ती वापरत असे. आजूबाजूच्या खादीधारी स्त्रियांनी आणलेला पावित्र्याचा आव टरकावून टाकण्याची खोडसाळ ऊर्मी अनावर झाली की, रट्टी परिणामांची तमा न बाळगता फटकळपणे बोचकारे काढत असे. त्या हेतूनं ती आधीपेक्षाही जास्त उत्तान झिरझिरीत कपडे वापरू लागली होती. पारदर्शक गॉझच्या साड्या आणि हॉर्नबी रोडवरच्या युरोपीय शिंप्यानं शिवलेले बिन पाठीचे आणि बिन हातांचे डिझायनर ब्लाउज घालून ती सरोजिनींच्या खोलीत येऊ लागली होती; पण सरोजिनींपुढे आणि त्यांच्या मुलांपुढे ती हा सारा देखावा बाजूला सारून नेहमीची रट्टी बनत असे.

सरोजिनी रट्टीला अगदी जवळून ओळखत होत्या आणि रट्टीच्या वागण्याचा त्यांना अजिबात धक्का बसत नव्हता. त्या थोर महात्म्याची, गांधीजींची टिंगल करण्यात रट्टीला साथ देऊ लागल्या की, रट्टीला परम हर्ष होत असे. या महात्म्यानं या दोघींची आयुष्यं वेगळ्या प्रकारांनी ढवळून टाकली होती. सरोजिनी त्यांच्या एकनिष्ठ पण साशंक भक्त बनल्या होत्या, तर रट्टी त्यांच्यापायी आयुष्यभराच्या अज्ञातवासात ढकलली गेली होती, त्यामुळे रट्टीची बंडखोरी उफाळून वर आली होती.

ऑक्टोबर १९२१पर्यंत रट्टी आणि गांधीजी या दोघांनी आपल्या पेहेरावाची धर्ती पूर्णत्वाला नेली होती. लोकांना धक्का बसवून नवी पद्धत पाडण्याचा या दोघांचाही त्यामागचा हेतू होता. गांधीजींबद्दल बोलताना सरोजिनी भक्तिभाव आणि अनादर या टोकाच्या भावना व्यक्त करत असत. त्या दोहोंचा वापर करून त्या म्हणाल्या, 'मुंबईत नेत्यांची साथ उलटली आहे. आज भारताच्या कानाकोपऱ्यातून त्यांची इथे रीघ लागली आहे. मानुच्ची (सरोजिनींनी गांधीजींना दिलेले टोपण नाव) – बुद्धाहूनही थोर नेते – इथे आले आहेत आणि त्यांनी साऱ्या ज्ञातीला आपल्या भविष्यकालीन कामाबद्दल निर्णय घ्यायला इथे पाचारण केलंय! ती एक थोर आणि करूण व्यक्ती आहे. ते आज टोपी न घालता, कोट आणि गुडघ्यापर्यंतच्या धोतरात इथे अवतरले. त्यांनी एक मोठी लुंगी दोरानं कमरेभोवती बांधली आहे. मी त्यांना म्हटलं की, कपड्यांच्या दर्जाबाबत नव्हे; पण आकाराबाबत त्यांच्या वेशाची तुलना रट्टीच्या वेशाशी होऊ शकेल!'

इतरांनी कितीही नाकं मुरडली तरी रट्टीच्या सौंदर्यदृष्टीबाबत कोणीही आक्षेप घेऊ शकलं नसतं. लोक चोरून तिचं निरीक्षण करत असत. तिची पोशाखाबद्दलची स्वतंत्रवृत्ती आणि अचूक निवड पाहून ते मंत्रमुग्ध होतं असत. ज्या जमान्यात गांधी साऱ्या जगाला कुरूप, जाडेभरडे कपडे वापरायला लावत होते, त्या जमान्यात बंडखोरवृत्तीनं हवे तसे अत्याधुनिक कपडे परिधान करून आपल्या सौंदर्याची छाप पाडणाऱ्या रट्टीचा लोकांनासुद्धा हेवा वाटत असे. विशेषतः राजघराण्यातल्या स्त्रियांना तिच्या सौंदर्याचं आणि सौंदर्यदृष्टीचं इतकं अफाट कौतुक वाटत होतं की, कपूरथाळ्याच्या राणीनं रट्टीची वेशभूषेबाबत मदत

घेतली होती. स्पेनमध्ये जन्मलेल्या आणि कपूरथाळाच्या महाराजांशी विवाह करून राणी बनलेल्या या स्त्रीला तिच्या आशिक नवऱ्यानं कार्टियर्सकडून खास मागवलेले भरपूर अलंकार दिले होते. रट्टीनं तिला अलंकारांच्या वापराबद्दल खूपच महत्त्वाचे सल्ले दिले होते. मोठाल्या नासिका – आभूषणांचा कर्णभूषण म्हणून वापर कसा करावा किंवा हिऱ्यांचा हार मुकुटाप्रमाणे कसा वापरावा यांसारख्या अचूक सूचना करून रट्टीनं त्या राणीला स्वतःची वेशभूषेची वेगळी शैली निर्माण करायला मदत केली होती. मुंबईत तिचा खास फोटोशूट झाला, तेव्हा रट्टीनं तिला वापरायला स्वतःची साडीसुद्धा उसनी दिली होती, तसंच स्वतःची आभूषणंही दिली होती. राणीचा हा फोटो टॅटलर या ब्रिटिश मासिकात छापून आला होता आणि रट्टीच्या जरीचं भरतकाम असलेल्या काळ्या साडीतला आणि तिच्या दागिन्यातल्या या राणीचा फोटो पद्मजानं पाहावा, असं सरोजिनींनी तिला कळवलं होतं.

रट्टीची या स्पॅनिश राणीशी मैत्री कशी झाली हे एक गूढच आहे. ही खालच्या थरातील कुटुंबात जन्मलेली मुलगी – अनिता डेल्गाडो – अशिक्षित फ्लेमँको नर्तकी होती. कपूरथाळाचे महाराज जगजीत सिंग तिच्यावर लुब्ध झाले. स्वतःच्या खर्चानं दोन वर्षं तिला पॅरिसमध्ये ठेवून तिच्यावर उच्चभ्रू संस्कार केल्यावर या अठरा वर्षांच्या मुलीला त्यांनी आपली पाचवी पत्नी म्हणून कपूरथाळाला आणलं; परंतु एका मुलाला जन्म दिल्यावर तिला या अनोळखी देशात घुसमटल्यासारखं वाटू लागलं आणि अखेरीस सोळा वर्षांनी तिनं तेथून पळ काढून स्वतःची सुटका करून घेतली. रट्टी आणि ही राणी यांच्यात फारशी जवळीक जुळली नाही. तिला आपली साडी आणि दागिने उसने देण्याव्यतिरिक्त आणि अधूनमधून तिला वेशभूषेबाबत सल्ला देण्यापलीकडे रट्टीची राणीशी फारशी मैत्री जुळली नाही. आणखी तीन वर्षांनी जिना दाम्पत्य आणि महाराज आणि त्यांची स्पॅनिश राणी यांची लंडनच्या सॅव्हॉय हॉटेलमध्ये गाठ पडली होती आणि त्या राणीनं आदल्या रात्री केलेल्या भानगडीमुळे त्या दोघांच्यात भांडण जुंपून अखेरीस त्यांनी विभक्त होण्याचं ठरवलं. त्या वेळेस जिनांना त्या दोघांमध्ये मध्यस्थी करणं भाग पडलं होतं, असं राणी (डेल्गाडो) हिच्या चरित्रकारानं नमूद केलं आहे.

लहरीप्रमाणे रट्टी कितीही उठवळ वागली आणि जिनांच्या जुनाट सवयी आणि स्वभावापायी कितीही वैतागून गेली, तरी रट्टीच्या मनातली जिनांबद्दलची निष्ठा आणि कर्तव्य भावना तसूभरही कमी झाली नाही. नोव्हेंबरमध्ये अखेरीस जिनांना लॉर्ड रीडिंग यांची भेट घेता आली. मॉंटेग्यूंनी कबूल केल्याप्रमाणे जिनांना ती संधी मिळवून दिली होती. नोव्हेंबर महिन्यात जिनांना आपला प्रस्ताव व्हाइसरॉय रीडिंग यांच्यापुढे मांडण्यासाठी दिल्लीला येण्याचं आमंत्रण धाडण्यात आलं, तेव्हा कर्तव्य भावनेपोटी रट्टीसुद्धा त्यांच्यासोबत तेथे गेली. खरं तर अशा औपचारिक भेटींबद्दल तिला विलक्षण तिटकारा वाटत असे; परंतु तरीही ती लेडी रीडिंगची अव्यक्त नापसंती सहन करत तेथे बसली होती. लेडी रीडिंगनं आपल्या मैत्रिणी जवळ रट्टीचं वर्णन केलं होतं, 'दिवसा तर तिनं आणखीनच कमी कपडे घातले होते. इतके कमी कपडे घातलेली कुणीही अन्य स्त्री मी आजवर पाहिलेली नाही!' रट्टीसुद्धा व्हाइसरॉयशी फार मोठ्या आदबीनं वागत नव्हती. खरंतर ती थोडशी उर्मटपणेच वागत होती; परंतु याबाबत तिचे आणि जिनांचे स्वभाव अगदी मिळते जुळते होते. त्यांचाही स्वभाव अजिबात खुशमस्कऱ्या नव्हता. दुपारच्या जेवणाला रट्टीला व्हाइसरॉय जवळच्या

खुर्चीत बसवण्यात आलं होतं, तेव्हा तिनं तिच्या फटकळ स्वभावानुसार त्याला गप्प करून टाकलं होतं. कांजीनं आपल्या आठवणीच्या पुस्तकात हा प्रसंग नमूद केला आहे : 'लॉर्ड रीडिंग बोलता बोलता म्हणाले की, त्यांना जर्मनीत जायची खूप इच्छा असूनही तेथे जाता येत नाहीय. यावर रट्टीनं त्यामागचं कारण विचारलं असता, ते म्हणाले, 'कारण जर्मन लोकांना ब्रिटिश लोक अजिबात आवडत नाहीत.' त्यावर रट्टीनं त्यांना अगदी शांतपणे प्रश्न केला, 'असं आहे, तर मग तुम्ही हिंदुस्थानात कसे आलात?' निरुत्तर झालेल्या रीडिंगनी ताबडतोब विषय बदलून टाकला. जिनांनी असंच म्हटलं असतं. निदान असं उत्तर देण्याचं धाडस व्हावं, अशी इच्छा तरी केली असती.'

सर्वांच्या दृष्टीनं लॉर्ड रीडिंग यांची भेट घेण्याचा खटाटोप व्यर्थ ठरला. जिनांइतकीच व्हाइसरॉयचीसुद्धा तीव्र इच्छा होती की, गांधीजींची असहकार चळवळ बंद करता यावी, तरी व्हाइसरॉयचा जिनांची मध्यस्थी स्वीकारण्याएवढा त्यांच्यावर विश्वासही नव्हता आणि त्यांच्या प्रस्तावासाठी आवश्यक एवढ्या सवलती द्यायलाही ते राजी नव्हते.

नशिबानं दिल्लीची ही स्वारी अल्पकाळासाठीच होती आणि रट्टी घरी परत आल्यावर एक आनंदाची बातमी तिची वाट पाहत होती. गेल्या अनेक महिन्यांतील कर्तव्य आणि निर्बंध यांची या आनंदवार्तेनं पूर्णपणे भरपाई झाली. पद्मजा काही दिवसांसाठी मुंबईला येत होती. तिनं हैदराबादमधील कामातून सुट्टी घेऊन वाढदिवसाची भेट म्हणून मुंबईला यावं, अशी सरोजिनींनीच पद्मजाला सूचना केली होती. मैत्रिणीच्या भेटीत सारा राजकीय कडवटपणा, राजकीय दुही विसरून निर्भीडपणे जगता येईल, या आनंदानं रट्टी हरखून गेली होती. ८ नोव्हेंबर १९२१ रोजी सरोजिनींनी पद्मजाला पाठवलेल्या पत्रात लिहिलं होतं, 'तू आल्यावर काय करायचं याच्या अनेक योजना रट्टीनं आखल्या आहेत. येताना रट्टीसाठी टोमॅटो सॉससुद्धा घेऊन ये.'

परंतु रट्टीला हा आनंद लाभणार नव्हता. पुन्हा एकदा पत्नीचं कर्तव्य आड आलं! पद्मजा ज्या आठवड्यात मुंबईला येणार होती, त्याच आठवड्यात प्रिन्स ऑफ वेल्ससुद्धा महिनाभराच्या भेटीसाठी हिंदुस्थानात आले. ते येताक्षणी राजकारणानं जिना पती-पत्नीला राजकीय भोवऱ्यात खेचलं. काँग्रेसनं आधीच ठरवल्याप्रमाणे राजपुत्राचं स्वागत परदेशी कापडाची होळी पेटवून केलं; परंतु हा निषेध तेवढ्यावरच थांबला नाही. रस्त्यात दंगल उसळली. दंगलखोरांनी परदेशी कपडे ल्यायलेल्या पारशी आणि इतर लोकांवर हल्ले चढवले. या निषेध दंगलींमुळे ब्रिटिश सरकारची नामुष्की तर झाली; परंतु त्याहूनही अधिक नामुष्की अहिंसेची हाक देणाऱ्या गांधीजींची झाली! त्यांची अहिंसक असहकार चळवळ पूर्णपणे हिंसक बनली होती. जिनांसकट गांधीजींचे सर्व राजनैतिक प्रतिस्पर्धी याच क्षणाच्या प्रतीक्षेत होते. गांधी पराजय मान्य करून राजकीय क्षेत्रातून कधी माघार घेतात, याचीच ते वाट पाहत होते. हिंसक बनलेल्या निषेधकांना थोपवण्याचा सरोजिनींनी प्रयत्न केला असता, त्यांच्या डोक्यावर प्रहार करण्यात आला. काळजीत पडलेल्या पद्मजाच्या पित्यानं तिला ताबडतोब हैदराबादला परत बोलावून घेतलं, तर रट्टीला पद्मजाबरोबरचे सारे बेत रद्द करून पतीसमवेत राजपुत्रासाठी आयोजित करण्यात आलेल्या असंख्य मेजवान्यांना उपस्थित राहावं लागलं होतं.

काँग्रेसनं राजपुत्रावर घातलेल्या बहिष्कारातून काहीही निष्पन्न झालं नाही, हे सिद्ध करण्यासाठी जिना प्रयत्नांची पराकाष्ठा करू लागले होते, त्यामुळे राजपुत्रासाठी आयोजित

करण्यात आलेल्या प्रत्येक मेजवानीला जिना कटाक्षानं हजर राहत होते आणि सोबत आग्रहानं रट्टीलाही नेत होते. राजपुत्राला अनेकदा भेटण्याची आणि त्याच्या शेजारी बसून त्याच्या बरोबर काही शब्द बोलायची रट्टीच्या आईला संधी लाभली असती, तर तिला त्याचा परमानंद झाला असता; परंतु उच्चभ्रू शिष्टाचाराचा तिरस्कार करणाऱ्या बंडखोर रट्टीला ती एक शिक्षाच वाटली; परंतु तिची कर्तव्य भावना इतकी जाज्वल्य होती की, पतीसमवेत ती प्रत्येक समारंभाला हजर राहिली आणि राजपुत्राच्या या भेटीची नोंद ठेवणाऱ्या इतिहासकाराकडून तिच्याबद्दल अनुकूल उल्लेख व्हावा, इतक्या शिष्टसंमत पद्धतीनं ती वागलीसुद्धा! इतिहासकार रशब्रुक विल्यम्स यानं नमूद केलं, 'मिस्टर जिना आणि त्यांची स्वरूपसुंदर पत्नी रट्टी हे दोघे जण राजपुत्राला अनेकदा भेटले आणि त्यांच्याकडून राजपुत्राला अनेक नव्या गोष्टी शिकता आल्या याबद्दल माझी पूर्ण खात्री पटली आहे, तसंच राजपुत्रानं हिंदुस्थानाबद्दल आणि तिथल्या नागरिकांबद्दल इतका प्रकट रस दाखवला, त्यामुळे जिना पती-पत्नीसुद्धा भारावून गेले.'

परंतु या अनौपचारिक मेजवान्यासुद्धा संपल्या आणि रट्टीला पुन्हा एकदा नैसर्गिक प्रवृत्तीप्रमाणे मोकळा श्वास घेता आला. 'श्रीमती जिना' हे जोखड उतरवून ठेवून ती काही काळ फुलपाखरी रट्टी बनली. कारण असं झालं की, या वेळेस सरोजिनींचा धाकटा मुलगा रणधीरा मुंबईत आला होता. तो रट्टीचा आवडता होता आणि त्याच्या सहवासात रट्टी मनमुराद चेष्टामस्करी करू लागली होती. सरोजिनींनी लीलामणीला ऑक्सफर्डला पाठवलेल्या पत्रात वर्णन केलं होतं, 'रट्टी काल माझी जुनी साडी कमरेभोवती गुंडाळून गांधीजींची नक्कल करत खोलीभर नाचत होती. केक खात ती गमतीनं गांधीजींबद्दल अपशब्द उच्चारत होती. मला पत्र लिहू देत नव्हती.' सरोजिनींच्या खोलीत सरोजिनी, रणधीरा आणि सरोजिनींचा धाकटा भाऊ राणा यांच्या सोबत दंगामस्ती करताना रट्टी हरखून गेली होती. तिनं सरोजिनी लिहीत असलेलं पत्र खेचून घेतलं आणि त्यात लीलामणीला लिहिलं, 'तुझ्या आईनं मला दोन वर्षांपूर्वी दिलेली साडी ती परत मागतेय; पण ती साडी माझा अर्धाच देह झाकण्याएवढी तोकडी असल्यामुळे मी तेवढा स्वार्थत्याग करणार नाही. कारण अखिल भारतीय खादीधारी स्त्रीचा अर्धाच देह झाकणारं वस्त्र कोणत्या कामाचं ठरेल?'

परंतु असे मौजमजेचे फारसे क्षण त्यांच्या वाट्याला आले नाहीत. राजकारणानं त्यांच्या सर्वांची आयुष्य वेगवेगळ्या प्रकारे व्यापून टाकली. जिनांचा नागपूर काँग्रेस अधिवेशनात झालेला अपमान बाजूला ठेवून, त्यांनी या वर्षअखेरीस अहमदाबादेत भरणाऱ्या काँग्रेस अधिवेशनाला उपस्थित राहण्याचा निर्णय घेतला. ब्रिटिश सरकार आणि असहकार चळवळवाले यांमधली राजनैतिक कोंडी फोडण्यासाठी आपण मध्यस्थी करायलाच हवी, असं त्यांना तीव्रतेनं वाटू लागलं होतं. राजपुत्राच्या भेटीच्या वेळी कोणतीही लज्जास्पद घटना घडू नये म्हणून काळजीत पडलेल्या ब्रिटिश सरकारनं पूर्वीचे काँग्रेस अध्यक्ष पंडित मदन मोहन मालवीय यांच्या हस्ते चाचपणी करण्याचा प्रयत्न केला होता आणि गांधीजींनी आपली असहकार चळवळ मागं घेतली, तर त्यांच्या साऱ्या राजकीय मागण्या ऐकून घेण्यासाठी गोलमेज परिषद आयोजित करायचं आमिष दाखवलं होतं. गांधीजींनी ही सोन्याची संधी वाया घालवू नये, यासाठी प्रयत्नशील असलेल्या जिनांनी अहमदाबादच्या अधिवेशनाला हजर राहायचं ठरवलं. त्यांच्या मनातली गांधीजींबद्दलची आणि अन्य काँग्रेस

नेत्यांबद्दलची अढी त्यांनी बाजूला ठेवली आणि त्यांना मदत करण्यासाठी उत्सुक असलेली रट्टी अर्थातच त्यांच्या सोबत तेथे गेली.

परंतु तेथे पोचल्यावर मात्र जिनांच्या वाटाघाटी बघत बसण्यापलीकडे रट्टीकडे कोणतंही काम नव्हतं. या वाटाघाटींमधलं एकमेव उद्दिष्ट होतं गांधीजींना गोलमेज परिषदेत हजर राहायला राजी करणं! कारण गांधीजींच्या असहकार चळवळीनंतर गांधीजीच काँग्रेसचे सर्वेसर्वा बनले होते. गांधीजींनी ही दुर्मीळ संधी वाया घालवू नये म्हणून उत्सुक असलेले जिना मालवियांसमवेत गांधीजींच्या आश्रमातसुद्धा गेले आणि त्यांनी गांधीजींची समजूत काढण्याचा निकराचा प्रयत्न केला; परंतु आपल्या मवाळ मुखवट्याआडचे गांधीजी आपली आवडती तत्त्वं सोडून देण्याबाबत जिनांएवढेच हटवादी होते. त्यांची समजूत काढणं शक्य झालं नाही, तेव्हा जिना आणि मालवीय यांनी इतर काँग्रेस नेत्यांना एकत्र आणून त्यांची समजूत काढण्याचा जोरदार प्रयत्न सुरू केला. याच वेळेस मुस्लीम लीगच्या बैठकीसुद्धा पार पडायच्या होत्या. या प्रचंड व्यस्ततेच्या अहमदाबादेतल्या चार-पाच दिवसांत कोणत्याही क्षणी ही राजकीय कोंडी सुटेल, अशी हवा निर्माण झाली होती.

कोणती तरी महत्त्वाची घटना घडणार आहे, ही उत्कंठेची भावना जिना त्यांच्या सोबत मुंबईला घेऊन आले होते. गांधीजींनी आपल्या अव्यवहार्य उपक्रमामुळे सर्वांना ज्या राजकीय कोंडीत पकडलं होतं, ती कोंडी फोडण्याची एक नवी योजना जिनांनी आखली होती. त्यासाठी मुंबईतील अंबालाल साराभाई यांच्या बंगल्यावर जिनांनी सर्व राजकीय पक्षांची बैठक आयोजित केली होती. जिनांनी रट्टी आणि कांजीला त्यांची ही योजना समजावून सांगितली होती. या योजनेनुसार राष्ट्रवादी नेत्यांचे विभिन्न गट एकत्र आणून त्यांच्या मार्फत जिना गांधीजींवर दबाव आणणार होते आणि गांधीजींना ब्रिटिश सरकारशी समझोता करायला राजी करणार होते. जिनांच्या अंगात इतकी नवी ऊर्जा सळसळू लागली होती की, त्यांचं निवासस्थानसुद्धा एकाएकी चैतन्यमय बनलं होतं.

नवी आशा आणि नवी ऊर्जा निर्माण झाली. त्या सर्व काळात रट्टी जिनांच्या पाठीशी ठामपणे उभी होती. त्यांच्या मतांवर अभिप्राय देत होती आणि अनौपचारिक भोजन समारंभ आयोजित करत होती. रात्रभर चालणाऱ्या राजकीय चर्चांमध्ये उत्साहानं सहभागी होतं होती. त्यांना उमेद पुरवत होती आणि प्रशंसक बनून पाठिंबा देत होती आणि सरोजिनींना सहा महिन्यांपूर्वी तिच्या ठायी जाणवलेल्या अस्वस्थतेकडे आणि उत्कट आतुरतेकडे दुर्लक्ष केल्याची शिक्षा म्हणून की काय ती एकाएकी कोसळून पडली.

प्रकरण अठरावे

~

लागोपाठ दोन रात्री ती पूर्वीची रट्टी पेटिट बनली होती. जिनांमध्ये विरघळून जाऊ इच्छिणारी, त्यांच्या उत्कट भावनेत सहभाग घेणारी, रात्र रात्र जागी राहून राजकारणावर गप्पा मारताना धूम्रपान करत मद्यप्राशन करणारी!

आपल्यापुढे करण्यासारखं ठोस राजकीय काम आहे असं जाणवल्यामुळे जिना अतिशय आनंदी मनःस्थितीत होते आणि ब्रिटिशांच्या जोखडातून आपला देश कोणत्याही क्षणी मुक्त होणार आहे, असं वाटल्यामुळे तीसुद्धा उत्साहाच्या लाटेवर तरंगत होती. गांधीजींनी सर्वांपुढे उभ्या केलेल्या पेचातून मार्ग कसा काढावा हे जिनांना अखेरीस उमगलं होतं. ते सर्व राष्ट्रवादी नेत्यांना एकत्र आणणार होते आणि त्यांच्या संयुक्त दबावामुळे व्हाइसरॉयला गोलमेज परिषद आयोजित करणं भाग पडणार होतं. राजकीय कोंडी त्यायोगे अखेरीस फुटणार होती. गेल्या तीन वर्षांमध्ये त्यांची सतत होणारी चिडचिड, त्याचं मूक बसणं, आतल्या आत कुढणं आणि त्यांच्या जुनाट, हट्टी सवयींपायी तिचं त्रासणं या साऱ्या गोष्टी आता भूतकाळात जमा होणार होत्या. ते पुन्हा एकदा तिचे पूर्वीसारखे उमदे 'जे' बनले होते. ते उत्साहानं बोलत होते आणि ती कानांमध्ये प्राण ओतून त्यांचं बोलणं ऐकत होती. ते दोघे आता समान मनोभूमिकेत वावरत होते. ते आता कधीही एकत्र न येऊ शकणारे भिन्न स्वभावाचे पती-पत्नी राहिले नव्हते.

आणि सर्वांत आनंदाची गोष्ट म्हणजे त्यांना आता आणखी एक बाहेरचा तरुण, आकर्षक युवक येऊन सामील झाला होता आणि तो जिनांना सारी रात्र बोलतं ठेवून त्यांच्या स्वभावातल्या सर्वोत्कृष्ट गोष्टी पृष्ठभागावर आणत होता. तो युवक होता कांजी. तो लागोपाठ दोन रात्री त्यांच्या बरोबर रात्रीचं जेवण घेत होता. पहिल्या रात्री तो आमंत्रणाशिवायच तेथे आला होता आणि सोबत एक आनंदाची बातमी घेऊन आला होता. ज्या प्रस्तावापुढे हिंदुस्थानातल्या कोणत्याही नेत्यानं प्राण ओवाळून टाकले असते, अशी गोष्ट ब्रिटिश सरकारनं गांधीजींना देऊ केली होती : राजकीय सलोखा घडवून आणण्यासाठी ब्रिटिश सरकारनं गोलमेज परिषद आयोजित करायचं कबूल केलं होतं; परंतु गांधीजींनी इतर

कुणाशीही सल्लामसलत केल्याशिवाय हा प्रस्ताव चक्क धुडकावून लावला होता आणि त्यावर विश्वास ठेवणं अवघड जात होतं. गांधीजींचा हा नवा मूर्खपणा पाहून जिना थक्क झाले होते आणि गांधीजींनी असं का केलं असावं आणि त्याचे काय परिणाम होतील यावर या तिघांनी पहाटे तीन वाजेपर्यंत उहापोह केला होता. दुसऱ्या दिवशी कांजी पुन्हा एकदा जिनांच्या घरी आला होता. या वेळेस रट्टी आणि जिना या दोघांनीही त्याला आमंत्रण दिलं होतं आणि त्या रात्रीसुद्धा त्यांच्या गप्पा पहाटे चार वाजेपर्यंत रंगल्या होत्या.

परंतु तिसऱ्या दिवशी रट्टी कोसळून गेली. कोणत्याही पूर्वसूचनेशिवाय तिच्या पचनसंस्थेनं असहकार पुकारला. लहानपणी तिला पित्ताचा प्रचंड त्रास होत असे. कधी कधी त्यापायी तिला प्रचंड पोटदुखी आणि मळमळ यांना सामोरं जावं लागे. अशा वेळेस तिच्यानं अंथरुणातून उठवतही नसे; पण पेटिट हॉलमध्ये परिचारिका आणि नॅनीज आणि गव्हर्नेस तिच्याकडे लक्ष पुरवत असत. विशेष काळजी घेणारी तिची आईसुद्धा तिच्या गोड आणि मसालेदार खाण्यावर आणि अवास्तव काळजी करण्याच्या स्वभावावर लक्ष ठेवत असे; पण त्यांनी घातलेले निर्बंध रट्टीला नेहमीच जाचक वाटत असत आणि विवाहानंतर गेली चार वर्षं रट्टीनं हे सारे जुने निर्बंध झुगारून दिले होते. ती मनाला येईल तसं वागत होती. जिनांप्रमाणेच रात्री अवघी तीन-चार तासांची झोप घेत होती; पण त्यांच्यासारखा आहारावरचा दृढ निर्बंध तिला पाळता येत नसे, त्यामुळे वारंवार केले जाणारे अतिरेक तिच्या देहाला सोसले नाहीत. सततचं अखंड धूम्रपान, मद्यप्राशन, रात्रभराची जागरणं, मसालेदार आहार अशा आघातांमुळे तिचा देह कोसळला. मसालेदार खाद्यपदार्थांची तिला इतकी प्रचंड चटक लागली होती की, बऱ्याचदा गाडी थांबवायला लावून ती जिनांना तिच्यासाठी चाट आणायला पाठवत असे किंवा एकटी जाऊन बेभरवशाच्या धाब्यांवरचे कबाब खात असे.

तिच्या देहानं असहकार पुकारला नेमक्या महत्त्वाच्या क्षणी! जिना एक परिषद आयोजित करून साऱ्या राष्ट्रवाद्यांना एकत्र आणणार होते. ती परिषद अवघ्या तीन आठवड्यांवर येऊन ठेपली होती. एवढंच नव्हे, तर ती जिनांच्या घरातच भरवली जाणार होती आणि प्रकृती अस्वास्थ्यापायी स्वतः रट्टीलाच त्यात सहभाग घेता येणार नव्हता. एकाएकी प्रचंड थकवा येऊन तिच्यानं हालचालही करवेनाशी झाली होती. परिषदेपूर्वी दोन आठवडे आणि प्रत्यक्ष परिषदेच्या वेळेसही जिना चर्चेचे विषय ठरवण्यात आणि व्हाइसरॉयच्या सचिवाला पत्र धाडण्यात आणि परिषदेतली चर्चा सुरू ठेवण्यात संपूर्णपणे व्यग्र होते आणि नेमकं त्याच वेळेस रट्टीला वरच्या मजल्यावरच्या अंथरुणाला खिळून राहावं लागलं होतं. त्या आजाराचं कारण डॉक्टरांनासुद्धा उमगत नव्हतं. फक्त त्या आजाराचे भीषण परिणामच त्यांना दिसत होते.

सुरवातीला तिनं आणि जिनांनी त्या आजाराची विशेष दखल घेतली नव्हती. तो आजार लवकरच आटोक्यात येईल, असं त्या दोघांना वाटलं होतं. सर्वप्रथम रट्टीच्या अवस्थेकडे पाहून सरोजिनीच हादरून गेल्या होत्या. पूर्वी जिना ऑफिसात गेल्याबरोबर ताजमधल्या त्यांच्या खोलीत येऊन तिथं दिवसभर चिटकून बसणाऱ्या रट्टीबद्दल सरोजिनींनी तक्रार केली होती. आता तिची अनुपस्थिती त्यांना जाणवू लागली होती. ९ जानेवारी १९२२ रोजी सरोजिनींनी पद्माजाला पत्रात कळवलं होतं, 'रट्टी खूप आजारी आहे. मी तिला आठवडाभरात भेटले नाहीय.'

या परिषदेचा पूर्ण बोऱ्या वाजला. गांधीजी अगदी अडेलतट्टू बनले होते. त्यांनी इतक्या प्रचंड मागण्या केल्या की, व्हाइसरॉयनं आपला आकर्षक प्रस्ताव मागं घेतला; परंतु असं सारं घडलं तरीही जिना आपले प्रयत्न व्यर्थ गेल्याचं मानायला तयार नव्हते. त्यांनी व्हाइसरॉयवर पत्रांचा भडिमार सुरूच ठेवला. ते व्हाइसरॉयला अधिकृत पत्र पाठवतच राहिले, परिषदेतल्या चर्चेचे कार्यवृत्त पाठवत राहिले, गांधीजींच्या आश्रमात जाऊन त्यांना भेटत राहिले. ब्रिटिश सरकारनं गोलमेज परिषद पुन्हा एकदा देऊ करावी, यासाठी सुचेल ते प्रयत्न त्यांनी करून पाहिले. त्यांना स्वतःलाच तहान, भूक, झोप यांची शुद्ध राहिली नव्हती, त्यामुळे रट्टीच्या आजारपणाचा त्यांना पूर्ण विसर पडला होता. त्यांना बहुधा ते तिचे स्वतःचे फाजील लाड वाटत असावेत. वरवर पाहता तिला काही आजार झालाय, असं त्यांना वाटतच नव्हतं. तिचा थकवा, अस्वस्थता आणि भुकेचा अभाव यांवर मात करण्याएवढा निग्रह करून तिनं या महत्त्वाच्या क्षणी आपल्याला साथ द्यावी, अशी आणि एवढीच त्यांची अपेक्षा होती. त्यांनी तिच्या अस्वास्थ्याकडे अजिबातच लक्ष दिलं नाही. पूर्ण महिनाभर रट्टी अंथरुणाला खिळली होती, तेव्हा तिच्यासाठी डॉक्टरांना बोलवावं एवढी साधी गोष्टसुद्धा त्यांना सुचली नव्हती. महिन्यानंतर त्यांनी डॉक्टरला बोलावलं.

तिला नेमकं काय झालंय हे डॉक्टरांनासुद्धा कळलं नाही. झोप न लागणं, अस्वस्थ वाटणं, प्रचंड थकवा, अंथरुणाबाहेर पडण्याएवढीही शक्ती नसणं, ही सारी लक्षणं त्याकाळी तिच्यासारख्या हजारो सुस्थित स्त्रिया अनुभवत होत्या. त्या वेळच्या इंग्रजी दैनिकांमध्ये 'लिव्हर टॉनिक्स' (यकृतावरचं रामबाण औषध)च्या इतक्या मोठ्या प्रमाणावरच्या जाहिराती दिसत असतं की, त्यावरून ही गोष्ट सिद्ध होतं असे 'स्त्रियांना होणाऱ्या व्याधी' हे बिरुद देऊन डॉक्टर स्वस्थ बसत असत. त्यांना आपलं अज्ञान कबूल करायचं नसे. वरील लक्षणांखेरीज रट्टीला पोटदुखी आणि खूप चढणारा ताप याचासुद्धा प्रचंड त्रास होत असल्यामुळे डॉक्टर अधिकच गोंधळात पडले होते. हिंदुस्थानातील श्रीमंत आणि रिकामपण असलेल्या स्त्रियांमध्ये वैफल्यग्रस्ततेचा (डिप्रेशनचा) वाढता प्रादुर्भाव दिसत होता; पण डॉक्टर लोक अजून त्याकडे गांभीर्यानं पाहू लागले नव्हते किंवा त्यावरचा इलाजही शोधू शकले नव्हते. उदाहरण द्यायचं झालं, तर काही वर्षांपूर्वी सरोजिनींचा थोरला मुलगा जयसूर्या याला आपल्या आई-वडिलांच्या अपेक्षांना पुरं न पडल्याच्या भावनेमुळे इतकं विफल वाटू लागलं होतं की, त्यापायी त्याला ताप येऊन काही काळ त्याची दृष्टी गेली होती. वैफल्यग्रस्ततेवर उपचार करून घ्यायला तो डॉक्टरांपाशी गेला होता, तेव्हा डॉक्टरांनी गोंधळून जाऊन त्याला प्रश्न केला होता, 'तुला विफल का वाटावं?' आणखी पंधरा वर्षांनंतर आणि युरोपातील सॅनिटोरियममध्ये अनेक महिने काढल्यावर त्याला कुठं त्या प्रश्नाचं उत्तर सुचलं होतं.

पण रट्टीच्या आजाराला डॉक्टर 'पित्तप्रकोप' हे बिरुद लावू शकले होते. एकोणिसाव्या शतकाच्या मध्याला डॉक्टर लोकांच्या शब्दकोशात 'पित्तप्रकोप' या शब्दाचा समावेश झाला होता. खाण्यापिण्याच्या अतिरेकामुळे पित्त वाढतं, असा सोपा निष्कर्ष त्यांनी काढला होता. त्यावरचा उपचारही अत्यंत ढोबळपणे सुचवला जात असे. त्यानुसार डॉक्टरांनी तिला हिंदुस्थानातील गरम, रोगट हवेपासून दूर जाऊन हवापालट करून घ्यायचा सल्ला दिला होता. थोडक्यात म्हणजे तिनं युरोपात प्रदीर्घ काळ राहावं, असं सुचवलं होतं.

या सल्ल्याचा रट्टीला आनंद वाटेल, अशी सरोजिनींची अपेक्षा होती. त्यांनी २ फेब्रुवारी १९२२ रोजी लीलामणीला पत्रानं कळवलं होतं, 'रट्टी मार्चमध्ये इंग्लंडला जातेय. ती आजारी पडल्यामुळेच तिला हा हवापालट लाभतोय, याचा तिला आनंदच वाटला असणार! ती आज इथं येतेय. महिनाभरानंतर आज ती प्रथमच अंथरुणाबाहेर पडतेय!'

परंतु बदलाची इच्छा आणि आपलं कर्तव्य यातली रट्टीच्या मनातली रस्सीखेच तिला अजूनही व्यथित करत होती. मुंबईतून पळ काढण्याची प्रचंड ऊर्मी निग्रहानं दाबून टाकून ती जिनांना साथ देण्यासाठी अंथरुणाबाहेर पडायचा प्रयत्न करू लागली. राजकीयदृष्ट्या हा थरारक काळ होता. डॉक्टर येऊन गेल्यानंतर अवघ्या तीनच दिवसांनी गांधीजींनी आपली असहकार चळवळ मागं घेतली होती आणि राजकारणातून ते बाहेर पडले होते. त्यांच्या अशा वागण्यामुळे त्यांचे काँग्रेसमधले आणि खिलाफत समितीमधले सहकारी प्रचंड संतापले होते. त्यांनी एकाएकी माघार घेण्यामागचं कारण अगदी शुल्लक होतं. चौरीचौरा इथं त्यांच्या काही समर्थकांनी हिंसक बनून तेथील पोलीस स्टेशनला आग लावून दिली होती आणि त्या आगीत एकवीस कॉन्स्टेबल आणि एक पोलीस सबइन्स्पेक्टर मरण पावला होता. भोवती अशा थरारक घटना घडू लागल्यामुळे रट्टीनं आपली समजूत करून घेतली होती की, आता सारं काही सुरळीतपणे घडेल आणि ओसरलेली आपली सारी ऊर्जा प्रयत्नानं एकत्र आणून ती जिनांना खूश करण्याच्या आपल्या पूर्वापारच्या कर्तव्याकडे वळली. तिनं पुन्हा एकदा कांजीला रात्रीच्या भोजनासाठी बोलावून घेतलं. देशापुढे आता काय वाढून ठेवलंय याची त्या तिघांमधली चर्चा रात्रभर सुरू होती. आता जिनांच्या हाती पुन्हा एकदा राजकीय सुकाणू येणार आहे, अशा अपेक्षेनं हर्षभरित झालेली रट्टी भविष्यकालीन योजनांची चर्चा ऐकत रात्रभर जागी राहिली.

पण ही गोष्ट फार महागात पडली आणि दुसऱ्या दिवशी पुन्हा एकदा अंथरुणाला खिळली; पण या वेळेस या थकव्यातून ती अजिबातच बाहेर पडू शकली नाही. अंथरुणात आजारपणानं खिळलेल्या रट्टीला या आजारी पाडणाऱ्या वैवाहिक आयुष्यातून पळ काढावासा वाटू लागला होता. निदान काही काळासाठी तरी तिला त्यातून सुटावंसं वाटू लागलं होतं, त्यामुळे जिना दुखावले जातील हे तिला ठाऊक होतं; पण तीच एक गोष्ट तिला सुज्ञपणाची वाटू लागली होती. इंग्लंडमध्ये लीलामणी रट्टीच्या आगमनाची वाट पाहतच होती. तिनं २२ फेब्रुवारी १९२२ रोजी पद्मजाला पाठवलेल्या पत्रात लिहिलं होत, 'वसंत ऋतूत वेडी रट्टी इथं आली की, किती मजा येणार आहे! ती इतकी *आगळीवेगळी* आहे आणि ती आली की, कॉलेजच्या अभ्यासातून मला इतका सुखद बदल घडतो म्हणून सांगू!' पण रट्टीचा देह मात्र अंथरूण सोडायला समर्थ राहिला नव्हता!

महिनाभर रट्टी अशक्तपणापायी बिछान्यालाच खिळून राहिली होती. सरोजिनींना भेटायला ताजवर जाण्याएवढी शक्तीही तिच्यात उरली नव्हती. सरोजिनींनी पद्मजाला २० मार्च १९२२ रोजी कळवलं होतं, 'रट्टी खूप आजारी आहे. तिला पत्र पाठव.' साऱ्या आप्तमित्रांना पारख्या झालेल्या रट्टीबद्दल त्यांना विलक्षण काळजी वाटू लागली होती.

सर्वसाधारणतः पद्मजाला अशा बाबतीत आईनं टोकावं लागत नसे. आपले आई-वडील आणि आपल्या आप्तमित्रांचं प्रचंड मोठं वर्तुळ यांना गरज पडेल तेव्हा त्यांच्या मदतीला धावून जाण्याबाबत बावीस वर्षांची पद्मजा तिच्या आई एवढीच तत्पर

होती; पण पद्मजाच्या दृष्टीनं हा अतिशय व्यग्रतेचा काळ होता. ती हैदराबादमधलं सूतकताई आणि विणकाम केंद्र चालवत होती आणि त्याखेरीज तिच्या वडिलांचं घर सांभाळत होती. तिचं केंद्र मुंबईतील चोखंदळ स्त्री वर्गाला खादीच्या साड्या पुरवण्यात इतकं पूर्णपणे बुडलेलं होतं की, अधूनमधून आईची भेट घेण्यासाठी मुंबईला येणंसुद्धा पद्मजाला शक्य होतं नव्हतं.

सरोजिनीसुद्धा राजकारणाशी निगडित कामात पूर्णपणे गुंतून गेल्या होत्या. गांधीजींनी त्यांना दंगलग्रस्त भागांना भेट द्यायला सांगितलं होतं आणि त्यामुळे त्यांना क्षणाचीही फुरसत लाभत नव्हती. रट्टी अगदी एकटी पडली होती आणि नेहमीचे भ्रांतचित्त उद्योग करून वैफल्य विसरणं आजारपणामुळे तिला शक्य होत नव्हतं, त्यामुळे तिची प्रकृती आणि मानसिक संतुलन आणखीनच खालावू लागलं. पंधरा दिवसांनी तिला पाहिल्यावर सरोजिनींच्या हे ताबडतोब लक्षात आलं. रट्टी तोवर वेडाच्या अगदी काठावर पोचली होती. २६ मार्च १९२२ रोजी सरोजिनींनी पद्मजाला लिहिलं होतं, 'मला रट्टीबद्दल विलक्षण काळजी वाटतेय. ती अतिशय आजारी आहे आणि तिचं मानसिक संतुलन ढळलंय, असं मला वाटतंय. तिच्यानं अजूनही उभंही राहवत नाहीय आणि आता मध्यरात्री अंथरुणाबाहेर पडून ती मला भेटायला येऊ लागलीय.'

रट्टीची ही अवस्था महिनाभर टिकली होती. मानसिक संतुलन घालवून बसलेली रट्टी मध्यरात्री घराबाहेर भटकत होती आणि जिनांनी त्याकडे अजिबात लक्ष न देता, आपलं काम सुरू ठेवलं होतं. गांधीजींनी ज्या गोलमेज परिषदेचा प्रस्ताव फेटाळला होता, तो प्रस्ताव व्हाइसरॉयनं पुन्हा एकदा देऊ करावा, यासाठी जिनांचे अविश्रांत प्रयत्न सुरू होते. त्यापुढे त्यांना इतर कशाचीही शुद्ध नव्हती. सरोजिनी त्यांच्याएवढ्या निग्रही नव्हत्या; पण त्यांनासुद्धा राजकारणाला अग्रक्रम देणं भाग पडलं होतं, त्यामुळे त्या आणखी एक महिना रट्टीची भेट घेऊ शकल्या नाहीत आणि भेट घेऊनही काळजी करण्यापलीकडे त्या फारसं काही करू शकत नव्हत्या. जिनांच्या लग्नाच्या चौथ्या वाढदिवसाच्या दुसऱ्या दिवशी, २० एप्रिल १९२२ रोजी, सरोजिनींनी लीलामणीला पत्र लिहिलं होतं, 'रट्टी फार फार आजारी आहे; पण ती मध्यरात्री एखाद्या वेड्या स्त्रीप्रमाणे अंथरुणाबाहेर पडून काळे कपडे घालून मला भेटायला येऊ लागलीय. बिचारी दुःखी कष्टी मुलगी!' पण तरीही सरोजिनी तिच्यासाठी काहीही करू शकत नव्हत्या. सहा दिवसांनी त्यांनी लीलामणीला पाठवलेल्या पत्रात आपली त्याबद्दलची असमर्थता व्यक्त केली होती.

एप्रिलमध्ये सरोजिनींचा धाकटा मुलगा रणधीरा हा काही दिवसांसाठी मुंबईत आला. त्याची रट्टीशी मैत्री होती आणि तो तिला भेटायला गेला. तिची अवस्था पाहून त्याला धक्काच बसला. इतकी फिकुटलेली अशक्त रट्टी पाहून तो धास्तावून गेला. २५ एप्रिल १९२२ रोजी लीलामणीला पाठवलेल्या पत्रात त्याने लिहिलं होतं, 'रट्टी अजूनही अंथरुणालाच खिळलेली आहे आणि तिची प्रकृती आणखी खालावलेली आहे.'

गेल्या वर्षाच्या अखेरीपासून फक्त पद्मजाच तिला भेटलेली नव्हती. तिला अजूनही वाटत होतं की, रट्टी लवकरच युरोपला जाणार आहे. तिला रट्टीच्या भीषण शारीरिक आणि मानसिक स्थितीबद्दल काहीच कल्पना नव्हती.

अजून एक महिना उलटल्यावरसुद्धा रट्टीला आपल्या समस्येवरचा तोडगा सुचत नव्हता. मे महिना उजाडला तरी ती अजून आजारीच होती, तर तिच्या सभोवतालचं जग राजकारणात आणखीनच व्यग्र होऊन गेलं होतं. देशभर धार्मिक दंगली उसळल्या होत्या आणि भिन्न धर्मीयांमध्ये शांतता प्रस्थापित करण्याचं मोठं काम गांधीजींनी सरोजिनींवर सोपवल्यामुळे त्यांना पंधरा दिवस मुंबईबाहेर दौरा काढावा लागला होता. जिना मुंबईत असूनही नसल्यासारखेच होते. एकतर रट्टीला खरंच बरं नाही, हीच गोष्ट ते मान्य करत नव्हते किंवा ती अंथरुणाबाहेर पडावं यासाठी पुरेसे प्रयत्न करत नाहीय, असं तरी त्यांना वाटत होतं, त्यामुळे ते रट्टीकडे संपूर्ण दुर्लक्ष करत होते. अनेक वर्षांनी, जिना स्वतःच खूप आजारी पडले होते, तेव्हा त्यांनी एका आजारी स्त्रीबद्दलची कथा सांगितली होती : काहीही होत नसताना एक स्त्री अंथरुणाबाहेर पडायला तयार होत नव्हती, तेव्हा तिच्या डॉक्टरनं पेटता स्टोव्ह तिच्या खाटेखाली ठेवून तिला उठायला लावलं होतं. जिना स्वतःच्या किंवा रट्टीच्या कोणत्याही आजाराबाबत अत्यंत बेदरकार राहत असत, तसंच डॉक्टरांकडे जाणं त्यांना अत्यंत अप्रिय वाटत असे. भरीला सध्या ते बॅरिस्टर जयकरांबरोबर एक नवा राजकीय पक्ष स्थापन करण्यात व्यग्र होते, त्यामुळे आपला राजकीय दौरा आटोपून मुंबईला आलेल्या सरोजिनींवरच रट्टीची वास्तपुस्त करण्याची जबाबदारी येऊन पडली. १६ मे १९२२ रोजी त्यांनी पद्मजाला लिहिलं, 'रट्टी अजूनही अतिशय आजारी आहे! गरीब बिचारं लहानगं!'

जून महिनाभर रट्टीची अवस्था तशीच राहिली होती. 'रट्टीच्या आजाराची उकलच होत नाहीये. ती अजूनही अंथरुणालाच खिळलेली आहे,' असं त्यांनी २ जून १९२२ रोजी लीलामणीला कळवलं होतं. वीस दिवसांनी लखनौचा राजकीय दौरा संपवून परत आलेल्या सरोजिनींनी २२ जून १९२२ रोजी पद्मजाला लिहिलं, 'रट्टी अजूनही अंथरुणातच आहे. मला तिची फार काळजी वाटतेय.'

एकट्या सरोजिनींनाच तिची एवढी चिंता वाटत नव्हती. रट्टीच्या मित्रांच्या वर्तुळाच्या अगदी बाहेरच्या कक्षातल्या कांजीलासुद्धा रात्री तिच्याबद्दल वाईट स्वप्न पडलं आणि तिची भेट घेतल्यावाचून त्याला राहवलं नाही. गेले काही महिने बॉम्बे कौन्सिलच्या कामात तो अतिशय गुंगून गेला होता; त्यामुळे अनेक महिने त्याला जिना पतिपत्नींची भेट घेता आली नव्हती; परंतु साउथ कोर्टला कांजी गेल्याला तीन महिने होऊन गेल्यानंतर अचानक रट्टी त्याच्या स्वप्नात आली आणि स्वप्नात त्याला ती म्हणू लागली, 'कांजी लवकर ये. मला मदत कर!' दुसऱ्या रात्रीसुद्धा त्याला तसंच स्वप्न पडलं. स्वप्नातला तिचा आक्रोश त्याच्या हृदयाला इतका भिडला की, अनाहूतपणे तिला भेटायला जाण्याबाबतचा सारा संकोच बाजूला सारून, जिना कामाला गेलेले असताना तो तिला भेटायला गेला. ती आजारी आहे, असं त्याला सांगण्यात आल्यावर तो माघारी वळत असतानाच नोकरानं त्याला थांबायला सांगितलं आणि त्याचं कार्ड घेऊन तो नोकर रट्टीकडे गेला. रट्टी अगदी एकटी पडली होती आणि मित्रमंडळींच्या भेटीसाठी तहानली होती. तिनं त्याचं स्वागत केलं. त्याच्या स्वप्नात आलेल्या रट्टीसारखीच प्रत्यक्षात ती त्याला दिसली. व्हरांड्यात एका वेगळ्याच आकाराच्या सोफ्यावर ती पहुडली होती. ती खूप आजारी आहे, हे त्याला जाणवलं होतं; पण तरीही ती नेहमीच्याच मार्दवानं स्वागतशीलपणे वागली आणि त्यांनी दोन-अडीच तास अव्याहत गप्पा केल्या. साडेसातला जिना ऑफिसातून परत आल्यावर कांजी परत जायला निघाला;

पण त्याला पाहून रट्टीएवढाच जिनांनाही आनंद झाला होता आणि त्यांनी त्याला ड्रिंकसाठी थांबायचा आग्रह केला. त्यानंतर त्याला तेथे यायला पुरेसा मोकळेपणा जाणवू लागला आणि त्या तिघांमध्ये एक वेगळंच मित्रत्वाचं नातं जुळलं. कांजी, जिना आणि रट्टी या दोघांचाही जवळचा मित्र बनला. कांजीनं ही सारी घटना रट्टीबद्दलच्या त्यानं लिहिलेल्या स्मरणिकेत नमूद केली आहे.

अर्थात साउथ कोर्टला तो रट्टीसाठी जात होता. शक्य त्या प्रकारे तिला मदत करावी, अशी त्याला ओढ वाटत होती. तो तिला वाचायला पुस्तकं आणून देत होता; तिच्यात वाचण्याएवढं त्राण नसे, तेव्हा पुस्तकांबद्दल अभिप्राय ऐकवत होता; त्याच्या समान मित्रमंडळींबद्दल माहिती सांगत होता. ती मानसिकदृष्ट्या खचून जाऊ नये म्हणून शक्य तेवढे प्रयत्न त्यानं सुरू ठेवले होते, तर रट्टी तो मजूर नेता म्हणून करत असलेल्या कामात रस घेऊन त्याला बोलतं करत होती आणि त्या कामाबद्दल स्वतःची मतं देत होती. त्यांना गप्पा गोष्टी करण्यात मौज वाटू लागली होती आणि त्या मागचं कारण अगदी उघड होतं. कांजी एक उमदा, प्रेमळ माणूस होता. तो विवाहित होता आणि त्याला एक मुलगाही होता; परंतु त्याकाळाच्या प्रथेप्रमाणे त्याची पत्नी गोशात राहत असल्यामुळे तो मित्रांच्या वर्तुळात एखाद्या अविवाहिताप्रमाणे एकटाच वावरत होता. तो जिनांचा अगदी निष्ठावान मदतनीस होता. तो इतरांचं बोलणं अगदी मनापसून ऐकून घेत असे. त्याहूनही महत्त्वाची गोष्ट म्हणजे तत्कालीन राजकीय नेत्यांच्या – अगदी गांधीजींच्यासुद्धा – खुसखुशीत कहाण्या त्याला ठाऊक होत्या, त्यामुळे जेवणाच्या टेबलाभोवती या तिघांच्या गप्पा खूपच रंगत असत.

कांजीनं रट्टीला अगदी उच्चासनावर बसवून देवतेप्रमाणे पूज्य मानलं होतं, त्यामुळे सारा संकोच बाजूला सारून, कोणताही आडपडदा न ठेवता रट्टी त्याला अंतरीची व्यथा सांगेल ही गोष्ट संभवनीय नव्हती. त्याऐवजी त्यांच्या गप्पा ऐकत असताना जिनांना असतील तशा स्वरूपात प्रिय मानणं रट्टीला शक्य होत होतं, त्यामुळे क्षणकाल तरी जिनांशी विवाह करून आपण घोडचूक केलीय हा विचार तिला बाजूला सारणं शक्य होत होतं. तिनं सरोजिनींपुढे या गोष्टीची कबुली दिली होती. जेव्हा कांजी तेथे उपस्थित असे, तेव्हा ते दोघे एक होऊन जिनांच्या उद्धटपणाबद्दल किंवा त्यांच्या चिक्कूपणाबद्दल त्यांच्या भरपूर फिरक्या घेत आणि जिनासुद्धा ही चेष्टा हसतमुखानं झेलत असत. हे क्षण मोठे आनंददायी असत आणि जिना पतिपत्नींच्या वैवाहिक आयुष्याचं कांजीनं इतकं गुलाबी चित्र का रंगवलं होतं, हे समजणं सोपं जात असे. त्यानं रट्टीच्यातलं जिनांबद्दलचं मार्दवच पाहिलं होतं आणि त्यानं जिनांना सर्व बाबतीत तिच्यावर भिस्त ठेवताना पाहिलं होतं. 'जिना आयुष्यातला आनंद लुटायला असमर्थ आहेत आणि त्यामुळे मला गुदमरल्यासारखं वाटतंय,' असं रट्टीनं सरोजिनींना नंतर म्हटलं होतं; परंतु कांजीला दिसलेले जिना तसे अजिबातच नव्हते.

पण जरी रट्टी कांजीपुढे आपल्या मनीची व्यथा उघड करू शकली नव्हती आणि त्यामागं तिची जिनांबद्दलची ऋजुता आणि निष्ठा, तसंच कांजीचा तिच्याबद्दलचा भ्रम दूर करण्याबाबतची अनिच्छा ही कारणं होती – तरीसुद्धा कांजीला तिच्याबद्दल वाटत असलेली भक्ती आणि स्नेहभाव यांमुळे रट्टीची वैफल्यग्रस्तता हलके हलके दूर होऊ लागली. तिची मनःस्थिती इतकी सुधारली की, तिच्या मनातली तिच्या मुलीबद्दलची कठोरतासुद्धा हळूहळू वितळू लागली. आता तिची मुलगी चार वर्षांची झाली होती

आणि अजूनही तिनं तिचं नाव ठेवलं नव्हतं; पण प्रथमच रट्टीनं आपल्या लहानग्या लेकीशी जवळीक साधायचा प्रयत्न केला आणि तिला आपल्या अत्यंत आवडत्या मांजरीचं लहानसं पिलू भेट म्हणून दिलं; पण या कृतीला यश आलं नाही. त्या लहान मुलीनं ते पिलू नेलं आणि आपल्या पित्याच्या कपाटातून पळवलेल्या महाग कोलोनच्या बाटलीतलं कोलोन ओतून त्यात ते पिलू गुदमरवून टाकलं.

सरोजिनींनी ही कहाणी नमूद केली असली तरी ती त्यांना कांजीनं नव्हे तर रट्टीनं फोनवर ऐकवली होती. सरोजिनींना ती कहाणी गमतीची वाटल्यामुळे त्यांनी पत्रानं त्याबद्दल त्यांच्या मुलांना कळवलं होतं. त्यात जाता जाता त्यांनी जिनांना कोपरखळीही मारली होती आणि पद्मजाला लिहिलं होतं, 'रट्टीनं (अजूनही ती खूप आजारी आहे) जिनांना एक खूप महागाची यूडी कोलोनची बाटली दिली होती आणि तिच्या लेकीला मांजराचं पिलू दिलं होतं. तिच्या लहानग्या लेकीनं कोलोनच्या थारोळ्यात ते पिलू बुडवून टाकलं. जिना तिनं आपली कोलोनची बाटली घेतल्याबद्दल इतके रागावले की, त्यांनी त्या लहान मुलीला बोलावून घेतलं आणि तिच्या पुढे प्रवचन झोडलं! अगदी जिनांना साजेलसं कृत्य आहे की नाही?'

पण रट्टीला ही गोष्ट विनोदानं घेता आली नाही. तिला आपल्या लहान मुलीबद्दल आणखी दुरावा वाटू लागला आणि ती वैफल्य आणि दुःख यांच्या आवर्तात आणखीच रुतत गेली.

परंतु तिला या मानसिकतेतून बाहेर काढणारी एक आनंददायक घटना अकल्पितपणे घडली. सरोजिनींचा धाकटा मुलगा रणधीरा मोठ्या सुट्टीवर मुंबईला आला. तो रट्टीपेक्षा दोन वर्षांनी लहान होता आणि त्याच्या 'पिण्याच्या' समस्येमुळे तो नायडू कुटुंबाची डोकेदुखी ठरला होता. इतरांनी आपल्याबद्दल फार उच्च आकांक्षा बाळगल्या की, आपली कशी कुचंबणा होते, याचा त्यानं प्रत्यक्ष अनुभव घेतलेला होता. त्याच्या बरोबर रट्टी अगदी नैसर्गिक प्रवृत्तीप्रमाणे मोकळेपणे वागू बोलू शकत असे. आता ती सर्व प्रकारचा सल्ला घेण्यासाठी त्याच्यावर अवलंबून राहू लागली होती. मांजराचं लाडकं पिलू मरण पावल्याच्या दुःखाबद्दल सांत्वना मिळवणं, त्या पिलाला मूठमाती देण्याबद्दल विचारणं, थोडक्या पैशात आपल्या मांजरांना घेऊन परदेशात कसं राहावं, या सर्व बाबतीत ती रणधीरावर अवलंबून राहू लागली. हे पाहून सरोजिनींची मोठी करमणूक होऊ लागली होती. सरोजिनींना नुकताच हृदयविकाराचा झटका येऊन गेला होता आणि त्यांना काही आठवडे सक्तीची विश्रांती घ्यावी लागणार होती. त्यांच्यावर लक्ष ठेवून त्यांना मदत करण्यासाठी रणधीराला कुटुंबीयांनी मुंबईला पाठवलं होतं. सरोजिनींनी २८ जुलै १९२२ रोजी पद्मजाला पत्रात लिहिलं, 'मीनावर (रणधीराचं लाडकं नाव) अनेक जबाबदाऱ्या आहेत. त्यानं माझी काळजी घ्यावी अशी सर्वांची अपेक्षा आहे; परंतु काल उस्माननं (उमर सोभानींचा धाकटा भाऊ) त्याला धंद्याबाबत सल्ला विचारण्यासाठी बोलावून घेतलं आणि रट्टीचं मांजराचं पिलू मरण पावल्यामुळे सांत्वनेसाठी तिनं त्याला बोलावून घेतलं. तो तिला चक्क काटकसरीबाबत सल्ले देतोय. पॅरिसच्या हॉटेलात मांसमच्छी खूप महाग असते, त्यामुळे तिच्या मांजरांसाठी मांस शिजवायला तिनं पॅरिसला प्रेशर कुकर न्यावा, असा सल्ला त्यानं रट्टीला दिला आहे! हे ऐकून मी इतकी हसले म्हणून सांगू!'

सरोजिनींची करमणूक झाली असेल; परंतु रणधीरा आल्यामुळे रट्टीची मनःस्थिती खूपच सुधारली. पूर्वी ती सर्व प्रकारच्या सल्ल्यांसाठी सरोजिनींकडे धाव घेत असे. त्या अत्यंत सुज्ञपणे सल्ला देत आणि खूपच सहानुभूतीनं वागत; परंतु रट्टीशी त्या आपल्या मुलांप्रमाणेच वागत आणि मुलांच्या हट्टीपणापायी त्यांनी दुःख ओढवून घेऊन नये म्हणून कठोर शिस्त लावत असत, त्यामुळे आता त्यांच्यऐवजी रट्टी रणधीराकडे धाव घेऊ लागली होती. रणधीरा रट्टीला भेटायला, जेवायला आणि गप्पा छाटायला साउथ कोर्टला नियमितपणे जाऊ लागला होता. त्याच्या भेटींमुळे रट्टीची प्रकृती इतकी सुधारली की, तिनं आळस झटकून युरोपच्या बोटीचं तिकीट ताबडतोब आरक्षित करून टाकलं. सरोजिनींनी २९ जुलै १९२२च्या पत्रात लीलामणीला कळवलं, 'रट्टीची प्रकृती आता सुधारतेय; पण ती अजूनही खूप अशक्त आहे आणि घराबाहेर पडू शकत नाहीय. ती २३ सप्टेंबरला फॅट्सीबरोबर (उमार सोभानीची बहीण फातिमा) कैझर-ए-हिंदनं निघून पॅरिस आणि रिव्हीएराला राहणार आहे आणि पुढल्या वर्षी इंग्लंडला येणार आहे.'

परंतु जिनांबाबतच्या आपल्या कर्तव्याची तिला वाटणारी टोचणी अजूनही दूर झाली नव्हती आणि बोट निघाल्यापासूनच तिला जिनांबद्दल काळजी वाटू लागली होती, त्यामुळे तिनं ताबडतोब कांजीला पत्र पाठवून जिनांवर लक्ष ठेवण्याची त्याला गळ घातली होती. तिनं कांजीला पत्र पाठवण्यासाठी लंडनचा पत्ता दिला असला तरी तिला पॅरिसला जायची इतकी घाई झाली होती की, ती लीलामणीलासुद्धा भेटायला गेली नाही. पॅरिस तिला अनिर्बंध स्वातंत्र्य, मौजमजा आणि थरार देऊ करून साद घालत होतं आणि नव्यानं आयुष्य सुरू करू पाहणारी रट्टी तेथे ओढली गेली होती. गुदमरून टाकणाऱ्या विवाह बंधनातून सुटून मोकळा श्वास घेण्यासाठी आपल्याला तेथे जावंसं वाटलं, अशी कबुली तिनं आणखी काही वर्षांनी सरोजिनींना दिली होती.

प्रथम या स्वातंत्र्यानं ती मोकाट सुटल्यासारखी झाली होती. पहिल्या महायुद्धानंतर, भ्रमनिरास झालेले सारे जण पॅरिसकडे धाव घेऊन, रूढी तोडून नवं स्वातंत्र्य उपभोगू पाहत होते. पॅरिसमध्ये श्रीमंत, एकमेकांशी संबंधित असलेल्या पारशी लोकांचं भलं मोठं वर्तुळ होतं. त्यात रट्टीच्या दिनशॉ पेटिट कुटुंबाचे आप्तही होते. त्या सर्वांकडे रट्टीनं पाठ फिरवली होती आणि आपल्या स्वप्नातलं पॅरिस शोधायचा ती प्रयत्न करू लागली होती. त्या फॅशनेबल जगतातली पेंटिंग्ज, जॅझ, काव्यवाचन, नाइटक्लब्ज रट्टीला साद घालत होती आणि त्या जगतात तिनं स्वतःला अनिर्बंधपणे झोकून दिलं होतं आणि लवकरच जिना विनातक्रार पुरवत असलेल्या पैशांचा बळावर 'ब्यूऽटिफुल मिसेस झिना' ऐदी श्रीमंतांच्या वर्तुळात अगदी अलगदपणे सामावून गेल्या. हद्दपार केले गेलेले राजेराजवाडे, फ्रेंच सरदार दरकदार, श्रीमंत लोक यांच्या वर्तुळात शिरून ती मौजमजा चाखू लागली होती. हिंदुस्थानात जिना ज्या उत्साहानं स्वतःसाठी नवं राजकीय व्यासपीठ उभं करू पाहत होते, त्याच उत्साहानं रट्टी या श्रीमंत वर्तुळात मौजमजा करू पाहत होती.

पण असं असूनही कोणती तरी गोष्ट तिला मागं खेचत होती. गेल्या चार वर्षांना विसरणं तिला शक्य होत नव्हतं. जिनांबद्दलचं वाटणार उत्कट प्रेमही ती विसरू शकत नव्हती आणि तिच्या भूतकाळाशी निगडित असलेल्या एखाद्या व्यक्तीशी भेट झाल्यावर तिच्या मनातली अपराधीपणाची आणि शरमेची भावना उफाळून वर येत असे. तिला

नव्यानंच आपल्या कुटुंबाची ओढ वाटू लागली होती आणि त्यामुळे ती हद्दपार केल्या गेलेल्या पारशी क्रांतिकारक महोदया, मॅडम भिकाइजी कामा यांना भेटायला गेली. मॅडम भिकाइजी कामा यांचं पॅरिसमधलं निवासस्थान हिंदुस्थानातील क्रांतिकारकांचं आणि जिज्ञासू प्रवाशांचं तीर्थक्षेत्र बनलं होतं. भिकाइजी रट्टीच्या आत्या हमाबाईंच्या स्नेही होत्या. भिकाइजींनी जिनांबद्दल ऐकलं होतं आणि त्यांना जिनांबद्दल आदर वाटत होता. रट्टी त्यांना भेटायला गेली; पण ती भेट फारशी सुखद ठरली नाही. रट्टीचं उथळ बोलणं साठीच्या घरातल्या कडक, तापट भिकाइजींना अजिबात पटलं रुचलं नाही. त्या स्वतः अत्यंत तापट बंडखोर क्रांतिकारी होत्या आणि आपल्या पतीशी फारकत घेऊन त्या पॅरिसमध्ये स्थायिक झाल्या होत्या, तरी त्या आपल्या पारशी मुळं आणि संस्कार विसरल्या नव्हत्या. रट्टीनं त्यांच्या करमणुकीसाठी म्हणून त्यांना एक सत्य घटना ऐकवली होती. एका सरदारानं रट्टीला नाइटक्लबमध्ये नेलं होतं. परत येताना जास्त मद्य प्यायल्यामुळे झिंगलेल्या त्या सरदारानं गाडी ठोकली होती. त्याचं गमतीशीर वर्णन करून भिकाइजींची करमणूक करण्याचा रट्टीचा हेतू होता; पण प्रत्यक्षात त्यामुळे धर्मनिष्ठ भिकाइजी संतापल्या. त्यांनी रट्टीवर सरबत्ती केली, 'इतक्या असामान्य माणसानं तुझ्याशी विवाह केला असता तू झिंगलेल्या दारुड्याबरोबर नाइटक्लबला गेलीसच कशी?' त्यानंतर त्या ही घटना कधीच विसरल्या नाहीत. अनेक वर्षांनी लीलामणी त्यांना भेटायला गेली असता, तिनं त्यांच्याशी बोलताना सुंदर रट्टीचा उल्लेख केला होता. त्या वेळेसही रट्टीचं नाव ऐकून त्या प्रचंड खवळल्या होत्या, असं त्यांचे चरित्रकार खोर्शेद आदी सेठना यांनी नमूद केलं आहे. त्यांनी लिहिलंय, 'फक्त भिखबूच श्रीमती जिनांची अशी कानउघाडणी करायला कचरली नाही आणि श्रीमती जिनांनीसुद्धा इतर कुणाचं बोलणं असं निमुटपणे ऐकून घेतलं नसतं.'

अशा तिरस्काराच्या बोलण्याचा रट्टीवर फारच घातक परिणाम झाला होता. विशेषतः ती स्वातंत्र्य आणि कर्तव्य या परस्परविरोधी भावनांच्या रस्सीखेचीत अडकली असताना फारच नाजूक मनःस्थितीत होती. तिच्यासारख्या मानसिकतेतून जात असणाऱ्या तरुण पिढीतील भाग्यवंत गांधीजींच्या चळवळीकडे आकृष्ट झाले होते आणि त्यांना भावनिक आधार आणि नवं उद्दिष्ट लाभलं होतं; पण रट्टीला जिनांप्रमाणे गांधीजींबद्दल विद्वेष वाटत नसूनही तिनं त्यांच्याकडे पाठ फिरवली होती आणि या मानसिकतेतून तारून नेणारा आसरा तिनं गमावला होता.

पॅरिस तिच्या सध्याच्या मनःस्थितीच्या दृष्टीनं अतिशय अयोग्य जागा होती. तिच्यापाशी भरपूर पैसा आणि मित्र असले तरी तिथलं वातावरण तिच्या दृष्टीनं पोषक नव्हतं. रट्टी तिच्या उच्चभ्रू श्रीमंत कोशातून अचानकच पॅरिसच्या अमलीपदार्थ, शिष्टाचारांबद्दल बेपर्वाई अशा आवर्तात फेकली गेली होती. अशा वातावरणात ती पूर्वी कधीच वावरली नव्हती. अशा बेलगाम संस्कृतीत वावरण्याचा तिचा पिंडही नव्हता आणि तिथं कसा तग धरावा याचा तिला पूर्वानुभवही नव्हता.

आपण या आवर्तात बुडत चाललोय अशी जाणीव झाल्याबरोबर तिनं तिच्या एकमेव आधार दात्रीकडे – सरोजिनींकडे धाव घेतली. त्यांच्या सुज्ञतेवर तिचा विश्वास होता. पॅरिस, रिव्हीएरा इथं निरुद्देश भटकंती करत नवीन स्नेही, नवा थरार शोधत भटकणाऱ्या आणि त्यातून कोणतीही मनःशांती न मिळवता आलेल्या रट्टीनं सरोजिनींकडे धाव घेतली; पण

सरोजिनींना तिची काळजी वाटत असूनही त्या कोणतीही मदत करायला असमर्थ होत्या. ५ जून १९२३ रोजी त्यांनी लीलामणीला पत्रानं आपल्याला वाटणारी रट्टीबद्दची काळजी आणि त्याबद्दल काहीही करता येत नसल्याबद्दलची असमर्थता व्यक्त केली होती; पण त्याबरोबरच रट्टीनं आपल्या मूर्खपणामुळेच हे संकट स्वतःवर ओढवून घेतल्याबद्दलचा रागही त्यांनी व्यक्त केला होता. 'तिच्यापाशी सारं काही आहे – सौंदर्य, पैसा, तारुण्य, प्रेम, बुद्धी! पण तरीही ती आपल्या अंतरोर्मीशी सुसंगत असं सर्वसाधारण आयुष्य जगायला असमर्थ आहे. आपल्या आंतरिक विश्वासानुसार जगता आलं नाही, तर सुख–समाधान हे केवळ पोकळ शब्द ठरतात. ती वास्तवाचा स्वीकार न करता इंद्रधनुषी रंगाच्या मृगजळामागं सतत धावत असली, तर मी तिला मदत तरी कशी करणार?'

रट्टीच्या वयाच्याच कुणाला तरी लालसा आणि कर्तव्य यांच्या रस्सीखेचीत अडकलेल्या व्यक्तीला रट्टीची भावना जाणून घेता आली असती. निदान सरोजिनींचे कठोर शब्द तिनं जिवाला लावून घेऊ नयेत म्हणून अशी व्यक्ती रट्टीची समजूत घालू शकली असती. सरोजिनींनी रट्टीला पाठवलेलं पत्र आता उपलब्ध नाही; परंतु त्यांनी लीलामणीला पाठवलेल्या पत्रावरून त्यांनी रट्टीला काय लिहिलं असेल याचा अंदाज येऊ शकतो. पद्मजापेक्षा जास्त हट्टी असलेल्या आणि लहान वयात शिक्षणासाठी परदेशी गेलेल्या लीलामणीला सरोजिनी असाच सल्ला देत आणि अशाचं शब्दांत कानउघाडणी करत असत; परंतु लीलामणीला इतर भावंडंही होती. विशेषतः जयसूर्या तिला आईच्या सल्ल्याविरुद्ध वागायची सूचना सतत करत असे. बर्लिनला मानसोपचार घेत असलेल्या जयसूर्यानं लीलामणीला लिहिलं होतं, 'तू जे काही करशील, ते इतर कोणी सांगितलं म्हणून अजिबात करू नकोस. तुला जे करावंसं वाटेल, तेच तू करत जा. तरुणाईनं स्वतःचा मार्ग स्वतः शोधावा. वाटेतले टक्केटोणपे खावेत, त्यातून बोध घ्यावा आणि उद्दिष्ट साध्य करावं. स्त्रीत्वाची शोकांतिका आहे की, स्त्रीला फारच कमी स्वातंत्र्य मिळतं आणि तिच्या गाठीशी फारच थोडे अनुभव असतात. प्रगतिपथावर मार्गक्रमण करताना अनेक कर्तव्य बाजूला सारावी लागतात आणि अनेक धार्मिक रूढी झुगारून द्याव्या लागतात!'

पण रट्टीनं वीट येईल इतकं स्वातंत्र्य भोगलं होतं आणि ती आत्मविश्वास गमावू लागली होती की, तिला एकटीनं निभावता येईल! आपण भविष्यात कवयित्री किंवा लेखिका बनू आणि आपली पुस्तकं प्रसिद्ध केली जातील, असं स्वप्न तिनं एकेकाळी पाहिलं होतं; पण ते केवळ एक स्वप्नच राहिलं. तिच्या अंतर्यामी परस्परविरोधी भावना थैमान घालत होत्या. जयसूर्याची तीच अवस्था असली तरी मनोविश्लेषणाच्या आधारे तो निष्कर्ष काढू शकला होता की, 'परस्परविरोधी भावनांच्या द्वंद्वात अडकलेली व्यक्ती कोणतीही ठोस कृती करण्यास असमर्थ ठरते.' त्याऐवजी रट्टीनं समज करून घेतला होता आणि बहुदा जिनांनीसुद्धा तोच निष्कर्ष काढला असता की – तिच्या ठायी इच्छाशक्तीचा आणि शिस्तीचा पूर्ण अभाव असल्यामुळे तिला कशातच यश लाभत नाहीय. स्वतःचा आत्मविश्वास घालवून बसल्यामुळे सरोजिनींचा परखड उपदेश, 'तिनं वास्तवाचा स्वीकार करून सारा वेळ इंद्रधनुषी रंगांच्या मृगजळामागं धावणं बंद करावं', रट्टीनं जिव्हारी लावून घेतला होता आणि तिचं आत्मबळ त्यामुळे हळूहळू कमी होऊ लागलं होतं आणि सरोजिनींनी तिला जिनांकडे परत जायचा सल्ला दिल्यामुळे असेल किंवा तिलाच त्यांची प्रचंड ओढ लागली असल्यामुळे असेल; पण

अखेरीस तिनं आपलं एकल आयुष्य संपवून जिनांकडे परत जायचा निर्णय घेतला. जिना जून १९२३ रोजी लंडनला आले असता, ती त्यांच्याकडे परत गेली. तिला नव्यानं आपलं वैवाहिक आयुष्य सुरू करण्याबाबत उमेद वाटत होती. या वेळेस ते अधिक सुखद असेल अशी तिनं स्वतःची समजूत घालून घेतली होती. काळ सरल्यामुळे आणि दूर राहिल्यामुळे तिची भूतकालीन वास्तवाची स्मृती पुसट होऊन गेली होती.

जिनांना तिला भेटायची फारशी घाई झालेली दिसत नव्हती. तिनं जिनांना आणि तिच्या बाळाला सोडून परदेशी पळ काढल्याला आता जवळ जवळ नऊ महिने होऊन गेले असले तरी जिनांनी तिला भेटण्याची उत्कंठा अजिबात दर्शवली नव्हती. त्यांच्या संवेदनशील स्वभावामुळे, ती त्यांना सोडून गेल्यामुळे ते नक्कीच अतिशय दुखावले गेले असणार. अर्थात त्यांच्या स्वभावानुसार त्यांनी त्याबद्दल कधीही एक शब्दही उच्चारला नव्हता. त्यांनी नेहमीप्रमाणे स्वतःला कामात पूर्णपणे व्यग्र ठेवलं होतं. त्यांच्यापुढे करण्याजोगं खूपच काम होतं. गांधीजींमुळे आणि स्वतःवर त्यांनी ओढवून घेतलेल्या राजकीय आपत्तीमुळे, राजकारणात त्यांची त्रिशंकूसारखी अवस्था झाली होती. आता त्यांनी सुरवातीपासून आपली राजनैतिक कारकीर्द नव्यानं उभी करायचा पण केला होता. निवडणुकीत भाग घेण्यासाठी काही फुटीर काँग्रेस सदस्यांनी स्वराज पक्ष स्थापन केला होता. त्या फुटीर गटात सामील होण्याचा ते विचार करत होते; परंतु या मंडळींनी गांधीजींच्या ठशाचं राजकारण सोडायला नकार दिल्यामुळे जिनांनी तो विचार सोडून दिला.

त्यांनतर त्यांनी मुस्लीम लीगमध्ये चैतन्य आणण्याचा प्रयत्न केला. खिलाफत समर्थक बलवान झाल्यानंतर मुस्लीम लीग जवळ जवळ नामशेष होण्याच्या मार्गावर होती. जिनांनी काँग्रेसमध्ये सामील होण्याची आशा सोडून दिल्यामुळे त्यांना एका राजकीय व्यासपीठाची गरज होती. त्यासाठी मुस्लीम लीगमध्ये नवं चैतन्य आणणं त्यांना आवश्यक वाटत होतं; परंतु त्या प्रयत्नाला खिलाफत नेत्यांनी जोरदार विरोध केला. जिनांच्या हाती मुस्लीम लीगचं नेतृत्व जाऊ देण्याची खिलाफत नेत्यांची तयारी नव्हती. हे सारे प्रयत्न निष्फळ ठरले, तेव्हा जिनांनी रजा घेऊन युरोपला सफरीवर जायचं ठरवलं. ते सुज्ञ असल्यामुळे, त्यायोगे एका दगडात दोन पक्षी मारले जातील हे त्यांना उमगलं होतं. एक तर आपण अजिबात फाजील उत्साह न दाखवता – नऊ महिने रट्टीपासून दूर राहून – तिला अखेरीस भेटत आहोत, असं दर्शवल्यामुळे त्यांच्या अस्मितेला अजिबात धक्का बसणार नव्हता. शिवाय इंग्लंडच्या वास्तव्यात त्यांना ब्रिटिश राजकारण्यांना भेटून त्यांना आपली मतं पटवण्याची संधी लाभली असती. भारतातील ब्रिटिशांना आपली मतं पटवण्यात त्यांना यश न लाभल्यामुळे हा पर्याय त्यांना योग्य वाटत होता.

पण त्यांची पुनर्भेट फारशी सुखद ठरली नाही. भेटताक्षणीच बहुदा त्यांच्यात भांडण जुंपल असावं; कारण रिट्झममध्ये त्यांना भेटल्यावर रट्टी लगेचच लीलामणीला भेटायला ऑक्सफर्डला निघून गेली. फक्त एक दिवसाची पूर्वसूचना देऊन रट्टी येतेय, हे पाहून लीलामणी नाराज झाली होती. त्यावरून रट्टीनं हा बेत अगदी शेवटच्या क्षणी आखला असणार. लीलामणीनं पद्मजाला १४ जून १९२३ रोजी लिहिलेल्या पत्रात रट्टीच्या अवचितपणे येण्याबद्दल आणि नेमकी तेव्हाच परीक्षेची तयारी करावी लागण्याबद्दल नाराजी व्यक्त केली होती.

रट्टी फारच थोड्या वेळासाठी तेथे आली होती. येताना ती सिगारेटच्या धुरांची वर्तुळं सोडत आणि सोबत एक इराणी मांजर आणि फ्रेंच नोकराणी घेऊन अवतरली. रट्टीला बहुधा लीलामणीपुढे आणि स्वतःपुढेही सिद्ध करायचं होतं की, ती जिनांसारखी जुनाट-जरठ नव्हती आणि कॉलेज जीवनाचा आनंद ती अजूनही सक्षमतेनं उपभोगू शकत होती. हे सारं आपल्याला अतिशय आवडतंय, असं सोंग रट्टीनं इतकं बेमालूमपणे वठवलं की, लीलामणीचीसुद्धा त्यामुळे फसगत झाली. १९ जून १९२३ रोजी लीलामणीनं पद्मजाला कळवलं होतं, 'रट्टीला मी आत्ताच निरोप दिलाय. ती वीकेंडसाठी इथं आली होती. सोबत इराणी मांजर आणि फ्रेंच मेड घेऊन आली होती. ऑक्सफर्डनं तिचं केलेलं स्वागत तिला खूपच आवडलं असं मला वाटतंय. 'तरुणाई'बरोबर जरी तिला अवघा एकच तास घालवता आला असला, तरी तिला त्याचा अतिशय आनंद झाला. आम्ही तिला नदीवर नेलं आणि तिला खूपच रिझवलं.' त्या वेळेस रट्टी तेवीस वर्षांची होती आणि लीलामणी स्वतः वीस वर्षांची होती. वीस वर्षं तिला प्रौढत्वाचं वय वाटू लागल्यामुळे की काय तिनं 'तरुणाई' हा शब्द बहुधा उपरोधानं अवतरणांकित केला असावा.

पण ऑक्सफर्डला जाऊन आल्यानंतरही रट्टीला आपल्या पुढल्या समस्येची उकल करता आली नसावी. कारण ऑक्सफर्डहून परत आल्यावर अवघ्या तीनच दिवसांत रट्टी परत एकटीच पॅरिसला निघून गेली. जाताना तिनं लीलामणीचा निरोप घेण्यासाठी एक चिठ्ठी सोडली होती. ती तिनं काहीशा दुःखी, कष्टी मनानंच लिहिली होती. त्या चिठ्ठीतले अनेक शब्द तिनं खोडून टाकले होते आणि मध्ये मध्ये भरपूर मोकळ्या जागा सोडल्या होत्या. त्यावरून ती अत्यंत अस्वस्थ मनःस्थितीत असावी. तिनं पत्राची सुरुवातच केली होती, 'मला वाटतं आणखी प्रदीर्घ काळ आपली भेट होणार नाहीय कारण उद्याच मी (इथं तिनं 'आम्ही' हा शब्द खोडून 'मी' हा शब्द घातला होता) इंग्लंड सोडतेय आणि पुढल्या उन्हाळ्यापर्यंत किंवा कदाचित कधीच इथं परत येणार नाहीय, त्यामुळे मी तुझा निरोप घेते आणि तुझं शुभ चिंतते.' जणू काही आपला अंत जवळ येऊन ठेपला आहे, अशा भावनेनं रट्टीनं पुढे आपली सारी उधारी उसनवारी चुकती करण्याबाबत तपशील जोडला होता. या पत्रावरून सिद्ध होतंय की, रट्टीला पैशांच्या व्यवहाराबद्दल, कोणत्या वस्तूची काय किंमत आहे त्याबद्दल शष्पही कळत नव्हतं. एकटीनं गेले आठ महिने पॅरिसमध्ये काढले असता, तिनं जिनांचे भरपूर पैसे उधळले असणार. तिच्या ठायी भरपूर औदार्य होतं; पण पैसे संपले तर ते त्याच व्यक्तीकडून उसने घेऊन, त्याच व्यक्तीची खातिरदारी करण्यात तिला काहीही वावगं वाटत नसे, त्यामुळे तिच्या मते इंग्लंडचा अखेरचा निरोप घेताना तिला ही बारीकसारीक कर्जं चुकती करावीशी वाटत होती.

जिनासुद्धा सध्या फारशा प्रफुल्ल मनःस्थितीत नव्हते. रट्टी निघून गेल्यावर लगेचच त्यांनी नवे परराष्ट्रमंत्री लॉर्ड पील यांची भेट घेतली. त्या भेटीच्या वेळेस बहुधा जिना अतिशय कडवटपणे आणि फटकळपणे बोलले असावेत. कारण पीलनी जिनांची भेट झाल्यावर शेरा मारला होता, 'जिना हे मला आजवर भेटलेले एकमेव सर्वांत तापदायक आणि अप्रिय भारतीय आहेत.' पण दोन महिने एकट्यानं रिट्झममध्ये वास्तव्य केल्यावर आणि वर्तमानपत्रांखेरीज इतर कोणतीही सोबत नसल्यावर जिनांनी आपल्या वैवाहिक समस्यांबाबत अखेरीस निर्णय घेतला असावा. त्यांच्या मनावर रट्टीच्या वागण्याचा तीव्र आघात नक्कीच

झाला होता; परंतु त्यांच्या अत्यंत आतल्या गाठीच्या स्वभावामुळे त्यांनी त्याबद्दल इतर कुणाजवळही चकार शब्दानंही वाच्यता केली नव्हती. त्यांनी आपलं वैयक्तिक आयुष्य एका अबोल, अभेद्य कोषात बंदिस्त करून टाकलं होतं; पण आपला विवाह अयशस्वी व्हावा, ही गोष्ट सहन करणं त्यांच्या दृष्टीनं केवळ अशक्य होतं. 'अयशस्विता' हा शब्द आपल्याला ठाऊकच नाही, असं ते वारंवार बोलून दाखवत असतं आणि पूर्ण उन्हाळी सुट्टी लंडनमध्ये व्यतीत करण्याच्या आपल्या बेताला चिकटून राहल्यावर त्यांनी हिंदुस्थानात परतण्यापूर्वी अचानक वाकडी वाट करून पॅरिसला जाऊन रट्टीची भेट घेतली. काही दिवसांनी श्रीयुत आणि श्रीमती जिना जोडीनं हिंदुस्थानात परत यायला निघाले.

वरवर पाहता त्या दोघांमधलं नातं अजिबातच बदललेलं नव्हतं. परत आल्यावर जिना ताबडतोब आपल्या कोर्टाच्या कामाकडे वळले आणि वर्तमानपत्रांमध्ये मुलाखती देऊ लागले तर ती आपल्या पूर्वीच्या भूमिकेत शिरून त्यांची सर्वतोपरी काळजी घेऊ लागली. 'ती त्यांची काळजी घेतेय हे त्यांच्या लक्षातही येत नाही,' असं कांजीनं त्याबद्दल वर्णन केलं होतं; पण आपल्या कामात खूप व्यग्र आहोत, अशा देखाव्याआडचे जिना तिला दूर ठेवणाऱ्या अभेद्य भिंतीआड लुप्त झाले होते. ते दुखावले जात, तेव्हा असंच स्वतःला संपूर्ण अलिप्ततेच्या कोषात कोंडून घेत. आठ महिने त्यांना वाऱ्यावर सोडून निघून गेल्याबद्दल त्यांनी तिला अजूनही माफ केलं नव्हतं. त्यांनी त्यांच्या साऱ्या भावना व्यक्त केल्या नसल्या तरी स्वतःभोवती अशी अभेद्य भिंत उभी केली होती की, त्यात प्रवेश करणं रट्टीला अजिबात शक्य होऊ नये! लेजिस्लेटिव्ह कौन्सिलच्या निवडणुका अगदी उंबरठ्यावर येऊन ठेपल्या होत्या आणि गांधीजी अजूनही तुरुंगात होते. गांधीजींचं असहकार आंदोलन मागं घेण्यात आलं होतं; पण पूर्वीप्रमाणे रात्र रात्र जागून राजकीय योजना आखण्याचा थरार आणि मित्रत्वाची भावना मात्र लोप पावली होती. निवडणूक लढवावी किंवा नाही याबद्दल जिनांची अजूनही द्विधा मनःस्थिती होती. त्यांना अर्थातच लेजिस्लेटिव्ह कौन्सिलमध्ये प्रवश करून घ्यावासा वाटत होता; पण काँग्रेसनं त्या निवडणुकीवर बहिष्कार टाकला असता, तर त्यांना तसं करता आलं नसतं. निवडणूक लढवावी की नाही या मुद्द्यावर काँग्रेसमध्ये आणि खिलाफत सदस्यांमध्ये अंतर्गत तुंबळ युद्ध जुंपलं होतं. त्या मुद्यावर या दोन्ही संस्थांची शकलं पडतील, असा रंग दिसू लागला होता. अशा पार्श्वभूमीवर जिनांनी आपला स्वतःचा निवडणूक जाहीरनामा प्रसिद्ध केला आणि *बॉम्बे क्रॉनिकलमध्ये* लेख लिहून आपण निवडणूक लढवावी किंवा नाही, याबाबत जनतेचा कौल मागितला. पुढे काय करावं, याचा विचार करत असताना त्यांनी आपल्या सभोवतीची अभेद्य भिंत आणखीनच अभेद्य करून टाकली.

कधी कधी ते थोडेसे विरघळत आणि रट्टीला जुन्या जिनांचं क्षणकाल दर्शन होत असे. कांजी जवळपास असला की, असे क्षण अनुभवाला येत असत. जिनांनी अखेरीस निवडणुकीत भाग घ्यायचं ठरवलं होतं; पण कोणतीही प्रचार मोहीम काढायला नकार दिला होता. आरक्षित जागा त्यांना कोणत्याही प्रयत्नांवाचून जिंकता येईल, अशी त्यांना खात्री वाटत होती, त्यामुळे स्वतःचा प्रचार करण्याऐवजी इतर दुबळ्या उमेदवारांसाठी प्रचार करण्यावर जिनांनी सारी ऊर्जा केंद्रित केली होती. निवडणुकीनंतर समान विचारांच्या लोकांचं संगठन करण्याची योजना ते आखत होते; पण कांजीनं *इंडियाज फाइट फॉर फ्रीडम* या

पुस्तकात नमूद केल्याप्रमाणे, रट्टीला जिनांच्या 'फाजील आत्मविश्वासाची' गंमत तशीच काळजीही वाटत होती. जिना केवळ, 'मतदारसंघाची ही कसोटी आहे' एवढ्या शेऱ्यावरच ही गोष्ट उडवून लावत होते. अर्थातच जिना जिंकले आणि दुसऱ्या दोन दुबळ्या उमेदवारांनी निवडणुकीपूर्वीच रणांगणातून पळ काढला; पण कांजी आणि त्यांचा दुसरा मित्र सर पुरुषोत्तमदास यांच्या उपस्थितीत जिनांची चेष्टा मस्करी करण्याचे काही मोजके क्षण वगळता एरवी जिनांचा अभेद्य अलिप्तपणाच रट्टीच्या वाट्याला येत असे.

त्यानंतर गोष्टी आणखीच कठीण झाल्या. नव्या लेजिस्लेटिव्ह कौन्सिलचा शपथविधी पार पडण्यापूर्वीच जिनांनी दोन प्रस्तावांची आगाऊ सूचना धाडली होती. त्यातला एक प्रस्ताव होता गांधीजींची तुरुंगातून ताबडतोब सुटका करण्याबाबतचा आणि शपथविधी झाल्यावर काही दिवसांतच त्यांनी स्वतंत्र उमेदवारांचा वेगळा पक्ष स्थापन करण्याबाबत ॲसेंब्लीमधील समान विचारांच्या लोकांशी वाटाघाटी सुरू केल्या होत्या. जरी फक्त सतरा सांसदांना एकत्र करण्यात त्यांना यश लाभलं असलं तरी ॲसेंब्लीमध्ये हा गट अत्यंत महत्त्वाचं सत्ताकेंद्र ठरला; पण तेवढ्यावर जिना समाधान मानणार नव्हते. आता त्यांना संपूर्ण ॲसेंब्लीवरच वर्चस्व स्थापन करायचं होतं आणि लेजिस्लेटिव्ह कौन्सिलमध्ये प्रवेश केल्यावर अवघ्या एकाच महिन्यात जिनांनी अशक्य कोटीतली गोष्ट यशस्वीरीत्या करून दाखवली. स्वराज्य पक्षाच्या अठ्ठेचाळीस सदस्यांबरोबर त्यांच्या सतरा सदस्यांच्या चिमुकल्या पक्षानं संगठन बांधलं आणि त्यांचा चिमुकला पक्षच संसदेतले सारे निर्णय घेऊ लागला. या स्वतंत्र सांसदांच्या छोट्याशा पक्षानं स्वराज्य पक्ष आणि सरकारचे प्रतिनिधी या सर्वांवर वर्चस्व स्थापन केलं. आता संसदेसमोर कायद्यात परिवर्तित होण्यासाठी येणाऱ्या सर्व प्रस्तावांमध्ये त्यांना भाग घेता येऊ लागला होता. जिना साऱ्या समित्यांमध्ये सहभागी होऊन महत्त्वाचे वक्ते ठरले होते. या सर्व गोष्टींसाठी अर्थातच अफाट ऊर्जा खर्च करणं अपरिहार्य होतं आणि या गोष्टींवर जिनांचं सारं लक्ष केंद्रित झाल्यामुळे, त्यांच्या समवेत दिल्लीला आलेल्या रट्टीकडे त्यांचं आणखीनच दुर्लक्ष होऊ लागलं होतं.

या काळात आपल्या अंतर्यामीची वाढती अस्वस्थता थोपवण्याकडे रट्टीचं सारं चित्त एकवटलं होतं. आपल्या स्वातंत्र्याकडे पाठ फिरवून कर्तव्याकडे वळल्याची मोठीच किंमत तिला चुकवावी लागत होती. जयसूर्यानं लीलामणीजवळ या वस्तुस्थितीचं नेमकं वर्णन केलं होतं. कुणाशीही भेटा-बोलायची संधी रट्टीला मिळत नव्हती आणि तिला हॉटेलच्या खोलीत एकटीनं बसून राहावं लागत होतं. आता जिना सांसद बनले असल्यामुळे पुढली तीन वर्षं रट्टीला संसदेचं सत्र चालू असेल त्याप्रमाणे दिल्लीच्या मेडन्स हॉटेलमध्ये किंवा सिमल्यातल्या सेसिल हॉटेलमध्ये एकटीला काढावी लागली होती. तिची मुलगी अर्थातच एकटीच मुंबईच्या घरी नोकरांच्या निगराणीखाली ठेवण्यात आलेली होती. आपल्या कुत्र्यांना फेरफटका मारायला नेण्यापलीकडे आणि बाजारातल्या लोकांच्या टक लावून बघण्याला सामोरं जाण्यापलीकडे रट्टीला कोणताच उद्योग नव्हता. तिचे कुणी स्नेहीही नव्हते आणि स्त्रियांच्या क्लबमध्ये जाण्यात किंवा इतर सांसदांच्या पत्नींशी दोस्ती करण्यात तिला कोणताही रस वाटत नव्हता. जिना दिवसभर आणि रात्री उशिरापर्यंत बाहेरच असत. हॉटेलात असले, तर ते रात्री जागून पुढल्या दिवशीच्या संसदेच्या कामाची टाचणं काढण्यात मग्न असत, त्यामुळे तिचं आयुष्य विलक्षण कंटाळवाणं होऊन गेलं होतं.

कधी तरी ते एखाद्या मेजवानीला जोडीनं हजर राहत; पण त्यातही तिला फारशी मौज वाटत नसे, कारण या मेजवान्या अत्यंत औपचारिक पद्धतीच्या असत आणि तिला यजमानांच्या शेजारच्या खुर्चीत बसून औपचारिक संभाषण तरी करावं लागत असे किंवा ज्या स्त्रियांशी कोणतीही समानता नाही, अशा स्त्रियांचा सहवास सहन करावा लागत असे. तिला फक्त मोतीलाल नेहरूंची उपस्थितीच स्वागतार्ह वाटत असे. ते ज़िनांचे जवळचे मित्र होते आणि संसदेतले त्यांचे साथीदार होते. मोतीलाल नेहरूंना कधीमधी उपेक्षित झालेल्या श्रीमती जिनांची कणव येत असे आणि ते तिच्यासमवेत मेडन्स हॉटेलमध्ये रात्रीचं जेवण घेत असत. त्यांचं वय रट्टीपेक्षा दुपटीनं जास्त असलं, तरी ते रात्रीच्या भोजनासाठी आले की, रट्टीला अतिशय आनंद होत असे. ते इतर सांसदांपेक्षा सर्वस्वी भिन्न स्वभावाचे होते. ते रट्टीच्या वडिलांसारखे आणि अन्य पेटिट कुटुंबीयांसारखे केवळ उत्तम पाककृतीचे जाणीते आणि उत्तम भोजनाचे चहातेच नव्हते, तर स्वतः भरपूर हसण्यात आणि इतरांना हसवण्यात वाकबगारही होते. दिल्लीच्या ज्या उबग आणणाऱ्या वातावरणात विनोद हा जवळ जवळ राष्ट्रद्रोह मानला जात असे, तेथे मोतीलाल वेगळेपणानं उठून दिसत; पण मोतीलाल आल्यामुळे जिनांना आपण पतीच्या कर्तव्यात चुकतो आहोत, असं कधीच वाटत नसे. एरवी अत्यंत अगत्यशील यजमान बनून आपल्या पाहुण्यांना रिझवण्यात तत्पर असलेले जिना या दोघांकडे दुर्लक्ष करणंच पसंत करत. मोतीलाल यांनी रट्टीबरोबर रात्रीचं जेवण घेतल्याचं त्यांच्या लक्षात आल्यावाचून राहत नसे; परंतु त्याचा उपयोग ते केवळ राजनैतिक कुरघोडी करण्यासाठीच करत असत. ते म्हणत 'जरी पंडित मोतीलाल आणि मी संसदेत भांडखोर मांजरांसारखे एकमेकांना ओरखडे काढत असलो, तरी त्याच संध्याकाळी ते माझ्या पत्नीसमवेत भरपेट जेवण घेत' आणि पुढे पुस्ती जोडल्यावाचून त्यांना राहवत नसे (कारण ते काटकसरी पित्याला साजेसे काटकसरी पुत्र होते), 'तेसुद्धा माझ्या खर्चानं!'

अनेक वर्षांनी रट्टीनं सरोजिनींजवळ कबुली दिली होती की, अनेकदा रट्टी हे विवाहबंधन तोडून कधीही परत न येण्यासाठी जायला निघाली होती; पण कदाचित त्यांची राजनैतिक कारकीर्द पुन्हा पूर्वीची उंची गाठत असताना त्यांना पुन्हा सोडून जायला तिचा जीव झाला नसेल किंवा जरी ते तिच्याकडे संपूर्ण दुर्लक्ष करून फक्त आपल्या राजकारणावरच लक्ष केंद्रित करत असले, तरी त्यांना तिची गरज आहे, असं तिला जाणवलं असेल किंवा एकदा स्वतंत्र राहायचा प्रयत्न फसल्यावर पुन्हा तिच्यानं तसा धीर करवला नसेल! कारण काहीही असो - ती त्यांना सोडून गेली नाही.

परंतु भावना व्यक्त करायचा जिनांचा स्वभाव नसूनही त्यांना तिच्याशी जोडणारा कोणता तरी चिवट दुवा आता तुटून गेला होता. थंडगार बाह्यरूपाखालचे जिना स्वतःसुद्धा अंतर्यामी दुःखी-कष्टीच होते आणि अचानक राग किंवा चिडचिड यांचा विस्फोट झाला की, त्यांचं अंतरंग उघड होत असे. पहिल्या वेळेस त्यांच्या रागाचा असा विस्फोट झाला, कारण रट्टीनं चांगल्या मनानंच जिना आणि मोहम्मद अली यांच्यातील कडाक्याच्या शब्दाशब्दीत मध्यस्थी करायचा प्रयत्न केला होता. जिना आणि दोघे अली बंधू यांच्यातील वितुष्ट चार वर्षांमागच्या काँग्रेस अधिवेशनापासून सुरू झालं होतं. अली बंधूंच्या समर्थकांनी जिनांची टर उडवल्यावर ते अर्ध्यातच मंडपाबाहेर पडले होते. खिलाफत चळवळीचा बोऱ्या वाजल्यानंतर त्यांच्यातलं वैर आणखीच वाढलं होतं. दोघेही मुस्लीम समाजावर आपलं वर्चस्व प्रस्थापित

करायला धडपडत होते. ते सर्वांसमोर एकमेकांचे वाभाडे काढू लागले होते. जिना मोहम्मद अलीला 'छोटासा मौलाना' म्हणून खिजवत असत, तर मोहम्मद अली जिनांचा उल्लेख 'बांडगुळ' अशा शब्दात करत असे! जिना खिलाफत समितीला 'कवडीमोलाची' म्हणत. त्यांनी *बॉम्बे क्रॉनिकलमध्ये* लेख लिहून त्याद्वारे काँग्रेसच्या 'घटनाबाह्य' धोरणांवर प्रहार केले होते. त्याचं प्रत्युत्तर म्हणून मोहम्मद अलीनं जिनांवर हल्ला चढवणारी अनेक पत्रं लिहिली होती आणि ती पत्रंसुद्धा वृत्तपत्रांनी आनंदानं छापली होती. अशी दोन-तीन पत्रं प्रसिद्ध झाली, तरी जिनांनी आपल्या प्रतिस्पर्ध्याच्या वैयक्तिक टोमण्यांकडे दगडी मुद्रेनं दुर्लक्ष केलं होतं. रट्टीला मात्र त्यांच्या वतीनं प्रत्युत्तर दिल्यावाचून राहवलं नाही. रट्टीनं वृत्तपत्राच्या कचेरीत जाऊन, संपादकाकरवी मोहम्मद अलीला असे लेख थांबवण्याची विनंती केली आणि म्हटलं की, अशा लेखांमुळे केवळ कडवटपणा वाढेल. मूळ मुद्द्यावर कोणताच तोडगा निघणार नाही. एका वर्षापूर्वी, रट्टीच्या अशा वागण्याकडे जिनांनी हसून पाहिलं असतं आणि तिनं काळजीपोटी तसं केलंय, असं मानून ते तेवढ्यावरच थांबले असते; पण आता मात्र तिनं लुडबुड केल्याबद्दल ते संतापले. काय घडलंय ते संपादकाकडून कळल्यावर जिना चिडून म्हणाले, 'रट्टीनं मध्ये मध्ये लुडबुड करायचं काहीच कारण नव्हतं.' त्यानंतर रट्टीनं त्यांच्या बाबतीत कधीच हस्तक्षेप केला नाही.

पण रट्टीसुद्धा वैरभावानं पछाडल्यासारखी वागू लागली होती. त्यांना रीतीनं वागणं किती महत्त्वाचं वाटतं हे रट्टीला पूर्णपणे माहीत असूनही ती त्यांना राग येईल, असं मुद्दाम वागू लागली. ते शब्दानं किंवा कृतीनं त्याचा चुकूनही वचपा काढणार नाहीत, हे माहीत असूनही ती त्यांना राग येईल, असं वागू लागली. जिनांचा चरित्रकार बोलिथो यानं नमूद केलंय, 'त्यांच्या शिष्टाचाराच्या कल्पनांना रुचणार नाही, अशा गोष्टी ती चारचौघांसमोर मुद्दाम करू लागली.' बोलिथोनं जिनांच्या चरित्रात लिहिलेला एक परिच्छेद नंतर गाळून टाकण्यात आला होता. त्यात बोलिथोनं लिहिलं होतं, 'एका सायंकाळी सिमल्यात जिना पती-पत्नी गव्हर्नरबरोबर रात्रीचं जेवण करायला निघाले असता, श्रीमती जिनांनी गाडी थांबवली आणि रस्त्यावरच्या धाब्यावरून एक भाजलेलं मक्याचं कणीस विकत घेतलं. गव्हर्नरचा बंगला जवळ आल्यावर श्रीमती जिनांनी ते कणीस खायला सुरुवात केली. जिनांनी तो प्रहार मूकपणे सहन केला.' अर्थातच जिना तिला काहीही बोलले नसणार. त्याबद्दल तक्रार करणं किंवा तिनं तसं वागू नये म्हणून तिची आर्जवं करणं त्यांना असभ्यपणाचं वाटलं असणार; परंतु शिष्टाचाराबद्दल अत्यंत जागरूक असलेल्या त्यांच्यासारख्या व्यक्तीला तिचं हे वागणं किती टोचलं असेल! ती जखम त्यांनी अनेक वर्षं हृदयात वागवली होती. बोलिथो म्हणतो की, अनेक वर्षांनी त्यांनी ही गोष्ट त्यांच्या विश्वासातल्या एका स्त्री पुढे उघड करून म्हटलं, 'असं वागणं संतुलित मनाचं लक्षण नव्हे! तुम्ही असं वागला असतात?'

जिनांचा चेहरा इतका भावशून्य, दगडी असे की, आपण त्यांना किती खोलवर दुखावतोय हे तिला समजतच नसे. त्यांच्या भोवतीचा अलीप्ततेचा मुखवटा टराटरा फाडून टाकण्यासाठी ती त्यांच्यावर आणखी ओरखडे काढू पाही. असं करताना तिच्यातला खोडसाळपणा उफाळून वर येत असे; पण तो आता निष्पाप खोडसाळपणा राहिला नव्हता. त्यात भरपूर दुष्टावा भरला होता. ते दोघे एकटेच असताना ती त्यांच्यावर कधीच आघात करत नसे. त्यात काहीच मौज नव्हती; पण सर्वांसमोर त्यांना बोचकारून टवके काढण्यात

तिला असुरी आनंद वाटत असे. एम. सी. छागलांनी आपल्या आठवणींच्या पुस्तकात लिहिलं आहे, 'जिना इतरांशी कामाचं बोलत असताना ती त्यांच्या कचेरीत शिरत असे, टेबलावर चढून बसत असे आणि पाय पुढे-मागे हलवत असे. तिच्या अशा वागण्यामुळे खोलीतले इतर पुरुष किती अवघडल्यासारखे होतात, याकडे ती पूर्णपणे दुर्लक्ष करत असे.'

ती त्यांच्या कचेरीत आलेली त्यांना नेहमीच आवडत असे. तिच्या पोशाखाबाबत आणि तिच्या सौंदर्याबाबत त्यांना प्रचंड कौतुक वाटत असे; पण ती त्यांना डिवचण्यासाठी हद्द ओलांडते आहे हे न समजण्याएवढे ते काही दूधखुळे नव्हते! तिच्या या आगाऊपणाला त्यांचं प्रत्युत्तर असे ते म्हणजे त्या गोष्टीची कोणतीही दखल न घेता आपलं कामकाज सुरू ठेवणं! पण त्यांना तिचा प्रचंड राग येत असे. अनेक वर्षांनी त्यांनी या गोष्टीची कबुली आपल्या नव्यानं घटस्फोटित झालेल्या मित्रापुढे दिली होती आणि म्हटलं होतं, 'रट्टी मला प्रचंड संताप आणत असे.'

आणि प्रचंड भावनाशून्यतेनं केवळ तिच्याबद्दलचं कर्तव्य पार पाडत राहून जिनासुद्धा रट्टीला तेवढाच संताप आणत होते. पूर्वी ते जेव्हा म्हणत, 'मला माझं कर्तव्य पार पाडायचंय,' तेव्हा ती खोडसाळपणे त्यांची त्याबद्दल थट्टा करत असे. आता तिच्यानं तेवढं धारिष्ट्य करवत नव्हतं. कांजी जवळपास असला, तरच तिला नैतिक पाठिंबा मिळून ती कधीमधी तसं धाडस करू धजत असे; पण आता आपण जिनांच्या लेखी एक व्यक्ती म्हणून अस्तित्वात उरलो नाही; आपण फक्त एक पत्नी म्हणून कर्तव्य करत राहणंच अपेक्षित आहे, या भावनेनं ती उन्मळून जाऊ लागली होती. अखेरीस आपली ही रुखरुख तिनं एका कवितेत व्यक्त केली. तिच्या विवाहानंतर तिनं ही एकच कविता लिहिली होती. त्या कवितेचा उल्लेख तिनं 'गाणं' असा केला. त्यात ताल-सुरांचा अभाव असला तरी ते 'गाणं' आशयगर्भ होतं. अशा तऱ्हेची कविता तिनं बहुधा लपवली तरी असती किंवा टाकून तरी दिली असती. एकेकाळी कवयित्री बनू इच्छिणारी रट्टी आपला आत्मविश्वास गमावून बसली होती आणि केवळ जिनांना काव्य आवडत नाही म्हणून त्याकडे वळेनाशी झाली होती; पण ही कविता तिनं पद्मजाला मात्र दाखवली होती. ती कविता होती –

पतीसाठी पतिदेव नसतो; पण आपल्या स्वतःसाठी पतिदेव असतो.
पत्नीसाठी प्रियपत्नी नसते; पण आपल्या स्वतःसाठी प्रियपत्नी असते.
पुत्रासाठी प्रियपुत्र नसतो; पण आपल्या स्वतःसाठी प्रियपुत्र असतो.
देवांसाठी देवाधिदेव नसतात; पण आपल्या स्वतःसाठी देवाधिदेव असतात.

या ओळी कागदावर उतरवून शाई सुकते न सुकते, तोच रट्टीला शंका सतावू लागल्या आणि तिनं स्वतःबद्दल नापसंती व्यक्त करणाऱ्या पुढील ओळी पद्मजाला लिहिल्या, 'मी तुला आधीच सावध केलं होतं, नाही का? की हे विचार म्हणजे मूक भावना आहेत आणि त्यात पुरेशी गेयता नसल्यामुळे त्याला 'गीत' म्हणता येणार नाही?' परंतु जरी रट्टीला ते पद्मजाला किंवा स्वतःलाही नेमक्या शब्दांत सांगता येत नसलं, तरी त्यात तिच्या भावनांचा प्रतिध्वनी उमटला होता. त्या शब्दांमध्ये तिची प्रेमाबद्दलची विफलता उमटली असली तरी तिची इंद्रधनुषी रंगांच्या मृगजळामागं धावण्याची आस अजूनही ओसरली नव्हती. ती आस सोडून वास्तवाचा स्वीकार करायची अजूनही तिच्या मनाची तयारी होत नव्हती.

वरवर पाहता कुणालाही वाटलं असतं की, ती अखेरीस स्थिरावली आहे आणि गृहिणी आणि कर्तव्यनिष्ठ पत्नी या भूमिकेत, तिच्या वयाच्या हजारो तरुण, आधुनिक स्त्रियांप्रमाणे, निमुटपणे सामावून गेली आहे. तिनं ही भूमिका इतक्या निर्दोषपणे वठवली होती की, तिला जवळून ओळखणाऱ्या सरोजिनींनासुद्धा तिच्या आंतरिक घुसमटीचा थांगपत्ता लागला नव्हता. १९२८ साली रट्टीनं जेव्हा त्यांच्यापुढे कबुली दिली की, विवाहाच्या त्याकाळात तिला अतिशय घुसमटल्यासारखं आणि सापळ्यात अडकल्यासारखं वाटत होतं, तेव्हा सरोजिनींना आश्चर्याचा धक्काच बसला होता. स्वप्नं पाहायची सोडून स्थिरावण्याचा प्रयत्न करताना तिनं आपली सारी कल्पक सर्जनशीलता, सौंदर्यदृष्टी आणि एव्हाना कोट्यधीश झालेल्या जिनांच्या पैशांचा काही भाग सत्कारणी लावला होता आणि साउथ कोर्टचं मलबारहिलवरल्या सर्वांत मनमोहक, अप्रतिम घरात परिवर्तन करून टाकलं होतं. ते घर पाहणारा आश्चर्यानं थक्क होत असे, असं तेथे आलेल्या सय्यदा बद्रुन्निसा बेगमनं नमूद केलं होतं.

तिनं नुकताच दिल्लीतील एका मान्यवर वकिलाशी विवाह केला होता आणि ती ओस्मान सोभानीबरोबर रट्टीला भेटायला आली होती. १९२९ साली, त्या भेटीनंतर अनेक वर्षांनी तिनं *हुमायून* या उर्दू मासिकात त्या भेटीचा अहवाल प्रसिद्ध केला होता. त्यात तिनं जिनांच्या घराचंच नव्हे, तर जिना पती-पत्नींच्या स्वभावातील तफावतीचंसुद्धा वर्णन केलं आहे. तिला सुरुवातीला बाहेरच्या हॉलमध्ये बसवण्यात आलं होतं, ते तिला आठवत होतं. त्या हॉलमध्ये अत्यंत सुंदर पुरातन वस्तू, इराणी गालिचे, भरतकाम केलेली भारी आच्छादनं, पुरातन कालीन प्राण्यांचे ब्राँझ आणि तांब्याच्या धातूंचे पुतळे अशी अप्रतिम सजावट होती, तेव्हाच्या ब्रिटिशधर्तीच्या सजावटीपेक्षा हे सारं इतकं वेगळं आणि अद्भुत होतं की, बेगमेला आपण जादूच्या नगरीतच येऊन पोहोचलो आहोत, असं वाटू लागलं. तेथे एक भीषण दिसणारा कुत्रा आणि टक लावून तिच्याकडे बघत राहणारं काळं अंगोरा मांजर येऊन पोहोचल्यावर तर तिची ही भावना आणखीच गडद झाली. एका जुन्या जमान्याच्या भारी किमतीच्या खुर्चीत ती बेगम भीतीनं थरकापत जीव मुठीत घेऊन बसून राहिली होती. अखेरीस नुकतीच अंघोळ करून ताजीतवानी झालेली रट्टी त्या खोलीत आली.

तिला पाहून काळोख्या खोलीत प्रकाशशलाका चमकली आहे, असं बेगमेला वाटलं. तिचं सौंदर्य पाहून बेगमेला आकाशातील परीच भूलोकी अवतरली आहे, असा भास झाला. उत्तम इंग्रजी बोलणाऱ्या रट्टीनं लवकरच पाहुण्यांना आश्वस्त केलं. रट्टीची अभिरुची पाहून प्रभावित झालेल्या बेगमेला रट्टी आपल्या शयनगृहात घेऊन गेली आणि तिला तिनं आपल्या सुंदर साड्या दाखवल्या. त्यानंतर तिनं आलेल्या या पाहुण्यांना आपल्या लायब्ररीत नेलं. तिथल्या सर्व पुस्तकांची चामड्यातील बांधणी फर्निचरच्या रंगसंगतीशी मिळतीजुळती होती. बेगम दिल्लीला गेली की, तिथं तिला नव्या मैत्रिणी मिळाव्यात म्हणून रट्टीनं लायब्ररीत जाऊन आपल्या एका मैत्रिणीला बेगमेची ओळख करून देण्यासाठी ताबडतोब एक ओळखपत्र लिहून दिलं. रट्टी पत्र लिहीत असतानाच जिना कामावरून परत आले. उंच, सडपातळ आणि अगदी शिष्टाचाराला धरून वागणाऱ्या जिनांनी लायब्ररीच्या दारावर टकटक करून आत यायची परवानगी मागितली आणि पाहुण्यांबरोबर रट्टीनं त्यांची औपचारिक पद्धतीनं ओळख करून दिल्यावर जिना खोलीबाहेर गेले आणि रट्टीला आपल्या पाहुण्यांशी मोकळेपणे वार्तालाप करता यावा, असं सौजन्य दाखवलं; परंतु त्यांना लायब्ररीत निवांतपणे बसता

यावं म्हणून की काय रट्टीनं पाहुण्यांना घरातल्या तिच्या स्वतःच्या कक्षात नेलं. तिनं त्यांना समुद्राभिमुख व्हरांड्यात नेलं आणि सरबत देऊन त्यांचं आतिथ्य केलं. त्यांच्या परतण्याची वेळ होईपर्यंत रट्टीनं त्यांच्याशी अगत्यानं वार्तालाप केला.

या व्हरांड्याखेरीज रट्टीनं स्वतःच्या कक्षात स्वतःसाठी एक खाजगी दिवाणखाना करून घेतला होता. कांजीसारखा समान मित्र आला असेल तर जिना तिथं येत. अन्यथा, ते तिथं अजिबात येत नसत. तो छोटासा दिवाणखानासुद्धा उरलेल्या घराप्रमाणेच पौर्वात्य आणि पाश्चिमात्य सजावटीच्या सौंदर्यपूर्ण मिश्रणानं सजवण्यात आला होता. त्या सजावटीत बौद्ध संस्कृतीची मनोहर झलकही दिसत असे. लीलामणी नोव्हेंबर १९२४मध्ये साउथ कोर्टला येऊन गेल्यावर, त्या दिवाणखान्याचं पद्मजाला वर्णन करताना तिनं लिहिलं होतं, 'हो! रट्टीचा दिवाणखानासुद्धा तिच्या कपड्यांएवढाच आकर्षक आहे. तिची तीन इराणी मांजरं आणि तिचं इतर वेड यांच्या इतकाच तो देखणा आहे. मी पहिल्यांदा दबकत दबकत तिथं पाऊल टाकलं, तेव्हा मला क्षणभर भास झाला की, कुण्या एकेकाळी हौतात्म्य पावलेल्या बौद्ध भिक्षूच्या मनाची सावलीच तेथे पसरली आहे आणि मी ती पायदळी तुडवतेय! तो हौतात्म्य पावला असावा, कारण त्यानं स्वप्नात भटक्या जिप्सींना बोलावलं, त्यांच्यावर प्रेम केलं आणि पहाट होईपर्यंत त्यांचं नृत्य पाहिलं.'

लीलामणी हिंदुस्थानात लहानशा सुटीवर म्हणून आली होती; परंतु तिला जबरदस्तीनं सहा महिने हिंदुस्थानात वास्तव्य करावं लागलं होतं. रट्टीचं पाककलेचं कौशल्य पाहून लीलामणी भलतीच प्रभावित झाली होती. रट्टी आई-वडिलांपाशी राहत होती, तोवर तिच्यावर स्वयंपाक करण्याची कधीच वेळ आली नव्हती. आता पेटिट हॉलच्या चमचमीत, मसालेदार जेवणाची सतत ओढ वाटल्यामुळे की काय तिनं पाककलेत खूपच आघाडी मारली होती. जिना आणि तिच्या जेवणाच्या आवडीतही भरपूर तफावत होती. ते प्रेमात असताना त्यांना हा फरक जाणवला नसला, तरी आता त्यांच्यातला दुरावा वाढण्यासाठी हे आणखी एक कारण झालं होतं. मिताहारी जिनांना अळणी, इंग्रजी पद्धतीचं जेवण आवडत असे. रट्टीनं रांधलेले चमचमीत पदार्थ त्यांना अजिबातच चालत नसत, त्यामुळे कोणी खास स्नेही दुपारच्या जेवणासाठी आले, तर रट्टीला स्वतः स्वयंपाक करायची संधी मिळत असे. लीलामणीनं पद्मजाला लिहिलेल्या पत्रात रट्टीनं तिला खाऊ घातलेल्या प्रॉन करीचं (कोळंबीचं कालवण) भरपूर कौतुक केलं होतं.

आणि जिनांनी स्वतःमध्ये आणि रट्टीमध्ये जशी अलिप्ततेची एक भिंत उभी केली होती, त्याचीच प्रतिकृती म्हणावी अशी दुराव्याची भिंत रट्टीनं स्वतःमध्ये आणि आपल्या लहानग्या लेकीमध्ये उभी केली होती. ती लहानगी अजूनही तिच्या स्वतःच्या खोलीत बंदिस्त होती. आई-बापापासून सतत पूर्णपणे दूर ठेवली गेलेली ही अभागी मुलगी आता सहा वर्षांची झाली होती. लीलामणीनं त्याच पत्रात पद्मजाला लिहिलं होतं, 'या सुंदर संसारावर एक काळी छाया आहे (खरं तर ती सुंदर, लहानशी छाया आहे). ती म्हणजे अजूनही नामकरण न झालेली आणि कुणीही प्रेम करत नसलेली छोटीशी मुलगी. मी त्या छकुलीबरोबर तासभर खेळून तिच्या खोलीबाहेर निघाले, तेव्हा तिनं मला घट्ट बिलगून, 'नको जाऊस ना!' असा हट्ट धरला.' लीलामणीनं यापूर्वीच आपल्या आईकडून आणि बहिणीकडून रट्टीच्या आपल्या मुलीबाबतच्या विचित्र दुराव्याबद्दल ऐकलं होतं. तिनं

आता तो दुरावा प्रत्यक्ष, जवळून पाहिला होता. असं असूनही त्याचा दोष रट्टीला द्यावा, असं तिच्या मनाला वाटत नव्हतं. त्याऐवजी तिनं रट्टीच्या गर्भश्रीमंत पार्श्वभूमीवर त्या गोष्टीचं टेपर ठेवलं. आपली जिवलग मैत्रीण आपल्या मुलीशी मातेच्या ममतेनं वागत नसल्यामागचं कारण लीलामणीच्या मते, रट्टीला स्वतःलाच आई-वडिलांचं प्रेम न मिळणं, हे होतं. रट्टीला वाढवताना तिच्या आई-वडिलांनी आपली संपूर्ण भिस्त नोकरांवर आणि गव्हर्नेसेसवर ठेवली होती, ही गोष्ट लीलामणीच्या मते भावनाशून्यतेची होती. चार वर्षांपूर्वी याच लीलामणीला रट्टीच्या गर्भश्रीमंत पार्श्वभूमीचा हेवा वाटत होता आणि आता रट्टीला माता-पित्याचं पुरेसं प्रकट प्रेम मिळालं नाही, असं ती म्हणू लागली होती! यावरूनच लीलामणी गेल्या चार वर्षांत किती परिपक्वतेनं विचार करू लागली होती, हे सिद्ध होतंय. ती स्वतः आर्थिकदृष्ट्या सामान्य घरात वाढली असली, तरी तिचे ममत्वानं वागणारे आई-वडील सकाळी आपल्या मुलांना आपल्या बिछान्यात शिरून, बिलगून बसायला आणि लाड करून घ्यायला परवानगी देत असत. सोबत मुलांनी आपलं कुत्रं किंवा मांजरं आणली, तरी ते त्याला आक्षेप घेत नसत.

लीलामणी ऑक्सफर्डहून सप्टेंबर १९२४मध्ये परत येताना, सरोजिनींच्या मते, 'खूप सामान, नव्या कल्पना घेऊन आली असली तरी साऱ्या चांगल्या चालीरीती मागं ठेवून आली होती.' आपल्या मुलीत घडलेला बदल पाहून सरोजिनी इतक्या धास्तावून गेल्या की, लीलामणीनं कॉलेजच्या पदवीपेक्षा भारतात प्रदीर्घ काळ राहून भारतीय दृष्टिकोन आणि रास्त नीतिमूल्यं परत मिळवून घेणं जास्त गरजेचं आहे, असा त्यांनी ठाम निर्णय घेतला. 'तिच्यातले मानसिक आणि नैतिक बदल पाहून मला अतिशय दुःख झालं,' असं त्यांनी पद्मजाला लिहिलं होतं. आपल्या सर्वांत धाकट्या मुलीला भारतीय संस्कृतीचे जबरदस्तीनं डोस पाजताना रट्टीचा 'असंतुलित सहवास आणि बोलणं' अत्यंत घातक ठरणार आहे, अशी भीतीसुद्धा सरोजिनींनी पद्मजाला पाठवलेल्या पत्रात व्यक्त केली होती; पण या दोघी मैत्रिणी दररोज भेटत होत्या आणि त्या गोष्टीला सरोजिनी प्रतिबंध करू शकत नव्हत्या. लीलामणी मुंबईत आईजवळ राहत होती, तेव्हा जवळ जवळ सगळा दिवस आणि रात्र ती रट्टीबरोबरच घालवत असे. एकतर लीलामणी स्वतः रट्टीकडे साउथ कोर्टला जात असे आणि रट्टीनं स्वतः रांधलेलं चमचमीत जेवण भरपेट खात असे किंवा स्वतः रट्टी तरी सरोजिनींच्या ताजमधल्या खोलीत सारा दिवस ठिय्या मारून लहान मुलीसारखी लीलामणीशी चहा बरोबर आलेल्या केक्ससाठी भांडाभांडी करत असे. दोघी सिनेमालाही जात असतं. सोबत रट्टीची मांजरंसुद्धा असत. हा सिनेमा बहुधा सायंकाळचा असे. पूर्वी रट्टी संध्याकाळी जिना घरी यायच्या वेळेस न चुकता घरी हजर राहत असे, कारण कामावरून घरी परत आल्यावर जिनांना ती घरी हजर हवी असे. आता रट्टीने त्या प्रथेकडे पूर्ण दुर्लक्ष केलं होतं.

इतर गोष्टींबाबतही ती त्यांना राग आणू लागली होती. त्यांना आवडत नसूनही तिनं नृत्य करायला सुरुवात केली होती. युद्धपूर्व काळासारखं हे शांतसं बॉलरूम नृत्य नव्हतं. युद्धोत्तर काळात जॅझ संगीत बोकाळल्यावर, त्या ठेक्यावरच्या बेबंद, बेधुंद नृत्याची लाट आली होती. विलिंग्डन क्लबचे सदस्य, मोठ्या उत्साहानं हा नव्या धर्तीचा पदन्यास शिकून घेऊ लागले होते. लीलामणीची मैत्रीण, क्षमा राव अशा नव्या धर्तीचं नृत्य शिकताना पाहून लीलामणीची जरी चेष्टेनं हसून मुरकुंडी वळली असली, तरी तिलासुद्धा या नव्या वेडाची

लवकरच लागण झाली. १६ सप्टेंबर १९२४ रोजी लीलामणीनं पद्मजाला कळवलं होतं, 'मला हल्ली नृत्याचं वेड लागलंय. मला वाटतंय, आलेली मरगळ झटकून टाकावीशी वाटत असल्यामुळेच हे असेल!'

रट्टीला स्वतःला इतर ठिकाणी नृत्य करायला आवडत असे. ताज हॉटेलात हा बदल फार हळूहळू घडत असल्यामुळे त्याच्याच शेजारच्या 'ग्रीन्स हॉटेल'मध्ये तरुणाई बेबंद, बेधुंद नृत्य करू लागली होती, असं *टाइम्स ऑफ इंडिया* या वृत्तपत्रानं नमूद केलं होतं. त्यांचा चिमुकला डान्स फ्लोअर लोकांनी इतका खच्चून भरून जाऊ लागला होता की, त्यावर नियंत्रण ठेवायला ट्राफिक पोलिसांना बोलावून आणायची वेळ उभी राहणार होती, असाही या वृत्तपत्रानं विनोद केला होता. ग्रीन्स हॉटेलातील बेबंद वातावरणाबद्दल त्याची सकारण कुख्याती असल्यामुळे रट्टीनं तेथे नृत्यासाठी जाणं जिनांना नापसंत असणं अगदी स्वाभाविक होतं. हा वाद इतका पराकोटीला पोहोचला की, जिनांनी अगदी सभ्य अशा विलिंग्डन क्लबमध्येसुद्धा कोणत्याही माणसाबरोबर नृत्य करायला रट्टीला मज्जाव केला, असं कांजीनं पाकिस्तानी लेखक शहाबुद्दिन देसनवी याला दिलेल्या मुलाखतीत अनेक वर्षांनी नमूद केलं होतं. या मज्जावाला एकमेव अपवाद होता कांजी! आणि त्याचं कारण होतं की, कांजीला नाचता येत नाही हे जिनांना माहीत होतं!

जिनांसारखा बर्फील्या तर्कशास्त्रानुसार वागणारा माणूस रट्टीला अशा प्रकारे ताब्यात ठेवू पाहायला लागल्यावर रट्टी आणखीनच बंडखोरीनं वागू लागली. ज्या रात्री हॉटेलांमध्ये वाद्यवृंद येऊन जॅझ संगीत वाजवत असे, त्या रात्री रट्टी हटकून तेथे नृत्यासाठी जाऊ लागली. जिनांना ज्यांच्याबद्दल तिरस्कारावाचून इतर काहीही वाटत नसे, असे श्रीमंत ऐदी तरुण रट्टीची आनंदानं सोबत करू लागले होते. काही महिन्यांतच पारंपरिक विचारांच्या 'ताज'नंसुद्धा वाद्यवृदांचा जॅझ ठेवून 'जॅझ नाइट्स' ठेवायला सुरुवात केली होती. मिस सिंगी 'प्रोफेसोरेस ऑफ डान्स' मुंबईत आली होती. ताजमध्ये अशी सोय झाल्याचा रट्टीला दुहेरी फायदा झाला होता. ती सारी रात्र ताजमध्ये नृत्य करून दिवसा तिथेच सरोजिनींच्या खोलीत झोप काढू लागली होती. याबाबतीत सरोजिनींची पूर्ण सहानुभूती जिनांच्या बाजूनं होती. रट्टीचं हे नवं वेड आणि नृत्यातले तिचे साथीदार यांच्याबद्दलची त्यांची तीव्र नापसंती सरोजिनींनी पद्मजाला पत्रानं क़ळवली होती. त्यांनी रणधीराजवळ रट्टीच्या नृत्यातल्या साथीदारांबद्दल तीव्र नापसंती व्यक्त केली होती, 'रट्टीचं नवं वेड आहे नृत्याचं आणि त्यातला तिचा प्रमुख साथीदार अहंमन्य अली करीमभॉय, तुझ्या माहितीचा आहे...' किंवा पद्मजाला त्यांनी लिहिलं होतं, 'सारी रात्र नाचल्यावर आता दिवसा रट्टी माझ्या अंथरुणावर गाढ झोपली आहे.'

आणि ही काही बालिश बंडखोरीची रट्टीची एकमेव कृती नव्हती. जिना आणि रट्टी यांच्यामधला बर्फाळ अबोला सरत्या महिन्यांबरोबर आणखीच वाढत गेला होता. तिला त्यांच्या बद्दल वाटणारा मृदुभाव, तिचं आर्जव आणि खोडसाळपणा आणि आईच्या ममतेनं केले जाणारे लाड पूर्णपणे थांबले होते आणि जिनांना रट्टीबद्दल वाटणारी निष्ठा आणि विश्वाससुद्धा नाहीसा झाला होता. दोघांनीही त्याचा कधीही उच्चार केला नाही; पण जिनांच्या पोलादी मुखवट्याआडच्या त्यांच्या मनात कोणतं काहूर उसळलं असेल, याची छोटीशी झलक त्यांनी एका पुस्तकातल्या अनेकदा अधोरेखित केलेल्या ओळींवरून

दिसते. जणू काही त्या ओळींमधल्या मजकुरानं त्यांच्या भावनिक तारा कंप पावल्या असाव्यात, असं वाटल्या वाचून राहत नाही. ते अधूनमधून लोकांची चरित्रं वाचायला वेळ काढत असत. अशांपैकी ते नेपोलियनचं चरित्र होतं. फ्रेडरिक मेसननं लिहिलेल्या या चरित्राचं नावं होतं *नेपोलियन : लव्हर अँड हजबंड*. एका पानावर, नेपोलियनच्या पत्नीच्या व्यभिचाराबद्दलची, त्याची दुःखद मनःस्थिती रेखाटली आहे. शब्द आहेत, 'नेपोलियननं अर्धवट क्षमा केली नाही... (त्याला विसराळूपणाची देणगी होती). त्यानं युक्तिवाद केला की, त्या माणसांना दोष देता येत नाही, दोष त्याच्या स्वतःकडे जातो. कारण त्यानं आपल्या पत्नीची नीटपणे काळजी घेतली नाही. तिला पुरेसं संरक्षण न देता दीर्घकाळ एकटीला, असुरक्षित अवस्थेत सोडलं, त्यामुळेच इतर कुणीतरी त्याच्या जनानखान्यात प्रवेश करू शकला. ती नैसर्गिक प्रवृत्तीच होती. स्वभावतः पुरुषानं आग्रही राहणं आणि स्त्रीनं मोहानं वश होणं ही विषयाच्या ओढीच्या दृष्टीनं अपरिहार्य बाब असते. हा निसर्गनियमच आहे!'

'नेपोलियनचा युक्तिवाद होता की, स्खलनशील बनलेली पत्नी आता अप्रिय बनली असेल, तर तिला धिक्कारून दूर सारली पाहिजे; पण जर ती अजूनही प्रिय वाटत असेल, तर तिचा पुन्हा स्वीकार करायलाच हवा. दोष देत बसणं हा मूर्खपणा ठरेल!' आणि पुढील तीन शब्दांभोवती जिनांनी वर्तुळ आखून ते तीनच शब्द वारंवार, सरळ आणि नागमोडी ओळींनी अधोरेखित केले होते; 'दोष देणं हा मूर्खपणा ठरेल.' जिनांच्या मनात तेव्हा असं तुंबळ युद्ध तर चालू नव्हतं? आपल्या दुखावल्या गेलेल्या भावनेला तर्कशास्त्राच्या बळावर आवर घालण्याचा तर त्यांचा तो प्रयत्न नव्हता?

त्यांच्या दृष्टीनं तिला तसा प्रयत्न करावासा वाटला असता, तर तिला रोखण्याचा कोणताच मार्ग उपलब्ध नव्हता. तिनं पारंपरिक नीतिमत्तेकडे नेहमीच नाक मुरडून पाहिलं होतं आणि आता युद्धोत्तर काळात तर स्त्रियांच्या लैंगिक स्वातंत्र्याबद्दल खूपच जागृती घडून आली होती. विशेषतः रट्टीनं खूप काळ जिथं व्यतीत केला होता, त्या पॅरिसमध्ये तर लैंगिक स्वातंत्र्याची कल्पना खूपच बोकाळली होती. रट्टी वाचत असलेल्या शेकडो कथा-कादंबऱ्यांमध्ये हीच भावना प्रतिबिंबित झालेली दिसत होती. ही अफाट खपाची पुस्तकं, व्हिक्टोरियाच्या जमान्यामधल्या नीतिमूल्यांच्या पायावरच कठोर प्रहार करण्यात आसुरी आनंद मानू लागली होती. विडंबन हे त्यांच्या हातीचं प्रहाराचं शस्त्र बनलं होतं; पण तिच्या आयुष्यात खरोखरच जर कोणी अन्य पुरुष आला असला, तरी तो नक्कीच अगदी स्वल्प काळासाठी आणि जिनांचं लक्ष वेधून घेण्याचा एक अटीतटीचा प्रयत्न म्हणूनच आला असणार. बहकण्याचा तिचा स्वभाव नव्हता. व्यभिचार तिच्या रक्तातच नव्हता. त्या उथळपणाआड आणि उधळीमाधळीआड जवळ जवळ एक प्रकारची संन्यस्त विरक्ती दडलेली होती. ती आता स्वतःचाच तिरस्कार करण्याच्या टप्प्यावर पोहोचली होती. कपड्यांच्या बाबतीत अत्यंत पारंपरिक असलेल्या जिनांशी पूर्णपणे विसंगत असा अत्याधुनिक पोशाख करण्याचा खोडसाळपणा करणारी रट्टी आता एकाएकी कपड्यांच्या बाबतीत पूर्णपणे उदासीन बनली होती. तिला नाटकीपणाची प्रचंड आवड होती. त्याला साजेसंच तिच्यातलं हे परिवर्तन होतं. रातोरात ती मुंबईतल्या अत्यंत मान्यवर सौंदर्यखनीमधून 'श्रीमती जिनांच्या उदास पडछायेत' परिवर्तित झाली होती. मोतीलाल नेहरूंनी खेदानं ही भावना सरोजिनींजवळ व्यक्त केली होती. जिना आणि रट्टी यांच्यामधली दरी इतकी वाढली

होती की, आता केवळ त्यांच्या बैठकीच्या खोल्याच वेगळ्या झाल्या नव्हत्या; परंतु त्यांच्या झोपेबाबतच्या भिन्न सवयी पाहता, त्यांची शयनगृहंसुद्धा आता बहुधा वेगळी झाली होती (जिनांनी एकेकाळी रट्टीच्या असलेल्या साऱ्या साऱ्या गोष्टी जपून ठेवल्या होत्या; परंतु त्यात डबल बेडचा समावेश नव्हता, ही गोष्ट फारच खटकते). जिना फारच कमी वेळ झोपत; परंतु फातिमा जिनांच्या म्हणण्याप्रमाणे त्यांच्या मनाला येईल तेव्हा ते झोपत; परंतु रट्टी मनःशांती हरवून बसल्यावर तिला झोपही पारखी झाली होती. सारी रात्र ती चुळबुळ करत, कूस बदलत तळमळत पडलेली असे. अशा परिस्थितीत, आजूबाजूला कुणाचीही वळवळ अजिबात सहन न होणाऱ्या जिनांबरोबर एकाच पलंगावर झोपणं शक्यच नव्हतं. त्या दोघांच्या दृष्टीनं वेगवेगळ्या बिछान्यांवर झोपणंच सुखकारक ठरलं असणार. जिनांना मोजक्या तासांची झोप विनाव्यत्यय शांतपणे घेता आली असणार, तर रट्टी अस्वस्थपणे कूस बदलत आडवी पडू शकत असणार किंवा मनात आलं तर बिछान्याबाहेरही पडू शकत असणार. एक-दोनदा मध्यरात्रीनंतर अंथरुणाबाहेर पडून तिनं कांजीला पत्रही लिहिलं होतं. तसं करताना जिना जागे होतील, अशीही संभावना नसल्यामुळे ती तसं मोकळेपणी करू शकली होती. त्याखेरीज जिना वक्तशीरपणाचे भोक्ते होते. त्यांचा दिनक्रम घडाळ्याच्या काट्यासारखा चालत असे. त्यांचा दिवस सकाळी सातच्या ठोक्याला सुरू होत असे. मग रात्री कितीही उशिरा झोपले असले तरी त्यात बदल होत नसे. सकाळी सातला त्यांचा स्वीय नोकर त्यांचा चहा आणि वर्तमानपत्र त्यांना खोलीत आणून देत असे. तासानं ते अंघोळ करत, तोवर त्यांच्या नोकरानं त्यांचे कपडे अंथरुणावर काढून ठेवलेले असत. मग बरोबर सव्वानऊला ते सकाळचा नाश्ता घेत. ते दहा वाजता घराबाहेर पडत. हे सारं झालं तरी रट्टी अजूनही झोपलेलीच असे. रात्रभर तळमळत पडल्यावर झोपेच्या गोळ्या घेऊन ती पहाटे काही तास झोपू शकत असे.

रट्टीचा निद्रानाश हा जिनांच्या तुटक वागण्यापायी दुखावलं गेल्यामुळे किती होता आणि व्हेरोनॉल या झोपेच्या गोळ्याचं व्यसन लागल्यामुळे किती होता, हे सांगणं अवघड आहे. आतापर्यंत डॉक्टर मंडळी बेलगामपणे व्हेरोनॉलचा उपयोग करायला सांगू लागली होती. कुणीही झोप येत नाही, अशी तक्रार करायचा अवकाश! ताबडतोब डॉक्टर लोक व्हेरोनॉल घ्यायला सांगत. डॉक्टर नायडूंसारखे काळजीपूर्वक वागणारे डॉक्टर वगळता, सर्व इतर डॉक्टर व्हेरोनॉल वापरायला सांगू लागले होते. त्या औषधाचे घातक परिणाम समजायला लागायला अजून पन्नास वर्षांचा काळ जावा लागणार होता. त्याचं व्यसन लागणं आणि वाढत्या मात्रेत घेतल्याशिवाय त्याचा उपयोग न होणं आणि प्रमाणाबाहेर घेतल्यामुळे मृत्यू ओढवणं हे घातक परिणाम पन्नास वर्षांनंतर उमगणार होते. रट्टी किती वर्षं व्हेरोनॉल घेत होती हे कळायला मार्ग नाही; परंतु १९२५च्या मध्यापर्यंत ती दररोज झोपेचं औषध घेऊ लागली होती, असं तिनं कांजीला ७ एप्रिल १९२५ रोजी लिहिलेल्या पत्रावरून उघड होतंय.

संसदेचं अधिवेशन सुरू असताना हॉटेलमध्ये तिला जिनांच्या खोलीत राहणं भाग पडत असे. अशा प्रसंगांची तिला मोठी धास्ती पडत असे. तसंही जिना मेडन्स हॉटेलात ज्या खोल्या आरक्षित करत, त्यात त्या दोघांना वेगळ्या बैठकीच्या खोल्या मिळत असत; पण तेवढ्यावरच समाधान न होऊन, त्यांच्यापासून दूर राहता यावं म्हणून रट्टीनं पद्मजाला आपल्याबरोबर येण्याचा जोरदार आग्रह केला. २ जानेवारी १९२५ रोजी रट्टीनं पद्मजाला

पत्र लिहून पद्मजाला त्यांच्या बरोबर दिल्लीला यायचं आग्रहाचं आमंत्रण धाडलं होतं. त्या पत्रात आपल्या वैवाहिक आयुष्याबाबतच्या दुःखाचा रट्टीनं कोणताही उल्लेख केलेला नाही. उलट जिना हे फार प्रेमळ आणि सहनशील पती आहेत आणि आपल्या पत्नीला गरज वाटेल, तेव्हा तिला तिच्या मैत्रिणी बरोबर राहायची ते मोकळीक देतील, असं तिनं लिहिलं आहे. पद्मजा आपलं आमंत्रण नाकारणार तर नाही अशा विवंचनेत पडलेल्या रट्टीमध्ये विवाहानंतर किती बदल घडलाय, तिचा आत्मविश्वास किती खच्ची झालाय, हे या पत्रावरून लक्षात आल्यावाचून राहत नाही. सोळाव्या वर्षीची तरतरीत, आत्मविश्वासपूर्ण रट्टी पद्मजाला यायचं फर्मान सोडत होती. त्यानंतर नऊ वर्षांनी, आत्मविश्वास हरवून बसलेली रट्टी पद्मजानं तिच्याबरोबर दिल्लीला यावं म्हणून याचना करू लागली होती! रट्टीनं पद्मजाला प्रत्यक्ष आमंत्रण न देता, घाबरत घाबरत हे पत्र लिहावं यावरूनच रट्टीचं झालेलं मानसिक खच्चीकरण उघड होतंय.

रट्टीनं अतिशय घाबरत या पत्राची सुरुवात करत म्हटलं होतं, 'तू काल प्रत्यक्ष इथं आली होतीस, तेव्हा तुला हे विचारण्याचा मला धीर झाला नाही, कारण तू घाईनं नकार देशील, अशी मला भीती वाटली आणि तू तसा नकार दिला असतास, तर गेले अनेक आठवडे मी उरी जपलेल्या स्वप्नांचा चक्काचूर झाला असता. मला मुद्यावर यायची धास्ती वाटतेय कारण त्यावरचं तुझं उत्तर माझ्या दृष्टीनं अतिशय महत्त्वाचं आहे. मी नमनालाच घडाभर तेल ओतू लागल्यामुळे तुला वैताग येऊ लागला असेल म्हणून मी मूळ मुद्यावर येतेय.' आणि त्यानंतर अखेरीस रट्टीनं मनातल्या विषयाला वाचा फोडली : 'तू दिल्लीला माझ्याबरोबर यावंस आणि निदान दोन आठवडे तरी राहावंस, जमल्यास त्याहूनही जास्त वेळ राहावंस, अशी माझी इच्छा आहे. आम्ही मेडन्स हॉटेलमध्ये राहणार आहोत आणि तुझ्याकडून उत्तर आल्याबरोबर मी तुझ्यासाठी खोल्या आरक्षित करेन.'

''जे' तेथे १७ला पोहोचतील. मी त्यांच्या बरोबरच जाईन असं नाही. मी त्यानंतर एक दोन आठवड्यांनीसुद्धा जाईन. ते सारं तुझ्या सोयीवर अवलंबून आहे. फेब्रुवारीचा पहिला आठवडा बरा पडेल आणि आपण दोघी जोडीनं तिथं जाऊ शकू.' एकदा आमंत्रण दिल्यावर रट्टी व्याकूळतेनं तिची आर्जवं करत म्हणाली, 'प्लीज 'हो' म्हण. मी तुझ्या येण्यावर भिस्त ठेवलीय आणि तू नाही म्हणालीस, तर माझी फार फार निराशा होईल. अर्थात तुला मनापासून जे वाटेल तेच कर! पण कृपया शक्य तेवढ्या लवकर कळव, कारण मी तुझ्या उत्तराची व्याकूळतेनं वाट तर पाहतेच आहे; पण मला ताबडतोब खोल्या आरक्षित कराव्या लागणार आहेत.'

पण रट्टीच्या दुर्भाग्यानं पद्मजाला निर्णय घेता येण्यापूर्वीच तिला हैदराबादहून मदतीसाठी तातडीची विनंती आली आणि तिला आपल्या आईला आणि बहिणीला मुंबईत ठेवून हैदराबादला धाव घेणं भाग पडलं. हैदराबादच्या कामात अडकून पडल्यामुळे आणखी दोन आठवड्यांनी पद्मजा रट्टीचं आमंत्रण नाकारण्याचं पत्र पाठवू शकली, कारण ज्या कारणासाठी तिला घाईनं हैदराबादला धाव घ्यावी लागली होती, त्या कामात ती बहुधा अडकून पडली असावी. रट्टीची तिच्या नकारामुळे खूपच निराशा झाली असणार! सरोजिनींनी पद्मजाला ३० जानेवारी १९२८मध्ये पाठवलेल्या पत्रात ही भावना व्यक्त करत लिहिलं होतं, 'तू तिच्याबरोबर जाऊ शकत नसल्यामुळे रट्टीची दारुण निराशा झाली असणार; पण दिल्लीत

राहिल्यानंतर एकूण विचार करता मला वाटतंय की, मेडन्स हॉटेलमधली गर्दी आणि गडबड गोंधळ तुला सहन झाला नसता!' लीलामणीनं सरोजिनींचीच री ओढली; परंतु गर्दी गोंधळापेक्षा तेथील कंटाळवाण्या वातावरणातून पद्मजा सुटली आहे, अशी भावना लीलामणीनं व्यक्त केली. पद्मजाला एकवेळ कंटाळ्याला तोंड देता आलं असतं तरी थंडीनं ती गारठून गेली असती, अशी तिनं पुढे पुस्ती जोडली होती.

पण पद्मजाच्या नकाराच्या आघातापूर्वी रट्टीचा उरलासुरला आत्मविश्वास खच्ची करणारी आणखी एक घटना घडली होती. पद्मजा अचानक मुंबई सोडून हैदराबादला गेल्यानंतर लगेचच लीलामणीबरोबर बेबनाव होऊन रट्टी आणि लीलामणी यांच्यामधली मैत्री कायमची संपली. हे सारं रट्टीच्या खान्नुमबरोबरच्या – उमर सोभानीच्या धाकट्या बहिणीबरोबरच्या – मैत्रीपायी घडलं. खान्नुम लीलामणीचीसुद्धा मैत्रीण होती. गेल्या दोन वर्षांत खान्नुमची रट्टीशी इतकी प्रचंड जवळीक झाली होती की, त्या दोघी एकमेकींना अजिबातच सोडून राहत नव्हत्या. उमर सोभानीला आपल्या बहिणीची रट्टीबरोबरची जवळीक घातक वाटत होती. ही मैत्री तोडण्यासाठी उमरनं दगाबाजीचा अवलंब केला. तो खान्नुमला न सांगता रट्टीला भेटायला साउथ कोर्टला गेला आणि खान्नुमच्या नावावर रट्टीला जी थाप मारली, त्यामुळे रट्टीचा खान्नुमवरचा विश्वास नष्ट झाला. त्यानं आपल्या बहिणीवर याच चालबाजीचा वापर केला आणि तिला थाप मारली की, रट्टीनं तिला एक अत्यंत अपमानास्पद पत्र पाठवलं आहे आणि खान्नुम अतिशय आजारी असल्यामुळे तिला न दाखवताच त्यानं ते फाडून टाकलं आहे. उमरनं शिजवलेल्या या थापेबाजीच्या कटात कुठून तरी लीलामणीचं नावंही गोवलं गेलं आणि सरोजिनींच्या शब्दांत, 'लीलामणीचा भयंकर चिडखोर स्वभाव आणि त्याहूनही वाईट अशी समाजात वागायची तिची पद्धत' यांमुळे उमरच्या कथेत गोवण्यात आलेल्या तिच्या कार्यभागावर सर्वांचा विश्वास बसला. पूर्वीची रट्टी असती तर तिनं ही गोष्ट हसून उडवून लावली असती किंवा उमरच्या सांगण्याबाबत तिच्या दोन मैत्रिणींबरोबर शहानिशा करून घेतली असती; पण गेली काही वर्षं तिला सतत लाभलेली कुप्रसिद्धी आणि तिच्यावर झालेली सततची निंदा, तसंच तरुण मुलींच्या आयांचा रट्टीला त्यांच्यापासून दूर ठेवण्याचा प्रत्यक्ष किंवा अप्रत्यक्ष प्रयत्न या सर्व गोष्टींचा रट्टीच्या मनावर खोलवर आघात झाला होता, त्यामुळे तिचं मन अतिशय हळवं बनलं होतं आणि खरे किंवा काल्पनिक अपमान झाले की, ती दुखावून जाऊन स्वतःला मिटून घेऊ लागली होती, त्यामुळे उमरच्या अपेक्षेप्रमाणेच रट्टीनं खान्नुम किंवा लीलामणीला कोणताही जाब न विचारता, त्यांच्या बरोबरचे सारे संबंध तोडून टाकले होते. सरोजिनींनी आणखी वर्षभरानं १६ जानेवारी १९२६ रोजी पद्मजाला पाठवलेल्या पत्रात लिहिलं होतं, 'रट्टी आणि खान्नुमनी आपली गाढ मैत्री तोडून टाकली आहे आणि त्या एकमेकींशी एक शब्दही बोलत नाहीत, याचा उमरला प्रचंड आनंद वाटतोय.' खरं काय घडलं याची सरोजिनींना अजूनही कल्पना आलेली नव्हती.

लीलामणीला वाटत होतं की, हा लहानसा गैरसमज आहे आणि तो लवकरच दूर होऊन त्यांची पूर्वीसारखी जवळीक पुनर्स्थापित होईल. तिनं १६ जानेवारी १९२५ रोजी पद्मजाला लिहिलं होतं, 'मला या भांडणाचा शेवटचा काही अंशच खान्नुमकडून कळला. ती मला जाब विचारायला आली होती की, मी तिला 'डॅम्ड लायर' (नालायक खोटारडी)

का म्हणून म्हटलं होतं. मी खान्नुमशी समझोता केला असला तरी मी रट्टीच्या वाट्याला गेले नाहीय. मला भांडण आणि तडजोडींचा वीट आलाय. अशी ठिगळ लावलेली मैत्री आम्हा दोघींनाही उपयोगाला येणार नाही. मी तिला आवडत असो की नसो! मी तिच्याशी मैत्रीनंच वागेन. जेव्हा गैरसमजाचा उलगडा करणं सोपं नसतं, तेव्हा तो कमी होण्यासाठी वेळ द्यावा लागतो आणि निष्ठा ठेवावी लागते!' पण रट्टीच्या मनावरची जखम कधीच भरून आली नाही आणि ती जखम आणखीच खोलवर चरत जाऊन तिचा आत्मसन्मान खच्ची करायला कारणीभूत ठरली.

अखेरीस खान्नुमला रट्टीशी समझोता करण्याची तीव्र आस लागल्यामुळे तिनंच त्या दृष्टीनं पहिलं पाउल उचललं. पंधरा महिन्यांनी रट्टी जिनांबरोबर स्कीन समितीच्या बैठकीला जाण्यासाठी जहाजात बसण्यापूर्वी खान्नुम तिचं दार ठोठावत आली. रट्टीनं बोटीवरून कांजीला पाठवलेल्या पत्रात लिहिलं होतं, 'मी बोटीनं निघण्यापूर्वी खान्नुम मला भेटायला आली आणि शपथेवर सांगू लागली की, उमरनं तिला माझ्याकडून अतिशय अपमानकारक पत्र आल्याचं आणि खान्नुम ते वाचण्याच्या दृष्टीनं खूप आजारी असल्यामुळे त्यानं ते फाडून टाकल्याचं सांगितलं होतं. तिचा भाऊ मला भेटायला आल्याबद्दल तिला काहीच माहीत नव्हतं, असं ती मला म्हणाली.' रट्टी अजूनही आपल्या कमकुवत मनाबद्दल कबुली द्यायला तयार नव्हती; उलट तिला खान्नुमचीच दया येत होती, त्यामुळे तिनं कांजीला पुढं लिहिलं, 'बिच्चारी खान्नुम! मला तिला बाकी काहीही सांगावंसं वाटलं नाही; पण मी तिला वचन दिलं की, परत आल्यावर मी याबद्दल उमरशी नक्की बोलेन. तिचं आयुष्य फार कठीण होऊन गेलंय आणि सारं जग हा निष्ठुर राक्षस बनला आहे; पण तिनं प्रयत्नपूर्वक उभारी धरली नाही, तर तिची शारीरिकदृष्ट्या आणि मानसिकदृष्ट्या पूर्ण दैना उडून जाणार आहे. परिस्थितीचा तणाव सोसणं तिला फार कठीण जातंय. तिच्या जागी मी असते, तर माझीही तीच अवस्था झाली असती.' रट्टी ज्या गोष्टीला 'परिस्थितीचा तणाव' म्हणतेय, ती गोष्ट बहुधा सोभानींची दैन्यावस्था असावी; कारण त्यांनी गांधीजींच्या असहकार आंदोलनात भाग घेतल्यामुळे ब्रिटिश सरकारनं त्यांना दिलेली सारी किफायतशीर कंत्राटं रद्द करून टाकली होती; पण तिची स्वतःची परिस्थिती तेवढीच दारुण असल्याचं आणि तिच्या दृष्टीनंसुद्धा जग हे निष्ठुर दैत्य असल्याचं सत्य रट्टीला उमगलेलं दिसत नव्हतं. खान्नुमला आधार देणारे तिचे भरपूर आप्त होते. रट्टीनं निग्रह करून स्वतःवर काबू मिळवला नसता, तर तिची शारीरिक आणि मानसिक दुर्दशा होण्याचा जास्त संभव होता.

ती अपमानाबाबत तिला वाटतं होतं तेवढी खंबीर नाही. याचं पहिलं दृश्य चिन्ह होतं, तिचा जुना आजार नव्यानं उसळल्याचं. तिच्या आधीच रोडावलेल्या स्नेह्यांच्या वर्तुळातून खान्नुम आणि लीलामणीला बाहेर सारावं लागल्याचा तणाव असेल किंवा पद्मजा तिच्या बरोबर दिल्लीला येऊ शकत नसल्याची निराशा असेल! पद्मजानं तिचं आमंत्रण नाकारल्यावर अवघ्या काही दिवसांतच रट्टी कोसळली; पण तिच्या दुःखी, अस्वस्थ मनःस्थितीत तिनं अंथरुणात पडून राहायला नकार दिला. त्याऐवजी तिनं सरोजिनींना ताजमध्ये भेटायची धडपड केली. सरोजिनींनी पद्मजाला ५ फेब्रुवारी १९२५ रोजी पत्रात लिहिलं होतं, 'रट्टी अतिशय आजारी आहे, असं मला वाटतंय. ती काल इथं आली होती. ती आकारानं निम्मी झालीय आणि तिच्या अंगात बसायचंसुद्धा त्राण नव्हतं. बिच्चारं लहानगं!' पण

वाईटातून चांगलं एकच निष्पन्न झालं. रट्टीला ज्या दिल्लीवारीची अत्यंत भीती वाटत होती, ती तिला अनायासे टाळता आली. बहुधा संसदेच्या संपूर्ण अधिवेशन काळात ती दिल्लीला जाणं टाळू शकली असती. आणखी पंधरा दिवसांनंतरसुद्धा रट्टी दिल्लीला गेली नव्हती. त्याऐवजी लीलामणी आणि सरोजिनी या दोघी मुंबईबाहेर गेलेल्या असताना लीलामणीच्या ऑक्सफर्डच्या मित्राला मुंबई दाखवण्यात रट्टी व्यग्र होऊन गेली होती. पद्मजाला सरोजिनींनी २१ फेब्रुवारी १९२५ रोजी पत्रात कळवलं होतं, 'हा मित्र अतिशय सज्जन, सुसंस्कृत असून, तो अतिशय हुशार विद्यार्थी आणि अष्टपैलू खेळाडू आहे, असं मी ऐकते.' ज्या दिवशी अधिकृत कामासाठी सोबत लीलामणीला घेऊन सरोजिनी पाटण्याला गेल्या होत्या, नेमक्या त्याच दिवशी लीलामणीचा हा मित्र मुंबईत आला. रट्टी आणि लीलामणी यांच्यामधल्या भांडणाची सरोजिनींना अजिबातच कल्पना नसल्यामुळे त्यांनी साहजिकच रट्टीवर त्याला मुंबईत फिरवण्याची जबाबदारी सोपवली.

लीलामणी अजूनही सरोजिनींबरोबर ताजमध्ये राहत होती आणि कामासाठी त्या जिथं जिथं जातील, तिथं तिथं त्यांच्या सोबत जात होती. रट्टी इतक्या कुशलतेनं लीलामणीला हाताच्या अंतरावर ठेवून सरोजिनींना भेटायला ताजमध्ये जात होती की, या दोघींमधल्या तणावाची आणखी महिनाभर सरोजिनींना कल्पना आली नाही. ज्या वेळेस या तणावाची बातमी त्यांना समजली, तोपर्यंत लीलामणीचा पूर्णपणे वीट आलेल्या सरोजिनींची सारी सहानुभूती रट्टीकडे वळली. २३ मार्च १९२५ रोजी सरोजिनींनी रणधीराला लिहिलं, 'पापीला (लीलामणीचं घरातलं लाडकं नाव) फटके द्यायला हवेत. आयुष्याकडून लवकरच असे फटके तिला भोगावे लागणार आहेत. आपल्या साऱ्या सद्भावनांकडे जाणूनबुजून पाठ फिरवण्याच्या तिच्या प्रयत्नांबद्दल आणि आपल्या चिडखोर, तापट स्वभावामुळे आणि त्याहूनही घृणास्पद वर्तवणुकीमुळे प्रत्येक स्नेह्याचं वाकडे ओढवून घेण्याच्या तिच्या सवयीबद्दल मला अतिशय वाईट वाटतं; पण लवकरच ती तिची पायरी ओळखणार आहे. दरम्यान, ती परत जाईपर्यंत माझ्यावर प्रचंड मानसिक ताण पडणार आहे.'

ते संपूर्ण वर्षभर रट्टी वारंवार आजारी पडत होती, त्यामुळे दिल्लीतलं संसदेचं हिवाळी सत्र आणि सिमल्यातलं उन्हाळी सत्र या दोन्ही ठिकाणी तिला जावं लागलं नाही. ती अल्पकाळ खूप आनंदात, भरपूर मौजमजा करत असे आणि त्यानंतर ती इतकी आजारी पडत असे की, तिला अंथरुणाबाहेरही निघता येत नसे. हे पाहिल्यावर सरोजिनींच्या लक्षात आलं की, तिचा आजार काही अंशी तरी ती आपल्या वागण्यानं आपल्यावर ओढवून घेतेय. 'ती बहुधा आजारीच असते आणि ती थोडीशी बरी झाली की, ती मनाला येईल तसं खाऊ लागते आणि पुन्हा आजारी पडते,' असं त्यांनी नंतर म्हटलं होतं; परंतु त्या वर्षी सरोजिनी राजकीय कामात सर्वांत जास्त व्यग्र होत्या आणि काँग्रेसच्या पुढल्या अधिवेशनाच्या अध्यक्ष म्हणून त्यांची निवड झाल्यावर तर त्यांना रट्टीच्या आत्मघातकी वागण्याकडे लक्ष द्यायला क्षणाचीही फुरसत मिळेनाशी झाली होती.

रट्टीच्या आईच्याही हाती याबाबत करण्याजोगं काहीही नव्हतं; पण ती मात्र खूपच घाबरून गेली होती. आपल्या हटवादी मुलीपेक्षाही आपल्या निष्प्रेम वातावरणात अडकलेल्या नातीची त्यांना जास्त काळजी वाटू लागली होती, असं सरोजिनींनी पद्मजाला २५ मार्च १९२५ रोजी कळवलं होतं. सरोजिनींना पेटिट हॉलमधील एका गार्डन पार्टीत

उपस्थित असलेल्या स्त्रियांपुढे भाषण करण्याचं आमंत्रण देण्यात आलं होतं. त्यांनी त्याचं वर्णन पद्मजाजवळ केलं होतं, 'पेटिट हॉलमध्ये आज उत्सवाचं वातावरण होतं. तिथलं फ्रेंच लॉन तांबड्या-जांभळ्या फुलांनी सजवण्यात आलं होतं. उच्चभ्रू फॅशनेबल स्त्रियांपुढे माझं भाषण होणार होतं. त्यापूर्वी मी लेडी पेटिट बरोबर तो दिवस व्यतीत केला होता. त्या अतिशय दुःखी, कष्टी झाल्या आहेत. त्यांना भीती वाटतेय की, रट्टी मरणाच्या दारी पोचली आहे. त्यांना रट्टीचा विलक्षण रागही येतोय कारण तिच्या लहान मुलीची अवस्था एखाद्या अनाथ बालकापेक्षाही तिनं वाईट करून टाकलीय.'

रट्टीला दुरून ओळखणाऱ्या लोकांना आणि इतरांनासुद्धा रट्टीच्या उत्साही बाह्य मुखवट्यामागची छाया जाणवू लागली होती. सिमल्याच्या त्यांच्या घरात, जहानारा शाहनवाझचे वडील-सर मुहम्मद शफी-अनेक मेजवान्या आयोजित करत असत. तेथे जहानाराची रट्टीशी अनेकदा भेट होत असे. तिनं म्हटलं होतं, 'रट्टी अतिशय उत्साही आणि चैतन्यमय मुलगी होती. जेव्हा जेव्हा आमच्या घरच्या मेजवानीला ती उपस्थित राहत असे; तेव्हा ती साऱ्या खेळात अगदी उत्साहानं भाग घेत असे आणि तिच्या आकर्षक व्यक्तिमत्त्वामुळे त्या कार्यक्रमाला विशेष रंगत येत असे;' पण आणखीही एक गोष्ट जहानाराच्या लक्षात आली होती. तिनं नमूद केलं होतं, 'ती डॉक्टरांनी तिला खायला मनाई केलेल्या हिरव्या मिरच्यांसारख्या गोष्टी खायचा हट्ट धरत असे. तसं तिनं करू नये, असं मी तिला विनवलं तरी ती मला जुमानत नसे! ती हरवून गेल्याप्रमाणे वागत असे आणि जाणूनबुजून आजूबाजूच्या लोकांना धक्का देण्याचा प्रयत्न करत असे.'

इतरांना धक्का बसेल असं वागण्याची तिची इच्छा वेगवेगळ्या प्रकारे व्यक्त होत असे. 'जेव्हा जेव्हा सिमल्यातल्या व्हाइसरॉयच्या निवासस्थानी ती जात असे, तेव्हा ती चुकूनही व्हाइसरॉयना अभिवादन करायला झुकत नसे. ती युक्तिवाद करत असे की, ती एक स्त्री असल्यामुळे तिनं असं लवून प्रणाम करणं गरजेचं नाही; कारण सरतेशेवटी व्हाइसरॉय हा एक पुरुष आहे,' असं सर यमीन खाननी नमूद केलं आहे.

खाननी पुढे म्हटलंय, 'वरच्या वर्गातल्या स्त्रिया जिथं एकट्यानं अजिबात पाऊल टाकत नाहीत, त्या खालच्या बाजारात त्या पायी जाऊन रस्त्याच्या कडेवर विकली जाणारी *चाट* खात असत. श्रीमती जिना सोबत आपल्या कुत्र्याला घेऊन दररोज संध्याकाळी रिक्षानं मॉलरोडला जात असत. प्रथम त्या हुसेनबक्षच्या दुकानातून त्यांच्या कुत्र्यासाठी चॉकलेट विकत घेत असत आणि त्यानंतर खालच्या बाजारात जाऊन मोठ्या पानावर वाढली जाणारी *चाट* स्वतःसाठी विकत घेत असत. एकदा एका स्नेह्यानं त्यांना याबाबत विचारलं असता, त्यांनी उत्तर दिलं होतं की, तुमच्यासारख्या लोकांना सतावण्यासाठी मी असं करते.'

आपल्याकडे अशा वाईट प्रकारे लक्ष वेधून घेण्यास तिला प्रतिबंध करण्याऐवजी स्वतः जिनाच कधी कधी घोडागाडीतून स्वतः खाली उतरत आणि तिला *चाट* आणून देत असत. रट्टीला डॉक्टरांनी मसालेदार आणि अस्वच्छ जागचे पदार्थ खायला मनाई केलीय, याकडे स्वतः जिनासुद्धा संपूर्ण दुर्लक्ष करत असत. जितकं अस्वच्छ जागचं आणि मसालेदार जेवण आपल्या स्वतःसाठी घातक आहे, तितकंच चॉकलेट आपल्या कुत्र्यासाठीसुद्धा घातक आहे, याची रट्टीलासुद्धा अजिबात फिकीर पडलेली नसे.

जहानारानं म्हटलं होतं, 'तिला लोकांना धक्का बसेल असं वागायची हुक्की वारंवार येत असे.काही लोकांना ते अजिबातच आवडत नसे, तर तिला जवळून ओळखणारे लोक हसून सोडून देत असत.'

परंतु एकेकाळी, इतरांना धक्का बसेल असं वागायच्या रट्टीच्या अतीव ओढीकडे पाहून जिनांची करमणूक होत असली तरी आता त्यांना ती गोष्ट आवडेनाशी झाली होती, तरीही त्यांनी एका शब्दानं किंवा कृतीनं आपली नापंसती चुकूनही व्यक्त केली नाही; परंतु पराकाष्ठेनं अलिप्तेचा मुखवटा धारण करणाऱ्या जिनांना पुढली संसदेची दोन अधिवेशनं रट्टी मुंबईतच राहिली असल्याबद्दल मनोमन सुटकेची भावनाच वाटली असणार. एक सांसद या नात्यानं जिना यापूर्वी आता एवढे कधीच व्यस्त नव्हते. त्यांच्याच पक्षाचे लोक म्हणत होते की, संसदेबाहेरचं त्यांना काहीही सुचत नाहीय, असं ते वागत आहेत. प्रत्येक मुद्याबाबत ते संसदेत प्रवचन करत असत आणि त्यासाठी त्यांना तत्पूर्वी भरपूर वाचन आणि तयारी करावी लागत असे. स्वराज पक्षाबरोबर त्यांचं कडाक्याचं वितुष्ट आल्यानंतरसुद्धा त्यांनी आपली कामाची गती अजिबात कमी केली नव्हती. संसदेतल्या दोन अत्यंत महत्त्वाच्या समित्यांवर त्यांची निवड झाली होती. संसदेच्या त्या वर्षीच्या उरलेल्या काळात, त्याबाबतचं काम त्यांना पूर्णपणे व्यग्र ठेवणार होतं. हॉटेलात रट्टी आणि सरोजिनींच्या शब्दांत 'तिचं झूलॉजिकल डिपार्टमेंट' (कुत्री-मांजरं) नसताना राहणं त्यांना सुखाचंच वाटत असणार. मुंबईतल्या त्यांच्या कामासाठीच्या त्यांच्या दिल्या जाणाऱ्या भेटीसुद्धा आणखी आणखी तुरळक होत चालल्या होत्या. पूर्वी ते वारंवार दिल्लीहून मुंबईला आपल्या कोर्टाच्या कामासाठी येत असत; परंतु आयुष्यभर सुखात राहता येईल एवढे पैसे जोडल्यावर आता त्यांना आणखी पैसे कमवण्याची इच्छा उरली नव्हती. त्याउलट संसदेच्या अधिवेशनाचा एक दिवसही अनुपस्थित राहण्याची त्यांची तयारी नव्हती. त्यासाठी आपलं वकिलीतलं उत्पन्न घटलं, तरी त्यांना त्याची तमा वाटत नव्हती.

परंतु ते रट्टीपासून राखत असलेली बर्फासारखी थंडगार अलिप्तता आता भूतकाळात जमा झालेली होती. तिचा परत स्वीकार करण्याचा त्यांनी एकदा निर्णय घेतल्यावर, तिला दोष देत राहण्यात काहीच अर्थ नव्हता, असं त्यांनी नेपोलियनच्या आत्मचरित्रातील अधोरेखित केलेल्या ओळी त्यांना वारंवार सांगत होत्या. त्याखेरीज सतत तक्रारी करत बसणं त्यांच्या स्वभावातच नव्हतं, त्यामुळे संसदेच्या दोन सत्रांमधल्या ज्या कालखंडात ते घरी असत, तेव्हा त्यांच्या वकिलीच्या किंवा राजकारणाच्या आड न येणाऱ्या रट्टीच्या सर्व उपक्रमांत ते मनापासून सहभागी होत असत.

परंतु एप्रिलमध्ये संसदेचं सत्र संपल्यावर ते दिल्लीहून मुंबईला परत आले, तेव्हा रट्टी स्वतःच्याच एका वेडामध्ये पूर्णपणे बुडून गेली होती. तिच्या या नव्या वेडाला ती 'आध्यात्मिक इंद्रियगोचर' (spiritual phenomenon-पारलौकिक गोष्ट) म्हणू लागली होती. तिला दिव्यदृष्टी लाभलेली माणसं आणि मृतात्म्यांशी संपर्क साधू शकणारी माध्यमं यांचं नवंच वेड लागलं होतं. तिनं कांजीला लिहिलं होतं, 'आजकाल मला आत्म्यांशी संपर्क साधण्याबद्दल विलक्षण कुतूहल वाटू लागलंय आणि त्याबद्दल अधिक अधिक सत्य जाणून घ्यायची मला तळमळ वाटते आहे.' इतर लोकांच्या कथा ऐकण्याऐवजी स्वतः तो अनुभव घेऊन पाहण्याच्या तिच्या तीव्र इच्छेपायी ती स्वतःवरच अवघड आणि धोक्याचे

प्रयोग करून पाहू लागली होती, असं कांजीनं नमूद केलं आहे. कांजी ॲनी बेझंटच्या 'थिऑसॉफिकल सोसायटी ऑफ इंडियाचा' सदस्य होता, त्यामुळे तो आपल्याला योग्य अशा परलोक संशोधकांशी ओळख करून देईल, असं रट्टीला वाटू लागलं होतं. तिनं तशा आशयाचं पत्र कांजीला धाडून आपली पारलौकिक शाखेबद्दलची ओढ व्यक्त केली होती.

हे पाहून तिच्या स्नेह्यांना काळजी वाटू लागली होती. मुंबईत दिव्य दृष्टी लाभल्याचा दावा करणारे आणि मृतात्म्यांशी संपर्क साधू शकणारं आपण माध्यम आहोत, असं म्हणणारे भरपूर लोक होते. असे बरेचसे लोक आयर्लंड किंवा इंग्लंडहून येऊन भविष्यकथनाच्या जोरावर भारतातील श्रीमंतांकडून भरपूर पैसा उकळत असत. रट्टीच्या वर्तुळातला प्रत्येक जण ज्योतिषाकडे किंवा चेहरा पाहून भविष्य सांगणाऱ्याकडे किंवा अशाच कुणाकडे तरी जाऊन आलेला होता; पण रट्टी कोणत्याही नव्या वेडात फार खोलवर बुडून जात असल्यामुळे, तिच्या या नव्या वेडाबाबत त्यांना तिची काळजी वाटत होती. सरोजिनींनी रणधीराला पत्रात कळवलं होतं, 'रट्टी अध्यात्मात बुडून जाऊन धूसर अशा स्वप्नावस्थेतच जगू लागलीय. तिच्या अत्यंत असंतुलित आणि सहजी उत्तेजित होणाऱ्या मनाच्या दृष्टीनं मला ही गोष्ट धोक्याची वाटतेय.' कांजीलासुद्धा याबाबत काळजी वाटत होती. त्याच्या मते 'परलोक संशोधक मंडळी अशा प्रकारचं ज्ञान मिळवण्याच्या दृष्टीनं फक्त धोक्याचीच नसतात, अशा शास्त्रात भाग घेणाऱ्या सर्वांची मनं ते कमकुवत करून टाकतात आणि त्यांना अंधश्रद्ध बनवतात.'

रट्टीचं हे परलोक शास्त्राबद्दलचं वेड १९२४ सालच्या अखेरीपासूनच सुरू झालं होतं. जिना त्या वेळेस जवळ जवळ दोन महिने घरी होते. रट्टी मृतात्म्यांशी संपर्क साधण्यासाठी कांजीजवळ माध्यमांची ओळख करून द्यायचा लकडा लावत होती. त्या वेळेस जिना गांधीजींच्या अध्यक्षतेखाली भरवल्या जाणाऱ्या पहिल्या 'हिंदू-मुस्लीम एकजूट परिषदेसाठी' काम करण्यात आणि मुस्लिमांना एकत्र आणून मुस्लीम लीगमध्ये नवचैतन्य आणण्यात प्रचंड व्यग्र होते. रट्टीचे काय उद्योग चालले आहेत, त्याकडे त्यांचं अजिबात लक्ष नव्हतं. दोघेही आपापल्या उद्योगात व्यस्त होते. जिना मुस्लीम लीगचं सत्र काँग्रेसच्या बेळगावच्या अधिवेशनाच्या जागी हलवण्यास प्रतिबंध करण्यात व्यस्त होते, तेव्हा रट्टी डिसेंबर १९२४मध्ये मुंबईत भरवल्या जाणाऱ्या थिऑसॉफिकल सोसायटी ऑफ इंडियाच्या परिषदेला उपस्थित राहत होती. रट्टी कांजीशी चुंबकत्व आणि विचार हस्तांतरण याबद्दल गंभीरपणे चर्चा करत होती, तेव्हा जिना त्या दोघांना हसत होते, असं कांजीनं नमूद केलं आहे.

कांजीनं रट्टीबाबतच्या आठवणींच्या पुस्तकात नमूद केलंय की, रट्टीचं हे गूढविद्येबाबतचं हे घातक वेड कमी करण्याच्या हेतूनं त्यानंच तिला त्याऐवजी ब्रह्मविद्येकडे (ईश्वरी साक्षात्कार घडवून आणणाऱ्या तत्त्वज्ञानाकडे) वळवलं; पण राजकारणाप्रमाणेच या विषयातसुद्धा रट्टीला लोकांचे विचार आणि तत्त्वज्ञान यांपेक्षा लोकांबाबतच अधिक गम्य वाटत होतं. ती त्या वर्षीच्या मुंबईतल्या थिऑसॉफीवरच्या परिषदेत आनंदानं उपस्थित राहिली आणि तिनं सर्व भाषणं ऐकली. तेथे ती ॲनी बेझंट यांच्या अड्यार (मद्रास) येथील आश्रमात राहणाऱ्या सी. जिनराजदास यांच्या भाषणानं खूपच प्रभावित झाली होती. त्याहूनही त्यांची पत्नी डॉरोथी रट्टीला फारच आवडली. त्या वेळेस उत्साहानं सळसळणारी रट्टी क्षणकाळ पूर्वीची आनंदी रट्टी बनली होती.

रट्टीचा ब्रह्मविद्येतला रस सळसळत असताना, क्षणभर तिनं आपल्या सहा वर्षांच्या लेकीला अड्यारच्या मुलींच्या शाळेत पाठवण्याचाही गंभीरपणे विचार केला होता. कांजीमार्फत तिनं त्या शाळेबाबत चौकशीही केली होती. इतक्या महत्त्वाच्या व्यक्तीची मुलगी आपल्या शाळेत येणार म्हणून आनंदित झालेल्या शाळेनं सारी माहितीपत्रकं ताबडतोब रट्टीकडे पाठवून दिली होती; परंतु तोवर जिनांनी या कल्पनेला निषेध केला असल्यामुळे किंवा रट्टीचाच विचार बदलल्यामुळे अखेरीस तिनं याबाबत पुढे कोणतीही हालचाल केली नाही. डॉरोथीनं तिला वारंवार पत्र पाठवून आठवण करून दिली होती; पण आता रट्टीलाच त्याबाबत रस उरला नव्हता.

थिऑसॉफिकल सोसायटीच्या परिषदेच्या वेळेस रट्टीला ब्रह्मविद्या अभ्यासकांना पूज्य वाटणाऱ्या 'चंद्रशेखर' याचं एक तैलचित्र दिसलं होतं आणि ते पाहून ती अतिशय भारावून गेली होती. ते तैलचित्र रट्टीला इतकं आवडलं की, त्याच्या तीन वेगवेगळ्या आकारातल्या प्रतींची मागणी तिनं ताबडतोब डॉरोथीजवळ नोंदवली. तीन महिन्यांनी ते पुडकं आलं; परंतु त्यात तीन प्रतींऐवजी एकच प्रत धाडण्यात आली होती. तोवर डॉरोथी आपल्या पतीबरोबर इंग्लंडला निघून गेली होती. तीन प्रतींऐवजी एकच प्रत आलेली पाहून रट्टी इतकी अस्वस्थ झाली की, तिनं उरलेल्या दोन प्रती मिळवून देण्याबाबत कांजीच्या मागे लकडा लावला. ३१ मार्च १९२६ रोजी तिनं कांजीला पत्र पाठवून त्यात लिहिलं होतं, 'मला त्या उरलेल्या प्रती मिळायलाच हव्यात नाही तर मी फार सैरभैर होऊन जाईन आणि मला खात्री वाटतेय की, मी माझं संतुलन घालवून बसावं, असं तुला अजिबात वाटणार नाही!'

उत्साहाच्या भरात रट्टीनं जिनांनासुद्धा आपल्या या नव्या वेडात गोवण्याचा अटीतटीचा प्रयत्न केला. जिना आपल्याला गूढविद्या आणि ब्रह्मविद्या यांत कवडीचंही गम्य नाही आणि यावर आपला अजिबात विश्वास नाही, असं शपथेवर सांगत होते. ते उन्हाळ्यात घरीच होते आणि त्यांना व्यग्र ठेवू शकेल, अशा कोणत्याही राजकीय घटना तेव्हा घडत नव्हत्या, त्यामुळे त्यांचा नकार असूनही आपल्या या नव्या वेडात त्यांना सामील करून घ्यायचा रट्टीनं जोरदार प्रयत्न सुरू ठेवला होता. तिला आणि कांजीला खरोखरच वाटत होतं की, जिना अंतर्ज्ञानी आहेत आणि त्याचा त्यांनी आपल्या राजकीय कारकिर्दीत उत्तम प्रकारे वापर करून घेतला आहे. स्वतः जिना ही गोष्ट मानायला तयार नव्हते; परंतु रट्टीनं त्यांचं मन वळवण्यासाठी, आर्जवं आणि रुसवे फुगवे ही पूर्वीची शस्त्र वापरून त्यांना द *स्पिरिट ऑफ आयरिन* हे पुस्तक वाचायला लावलं. 'बॉस्कोंब मर्डर्स' म्हणून इंग्लंडमध्ये अत्यंत गाजलेल्या खुनाच्या खटल्याबाबतचं हे पुस्तक होतं. गुन्ह्याची उकल करण्यात अयशस्वी ठरलेल्या पोलिसांनी एका परलोकविद्या जाणणाऱ्या माणसाची मदत घेतली होती आणि मृतात्म्यानं पुरवलेल्या संकेतांच्या मदतीनं पोलिसांनी गुन्ह्याची आणि गुन्हेगाराची उकल केली होती, अशा आशयाचं हे पुस्तक होतं. रट्टीला खूश ठेवण्याच्या हेतूनं असेल किंवा ती आपल्यापासून दूर जातेय हे जाणवल्यामुळे तिच्याशी पुन्हा जवळचं नातं जोडण्याच्या इच्छेपोटी असेल; रट्टीनं म्हटलं होतं, 'जिनांना कबूल करावंच लागलं की, ते पुस्तक आगळंवेगळं होतं आणि त्यातील दावे वादातीत होते.' यावर रट्टीचा कदाचित पूर्ण विश्वास बसला नसावा, त्यामुळे तिनं पुढे पुस्ती जोडली होती, 'निदान 'जे' ना या खटल्यात कोणताही दोष तरी काढता आला नव्हता;' पण जिनांना आपल्या नव्या

वेडात सामील करून घ्यायची तिची तीव्र इच्छा, तिनं कांजीला लिहिलेल्या या पत्रातून स्पष्टपणे उघड होतेय, कारण तिनं त्यात जिनांचा वारंवार उल्लेख केला आहे. पत्राच्या सुरुवातीलाच तिनं लिहिलंय, 'मी हळूहळू का होईना; पण निश्चितपणे जिनांना या गोष्टीत रस घ्यायला लावतेय.'

तिच्या या नव्या छंदाबद्दल त्यांची पसंती मिळवायची, कमीत कमी त्याबाबत त्यांनी तिची टिंगल करू नये, असा प्रयत्न करण्याची तिची तीव्र इच्छा, बहुधा त्यांच्या राजकारणापासून आपण दुरावले गेलोय या भावनेपोटी उफाळून आली असावी. एकूण राजकारणापासून आणि विशेषतः जिनांच्या राजकारणातील भूमिकेपासून रट्टी भ्रमनिरासापोटी दूर गेली होती. आपल्यातली दरी आणखीच वाढत जाऊ नये, आपल्याला एकत्र जोडणारा अगदी सूक्ष्म का असेना; पण एखादा सूक्ष्म तंतू शिल्लक असावा, अशा इच्छेपोटी तिचे हे प्रयत्न चालू असावेत. स्वराज पक्षाबरोबर फारकत झाल्यानंतर तो पक्ष जिनांवर ते अत्यंत जातीयवादी असल्याचा आरोप करू लागला होता आणि वर्तमानपत्रांनी तो आरोप उचलून धरला होता आणि आपण मुस्लीम समर्थक जातीयवादी असल्याच्या आरोपांचं खंडन करण्याचा स्वतः जिना कोणताही प्रयत्न करत नव्हते. या आरोपात कोणतंही तथ्य नाही हे रट्टी जाणून होती; पण तरीही जिना मुस्लिमांच्या पायावर आपलं राजकीय महत्त्व प्रस्थापित करण्यावर त्यांचं सारं लक्ष केंद्रित करत आहेत, हे पाहून ती आणखी अस्वस्थ होऊ लागली होती.

ज्या आठवड्यात रट्टीनं मुंबईतील थिऑसॉफिकल परिषदेत मोठ्या उत्साहानं भाग घेतला होता आणि ती त्या नव्या लाटेत पूर्णपणे वाहून गेली होती, त्याच आठवड्यात जिना मुस्लीम लीगच्या सत्राची योजना आखण्यात मग्न होते; पण रट्टीनं जिनांपासून आणि मुस्लीम लीगच्या सत्रापासून स्वतःला दूरच ठेवलं होतं, त्यामुळे जिना आता आपल्या कोर्टातल्या मदतनिसावर एम. सी. छागलांवर अधिक भिस्त ठेवू लागले होते आणि आपल्या नव्या कल्पनांवर अभिप्राय घेण्यासाठी त्यांच्याकडे वळू लागले होते. यापूर्वी जेव्हा जिनांच्या राजकारणात मुस्लिमांचा कोणताही भाग नव्हता, तेव्हा रट्टी आणि कांजी ज्याप्रमाणे उत्साहानं आणि प्रशंसेनं जिनांना उभारी देत असत, ते काम आता छागला करू लागले होते. जिनांना आपली पत्नी व्यासपीठावर आपल्या सोबत बसलेली हवी असे म्हणूनच केवळ रट्टी त्यांच्या सोबत मुस्लीम लीगच्या ग्लोब सिनेमात भरलेल्या मुंबईतील सत्रात उपस्थित राहिली असली, तरी तेथे अनुपस्थित राहणंच तिला अधिक आवडलं असतं. पुढे जे घडलं, त्यावरून असं वाटतं की, तिनं मनाचा कौल घेऊन तिथं जाणं टाळलं असतं, तरच ते सर्वांच्याच दृष्टीनं हिताचं ठरलं असतं.

तेथील तिच्या मूक उपस्थितीमुळे त्यांची सुधारक मुस्लीम नेता ही प्रतिमा उंचावण्याऐवजी, त्यापायी ती प्रतिमा प्रत्यक्षात खालावूनच गेली होती, असं छागलांनी त्यांच्या *रोझेस इन डिसेंबर* या आठवणींच्या पुस्तकात नमूद केलंय! तेथे जमलेले जवळ जवळ सारे श्रोते पुरुषच होते आणि रट्टीनं तिथं उपस्थित राहावं याची त्यांना चीड आली होती. त्यांच्यापैकी काहींना तिची वेशभूषा पाहून धक्का बसला होता. ती तिच्या नेहमीच्याच पोशाखात म्हणजेच तलम झिरझिरीत साडी आणि बिन बाह्यांचे ब्लाउज घालून तेथे आली होती. तशाच पोशाखात ती आदल्या दिवशीच्या थिऑसॉफिकल परिषदेत उपस्थित राहिली होती आणि त्यावर कुणीच आक्षेपानं भुवया उंचावल्या नव्हत्या; पण तिचा तो पोशाख पाहून पारंपरिक रूढिप्रिय

मुस्लिमांना संताप आला. छागलांनी नमूद केलंय; 'हॉल लांब दाढीवाल्या मुल्लांनी आणि मौलवींनी ओसंडून वाहत होता. ते रागारागानं माझ्यापाशी येऊन, 'ही बाई कोण आहे?' असं विचारू लागले. 'तिला येथून निघून जायला सांगा, कारण तिचे कपडे इस्लामला काळिमा फासणारे आहेत,' असं ते म्हणू लागले. मी त्यांना म्हणालो, 'त्यांच्यानं बघवत नसेल, तर त्यांनी आपले डोळे मिटून घ्यावेत; पण मी या स्त्रीला हॉलबाहेर जायला सांगू शकत नाही, कारण ती अध्यक्षांची पत्नी आहे.'

डिसेंबर १९२६मध्ये अलिगढला भरलेल्या मुस्लीम लीगच्या पुढल्या सत्राला जाणं रट्टीनं टाळलं. तिला आपलं पत्नी या नात्यानं पतीबरोबर जाण्याचं कर्तव्य एकीकडे खेचत होतं; तर दुसरीकडे तिला कांजी, त्याची पत्नी आणि त्यांचा चार वर्षांचा मुलगा यांच्या सोबत अड्यारला थिऑसॉफिकल सोसायटीच्या जयंती परिषदेला जावंसं वाटत होतं. या दोन्ही गोष्टी नेमक्या एकाच आठवड्यात घडणार होत्या. अखेरीस रट्टीनं जिनांना सांगून टाकलं की, ती त्यांच्या सोबत अलिगढला जाणार नाहीय.

पण घटना अशी घडली की, रट्टीला यापैकी कुठंच जाता आलं नाही. तिचं अत्यंत लाडकं मांजर शापूरजी आजारी पडलं आणि त्याची शुश्रूषा करण्यासाठी रट्टी मुंबईतच थांबली. रट्टीला नेहमीच आपल्या पाळीव प्राण्यांबद्दल प्रचंड ममत्व वाटत असे; पण विवाहानंतर समाजाकडून वाळीत पडल्यावर आणि वैवाहिक आयुष्यात एकटी पडल्यावर तिचं आपल्या पाळीव प्राण्यांवरचं प्रेम शतपटीनं वाढलं होतं आणि त्यामुळेच ती आपलं मानसिक संतुलन टिकवू शकत होती. जरी ती जगापुढे आनंदी मुखवटा धारण करत असली तरी तिचं जे मानसिक खच्चीकरण झालं होतं, त्याचे भीषण परिणाम होऊ लागले होते आणि वारंवार आजारी पडणं हे त्याचंच दृश्यरूप होतं. त्यापायी तिला सततच विकलांग झाल्यासारखं वाटू लागलं होतं आणि तिनं सरोजिनींजवळ नंतर कबुली दिल्यानुसार, वैफल्याग्रस्ततेपायी तिनं एकदा आपलं आयुष्य संपवण्याचा प्रयत्नसुद्धा केला होता. जिना अर्थातच नेहमीप्रमाणेच तिच्या मानसिक दुःखाबद्दल पूर्णपणे अनभिज्ञ होते; पण आता तिचा अत्यंत जवळचा विश्वासू मित्र बनलेला कांजीसुद्धा तिच्या आनंदी मुखवट्याआडचं दुःख जाणू शकला नव्हता; पण आपल्या साऱ्या भावनिक ताणावर महत्प्रयासानं काबू ठेवणारी रट्टी शापूरजीच्या आजारानं मात्र अखेरीस सैरभैर होऊन गेली होती.

आपल्या लाडक्या मांजराच्या आजारामुळे तिनं कांजी आणि थिऑसॉफीच्या मदतीनं मिळवलेल्या थोडक्या संतुलनाच्या ठिकऱ्या ठिकऱ्या होऊन गेल्या. तिला बोलण्यासाठी कुणीतरी जवळ हवं होतं; पण कांजी अड्यारला निघून गेला होता, त्यामुळे तिला कुणाचाच आधार मिळाला नाही. एकेकाळी ती आधारासाठी सरोजिनींकडे धाव घेत असे; पण त्या आता राजकीय कामात पूर्णपणे गुंतून गेल्या होत्या आणि त्यांची सहनशक्ती कमी झाल्यामुळे त्यांची सहानुभूती रट्टीला मिळेनाशी झाली होती. अत्यंत निराश होऊन घायकुतीला आलेल्या रट्टीनं अखेरीस आधारासाठी कांजीकडेच धाव घेतली. तो अड्यारला जयंती समारोहात पूर्णपणे बुडून गेला होता. त्याला रट्टीच्या मांजरात काडीचाही रस नव्हता आणि रट्टीला हे सारं माहीत होतं, तरीही मानसिक आधार मिळवण्यासाठी रट्टी त्याला दररोज तारेनं शापूरजीच्या प्रकृतीचं वर्तमान कळवू लागली होती.

आणखी आठवड्यानं शापूरजी बरा झाल्यावर रट्टी अड्यारला जयंती समारोहासाठी गेली. तिची प्रकृती अजूनही पूर्णपणे पूर्ववत झाली नव्हती; पण मनात वाढत चाललेला काळोख दूर सारण्यासाठी कोणती तरी प्रकाशशलाका शोधायचा तिचा निकराचा प्रयत्न सुरू होता. हा मार्ग आपल्याला तेथे नेईल अशा आशेपोटी ती थिऑसॉफिकल सोसायटीची सदस्या बनून स्वतः ॲनी बेझंट यांच्या हस्ते दीक्षा घेऊ इच्छित होती.

पण पुन्हा एकदा निराशाच तिच्या वाट्याला आली आणि आपल्याला कुणीच आपलं मानत नाही, या निराशेनं तिला पुन्हा घेरून टाकलं. थिऑसॉफी सदस्यांमध्ये मिसळून जायचा तिनं मनापासून प्रयत्न केला होता; परंतु तरीही तिला तेथे परकेपणा जाणवू लागला होता. आलेल्या सदस्यांसाठी आश्रमात उभारलेल्या तात्पुरत्या झोपड्यांमध्ये रट्टीला आराम मिळणार नाही, अशा समजुतीनं जिनराजदासांनी रट्टीला मद्रासमधील हॉटेलमध्ये राहण्याची सूचना केली होती. तेथून ती न चुकता दररोज दुपारी अड्यारला येऊन बैठकींना आणि भाषणांना उपस्थित राहत होती. एका संध्याकाळी आश्रमात ती अत्यंत अस्वस्थ झाली आणि ॲनी बेझंटना रट्टीला आपल्या खोलीत नेऊन शांत करावं लागलं. त्या दोघींनीच अर्धा तास एकट्यांनी घालवला. रट्टीनं ॲनी बेझंटना सांगितलं की, ती थिऑसॉफिकल सोसायटीचं सदस्यत्व स्वीकारण्याच्या इच्छेपोटीच अड्यारला आली होती; परंतु दररोज सकाळी वेगवेगळ्या धर्मांच्या ग्रंथांमधील उताऱ्यांचं बैठकीत पठण करण्याच्या प्रथेमुळे ती अत्यंत अस्वस्थ होऊन गेली होती. कांजीनं रट्टीच्या आठवणींच्या पुस्तकात नमूद केलंय की, धर्माची अशी रूपं पुन्हा सुरू करणाऱ्या सभेचं सदस्यत्व तिला घ्यावंसं वाटतं नाहीय, असं रट्टीनं श्रीमती बेझंटना स्पष्टपणे सांगून टाकलं. श्रीमती बेझंटनी रट्टीची समजूत घालून तिला शांत केलं आणि तिला दिलासा देत म्हटलं, 'तिच्यासारख्या गंभीर वृत्तीच्या आणि खऱ्याखुऱ्या भावनेनं आलेल्या व्यक्तीनं औपचारिकपणे सभेचं अधिकृत सदस्यत्व घेण्याची गरज नाही.'

धर्मापायी घडलेले तिचे इतर विश्वासघात आणि विशेष करून जिनांचा आपली मुस्लीम अशी प्रतिमा तयार करण्याचा आणि त्यापायी तिच्यापासून दूर जाण्याचा निकराचा प्रयत्न या गोष्टींची रट्टीला या प्रार्थनासभेमुळे प्रकर्षानं आठवण आली असू शकेल. ॲनी बेझंटना लगेचच जाणवलं की, थिऑसॉफीखेरीज दुसरं काहीतरी दुःख तिच्या मनात ठसठसत आहे. रट्टीला भेटल्यानंतर ॲनी बेझंटनी कांजीला म्हटलं, 'तुझ्या जिवलग मैत्रिणीकडे लक्ष पुरव. ती अतिशय दुःखी, कष्टी आहे.' हे ऐकून कांजीनं जेव्हा आश्चर्य व्यक्त केलं, तेव्हा ॲनी बेझंटनी त्याला विचारलं, 'तुला तिच्या डोळ्यांतलं दुःख दिसत नाही? नीटपणे पाहा!'

सरोजिनींची श्रीमती हार्कर नावाची एक आयरिश मैत्रीण मानसिक शक्तीनं परमानस बोध घेऊ शकत असे. तिलाही रट्टीच्या सुंदर, आनंदी रूपाआड दडलेली निराशा पाहता आली होती. १९१९ साली सरोजिनींच्या खोलीत श्रीमती हार्करनी रट्टीला पाहून सरोजिनींजवळ म्हटलं होतं, 'मैत्रिणी, मला एक भीषण दृश्य दिसतंय. मला माझ्या डोळ्यांपुढे हे सुंदर मूल आणखी दहा वर्षांनी तिच्या वाढदिवशीच्या दिवशीच मरण पावलेलं दिसतंय.' पण त्या भविष्यवाणीवर सरोजिनींचा विश्वास बसला नव्हता आणि त्यांनी हसून ती गोष्ट उडवून लावली होती.

त्याप्रमाणेच आतासुद्धा कांजीनं रट्टीकडे पाहिलं आणि त्याला अत्यंत लोकाभिमुख आणि आत्मविश्वासपूर्ण रट्टीच दिसली. लेडी एमिली ल्युटेन्सनी दिलेल्या अड्यार येथील सभेच्या मुख्यालयातील एका झगमगीत मेजवानीच्या ठिकाणी आनंदानं सहभागी झालेली रट्टीच त्याच्या नजरेस पडली होती. कांजी ही मेजवानी पाहून भलताच प्रभावित झाला होता, कारण इथं बहुराष्ट्रीय मेळावा भरला होता आणि पाहुणे इंग्रजीत आणि फ्रेंचमध्ये बोलत होते. तिला कोणती तरी विवंचना जाळतेय, असं कांजीला रट्टीकडे पाहून अजिबात वाटलं नव्हतं. जिनराजदास यांनी त्यांच्यासाठी आयोजित केलेल्या भोजनसमारंभाच्या वेळेस रट्टीनं तिला जाणवत असलेल्या संकटापासून तिला दूर ठेवण्यासाठी, जिनराजदासांना तिच्यासाठी कोणतीतरी वस्तू 'चुंबकीय' करून देण्याची विनंती केली होती, तरीसुद्धा तिला कोणती तरी काळजी जाळतेय, असं कांजीला अजिबातच वाटलं नव्हतं. 'कोणती तरी वस्तू, बहुधा एखादं रत्न 'चुंबकीय' करून देणं म्हणजे त्यात सकारात्मक विचारांची ऊर्जा भरणं आणि त्यायोगे ते रत्न धारण करणाऱ्यांचं दुष्ट शक्तींपासून संरक्षण करणं,' या आत्मिक उपचाराकडे थिऑसॉफिस्ट तुच्छतेनं पाहत असत, त्यामुळे जिनराजदासांनी रट्टीची विनंती धुडकावून लावत म्हटलं, 'मला ते कशाला करायला सांगतेस? तुझा मित्र कांजी ते तुझ्यासाठी उत्तम प्रकारे करून देईल की!'

प्रकरण एकोणिसावे

~

अड्यारला जाऊन आल्यावर रट्टीचा थिऑसॉफीमधला अल्पकाळाचा रस संपून गेला. ती मद्रासहून परत आली तीच थिऑसॉफीबद्दल पूर्ण भ्रमनिरास झाल्याच्या अवस्थेत! त्याऐवजी रट्टी आता तरुणाईच्या समस्यांमध्ये रस घेऊ लागलेली पाहून सरोजिनींनी सुटकेचा नि:श्वास सोडला. सरोजिनींनी १६ जानेवारी १९२६ रोजी लीलामणीला पाठवलेल्या पत्रात लिहिलं, 'त्यांच्या अड्यार येथील भव्य जयंती समारोहाला जाऊन आल्यानंतर रट्टीला थिऑसॉफिस्ट मंडळींचा वीट आलाय! ती आता आंतरधर्मीय विवाहावरच्या विद्यार्थ्यांच्या वक्तृत्व स्पर्धेचं अध्यक्षत्व स्वीकारते आहे; परंतु तेथे भाषण करावं लागणार, याचं तिला दडपण आलंय.'

हे जरा विचित्रच होतं कारण सभाधीटपणाचा रट्टीच्या ठायी कधीच अभाव नव्हता. अवघ्या अठरा वर्षांची नवविवाहिता असताना तिनं भल्या प्रचंड जनसमुदायापुढे उभं राहून ऐन वेळेस, कोणत्याही पूर्वतयारी शिवाय भाषण करून जमावाला मंत्रमुग्ध करून टाकलं होतं. हे भाषण तिनं विलिंग्डन विरोधातल्या आंदोलनाच्या वेळेस मुंबईच्या टाउन हॉलबाहेर केलं होतं. पुढल्याच वर्षी १९१९ साली, तिनं योग्य वेळेस कोणतीही पूर्वतयारी नसताना अगदी सहजपणे बसल्या जागेवरून मुंबईतल्या भल्या मोठ्या कामगार संघटना परिषदेपुढे भाषण केलं होतं आणि जिनांचे मित्र हॉर्निमन यांच्या हद्दपारीला निषेध करणाऱ्या ठरावाचा प्रस्ताव मांडला होता.

पण थिऑसॉफीपेक्षा तिचा गूढविद्येमधला रस थोडे अधिक महिने टिकला. त्यानंतर त्याबद्दलची तिची आशासुद्धा मावळली आणि तिच्या मनातली निराशा आणि रितेपणा भरून काढण्याजोगं तिच्या पुढे काहीच उरलं नाही. प्रारंभीपासूनच तिला खराखुरा रस ब्रह्मविद्येपेक्षा – थिऑसॉफीपेक्षा – आत्म्यांशी संवाद साधण्यात वाटत होता. या आत्म्यांबरोबर कसा संपर्क साधता येईल, याबाबत जाणून घ्यायची तिची अतोनात धडपड सुरू होती. जणू काही त्यायोगे तिचं मर्त्यलोकीचं दुःख हलकं होणार होतं आणि त्याची बंधनं तोडून स्वतःची सुटका करून घेण्यात तिला यश लाभणार होतं; पण गूढविद्येपासून आणि आत्म्यांशी संपर्क

साधण्याच्या खुळापासून तिला परावृत्त करण्यासाठी कांजीनं जरी तिला थिऑसॉफीत रस घ्यायला उद्युक्त केलं होतं, तरी तिची पारलौकिक जगाशी संपर्क साधण्याची ओढ त्याला नियंत्रणाखाली आणता आली नव्हती. २८ डिसेंबर १९२४ रोजी रट्टीनं कांजीला लिहिलं होतं, 'मला खरीखुरी ओढ वाटतेय एखाद्या अनुभवी माध्यमाच्या मदतीनं पारलौकिक आत्म्यांशी संपर्क साधायची! मला असा अनुभव प्रत्यक्ष घेऊन पाहायचा विलक्षण ध्यास लागला आहे.' हे पत्र रट्टीनं कांजीच्या आग्रहामुळे मुंबईतल्या पहिल्या थिऑसॉफीच्या बैठकीला उपस्थित राहिल्यावर आणि त्या अनुभवानं भारावून गेल्यावर लिहिलं होतं. कांजीनं तिला आत्म्यांशी संपर्क साधण्याच्या वेडापासून परावृत्त करण्यासाठी तिचं मन स्वप्नांच्या प्रवासाकडे आणि टेलिपथीकडे (प्रत्यक्ष संपर्कावाचून आपले विचार दूर असलेल्या व्यक्तीकडे पोहोचवणे) वळवण्याचा प्रयत्नसुद्धा करून पाहिला होता. स्वप्नांद्वारे, कर्मानं जोडले गेलेले लोक, एकमेकांकडे निरोप पोहोचवू शकतात, यावर थिऑसॉफीच्या अभ्यासकांचा विश्वास होता. रट्टीनं म्हटलं की, ही गोष्ट तिला करून पाहता येणार नाही, कारण एकतर तिला लवकर झोपच लागत नाही आणि जेव्हा अखेरीस तिला झोप लागते ती (झोपेच्या औषधांच्या परिणामामुळे) इतकी गाढ लागते की, तिला स्वप्नंच पडत नाहीत. तिनं ही समस्या कांजीला ७ एप्रिल १९२५ रोजी लिहिलेल्या पत्रात सांगितली होती आणि पुढे म्हटलं होतं, 'मी जागेपणीच स्वप्न पाहते. मला असा अनुभव घ्यायला आवडेल; पण माझ्या औषधानं आलेल्या झोपेचा एकच फायदा आहे आणि तो म्हणजे माझ्या अस्वस्थ मनाला पाच-सहा तासांची विश्रांती पुरवण्याचा! मला फार क्वचित स्वप्नं पडतात आणि स्वप्नं पडली तरी ती मला जागेपणी अजिबात आठवत नाहीत!'

आतापर्यंत मृतात्म्यांशी संपर्क साधण्याची तिची धडपड अगदी टिपेला पोचली होती आणि तिची बेचैनी तिला अजिबातच झटकून टाकता येईनाशी झाली होती. ही व्यथा तिनं कांजीजवळ उघड केली होती.

या तिच्या धडपडीचं मूळ काही अंशी तरी स्वतःचा शोध घेण्याच्या तिच्या इच्छेत होतं. आपल्या विवाहापासून तिला अगदी हरवून गेल्यासारखं वाटू लागलं होतं. अध्यात्माच्या मदतीनं तरी आपल्या आयुष्यात कोणता तरी अर्थ आणता येईल, अशा आशेनं ती हे सारे प्रयत्न करत होती.

तिनं कांजीला लिहिलं होतं, 'माझा गर्विष्ठ आत्मा या विषयाची व्याप्ती पाहून त्यापुढे नतमस्तक होतो! माझ्या मते, अशी दिव्यदृष्टी लाभलेले आणि अशी आत्मिक शक्ती असलेले लोक त्यांना लाभलेल्या या दिव्यशक्तीमुळे कवी आणि गीतकारांच्या पंक्तीत बसवले जायला हवेत. गुरू आणि संत जगातील धर्मसंस्थापकांच्या तोडीचे मानले जायला हवेत. आपल्या मूढ मनाला परलोकविद्या पारंगत लोक कोणता साक्षात्कार घडवू शकतील, हे जाणण्याच्या दृष्टीनं आपण सध्या पूर्ण अंध आहोत; पण ज्या गोष्टीविरुद्ध मन बंड पुकारतं तीच गोष्ट आपला अंतरात्मा सहज स्वीकारतो, त्यामुळे विचारवंतांना वाटू लागतं की आत्म्यापाशी, स्वतःचंच असं कोणतं तरी प्राचीन आणि अभिनव ज्ञान असलं पाहिजे!'

आणि हा अनुभव जेवढा तिच्यापासून दूर जाऊ लागला, तेवढीच हार न मानण्याची तिची जिद्द वाढत चालली. तिनं लिहिलं होतं, 'मला खूपशी जळमटं झटकून टाकावी लागणार आहेत. खूप गोष्टी सुधाराव्या लागणार आहेत. मला प्रचिती येत नाही याबद्दल

खंतावण्यापूर्वी या गोष्टी मला करायलाच हव्यात; पण मी फार कमकुवत आहे आणि लाडापायी बिघडलेली आहे, त्यामुळे या गोष्टींसाठी स्वतःला प्रयत्न करायला लावण्याला मला कोणतीही कालमर्यादा घालता येत नाहीय.' आतापर्यंत रट्टी काहीशा औपचारिकपणेच वागत होती. नातं नसलं तर भिन्न लिंगाच्या व्यक्तीला जाऊन भेटणं अयोग्य आहे, अशा प्रथेचा तिच्या मनावर पगडा होता आणि तरीसुद्धा त्याबाबत कांजीला आश्वस्त करण्याच्या ओढीपायी तिनं त्याला लिहिलं होतं, 'तू फोन करून किंवा चिठ्ठी पाठवून तुला यायला केव्हा वेळ होईल ते कळव आणि तुझं स्वागतच केलं जाईल ही खात्री बाळग.' पण तूर्त तरी तिला त्याच्याबद्दल पुरेशी जवळीक वाटत असल्यामुळे, ती विनासंकोच मनीच्या भावना सांगू शकत होती आणि आपलं म्हणणं तो आस्थेनं नि सहानुभूतीनं ऐकून घेईल, असा तिला विश्वास वाटत होता. तिनं लिहिलं होतं, 'मी वाजवीपेक्षा जास्तच लिहून गेलेय; परंतु मला खात्री वाटतेय की, हे पत्र सहानुभूतीशील हाती पडणार आहे आणि ते आस्थेच्या नजरेनं वाचलं जाणार आहे.' पण ती एक गोष्ट मात्र उघड करत नाही, ती म्हणजे जिना तेव्हा घरी असताना आणि बहुधा शेजारच्याच खोलीत झोपलेले असताना, तिनं मध्यरात्री नंतर सुरू करून उजाडण्यापर्यंत संपवलेलं हे पत्र, तिला आधारासाठी कांजीसारख्या परक्या व्यक्तीला का पाठवावंसं वाटलं आणि इतकी किंमत मोजून ज्याच्याशी विवाह केला, त्या पतीकडे आधारासाठी तिला का धाव घ्यावीशी वाटली नाही!

पारलौकिकाच्या तिच्या शोधाचा एक अप्रत्यक्ष फायदा नक्कीच झाला. तिच्या भावना नियंत्रणाखाली राखून त्याखाली दडपून जाण्यापासून ती काही अंशी तरी वाचू शकली होती. तिच्या नाजूक मानसिक अवस्थेत हा लाभही थोडका नव्हता. उदाहरण द्यायचं झालं तर शापूरजी आजारी पडला, त्याच्या आधी महिन्यापूर्वी साउथ कोर्टमध्ये आणखी एक दुर्घटना घडली होती. सरोजिनींनी पद्मजाला १० एप्रिल १९२५ रोजी पाठवलेल्या पत्रात लिहिलं होतं, 'आर्लेट (रट्टीची अत्यंत आवडती कुत्री) पिसाळली आहे आणि ती रट्टीला चावलीय.' एरव्ही अशा गोष्टींमुळे रट्टी अगदी सैरभैर होऊन गेली असती. शापूरजी आजारी पडला, तेव्हा पारलौकिक जगाबाबत भ्रमनिरास झालेली रट्टी खरोखरच उद्ध्वस्त होऊन गेली होती; पण आर्लेट चावली तेव्हा रट्टीला पारलौकिक जगाव्यतिरिक्त दुसरं काहीही सुचत नव्हतं, त्यामुळे आर्लेट बाबतच्या दुर्घटनेचा तिच्या मनावर कोणताही ओरखडा उठला नव्हता. पेटिट हॉलमध्ये रट्टी असल्यापासून आर्लेट सतत रट्टीबरोबर सर्वत्र जात आलेली होती. आता ती पिसाळल्यामुळे तिला कायमची झोपवणं भाग पडलं होतं; परंतु त्यानंतर अवघ्या दोनच दिवसांनी १२ एप्रिल १९२५ रोजी रट्टीनं कांजीला लिहिलेल्या पत्रात इतर अनेक गोष्टी लिहिल्या असल्या, तरी आर्लेटबद्दल एक अवाक्षरही लिहिलेलं नाही. कांजीनं थिऑसॉफीवरचं ब्लाव्हाट्स्कीचं, *द सिक्रेट डॉक्ट्रीन* हे पुस्तक पाठवलं होतं, त्याबद्दल रट्टीनं लिहिलं होतं. जिनांना *द स्पिरिट ऑफ आयरिन* वाचायला लावण्याच्या तिच्या प्रयत्नांबद्दल तिनं लिहिलं होतं. चंद्रशेखरांचं तैलचित्र काढणाऱ्या तैलचित्रकाराचा पत्ता पाठवल्याबद्दल रट्टीनं कांजीचे आभार मानले होते; पण आर्लेट मरण पावल्याबद्दलच्या दुःखाचा तिनं चकार शब्दातही उल्लेख केला नव्हता. खरं तर तिला एक आत्मिक प्रतिमा – प्रकटीकरण – दिसल्याच्या थरारात ती इतकी वाहून गेली होती की, त्या वर्णनापुढे तिला इतर काहीही सुचत नव्हतं. हूजेस रोड

आणि सँडहर्स्ट ब्रिजच्या कोपऱ्यावर सतत चमकत असलेली ही पारलौकिकाची प्रतिमा पाहून आपण अत्यंत भारावून गेलो होतो, असं वर्णन करताना रट्टीला आर्लेटच्या मृत्यूचा पूर्णपणे विसर पडला होता.

ही प्रतिमा दिसल्याच्या थरारापुढे जिनांनी पुन्हा एकदा काश्मीरची सहल रद्द केल्याचं तिचं दुःख नामशेष होऊन गेलं होतं.

'बावला' खुनाच्या खटल्यानं रट्टीला अल्पकाळ भारून टाकलं होतं. हा खूप गाजत असलेला थरारक असा खून खटला होता. तरुण आणि सुंदर गायिका मुमताज बेगम हिनं इंदौरच्या राजाच्या दरबारातून सुटका करून घेऊन पळ काढण्यात यश मिळवलं होतं. ती मलबार हिलवरच्या हँगिंग गार्डनजवळ गाडीतून जात असताना मत्सरी राजाच्या पदरी असलेल्या गुंडांनी तिच्यावर हल्ला चढवला होता आणि तिचा प्रेमी – अब्दुल कादर बावला नामक श्रीमंत व्यापारी याला ठार मारलं होतं. मुमताजनं हल्लेखोराचा प्रतिकार केला आणि जवळून जात असलेल्या ब्रिटिश लष्करी अधिकाऱ्यांची मदत मागितली. त्यांनी मुमताजची सुटका केली आणि हल्लेखोर गुंडांना पोलिसांच्या ताब्यात दिलं. ही गोष्ट सर्व दैनिकांमध्ये ठळकपणे छापून आली. त्याकडे लोकांचं इतकं लक्ष वेधलं गेलं की, जेव्हा प्रत्यक्ष खटला सुरू झाला, तेव्हा तेथे उपस्थित राहण्यासाठी लोक प्रचंड गर्दी करू लागले, त्यामुळे कोर्टातली जागा अपुरी पडू लागली.

पण रट्टीला या खटल्यात, त्यातील लौकिक बाजू, गूढता आणि हिंसाचार या गर्दीला खेचणाऱ्या गोष्टींहूनही त्या अडकलेल्या तरुण गायिकेच्या दुःखाबाबत अधिक रस वाटत होता. जणू काही त्या तरुण मुलीत तिला आपलं स्वतःचं प्रतिबिंब दिसत होतं. चौदा वर्षांच्या कोवळ्या वयाच्या मुलीवर शक्तिशाली राजानं ताबा मिळवला होता, तिला तिच्या आईपासून तोडून आपल्या क्षणिक करमणुकीसाठी तिला बंदिवासात टाकून दिली होती; पण त्याच्या दरबारातून पळून जायचा तिनं प्रयत्न करताक्षणी, त्यानं तिचा पाठलाग करून तिची शिकार करायची आज्ञा केली. रट्टी मुमताज बेगमची कहाणी ऐकून इतकी हेलावून गेली की, तिच्याबद्दलचा वृत्तपत्रातला केवळ प्रत्येक शब्दच वाचून तिचं समाधान झालं नाही, तर एकही दिवस न चुकवता रट्टीनं खटल्याची पूर्ण सुनावणी ऐकली. कोर्टात जागा मिळवणं इतरांपेक्षा रट्टीला सुलभ गेलं कारण त्यापैकी एका आरोपीच्या वतीनं जिना खटला लढवत होते आणि त्याची त्यांनी निर्दोष सुटकासुद्धा केली होती. हा खटला सुरू असेपर्यंत रट्टी कोर्टातून अजिबात हलली नाही आणि खटला संपल्यावर मुमताज बेगमची भीषण परिस्थितीतून सुटका करवण्याची रट्टीला विलक्षण तळमळ लागली. १ मे १९२५ रोजी रट्टीनं कांजीला पत्रानं विचारलं, 'तुला वाटत नाही का की मुमताज बेगमच्या नशिबी आलेल्या आयुष्यापासून तिला दूर नेण्यासाठी हीच योग्य वेळ आहे? तिच्या संबंधात आलेल्या सर्व साक्षीदारांना मी पाहिलं, तेव्हा मला खरोखरंच त्या सर्वांची किळस आली. तिचे साथी सोबती भयानक आहेत; पण ती त्यांच्यापेक्षा भली आहे, असं मला खरोखरच वाटतं. ती जर तशाच वातावरणात राहिली, तर तीसुद्धा त्यांच्याच पातळीला घसरेल यात शंका नाही. तिच्या मदतीसाठी काही करता येणार नाही का?' रट्टीनं कांजीला अशी गळ घातली होती, कारण एक सांसद आणि समाजसेवक या नात्यानं तो मुमताज बेगमला मदत करू शकला असता.

आपल्या कल्पनांवर अभिप्राय मिळवण्यासाठी रट्टी कांजीवर भिस्त ठेवू लागली होती; पण त्याखेरीज तिला मानसिक आधार देऊन तिचं मनोबल वाढवण्याचं महत्त्वाचं काम तो करू लागला होता. कांजीनं त्याच्या आठवणींच्या पुस्तकात नमूद केलंय की, १९२५ साली तो आणि रट्टी नियमितपणे आठवड्यातून तीन-चार वेळा भेटत होते. गूढविद्या आणि अध्यात्म यांत या दोघांनाही रस वाटत होताच; पण त्याशिवाय रट्टी त्याच्या कामातही रस घेऊ लागली होती. एकेकाळी ती जिनांच्या राजकारणात जशी मनापासून सहभाग घेत होती, तसाच सहभाग ती आता कांजीच्या समाजसेवेच्या कार्यात घेऊ लागली होती. तो मुंबईमधील कुंटणखान्यांबाबत करत असलेलं समाजकार्य तिला मंत्रमुग्ध करत असलं तरी तो तेथील परिस्थितीची पाहणी करायला जात असताना, त्याच्यासोबत जाण्याचा हट्ट तिनं अद्याप धरला नव्हता आणि जिनांपासून खूप दुरावलेपण जाणवत असूनही त्यांच्याबद्दलचं तिचं प्रेम अजून ओसरलं नव्हतं. तिच्या मनाचा कोणता तरी तंतू अजून त्यांना चिकटून राहू पाहत होता. जुलै महिन्यात नव्या सत्रासाठी जिना सिमल्याला गेले, तेव्हा त्यांच्या सोबत जायचा तिचा इरादा होता; परंतु दर वेळेस जायचं ठरवलं की, ती हटकून आजारी पडत होती. सरोजिनींनी पद्मजाला १ सप्टेंबर १९२५ रोजी पत्र पाठवून लिहिलं होतं, 'मी तुला कळवलं, नाही का की, रट्टी जिनांसोबत सिमल्याला अजिबात राहू शकली नव्हती? सारा वेळ ती आजारीच होती. बिच्चारं मूल!' स्वतःपाशी भरपूर मोकळा वेळ असूनही रट्टीला अत्यंत अस्वस्थ आणि दुःखी-कष्टी वाटत होतं आणि एकटेपणातून सुटका करून घेण्यासाठी ती दररोज रात्री सरोजिनींकडे धाव घेत होती. वैतागून गेलेल्या सरोजिनींनी रणधीराला १४ सप्टेंबर १९२५ रोजी पाठवलेल्या पत्रात लिहिलं होतं, 'रात्री दहा ते पहाटे चार हा मोजका मोकळा वेळ मला लाभत असे, तो सारा वेळ रट्टी मला चिकटून राहते आहे. ती घरीच जात नाही! ती आजारी आहे, एकटी पडलीय आणि अतिशय अस्वस्थ मनःस्थितीत आहे. ती ओढलेली-थकलेली दिसतेय आणि तिला सतत वेदना होत असतात. एक-दोन दिवसांत जिना परत येत आहेत आणि येऊन तिला ताब्यात घेणार आहेत म्हणून मला बरं वाटतयं.'

रट्टीची ही मानसिक अवस्था कांजीच्या कधीच दृष्टीस पडली नव्हती. त्याच्या दृष्टीनं ती स्फूर्तिदेवता होती. त्याच्यावर आणि त्याच्या कामावर सकारात्मक प्रभाव पडणाऱ्या दोन व्यक्तींपैकी एक होती रट्टी आणि दुसऱ्या होत्या त्याच्या आध्यात्मिक गुरू आणि मार्गदर्शक ॲनी बेझंट. त्याच्या मते, रट्टी अतिशय हुशार, अत्यंत सहानुभूतीशील, प्रेमळ आणि मोठ्या मनाची होती. तिच्या प्रकृतीबद्दल कधी बोललं गेलंच तर ते लगेचच बाजूला सारलं जात असे. ती त्याबद्दल केवळ पुसटसा उडता उल्लेख करत असे. ५ जून १९२५ रोजी रट्टीनं कांजीला पाठवलेल्या पत्रात तिच्या प्रकृतीच्या अस्वास्थ्याचा ओझरता उल्लेख करून म्हटलं होतं, 'मी परत जरा बरी नाहीय, त्यामुळे रोजची संध्याकाळ मी घरीच घालवते.' तिला सतत जाळणारी काळजी आणि सतावणारा निद्रानाश या गोष्टीसुद्धा कांजीच्या लक्षात आलेल्या नव्हत्या. एकदा नेहमीप्रमाणे अतिशय अस्वस्थ वाटून रट्टीनं घराबाहेर पळ काढला होता आणि आपण त्याच वेळेस कांजीला घरी बोलावलं होतं याची आठवण होऊन ती धावत पळत घरी परत आली होती. ती परत आली त्याच्या काही मिनिटांपूर्वीच कांजी येऊन माघारी गेला होता. त्या गोष्टीचं तिला इतकं वाईट वाटलं की, तिला झोप येईना आणि पहाटे दोन वाजता तिनं त्याची माफी मागायला पत्र लिहिलं. त्याच पत्रात तिनं जेव्हा

लिहिलं होतं, 'पहाटेचे दोन वाजत आले आहेत. मी अतिशय थकून गेलेय आणि मला खूप झोप येतेय; पण तू इथे येऊन परत गेलास यामुळे अस्वस्थ होऊन मी अंथरुणाबाहेर पडले आणि माफी मागितल्याशिवाय माझ्यानं राहवेना!' तेव्हा त्याचा अर्थ कांजीनं केवळ त्यांची वाढती मैत्री एवढाच लावला. तिचं आयुष्य कुरतडत असणारी अनाम काळजी त्याला जाणवलीच नाही.

जिना परत आले तेव्हा त्यांचा नेहमीचा दिनक्रम चालू झाला. त्या दोघांमध्ये स्नेह होता, प्रेमही होतं; पण त्यात जवळीक नव्हती. त्यात आत्मीयतेचा मागमूसही नव्हता. तिला कशाची तरी चिंता जाळतेय हे त्यांच्याही लक्षात आलं नाही आणि सरोजिनींनी आपल्या खोलीत आयोजित केलेल्या जयसूर्याच्या वाढदिवसाच्या मेजवानीला ते रट्टीसोबत अगदी आनंदानं गेले. रट्टीनं त्यांच्यासाठी खास विकत आणलेला पोशाख जिनांनी परिधान केला होता. कारण सरोजिनींनी हैदराबादी पद्धतीचा खाना आयोजित केला होता आणि त्यासाठी त्यांच्या बहिणीच्या स्वयंपाक्याला मुद्दाम ताजमध्ये बोलावून घेतलं होतं. त्यांनी पद्मजाला २७ सप्टेंबर १९२५ रोजी लिहिलं, 'जिना आपणहून मेजवानीला उपस्थित राहिले, लखनवी पोशाखात आले आणि एखाद्या नबाबाला शोभेलशा धर्तीनं नाजूकपणे जेवले.' ही मेजवानी म्हणजे जवळच्या स्नेह्यांचा लहानसा मेळावाच होता. जाई जोशी या सरोजिनींच्या लहान वयाच्या मैत्रिणीलासुद्धा त्यासाठी आमंत्रित केलं होतं. जाई रट्टीच्याच वयाची, तशीच फॅशनेबल आणि डॉक्टरकीची पदवी मिळवलेली तरुण मुलगी होती. तीसुद्धा आयुष्यात काय करावं हे उमगत नसल्यामुळे भरकटून गेली होती. तिच्यात आणि रट्टीत विलक्षण समानता असून आणि त्या दोघींची सरोजिनींच्या खोलीत वारंवार भेट झालेली असूनही त्या दोघींमध्ये मैत्र मात्र जुळलं नव्हतं. 'जाई आयत्या वेळेस गैरहजर राहिली; पण रट्टीनं अन्नावर ताव मारून त्याची भरपाई केली,' असं सरोजिनींनी या पत्रात पुढे लिहिलं होतं.

दरम्यान, गांधीजी पुन्हा एकदा राजकारणातून बाहेर पडले होते आणि त्यांनी पुन्हा आश्रमात आयुष्य कंठायला प्रारंभ केला होता. त्यांच्या प्रचंड मोठ्या जन आंदोलनात भाग घेणाऱ्या सर्वांनाच आता त्या थरारानंतर निरुद्देश वाटू लागलं होतं. ३ ऑक्टोबर १९२५ रोजी सरोजिनींनी लीलामणीला पाठवलेल्या पत्रात या वस्तुस्थितीचं प्रतिबिंब उमटलेलं दिसतंय, 'प्रत्येक जण पूर्वपदाला पोहोचलंय! रट्टी तिच्या कुत्र्या-मांजरांमध्ये मशगुल आहे, जाई जोशी आळीपाळीनं अविश्वासाचं हसू हसते आणि बायकी आसवं गाळते. ओस्मान शूर वीरासारखा वागला तरी त्याला कामाची आणि पैशाची गरज आहे (गांधीजींच्या असहकार आंदोलनात भाग घेतल्यानंतर सोभानी कुटुंबीयांचं दिवाळं वाजलं होतं); ओमार गर्विष्ठपणे वागून सप्तदारिद्र्य धुडकावून लावतोय; शुआबनं (कुरेशी, सोभानी यांसारखाच असहकार आंदोलनात सामील झालेला आणखी एक राष्ट्रवादी तरुण मुस्लीम) आपले पिंजारलेले केस आणखीच वाढवले आहेत आणि स्वतःचा फ्लॅट घेऊन मैत्रिणींचं वर्तुळ आणखी वाढवलंय. अशी सारी खबर आहे.'

जिनासुद्धा निराश झाल्याचं कोणतंही चिन्ह न दर्शवता अगदी नेहमीप्रमाणे वागत होते. गेल्या दोन संसद सत्रांसाठी त्यांनी भगीरथ प्रयत्न केले असले, तरी स्वराज पक्षाशी वितुष्ट येऊन काँग्रेसबाहेर पडल्यामुळे त्यांचं राजकारण ठप्प होऊन गेलं होतं. मुस्लीम लीगचं महत्त्वसुद्धा म्हणण्यासारखं उरलं नव्हतं. त्यांच्या जागी इतर कोणी असता, तर

त्यानं हात झटकले असते आणि स्वतःला वकिलीत बुडवून टाकून पैसा तरी कमावला असता नाही तर फार पूर्वीपासून बायकोला कबूल केल्याप्रमाणे त्यांनी पत्नीला सुट्टीवर तरी नेलं असतं; परंतु जिना हे जिनाच होते! त्यांनी आपली सारी ऊर्जा आपला मुस्लीम मतदारसंघ नव्यानं बळकट करण्यात सत्कारणी लावली! त्यांना कामात व्यग्र ठेवायला भरपूर गोष्टी उभ्या होत्या. मुस्लीम लीगचं अलिगढचं पुढलं अधिवेशन भरवण्यासाठी त्यांना भरपूर काम करावं लागणार होतं. त्याबद्दलचा सारा पत्र व्यवहार ते एकटेच स्वतः करून 'एकखांबी सचिवालय' ही आपली ख्याती सार्थ करत होते. त्याखेरीज त्यांना इतर जाहीर मेळाव्यांमध्ये भाग घेऊन भाषणं द्यायची असत. संसदेच्या कामात व्यस्त राहून त्यांनी घालवलेला वेळ भरून काढण्यासाठी ते मुस्लीम मेळाव्यांपुढे भाषणं करण्याची सारी आमंत्रणं स्वीकारत होते आणि मुस्लीम लीग बळकट करायचा निकराचा प्रयत्न करत होते. जानेवारीच्या मध्याला जिनांनी दिल्लीतील संसदेच्या हिवाळी सत्रासाठी प्रयाण केलं. रट्टी त्यांच्या पाठोपाठ जाणार होती; पण भ्रमनिरास होऊन अड्यारहून परत आल्यावर रट्टी इतकी नाउमेद होऊन गेली होती की, ती पुन्हा आजारी पडली. सरोजिनींनी लीलामणीला पाठवलेलं आठवडी बातम्यांचं २१ जानेवारी १९२६चं पत्र नेहमीसारखंच होतं, 'सरूपनं (विजयालक्ष्मी पंडित) केसांचा बॉबकट केलाय आणि ती रणजीत बरोबर बोटीनं १ मार्च रोजी निघतेय. जवाहर त्याच बोटीनं कमलाला जिनिव्हाला उपचारांसाठी नेतोय. बिचारी बेटी (सरूपची धाकटी बहीण, कृष्णा) तिनंही केसांचा बॉबकट केलाय आणि तीसुद्धा सुरेख दिसतेय – आतापासूनच एकटी पडल्यामुळे दुःखीकष्टी झालीय. बेबेनं (पद्मजा) आज जाऊन आपले केससुद्धा बॉब करून घेतले आहेत. ती पंधरा वर्षांची तरुणी वाटतेय. रट्टी पुन्हा आजारी पडलीय. जाई जोशी अजूनही आयुष्याबद्दल आणि इतरांबद्दल सतत तक्रारी करत असते.'

पण आणखी एका आठवड्यानं रट्टीचा आजार विस्मयकारकरीत्या नाहीसा झाला. पद्मजा मुंबईला आली, तेव्हाच रट्टी अंथरुणाबाहेर पडू लागली. सरोजिनींनी २९ जानेवारी १९२६च्या पुढल्या पत्रात लीलामणीला कळवलं होतं, 'पहाटेचे दोन वाजलेत. रट्टी नुकतीच परत गेलीय आणि बेबे अंथरुणावर पडलीय. आम्ही साऱ्या जणी नर्तिका रुथ सेंट डेंट आणि तिच्या सहकाऱ्यांचं नृत्य पाहायला गेलो होतो. नृत्य सुरेख होतं; परंतु पावलोवाच्या तुलनेत फिक्कं वाटत होतं.' सुप्रसिद्ध पावलोवा आपला संघ घेऊन चार वर्षांमागं भारतात आली होती आणि सरोजिनींना तिचं नृत्य इतकं आवडलं होतं की, अजिबात रिकामा वेळ नसूनही त्यांनी पावलोवाच्या मुंबईतल्या प्रत्येक कार्यक्रमाला हजेरी लावली होती.

पुढल्या आठवड्यात दिल्लीला भरलेल्या 'हिंदू–मुस्लीम ऐक्य परिषदेला' सरोजिनींसह प्रत्येक जण दिल्लीत उपस्थित राहिलं होतं. फक्त रट्टी जाऊ शकली नव्हती. तिनं तेथे न जाण्यासाठी आणखी एक सबब शोधून काढली होती. सरोजिनींनी पद्मजाला ७ फेब्रुवारी १९२६ रोजी पाठवलेल्या पत्रात लिहिलं होतं, 'रट्टी इथं येत नाहीय. तिला आपलं वाढलेलं वजन घटवायचंय असं ती म्हणतेय. ती सारखी आजारी असते.' रट्टीचं वजन अकल्पितरीत्या झपाट्यानं उतरलं तरी असावं किंवा ती एकटेपणामुळे कंटाळून तरी गेली असावी, कारण पुढल्याच आठवड्यात ती मेडन्समधल्या त्यांच्या खोल्यांवर जिनांपाशी पोचली. सरोजिनींनी १३ फेब्रुवारी १९२६ रोजी पद्मजाला पाठवेलेल्या पत्रात

लिहिलं होतं, 'रट्टी या आठवड्यात तिची कुत्री-मांजरं, सामानाचा ढीग आणि नवी आया घेऊन इथं येऊन पोहोचलीय. त्या आयाला रट्टीनं अगदी जेरीला आणलंय!'

पण एकदा दिल्लीला येऊन पोचल्यावर ती अस्वस्थ अवस्थेतून बाहेर पडण्यासाठी जशी घराबाहेर धाव घेत असे, तसं न करता रट्टी हॉटेलच्या बाहेर पडेनाशी झाली होती. ती कुत्र्यांना फिरवायलासुद्धा हॉटेल बाहेर पडेनाशी झाली होती. जिना नेहमीप्रमाणे संसदेच्या कामात व्यग्र होते. त्याखेरीज हिंदू-मुस्लीम ऐक्य परिषद चालू असल्यामुळे त्यांना रट्टीला अजिबातच वेळ देता येईनासा झाला होता. अर्थात ही ऐक्य परिषद गांधीजींची नसून, काँग्रेसची मक्तेदारी आहे, असं वाटल्यामुळे ते त्याबद्दल फारसा उत्साह दाखवत नव्हते; पण रट्टीला जर कुणाची संगत-सोबत-मैत्री हवीशी वाटली असती, तर तशा भरपूर स्त्रिया दिल्लीत उपलब्ध होत्या. २३ फेब्रुवारी १९२६ रोजी सरोजिनींनी लीलामणीला पत्रानं कळवलं होतं, 'तुझ्या ओळखीच्या लोकांची दिल्लीत दाटी झालीय. पडद्यातून नुकतीच बाहेर पडलेली आपली लाजरीबुजरी पत्नी घेऊन गोस्वामी इथं आला आहे. श्रीमती चमनलाल आणि बडोद्याच्या महाराणी इथं उपस्थित आहेत आणि श्रीमती सुलतान सिंग आता सर्वमान्य सार्वजनिक व्यक्ती बनल्या आहेत; त्या वेगवेगळे क्लब्ज आणि शाळा स्थापन करू लागल्या आहेत.' दिल्लीतला तो सर्वोत्तम काळ होता. हिवाळा संपल्यावर तेथील फुलबागा टपोऱ्या डोळ्यांसारख्या गोड्या मटाराच्या फुलांनी आणि गडद, चमकदार जांभळ्या, निळ्या, तांबड्या रंगांच्या विविध प्रकारच्या फुलांनी बहरल्या होत्या. दिल्ली मृतप्राय मरगळ आणि टोकाचा कोलाहल यांपासून अनेक कोस दूर असल्यामुळे तिथं अतिशय शांत निवांत वाटत होतं, असं सरोजिनींनी या पत्रात म्हटलं होतं; पण इतरांप्रमाणे बाहेर जाऊन हा आनंद मनमुराद लुटायचं सोडून रट्टी आपल्या खोलीलाच चिकटून बसली होती आणि खूप आजारी आणि अस्वस्थ बनली होती, असं सरोजिनींनी पत्रात पुढे लिहिलं होतं. रट्टीचं मानसिक शैथिल्य आणि जडत्व पाहून सरोजिनींना खरंच संताप आला होता.

लोक आपल्याला झिडकारून दुखावतील म्हणून रट्टीचं लोकांना टाळणं, सरोजिनींना अनाकलनीय वाटत होतं. सरोजिनींसारख्या आत्मविश्वासपूर्ण व्यक्तीला रट्टीचं हे वागणं म्हणजे हेतुपुरस्सरपणे आपल्या एकटेपणात रुतून पडण्यासारखं वाटू लागलं होतं. पद्मजाला सरोजिनींनी २७ फेब्रुवारीला लिहिलं होतं, 'रट्टी बरी नाहीय. ती एखाद्या सुंदर प्रेतासारखी दिसू लागलीय आणि ती आपला वेळ जास्तीत जास्त कपडे विकत घेण्यात घालवू लागलीय. बरं ते कपडेही फारसे सुंदर नसतात! आणि माझ्याखेरीज आणि आक्षेपार्ह बांडगुळांखेरीज तिला अन्य कोणीही स्नेही उरले नाहीत. अर्थात तिच्याजवळ तिचे प्राणी आहेत. त्यांना अजिबात व्यायाम न देता, त्यांना वाजवीपेक्षा खूप जास्त खायला घातलं जातंय.'

असं असूनही सरोजिनींनी रट्टीला तिच्या हॉटेलमधल्या खोलीतून बाहेर काढण्याचा एक प्रयत्न करून पाहिला. सरोजिनींना खरेदीसाठी जाणं अतिशय आवडत असे. विशेषतः स्थानिक बाजारपेठांमध्ये मिळणाऱ्या स्वस्तातल्या सुंदर भेटवस्तू शोधण्यात त्या अनेक तास खर्चत असत. बहुधा अशा भेटवस्तू म्हणजे त्यांच्या लेकींसाठी हातमागावर विणलेल्या साड्या आणि खोल्यांच्या सजावटीसाठीच्या स्थानिक कलाकुसरीच्या छोट्या भेटवस्तू असत. एके दिवशी त्या संसदेच्या लांबच लांब, कंटाळवाण्या भाषणांना दांडी मारून खरेदीसाठी रट्टीला सोबत घेऊन बाहेर पडल्या. या प्रयत्नात त्यांना फारसं यश लाभलं नाही.

त्यांनी लीलामणीला ३ मार्च १९२६ रोजी पाठवेलेल्या पत्रात लिहिलं, 'मी चपला-बुटांच्या खरेदीसाठी रट्टीला घेऊन चांदणी चौकात गेले होते. पुन्हा मी कधीही त्या फंदात पडणार नाही! त्या दुकानदाराच्या सहनशक्तीची मला कमाल वाटतेय!'

त्यानंतर आणखी एका महिन्यानं त्या रट्टीला भेटू शकल्या. दिल्लीतून त्या उत्तर भारतातील खेड्यांना भेट द्यायच्या दौऱ्यावर गेल्या होत्या आणि एप्रिलच्या सुरुवातीला त्या मुंबईत परत आल्या. तोवर जिना पती-पत्नीसुद्धा मुंबईत परतले होते आणि लवकरच इंग्लंडला जाणार होते. जिनांची सँडहर्स्ट ऊर्फ स्कीन समितीवर नियुक्ती झाली होती आणि ही समिती चार महिने युरोप, कॅनडा आणि अमेरिका येथे शैक्षणिक सहलीसाठी निघाली होती. भारतात लष्करी प्रशिक्षण देणारं विद्यालय स्थापन करण्यासाठी ही शैक्षणिक सहल आयोजित करण्यात आली होती. जिना आपल्या सोबत रट्टीलासुद्धा घेऊन जाणार होते. जरी जिनांना रट्टीच्या आजाराची लक्षणं लक्षात आली नसली - किंवा ती लक्षणं जाणून घ्यायची त्यांची इच्छा नसली - तरी सरोजिनींना मात्र जाणवलं की, रट्टीला खरोखरच बरं नाहीय. 'ती देह-मनानं उद्ध्वस्त होऊन गेलीय!' असं सरोजिनींनी ८ एप्रिल १९२६ रोजी पद्मजाला लिहिलं होतं आणि आणखी दोनच दिवसांनी लीलामणीलाही लिहिलं होतं, 'रट्टी आणि जिना आज कैसर-ए-हिंदनं निघत आहेत. ती आपल्या पूर्वीच्या रूपाची केवळ छाया बनलीय. पूर्वीची तिची लावण्यमय, तेजस्वी मूर्ती उद्ध्वस्त होऊन गेलीय.'

आपण कधीही बाहेर पडू शकणार नाही, अशा काळोख्या गुहेकडे घसरत चाललो आहोत, अशी अंधुकशी जाणीव रट्टीलासुद्धा होऊ लागली होती आणि त्यातून बाहेर पडण्याची केविलवाणी धडपड ती करू लागली होती. आपल्याला कोणती गोष्ट चिरडून टाकत आहे, हे अजून तिच्या लक्षात येत नव्हतं, त्यामुळे आपल्याला सुरक्षित ठेवू शकतील अशा मंतरलेल्या ताईतांकडे ती धाव घेऊ लागली होती. या बाबतीत तिचा फक्त कांजीवर विश्वास होता, त्यामुळे त्याच्याकडे तिनं धाव घेऊन म्हटलं, 'तू मला संरक्षण द्यायला आणि मदत करायला माझ्याजवळ नसशील म्हणून मला सुरक्षित ठेवायला कोणती तरी वस्तू मंत्रवून ती माझ्याजवळ दे.' कांजी हो-नाही करत होता; पण रट्टीनं तसा खूपच आग्रह धरल्यामुळे त्यानं तिच्याजवळ मंतरण्यासाठी एखाद्या रत्नाची मागणी केली. तिनं तिच्या जवळच्या मौल्यवान संग्रहातला जेडचा एक खडा त्याला दिला. त्यानं तो तिला प्रेमानं रक्षण देण्यासाठी आणि विशेषतः मृतात्म्यांच्या प्रतिकूल प्रभावापासून तिला सुरक्षित ठेवण्यासाठी मंत्रवून दिला.

गेली अनेक वर्षं कामात व्यग्र राहून आपण आपल्या पत्नीकडे जे दुर्लक्ष केलं होतं, त्याची आता भरपाई करावी, असं समजा जिनांना वाटत असलं, तरी तिनं त्यांना ती संधीच दिली नाही. प्रवासाला निघण्यापूर्वीच त्यांच्याबरोबर न राहण्याचा रट्टीनं निर्णय घेतला होता. १० एप्रिल १९२६ रोजी जिना पती-पत्नी इंग्लंडला जाणाऱ्या बोटीत बसले, त्याच दिवशी सरोजिनींनी लीलामणीला कळवलं होतं, 'मला वाटत नाही की रट्टी फार दिवस इंग्लंडमध्ये राहील. ती पॅरिसलाच राहील आणि स्कीन समिती जायला निघेल तेव्हा जिनांसोबत कॅनडाला आणि अमेरिकेला जाईल.'

मोकळा श्वास घेता यावा, याखेरीज रट्टीला पॅरिसला खेचणारं आणखीही काही तरी कारण असावं. सरोजिनींना ते कारण आणखी तीन वर्षांनी, १९२९मध्ये योगायोगानंच समजलं. रट्टीला पॅरिसमध्ये ओळखणारी एक स्त्री-इटलीच्या राणीची लांबची बहीण

आणि राजकन्या- सरोजिनींना भेटली आणि म्हटली की, १९२४ साली पॅरिसला जाऊन आल्यापासून मॅडम जिना बेदरकारपणे 'लांब सुईचा' (मॉर्फिन नसेत टोचून घेण्यासाठी वापरल्या जाणाऱ्या सुईचा) वापर करू लागली होती. या स्त्रीनं रट्टीला सावध करण्याचा प्रयत्न केला होता की, अशा अमली विषाचा वापर केल्यामुळे तिचं आयुष्य आणि सौंदर्य विनाश पावेल; परंतु रट्टीनं तिच्या सल्ल्याकडे अजिबात लक्ष दिलं नव्हतं. केवळ मंत्रवलेले ताईत तिची वैफल्याची भावना दूर करायला पुरे पडत नसल्यामुळे रट्टी मॉर्फिनसारख्या अमली विषाकडे वळली असावी.

लष्करी तज्ज्ञांच्या मुलाखती घ्यायला जिनांना इंग्लंडमध्ये सोडून रट्टी त्यांच्या आधी घाईघाईनं पॅरिसला निघून गेली. तिला पॅरिसला जायची प्रचंड घाई झाल्यामुळे किंवा ती लीलामणीबरोबर झालेलं भांडण विसरायला तयार नसल्यामुळे, रट्टी पूर्वीप्रमाणे लीलामणीला भेटायला ऑक्सफर्डला गेली नाही. लीलामणीला फार दुखावल्यासारखं वाटलं होतं. तिनं पद्मजाला २८ एप्रिल १९२६ रोजी लिहिलं होतं, 'आपल्याला अत्यंत प्रिय वाटणाऱ्या व्यक्तींपुढे आपण आपल्या आंतरिक भावना जितक्या कमी प्रमाणात उघड करू, तितकी गैरसमज होण्याची शक्यता कमी होते, हे मी अनुभवानं शिकले आहे, त्यामुळे रट्टी इंग्लंडमध्ये आल्याचं कळल्यावर तिला भेटण्याची तीव्र ओढ लागूनही मी तिला पत्र पाठवलं नाहीय.'

कॅनडा-अमेरिकेतील लष्करी तज्ज्ञांना भेटण्यासाठी स्कीन समितीचे सदस्य पॅरिसहून प्रस्थान करणार होते, त्याच वेळेस जिना रट्टीला पॅरिसमध्ये भेटले. त्यांच्या कामात व्यग्र झाल्यामुळे रट्टीच्या व्याधीची लक्षणं त्यांना दिसली तरी नव्हती किंवा त्यांनी त्याकडे दुर्लक्ष तरी केलं होतं. पूर्वीचा त्यांचा पत्रकार मित्र सय्यद हुसेन आता न्यू यॉर्कमधल्या *न्यू ओरिएंटचा* संपादक बनला होता. त्याच्या मात्र ताबडतोब लक्षात आलं की, रट्टी कोणता तरी अमली पदार्थ घेतेय. त्यानं गंभीरपणे रट्टीला त्याबाबत सावध केलं होतं, असं त्याच्या तोंडूनच वेळ उलटून गेल्यावर सरोजिनींना समजलं. त्याच्या बोलण्याचा रट्टीवर किती परिणाम झाला, हे कळायला मार्ग नाही; परंतु ती ऑगस्ट १९२६मध्ये घरी परत आली, तोवर तिनं स्वतःवर ताबा मिळवला होता.

निदान ती प्रवासाला निघाली, त्यापेक्षा अधिक खालावलेली दिसत नव्हती.

ती परत आल्यावर दहा दिवसांनी सरोजिनींची आणि तिची भेट झाली. त्यांनी पद्मजाला १८ ऑगस्ट १९२६ रोजी लिहिलं होतं, 'ती फार सुरेख पण ओढलेल्या चेहऱ्याची दिसतेय आणि फार फार अस्वस्थ वाटतेय.' त्यांनी पुढे लिहिलं होतं, 'तिनं जवळ जवळ एकाच प्रकारच्या पस्तीस साड्या, दोन इराणी मांजरं, काही बूट, सिगारेट्स, रत्नं आणि अनेक प्रकारच्या बारीकसारीक सुंदर वस्तू विकत आणल्या आहेत. ती मांजरं खरोखरच सुंदर दिसत आहेत - एक काळं आणि एक निळसर राखाडी आहे.'

कांजी रट्टीला त्यानंतर लगेचच भेटला. त्यालाही तिच्यात फारसा फरक वाटला नाही. उलट ती त्याला सुधारल्यासारखी वाटली. त्यानं जेडचा खडा मंत्रवून तिच्या सोबत दिला होता, त्याचा तो सकारात्मक परिणाम असावा. जिना पती-पत्नी परत आल्यावर तो त्यांच्याकडे रात्रीच्या भोजनाला गेला होता. त्यानं तिला सहज प्रश्न केला की, मृतात्म्यांशी संपर्क साधून देणाऱ्या माध्यमांना ती भेटली होती का आणि त्याबद्दल तिला कोणता अनुभव आला. हा प्रश्न ऐकल्यावर ती सोफ्यावरून उडी मारून बाहेर पडली आणि म्हणली,

'हे भगवान! तू त्या जेडमध्ये कोणते विचार भरले होतेस?' कांजीनं रट्टीच्या या प्रश्नावर, 'का? काय झालं?' असं विचारल्यावर रट्टीनं सांगितलं की, मृतात्म्यांशी संपर्क साधणाऱ्या माध्यमांना भेटायचा तिनं तीन वेळा प्रयत्न केला होता. एकदा तिची गाडीच चुकली. दुसऱ्या वेळेस ते माध्यमच गैरहजर राहिलं. तिसऱ्या वेळेस ती त्या भेटीबद्दल पूर्णपणे विसरूनच गेली! तिनं कांजीला विचारलं, 'मला सांग! तू त्या जेडमध्ये कोणते विचार मंतरले होतेस?' कांजीनं जेव्हा तिला खरं काय ते सांगितलं, तेव्हा रट्टीनं कृतज्ञता व्यक्त केली आणि ती परत त्या फंदात पडली नाही. असा घातक आणि निष्फळ छंद तिनं सोडून दिल्याबद्दल जिनांनासुद्धा सुटल्यासारखं वाटलं होतं, असं कांजीनं नमूद केलंय.

कांजीला जिना पती-पत्नी पूर्वीसारखेच एकमेकांना पूर्णपणे समर्पित असल्यासारखे वाटले होते. त्या दोघांनाही कांजीला भेटून खूप आनंद झाला होता, यात संदेह नाही! मुंबईला परत आल्याबरोबर संसदेच्या शेवटच्या सत्राला उपस्थित राहण्यासाठी जिनांनी ताबडतोब दिल्लीला धाव घेतली होती; परंतु ते ऑगस्टच्या अखेरच्या आठवड्यात मुंबईला परत आले होते. त्या वेळेसच कांजी त्यांच्याकडे जेवायला गेला होता. त्यांनी *पहाटे* पाचपर्यंत गप्पा मारल्या असाव्यात, कारण रट्टीनं १ सप्टेंबर १९२६ रोजी कांजीला पुढल्या शनिवारी भोजनासाठी आमंत्रण द्यायला पत्र लिहिलं होतं, 'गेल्या शनिवारच्या झोपेची तुझी तूट भरून निघालीय का? काहीही असो; पण नक्की ये. आम्हा दोघांना खूप आनंद होईल.'

विधानसभा आणि विधान परिषदेच्या नव्या निवडणुका जाहीर झाल्या होत्या, त्यामुळे त्या तिघांना बोलण्यासारखे भरपूर विषय होते आणि जिनांच्या घरात पुन्हा एकवार स्नेहाचं आणि विनोदाचं वातावरण पसरलं होतं. जिनांना आपण आरक्षित जागा सहजपणे जिंकू याबद्दल पूर्ण खात्री वाटत होती, त्यामुळे त्यांच्या मनावर कोणतंही दडपण नव्हतं. हा त्यांच्यासाठी अतिशय निवांततेचा काळ होता. इतर उमेदवारांना टेकू देण्यापलीकडे त्यांच्यावर कोणतीच जबाबदारी नव्हती. आपला मतदारसंघ गृहीत धरून चालण्याच्या त्यांच्या प्रवृत्तीची रट्टी आणि कांजी भरपूर टिंगल थट्टा करत असत; परंतु अशी थट्टा-मस्करी करत असूनही रट्टीला कोणती तरी गोष्ट आतून जाळत होती. ती वारंवार आजारी पडत होती, हेच त्याचं दृश्यचिन्ह होतं.

२६ सप्टेंबर १९२६ रोजी रट्टी आणि जिना सरोजिनींकडे भोजनाला गेले होते, तेव्हा ती ठीक होती. सरोजिनींनी पुन्हा एकदा त्यांच्या ताजमधल्या खोलीत जयसूर्यासाठी वाढदिवसाची मेजवानी आयोजित केली होती. त्यांनी पुन्हा एकदा आपल्या बहिणीच्या स्वयंपाक्याला आणवून, मसालेदार चमचमीत हैदराबादी जेवण बनवून घेतलं होतं; परंतु त्या जेवणावर प्रमाणाबाहेर ताव मारल्यावर रट्टी पुन्हा पूर्वीसारखी आजारी पडली. सरोजिनींनी लीलामणीला २ ऑक्टोबर १९२६ रोजी लिहिलं होतं, '२६ सप्टेंबरला आम्ही दस्तरखान जेवण बनवून जयसूर्याचा वाढदिवस साजरा केला होता. त्याला जिना पती-पत्नी, छागला, दोशी, श्रीमती हार्कर (सरोजिनींची भविष्यवेत्ती मैत्रीण) आणि इतर लोक आले होते. गुन्नू आंटीच्या स्वयंपाक्यानं बनवलेल्या हैदराबादी जेवणावर त्या सर्वांनी अगदी आडवा हात मारला होता. यानंतर रट्टीच्या अतिरेकी आत्मघातकी सवयीबद्दल-अति खाऊन पुन्हा आजारी पडण्याबद्दल-सरोजिनींनी उल्लेख केला होता, 'रट्टी बहुधा आजारीच असते. त्यातून उठून जरा बरं वाटू लागलं की, ती पुन्हा प्रमाणाबाहेर खाऊ लागते आणि पुन्हा आजारी पडते!'

ऑक्टोबरचा पहिला आठवडा रट्टीनं आजारपणातच घालवला. सरोजिनींनी पद्मजाला ११ ऑक्टोबर १९२६ रोजी लिहिलं होतं, 'रट्टीचा गेला आठवडा फार वाईट गेला; पण आता ती बरी आहे.' रट्टी पूर्वीपेक्षासुद्धा माणसांची संगत अधिक टाळू लागली होती आणि आपल्या पाळीव प्राण्यांकडे लक्ष पुरवण्यात समाधान शोधू लागली होती. परदेशातून आणलेल्या दोन मांजरांवर समाधान न मानून, तिनं आणखी एक कुत्राही आणला होता. अल्सेशियन जातीचा तिचा कुत्रा तोवर भारतात फारसा आढळत नसे. सरोजिनींनी पद्मजाला पाठवलेल्या पुढल्या पत्रात लिहिलं होतं, 'रट्टी आजकाल तिच्या पाळीव प्राण्यांमध्येच मश्गुल आहे. तिनं एक अतिशय सुंदर कुत्री विकत आणली आहे. तिला गेल्या आठवड्यात पिलं झाली. केवढी धमाल! केवढी गंमत! केवढी प्रचंड तयारी!'

पण त्या थरारानंतर पुन्हा आजारपण! २३ ऑक्टोबर १९२६च्या पत्रात सरोजिनींनी पद्मजाला लिहिलं, 'रट्टी अजिबात बरी नाहीय.' मग त्यानंतर कमी कंटाळवाण्या विषयाकडे वळण्यासाठी त्यांनी विषय बदलला आणि त्या आगामी निवडणुकांबद्दल लिहू लागल्या, 'या निवडणुकांनी नुसता वैताग आणलाय! जागा मिळवण्याची उमेदवारांची धडपड आपल्याला भारतीयांच्या अत्यंत किळसवाण्या प्रवृत्तीचं दर्शन घडवते. त्यांना इभ्रतीनं लढताच येत नाही!'

नोव्हेंबरमध्ये निवडणुका एक-दोन आठवड्यांवर येऊन ठेपल्या असताना रट्टीनं आपल्या आजाराकडे दुर्लक्ष करून जिनांच्या कामात अधिक रस घ्यायचा प्रयत्न केला. जिना मतदारसंघात प्रचार करायला सतत ठाम नकार देत होते, त्यामुळे त्यांचे कांजीसारखे मित्र त्यांच्या वतीनं प्रचार करू लागले होते; पण एक स्त्री आणि तीसुद्धा जिनांची पत्नी असल्यामुळे रट्टीला त्यात भाग होता येत नव्हता. इतर मित्रांनी जिनांना मदत करण्यासाठी निवडणुकीच्या दिवशी आपल्या मोटारगाड्या दिल्या होत्या आणि मतदारांची मतदार केंद्रावर ने-आण करण्यासाठी त्याचा वापर करायला सांगितलं होतं. आजारपणामुळे निवडणुकीच्या कोणत्याही बाबतीत भाग घेणं रट्टीला शक्य झालं नव्हतं. कदाचित, पत्नी म्हणून आपलं कर्तव्य करावंसं वाटल्यामुळे किंवा त्या मोठ्या प्रसंगात कोणता तरी सहभाग घ्यावासा वाटल्यामुळे, तिनं पिकनिक बास्केटमधून त्यांच्यासाठी दुपारचं जेवण भरलं आणि ते त्यांना देण्यासाठी ती टाउन हॉलवर गेली. तेथे मतमोजणी चालू असल्यामुळे सारा दिवस जिना तेथेच थांबणार होते; पण तिच्या या प्रयत्नाला चांगलं फळ आलं नाही.

मतदानाचा संपूर्ण वेळ छागला जिनांजवळ थांबले होते. त्यांनी ही घटना *रोझेस इन डिसेंबर* या त्यांच्या आठवणींच्या पुस्तकात नमूद केली आहे, 'दुपारी एक ते दोन या काळात जेवणाची सुटी होती. एक वाजायच्या थोडाच वेळ आधी श्रीमती जिना जिनांच्या प्रचंड मोठ्या लिमोझीनमध्ये बसून टाउन हॉलवर आल्या. त्यांनी आपल्यासोबत टिफिन बास्केट आणली होती. त्या टाउन हॉलच्या पायऱ्या चढून जिनांजवळ येऊन म्हणाल्या, ''जे! मी तुमच्यासाठी जेवायला काय आणलंय ते ओळखा पाहू!'' जिना म्हणाले, ''ते मी काय सांगू?'' त्यावर त्या म्हणाल्या, ''मी तुमच्यासाठी छानशी हॅम सँडविचेस आणली आहेत!'' जिना चमकले आणि म्हणाले, ''अरे देवा! हे तू काय केलंस? तुला मी निवडणुकीत हरायला हवंय? मी खास मुस्लिमांसाठी आरक्षित जागेसाठी उभा आहे, हे तुझ्या लक्षात येतंय का? जर माझ्या मतदारांना समजलं की, मी लंचला हॅम सँडविच

खातोय, तर मी निवडून येण्याची काहीही शक्यता आहे असं तुला वाटतंय?'' हे ऐकून श्रीमती जिनांचा चेहरा उतरला. त्यांनी ती टिफिन बास्केट उचलली आणि पायऱ्या उतरून त्या लिमोझीननं निघून गेल्या.'

तिच्या भावना दुखावल्याबद्दल त्यांना कोणतंही दुःख वाटल्याचं त्यांनी अजिबात दर्शवलं नाही आणि आणखी अर्ध्याच तासानं त्यांनी छागलांवर सरबत्ती केली; आपल्या मुस्लीम मतदारांसमोर आपण आपल्या खऱ्या भावनांनुसार वागावं की स्वत:ला मुस्लीम राजकारणी म्हणवून घेण्यासाठी रूढिप्रिय मुस्लिमांच्या पूर्वग्रहांना जपण्याचा प्रयास करावा, या पेचातून जिनांना अद्याप मार्ग काढता आलेला नसावा. रट्टीला धुत्कारून लावल्यावरची काही क्षणांची अवघडली शांतता संपल्यावर जिनांनी छागलांना टाउन हॉल जवळच्या एका सुप्रसिद्ध रेस्टॉरंटमध्ये जेवणासाठी नेलं. ही जागा तेथील पोर्क सॉसेजेससाठी अतिशय सुप्रसिद्ध असल्यामुळे त्यांनी पोर्क सॉसेजेस मागवली. ती खात असतानाच त्यांचा एक दाढीधारी मुस्लीम मतदार आपल्या नातवाला घेऊन तेथे आला. जिनांनी त्या दोघांना आदरपूर्वक आपल्यापाशी बसवलं आणि त्यांच्यासाठी चहा आणि थंड पेय मागवलं. छागलांनी लिहिलंय, 'आम्ही तेथे बसलो असताना त्या मुलानं आपला हात पोर्क सॉसेजकडे नेला आणि तो जरासा घुटमळला आणि एक पोर्क सॉसेज खाऊ लागला. त्याला त्याची चव खूपच आवडलेली दिसली. मी अस्वस्थपणे हे सारं पाहत होतो. थोड्या वेळानं ते दोघे उठून निघून गेले. त्याबरोबर माझ्याकडे वळून रागानं जिनांनी विचारलं, ''छागला! तुला स्वत:ची शरम वाटायला हवी!'' मी त्यांना विचारलं, ''का? मी काय केलंय?'' त्यावर जिना म्हणाले, ''तू त्या लहान मुलाला पोर्क सॉसेज कसं खाऊ दिलंस?'' मी उत्तर दिलं, ''जिना, मला एका क्षणात सारी बुद्धी पणाला लावून निर्णय घ्यायचा होता! माझ्यापुढे पेच होता की, जिनांना निवडणुकीत हरू द्यायचं की त्या मुलाच्या पापापायी त्याला कायमचं नरकात लोटायचं! मी तुमच्या बाजूचा निर्णय घेतला!''

जिनांनी यावर काय उत्तर दिलंय हे छागलांनी नमूद केलं नाही; पण जिनांच्या अंतर्यामी सुरू असलेल्या अशा प्रकारच्या द्वंद्वांची कबुली ते स्वत:लासुद्धा देत नव्हते. त्यांच्या अशा वागण्यामुळेच रट्टी त्यांच्यापासून आणि त्यांच्या राजकारणापासून दूर जाऊ लागली होती. त्यांच्यातील वाढत्या अंतरामुळे रट्टी खंतावू लागली होती. ते पूर्ण दोन महिने जिना मुंबईत आपल्या घरी असताना रट्टी सतत तिच्या अनामिक आजारापायी बिछान्याला खिळून राहिली होती.

तिच्या दु:खात भर पाडायला अपघातानं तिचा पाय एका सुईवर पडला आणि तिचा पाय सुजून भप्प होईपर्यंत आपल्या पायात सुई गेलीय हे तिच्या लक्षातच आलं नाही. अखेरीस दोन शस्त्रक्रिया करवून तिच्या पायात जाऊन मोडलेली सुई बाहेर काढावी लागली होती.

पण तरीही शांत बसणं तिला शक्य होत नव्हतं. तिच्या अंतरीची अस्वस्थता तिला घराबाहेर लोटत होती. घराबाहेर पडून आपलं चित्त दुसरीकडे वळवण्याचा तिचा निकराचा प्रयत्न सुरू होता. तिचा पाय इतका सुजला होता की, बूट घालणं तिला शक्य होत नव्हतं, तरीसुद्धा ती आपल्या मैत्रिणींना भेटायला आणि रात्री बेडरूम स्लिपर्स घालून सिनेमा बघायला घराबाहेर धाव घेत होती; पण बाहेर पडूनही तिला कोणतीही मन:शांती लाभत नव्हती.

आपल्याला कोणती तरी गोष्ट अस्वस्थ करतेय, हे कबूल करायची तिची तयारीच नव्हती. त्याऐवजी आता तिला कांजी अतिशय जवळचा वाटू लागल्यामुळे तोच कशानं तरी अस्वस्थ आहे, असं तिला वाटू लागलं होतं. तिनं त्याला एका (बिन तारखेच्या) पत्रात लिहिलं होतं, 'तू आमच्याकडे जेवून गेलास, तेव्हापासून तुला कशाची तरी चिंता लागलीय, असं मला वाटू लागलंय. माझ्या प्रकृती अस्वास्थ्यामुळे मला असं वाटत असावं म्हणून मी हा ग्रह बाजूला सारू पाहिला; पण हा विचार माझा पिच्छा सोडत नाहीय, त्यामुळे मी तुला हे पत्र लिहितेय. मला वाटतं की, आपल्या सगळ्यांनाच कधी कधी उदास वाटत राहतं. काही तरी मोठं घडू पाहतंय म्हणून आपल्याला उत्कंठा वाटत असते आणि प्रत्यक्षात काहीच घडत नाही आणि आपण केवळ काही तरी घडेल अशी वाट पाहत राहतो. मला खरोखरच वाटतंय की, तू कशामुळे तरी दु:खी आहेस आणि त्या विचारानं मलासुद्धा उदास वाटतंय. ते असो! तुला आता ठाऊक आहे की, तुला वाटेल तेव्हा तू मला भेटायला येऊ शकतोस आणि तू आलास की, मला नेहमीच आनंद होतो, त्यामुळे कोणत्याही स्पष्टीकरणावाचून तुला मैत्र हवंसं वाटेल तेव्हा जरूर ये. मला बरं नाही या विचारानं यायचं टाळू नकोस.'

रट्टीला कांजीबद्दल काळजी वाटत होती; पण स्वत:ला कोणती गोष्ट अस्वस्थ करतेय याचा शोध तिला घ्यावासा वाटत नव्हता. तिला आपली इतकी काळजी वाटतेय हे पाहून कांजी अतिशय भारावून गेला होता.

कांजीबाबत तिला इतकी आस्था वाटत होती की, त्याच्यासाठी काहीही करायला तिची तयारी असे. त्यासाठी ती आपल्या आजाराची पर्वा न करता, अंथरुणाबाहेर पडत असे. त्याचा समाजसेवेतला रस कायम ठेवण्यासाठी त्याला रट्टी सतत उत्तेजन देत असे आणि त्याचा आत्मविश्वास वाढावा म्हणून ती प्रयत्नशील असे. एकेकाळी ती मृदूपणे आणि मार्दवानं ज्या लहान लहान गोष्टी जिनांसाठी करत होती, त्या गोष्टी ती आता कांजीसाठी करू लागली होती. उदाहरणार्थ, कांजीनं मँगोस्टीन हे नवं, रुचकर फळ चाखावं या इच्छेनं ती त्याला मँगोस्टीनची फळं भेट म्हणून पाठवू लागली होती. प्रारंभी कांजी रट्टीचं सौंदर्य, जादुई आकर्षकता आणि बुद्धी पाहून अत्यंत प्रभावित झाला होता आणि काहीसा दडपूनही गेला होता; पण आता त्यांच्यात इतके दिलखुलास मैत्रीचे संबंध जुळले होते की, रट्टी त्याला तिच्याबरोबर जेवायला अगदी सहजपणे आमंत्रण धाडू लागली होती आणि त्याला पत्रं पाठवू लागली होती की, तो इतका मृदू मनाचा आहे की तो एक पुरुष म्हणून नव्हे, तर एक स्त्री म्हणूनच जन्माला यायला हवा होता! ती जसजशी वैफल्यग्रस्ततेत आणखी आणखी रूतू लागली, तसतशी ती अधिक सहजपणे त्याच्यावर आधारासाठी विसंबू लागली होती. तो जवळपास असला, तरच तिच्या मनातले सारे किंतू आशंका दूर सरत आणि तिला शांत वाटू लागे. मनोमन ती इतकी खचून गेली होती की, झोपेच्या गोळ्या घेऊनही तिला झोप येईनाशी झाली होती. कांजीनं आपल्या आठवणींच्या पुस्तकात लिहिलंय, 'मी तिच्याजवळ असताना ती म्हणत असे, ''मी अतिशय थकून गेलेय; पण मला झोप लागत नाहीय.'' यावर मी फक्त म्हणत असे, ''रट्टी, झोप!'' आणि माझ्या तोंडून हे शब्द बाहेर पडतात-न पडतात, तोच ती अगदी गाढ झोपी जात असे. कधी कधी ती म्हणत असे, ''मी झोपले, तर तू निघून जाशील.'' मी त्यावर म्हणत असे, ''मी जाणार नाही. झोप. मी

पुस्तक वाचत बसेन'' आणि पुढच्याच क्षणाला ती अगदी गाढ झोपत असे. मी तिच्यापाशी नसे, तेव्हा रात्री उशिरा ती मला फोन करून म्हणत असे, ''मी दमले; पण मला झोप लागत नाहीय.'' आणि फोनवरच मी तिला म्हणत असे, ''झोपी जा! तुला झोप लागेल.'' पुढल्याच दिवशी सकाळी तिचा मला फोन येत असे आणि ती माझे आभार मानत असे.'

नोव्हेंबरमध्ये पद्मजा तिच्या आईला भेटायला आली होती. सरोजिनींनी रट्टीला याहूनही वाईट अवस्थेत पाहिलेलं असल्यामुळे, त्यांना ती गेल्या काही महिन्यांपेक्षा सुधारलेलीच वाटली होती. सरोजिनींनी लीलामणीला १२ नोव्हेंबर १९२६ रोजी लिहिलं होतं, 'ती (पद्मजा) आणि रट्टी आणि रट्टीचे तीन कुत्रे, कुत्र्याची सात पिल्लं, चार मांजरं आणि मांजरांची चार पिल्लं एकत्र मजेत आहेत.' पण पद्मजा रट्टीला खूप दिवसांनी भेटत होती, त्यामुळे रट्टीची खालावलेली अवस्था पाहून ती हादरूनच गेली होती. तिनं त्याच दिवशी आईच्याच खोलीत बसून लीलामणीला पत्रात लिहिलं होतं, 'रट्टी अजिबाच बरी नाहीय. तिला अगदी एकटं पडल्यासारखं वाटतंय आणि फक्त तिच्या प्राण्यांचाच काय तो तिला विरंगुळा उरलाय!'

पण रट्टीचं जिव्हाळ्याचे प्राणीसुद्धा तिला दगा देऊ लागले होते. रट्टीच्या अल्सेशियन कुत्रीच्या सात पिलांपैकी एक – स्पिरिट ऑफ साउथ कोर्ट हे त्याचं नाव सार्थ करणारं पिलू रट्टीनं पद्मजाला वाढदिवसाची भेट म्हणून दिलं होतं आणि ते आजारी पडून मरून गेलं. आणखी तीनच दिवसांनी आणखी एक पिलू मरण पावलं. सरोजिनींनी लीलामणीला ४ डिसेंबर १९२६ रोजी पाठवलेल्या पत्रात लिहिलं होतं, 'हा आठवडा बिच्चाऱ्या बेबेच्या (पद्मजा) दृष्टीनं फार वाईट गेलाय. आधी रट्टीनं तिला वाढदिवसाची भेट म्हणून दिलेलं अल्सेशियन कुत्र्याचं पिलू आठवडाभर आजारी राहून मरण पावलं, त्यामुळे तिला आणि रट्टीला फार दुःख झालं. रट्टीच्या बागेत त्यांनी त्या पिलाला समारंभपूर्वक मूठमाती दिली. काल त्याच्याच जोडीचं रट्टीजवळचं पिलू आणखी अवघ्या तीन दिवसांनी मरण पावलं. त्यालाही तशाच इतमामानं मूठमाती देण्यात आली, त्यामुळे या पिलांची शुश्रूषा करून थकून गेलेल्या या दोघी रडून रडून म्लान होऊन गेल्या आहेत.'

आणि हे एवढ्यावरच थांबलं नव्हतं. पुढल्याच आठवड्यात आणखी एक पिलू मरण पावलं, त्यामुळे रट्टी आणि पद्मजा पुन्हा एकदा नव्यानं शोकाकुल झाल्या आणि सरोजिनी वैतागून गेल्या. सरोजिनींनी ११ डिसेंबरच्या पत्रात लिहिलं होतं, 'जिना कुटुंबात आणखी एक दुःखद घटना घडलीय, त्यामुळे बेबेला (पद्मजाला) प्रमुख शोककर्ती म्हणून कुत्र्याच्या पिलाला सुगंधी स्नान घालून त्याच्यावर अंत्यसंस्कार करण्यासाठी बोलावून घेण्यात आलं आहे.'

डॉक्टर नायडूसुद्धा एरव्ही आपल्या चक्रम कुटुंबीयांची थेरं विनातक्रार सहन करत आले असले, तरी या वेळेस पद्मजाची कुत्र्यांबाबतची रडारड पाहून वैतागले होते. त्यांनी हैदराबादहून पद्मजाला बजावलं होतं, 'आणखी कुत्री मांजरं आणायची नाहीत! ती तुझ्या लाडक्या महान रट्टीनं दिली, तरी आणायची नाहीत. ती कुत्री-मांजरं आपल्याला काही देत असोत-नसोत; ती आपल्यापासून खूप काही घेत असतात. मी आता म्हातारा होत चाललोय आणि मित्रांच्या, विशेषतः प्राणिमित्रांच्या मरणाचं दुःख माझ्यानं आता सोसवेनासं झालं आहे.'

पद्मजाला रट्टीकडे पाहून हे सत्य उमगू लागलं होतं. रट्टीच्या स्वभावाची ही बाजू ती प्रथमच पाहत होती. तिनं लीलामणीला ५ डिसेंबर १९२६ रोजी लिहिलं होतं, 'मी रट्टीला खूपदा भेटते. ती कधी नाही एवढी एकटी पडलीय आणि ती आपल्याकडे आधारासाठी धाव घेऊ लागलीय.'

'मी तिच्या घरी जवळजवळ दोन दिवस राहिले होते, कारण तिनं मला माझ्या वाढदिवसासाठी दिलेलं सुरेखसं कुत्र्याचं पिलू खूप आजारी पडलं होतं आणि माझ्या वतीनं ती त्याची काळजी घेत होती. ते पिलू खूप वेदनेत काही दिवसांपूर्वी मरण पावलं; परंतु रात्रीमागून रात्री त्या पिलाची शुश्रूषा करत जागी राहिलेली रट्टी मला तिचं वेगळंच रूप दाखवून गेली. रट्टीच्या ठायी अमाप मार्दव आणि समर्पितता आहे, असं मला नेहमीच वाटत असे, तरीसुद्धा तिचं हे रूप पाहून मी स्तिमित झाले.'

नवं वर्ष सुरू झाल्यावर अवघ्या दोनच महिन्यांत रट्टीच्या सहनशक्तीची पुन्हा एकदा कसोटी घेतली गेली. इनेरा नावाचा तिचा कॉकर स्पॅनिअल जातीचा कुत्रा आजारी पडून मरण पावला. कुत्र्याच्या पिलांपेक्षासुद्धा या कुत्र्यावर रट्टीचा जास्त जीव होता, त्यामुळे ती मानसिकदृष्ट्या अगदी खचून गेली आणि फारच एकाकी होऊन गेली.

कांजीच्या म्हणण्याप्रमाणे, 'रट्टी अभागी होती. ती इतकी प्रेमळ आणि दयाळू असूनही तिच्या नशिबी केवळ दुःखच येत होतं.' सरोजिनींनासुद्धा वाटू लागलं होतं की, रट्टीला कोणता तरी शाप भोवतोय. त्या हिंदू-मुस्लीम-ऐक्य-ठरावाबाबत चर्चा करण्यासाठी दिल्लीला गेल्या होत्या. तेथे त्यांना तिनं तिच्या कुत्र्याच्या मरणाची बातमी देणारी तार पाठवली होती. सरोजिनींनी पद्मजाला २३ फेब्रुवारी १९२७ रोजी पत्र पाठवून त्यात लिहिलं होतं, 'बिचारी रट्टी मुंबईत अगदी दुःखी आणि एकाकी अवस्थेत आहे. इनेराची प्रकृती गंभीर आहे.' त्यानंतर थोड्याच दिवसात त्यांनी पुन्हा पत्र पाठवून लिहिलं होतं, 'मला रट्टीनं तारेनं दुःखद बातमी कळवली होती. स्पॅनिअल जातीचा वाटणारा तिचा कुत्रा मरण पावलाय. बिचाऱ्या रट्टीला कुणाचा तरी शाप भोवतोय. तिला पत्र लिहून तिचं सांत्वन कर.' त्यानंतर सरोजिनींनी पुढची जी एक ओळ लिहिली होती. त्यावरून एकेकाळी तेजस्वी भविष्यकाळ असलेल्या आणि आता दुःखीकष्टी होऊन एकाकी झालेल्या रट्टीबद्दल त्यांना काळजी का वाटतेय ते स्पष्ट होतंय. 'तिला समजून घेऊन तिला प्रेम देणारे फक्त आपणच आहोत!'

सरोजिनींच्या हाती तेवढीच एक गोष्ट होती, रट्टीला भावनिक आधार देणं आणि आपल्या मुलांनासुद्धा रट्टीला तसाच आधार द्यायला उद्युक्त करणं. मागच्याच आठवड्यात, रट्टीच्या सत्ताविसाव्या वाढदिवसापूर्वी माहेरचे संबंध तुटलेली आणि दिल्लीत असलेल्या जिनांना वाढदिवसासारख्या फालतू घटनांबाबत कवडीचं कौतुक वाटत नसल्यामुळे त्यांच्याकडून त्याबाबत काहीही घडण्याची शक्यता नसलेली बिचारी रट्टी सरोजिनींचं काळीज हलवून गेली होती. त्यांनी पद्मजाला रट्टीला न विसरता वाढदिवसाच्या शुभेच्छा धाडण्याची आठवण करून दिली होती.

अर्थात रट्टीच्या एकाकीपणाला कारणीभूत असलेल्या एकमेव व्यक्तीजवळ सरोजिनींनी हा विषय कधीच काढला नव्हता. आपल्या खाजगी गोष्टींची कुणी दखल घेतली की, जिनांना किती संताप येतो हे सरोजिनी जाणून होत्या, त्यामुळे जिनांच्या वैयक्तिक प्रश्नांमध्ये हस्तक्षेप करण्याचा सरोजिनींनी कधीच प्रयत्न केला नाही. शिवाय जिनांच्या वैवाहिक

आयुष्यापेक्षाही खूपच जास्त महत्त्वाच्या गोष्टींबाबत त्यांना जिनांशी चर्चा करायची होती. नवी राज्यघटना लिहिण्यापूर्वी हिंदू आणि मुस्लिमांमध्ये राजकीय समझोता होणं अतिशय गरजेचं होतं. जिना आणि सरोजिनी दोघेही दिल्लीतच होते. जिना संसदेच्या नव्या सत्रासाठी दिल्लीला आले होते, तर सरोजिनी फेब्रुवारीच्या मध्यापासून, महिन्यापेक्षा जास्त काळ एम. ए. अन्सारीच्या दिल्लीच्या घरात मुक्काम ठोकून राहिल्या होत्या आणि दिवसाचे चोवीस तास हिंदू-मुस्लीम समझोत्यासाठी चर्चा करण्यात व्यग्र होत्या. तिकडे स्वत: जिना संसदेपुढे चर्चेसाठी आणलेल्या प्रत्येक प्रश्नावर हिरिरीनं चर्चा करण्यात आणि मुस्लीम लीगच्या सदस्यांचं एकमत घडवून काँग्रेसबरोबर राजकीय समझोता करण्यासाठी आटापीटा करण्यात तेवढेच व्यस्त होते. हिंदू-मुस्लिमांमध्ये राजकीय एकवाक्यता घडवून आणण्यात आपण दोघेही किती झपाटल्यासारखं काम करत होतो आणि अखेरीस तो प्रश्न सुटण्याची आशा वाटू लागलीय, 'हिंदूंमुळे नव्हे! तर मुस्लिमांनी मोठंच धैर्य आणि मुत्सद्दीपणा दाखवून, आपली आंतरिक भीती बाजूला सारून आम्हाला पाठिंबा देण्यासाठी प्रचंड एकवाक्यता दर्शवल्यामुळे!' असं सरोजिनींनी पद्मजाला २२ मार्च १९२७च्या पत्रात लिहिलं होतं.

जरी सरोजिनी जिना पती-पत्नींपैकी एकाची बाजू घेत नसल्या तरी अधूनमधून त्यांच्यापैकी एकाबद्दल कोपरखळी मारण्याचा मोह त्यांना आवरता येत नसे. दिल्लीला पोचल्याबरोबर, १२ फेब्रुवारी १९२७ रोजी सरोजिनींनी पद्मजाला लिहिलं होतं, 'अर्थातच रट्टी इथं अजून आली नाहीय आणि मला त्याबद्दल बरंच वाटतंय, कारण ही जागा तिच्या 'झू'साठी पूर्णपणे अयोग्य आहे.' आणखी एका आठवड्यानंतर जिनांना संसदेत पाहिल्यावर त्यांनी लिहिलं होतं, 'जिना जास्तच एकटे पडत चालले आहेत. संसदेत फक्त बोटावर मोजण्याएवढे सदस्य त्यांच्या पाठीशी उभे आहेत. त्यातले दोघे पंजाबातले अतिशय देखणे लष्करी अधिकारी आहेत.'

सरोजिनींना एकेकाळी जिनांबद्दल इतकी निस्सीम भक्ती वाटत होती की, लोकांना वाटू लागलं होतं की, त्यांना जिनांची भूल पडली आहे; पण आता त्यांच्या जिनांबद्दलच्या भावना परस्परविरोधी बनू लागल्या होत्या. जिनांच्या हाताखालचे वकील छागला यांनी त्यांच्या सुप्रसिद्ध बॉसचं विनोदाच्या आवरणाखालच्या छुप्या टीकेतलं शब्दचित्र रेखाटलं होतं. ते वाचून सरोजिनींना अतिशय आनंद झाल्याचं स्पष्टपणे जाणवलं होतं. त्यांनी छागलांना कळवलं होतं, 'मी अतिशय रस घेऊन, आनंदानं तुम्ही मोकळ्या मनानं आणि समर्थपणे रेखाटलेलं शब्दचित्र वाचलं आहे-की वाभाडे वाचले आहेत, असं म्हणू? तुमच्याच शब्दांत तुम्ही धाडसी 'बदमाश' आहात म्हणूनच तुम्ही इतक्या हुशारीनं, प्रामाणिकपणानं आणि धैर्यानं जिनांचं खरं रूप रेखाटू शकलात. कुणी तरी त्याला 'बदनामी' म्हटल्याचं मी ऐकते; पण मला मात्र ते 'लायबल' (बदनामी) न वाटता ते 'लेबल' (ठोकळेछाप) वाटतंय. तुम्ही त्यांचं बाह्यरूप रेखाटलं आहे; पण त्या मुखवट्याआड दडलेल्या खऱ्याखुऱ्या गोष्टीचं (की माणसाचं? इतक्या भावनाशून्य, अलिप्ततेला गोष्ट म्हणू की माणूस?) तुम्हाला अजिबातच दर्शन घडत नाही!'

परंतु त्यांच्या कैवाराला धावण्याचा आंतरिक उमाळासुद्धा त्यांना आवरता आला नाही, त्यामुळे त्यांनी पुढे लिहिलं होतं, 'माझ्या मते तुम्ही त्यांचं उत्तम बाह्यचित्र रेखाटलं आहे - मोनॉकल, उद्दाम वागणूक वगैरे! परंतु एके दिवशी तुमचं 'बदमाशातून' त्या 'एकाकी

माणसाच्या मित्रात' परिवर्तन होईल, अशी मी आशा करते. तो असा एक एकाकी माणूस आहे की, तो सतत उंचावरच्या थंडगार हवेतच श्वास घेत असतो! पण तेथे तुम्ही पोहोचू शकलात, तर आम्हा भाग्यवंतांना फार पूर्वी आकळलेल्या त्या माणसाबाबतचं सत्य तुमच्या लक्षात येईल. ते म्हणजे – थंडगार हवेत विकसणारी आत्मिक पुष्पं अशा लोभस सौंदर्यानं नटलेली असतात की, तसं आकर्षक सौंदर्य तुम्हा आम्हासारख्या उष्ण खोऱ्यात वाढलेल्या सर्वसामान्यांमध्ये कधीच दिसणार नाही! पण एक गोष्ट मात्र मी कबूल करते, इतक्या थंड हवेत, धुव्रीय वातावरणात आत्मिक पुष्पांचा शोध घेत जाण्यासाठी आपल्याला अधूनमधून फरकोटची गरज नक्कीच भासेल!'

परंतु पूर्वीपेक्षासुद्धा त्या वेळेस सरोजिनींना जिनांबद्दल प्रचंड भक्तिभाव वाटू लागला होता. सरोजिनी आणि इतर काँग्रेस सदस्य, हिंदू-मुस्लिमांमध्ये समझोता घडवून आणण्याची दीर्घकाळ निष्फळ धडपड करत असताना, जिनांनी साऱ्या संकटांमधून नेटानं मार्ग काढत, एकट्याच्या बळावर ती अशक्य गोष्ट शक्यतेत परिवर्तित करून दाखवली होती! मान्यवर मुस्लिमांची त्यातले बरेचसे त्यांच्यासारखेच सांसद होते – बैठक बोलावून त्यांनी अतिशय धाडसी प्रस्ताव मांडला होता. त्याला 'दिल्ली प्रस्ताव' म्हटलं जाऊ लागलं होतं. त्या प्रस्तावाच्याच पायावर हिंदू-मुस्लिमांमधला राजकीय समझोता घडवता आला होता. आजवर राजकीयदृष्ट्या केवळ अशक्य वाटणारी गोष्ट प्रत्यक्षात साध्य होऊ घातलीय, हे पाहून सरोजिनींना इतकं सुटल्यासारखं वाटू लागलं होतं की, त्यांनी ज्या दिवशी दिल्ली प्रस्ताव संमत झाला त्याच दिवशी २२ मार्च १९२७ रोजी पद्मजाला लिहिलं होतं, 'जिनांनी अपूर्व उंची गाठलीय आणि लोकांच्या सकारात्मकतेला साद घालून अशक्य ते शक्य करून दाखवलंय. मला त्यांचं प्रचंड कौतुक वाटतंय.'

या धुव्रीय, बर्फाळ वातावरणाचा रट्टीवर कोणता प्रतिकूल परिणाम घडतोय, याकडे त्याक्षणी दुर्लक्ष करणं त्यांना शक्य झालं होतं आणि रट्टी आता मानसिकदृष्ट्या संपूर्ण उद्ध्वस्त होऊन गेली होती, हे स्पष्टपणे दिसू लागल्यावरसुद्धा सरोजिनी जिनांना त्याबाबत दोषी ठरवणं निग्रहानं टाळत होत्या. त्यांची रट्टीबरोबर एप्रिलअखेरीस भेट झाली. तीसुद्धा मुंबईत नव्हे, तर लाहोरमध्ये झाली. त्या वेळेस लाहोरमध्ये जातीय दंगे उसळून भरपूर रक्तपात झाला होता आणि १०५ लोक मरण पावले होते. जनतेचा प्रक्षोभ आटोक्यात आणू पाहण्यासाठी तेव्हा सरोजिनी लाहोरला गेल्या होत्या. त्या वेळेस रट्टी काश्मीरला जायला निघाली होती. तेथे तिच्याबरोबर जाणं जिनांना अनेकदा अशक्य झाल्यामुळे, अखेरीस ती एकटीच तेथे जायला निघाली होती; पण लाहोरमध्ये रट्टी सरोजिनींना बिलगून बसली. त्यांनी निदान काही दिवस आपल्याबरोबर घालवावेत म्हणून ती त्यांना विनवू लागली होती. त्या विनवण्यांमुळे सरोजिनींचं मन द्रवलं. खरं तर त्यांना अखिल भारतीय काँग्रेस समितीच्या सत्राला उपस्थित राहायचं होतं; पण रट्टीचं मन त्यांच्यानं मोडवेना. त्यांनी ३ मे १९२७ रोजी पद्मजाला लिहिलं, 'माझं काश्मीरला जाणं हा निव्वळ एक अपघात होता! काँग्रेसचं सत्र पुढे ढकललं गेलंय हे मला तेव्हा समजलं असतं, तर मी रट्टीच्या आसवांमुळे विरघळून जाऊन, जिना तेथे येईपर्यंत तरी तिच्यासोबत राहिले असते; परंतु खरोखरच काश्मीरला जाण्याचा माझा अजिबात इरादा नव्हता. मी रट्टीला फक्त लाहोरहून रावळपिंडीपर्यंत तिच्या सोबत जायचं वचन दिलं होतं. तो पाच तासांचा प्रवास आहे; पण

रावळपिंडीला पोचल्यावर, माझ्याजवळ काही दिवस राहण्यासाठी रट्टीनं आपला पुढला प्रवास स्थगित केला. तिची घाबरलेली मानसिक अवस्था, तिच्याजवळचं प्रचंड सामान, चार पूर्णपणे मनमानीपणे वागणाऱ्या आया, बर्फाची पेटी, तिची मांजरं हे सारं पाहून मला वाटलं की, तिनं रावळपिंडीत राहणं पूर्णपणे अयोग्य ठरेल म्हणून मीच तिच्यासोबत तीन दिवस काश्मीरमध्ये राहण्याची तयारी दर्शवली. तेथून मी परतेन आणि ५ मेच्या मुंबईतल्या काँग्रेस सत्राला हजर राहीन!'

सरोजिनींनी लिहिलं होतं, 'मी काश्मीरला प्रथमच आलेय. ते रावळपिंडीहून अवघ्या २०० मैलांवर आहे. वाटेतला प्रवास निसर्गरम्य होता. त्या प्रवासाला ९-१० तास पुरतात. आपण प्रत्येक आख्यायिका ऐकतो, ती खरी वाटावी, अशीच काश्मीरची भूमी प्रणय आणि स्वप्नांना अगदी साजेशी आहे; पण तरीही ती भारतातल्या अनेक स्थळांपेक्षा अधिक सुंदर म्हणता येणार नाही! ती आफ्रिकेतल्या काही भागांएवढीही सुंदर नाही. ती भूमी स्वित्झर्लंडएवढी तर नक्कीच सुंदर नाही; पण आपल्याला भूल पडावी, एवढी नक्कीच सुंदर आहे. वासंतिक फुलांच्या सुवासानं सुगंधित झालेले बर्फाच्छादित पर्वतांवरचे वारे अतिशय सुखद-शीतल वाटत आहेत. कुरणं आयरिसच्या फुलांनी जांभळीजर्द दिसत आहेत. फळबागा पीच, चेरी, सफरचंद आणि पेअरच्या मोहरामुळे धवल आणि बदामी ढगासारख्या वाटत आहेत. लायलॅक, विस्टेरिया, ट्युलिप, नार्सिसस, सारी इराणी फुलं आणि वसंतातली इटलीतली फुलं यांनी बागा बहरून गेल्या आहेत. झेलम नदीवरच्या हाउसबोटी आणि तेथून पलीकडच्या तीरावर झर्रकन् नेणारे चिमुकले शिकारे यांचं दृश्य मन मोहवतंय. मुलांचं आणि स्त्रियांचं सौंदर्य आणि शरीरयष्टी यांचं वर्णन करावं तेवढं थोडंच! गुलाबी, मोतिया, हस्तिदंती, रूपेरी रंगाची त्यांची कांती अवर्णनीय लावण्यमयी आहे. इतकं अनुपम सौंदर्य आणि तेवढीच चहूबाजूंची घाण!'

रट्टी मात्र अत्यंत अस्वस्थ असल्यामुळे या सौंदर्याचा आस्वाद घेण्यास असमर्थ होती, त्यामुळे सरोजिनींनी पुढे पुस्ती जोडली होती, 'मी या तीन दिवसांत मनमुराद आनंद लुटला; पण तू माझ्याजवळ असायला हवी होतीस! काश्मीरमधली स्वप्नवत शांतता आपल्या दोघींनाही खूपच आवडेल अशीच आहे; पण रट्टीचं आयुष्य इतकं कृत्रिमतेनं भरून गेलंय की, तिच्या अस्वस्थ मन:स्थितीत ती काश्मीरच्या साध्यासुध्या सौंदर्याचा आस्वाद घेऊ शकत असेल, असं मला वाटत नाही. ती आपला सारा लवाजमा बरोबर घेऊन सगळीकडे जात असते. बिच्चारं मूल!'

सरोजिनींना ठाऊक नव्हतं की, एकेकाळी, काश्मीरचं सौंदर्य पाहून रट्टीचं हृदयसुद्धा आनंदानं फुलून गेलं होतं. जेव्हा आपल्या आणि 'जें'च्या सुखी सहजीवनाची आशा तिनं सोडून दिली नव्हती, तेव्हा जिनांच्या राजकीय व्यग्रतेपासून विसावा मिळवण्यासाठी, स्वर्गरूपी काश्मीरला जायचे तिनं बेत आखले होते. त्या वेळेस जिनांनी तिचे सारे चोचले पुरवले होते आणि त्यांची हाउसबोट सुशोभित करण्यासाठी पन्नास हजार रुपये खर्च करायची त्यांनी रट्टीला परवानगी देऊन टाकली होती. त्याकाळात पन्नास हजार रुपये ही खूपच मोठी रक्कम होती आणि केवळ त्यांची हाउसबोट सजवण्यासाठी एवढे पैसे खर्चायला त्यांनी रट्टीला परवानगी दिली होती. तेथे जिना पती-पत्नींचा मुक्काम पडणार होता आणि तेथून त्यांच्यासोबत घोड्यावरून दुर्गम भागातील काश्मीरचं सौंदर्य शोधत फिरण्याची स्वप्नं

रट्टीनं पाहिली होती. त्यांच्यासोबत अशी पर्वत मुशाफिरी करण्याचा तिनं निश्चय केला असल्यामुळे, तिनं त्याबद्दल भरपूर पूर्वतयारीही केली होती. त्याकाळचं एकमेव टूरिस्ट गाईड, *द टूरिस्ट्स गाईड टू काश्मीर, लडाख, स्काईू अँड सी* तिनं पूर्णपणे वाचून काढलं होतं. धाडसी प्रवासी काश्मीरच्या दूरच्या कानाकोपऱ्यात जाऊ इच्छित असले, तर दुर्गम खिंडींमधून, पायवाटानी कसं जावं याबद्दलच्या सर्व सूचना तज्ज्ञ, मेजर आर्थर नेव्हे यानं या मार्गदर्शिकेत नमूद केल्या होत्या. तो स्वत: काश्मीर मेडिकल मिशनमध्ये काम करत असल्यामुळे काश्मीरचा सर्व दुर्गम टापू त्याला परिचित होता. १९२३ सालपर्यंत या टूरिस्ट गाईडची तेरावी आवृत्ती प्रसिद्ध झाली होती आणि रट्टीनं ती विकत घेतली होती. त्यात तिनं महत्त्वाच्या मजकुराखाली पेन्सिलनं खुणा केल्या होत्या. वर्षाच्या कोणत्या वेळेस कोणत्या पर्वतखिंडी खुल्या असतात, रात्रीच्या मुक्कामाला कुठे तंबू ठोकता येतात, अशी सारी महत्त्वाची माहिती तिनं अधोरेखित केली होती. त्यावरून तिनं या सुट्टीची अत्यंत काळजीपूर्वक आखणी केली होती हे सत्य उजेडात येतं; पण तिचं ते स्वप्नसुद्धा अर्ध्यातच विरून गेलं होतं!

सरोजिनी परत जायला निघाल्या, तेव्हा रट्टी उन्मळून पडली आणि रडू लागली. रट्टीच्या (विक्षिप्तपणामुळे) वैतागलेल्या असूनही सरोजिनींचं मन तिचं दु:ख पाहून द्रवलं. त्यांनी पद्मजाला पत्रात लिहिलं, 'बिचारी रट्टी! मी निघताना इतकी रडली! मी राहावं आणि जूनमध्ये तुला घेऊन यावं म्हणून तिनं किती विनवण्या केल्या! पण तुझे बाबा बोटीनं निघेस्तोवर आपल्याला कोणतेही बेत आखता येणार नाहीत!' डॉक्टर नायडू आणखी दोनच महिन्यांत पदवी मिळवल्यानंतर प्रथमच युरोपला जायला निघणार होते आणि तेथे ते सुट्टीचा आनंद घेतानाच एकीकडे कामही करणार होते; परंतु तोवर रट्टीचं मन कशामुळे तरी पूर्णत: विदीर्ण होऊन गेलं होतं आणि तिनं त्यानंतर मैत्रिणींबरोबर किंवा एकटीनं काश्मीरला जायचा बेत कधीही केला नाही.

रट्टीच्या अश्रूंमुळे सरोजिनी कितीही व्यथित झाल्या असल्या, तरी त्या पुन्हा एकदा राजकारणात आकंठ बुडून गेल्या. त्या महिन्यात अखिल भारतीय काँग्रेस कमिटीची बैठक घेण्यात आली होती आणि तेथे जिनांच्या 'दिल्ली प्रस्तावा'वर भरपूर चर्चा झाली आणि तो प्रस्ताव आहे, त्या स्वरूपात काँग्रेसमध्ये मान्य करण्यात आला. याच आशेच्या किरणाची सरोजिनी प्रदीर्घ काळ वाट पाहत होत्या आणि प्रस्तावाबाबत हिंदू-मुस्लिमांचा समझोता घडवून आणल्याबद्दलची कृतज्ञता व्यक्त करण्यासाठी सरोजिनींनी जिनांना एक अतिशय सुंदर वस्तू भेट म्हणून दिली. ती एक रत्नजडित सुवर्णमंजूषा होती आणि त्यावर शब्द कोरले होते, 'महमद अली जिना, ऐक्याचे राजदूत यांना त्यांच्या एकनिष्ठ स्नेही आणि अनुयायी सरोजिनी नायडूंकडून. मुंबई, मे १९२७.'

* * *

रट्टी जिनांबरोबर संसदेच्या नव्या सिमला सत्रासाठी गेली नाही. दिल्ली प्रस्तावाच्या भविष्यात स्वत:ला गुंतवून घेण्याऐवजी (या प्रस्तावानं हिंदूंची आशंका आणि मुस्लिमांची भीती जागी केली होती) रट्टीनं कांजीबरोबर मुंबईच्या कुंटणखान्यांमध्ये जायचा त्याच्यापाशी हट्ट धरला. कांजी तेथील निवासाबाबतच्या आणि एकूण इतर परिस्थितीची पाहणी करत होता. रट्टीनं

कांजीला २८ ऑगस्ट १९२७ रोजी लिहिलं होतं, 'त्या गरीब बिचाऱ्या स्त्रिया कोणत्या परिस्थितीत जगत आहेत हे मला प्रत्यक्ष दाखवण्यासाठी तू मला तेथे केव्हा घेऊन जाणार आहेस? मला 'कुंटणखान्या'मधली परिस्थिती पाहायचीय. जिथं मुली स्वतंत्रपणे 'धंदा' करत आहेत, तेथे मला जायंच नाहीय.' कांजीसोबत तिनं खरोखरच अनेक कुंटणखान्यांची परिस्थिती पाहण्यासाठी अनेक तास भ्रमंती केली.

तिनं जिनांपासून आणि त्यांच्या राजकारणापासून स्वतःला दूर ठेवण्याचे आणखी मार्गसुद्धा शोधून काढले. शहरातल्या पांजरपोळांमधील (भटक्या प्राण्यांच्या निवाऱ्यामधील) परिस्थिती सुधारण्याचं काम तिनं मोठ्या जोमानं सुरू केलं. यातले बरेच *पांजरपोळ*, पारशी धर्मादाय संस्थांतर्फे चालवले जात होते. त्यातली एक संस्था तर खुद्द रट्टीचे वडीलच चालवत होते. रट्टीनं एकदा आग्रह करून पाहणीसाठी आपल्यासोबत सरोजिनींनासुद्धा खेचून नेलं होतं आणि तेथील भीषण परिस्थिती पाहून सरोजिनी हादरून गेल्या होत्या. या प्रश्नाकडे जनतेचं लक्ष वळवण्यासाठी सरोजिनींनी त्याबद्दल वर्तमानपत्रात लिहावं, हा लकडा त्यांच्यामागं रट्टीनं आणि कांजीनं लावला होता. सरोजिनींनी कांजीला ९ सप्टेंबर १९२७ रोजी पत्रात लिहिलं होतं, 'तीन दिवसांपूर्वी मी चेंबूर पांजरपोळाला भेट दिली होती. ती माझी सर्वांत विदारक स्मृती आहे! जिवंत मरण भोगत असलेल्या त्या गरीब बिचाऱ्या कुत्र्यांचं करुण रुदन मी अजूनही विसरू शकत नाही. त्या कुत्र्यांचा सततचा हृदयद्रावक विलाप डांटेनं ऐकला असता, तर त्यानं त्याच्या 'इन्फर्नो'मध्ये आणखी एक कोपरा उभा केला असता... त्या कुत्र्यांचं दुःख पाहवत नव्हतं आणि आपल्या अनुकंपेच्या कल्पनांवरची ती सणसणीत चपराक म्हटली पाहिजे!'

एकदा तिथं जाऊन आल्यावर पुन्हा तो अनुभव घेण्याचं धाडस सरोजिनींनी केलं नव्हतं; पण रट्टीचा तो एक नवाच रोगट छंद बनला होता. तिची एकही विनंती कधीही न डावलणाऱ्या कांजीला आपल्या सोबत खेचून नेऊन तिनं त्या प्राण्यांच्या दयनीय परिस्थितीची पाहणी करण्यासाठी अनेक आठवडे खर्च केले. तिनं अगदी प्रेमानं तपशीलवार वर्णन करून त्या प्राण्यांकडे होणारं दुर्लक्ष आणि त्यांची दुरवस्था शब्दबद्ध केली होती, 'प्रचंड उसळलेल्या इसब रोगामुळे कातडीतून पू स्रवत असलेले कुत्रे आम्हाला दिसले. कुत्र्यांना झालेल्या जखमा घाणीमुळे आणि हेळसांड केल्यामुळे आतल्या मांसापर्यंत चरत गेल्या होत्या. त्यांच्या शरीरावर त्यापायी पडलेली क्षतं तेथील निवासी प्राणिवैद्याच्या लक्षातही आली नव्हती, अशी कबुली त्यानं स्वतःच आमच्यापाशी दिली होती,' हा मजकूर रट्टीनं कांजीबरोबर २ सप्टेंबर १९२७ला लिहिला होता आणि तो *इंडियन डेली मेलमध्ये* प्रसिद्ध केला होता.

त्याच लेखात तिनं चेंबूरच्या पांजरपोळाबद्दल लिहिलं होतं, 'कुत्री उपासमारीमुळे मरायला टेकली होती. आमच्या आधीच्या भेटीएवढंच त्यांचं पिण्याचं पाणी अस्वच्छ, घाणेरडं होतं. कुत्र्यांची विष्ठा तेथून बाहेर काढण्याऐवजी पिंजऱ्याच्या कोपऱ्यातच जमा करून ठेवण्यात आली होती आणि त्या घाणीवर अनेक माश्या घोंघावत होत्या. त्याच माश्या त्या घाणीतून उडून कुत्र्यांच्या जखमांवर येऊन बसत होत्या.' या पांजरपोळांमधली परिस्थिती 'हाल करून हळूहळू मारण्यासदृश आहे. त्यांच्या तुलनेत खाटिकखानेसुद्धा बरे म्हणावे लागतील', अशी टिपणी करून रट्टीनं मुंबईच्या जनतेला आवाहन केलं होतं की,

त्यांनी हालचाल करावी आणि या लोकांना (पांजरपोळांकडे पाहणाऱ्या लोकांना) चाबकाचे फटके देऊन कामाला लावावं!

रट्टीच्या मनात सतत जिनांबद्दलचं त्यांची पत्नी या नात्यानं असलेलं आपलं कर्तव्य आणि त्यांच्यापासून दूर राहण्याची तीव्र इच्छा यांचं द्वंद्व चालू असे; परंतु या प्राण्यांना वाचवण्याच्या कामात मग्न असल्यामुळे तिला आपल्या मनातल्या नेहमीच्या रस्सीखेचीचा विसर पडला होता. हे काम अतिशय उद्वेगजनक असलं तरी त्यात ती इतकी गुंगून गेली होती की, ती सिमल्याला जाणं सतत पुढेच ढकलत होती. अखेरीस आपलं सिमल्यातलं वास्तव्य मध्यावरच सोडून, सत्र संपण्यापूर्वीच जिनांनी मुंबईला परत यायचं ठरवलं. ते ऐकून रट्टी तर जवळजवळ नाराजच झाली. तिनं २८ ऑगस्ट १९२७ रोजी कांजीला लिहिलं होतं, ''जे' मला लिहितात की, ते सत्र संपण्यापूर्वीच मुंबईला परत येत आहेत आणि सिमला अगदी कंटाळवाणं वाटतंय; पण सँडहर्स्ट समितीचं सत्र सप्टेंबरअखेरपर्यंत चालू राहणार आहे; नाही का?'

परंतु सप्टेंबरमध्ये जिनांना सांसदांच्या आणि अन्य नेत्यांच्या 'हिंदू-मुस्लीम ऐक्य परिषदे'चे अध्यक्ष म्हणून निवडून देण्यात आलं. ही परिषद हिंदू-मुस्लीम गटांमधल्या तक्रारी दूर करून त्यांच्यात एकवाक्यता आणण्यासाठी सप्टेंबरअखेरीस सिमल्यात भरवण्यात येणार होती. या सत्राच्या शेवटच्या आठवड्यात रट्टी सिमल्याला कशीबशी पोचली; पण तेथे आपली अनेक मांजरं आणि त्या मांजरांकडे बघणाऱ्या आया असा लवाजमा घेऊन जाण्याचा काही फायदा झाला नाही. ही ऐक्य परिषद अयशस्वी झाली आणि जिनांना मुंबईला परत जायची घाई लागली; पण ते परत निघणार तोच रट्टीचं एक मांजर त्यांच्या हॉटेलच्या खोलीतून निसटलं. ते बरोबर घेतल्याशिवाय मुंबईला परत जायला रट्टीनं ठाम नकार दिला. ते सापडेपर्यंत तिथं थांबून राहायला जिना तयार नव्हते. अखेरीस ते एकटेच पुढे निघून गेले आणि रट्टीनं स्वत: एकटीनं परत यावं असं त्यांनी ठरवलं. अखेरीस सरोजिनीच रट्टीच्या मदतीला धावल्या. त्यांनी २६ सप्टेंबर १९२७ रोजी पद्मजाला सिमल्याच्या सेसिलमधून पत्र लिहिलं, 'परिषदेतला गोंधळ आणि आरडाओरड संपलीय आणि कप्तानमंडळी (दादाभाई नौरोजींच्या स्वातंत्र्य लढ्यात क्रियाशील असलेल्या तीन नाती) आणि हक् पती-पत्नी (बिहारचे नामवंत काँग्रेस नेते मौलाना मझहरूल हक् आणि त्यांच्या पत्नी) इथून निघून गेले आहेत. मी बेंटन (माझं हॉटेल) आणि पीटरहॉफ (रट्टीचं हॉटेल) यांच्यामध्ये फेऱ्या मारण्यात व्यग्र आहे. जिना कप्तानांबरोबर आणि हक् दाम्पत्याबरोबर निघून गेले आहेत; पण रट्टी तिचं हरवलेलं मांजर तिला इच्छाशक्तीच्या बळावर परत आणता येईल, या आशेनं इथेच थांबलीय. त्या मांजराचा शोध घेत अंबाला ते दिल्ली दरम्यानची सारी खेडी पिंजून काढायच्या आणि तेसुद्धा आठ मांजरं, दोन आया, एक दागिन्यांची पेटी आणि सिगारेट केस सोबत घेऊन हा उद्योग करण्याच्या तिच्या बेताला मी मोडता घालणार आहे. मी शक्य तेवढ्या लवकर माझ्याबरोबर तिनं मुंबईला यावं म्हणून तिचं मन वळवणार आहे!'

यातला विनोदाचा भाग सोडला, तरी सरोजिनींना रट्टीची मानसिक स्थिती पाहून अतिशय काळजी वाटू लागली होती. त्यांनी त्याच पत्रात पुढे लिहिलं होतं, 'रट्टी इथं आली, त्याचा काहीही फायदा झाला नाही. ती कुणालाच भेटत नव्हती. दुपारपूर्वी ती खोलीच्या बाहेरही पडत नव्हती. बिच्चारी! तिच्या मनात आणि आत्म्यात काहूर उसळलं

आहे, त्यामुळे तिला विश्रांतीही घेता येत नाहीय किंवा तिला स्वत:पुढे कोणतं उद्दिष्टही ठेवता येत नाहीय!'

जिनांप्रमाणेच सरोजिनींनासुद्धा परत जाण्याची ओढ लागली होती; पण जिनांप्रमाणे त्यांना कबूल केलेली कामं निपटण्यासाठी परत जायचं नव्हतं. पद्मजा गंभीरपणे आजारी पडल्यामुळे त्यांना आपल्या लेकीपाशी त्वरेनं जायचं होतं. त्यांनी पत्रात पुढे लिहिलं होतं, 'पण या पोरक्या मुलीला या घटकेला माझी प्रचंड गरज आहे.'

तीन दिवस उलटून गेले, तरी त्या अजूनही रट्टीपाशी सिमल्यालाच अडकून पडल्या होत्या. सरोजिनींनी पद्मजाला २९ सप्टेंबर रोजी लिहिलं होतं, 'रट्टी इतकी तणावाखाली आहे की, त्याचं माझ्यावर विलक्षण दडपण आलंय. मुंबईला परत निघून त्या मांजराचा शोध पोलीस कमिशनरवर सोपवायला मी कसंबसं तिला तयार केलंय. मी तिच्यासोबत मुंबईला परत जाईन, या अटीवर ती त्याला कबूल झालीये, त्यामुळे मी १ तारखेला तिच्याबरोबर थेट मुंबईला जायला निघतेय. मला शक्य झालं, तर ३ ऑक्टोबरच्या रात्रीच मी मुंबईहून हैदराबादला परत यायला निघेन; पण त्याची फारशी आशा धरू नकोस, कारण काही कटकटीच्या कामांसाठी मुंबईत ९ तारखेला मला SPIC बरोबर चर्चा करावी लागणार आहे. ती तारीख बदलता येईल का, असं मी विचारलं आहे. काहीही असो! मी घरी परत येतेय. तुझ्या प्रकृतीची मला फार चिंता लागलीय; पण सारं हैदराबाद तुझी काळजी घेतंय, तर हे अभागी मूल वेडाच्या आणि एकटेपणाच्या काठावर पोचलंय आणि माझ्याखेरीज इतर कुणाचाच आधार नसल्यामुळे मलाच चिकटून बसलंय.'

सरोजिनींनी अखेरीस रट्टीला तिच्या घरी जिनांजवळ पोचती केली असली, तरी त्या तिच्याबद्दल सतत काळजी करत होत्या. पुढला पंधरवडाभर त्यांची सिमल्याहून मुंबईला, तेथून लगेचच वुमेन्स कॉन्फरन्सपुढे (स्त्री परिषदेपुढे) भाषण करायला पुण्याला अशी सतत भ्रमंती चालू असली, तरी पूर्णपणे उद्ध्वस्त होऊ लागलेल्या रट्टीची प्रतिमा त्यांचा सतत पिच्छा पुरवून त्यांना व्यथित करत होती. काळजीपायी त्यांनी रट्टी कशी आहे हे पाहण्यासाठी पुण्याहून फोननं तिच्याशी मुंबईला संपर्क साधला. रट्टी बरीच संतुलितपणे बोललेली पाहून त्यांना सुटल्यासारखं वाटलं. त्यांनी १६ ऑक्टोबर १९२७ रोजी पद्मजाला पाठवलेल्या पत्रात लिहिलं होतं, 'मी आत्ता फोननं रट्टीशी बोललेय. ती बरी आहे.'

सरोजिनींना रट्टीची किती काळजी लागलीय हे जिनांना कळलं असतं, तर त्यांना आश्चर्यच वाटलं असतं, त्यांचं चुकून रट्टीकडे लक्ष गेलंच, तर त्यांना ती नेहमीपेक्षा अजिबात वेगळी वाटत नसे. सत्र संपल्यावर ते मुंबईला परत आले होते आणि ब्रिटिशांनी केलेल्या घोडचुकीमुळे ते पुन्हा एकदा राजकीय क्षेत्रात अग्रस्थानी पोचले होते. याचं कारण म्हणजे भारतात घटनात्मक सुधारणा करण्यासाठी जी अधिकृत 'सायमन समिती' नेमण्यात आली होती, त्यातील आठ सदस्यांपैकी एकही सदस्य भारतीय नसल्यामुळे भारतातील सर्वपक्षांमधले राष्ट्रवादी लोक खवळून उठले होते. भारतीय समाजातील विचारवंतांचं मन जिंकून घेण्यासाठी, या समितीत निदान दोन भारतीयांचा समावेश करण्यात यावा, असं जिनांनी प्रत्यक्ष व्हाइसरॉयची भेट घेऊन त्यांना सांगितलं होतं; पण अशी गळ घालूनही जेव्हा ब्रिटिश सरकारनं सर्व ब्रिटिश लोक घेऊन समिती स्थापन केली, तेव्हा त्यावर बहिष्कार घालायचं पहिलं पाऊल खुद्द जिनांनी उचललं. या मुद्द्यावर ते इतके ठाम राहिले

होते की, काँग्रेस नेत्यांनासुद्धा नाइलाजानं त्यांचं नेतृत्व स्वीकारणं भाग पडलं होतं. या सायमन कमिशन बहिष्कार मोहिमेमुळे जिना पुन्हा एकदा राष्ट्रीय स्तरावरील वाटाघाटीत अग्रस्थानी पोचले. जाहीर सभांमध्ये भाषणं करून या आंदोलनाचं नेतृत्व करता करता ते एकीकडे या मुद्यावर मुस्लीम लीगला काँग्रेसशी सहकार्य करायला उद्युक्त करत होते. त्यांची हायकोर्टमधली कचेरी पुन्हा एकदा त्यांच्यापाशी नेतृत्वासाठी धाव घेणाऱ्या तरुणांनी गजबजून गेली होती आणि खूप काळानंतर ते प्रथमच इतक्या परिपक्व सौम्यतेनं वागताना दिसू लागले होते.

घरीसुद्धा ते दरबार भरवू लागले होते. कांजीनं त्याच्या *इंडियाज फाइट फॉर फ्रीडम* या पुस्तकात लिहिलं आहे, 'एका रात्रीच्या भोजनाला मोतीलाल नेहरू, आर. डी. टाटा आणि मी स्वत: उपस्थित असताना जिनांनी सर्वांना भरपूर हसवलं होतं. त्यांची इंडिपेंडंट पार्टी (स्वतंत्र पक्ष) आणि स्वराज पार्टी यांनी संसदेत हातमिळवणी करून बाल्यावस्थेतल्या जमशेदपूरच्या 'टाटा आयर्न अँड स्टील कंपनी'ला परदेशी स्पर्धेत टिकाव धरायला मदत करण्यासाठ 'स्टील इंडस्ट्री (प्रोटेक्शन) बिल' (पोलाद-उद्योग-संरक्षण-कायदा) कसा संमत करून घेतला याचं वर्णन करणारी एक पडद्यामागची कथा त्यांनी ऐकवली होती. या कायद्यावरील अंतिम मतदानाच्या आदल्या रात्री रतन टाटा जिनांच्या सिमल्यातल्या सेसिल हॉटेलच्या खोलीत धावत पळत आले आणि उद्वेगानं सांगू लागले की, संसदेतील स्वराज पक्षाचा एक सदस्य या कायद्याच्या बाजूनं मत देण्यासाठी मोठी लाच मागू लागलाय आणि ती मिळाली नाही, तर या कायद्याच्या विरोधात मत द्यायची धमकी देऊ लागलाय. रात्रीचे बरेच वाजले असले, तरी त्याच हॉटेलात राहणाऱ्या स्वराज पक्षाच्या त्या लाचखाऊ सांसदाला जिनांनी बोलावून घेतलं होतं आणि त्याला खडसावलं होतं, ''आर. डी. टाटांनी मला सांगितलंय की, तुझ्या मतासाठी तू १०००० रुपयांची मागणी केली आहेस. तुला ते पैसे मिळणार नाहीत. तू खड्ड्यात जा आणि या खोलीतून चालता हो!'' नाउमेद झलेला तो सांसद घाईघाईनं खोलीबाहेर निघून गेला आणि दुसऱ्या दिवशी त्यानं कायद्याच्या बाजूनं मत दिलं. ही कथा ऐकून रट्टीसकट सारे जण हसू लागले. त्या दोघांमध्ये पुन्हा पूर्ववत मैत्र जुळल्यासारखं वाटलं.'

जिनांना रट्टीमध्ये दु:खाचं कोणतंच चिन्ह कधीच जाणवलं नव्हतं आणि क्षमाशीलपणे तीसुद्धा त्यांच्याबद्दल ममत्व बाळगू लागलीय असं वाटू लागलं होतं. खरं तर ज्या आठवड्यात सायमन कमिशनची घोषणा झाली आणि त्यावर बहिष्कार घालणारं जिनांचं आंदोलन सुरू झालं, त्या आठवड्यात कधी नाही एवढं त्यांचं वैवाहिक आयुष्य सुसंवादी दिसू लागलं होतं. साउथ कोर्टमध्ये एक आनंदाची घटनासुद्धा तेव्हाच घडली होती. रट्टीच्या एका इराणी मांजरीला पिलं झाली होती. काही काळ सारं घर त्या पिलांभोवती रुंजी घालू लागलं होतं आणि रट्टी स्वत: जातीनं त्या पिलांची काळजी घेत होती. ते इतकं सुखकारक, घरेलू दृश्य होतं की, रट्टीनं त्यातलं एक पिलू पद्मजाला वाढदिवसाची भेट म्हणून द्यायचं ठरवलेलं ऐकून, तिच्या त्या निग्रहाचा खुद्द जिनांनासुद्धा प्रचंड विस्मय वाटला होता. तिच्या या वाढदिवसाला, या वेळेस पद्मजा मुंबईला येऊ शकली नव्हती, त्यामुळे पूर्ण काळजीनिशी ते पिलू हैदराबादला रवाना करण्यात आलं होतं. रट्टीनं पद्मजाला १५ नोव्हेंबर १९२७ रोजी पत्रात लिहिलं होतं, 'या दोघांपैकी कोणतं पिलू तुझ्याकडे पाठवावं याचा निर्णय न

झाल्यामुळे मी सोबत दोन्ही पिलं घेऊन स्टेशनवर जायला निघालेय! पण तुला जे पिलू पाठवायचं माझ्या डोक्यात आहे, ते या पिलांपैकी सर्वांत हुशार पिलू आहे. त्याची आया रडतेय आणि मी हुशार लुकलुकत्या डोळ्यांचं पिलू देऊन टाकतेय हे ऐकल्यावर 'जे' मला चक्क मूर्ख म्हणालेत!'

तिनं ती केलेली आजवरची सर्वांत अवघड गोष्ट होती. स्टेशनवर त्या पिलाला साश्रू नयनांनी निरोप दिल्यावर रट्टीनं पद्मजाला त्या पिलाची काळजी कशी घ्यावी, याबाबत सविस्तर सूचना पाठवल्या होत्या. ते सुखरूपपणे पोचल्याची पद्मजाकडून दोन दिवसांत बातमी आली नाही, तेव्हा रट्टीनं तिला त्याबद्दल निकडीची तारही धाडली होती.

जिनांची मार्दवानं थट्टा केल्यावर, एका मांजराच्या पिलाच्या वियोगाबद्दल आसवं ढाळल्यावर, वैफल्यग्रस्ततेतून महत्प्रयासानं बाहेर पडून मुस्लीम लीग दुभंगल्यावर जिनांना आधार द्यायला सरसावल्यावर; त्यांच्या विघटित लीगच्या अर्ध्या भागाच्या सत्रासाठी विनातक्रार त्यांच्याबरोबर कोलकात्याला जाऊन आल्यावर तिनं अखेरीस आपलं आंतरिक द्वंद्व संपवण्यासाठी पुरेसं धैर्य गोळा केलं आणि कोलकात्याहून परत येताना अखेरीस जिनांना स्वत: सांगून टाकलं की, ती आता हे सारं संपवतेय!

४ जानेवारी १९२८ रोजी, मुंबईच्या व्ही. टी. स्टेशनवर नि:शब्दपणे ते दोघे आपापल्या वाटेनं निघून गेले. त्याच गाडीनं परत आलेल्या सरोजिनींबरोबर रट्टी ताजला निघून गेली, तर अतिशय दुखावून गेलेले आणि तिला थोपवण्याचा प्रयत्न करण्यात अभिमान आड आलेले जिना एकटेच साउथ कोर्टला निघून गेले. असं घडू घातलंय, याची त्यांना पुसटशीही कल्पना आलेली नव्हती!

प्रकरण विसावे

~

प्रथम रट्टीला विलक्षण सुटल्यासारखं वाटलं होतं. गेली इतकी सारी वर्षं तिनं इतक्या दु:खात-वेदनेत व्यतीत केली होती! पण प्रत्यक्षात ते इतकं सोपं होतं - ती केवळ ताजमधल्या सरोजिनींशेजारच्या खोलीत राहू लागली होती आणि येते अनेक आठवडे इतर कुणालाही त्याची कल्पनादेखील आली नव्हती! सरोजिनींना याचा मोठा विस्मय वाटला आणि त्यांनी म्हटलं होतं, 'खुद्द मुंबईत, अगदी शहराच्या केंद्रस्थानी, काय घडलंय, याची किती थोड्या लोकांना कल्पना आलीय! नशिबानं दिवसाच्या कोणत्याही वेळी तिला इथं पाहण्याची लोकांना सवय असल्यामुळे ती आपली मांजरं घेऊन कायमची इथं आलीय आणि जिना घरी एकटे आहेत, याची कुणालाच कल्पना आलेली नाहीय.'

खरं तर जिना दाम्पत्यापेक्षा याबाबत सरोजिनींनाच अधिक दु:ख झालं होतं. अलीकडच्या काळातला हा सर्वांत विजोड विवाह आहे आणि तो घडवून आणायला सरोजिनींनी मदत केलीय, असंच सर्वांना आजवर वाटत आलं होतं; परंतु 'जिना त्या योग्यतेचे आहेत', असा सरोजिनींचा ठाम विश्वास आजवर अबाधित राहिला होता. एवढंच नव्हे, तर रट्टी आणि जिनांच्या स्वभावांमध्ये प्रचंड भिन्नता असून आणि त्यांची सतत भांडणं आणि मतभेद होत असूनही त्यांनी इतका प्रचंड विरोध सोसून विवाह केला होता, त्यावेळेएवढंच किंबहुना त्याहूनही अधिक, त्यांचं एकमेकांवर प्रेम आहे, अशी सरोजिनींनी स्वत:ची समजूत करून घेतली होती. त्यांनी दोघांनी एकमेकांना अधिक नीटपणे समजून घेतलंय, अशी त्यांची भावना त्यांनी पद्मजापाशी पत्रानं व्यक्तसुद्धा केली होती. इतर लोकांच्या वैयक्तिक बाबींमध्ये हस्तक्षेप करण्याचा सरोजिनींचा स्वभाव नव्हता. विशेषत: प्रेमाच्या बाबतीत त्या कधीही ढवळाढवळ करू पाहत नसत; परंतु ही गोष्ट वाऱ्यावर सोडून देण्याएवढी मामुली नक्कीच नव्हती! रट्टी जिनांना सोडून निघून गेल्याचं पाहून त्या काळजीपोटी सैरभैर होऊन गेल्या होत्या. रट्टी त्यांच्याबरोबर ताजमध्ये आल्यापासून पुढले दोन आठवडे त्यांना काहीएक सुचत नव्हतं. त्या कितीही कार्यव्यस्त असल्या, तरी त्या हैदराबादला आपल्या मुलांना रोज पत्र पाठवण्यास कधीही चुकत नसत. आता त्यांना त्याचासुद्धा विसर पडू

लागला होता. एक-दोनदा त्यांनी मोठ्या कष्टानं एक-दोन ओळी लिहिण्याचा प्रयत्न केला होता; परंतु ते पत्र पोस्टात टाकायला तरी त्या विसरल्या किंवा त्यांनी ते चुकीच्या पत्त्यावर तरी पाठवून दिलं! परंतु समझोता घडवण्यात अत्यंत निष्णात असलेल्या सरोजिनींनीसुद्धा दोन आठवड्यांनी हात टेकले आणि कबूल केलं की, जिना पती-पत्नींमधील दुरावा सांधणं ही त्यांच्या शक्तीपलीकडली गोष्ट आहे. १६ जानेवारी १९२८ रोजी अखेरीस सरोजिनींनी दोन आठवड्यांच्या मूकतेनंतर आपल्या दोन लेकींना हैदराबादला पत्र पाठवलं.

'मी (कोलकात्याहून परत येताना) गाडीमधून तुम्हाला एक खूप मोठं पत्र पाठवलं होतं; पण मी ते पोस्टात टाकायलाच विसरून गेले होते. त्यानंतर मी परवा एक तार पाठवली होती; पण मी ती चुकून 'स्टेशन रोड, बॉम्बे' या पत्त्यावर पाठवल्यामुळे ती पोचलीच नाही! या साऱ्यावरून स्पष्टपणे दिसतंय की, माझं मन अनेक कारणांनी अतिशय सैरभैर होऊन गेलंय. स्टेशनवर उतरल्यापासून मी इतक्या तणावांनी आणि चिंतांनी हैराण झालेय! आणि त्यामागचं एकही कारण थेट माझ्याशी निगडित नाही. जरी मला घरी पत्र पाठवण्याची किंवा तिथं प्रत्यक्ष येण्याची कितीही ओढ वाटत असली, तरी मला क्षणाचीही उसंत लाभत नाहीय.'

त्या पत्रात त्यांनी पुढे लिहिलं होतं, 'मी शुक्रवारी कोलकात्याला जातेय आणि २७ तारखेला परत येतेय. मी 'कमला लेक्चर्स'साठी *एकही टिपण* काढलेलं नाही; पण लवकरच गोष्टी सुधारतील, अशी मी आशा करतेय. दुसऱ्या लोकांच्या चिंतांपायी मीच जात्यात भरडून निघतेय; ती परिस्थिती सुधारावी अशी माझी प्रार्थना आहे.' त्यानंतर स्वत:वर ताबा ठेवणं अशक्य झाल्यामुळे त्यांनी आत्तापर्यंत प्रयत्नपूर्वक जपलेलं गुपित त्यांच्या तोंडून बाहेर पडलं, 'मला वाटतं, आजवर मी जमेल तेवढी गुप्त ठेवलेली एक गोष्ट मी तुम्हाला सांगायला हवी. रट्टी अतिशय संकटात सापडलीय. मला वाटतं ही गोष्ट अनेक वर्षं घडू पाहत होती. अचानकपणे त्याचा विस्फोट का झाला हे मी सांगू शकत नाही. बहुधा कोलकात्यात घडलेल्या एखाद्या बारीकशा कुरबुरीमुळे असेल...' आणि त्यानंतर 'ही बारीकशी कुरबुर' काय असू शकेल याचं विवेचन करायच्या फंदात न पडता, त्यांनी कोलकात्याहून परत आल्यावर रट्टी आणि जिनांमध्ये काय घडलं ते नमूद केलं. 'मुंबईच्या प्लॅटफॉर्मवर उतरल्यावर रट्टीनं मला सांगितलं की, ती जिनांबरोबर साउथ कोर्टला न जाता, माझ्याबरोबर ताजला येतेय आणि ४ जानेवारीपासून ती ताजमध्ये माझ्या शेजारच्या खोलीत राहतेय. मी शक्य तेवढा समझोता घडवण्याचा प्रयत्न करून पाहिला आणि आणखी काही करणं मला शक्य होणार नाहीय. एका सीमेनंतर मित्र ढवळाढवळ करू शकत नाहीत. जे दोन लोक एकमेकांच्या खऱ्या प्रेमात असतात, ते कायम दु:खी, कडवट राहून आपापसात समेट करू शकणार नाहीत, असं मला वाटत नाही! अगदी मुंबईच्या मध्यवर्ती भागात काय घडलंय याची किती कमी लोकांना जाणीव झालीय हे पाहून आश्चर्य वाटतंय. नशिबानं लोकांना रट्टीला ताजमध्ये दिवसाच्या कोणत्याही वेळेस पाहायची सवय असल्यामुळे अजून कुणाच्याच लक्षात आलेलं नाही की, ती तिची मांजर घेऊन इथेच राहतेय आणि जिना घरी एकटेच राहत आहेत. गोष्टी पूर्ववत व्हाव्यात म्हणून मी आशा करतेय; पण काय घडेल ते काय सांगावं? दरम्यान, तुम्ही तिला याबाबत लिहावंत असं मला वाटत नाही. जितकं कमी बोललं जाईल तेवढं बरं! पण मला किती काळजी वाटतेय याची तुम्हाला कल्पना आलीच असेल!'

रट्टीबद्दल काळजी करत असतानाच सरोजिनींना घरी एकट्यांना किल्ला लढवत असलेल्या आपल्या दोन मुलींची काळजीसुद्धा व्यथित करत होती. त्यांनी पत्राचा समारोप करताना लिहिलं होतं, 'बाळांनो, मी सतत तुमचीही काळजी करतेय. कृपा करून स्वत:ची नीट काळजी घ्या. तुम्ही स्वत:ची नीट काळजी घेताय हे कळलं, तर माझी निदान ती मोठी काळजी तरी दूर होईल. मी पुन्हा एक-दोन दिवसांत तुम्हाला पत्र लिहीन. मी तुम्हा दोघींसाठी एक एक मुर्शिदाबादी साडी आणलीय. - आई.'

पण आणखी चार दिवस उलटल्यावर सरोजिनी पुन्हा घरी पत्र पाठवू शकल्या. त्या वेळेस त्यांची धाकटी मुलगी नोकरीच्या शोधात भारतभर भ्रमंती करायला बाहेर पडली होती. पद्मजा अधिक विवेकी आहे आणि ती रट्टीचं गुपित फुटू देणार नाही, असा सरोजिनींना विश्वास वाटत असल्यामुळे त्यांनी तिच्याजवळ जिनांच्या विभक्त होण्याबद्दल अधिक सविस्तरपणे लिहिलं होतं, 'मला रट्टीला इथं एकटीला सोडून, इथून निघून जाताना इतकं दु:ख होतंय म्हणून सांगू!' त्यांनी २० जानेवारी १९२८ रोजी कोलकात्याच्या परिषदेसाठी निघताना लिहिलं होतं त्या साऱ्या पत्रात त्यांची 'बिचाऱ्या रट्टी'बद्दलची चिंता आणि व्यथा ओसंडून वाहत होती. रट्टीच्या व्यथेची आणि निराशेची खोली त्यांना आता कुठं उमगू लागली होती. 'तिच्याबद्दल अजून काहीच ठरलेलं नाहीय. फक्त ती कोणताही समझोता करायला तयार नाहीय आणि तिच्या आईबरोबर एप्रिलमध्ये युरोपला जायला निघतेय. कुणीही मित्र सध्या तिला कोणतीही मदत करू शकणार नाहीय, कारण माझी सुरुवातीला समजूत झाली होती तसं हे केवळ कडाक्याचं, कडवट भांडण नाहीय. ते तसं असतं, तर काही काळानं, त्यांनी उभयपक्षी समजुतीनं घेतल्यावर आणि एकमेकांच्या स्वभावदोषांना माफ केल्यावर, ते मिटू शकलं असतं; पण आपण रट्टीवर इतकं प्रेम करत असून आणि तिला एवढे जवळचे वाटत असूनही, त्या दोघांमध्ये जवळजवळ पहिल्या दिवसापासून सुरू झालेला उभयपक्षी असंतोषाचा खोल आणि अप्रकट प्रवाह सरत्या वर्षांबरोबर अधिक तीव्र, कडवट आणि जोरदार बनतोय, हे आपल्या कधीच लक्षात आलं नव्हतं... ती म्हणतेय की, अनेकदा त्यांचा विवाह जवळजवळ मोडण्याच्या टप्प्याला पोचला होता (मी तेव्हा आफ्रिकेत होते) आणि ती त्यांच्यापाशी परत येणारच नव्हती. आता ती म्हणतेय की, मला पुन्हा गुलामगिरीत परत जायला लावू नका. मला स्वतंत्र राहू द्या! बिच्चारी! अशा स्वातंत्र्यासाठी किती किंमत मोजावी लागते, याची तिला अजून कल्पना आलेली नाही! ती सध्या दु:खी नाहीय, फक्त अत्यंत अस्थिर मन:स्थितीत आहे आणि साऱ्या बेड्या तोडून टाकून मुक्त होण्यासाठी आसावलीय! ती म्हणते की, तिची तारुण्याची वर्षं निघून चालली आहेत आणि तिला आता खऱ्या अर्थानं जीवन उपभोगायचंय! ती म्हणते की, जिना तिचं मन आणि आत्मा तृप्त करायला असमर्थ आहेत; ते तिला समजून घ्यायला असमर्थ असल्यामुळे आणि आयुष्यातला आनंद उपभोगण्याची त्यांच्या ठायी कुवतच नसल्यामुळे, त्यांच्या सहवासात तिला गुदमरल्यासारखं वाटत राहतं. जिनांच्यासुद्धा तिच्याबद्दल भरपूर तक्रारी आहेत... तीसुद्धा त्यांच्यावर अनेक आरोप करते... आणि या कहाणीत गेल्या दहा वर्षांत, दर वर्षी नव्या नव्या अध्यायांची भरच पडत गेलीय! आजकाल मला वाटू लागलं होतं की, हे दोघे एकमेकांना नीटपणे समजून घेऊ लागलेत आणि रट्टीलासुद्धा वाटू लागलं होतं की, ते खूपच जास्त मार्दवानं आणि समजुतीनं वागू लागले आहेत. त्यांच्या विवाहाच्या

प्रारंभीच्या काळात त्या दोघांना अत्यंत व्यथित आणि प्रक्षोभित करणारी कडाक्याची भांडणं आता होत नाहीयत; पण मला वाटतं की, दोन इतके भिन्न स्वभाव-एक उसळतं चैतन्यमय तारुण्य आणि दुसरं अतिशय नीरस असं मूर्तिमंत प्रौढत्व-असताना भांडण होणं अपरिहार्यच होतं. जिना तिच्या तुलनेत अत्यंत वयस्कर आहेत आणि ती अतिशय तरुण आहे आणि दोघांमध्येही एकमेकांबद्दल खरंखुरं ममत्व असूनही दोघे समझोत्यासाठी उमदेपणानं तडजोड करायला राजी नाहीत! गरीब बिच्चारी रट्टी! मला कधीच कळलं नव्हतं की, तिच्या निर्भय अंत:करणाला इतकी भीती ग्रासत होती. तिनं त्याचा कधीही अवाक्षरानंही उच्चार केला नाही आणि आपल्याला कधी ते समजलं नाही! मला वाटतंय की, ठरल्याप्रमाणे तिनं एप्रिलमध्ये तिच्या आईबरोबर युरोपला जाणंच श्रेयस्कर ठरेल. जिनासुद्धा त्याच वेळेस तेथे जाणार आहेत आणि कुणी सांगावं या दोघांनी आंधळेपणानं वागून वर्षानुवर्षं एकमेकांना दिलेल्या दु:खावर काळच फुंकर घालू शकेल!'

आणि जरी त्या दोघांची शक्य तेवढ्या लवकर (आणि इतरांच्या लक्षात येण्यापूर्वीच) दिलजमाई व्हावी, अशी सरोजिनींना आस लागली होती, तरी सरोजिनींना मान्य करावंच लागलं की, त्यांना सुरुवातीला वाटलं होतं तेवढा रट्टीचा त्यांना सोडण्याचा निर्णय काही पूर्णपणे निष्कारण नव्हता! त्यांनी पत्रात पुढे लिहिलं होतं, 'दरम्यान, आश्चर्याची गोष्ट म्हणजे रट्टी लहानपणापासून प्रथमच इतक्या नीटपणे राहू लागलीय. ती नियमितपणे ठरावीक वेळेला जेवतेय आणि झोपतेय. ती स्वत:च्या घरात कधीच वागू शकली नव्हती, तेवढी नैसर्गिकपणे आणि स्वाभाविक प्रवृत्तीनं वागू लागलीय. ती सतत म्हणतेय, ''मी आता स्वतंत्र आहे! मी आता स्वतंत्र आहे!'' जिनांना सोडून देऊन पुन्हा त्यांच्यापाशी बर्फाळ वैवाहिक आयुष्य जगण्यासाठी जायला नकार देण्याची तिची कारणं ती तुला कधीतरी सांगणार आहे; परंतु गेली दहा वर्षं तिनं ज्या यातना भोगल्या - त्या मला आता कुठं समजल्या आहेत - त्या ऐकून तू खूपच दु:खीकष्टी होशील म्हणून ते सारं तुला सांगण्यापासून मी तिला थोपवलंय!' सरोजिनींना आजवर वाटत आलं होतं की, रट्टीचं दु:ख तिनं स्वत:च स्वत:वर ओढवून घेतलंय आणि रट्टीच्या अस्थिर आणि लहरी स्वभावाचाच तो परिणाम आहे; पण ती किती दु:खी होती हे सांगताना रट्टीनं जेव्हा त्यांना सांगितलं होतं की, तिनं निराशेपोटी आपलं आयुष्य संपवून टाकायचाही प्रयत्न केला होता, तेव्हा मात्र त्या मनोमन हादरून गेल्या होत्या. त्यांना जो धक्का बसला होता तो त्यांनी पुढे अर्धवट लिहून सोडून दिलेल्या वाक्यावरून लक्षात येतोय, 'आणि तिनं हेतुपुरस्सर स्वत:चं आयुष्यसुद्धा संपवू पाहिलं होतं...' आणि हे भीषण सत्य उघड केल्यावर त्यांनी तो विषयच बदलून टाकला होता. कदाचित, त्या दु:खद विषयाकडे वळणं त्यांना फार दु:सह झालं असेल किंवा हे ऐकून त्यांची रोगट आणि हळवी मुलगी फारच दु:खीकष्टी होऊन जाईल, असं त्यांना वाटलं असावं, कारण काहीही असो! त्यांनी तो विषय तेवढ्यावरच संपवून पुढे लिहिलं होतं, 'असो! रट्टीला केवळ आपणच जवळचे आहोत. तिचे स्वत:चे नातेवाईक आता तिला परके होऊन गेले आहेत. तिची बिचारी आई तिच्यावर खूप माया करते; पण तिला पूर्णपणे सैरभैर करून टाकते... रट्टीचं आपल्यावर प्रेम आहे, विश्वास आहे आणि त्यामुळे आधारासाठी ती माझ्याकडे धाव घेते! बिच्चारं लहानगं! तिला माझ्यापाशी सुरक्षित वाटतं. मनोमन शांत वाटतं.'

सरोजिनी इतक्या व्यथित झाल्या होत्या की, दु:खापोटी त्यांनी आजवर कधीही न केलेली एक गोष्ट केली – त्यांनी याबाबत जिनांशी बोलायचा प्रयत्न केला. त्यांची जिनांशी अनेक वर्षांची मैत्री असूनही यापूर्वी सरोजिनींनी असं स्वातंत्र्य कधीही घेतलं नव्हतं. जिनांना आपल्या वैयक्तिक आयुष्यात इतर कुणी ढवळाढवळ केलेली अजिबात आवडत नाही, हे सरोजिनी पूर्णपणे जाणून होत्या; पण त्यांना इतकी प्रचंड चिंता वाटत होती की, त्यांच्यानं राहवलं नाही! त्यांनी पद्मजाला लिहिलं, 'जिना इतके नि:शब्द बनलेत! कुणी त्यांच्या जवळही जाऊ धजत नाही. मला वाटतं की, ते मनोमन दुखावले गेलेत, कारण ती कोणत्याही पूर्वसूचनेशिवाय एकाएकी त्यांना सोडून निघून गेलीय. काहीही असो. त्यांना त्याबद्दल कुणीही काहीही सांगू शकत नाहीय. ते इतके कडक, अभिमानी आणि आतल्या गाठीचे आहेत की, त्यांच्या कुण्या जवळच्या मित्रालाही एक सीमारेषेच्या आत प्रवेश करता येत नाही. ते फक्त म्हणतात, ''मी दहा वर्षं दु:खी होतो. माझ्यानं ते आता आणखी सोसवत नाहीय. तिला स्वतंत्र व्हायचं असेल, तर त्या आड मी येणार नाही. ती सुखी होऊ दे; पण मी या गोष्टीची कुणापाशीही चर्चा करणार नाही. कृपा करून मध्ये पडू नका.'' आणि एकटेपणामुळे ते एक पत्थराची मूर्ती बनून गेलेत आणि रट्टी जरी सध्या स्वतंत्र बनल्याबद्दल आनंद मानू लागली असली, तर कधी कधी त्या स्वातंत्र्याची प्रचंड किंमत मोजावी लागते!.... मी आज पापीला (लीलामणी) पत्र लिहितेय. तीही रट्टीप्रमाणेच स्वातंत्र्यासाठी टाहो फोडत असते! असलं स्वातंत्र्य??'

रट्टी आणि जिनांच्या तडजोडीसाठीच्या तीव्र नकारापेक्षाही सरोजिनींना जास्त दु:ख होत होतं ते त्या दोघांच्याही फारकतीबद्दलच्या बेदरकारीमुळे! सरोजिनींनी त्यांचा मित्र सय्यद हुसेन याच्यापाशी काही आठवड्यांनी याबद्दल बोलताना म्हटलं, 'अतिशय दु:खाचा भाग म्हणजे त्या दोघांनाही अगदी *सुटल्यासारखं* वाटतंय!'

पण ते दोघेही वरवर जितकं दर्शवत होते, तेवढे काही भावनाशून्य बनले नव्हते! जिना कितीही बेपर्वाई आणि सुटकेची भावना दर्शवत असले, तरी त्यांच्या मनातल्या खऱ्या भावना वेगळ्याच होत्या. रट्टी त्यांना अचानक सोडून गेल्यामुळे ते मनोमन दुखावून गेले आहेत, ही सरोजिनींची प्रारंभीची समजूत काही पूर्णपणे चुकीची नव्हती. वरवर पाहता ते पूर्वीप्रमाणेच दिनक्रम व्यतीत करत होते. रट्टीनं अचानकच आपल्याला सोडून दिल्याबद्दल वाटणारा अपमान आणि संताप आपल्याला जाणवू नये म्हणून त्यांनी क्षणाचीही विश्रांती न घेता स्वत:ला कामात पूर्णपणे झोकून दिलं होतं. त्या क्षणी त्यांना पूर्णपणे व्यग्र ठेवायला त्यांच्यापुढे भरपूर कामंही होती! पहिली गोष्ट म्हणजे मुस्लीम लीगमध्ये पडलेली दुही त्यांना सांधायची होती. आपला विवाह टिकवण्यापेक्षा या कामाची निकड जास्त तीव्र होती कारण राष्ट्रीय नेता या नात्यानं देशातल्या मुस्लिमांचा विवादातीत नेता म्हणून मान्यता मिळवणं अत्यंत गरजेचं होतं. मुस्लीम लीगची दोन शकलं पडल्यावर, फुटीर लोकही सरकारच्या बाजूचे बनले होते, त्यामुळे सायमन कमिशनवर बहिष्कार घालायला किंवा काँग्रेसबरोबर हिंदू-मुस्लीम समझोता घडवायला त्यांना मुस्लिमांचा पाठिंबा उरला नव्हता! त्यांच्या चिलखतात फट पडलेली पाहून त्यांच्या वर्मी घाव घालायला टपलेलं सरकार आणि त्यांचे काँग्रेसमधले विरोधक त्यांना तुच्छतेनं 'बिनबुडाचा नेता' म्हणून खिजवू लागले होते. त्यांना जास्त एकटं पाडलं जातंय हे पाहून ते अधिकच जोमानं प्रतिकार करू लागले होते. त्यांचा

स्वाभिमानी आत्मा त्यांच्या विरोधकांना शांतवायला, त्यांच्यापुढे नमतं घ्यायला अजिबात तयार नव्हता.

त्यांच्या वैयक्तिक आयुष्यातही ते तसेच वागत होते. कुणाचीही मध्यस्थी स्वीकारायला किंवा नमतं घेऊन स्वत: रट्टीशी बोलायचा प्रयत्न करायला त्यांचा अभिमान आड येत होता. तिचं वागणं विश्वासघातकी आहे, असं वाटल्यामुळे त्यांना मरणांतिक यातना झाल्या होत्या, त्यामुळे ते आपल्या अलिप्ततेच्या कोषात दडी मारून बसले होते आणि त्यांच्या मित्रांनी मध्यस्थी करायची तयारी दाखवली असली, तरी त्याला ते नकार देत होते. ते दोघे विभक्त झाल्यावर एका आठवड्याच्या आतच जिना मुस्लीम नेत्यांच्या बैठकीला उपस्थित राहण्यासाठी लखनौला निघून गेले होते. त्यापूर्वी त्यांनी दु:ख किंवा पश्चात्ताप झाल्याचा शब्दही रट्टीपुढे उच्चारला नव्हता. त्याबद्दल ते तिच्यापाशी किंवा इतर कुणापाशीही अवाक्षरही उच्चारायला तयार नव्हते. सायमन कमिशनवर बहिष्कार घालण्याच्या ज्या आंदोलनाचं ते नेतृत्व करत होते, ते त्यांच्यापुढचं एकमेव उद्दिष्ट उरलं होतं, त्यामुळे ते मुस्लिमांना आणखीच अप्रिय वाटू लागले आहेत, या वस्तुस्थितीकडे त्यांनी पूर्णपणे डोळेझाक केली होती.

रट्टीच्या संदर्भात बोलायचं, तर फेब्रुवारीच्या सुरुवातीला संसदेच्या नव्या सत्रासाठी दिल्लीला निघण्यापूर्वीच्या दोन आठवड्यांच्या काळात ते रट्टीला भेटलेही नाहीत किंवा तिच्याशी बोललेही नाहीत. त्यांनी सारा निर्णय पूर्णपणे तिच्यावर सोपवला होता. तिनं वाटलं तर ताजमध्येच राहावं किंवा त्यांच्या दिल्ली वास्तव्याच्या काळात ते घरी अनुपस्थित असताना पुन्हा काहीच घडलं नसल्याप्रमाणे घरी परत यावं. ते तिच्या निर्णयात कोणतीही ढवळाढवळ करणार नव्हते; जणू त्या गोष्टीचा त्यांच्याशी कोणताही संबंधच नव्हता! जणू त्यांना त्याबद्दल अजिबात पर्वा वाटत नव्हती! आणि त्यांनी नेहमीपेक्षाही अधिक जोमानं स्वत:ला राजकारणात पूर्णपणे झोकून दिलं होतं.

पण त्यांना सुखावणाऱ्या त्या एकमेव गोष्टीनंदेखील आता त्यांच्याकडे पाठ फिरवली होती. आजवर संसदेतले त्यांचे प्रयत्न नेहमीच यशस्वी ठरले होते; परंतु पुढे अनुभवाला येऊ घातलेल्या निराशेची पहिली चुणूक त्यांना ताबडतोबच अनुभवाला आली. सँडहर्स्ट समितीनं केलेल्या सूचनांवर त्यांनी खूप कष्ट घेतले होते. सरकारनं कोणतंही कारण न देता साऱ्या सूचना चक्क कचऱ्याच्या टोपलीत टाकून दिल्या होत्या. आजारपणामुळे अंथरुणाला खिळलेली पद्मजा सध्या राजकारणापासून संपूर्णपणे दूर गेलेली होती; पण तिलासुद्धा जिनांच्या वाट्याला आलेल्या निराशेबद्दल सहानुभूती वाटली होती. तिनं सॅनिटोरियममधून छागलांना पत्र पाठवून म्हटलं होतं, 'बिच्चारे जिना! सँडहर्स्ट समितीच्या सूचनांबद्दल सरकारनं काढलेला जाहीरनामा पाहून जिना किती निराश झाले असणार! त्यांना त्यांच्या प्रस्तावाबद्दल किती उमेद वाटत होती!' परंतु राजकारणापासून दूर राहिल्यामुळे असेल किंवा तिच्या अधिक मवाळ मनोवृत्तीमुळे असेल; पण पद्मजाला जिनांच्या सरकारशी लढा देण्याच्या पद्धतीतली व्यर्थता जाणवू लागली होती. 'मला वाटतंय की, भविष्यात आपल्यापुढे वाढून ठेवलेल्या अपमानांची ती केवळ नांदी आहे – आपण लाखो निषेधसभा घेतल्या तरी त्याचा काही एक उपयोग होणार नाहीय. मला तर कधी कधी खरोखरच वाटू लागतं की, अशी परिस्थिती आल्यावर आपण शब्दही न उच्चारता आपला आब राखावा.

आपण रडतो, भेकतो, धमक्या देतो, निषेध करतो आणि सरकार ते सारं ऐकून घेतं आणि करायचं तेच करतं; पण राजकारण हा उदासवाणा विषय आहे...'

तो विषय उदासवाणा असो की नसो, जिना तरीसुद्धा सतत सरकारचे दरवाजे ठोठावत राहिले होते आणि काँग्रेसशी समझोता घडवण्यात आपली सारी ऊर्जा ओतू लागले होते. ते राजकीय बाबतीत तोडगा काढण्यात इतके व्यग्र होते की, वैयक्तिक गोष्टींकडे लक्ष द्यायला त्यांना फुरसतच लाभत नव्हती. सरकारनं सँडहर्स्ट समितीच्या अहवालाला कचऱ्याची टोपली दाखवल्यावर अवघ्या एकाच आठवड्यात त्यांना अत्यंत आशादायक वाटणाऱ्या दिल्ली प्रस्तावावर सर्वपक्ष परिषदेत चहूबाजूंनी हल्ला चढवण्यात आला. त्यांनी काही महिन्यांपूर्वी हिंदू–मुस्लीम मतभेद मिटवण्यासाठी मांडलेल्या दिल्ली प्रस्तावाचं काँग्रेसनं मनापासून स्वागत केलं होतं आणि या परिषदेत सर्व जण तो प्रस्ताव अगदी सहजी मान्य करतील याबद्दल कुणालाच शंका वाटत नव्हती. या परिषदेत हा प्रस्ताव पुढे नेण्यासाठी जी उपसमिती स्थापन करण्यात आलेली होती, त्यात त्यांचे मित्र असलेले दोन नामवंत काँग्रेस-सदस्य समाविष्ट करण्यात आले असल्यामुळे, – मोतीलाल नेहरू आणि सरोजिनी नायडू या उपसमितीत समाविष्ट केले गेल्यामुळे – या प्रस्तावाच्या यशाबद्दल कुणालाच संदेह वाटत नव्हता; पण जिनांच्या प्रस्तावातील प्रत्येक कलमावर हिंदू महासभेनं कडाडून हल्ला चढवल्यामुळे या दोन नेत्यांचाही नाइलाज झाला. सरोजिनींनी १३ फेब्रुवारी १९२८ रोजी घरी पाठवलेल्या पत्रात लिहिलं होतं, 'राजकीय सर्वपक्ष परिषदेनं मला जेरीला आणलंय. या महत्त्वाच्या क्षणीसुद्धा लोक आपला हेका सोडायला तयार नाहीत... आणि ते लहानसहान मुद्द्यांवरून भांडत आहेत! मला त्या साऱ्यांची अगदी शिसारी आलीय!' सरोजिनींपेक्षा जिनांनीच जास्त सहनशीलता दाखवली होती; पण अखेरीस त्यांचासुद्धा नाइलाज झाला होता आणि ते परिषद सोडून निघून गेले होते. हिंदू विरोधक त्यांच्या प्रस्तावाच्या चिंध्या करत असताना नाइलाजाने सरोजिनींना तो सारा तमाशा मूकपणे पाहत राहणं भाग पडलं होतं. या साऱ्या हल्ल्याचा धैर्यानं प्रतिकार करत असलेल्या जिनांबद्दल त्यांच्या मनात कणव दाटून आली होती. सरोजिनींनी छागलांना पत्रात लिहिलं होतं, 'दिल्लीचं सत्र हे जिनांचं सत्र होतं! संसदेत आणि सर्वपक्ष परिषदेत त्यांचं व्यक्तिमत्त्व अधिराज्य करत होतं! आजइतकं मला त्यांचं कधीच कौतुक वाटलेलं नाही. इतक्या यातना भोगत असतानाही ते किती धैर्यानं आणि गौरवपूर्णरीत्या वागले होते! अतिशय लांबत गेलेल्या या परिषदेतील कसोटीच्या काळात त्यांनी किती सहनशीलता, आर्जव आणि खराखुरा मुत्सद्दीपणा दाखवला होता!'

सर्वपक्ष परिषदेच्या पंधरा दिवस आधीच सरोजिनी दिल्लीत पोचल्या होत्या आणि सर्वांनी एकमतानं प्रस्तावाला मान्यता द्यावी, यासाठीचा पाया रचत होत्या. वाटाघाटी सुरू असताना, परिषद संपल्यावर आणखी दहा दिवस त्या दिल्लीतच राहिल्या होत्या. रट्टीसाठी मुंबईत राहण्याची आंतरिक तळमळ वाटत असूनही, त्या महिनाभर निग्रहानं दिल्लीतच राहिल्या होत्या; पण जिनांप्रमाणेच सरोजिनींच्या आयुष्यातही राजकारणाला प्रथम स्थान होतं. राजकीय काम आणि बैठकी सोडून जी काही चिमूटभर फुरसत मिळेल, तेवढीच वैयक्तिक कामांसाठी खर्च केली जात असे.

दरवर्षी या वेळेस दिल्लीत येण्याच्या त्यांच्या नेहमीच्या प्रघाताप्रमाणे पेटिट दाम्पत्यसुद्धा दिल्लीत येऊन पोचलं होतं. खरं तर दरवर्षी ते आयोजित करत असलेल्या भव्य मेजवानीनंतरच

'दिल्ली सीझन' सुरू होत असे; पण जरी त्यांनी नेहमीप्रमाणे वागत असल्याचा कितीही आव आणला असला, तरी ते त्यांच्या मुलीनं दिलेल्या दुसऱ्या धक्क्यामुळे आंतर्बाह्य हलून गेले आहेत, हे स्पष्टपणे जाणवत होतं. त्यांना इतरांपूर्वीच आणि बहुधा सरोजिनींकडूनच ही बातमी समजली होती. रट्टीला ही बातमी आपल्या आई-वडिलांपर्यंत पोचू द्यायची नसली, तरी ही बातमी बाहेर फुटण्यापूर्वी या पेचातून मार्ग काढण्यासाठी रट्टीच्या आई-वडिलांची मदत घेण्याची सरोजिनींची नक्कीच इच्छा असणार आणि लेडी पेटिटनी अजिबात वेळ न दवडता रट्टीशी संपर्क साधला होता आणि त्यांच्याबरोबर उन्हाळी सुट्टीसाठी युरोपला जाण्यासाठी त्यांनी तिचं मन वळवलं होतं; पण मुलीच्या परिस्थितीबद्दलचं दुःख आणि एकट्या नोकरांच्या ताब्यात पोरकेपणानं राहत असलेली आपली नात पाहून वाटणारी प्रचंड चिंता यामुळे लेडी पेटिट प्रचंड तणावाखाली वावरत असल्याचं स्पष्टपणे जाणवत होतं. या धक्क्याचा त्यांच्यावर इतका प्रचंड परिणाम झाला होता की, त्यांनी दिलेल्या मेजवानीत सरोजिनींना त्या नेहमीप्रमाणे मोहक आणि संतुलित दिसण्याऐवजी अगदी खचून गेल्यासारख्या, विझल्यासारख्या वाटल्या. या मेजवानीनंतर दुसऱ्या दिवशी सरोजिनींनी पद्मजाला पाठवलेल्या पत्रात ही भावना व्यक्त केली होती.

मुंबई सोडताना सरोजिनींनी रट्टीला वचन दिलं होतं की, ती युरोपला निघण्यापूर्वीचे उरलेले काही आठवडे त्या तिच्यासोबत ताजमध्ये राहतील; पण आयत्या वेळेस त्यांना तो बेत बदलावा लागला. घरून बातमी आली की, गेले काही महिने सतत अशक्त होत चाललेल्या पद्मजाला भयावह क्षयरोगाची बाधा झाल्याचं निदान करण्यात आलं आहे. तिच्या दीर्घकालीन उपचारांसाठी तिला युरोपला पाठवण्याएवढ्या पैशांची जमवाजमव होईस्तोवर, तिला तातडीनं दक्षिण भारतातील टीबी सॅनिटोरियममध्ये लगेचच हलवण्याचा डॉक्टर नायडूंनी निर्णय घेतला. आजवर आपली सांसारिक कर्तव्यं दूर सारून सरोजिनींनी स्वतःला देशसेवेला वाहून घेतलं होतं; पण मातृत्वाची ही जबाबदारी दुर्लक्ष करण्यासारखी नव्हती. ही बातमी कळताक्षणी त्यांनी संसदेतूनच पद्मजाला तार पाठवली होती, 'सोने, धीर धर. मी लगेचच घरी येतेय आणि प्रेमानं तुझी काळजी घेऊन तुला बरी करणार आहे.' त्यांच्या विविध कर्तव्यांतून मुक्तता मिळवण्यासाठी सर्वोच्च स्वामींची गांधीजींची परवानगी मिळवण्याचा कोणताही प्रयत्न न करता, त्यांनी आपल्या पुढल्या काही आठवड्यांच्या साऱ्या बैठकी रद्द करून टाकल्या.

परंतु आपल्या लेकीबद्दल इतकी विवंचना लागलेली असूनही रट्टीची काळजी त्यांचं मन सतत कुरतडत होती. त्या दिल्लीहून परत येण्याची रट्टी किती उत्कंठेनं वाट पाहत असेल, याची त्यांना पूर्ण कल्पना होती, त्यामुळे तिला भेटल्यावाचून थेट हैदराबादला निघून जायला त्यांचं मन झालं नाही. त्यांनी मुंबईमार्गे हैदराबादला जायचा निर्णय घेऊन वाटेत एक दिवस रट्टीसोबत घालवला. त्यांनी छागलांना पत्रानं कळवलं होतं, 'ती बोटीत बसण्यापूर्वी तिचा निरोप घ्यायला येता येईल, याची खात्री वाटत नसल्यामुळे मी मुंबईत एकच दिवस थांबते आहे.'

रट्टीकडे पाहून तिच्या बाह्यरूपात तरी सरोजिनींना काळजी करण्यासारखं काहीही दिसलं नव्हतं. खरं तर विभक्त झाल्यापासून तिची प्रकृती खूपच सुधारल्यासारखी वाटत होती. त्या पोचल्या त्या दिवशी ताजमधून सरोजिनींनी पद्मजाला लहानसं पत्र पाठवून त्यात

लिहिलं होतं, 'रट्टी पुन्हा खूप गोड दिसू लागलीय.' लीलामणीचं पत्रसुद्धा ताजमध्ये त्यांची वाट पाहत होतं. लीलामणी आता लाहोरच्या स्त्री विद्यापीठात शिकवू लागली होती. रट्टी अजूनही जुनं भांडण लक्षात ठेवून आपल्याकडे पाठ फिरवतेय, अशी तिची तक्रार होती. सरोजिनींनी पद्मजाला लिहिलं होतं, 'तिनं रट्टीला पत्र पाठवलं असूनही रट्टी अजून आपल्याशी दुराव्यानं वागतेय म्हणून पापी फार दुखावून गेलीय.' सरोजिनींनी स्वभावानुसार तो विषय अधिक न वाढवता पुढे लिहिलं होतं, 'रट्टी स्वातंत्र्याच्या शोधात नवं आयुष्य सुरू करण्यासाठी बोटीत बसण्यापूर्वी मी तिचा निरोप घ्यायला इथं येऊ शकणार नाही म्हणून ती फार दु:खी झालीय.'

रट्टी जरी अतिशय सुंदर, तेजस्वी दिसू लागली असली तरी सरोजिनींना अजूनही तिची सतत काळजीच वाटत होती. हैदराबादहून पद्मजाला सॅनिटोरियममध्ये नेण्यापूर्वी हैदराबादमध्ये अनेक निरोप समारंभ झाले. त्यानंतर तिला गाडीनं सॅनिटोरियममध्ये नेण्याची गडबड उडली. या सर्व काळात त्यांना सतत रट्टीची चिंता जाळत होती. त्या पद्मजासोबत सॅनिटोरियममध्ये थोड्याशा स्थिरस्थावर होताक्षणी त्यांनी छागलांना २ एप्रिल १९२८ रोजी पत्रानं विचारलं, 'तुम्हाला श्रीमती जिना कधी भेटतात का? मला त्यांची खूप काळजी वाटतेय.' मग छागलांपेक्षा स्वत:चीच समजूत घालण्यासाठी त्यांनी पुढे लिहिलं, 'मला फ्रेंच कवीचं म्हणणं पटतं, ''प्रत्येकापुढे त्याचं स्वत:चं अनंत अवकाश असतं,'' त्यामुळे ती आपली समस्या स्वत:च्याच पद्धतीनं सोडवेल.'

यापूर्वी जिना विभक्त झाल्याची बातमी बाहेर फुटू नये म्हणून उरी फुटून धडपड करणाऱ्या सरोजिनींच्या दृष्टीनं, त्यांनी आता घेतलेली तटस्थ, तात्त्विक भूमिका ही मोठीच सुधारणा होती! रट्टी जिनांना सोडून देऊन ताजमध्ये राहू लागल्यावर चार आठवड्यांनी ५ फेब्रुवारी रोजी सरोजिनींनी छागलांना लिहिलं होतं, 'आपल्या सर्वांना ज्याची चिंता लागली आहे, त्या गोष्टीबद्दल बोलता, वागताना अतिशय सावधगिरी आणि सुज्ञता पाळा.' आणि याबद्दल अजिबात उच्चार करू नका, असं छागलांना आपण सांगितल्यामुळे त्यांना राग येऊ नये या हेतूनं या सल्ल्यातला विखार काढण्यासाठी त्यांनी पुढे पुस्ती जोडली होती, '*तुम्ही* अतिशय सुज्ञ आहात, हे मी जाणून आहे.'

पण सॅनिटोरियममधून छागलांना पत्र पाठवण्यामागचा सरोजिनींचा हेतू वेगळाच होता. जिनांचा युरोपला जायचा विचार होता, त्यानुसार ते युरोपला निघून जाण्यापूर्वी सरोजिनींना त्यांच्याशी तातडीनं संपर्क साधायचा होता. सर्वपक्ष परिषद कोणतंही एकमत न होताच संपली होती आणि जिना भारतात नसताना कोणतीही राजकीय तडजोड होऊ शकणार नाही, याची सरोजिनींना खात्री वाटत होती. सरोजिनींनी दिल्ली इतकी तडकाफडकी सोडली होती की, तेथून निघण्यापूर्वी प्रस्तावाला कॉंग्रेसमध्ये पुढे रेटण्यासाठी कोणतं धोरण अमलात आणावं याबाबत त्यांना जिनांशी मसलत करता आली नव्हती. सरोजिनींनी आपल्या पत्रात छागलांना विनंती केली होती, 'जिना मुंबईत आले की, कृपया मला ताबडतोब कळवा आणि त्यांनी युरोपला जायंच ठरवलं, तर ते कोणत्या तारखेला निघत आहेत, तेसुद्धा कळवा. त्यांना पत्र पाठवण्याचा किती कंटाळा आहे हे तुम्ही जाणताच, तेव्हा माझ्यासाठी एवढं काम कराच.' आणि या गोष्टीबाबतची निकड छागलांच्या लक्षात यावी म्हणून त्यांनी पुढे लिहिलं होतं, 'जिना मुंबईत परत आले असतील तर मला तारेनं कळवा.'

योगायोगानं, सरोजिनींनी छागलांना हे पत्र पाठवलं, त्यापूर्वीच जिना मुंबईत परत आले होते. त्यांना आशा वाटत होती, त्याप्रमाणे त्यांच्या गैरहजेरीत रट्टी साउथ कोर्टला परत आलेली नव्हती. तिच्या मित्रमैत्रिणींनी तिला थोडी अक्कल शिकवली असेल ही त्यांची आशा फोल ठरली होती. उलट, त्याऐवजी तिनं कांजीचा पिच्छा पुरवून त्याच्याकरवी साउथ कोर्टमधल्या तिच्या काही गोष्टी ताजमध्ये हलवल्या होत्या. ताजमधल्या खोल्या तिनं मासिक भाडेतत्त्वानं घेतल्या होत्या. आईला कबूल केल्याप्रमाणे रट्टी लेडी पेटिट बरोबर १० एप्रिल १९२८ रोजी युरोपला जाणाऱ्या बोटीत बसली. जिनांनी तिला थांबवण्याचा कोणताही प्रयत्न केला नाही. तिच्याबरोबर समझोता करण्यासाठी नमायची त्यांची तयारी नव्हती. त्यांनी त्यानंतर त्यांच्या एका दीर्घकालीन पारशी स्नेह्यापाशी कबुली दिली, 'ही माझी चूक आहे. आम्ही दोघांनीही थोडी समजूत दाखवायला हवीय; पण ते आम्हाला जमत नाहीय.' हा मित्र त्या दोघांची दिलजमाई करू पाहत होता.

परंतु गेल्या तीन महिन्यांच्या मानसिक तणावाचा स्पष्ट परिणाम त्यांच्या प्रकृतीवर दिसू लागला होता. रट्टी युरोपला निघून गेल्यावर वीस दिवसांनी सरोजिनी जिनांना भेटल्या होत्या. त्यानंतर १ मे १९२८ रोजी त्यांनी पद्मजाला कळवलं होतं, 'जिना अतिशय बारीक झालेत आणि वयस्कर दिसू लागलेत.' त्या वेळेस पद्मजाला सॅनेटोरियममध्ये स्थिरस्थावर करून त्या नुकत्याच मुंबईला परत आल्या होत्या.

एकट्यानं युरोपला जायची कल्पना फारशी पसंत नसूनही, त्यानंतर चारच दिवसांनी ५ मे रोजी जिनासुद्धा युरोपला जाणाऱ्या बोटीत बसले. तीन आठवड्यांपूर्वीच कोर्टांना उन्हाळी सुट्टी पडली होती. हिंदू-मुस्लीम प्रश्नाबाबत काँग्रेसशी समझोता करण्याची त्यांची आशासुद्धा, काँग्रेसमधील अंतर्गत दुहीमुळे जमीनदोस्त झाली होती. व्हाइसरॉयबरोबरची त्यांची बोलणीसुद्धा निरुपयोगी ठरली होती. इतर लोक एकत्र होऊन त्यांना एकटं पाडण्याचा आणि त्यांना राजकीय व्यासपीठावरून ढकलून देण्याचा अव्याहत प्रयत्न करत असताना, खंबीरपणे सतत त्यांचा प्रतिकार करून जिना थकून गेले होते, त्यामुळे इंग्लंडची फेरी ही तितकी काही वाईट कल्पना नाही, असा त्यांनी निर्णय घेतला. ब्रिटिश सरकारमध्ये अजूनही त्यांचे काही मित्र होते आणि ते मित्र आपलं तर्कशुद्ध बोलणं अधिक समजुतीनं ऐकून घेतील, अशी त्यांना आशा वाटत होती.

ब्रह्मचारी असताना जसा समुद्रप्रवास त्यांना अतिशय आवडत असे, तसाच हा समुद्रप्रवास होता. बोटीवर त्यांचे तीन मित्र होते - त्यांच्या बरोबरचे सांसद आणि माजी काँग्रेस अध्यक्ष सर श्रीनिवास अय्यंगार, आणखी एक वकील राजकारणी तुलसी गोस्वामी आणि त्यांचा अत्यंत आवडता असा तरुण मित्र दिवाण चमनलाल. चमनलालला जिनांनी एकेकाळी *बॉम्बे क्रॉनिकलचा* संपादक म्हणून नियुक्त केलं होतं आणि तो आता त्यांच्याबरोबरचा सांसद होता. हे तिघे जण - विशेषत: त्यांचा तरुण प्रशंसक चमनलाल - त्यांची सद्य राजकारणावरची मतं ऐकून घेण्याच्या दृष्टीनं उत्तम श्रोते होते आणि जिना बोटीवर राजकारण सोडून इतर कोणत्याही विषयावर बोलत नसले, कधी कधी तर डेकवर पूर्णपणे अनोळखी लोकांशीसुद्धा राजकारणावर गप्पा मारत असले, तरी ते फार आनंदी मन:स्थितीत नसल्याचं स्पष्टपणे जाणवत होतं. खरं तर चमनलालच्या म्हणण्याप्रमाणे ते अतिशय एकाकी आणि निराश दिसत होते.

अर्ध्या प्रवासात जिनांना एकाएकी एक सणक आली. चमनलालच्या म्हणण्याप्रमाणे, बोट पोर्ट सैदजवळ आल्यावर जिनांनी म्हटलं की, युरोपला जाता-येताना त्यांनी अनेकदा सुएझ कालवा पार केला असला, तरी ते कधीही कैरो बघायला थांबले नव्हते. त्यानंतर त्यांनी एक अनपेक्षित सूचना केली. ही सूचना त्यांच्या स्वभावाशी पूर्णपणे विसंगत होती. त्यांनी सुचवलं, 'एक बोट भाड्यानं घेऊन एका दिवसासाठी कैरोला का जाऊन येऊ नये? त्याच रात्री आपल्या या बोटीवर परत येता येईल. बोट दुसऱ्या दिवशी सकाळी निघण्यापूर्वी आपण कैरो पाहून परतही आलेलो असू.' जिनांच्या या सूचनेबद्दल केवळ त्यांच्या मित्रांनीच नाही, तर बोटीवरल्या इतर अनेक लोकांनीही उत्साह दाखवला, त्यामुळे पहाटेस अनेक लोक टॅक्सीमध्ये बसून कैरो बघायला निघाले होते. अशा प्रकारचा प्रवास जिनांबरोबर करता यावा अशी रट्टीची चिरंतन तळमळ होती. ऐनवेळेस बेत ठरवून, अचानकच वेगवेगळ्या गोष्टी पाहत मन मानेल तसं भटकावं आणि नवे नवे अनुभव गोळा करावेत, याची तिला प्रचंड ओढ वाटत असे; पण जिनांबरोबर असा प्रवास चमनलालनं केला; रट्टीनं नव्हे!

या सफरीत इतरही अनेक गोष्टी घडल्या आणि त्या योगे चमनलालला या आपल्या थोर मित्राची अधिक मानवतेची बाजूसुद्धा दिसू लागली. त्याच्या कायम लक्षात राहिलेली एक गोष्ट म्हणजे वाळवंटात मधोमध त्या सर्वांना लघुशंकेसाठी थांबावं लागलं होतं. त्या वेळेस, 'अचानक मोटारींचा प्रचंड ताफा एकाएकी थांबला. स्त्रिया एका बाजूला गेल्या आणि पुरुष दुसऱ्या बाजूला गेले. मी आणि जिना शेजारी शेजारी उभे राहून लघुशंकेचा कार्यभाग उरकत असताना बरोबर आलेल्या एका स्त्रीचा लहानसा पाळीव कुत्रा अचानक मोटारीखालून आमच्यापाशी आला. उंचच उंच जिना हे दिव्याचा खांबच आहेत असं वाटून त्या कुत्र्यानंही त्यांच्या पायाचा तसाच वापर केला. जिना इतर सर्वांप्रमाणेच अवाक् झाले.'

कैरोच्या या सफरीची आणखी एक आठवण चमनलालच्या कायम लक्षात राहिली होती. ती आठवण त्यांच्या वाटाड्याबद्दलची होती, 'आम्हा दोघांना शोभेशा वाहनावरून मी आणि जिना निघालो होतो. मी गाढवावर बसून तर जिना उंटावरून. दुसरा एक मोहम्मद अली आमचा वाटाड्या होता. तो आम्हाला इकडे तिकडे नेत होता. एकाएकी त्यानं माझ्याकडे आणि जिनांकडे तोंड वळवलं आणि तो म्हणाला, "सर, तुम्हाला तो पतंग दिसतोय? तो वर जातो, वर जातो, वर जातो आणि एकेदिवशी तो पतंग खाली पडतो. ब्रिटिश साम्राज्य तसंच आहे – ते वर, वर, वर जातंय आणि एकेदिवशी ते खाली पडणार आहे." त्या वाटाड्याचं राजकीय भाकित, निदान चमनलालला तरी अतिशय प्रभावित करून गेलं होतं.

इंग्लंडला पोचताक्षणी जिनांनी केलेली पहिली गोष्ट म्हणजे त्यांनी लेडी पेटिटबरोबर संपर्क साधला होता. त्यांना जर आशा वाटली असेल की, रट्टी त्यांना तिच्या आईपाशी आढळेल, तर त्यांच्या वाट्याला निराशाच आली असणार. जिना लंडनला पोचण्यापूर्वीच रट्टीनं एकटीनं पॅरिसला पळ काढला होता. आपल्या आईच्या सहवासात पूर्ण उन्हाळा व्यतीत करणं बहुधा रट्टीच्या स्वातंत्र्याच्या कल्पनेत बसत नसावं! जिना आपल्या विवाहापासून एकदाही लेडी पेटिट बरोबर बोलले नव्हते; परंतु आता परिस्थिती बदलली होती. आपल्या मुलीचं वैवाहिक आयुष्य धोक्यात आलेलं असताना आणि त्यांना विरोध करायला सर दिनशॉ तेथे उपस्थित नसताना (त्यांच्या कापड गिरण्यांमधला संप लांबत चालल्यामुळे

सर दिनशॉंना मुंबईतच थांबावं लागलं होतं), आपल्या जावयाशी संपर्क साधण्याबाबत कोणताही प्रत्यवाय उरला नव्हता. तशाही त्या जिनांच्या प्रशंसकच होत्या. त्यांच्या सुनेनं बालिथोंजवळ म्हटलं होतं की, लेडी पेटिटना जिनांची खानदानी, पारंपरिक आदब फार आवडत असे. 'स्त्रियांशी ते किती आदरानं वागतात!' असं त्या नेहमी म्हणत असत आणि आता तर निष्प्रेम वातावरणात वाढणाऱ्या आपल्या नातीची त्यांना प्रचंड विवंचना वाटू लागल्यामुळे, जिनांना हातभर अंतरावर ठेवावं, असं त्यांना अजिबातच वाटत नव्हतं. रट्टी पॅरिसमध्ये अत्यवस्थ आहे, अशी बातमी काही आठवड्यांनी ऐकल्यावर त्याबद्दल आणखी जाणून घ्यायला आणि आधार मिळवायला जिनांनी अगदी स्वाभाविकत: लेटी पेटिटकडेच धाव घेतली होती. काही काळानं त्यांनी आपली मुलगीसुद्धा विश्वासानं त्यांच्या हाती सोपवली होती आणि हवे तितके वेळा आपल्या आजीला जाऊन भेटण्याची परवानगीही त्यांनी आपल्या मुलीला अगदी सहजपणे दिली होती.

पण तूर्त तरी त्यांचा रट्टीवरचा राग अद्याप ओसरला नव्हता आणि तिच्याबरोबर बोलणी करायला त्वरित पॅरिसला धाव घेण्याऐवजी इंग्लंडमधील मान्यवरांना भेटून त्यांच्याशी भारतातल्या समस्यांबाबत चर्चा करायलाच जिनांनी अधिक प्राधान्य दिलं; पण दिल्लीप्रमाणेच इथल्याही वाटाघाटी निष्फळ ठरल्या. त्यानंतरही पॅरिसला न जाता, त्यांनी वेळकाढूपणा करून आयर्लंडचा दौरा आखला. तिथं सायमन कमिशनवर बहिष्कार घालण्याबाबत आपल्याला पाठिंबा मिळवता येईल, अशी त्यांना आशा वाटत होती. रट्टी त्यांना सोडून निघून गेल्याला आता चार महिने होऊन गेले होते; पण अजूनही त्या गोष्टीचा स्वीकार करायला त्यांचं मन राजी होत नव्हतं. एक तर त्यांचं मन ते सत्य नाकारत तरी होतं किंवा त्यांची पत्नीबाबतची निष्ठा तरी आड येत होती किंवा तिला त्यांच्याकडून अपेक्षा तरी कसली आहे, हेच त्यांना उमगत नव्हतं! कारण काहीही असो! त्या गोष्टीबद्दल शब्दही उच्चारायची त्यांची तयारी नव्हती. अगदी लेडी पेटिट किंवा फातिमाजवळही ते शब्दानंही त्याबद्दल बोलत नव्हते.

खरं तर आपल्या भावाचा विवाह मोडलाय, याबद्दल फातिमाला काहीही कल्पना नव्हती. जिना आणि रट्टी युरोपला निघून गेले होते, तेव्हा तो सारा उन्हाळाभर फातिमा मुंबईबाहेर काम शोधत फिरत होती. अविवाहित, स्वतंत्र स्त्री म्हणून तिचं आयुष्य फारसं यशस्वी ठरलं नव्हतं. दंतवैद्यकीची परीक्षा उत्तीर्ण होऊन आता सहा वर्षं उलटली असली, तरी तिला फारसं काम मिळालं नव्हतं. जिनांनी तिला स्वत:चं क्लिनिक उघडायला मदत केली होती; परंतु तिला काहीही काम मिळत नव्हतं, त्यामुळे संध्याकाळी नगरपालिकेच्या क्लिनिकमध्ये फुकट काम करण्यावाचून तिच्यापुढे दुसरा पर्याय उरला नव्हता. तिला कुणी स्नेहीही मिळाले नव्हते किंवा मुंबईत तिचं कोणतं सामाजिक वर्तुळही तयार झालं नव्हतं, त्यामुळे मुंबईतील आयुष्याला चिकटून बसण्यात काही अर्थ उरला नव्हता, त्यामुळे १९२८च्या उन्हाळ्याचा बराचसा काळ फातिमानं हैदराबादमध्ये काम शोधण्यात खर्च केला. तेथे आपल्याला नवं आयुष्य सुरू करता येईल, अशी तिला आशा वाटत होती.

पुन्हा एकदा फातिमाला सारा नैतिक आणि भौतिक आधार देण्यासाठी सरोजिनीच धावून आल्या. फातिमाच्या निवासाची काळजी घ्यायला त्या स्वत: हैदराबादमध्ये उपस्थित नव्हत्या. प्रथम त्या पद्मजाला सॅनिटोरियममध्ये स्थिरस्थावर करण्यात गुंतल्या होत्या, त्यानंतर

त्या मुंबईतील राजकीय कामात गुंतून पडल्या होत्या; पण फातिमा किती संकोची आणि लाजरी बुजरी आहे, हे त्यांना ठाऊक होतं, त्यामुळे त्यांनी तिला 'गोल्डन थ्रेशोल्ड'मध्ये राहण्याचा आग्रह केला. तेथे लीलामणीनं फातिमाच्या राहण्या-जेवणाची काळजी घेतली असती आणि डॉक्टर नायडूंनी तिला नवे रुग्ण मिळवून देऊन तिच्या व्यवसायाला मदत केली असती आणि खरोखरच डॉक्टर नायडूंनी तिला तशी मदत केलीही! त्यांनी २१ मे रोजी पद्मजाला लिहिलं, 'मी काल फातिमा जिनाला भेटलो आणि ती हैदराबादला असताना तिला आपलं घर आणि माझं ऑफिस देऊ केलं. मला वाटतं, इथं राहणं तिला अधिक सुखाचं होईल. बऱ्याचशा बेगमा दाताच्या कामासाठी माँटगॉमेरीला जायला का-कू करतात.'

फातिमाला तेथे जास्त काम मिळालं असो वा नसो! साऱ्या जणांनी तिची इतकी काळजी घेतल्यामुळे तिचं वास्तव्य सुखाचं झालं आणि ती टवटवीत दिसू लागली. सरोजिनींनी लीलामणीला ३१ मे रोजी ताजमधून पत्र पाठवलं होतं, 'मी ऐकतेय की फातिमा हैदराबादमध्ये अगदी आनंदात आहे आणि तिला काही रुग्ण गिऱ्हाईकंसुद्धा मिळाली आहेत.' त्यांनी पुन्हा ६ जून १९२८ रोजी लीलामणीला लिहिलं होतं, 'फातिमा मजेत आहे आणि पुरेशा भाज्या तिला मिळत आहेत, अशी मी आशा करते. वेळ असला तर तिला सरुरनगरच्या बाजूला घेऊन जा.' आणि अखेरीस १२ जूनला फातिमानं हैदराबाद सोडल्यावर त्यांनी लिहिलं होतं, 'छोट्याशा फातिमाचा वेळ आनंदात गेला हे ऐकून मला फार बरं वाटलं. मला वाटत नाही की, आजवरच्या तिच्या संपूर्ण आयुष्यात तिला आताएवढं मनाप्रमाणे कधी वागता आलं असेल! ती सततच इतकी दडपणाखाली दबल्यासारखी होऊन गेली होती!' त्यानंतर आठवण येऊन त्यांनी विचारलं होतं, 'तू फातिमाला स्नेकस्किनचा तुकडा सँडल बनवण्यासाठी दिलास का?'

दरम्यान, तिला बंधनात पाडणारी शेवटची शृंखला गळून पडल्यावर पूर्णपणे मुक्त झालेली रट्टी पॅरिसला पोचली होती; परंतु अंतर्यामीची पोकळी आणि दुष्प्राप्य गोष्ट मिळवण्याची वेदनादायक तीव्र ओढ यांचा सामना करणं तिला शक्य होत नव्हतं. भारतातून बोटीनं निघण्यापूर्वी तिनं उमेदीनं आखलेल्या साऱ्या योजना ती पॅरिसला पोचल्यावर अवघ्या काही आठवड्यांतच विरून गेल्या आणि आत्मघाताची तीव्र इच्छा तिचा अणूरेणू व्यापून टाकू लागली. पुन्हा एकदा ती आजारी पडली आणि तिला खाजगी रुग्णालयात दाखल करावं लागलं. पूर्वीप्रमाणेच तिच्या या आजाराचं निदान होऊ शकलं नाही. लेडी पेटिटनी ही बातमी लंडनमध्ये ऐकली, तेव्हा त्या ताबडतोब रट्टीपाशी यायला निघाल्या; परंतु आपली प्रकृती आता सुधारते आहे, अशी थाप मारून रट्टीनं त्यांना यायला मज्जाव केला.

रट्टीला अनोळखी जागी, इतर कुणीही जिथं आपल्याला ओळखत नाही, अशा ठिकाणी हळूहळू मृत्यूच्या स्वाधीन होणं नक्कीच स्वागतार्ह वाटलं असतं; पण रुग्णालयाचं तसं मत नव्हतं. ती खोल ग्लानीत रुतत चाललेली पाहून, तिच्या परिचयाच्या पॅरिसमधल्या एकमेव व्यक्तीकडे - चमनलालकडे - त्यांनी तातडीचा निरोप पाठवला. तिचा हा एकमेव परिचित त्यांना पॅरिसमध्ये गाठता आला. भारतीय प्रतिनिधीमंडळाचा मुख्य या नात्यानं जिनिव्हामधील आंतरराष्ट्रीय मजूर संघटनेच्या परिषदेसाठी जाताना चमनलाल पॅरिसमध्ये थांबून रट्टीची भेट घेऊन पुढे जिनिव्हाला गेला होता. त्या वेळेस त्याला ती ठीक दिसली होती. त्यांच्या इतर सर्व मित्रांप्रमाणेच चमनलाललासुद्धा रट्टी आणि जिनांमधील बेबनावाबद्दल

ठाऊक होतं; परंतु त्यांच्यापैकी कुणाशीही याबद्दल बोलायचं धाडस त्यानं केलं नव्हतं.
चमनलाल त्या दोघांचाही निस्सीम भक्त होता. तो नेहमी म्हणत असे, 'आजच्या जगातली
अन्य कुणीही स्त्री सौंदर्य आणि मनमोहकतेत रट्टीची बरोबरी करू शकणार नाही!' त्याच्या
मते, 'ती एक सुरेख, लाडावलेलं मूल होती आणि स्वभावतःच तिला समजून घ्यायच्या
कुवतीचा जिनांच्या ठायी संपूर्ण अभाव होता.'

पण चमनलाल जिनिव्हाहून परत आला, तोपर्यंत 'त्यानं तातडीनं रुग्णालयात यावं'
असा निरोप हॉटेलवर त्याची वाट पाहत होता. तो निरोप इतका निकडीचा होता की, तो
ज्या टॅक्सीनं हॉटेलवर पोचला होता, त्याच टॅक्सीनं वाटेत फक्त त्याची बॅग हॉटेलात ठेवून,
त्यानं रुग्णालयाकडे धाव घेतली!

रुग्णालयात पोचल्यावर त्याला कळलं की, रट्टीचा ताप १०६ डिग्रीपर्यंत पोचला आहे
आणि ती ग्लानीत असंबद्ध बोलू लगलीय. या गोष्टी कशामुळे झाल्या, तो आत्महत्येचा तर
परिणाम नव्हता ना, याबद्दल चमनलालनं कोणताही उल्लेख करणं टाळलं आहे. कदाचित,
तिनं जाणूनबुजून आत्महत्या केली नसेल आणि चुकून तिनं मॉर्फिनची मात्रा प्रमाणाबाहेर
टोचून घेतली असेल, अशी शक्यतासुद्धा नाकारता येत नाही. ती लक्षणं कशाचीही असू
शकतील! पण त्याच्या इतर सर्व समकालीनांप्रमाणेच चमनलालनं त्याबद्दल मूकता पाळली
होती. ती रट्टी आणि जिना यांच्या बद्दलच्या आदरभावामुळे असेल किंवा त्याला खरोखरच
त्याबद्दल पुरेसं माहीत नसेल. वैफल्यग्रस्ततेचे - डिप्रेशनचे - देहमनावर किती घातक
परिणाम घडू शकतात, हे त्याकाळी खुद्द डॉक्टरांना तरी कुठं ठाऊक होतं? काहीही असो!
चमनलाल एवढंच म्हणतो की, ती अंथरुणावर पडली होती, तिला अजिबात हालचाल
करता येत नव्हती, तरीही तिनं हातात एक पुस्तक धरलं होतं. तिनं जेव्हा चमनलालला
पाहिलं, तेव्हा त्याच्या हाती ते पुस्तक देऊन ती म्हणाली, ''मला ते वाचून दाखव, चम!''

त्यानं तिच्या हातातून ते पुस्तक घेतलं. तो ऑस्कर वाइल्डचा कवितासंग्रह होता.
रट्टीनं 'हार्लट्स हाउस (गणिकेचा कोठा)' हे पान उघडून धरलं होतं. चमनलालनं भ्रमनिरास
आणि विश्वासघात यांचं वर्णन करणाऱ्या त्या कवितेच्या दहा-बारा ओळी वाचून दाखवल्या.
त्या ओळींमध्ये वर्णन केलं होतं की, त्या माणसाच्या प्रियेनं त्याला रस्त्यावरच उभं केलं
होतं आणि त्या वेश्यागृहात वाजत असलेल्या संगीताची भूल पडून त्याची प्रिया आनंदाचा
आव आणून नृत्यगायनात मग्न असल्याचं नाटक करणाऱ्या त्या दुरात्म्यांपाशी धावली होती.
त्या कवितेच्या अंतिम ओळी होत्या,

> 'आणि त्या लांबच लांब निःशब्द रस्त्यानं,
> रुपेरी पादत्राणं धारण केलेल्या पावलांनी
> भेदरलेल्या मुलीप्रमाणे
> पहाटेनं दबकत दबकत प्रवेश केला.'

या ओळी वाचल्यावर चमनलालनं जेव्हा मान वर करून रट्टीकडे बघितलं, तेव्हा ती त्याला
बेशुद्ध झालेली दिसली. घाईघाईनं डॉक्टरांना तेथे बोलावून आणल्यावर चमनलाल त्याच्या
हॉटेलवर गेला आणि त्यानं लंडनमध्ये असलेल्या जिनांना फोन लावला; पण जिना अजूनही
डब्लिनमध्येच होते आणि त्यांना पॅरिसला पोचायला आणखी दोन दिवस लागले.

जरी चमनलालचा निरोप मिळताक्षणी जिनांनी पॅरिसला धाव घेतली असली, तरी पॅरिसला पोचल्यावर त्यांच्या मनात शंकांचं थैमान सुरू झालं आणि त्यांनी चमनलालची उलट तपासणी घ्यायला सुरुवात केली. त्या दोघांमधली दरी भरून काढण्यासाठी तर चमनलालनं ही क्लृप्ती लढवली नसेल ना, अशी दाट शंका त्यांच्या मनाला व्यापून राहिली होती. चमनलाल त्याबद्दल सांगतो, 'ते जिथं उतरले होते त्या हॉटेल जॉर्ज फाइव्हवर त्यांनी मला म्हटलं, ''पण लेडी पेटिट तर मला म्हणाल्या की, रट्टी आता बरी आहे!'' मी त्यांना म्हटलं, ''मी आताच क्लिनिकमधून परत आलोय आणि रट्टीचा ताप १०६ डिग्रीपर्यंत चढलाय आणि ती मरणाच्या दारी पोचलीय.'' हे ऐकल्यावर एकदोन मिनिटं अगदी मूक राहून त्यांनी मनातील भावनांवर काबू मिळवला आणि ते मला म्हणाले, ''त्या नर्सिंग होमला फोन लाव.'' मी तसं केलं. तेथे उपस्थित असलेल्या नर्सबरोबर बोलून त्यांनी माझ्या सांगण्याच्या खरेपणाबद्दल खात्री करून घेतली. मग खुर्चीवर आपले दोन हात आपटून ते म्हणाले, ''चल. आपण निघू या! आपण तिला वाचवायलाच हवं!''

चमनलालनं त्यांना क्लिनिकवर नेलं आणि तो त्यांची वाट पाहत जवळजवळ तीन तास जवळच्या कॅफेमध्ये थांबला. 'जिना अखेरीस त्या क्लिनिकमधून बाहेर पडले, तेव्हा त्यांच्या चेहऱ्यावरची चिंता मिटलेली दिसली. त्यांनी नवं रुग्णालय आणि नवा तज्ज्ञ शोधून काढला होता आणि आता सारं काही सुरळीत होणार होतं,' असं त्यानं नमूद केलंय; परंतु जिनांनी जरी रट्टीला बरी करायचा निश्चय केला असला, तरी कोणती गोष्ट रट्टीला आत्मघाताला प्रवृत्त करतेय याबाबत खोलात शिरून जाणून घ्यायला ते उत्सुक नव्हते. पुढले काही आठवडे तिला बरी करण्यासाठी त्यांनी प्रयत्नांची पराकाष्ठा केली. इतर कोणतीही गोष्ट त्यांनी त्या आड येऊ दिली नाही. महिन्याहूनही जास्त काळ ते तिच्याजवळून अजिबात हलले नाहीत. ते सारा वेळ तिच्यासोबत त्या रुग्णालयातच राहून तिची शुश्रूषा करत होते; रट्टी जेवेल तेच जेवण ते स्वत: जेवत होते, असं स्वत: रट्टीनंच त्यानंतर कांजीला सांगितलं होतं.

पण तेव्हा रट्टीला ठाऊक नव्हतं की, तिच्यासोबत बेचव अन्न खाण्यापेक्षाही खूपच मोठा स्वार्थत्याग त्यांनी तेव्हा केला होता. भारतात सर्वपक्षांमध्ये समझोता घडण्याची नवी शक्यता निर्माण झाल्यामुळे भारतात सर्वांना जिनांची अनुपस्थिती प्रकर्षानं जाणवू लागली होती. हिंदू-मुस्लिमांमध्ये समझोता घडवण्यासाठी जिनांची उपस्थिती सर्वांना इतकी अनिवार्य वाटू लागली होती की, जिना भारतात परत येईपर्यंत सर्वपक्ष परिषद पुढे ढकलावी असं सुरुवातीला काँग्रेसमधले अनेक नेते म्हणून लागले होते; पण तरुण काँग्रेस सदस्यांना, विशेषत: जवाहरलाल नेहरूंना राजनैतिकदृष्ट्या आणि वैयक्तिकदृष्ट्या जिना अजिबात महत्त्वाचे वाटत नव्हते, त्यामुळे जिना हजर नसले, तरी अशी बैठक घेण्याचा त्यांनी आग्रह धरला. सायमन कमिशनला आव्हान देणारी नवी घटना लिहिण्यासाठी जेव्हा नेहरू समिती स्थापन करण्यात आली, तेव्हा त्या नेहरू समितीच्या अहवाल निर्मितीत भाग घेण्यासाठी जिनांनी ताबडतोब परत यावं, असे तातडीचे निरोप जिनांकडे त्यांच्या काँग्रेसमधल्या मित्रांकडून येऊ लागले. सरोजिनींनी छागलांना १ जुलै १९२८ रोजी विचारलं होतं, 'आपले स्थानिक सर जॉन सायमन यांच्याबद्दल परदेशातून काही बातमी तुम्ही ऐकली आहेत का?' जिनांचा त्यांनी 'अवर लोकल सर जॉन सायमन' असा उल्लेख केला होता,

कारण जिनांना ते नाव लंडनमधील वृत्तपत्रांनी बहाल केलं होतं. 'त्या स्फिंक्सने स्वत:च्या योजनांबद्दल काही गुपितं तुमच्यापाशी उघड केली असली, तर तीसुद्धा मला सांगा,' असंही चेष्टेनं सरोजिनी छागलांना म्हणाल्या होत्या; परंतु सरोजिनी, मोतीलाल नेहरू आणि छागला या तिघांनीही जिनांची प्रचंड मनधरणी केली असूनही, रट्टीला अत्यवस्थ परिस्थितीत मागं सोडून वाटाघाटीत भाग घेण्यासाठी परत यायला जिना अजिबात तयार झाले नाहीत.

जिनांच्या अनुपस्थितीचा फायदा घेऊन, छागलांनी स्वत:ला मुस्लीम लीगचं मुखपत्र म्हणून घोषित करून टाकलं होतं आणि नेहरू-अहवाल तयार करण्यात ते मोठ्या उत्साहानं भाग घेऊ लागले होते. पुढल्या महिन्यात लखनौमध्ये सर्वपक्ष परिषद भरवण्यात येणार होती आणि तेथे मोतीलाल नेहरू हा अहवाल सादर करणार होते. त्यापूर्वी जिनांनी परत यावं आणि या अहवालाबाबतच्या संभाव्य तडाजोडीची त्यांनी मोतीलाल नेहरूंबरोबर चर्चा करावी, असा आग्रह धरणारं पत्र स्वत: छागलांनी जुलैत जिनांकडे पाठवलं होतं. स्वत: मोतीलाल नेहरूंनी छागलांच्या आग्रहाला दुजोरा दिला होता आणि २ ऑगस्ट रोजी जिनांकडे या अहवालाचा मसुदा पाठवून मोतीलालनी जिनांना आश्वासन दिलं होतं की, जिनांच्या सूचना नेहरू समिती लक्षपूर्वक ऐकून घेईल. मोतीलालनी जिनांना पुन्हा कळकळीची विनंती केली होती की, २७ ऑगस्टच्या लखनौच्या सर्वपक्ष परिषदेला जिनांनी हजर राहावं आणि सत्तावीस तारखेपर्यंत पोचणं शक्य नसलं, तर निदान २९ ऑगस्टच्या संध्याकाळपर्यंत तरी पोचायचा त्यांनी प्रयत्न करावा! नेहरू समितीमधील मोतीलाल आणि अन्य नेते जिनांना वारंवार इतका आग्रह करत होते, कारण मनोमन त्यांना ठाऊक होतं की, स्वत: जिनांनी या अहवालाला पाठिंबा दिला नाही, तर बहुसंख्य मुस्लिमांकडून त्याला मान्यता मिळवणं शक्य होणार नाही. सध्या या अहवालाच्या बाजूनं आणि त्याच्या विरोधात मुस्लिमांमध्ये फूट पडली होती; दोन्ही बाजूला समान मतं मिळाली होती. जिनांनी दिल्ली प्रस्तावात म्हटलं होतं की, मध्यवर्ती संसदेतलं मुस्लिमांचं प्रतिनिधित्व सांसदसंख्येचा १/३ भाग असावं. नेहरू अहवालानं ते १/३ऐवजी १/४वर घटवलं हेतं. हिंदू-मुस्लिमांचे भिन्न मतदारसंघ असावेत, हे कलम या अहवालात खोडून टाकण्यात आल्यामुळे मुस्लीम जनता संतप्त झाली होती. जिना प्रखर राष्ट्रवादी होते आणि शिवाय ते मोतीलाल यांचे जवळचे मित्रही होते, त्यामुळे आहे त्या रूपात हा अहवाल स्वीकारण्यासाठी ते मुस्लिमांचं मन वळवू शकतील, अशी मोतीलाल यांची अपेक्षा होती; परंतु जिनांनी काँग्रेसची निराशा केली. २२ ऑगस्टच्या संध्याकाळी सरोजिनींनी पद्मजाला पाठवलेल्या पत्रात अत्यंत चाणाक्षपणे टिपणी केली होती, 'बिचारी रट्टी अत्यवस्थ आहे आणि अपेक्षा होती त्याप्रमाणे येणं जिनांना शक्य झालेलं नाही; परंतु त्यांच्या अनुपस्थितीत मुसलमान कोणताही निर्णय घेऊ शकणार नाहीत.'

सरोजिनींप्रमाणेच स्वत: जिनांनासुद्धा खात्री वाटत होती की, त्यांच्या मदतीशिवाय काँग्रेसला कोणताही राजनैतिक समझोता घडवता येणं शक्य नाही. त्यांना ठाम खात्री वाटत होती की, रट्टी बरी होईपर्यंत ते पॅरिसला थांबले आणि तिच्याबरोबरच ते मुंबईला परत गेले, तरी काहीही तोटा होणार नाही. परत गेल्यावर ते राजकीय परिस्थिती हाताळू शकतील; परंतु पूर्णपणे बरं होण्याचीही वाट न पाहता जेव्हा रट्टीनं तिच्या आईबरोबर मुंबईला परत जाण्याचा हट्ट धरला, तेव्हा जिनांच्या आत्मविश्वासाला पहिला हादरा बसला.

रट्टी इतक्या तडकाफडकी परत गेली की, या दोघांमधली दुही आता सांधली आहे, असं साहजिकच गृहीत धरणाऱ्या त्यांच्या सर्व मित्र-मैत्रिणींना आश्चर्याचा धक्काच बसला. सरोजिनी दीर्घकालीन दौऱ्यासाठी अमेरिकेला जायला निघाल्या होत्या; परंतु केवळ 'गरीब रट्टीला' भेटायला त्या वाटेत दोन दिवस पॅरिसमध्ये थांबल्या होत्या. तेथे एकटे जिनाच दिसल्यावर त्यांना आश्चर्यच वाटलं. सरोजिनींनी पद्मजाला पॅरिसला आल्यावर १० ऑक्टोबरला पत्र पाठवून त्यात लिहिलं होतं, 'मला वाटतंय की, जिनांनी तिला घरी परत आणायचा खूपच प्रयत्न केला होता; पण मी ऐकते की रट्टी काहीही ऐकून घ्यायच्या मन:स्थितीत नव्हती. तिची प्रकृती अजूनही अतिशय नाजूक आहे; परंतु मी अजून जिनांशी त्याबद्दल बोलू शकले नाहीय.'

पण पुढल्याच दिवशी जेव्हा सरोजिनी जिनांना भेटू शकल्या, तेव्हा जिना आपल्या वैयक्तिक समस्यांबाबत बोलायला तयार नव्हते. त्याऐवजी, त्या दोघांनी नेहरू अहवालावर चर्चा केली. त्या अहवालाबाबत ते इतके निराशावादी बनले होते की, त्यांच्या वैयक्तिक समस्यांचा त्यांच्या दृष्टिकोनावर परिणाम झाला आहे, अशी सरोजिनींची खात्री पटली होती. त्यांनी अमेरिकेला नेणाऱ्या बोटीवरून २५ ऑक्टोबर १९२८ रोजी छागलांना लिहिलं होतं, 'मी त्यांच्याशी पॅरिसमध्ये सविस्तर चर्चा केली... अलीकडच्या काळात त्यांना इतक्या अगणित वैयक्तिक समस्यांचा सामना करावा लागलाय की, त्यामुळे हादरून गेल्यामुळे ते या महत्त्वाच्या सामाजिक प्रश्नाबाबत इतके डळमळीत बनले असले, तर त्याबद्दल आश्चर्य वाटायचं कारण नाही.'

काही दिवसांच्या अनुपस्थितीनंतर पॅरिसला परत आलेल्या चमनलाललासुद्धा पॅरिसमध्ये एकट्या जिनांनाच पाहून मोठं आश्चर्य वाटलं. जिनांनी केवळ रट्टीच्या वैद्यकीय उपचारांची जबाबदारीच स्वीकारली नव्हती; तर ते तिच्या शुश्रूषेसाठी रुग्णालयातही हलले होते, त्यामुळे त्या दोघांमध्ये आता समझोता झाला आहे, असं चमनलालनं गृहीत धरलं होतं. काय घडलं असावं, याबद्दल चमनलालला जरी खूपच कुतूहल वाटत होतं, तरी त्याबद्दल जिनांना प्रश्न विचारण्याचं त्यानं धाडस केलं नाही. अखेरीस, जिनांसमवेत संपूर्ण दिवस व्यतीत केल्यावर त्यानं धीर एकवटला आणि जिनांना विचारलं, 'रट्टी कुठं आहे?' जिनांनी अगदी तुटक उत्तर दिलं, 'आमचं भांडण झालं; ती मुंबईला परत गेलीय.' चमनलालनं म्हटलंय, 'जिनांनी हे इतक्या निर्णायकपणे म्हटलं की, त्यांना आणखी काही विचारायला मी धजलो नाही.'

पण खरं तर त्या दोघांमध्ये अजिबातच भांडण झालं नव्हतं. निदान रट्टीनं तरी अत्यंत मृदूपणे त्यांचा निरोप घेतला होता. मुंबईला जाणाऱ्या बोटीत बसल्याबरोबर रट्टीनं जिनांना पत्र लिहून त्यात आपली भावना व्यक्त करायचा प्रयत्न केला होता, 'मी जर तुमच्यावर याहून किंचित तरी कमी प्रेम केलं असतं, तर मी कदाचित तुमच्याजवळ राहिले असते.' भावनेच्या भरात काहीतरी लिहून न जाता रट्टीनं खूप विचार करून हे पत्र लिहिलं होतं. मनात येईल ते उत्स्फूर्तपणे ताबडतोब बोलून टाकायचा उतावळा स्वभाव असलेल्या रट्टीच्या दृष्टीनं ही अगदी वेगळीच गोष्ट होती. एरवी ती अंत:प्रेरणेनंच भावना शब्दरूप करत असे; परंतु यावेळेस तिनं आयुष्यात प्रथमच पॅरिसमध्ये असताना लिहिलेलं पत्र फाडून टाकलं होतं आणि मार्सेल्समध्ये बोटीत बसल्यावर नवं पत्र लिहिलं होतं. या पत्रात ती म्हणते, 'मी

तुम्हाला पॅरिसमध्ये असताना पत्र लिहिलं होतं आणि मी ते इथून (मार्सेल्समधून एस. एस. राजपुताना बोटीवरून) पोस्टानं पाठवणार होते; परंतु मी ठरवलं की, मी तुम्हाला अंत:करण ओतून नवं पत्र पाठवायला हवं.' तिनं पत्राच्या शेवटी हा ताजा कलम जोडला होता.

या पत्रात सारी आशा, भविष्याबद्दलची उमेद, जगण्याची ओढ यांचा अत्यंत भीतिदायक असा संपूर्ण अभाव दिसतोय आणि तरीसुद्धा ते पत्र मार्दवानं आणि विषण्णतेनं ओतप्रोत भरलेलं आहे. ती त्यांच्या विवाहाची शोकांतिका प्रयत्नपूर्वक संपवून टाकून, जिनांच्या हळव्या मनाला जे दुःख देणार आहे, त्यापासून त्यांना कसं सुरक्षित ठेवावं हे एकमेव उद्दिष्ट आता तिच्यापुढे उरलं आहे, अशी हे पत्र वाचताना वाचकाला जाणीव होते.

इतके आठवडे आजारी असूनही तिचे ठाशीव, स्पष्ट हस्ताक्षर अजिबात बदललं नव्हतं. कोणत्याही प्रयत्नावाचून प्रवाही शब्द निखळपणे उमटत होते. पूर्ण पत्रातला फक्त एकच शब्द तिनं खोडून टाकून बदलला होता. ती म्हणते, 'प्रियतमा, तू जे काही माझ्यासाठी केलं आहेस, त्याबद्दल मी तुझे मनापासून आभार मानते. जर माझ्या वर्तणुकीत तुझ्या हळव्या मनाला कधी चिडचिड किंवा कठोरता जाणवली असली, तर विश्वास ठेव की, माझ्या मनात तुझ्याबद्दल केवळ असीम मृदुता आणि त्याहूनही मोठी वेदना यांनाच जागा होती. माझ्या लाडक्या, ही वेदना मला सलत मात्र नव्हती. जेव्हा माझ्याप्रमाणे कुणी जीवनाच्या अंतिम सत्याला – मृत्यूला – स्पर्श करून परत आलेलं असतं, तेव्हा त्या व्यक्तीच्या स्मृतीत फक्त कोमल आणि सुंदर क्षणच जतन केले जातात आणि उरलेल्या इतर साऱ्या गोष्टी विस्मृतीच्या धुक्यात धूसर बनतात.'

तिनं दुःखानं लावलेली दूषणंसुद्धा मरणाच्या दारी पोचलेल्या स्त्रीनं केल्यासारखी वाटतात. ती इतकी भकास वाटतात कारण त्यातून सारा राग, द्वेष गळून गेलेला दिसतोय. 'लाडक्या, माझी आठवण काढशील, तेव्हा मी तू खुडलेलं एक फूल आहे असं समज. ते फूल पायदळी तुडवू नकोस. प्रियतमा, मी फार फार वेदना भोगल्या आहेत, कारण मी फार फार प्रेम केलंय. मी जेवढं प्रेम केलंय, तेवढ्याच मी वेदना भोगल्या आहेत.'

पत्राचा शेवट करताना, त्यांनी तिची आणखी फरपट करू नये, अशी जी विदारक विनंती तिनं केली आहे, ती विनंती त्यांच्यापुढे प्रत्यक्षात करणं तिला कधीच शक्य झालं नसतं. ती म्हणते, 'जिवलगा, मी तुझ्यावर प्रेम करते, प्रेम करते – आणि मी याहून कमी प्रेम करू शकले असते, तर कदाचित मी तुझ्यापाशी राहू शकले असते. आपण फुलवलेला सुंदर मोहर कुणी चिखलात तुडवत नसतं. तुम्ही तुमचा आदर्श जेवढा उंचावता, तेवढाच तो खाली घसरतो. फार थोड्या माणसांच्या वाट्याला येतं असं प्रेम मी तुझ्यावर केलं आहे. माझी तुला एवढीच कळकळीची विनंती आहे की, आपली प्रेमानं सुरू झालेली शोकांतिका प्रेमानंच विराम पावू दे. लाडक्या, अलविदा! रट्टी.'

आणखी आठवड्यानं जिना मुंबईला जाणाऱ्या पुढच्या बोटीत बसले. आता उत्तरोत्तर निकडीच्या बनत चाललेल्या कामापासून त्यांना दूर ठेवणारं काहीही शिल्लक राहिलं नव्हतं. खरं तर राजकीय कामाची सुरुवात त्यांनी मुंबईला पोचण्याची वाट न पाहता बोटीवरूनच सुरू केली होती. जहाजावरचा रिकामा वेळ त्यांनी वाचन करण्यात आणि आलेल्या पत्रांना उत्तरं लिहिण्यात सत्कारणी लावला होता. त्यांच्या समितीच्या अहवालासाठी जिनांनी पाठिंबा द्यावा, अशी विनंती करणाऱ्या मोतीलाल नेहरूंच्या पत्राला उत्तर देणं गरजेचं

होतं. जिना पूर्णपणे जाणून होते की, या अहवालाचे समर्थक आणि विरोधक असे दोन्ही पक्ष त्यांची आतुरतेनं वाट पाहत होते आणि जिना कोणती भूमिका घेणार, यावर या अहवालाचं भवितव्य अवलंबून होतं; परंतु त्यांनी सायमन-कमिशनवर बहिष्कार घालताना जसा घाईनं निर्णय घेतला होता, तसा या वेळेस घाईनं कोणताही निर्णय घ्यायचा नाही, असं त्यांनी ठरवलं होतं; त्यामुळे मोतीलालच्या पत्राला उत्तर लिहिताना जिनांनी फक्त एवढंच लिहिलं होतं, 'मी संपूर्ण अहवाल अजून वाचला नाहीय आणि तसंही हा अहवाल प्रसिद्ध झाल्यापासून पुलाखालून खूप पाणी वाहून गेलंय.'

परंतु बोटीतून ते खालीही उतरले नव्हते, तोच त्यांना निराशेचा पहिला धक्का बसला आणि नेहमी आपल्या भावनांवर दृढ ताबा ठेवणारे जिना अतिशय संतापले. छागला त्यांच्या संतापाचं कारण ठरले होते. जिनांच्या अपेक्षेपेक्षा छागलांनी जरा जास्तच फाजील उत्साह दाखवून मुस्लीम लीगच्या कार्यवाहाची धुरा खांद्यावर घेतली होती आणि त्यांनी लीगच्या वतीनं या नेहरू अहवालाला मान्यता देऊनही टाकली होती. ते करण्यापूर्वी आपण त्यावर जिनांचा अभिप्राय घ्यावा, असं छागलांच्या डोक्यातही आलं नव्हतं. मुंबई बंदरात बोटीनं नांगर टाकण्यापूर्वीच छागला जिनांचं स्वागत करायला बोटीवर चढले होते. छागलांनी प्रस्तावाला मान्यता देऊन टाकल्याची बातमी त्यापूर्वी बोटीवर जिनांनी वृत्तपत्रात वाचली होती. जिना आपल्या केबिनमध्ये अत्यंत संतापलेल्या अवस्थेत बसले होते. छागलांवर दृष्टी पडताक्षणी जिनांनी त्यांना ओरडून विचारलं, 'मुस्लीम लीगच्या वतीनं नेहरू अहवाल स्वीकारण्याचा तुमच्या हाती कोणता हक्क होता? तुम्हाला कुणी परवानगी दिली होती?' बोटीतून उतरताक्षणी जिना आपलं बोलणं खोडून काढतील आणि आपल्या सार धडपडीला कचऱ्याच्या टोपलीत टाकून देतील, अशी छागलांना प्रचंड धास्ती वाटली. त्यांनी गयावया करत म्हटलं, 'कृपा करा आणि न वाचताच या अहवालाला नकार देणारं विधान पत्रकारांपुढे करू नका! मी काय म्हणतो ते आधी ऐकून घ्या आणि मग निर्णय घ्या.' संपातलेले जिना क्षणातच पुन्हा शांत झालेले पाहून छागलांचा जीव भांड्यात पडला. जिनांनी पुन्हा एकदा अलिप्ततेचा मुखवटा धारण केला. आपल्या प्रक्षोभापायी आपल्यापुढचं राजकीय काम धोक्यात आणायला जिना तयार नव्हते! छागलांनी आपल्या स्मृतिचित्रात नमूद केलंय, 'क्षणभर विचार केल्यावर ते म्हणाले, 'ठीक आहे. मी घाईनं निर्णय घेणार नाही आणि लीगच्या नेहमीच्या सभेत आपण या अहवालाबाबत विचार करू.''

जिनांची कोणती प्रतिक्रिया घडेल, हे सरोजिनींनी आधीच ओळखलं होतं आणि अमेरिकेला जाताना छागलांना पाठवलेल्या पत्रात लिहिलं होतं, 'उद्या अनेक महिन्यांनी जेव्हा तुम्ही तुमच्या वरिष्ठांना भेटाल, तेव्हा तुम्ही सर्वप्रथम लखनौ परिषदेवरच चर्चा कराल आणि हे पत्र तुमच्या हाती पडेल तोवर तुम्हाला त्यांच्या एकूण अनिश्चित आणि निराशावादी मानसिकतेचे परिणाम आणि धोके लक्षात येऊ लागले असतील! त्यांच्या अनुपस्थितीत, मुस्लिमांचे हक्क किंवा मागण्या यांबाबत गोची करण्यात आलीय, असं त्यांचं ठाम मत होणार आहे.'

पण थोडा दिलासा देण्यासाठी सरोजिनींनी छागलांना पुढे लिहिलं होतं, 'परंतु मला अशीही खात्री वाटतेय की, ही परिस्थिती ते सहा हजार मैलांवरून न पाहता जेव्हा जवळून पाहतील, तेव्हा त्यांच्या तीक्ष्ण आकलनशक्तीच्या आणि स्पष्ट वैश्लेषिक कुवतीच्या बळावर ते खऱ्या

समस्या त्वरित जाणून घेतील आणि आपले पूर्वग्रह सोडून देऊन आपलं मत बदलतील... हिंदू-मुस्लीम समझोत्यासाठी जिना प्राणपणानं काम करतील, त्यामुळे आपण त्यांच्या लक्षात आणून द्यायला हवं की, पारडं कुठं झुकवायचं हे केवळ त्यांच्या हाती आहे... या अत्यंत महत्त्वाच्या स्थानी असलेल्या जिनांवर केवढी प्रचंड जबाबदारी आहे, याची आपण त्यांना जाणीव करून द्यायला हवी. ही संधी आणि हे आव्हान स्वीकारून त्यांनी आपण केवळ एक जातिवादी नेता नसून, आपण दूरदृष्टी असलेला धैर्यशाली, मुत्सद्दी नेता आहोत, हे सिद्ध केलं पाहिजे. आपल्या नेतृत्वाचं मोल आणि सुज्ञता सिद्ध करणची त्यांच्यापुढची ही सुवर्णसंधी त्यांनी डावलता कामा नये!'

आपलं निर्णायक स्थान आणि आपली योग्यता सिद्ध करण्याची आपल्यापुढची सुवर्णसंधी जिनांना ताबडतोब उमगली होती आणि पुढचे आठ आठवडे त्यांनी पूर्ण शक्तीनिशी स्वत:ला राजकारणात झोकून दिलं होतं. आपल्या नेतृत्वाच्या बळावर, विभिन्न दृष्टिकोन असलेल्या मुस्लिमांना एकत्र आणण्यावर आणि सर्वपक्षांना मान्य होईल, असा तडजोडीचा मसुदा तयार करण्यावर त्यांनी आपले सारे प्रयत्न केंद्रित केले होते.

याउलट, आपल्या दु:खाचा विसर पाडेल, असं कोणतंच उद्दिष्ट रट्टीपुढे उरलेलं नव्हतं. तिच्या ओळखीच्या, तिच्या वयाच्या किंवा तिच्याहून लहान वयाच्या प्रत्येकाचंच आयुष्य तिच्याप्रमाणेच वैफल्यग्रस्ततेनं दुभंगत चाललं होतं. ही वैफल्यग्रस्तता 'फ्लू'च्या साथीप्रमाणेच फोफावली होती. पद्मजा अंथरुणाला खिळली होती आणि कार्यशील आयुष्याबद्दलची आणि प्रेमाबद्दलची तिची सारी स्वप्नं विरून गेली होती. अविवाहित अवस्थेत दूरच्या लाहोरमध्ये शिकवून उपजीविका करण्यासाठी धडपडत असलेली लीलामणी दारूच्या व्यसनात रुतत चालली होती. तिचा भाऊ रणधीरासुद्धा दारूच्या व्यसनाच्या विळख्यात सापडलेला होता. पद्मजा, लीलमणीचा थोरला भाऊ जयसूर्या बर्लिनमध्ये डॉक्टरकी शिकत होता; परंतु वैफल्यग्रस्ततेवर, डिप्रेशनवर उपचार करून घेण्यासाठी त्यानं स्वत:ला एका सॅनिटोरियममध्ये दाखल करून घेतलं होतं; पण निदान या चार भावंडांचे आई-वडील समर्थपणे त्यांना आर्थिक आणि भावनिक आधार पुरवत होते. जरी डॉक्टर नायडू एकटे हैदराबादमध्ये राहत होते, तरी भारताच्या विविध भागात आणि परदेशात विखुरलेल्या त्यांच्या कुटुंबीयांना ते भक्कम आधार पुरवत होते. ते सतत त्यांना उत्तेजनाचे गोड शब्द आणि पैसे पाठवून त्यांच्या मनाची उभारी वाढवत होते.

परंतु रट्टी पूर्णपणे एकटी पडली होती. सरोजिनींनी काही महिन्यांनी म्हटल्याप्रमाणे, 'आजूबाजूच्या वैभवशाली जगात ती पूर्णपणे निराधार आणि एकाकी अवस्थेत जगत होती.' ती आता एकटी राहत असूनही, तिच्या वडिलांनी आणि भावांनी आपला दुरावा सोडला नव्हता आणि पेटिट हॉलचे दरवाजे अजूनही तिच्यासाठी बंद होते. तिला अधूनमधून भेटायला येणारी एकमेव आप्त होती तिची आई – लेडी पेटिट; पण आईच्या भेटीनंतर रट्टीची चिडचिड प्रत्यक्षात आणखीच वाढत असे आणि तिला आणखीच विफल वाटू लागत असे, त्यामुळे त्या भेटीचाही काही फायदा होत नव्हता. तिला मानसिक उभारी देऊ शकणारी एकमेव व्यक्ती होत्या सरोजिनी; परंतु त्या त्यांच्या दीर्घकालीन दौऱ्यावर अमेरिकेला निघून गेल्या होत्या आणि निदान पुढचे सहा महिने तरी त्या परत येणार नव्हत्या; पण आता त्यामुळे काहीही फरक पडत नव्हता. रट्टी मनोमन इतकी खचून गेली होती की, सरोजिनींना

पत्र लिहिण्यासाठी पेन उचलण्याचीही शक्ती तिच्या अंगी उरली नव्हती. निराशेनं बधीर
होऊन गेलेल्या रट्टीनं पद्मजाबरोबर संपर्क साधण्याचाही कोणताच प्रयत्न केला नाही आणि
तशीही खुद्द पद्मजासुद्धा क्षयापायी अंथरुणाला खिळल्यामुळे रट्टीसाठी काही करण्याच्या
परिस्थितीत नव्हती. पद्मजा जेव्हा अंथरुणावर झोपलेली नसे, तेव्हा ती मद्रासमध्ये नोकरी
शोधायची किंवा वर्ष अखेरीच्या काँग्रेस अधिवेशनासाठी कोलकत्याला जायची स्वप्नं
रंगवण्यात मग्न होती, कारण 'संपूर्ण वर्ष काहीही न करता व्यतीत केल्यानंतर तिला उसळत्या
गर्दीत सामील होण्याची अतीव गरज जाणवू लागली होती.'

फक्त कांजीच रट्टीच्या मदतीसाठी हजर होता. त्यानं आपलं घर, स्वत:चा वेळ आणि
कधी कधी त्याच्या पत्नीलासुद्धा तिच्या दिमतीला उपलब्ध करून दिलं होतं. त्याच्या
सहनशील पत्नीनं याला आक्षेप घेतला नाही (किंवा घेतला असला, तरी कांजीनं त्याचा
उच्चार केला नाही). रट्टी आता ज्या घरात राहत होती, तेथे तिची विचारपूस करायला
तो दररोज जात होता. कधी कधी तर त्याला आपल्या कामांच्या व्यस्ततेतून वेळ काढता
आल्यास तो दिवसातून एकापेक्षा जास्त वेळासुद्धा तेथे जात होता. युरोपहून परत आल्यावर
ती ताजबाहेर निघाली होती आणि कांजीच्या वृत्तांतानुसार ती आता एक स्वतंत्र घरात
एकटी राहू लागली होती. १९२९ सालचे जानेवारी आणि फेब्रुवारी हे संपूर्ण महिने रट्टी
सतत आजारीच होती आणि त्यामुळे तिची वैफल्यग्रस्तता आणखीच वाढली होती, असं
कांजीनं नमूद केलं आहे. त्याकाळी वैफल्यग्रस्ततेबद्दल इतकी कमी माहिती उपलब्ध होती
की, तिच्या भुताटकीसारख्या आजारामागं मानसिक व्यथा हे कारण आहे, हे कांजीच्या
डोक्यातही आलं नव्हतं. त्याच्या डोळ्यांसमोर खालावत चाललेल्या रट्टीकडे असाहाय्यतेनं
बघत बसणाऱ्या कांजीनं तिच्या मनाला उभारी देण्याचा त्याला शक्य होईल, तेवढा प्रयत्न
केला होता. तिनं घराबाहेर पडायचं पूर्णपणे सोडून दिल्यामुळे त्यानं त्याच्याबरोबर दररोज
थोडंसं फिरण्यासाठी तिचं मन वळवलं होतं. त्यानं तिचा अध्यात्मातला रस पुन्हा जागा
करायचा प्रयत्न केला होता आणि जे. कृष्णमूर्तींसारख्या त्याच्या थेऑसॉफिस्ट (ब्रह्मविद्या
उपासक) मित्रांना तिला भेटायला नेलं होतं, त्यामुळे तरी तिची मनोवृत्ती थोडी आनंदी
बनेल, अशी त्याला आशा वाटत होती. तिच्याकडे आलेल्या अशा पाहुण्यांना तिच्याबद्दल
खरीखुरी आत्मीयता वाटू लागली होती. ३० नोव्हेंबर १९२८ रोजी कांजीला लिहिलेल्या
पत्रात कृष्णमूर्तींनी वारंवार आशा व्यक्त केली होती की, रट्टीला लवकरच बरं वाटू लागेल.
त्यांनी त्या पत्राद्वारे रट्टीला शुभेच्छा पाठवून निरोप पाठवला होता की, ते सतत तिच्याबद्दल
विचार करत असतात; परंतु रट्टीला आता अध्यात्मात किंवा इतर कशातही कोणताच रस
उरलेला नव्हता.

कांजीनं कितीही भक्तिभावानं तिची काळजी घेतली असली, तरी दिवसेंदिवस ती
वैफल्यात आणखी आणखी रुतत गेली होती. तिचं दु:ख आणि निराशा इतकी प्रचंड
वाढली होती की, फक्त झोपेच्या गोळ्याच तिला थोडा आराम मिळवून देत होत्या;
पण त्याकाळी उपलब्ध असलेल्या व्हेरोनॉल नावाच्या एकमेव झोपेच्या गोळ्यांचे घातक
परिणाम त्या वेळेस कुणालाही कळलेले नव्हते. त्याची सतत सवय होणं आणि जास्त
मात्रेत घेतल्यास यकृत आणि इतर इंद्रियं निकामी होणं हे त्याचे दुष्परिणाम आणखी पन्नास
वर्षांनंतर इतरांना समजले होते. तिची प्रकृती इतकी नाजूक बनली होती की, तिला अगदी

थोडे दिवसही एकटीला सोडायची कांजीला भीती वाटू लागली होती. तिच्याकडे दिवस-रात्र लक्ष पुरवण्याची जबाबदारी त्यानं स्वत:वर घेतली होती. जिना तेथे असूनही नसल्यासारखेच होते. जिना मुंबईत असले, तर ते न चुकता दररोज तिला भेटायला येत असत; पण ती किती आजारी आहे हे त्यांच्या लक्षातही आलेलं नव्हतं. ते जो एखादा तास तिच्यासमवेत काढत असत, त्या वेळेस ते तिघे - रट्टी, कांजी आणि जिना - 'पूर्वीप्रमाणेच गप्पा मारत बसत' असं कांजीनं नमूद केलंय. त्या वेळेस नेहरू अहवालावर चर्चा करण्यात आणि बैठकी घेण्यात जिना सारा वेळ व्यस्त होते आणि त्यावरच त्यांचं सारं चित्त केंद्रित झालेलं होतं. काँग्रेसनं कोलकात्याला सर्वपक्ष परिषद आयोजित केली होती आणि तेथे या अहवालावर चर्चा होणार होती. कांजीच्या आणि रट्टीच्या तर नक्कीच लक्षात आलं नव्हतं की, जिनांना तिच्या आजाराबाबत कोणतीही काळजी वाटत नाहीय. त्याऐवजी, जिना दररोज रट्टीकडे आनंदानं गप्पागोष्टी करायला येत आहेत हे पाहून कांजीला तो त्यांच्या प्रेमाचा पुरावा वाटू लागला होता आणि हे दोघे जण आता लवकरच पुन्हा एकदा एकत्र येणार आहेत, असा त्यानं निष्कर्ष काढला होता.

कांजीला स्वत:ला रट्टीबद्दल इतकी काळजी वाटत होती की, त्याला सर्वपक्ष परिषदेसाठी तिला काही दिवस एकटं सोडून, कोलकात्याला जावसंच वाटत नव्हतं; परंतु त्याच्या नेत्या ॲनी बेझंट यांनी तसा केलेला आग्रह त्याला डावलता आला नाही, त्यामुळे आपली भीती बाजूला सारून कांजीला त्यांची आज्ञा मानणं भाग पडलं.

आश्चर्याची गोष्ट म्हणजे कांजी कोलकात्याहून परत आला तेव्हा त्याला रट्टी पूर्वीपेक्षा खूपच बरी दिसली. ती इतकी सुधारलेली दिसत होती की, पुढच्या वेळेस मुंबईत आल्यावर तिला भेटलेल्या कृष्णमूर्तींना ती लवकरच बरी होणार असं वाटू लागलं होतं. गमतीची गोष्ट म्हणजे ज्या वेळेस कोलकात्याच्या परिषदेहून परत आलेले जिना मानसिकदृष्ट्या आणि शारीरिकदृष्ट्या पूर्णपणे कोलमडून गेले होते, त्याच वेळेस रट्टी काही अंशी का होईना, बरी झाली होती. जणू काही तिनं मावळतीला लागलेली आपली सारी जिगीषा केवळ त्यांना आधार देण्यासाठी प्रयत्नपूर्वक एकवटली होती.

जिनांना तेथे अतिशय मनस्ताप भोगावा लागला होता. कोलकात्याच्या मुस्लीम लीगच्या सत्रातले कडाक्याचे वादविवाद पहाटे दोनपर्यंत सुरू होते. त्यानंतर नेहरू अहवालात सहा बदल करून मुस्लीम लीगनं असा सुधारित अहवाल मंजूर केला होता; परंतु जेव्हा दुसऱ्याच दिवशी जिनांनी हा सुधारित अहवाल काँग्रेसनं आयोजित केलेल्या सर्वपक्ष परिषदेपुढे ठेवला, तेव्हा हा सुधारित अहवाल निदान नीटपणे ऐकून घेतला जाईल, अशी समजूत असलेल्या जिनांवर अतिशय दुष्टपणे हल्ला चढवण्यात आला होता. विशेषत: हिंदू महासभेचे एम. आर. जयकरांसारखे सहकारी या सुधारणा ऐकून घेण्याऐवजी जिनांवर वैयक्तिक स्वरूपाचा हल्ला चढवून त्यांना विचारू लागले होते की, मुस्लिमांचा नेता म्हणवण्याजोगी त्यांच्या अंगी कोणती पात्रता आहे? मुस्लीम लीगनं केलेल्या अहवालातल्या बदलांना मान्यता देण्याकडे कल असलेले उदारमतवादी लोकसुद्धा आता शूरत्व दाखवू लागले होते. नेहरू अहवालाचे सहलेखक तेज बहादूर सप्रू जिनांचा 'लाडांमुळे बिघडलेलं मूल' असा उल्लेख करू लागले होते; परंतु कितीही चिडले, दुखावले असले, तरी जिनांनी आपल्या रागावर नियंत्रण ठेवलं होतं आणि परिषदेला वारंवार विनवलं होतं की, एकोपा राखण्यासाठी परिषदेनं मुस्लीम

मागत असलेले हे किरकोळ बदल स्वीकारावेत आणि त्यांच्या या साऱ्या विनवण्यांनी आणि तडजोडीच्या भाषणांनीसुद्धा जेव्हा परिषदेतील हिंदू-शीख हे बदल स्वीकारायला तयार झाले नाहीत, तेव्हा त्यांनी परिषदेला कळकळीची विनंती केली की, आपण मित्र म्हणून एकमेकांचा निरोप घेऊ आणि वैरभाव टाळायचा प्रयत्न करू; पण हे कुणीही ऐकून घेतलं नाही. जयकरांनी तर ते जातीयवादी कट्टर धर्मांध असल्याचा त्यांच्यावर आरोप केला. हा आरोप ऐकल्यावर जिनांनी तडकाफडकी परिषदेबाहेर पाऊल टाकलं.

त्यांच्यावर शिव्याशापांचा प्रचंड वर्षाव झाल्यामुळे ते इतके हादरून गेले होते की, दुसऱ्या दिवशी कोलकाता सोडतेवेळी त्यांचा बांध फुटला आणि ते रडू लागले. कुणालाही ते रडताना प्रथमच दृष्टीस पडले होते. त्यांचे मित्र जमशेद नस्सरवानजी यांनी काही काळानं जिनांचे चरित्रकार हेक्टर बोलिथो यांना सांगितलं होतं, 'आपल्या जनतेच्या हितासाठी झटणारा थोर नेता या नात्यानं त्यांनी केलेली आर्जवं ही अत्यंत योग्य अशी कृती होती. त्यांनी केलेल्या मागण्या धुडकावून लावल्या गेल्या होत्या. एका माणसानं म्हटलं होतं, ''मुस्लिमांच्या वतीनं बोलण्याचा जिनांना कोणताही हक्क पोचत नाही, ते मुस्लिमांचं प्रतिनिधित्व करत नाहीयेत.'' त्यांचा घोर अपमान करण्यात आला होता आणि ते त्यांच्या हॉटेलवर परत निघून गेले होते. दुसऱ्या दिवशी सकाळी साडेआठच्या सुमाराला जिनांनी गाडीनं कोलकाता सोडलं. मी त्यांचा निरोप घ्यायला रेल्वे स्टेशनवर गेलो होतो. ते त्यांच्या प्रथम वर्गाच्या कूपेच्या दरवाजापाशी उभे होते. त्यांनी माझा हात हातात घेतला. ते म्हणाले, ''जमशेद, आता आपले मार्ग भिन्न होणार आहेत.'' हे बोलताना त्यांच्या डोळ्यांत अश्रू आले होते.'

जिना कोलकात्याहून थेट मुंबईला परत गेले नाहीत. कडव्या, उजव्या बाजूच्या मुस्लिमांनी दिल्लीत आयोजित केलेल्या अखिल भारतीय मुस्लीम परिषदेत उपस्थित राहण्यासाठी ते वाटेत दिल्लीला थांबले. प्रथम या परिषदेत हजेरी लावण्याचा त्यांचा मानस नव्हता; पण सर्वपक्ष परिषदेत वाट्याला आलेल्या अपयशानंतर त्यांनी या खुल्या सत्रात हजेरी लावली. त्यांच्या उपस्थितीमुळे कडव्या मुस्लिमांना आशा वाटू लागली होती की, अखेरीस जिनांना त्यांची मतं पटली असावीत!

परंतु कोलकात्यात त्यांच्या वाट्याला आलेल्या अनुभवामुळे ते कितीही हादरून गेले असले, तरी कडव्या, उजव्या विचारसरणीच्या मुस्लिमांना जाऊन मिळणं त्यांना पटलं नाही - त्याऐवजी मनोमन दुखावलेल्या जिनांनी मुंबईत परत जायचं ठरवलं. सरोजिनींनी म्हटल्याप्रमाणे, 'जिनांनी हिंदू-मुस्लीम ऐक्यासाठी आपलं सर्वस्व अर्पण केलं असतं. त्याऐवजी काँग्रेसनं पुन्हा एकदा त्यांना बाहेरचा रस्ता दाखवला होता.' अशा मनोमन उद्ध्वस्त झालेल्या क्षणी, आधारासाठी जिनांनी पुन्हा एकदा रट्टीकडे धाव घेतली. तिच्याशी बोलून दिलासा मिळवण्याची अतीव गरज त्यांना भासत होती. त्यांची प्रकृतीसुद्धा खालावली. जणू काही प्रतिकार करण्याची त्यांची सारी इच्छाच नष्ट होऊन गेली होती आणि त्यांना इतक्या दु:खी कष्टी अवस्थेत बघणं अर्थातच रट्टीला सहन होण्यासारखं नव्हतं. तिनं तीव्र इच्छाशक्तीच्या बळावर आपली उरलीसुरली शक्ती महत्प्रयासांनी एकवटली आणि त्यांना आधार देण्यासाठी ती उभी राहिली. १९२९ सालचा संपूर्ण जानेवारी महिना जिनांनी न चुकता दररोज तिची भेट घेण्यात घालवला आणि ती न चुकता आपल्या रुग्णशय्येवरून

उठून त्यांच्या स्वागताला उभी राहिली आणि पूर्वीच्या काळी ती जसं करत असे, तसंच उत्तेजनाचे गोड शब्द बोलून त्यांच्या मनाला उभारी देत राहिली. कांजी तेथे हजर असे आणि तो संभाषणाचा प्रवाह खेळता ठेवायला मदत करत असे.

आणि त्यांना आधार-उत्तेजन देण्याचा तिच्या प्रकृतीलासुद्धा फायदा होऊ लागला होता किंवा रट्टी नव्यानं माणसांमध्ये आणि चारचौघांत मिसळण्यामध्ये नव्यानं रस घेऊ लागलेली पाहून कांजीला तसं वाटू लागलं असावं. कृष्णमूर्ती मुंबईला येणार आहेत हे ऐकल्यावर रट्टीनं त्यांना चहासाठी घेऊन यायची कांजीला विनंती केली. गेले अनेक आठवडे तिनं कुणालाही आपल्या घरी यायचं आमंत्रण दिलं नव्हतं. रट्टीच्या घरात व्यतीत केलेले ते दोन तास सर्वांनाच इतके आनंदाचे वाटले की, कृष्णमूर्तींनी तिला पुढल्या दिवशी आपल्या यजमानांच्या घरी रात्रीच्या भोजनासाठी आमंत्रण दिलं. तिनं ते आनंदानं स्वीकारलं आणि आपल्याबरोबर कांजीलाही तेथे नेलं. ती आणखी एक संध्याकाळ त्या तिघांनी आनंदानं एकत्र घालवली.

ती नव्यानं आयुष्यात आणि इतरांत रस घेऊ लागलेली पाहून ती बरी होण्याच्या मार्गावर आहे, असं कृष्णमूर्तींना वाटू लागलं होतं आणि त्यांनी ती भावना कांजीला लिहिलेल्या पत्रात व्यक्तही केली होती. खरं तर आता जिनाच आजारी पडले होते. ते क्वचितच आजारी पडत असत. ते इतके अशक्त झाले होते की, नव्या संसद सत्राच्या पहिल्या दिवशी तेथे हजर राहणं त्यांना शक्य झालं नाही; परतु जिनांनी अर्थातच आपली अफाट इच्छाशक्ती वापरून लवकरच आजार दूर झटकला. ६ फेब्रुवारी १९२९पर्यंत त्यांची प्रकृती पूर्ववत झाली. त्यांनी दिल्लीतल्या, मुस्लीम लीगच्या उपसचिवाला पाठवलेल्या तारेवरून ही गोष्ट लक्षात येते, 'आभार. मी बरा आहे. लवकरच दिल्लीला पोचेन. कार्यकारी समितीची सभा फेब्रुवारी अखेरीस आयोजित करा. किचलूंचा सल्ला घ्या.' पाच दिवसांनी ते संसदेत हजर होते. पुन्हा एकदा ते 'संसदेचे सिंह' बनून आपल्या प्रश्नांनी सरकारला जेरीला आणू लागले होते. बँकेच्या आणि रेल्वेच्या कर्मचाऱ्यांना परदेश भत्ता देण्याबाबत केल्या जाणाऱ्या वंशभेदापासून ते व्यापार-विवाद-कायद्याच्या मसुद्यातील हस्तक्षेपापर्यंत सर्व विषयांबाबत त्यांनी सरकारवर प्रश्नांचा आणि आरोपांचा भडिमार केला आणि दिवसाखेरीपर्यंत निवड समितीवर नियुक्ती मिळवण्यात ते यशस्वी झाले होते.

परंतु एकदा जिना मुंबईबाहेर गेल्यावर रट्टीची बरं होण्याची इच्छा नाहीशी झाली आणि तिची प्रकृती पुन्हा ढासळू लागली. जिना दिल्लीला गेल्यावर पहिले दोन दिवस ती ठीक होती. ती, कांजी आणि त्याची पत्नी यांच्याबरोबर रात्रीच्या सिनेमालासुद्धा गेली होती; परंतु जिना निघून गेल्यावर आणि कांजीसुद्धा कामात गुंतून पडल्यावर रट्टी विफलतेत पूर्वीपेक्षाही अधिक खोलवर रुतत गेली.

मुंबईत जोरात दंगली उसळल्या होत्या आणि कांजीनं नमूद केलंय की, तो मानद न्यायाधीश असल्यामुळे त्याला १६ आणि १७ फेब्रुवारीच्या रात्री मुंबईबाहेरच्या भायखळ्यात कामावर जावं लागलं होतं. दुसऱ्या दिवशी सकाळी एका दिवसासाठी ॲनी बेझंट मुंबईला आल्या आणि त्यांच्या स्वागताला स्टेशनवर जावं लागल्यामुळे कांजी रट्टीला भेटायला जाऊ शकला नाही. श्रीमती बेझंट सर्वसाधारणतः एकाच दिवसासाठी मुंबईला येत असत. त्या सकाळच्या गाडीनं येऊन, त्याच संध्याकाळी मद्रासला परत जायला निघत, त्यामुळे तो

संपूर्ण दिवस कांजीला त्यांच्यासोबत राहावं लागत असे. तो श्रीमती बेझंटजवळ दुपारच्या जेवणापर्यंत थांबला आणि थोड्या वेळासाठी आपल्या घरी परत गेला. त्या वेळस रट्टी अतिशय खिन्न आणि दु:खीकष्टी मन:स्थितीत तेथे आली, त्यामुळे पुढले चार तास कांजीला (तिच्या मनाला उभारी आणण्यासाठी) तिच्या समवेत घालवावे लागले. त्यानंतर तो रट्टीला तिच्या घरी पोचवायला गेला. श्रीमती बेझंटनी कांजीला चहाच्या वेळेपर्यंत परत यायला सांगितलं होतं आणि तसं करायचा त्याचा इरादाही होता; परंतु आपल्या घरी पोचल्यावर रट्टीनं त्याला आत बोलावलं आणि त्याच्यासाठी चहा बनवला. तिला इतक्या उदास, खिन्न अवस्थेत एकटीला सोडणं त्याला शक्य झालं नाही, त्यामुळे तो श्रीमती बेझंटकडे चहासाठी जाऊ शकला नाही आणि तो रट्टीपाशी संध्याकाळी सातपर्यंत थांबला. श्रीमती बेझंटनी सांगितल्या वेळेस कांजी तेथे पोचला नाही, असं पहिल्यांदाच घडत होतं. श्रीमती बेझंटना स्टेशनवर गाडीत बसवून दिल्यावर पुन्हा त्या रात्री सव्वादहाला परत येईन, असं त्यानं रट्टीला आश्वासन दिलं, तेव्हाच त्याला तेथून निघता आलं.

कांजी ठरल्याप्रमाणे त्यांना का भेटू शकला नाही याचं कारण कळल्यावर ॲनी बेझंटनी त्याला रट्टीची काळजी घ्यायला सांगितलं; परंतु रुग्णालयात रट्टीला दाखल करून तिच्यावर उपचार करण्याखेरीज तिला बरी करायचा अन्य मार्ग कांजीला दिसत नव्हता. तसं केलं असतं तर त्याचा बभ्रा होऊन तिच्या नावाला कलंक लागला असता. कांजी रट्टीकडे पोचला तोवर ती जवळजवळ मृत्युपंथालाच लागली होती. कांजीनं रट्टीवर लिहिलेल्या पुस्तकात लिहिलं होतं, 'ती बेशुद्ध पडलेली पाहून मला धक्काच बसला.' बहुधा झोपेच्या गोळ्यांचं अतिरिक्त सेवन करून तिनं आत्महत्येचा पुन्हा प्रयत्न केला असावा; परंतु चमनलालनं तिच्या यापूर्वीच्या आत्महत्येच्या प्रयत्नाबद्दल पाळलेल्या सुज्ञ मूकतेप्रमाणे कांजीनंसुद्धा त्याबद्दल सावध मौन पाळलं आहे. तिच्या परवानगीशिवाय कांजीनं डॉक्टरांना बोलावलं असतं, तर रट्टीला तो आपला विश्वासघात वाटला असता, त्यामुळे सारी रात्र त्यानं स्वत:च तिला शुद्धीवर आणायचे प्रयत्न केले आणि अखेरीस रट्टी ग्लानीतून बाहेर आली. त्यानंतर कांजी आपल्या घरी परत गेला. तो नक्कीच खूप थकून गेला असणार; परंतु त्याला अजिबात झोप लागली नाही. दुसऱ्या दिवशी उजाडताच रट्टीनं त्याला फोन केला आणि ऑफिसला जाण्यापूर्वी तिला भेटून जायला सांगितलं. कांजीच्या म्हणण्यानुसार ती अजूनही अतिशय खिन्न, उदास होती. त्यानं तिला शांतवायचा, तिच्या मनाला उभारी द्यायचा खूप प्रयत्न केला; परंतु त्याचा काहीही फायदा झालेला दिसला नाही. तो तिला जवळून ओळखत असल्यामुळे डॉक्टरांना किंवा तिच्या आईला बोलावून घ्यायच्या सूचनेचा काहीही फायदा होणार नाही, हे तो जाणून होता आणि त्या दोघांचीही कोणतीच मदत झाली नसती, कारण तासागणिक तिची आत्महत्येची प्रवृत्ती आणखीच बळावताना त्याला जाणवत होती. निघताना तो तिला म्हणाला, 'मी तुला संध्याकाळी भेटेन.' तिनं दिलेलं उत्तर अनिष्टसूचन होतं, 'मी तोवर जिवंत असेन, तर! माझ्या मांजरांची काळजी घे आणि त्यांना देऊन टाकू नकोस.' त्या रात्री त्याला एके ठिकाणी भोजनाचं आमंत्रण होतं; पण तिची काळजी वाटत असल्यामुळे त्यानंतर रात्री सव्वाअकरा वाजता तो रट्टीच्या घरी जाण्यासाठी वाटेत थांबला. ती त्याला गाढ झोपलेली दिसली. ते पाहून घाबरण्याऐवजी त्याला दिलासा मिळाला. ओळीनं दोन रात्री तो स्वत: जागा होता, त्यामुळे झोपेची तूट भरून काढण्यासाठी तो आपल्या घरी गेला.

परंतु पुढल्या दुपारपर्यंत कांजी म्हणतो, 'मला टेलिफोनवरून निरोप कळवण्यात आला की, रट्टी पुन्हा बेशुद्ध झालीय आणि ती जिवंत राहण्याची फारशी आशा उरलेली नाही.' त्याला ही बातमी कुणी दिली, हे त्यानं सांगितलेलं नाही. सांगणारा तिच्या घरचा नोकर असू शकेल किंवा ती गंभीर अवस्थेत असल्याचं पाहून तिच्या नोकरांनी बोलावून घेतलेली आई किंवा भाऊ अशी नात्याची एखादी व्यक्ती असू शकेल. कांजी ताबडतोब रट्टीच्या घरी गेला; परंतु तो तिला पाहू शकला नाही. कदाचित, तिला रुग्णालयात हलवण्यात आलं असेल किंवा तिचे आई-वडील तेथे पोचून, त्यांनी साऱ्या गोष्टी ताब्यात घेतल्या असतील. पुढल्या संध्याकाळी, २० फेब्रुवारी १९२९ रोजी, तिच्या एकोणतिसाव्या वाढदिवशी रट्टीचं निधन झालं. तिच्या मृत्यूच्या कारणाची नोंद देणारा वैद्यकीय अहवाल कुठंही उपलब्ध नाही; परंतु तिच्या मृत्यूनंतर जवळजवळ पन्नास वर्षांनी कांजीनं ते सत्य उघड केलं. आयुष्याच्या अखेरच्या काळात कांजीनं एका उर्दू लेखकाला मुलाखत दिली होती. त्यात त्यानं ठामपणे म्हटलं होतं की, नेहमी तिच्या बिछान्यालगत असलेल्या झोपेच्या गोळ्यांचं अतिरिक्त सेवन करून रट्टीनं आपलं आयुष्य संपवलं होतं. कांजीनं पाकिस्तानी लेखक सैद शहाबुद्दिन दोस्नानी याला सांगितलं होतं, 'आपल्या वाढदिवसाच्या दिवशी मरण जवळ करायचं तिनं ठरवलं होतं.' १६ फेब्रुवारी १९६८ रोजी कांजीच्या मुंबईच्या फ्लॅटमध्ये दोस्नानीनं कांजीची मुलाखत घेतली होती. त्या वेळेस कांजी वृद्धावस्थेत पोहोचला होता; परंतु तरीही तो पूर्णपणे सतर्क होता.

रट्टीच्या वाढदिवसाच्या दिवशी तिला फोन करण्याचा जिनांचा प्रघात नव्हता. तसा असता, तर ही बातमी त्यांना जास्त लवकर कळली असती, त्यामुळे संध्याकाळी ते चमनलाल समवेत दिल्लीतील 'वेस्टर्न कोर्ट' येथे बसलेले असताना रट्टीबद्दल काहीही कल्पना नसलेल्या जिनांशी मुंबईहून 'ट्रंक कॉल'नं संपर्क साधण्यात आला होता. चमनलालनं जिनांना अगदी शांतपणे सांगताना ऐकलं की, ते त्या रात्रीच निघतील. मग फोन खाली ठेवल्यावर ते चमनलालजवळ जाऊन म्हणाले, 'रट्टीची प्रकृती खूप गंभीर आहे. मला आज रात्रीच निघायला हवं.' क्षणभराच्या स्तब्धतेनंतर ते पुढे म्हणाले, 'तो कुणाचा फोन होता, तुला ठाऊक आहे?' आणि चमनलालच्या उत्तराची वाट न पाहता त्यांनी आपल्या प्रश्नाचं स्वत:च उत्तर दिलं, 'फोन माझ्या श्वशुरांचा होता. माझ्या विवाहानंतर आम्ही एकमेकांशी प्रथमच बोललो आहोत.'

चमनलालनं जिनांना सुचवलं की, त्यांनी दुसऱ्या दिवशी सकाळच्या फ्रॉंटियर-मेलनं निघणं श्रेयस्कर ठरेल - कारण रात्रीची गाडी त्याहून आधी मुंबईला पोचणार नाही. नेहमीप्रमाणेच जिनांनी तर्कशुद्ध विचार केला आणि या सूचनेला मान्यता दिली. रट्टी आधीच मृत्यू पावलीय, हे त्यांना दुसऱ्या दिवशी सकाळपर्यंत समजलं नव्हतं. मुंबईला जाणाऱ्या गाडीत त्यांना व्हाइसरॉयची सांत्वनाची तार देण्यात आली, तेव्हा त्यांना ही बातमी कळली. गाडीतले चोवीस तास ते त्यांच्या प्रथमवर्गाच्या डब्यात एकटे असताना समजा त्यांचा बांध फुटला असला, तरी ते २२ फेब्रुवारीच्या सकाळी ग्रँटरोड स्टेशनवर उतरले तेव्हा त्याचं कोणतंही दृश्य चिन्ह दिसत नव्हतं. कांजी एका कर्नलसमवेत आणि श्रीमती सोखींसमवेत त्यांना भेटायला स्टेशनवर गेला होता. त्या वेळेस ते त्याला नेहमीसारखेच दिसले. ते कोणत्याही वैयक्तिक बाबींवर बोलायला तयार नव्हते. ते दिल्लीहून पोचेपर्यंत

अंत्यविधींची सारी तयारी करण्यात आली होती. पेटिट कुटुंबीयांना, त्यांच्या मुलीवर पारशी पद्धतीचे अंत्यसंस्कार करून, निदान मृत्यूनंतर तिला आपली म्हणायची नक्कीच इच्छा झाली असणार; परंतु तसं केलं असतं, तर त्यांचं संपूर्ण कुटुंब वाळीत टाकलं जाण्याचा संभव होता. रट्टीच्या विवाहानंतर पारशी पंचायतीनं तसा निर्णयच घेतला होता, त्यामुळे ही सारी व्यवस्था संपूर्ण अनोळखी लोकांच्या हाती सोपवण्यात आली होती. हाजी दौडभाई नासर आणि रजब अलिभाई इब्राहिम बाटलीवाला यांनी सारी सूत्रं हाती घेतली होती. मुस्लीम पद्धतीचे अंत्यविधी पाला गल्ली मशिदीत केले जाणार होते. त्यानंतर घोडागाडीतून रट्टीचा देह आरामबाग या खोजा स्मशानभूमीत नेला जाणार होता. ही स्मशानभूमी माझगावात होती आणि ती मुस्लिमांच्या 'खोजा शिया इस्नाशारी' या फुटीर पंथीयांची दफनभूमी होती. जवळजवळ तीस वर्षांपूर्वी जिनांनी आणि त्यांच्या वडिलांनी हा पंथ स्वीकारला होता.

रट्टीच्या स्नेह्यांना मात्र रट्टीच्या आयुष्याच्या शोकांतिकेचा तो कळस वाटला! सरोजिनींनी नंतर ही भावना व्यक्त करताना म्हटलं होतं, 'ज्या मुस्लिमांचा प्रत्येक दिवस जमाखर्चाच्या आकडेमोडीत, चांदी-तांब्याच्या नाण्यांनी तराजूने नफा-तोटा मोजण्यात खर्च होतो, अशा खोजा दफनभूमीत रट्टीच्या सुरेख, दुःखी देहाला चिरनिद्रेसाठी मूठमाती दिली जावी, ही नियतीची क्रूर थट्टा म्हटली पाहिजे.' कांजीलासुद्धा तसंच वाटलं असावं, कारण स्टेशनबाहेर पडल्यावर कांजीनं जिनांपाशी भावना व्यक्त केली होती की, रट्टीला दफनापेक्षा अग्निसंस्कार अधिक आवडला असता; पण जिना बहुधा अत्यंत बधीर होऊन गेले होते आणि त्याबद्दल दखल घेण्याच्या मन:स्थितीत नव्हते, त्यामुळे त्यांनी इस्लामी अंत्यसंस्कारांमध्ये अडथळा आणला नाही.

अंत्यविधीला जिना आणि रट्टी यांचे सर्व जातिधर्मांचे स्नेही-स्त्री-पुरुष प्रचंड संख्येनं उपस्थित राहिले होते. पाच तास चाललेल्या अंत्यसंस्कारांच्या वेळेस कांजी जिनांजवळ बसून होता. ते महत्प्रयासानं आपल्या भावनांवर काबू ठेवण्यासाठी राजकारणाखेरीज अन्य कशाबद्दलही बोलायला तयार नव्हते. कांजी म्हणतो, 'जिनांनी खंबीरपणे स्वत:वर नियंत्रण ठेवलं होतं. अवघडलेल्या स्तब्धतेनंतर त्यांनी घाईघाईनं आदल्या आठवड्यातल्या संसदीय कामांबद्दल बोलायला सुरुवात केली होती. सरकारबरोबर पेचात अडकलेल्या विठ्ठलभाई पटेलांना आपण कसं पेचातून सोडवलं, याचं वर्णन ते करू लागले.' मग जेव्हा रट्टीचा देह थडग्यात ठेवण्यात आला, तेव्हा जिनांना तिचे निकटतम आप्त म्हणून बोलावून प्रथम मूठमाती देण्याची विनंती करण्यात आली होती. त्या वेळेस अखेरीस त्यांना सत्य जाणवलं होतं. त्यांचा बांध फुटला आणि ते लहान बालकासारखे हमसून हमसून रडू लागले, असं कांजीनं नमूद केलंय. हे दुःख अवघं काही मिनिटंच टिकलं. त्यानंतर त्यांनी पुन्हा एकदा नेहमीप्रमाणे अलिप्ततेचा मुखवटा धारण केला; परंतु त्यांचा बांध फुटून त्यांच्या दुःखाचं जे क्षणकाल दर्शन झालं होतं, ते तिथं उपस्थित असलेल्या प्रत्येकाच्या स्मरणात कायमचं कोरलं गेलं. जिनांच्या तुसड्या, अलिप्त स्वभावाबद्दल कायम टोमणे मारणाऱ्या छागलांनासुद्धा कबुली द्यावी लागली होती, 'जिनांच्या डोळ्यांत चक्क अश्रू आले होते. फक्त तेव्हाच एकदा जिनांनी मानवी दौर्बल्याचं क्षणिक दर्शन घडवलं होतं.'

घरी पोचल्यावर जिनांना आपल्या भावनांवर नियंत्रण ठेवणं अशक्य झालं. त्यांनी दुसऱ्या दिवशी संध्याकाळी कांजीला आपल्या घरी बोलावलं होतं. कांजी रट्टीच्या मृत्यूपूर्वीचे

सर्व आठवडे तिच्याजवळ होता, त्यामुळे तिच्या अखेरच्या दिवसांबद्दल जिनांना ऐकायचं असेल, असं कांजीला वाटलं होतं; परंतु त्यांनी आपल्याला त्यासाठी बोलावलेलं नाही हे त्याला लवकरच उमगलं. तो म्हणतो, 'त्यांनी आपलं हृदय माझ्यापुढे उघडं केलं. ते माझ्याशी सतत दोन तास बोलत होते. मी शांतपणे, आस्थेनं त्यांचं बोलणं ऐकून घेत होतो. अधूनमधून एखादा शब्द उच्चारत होतो.'

बांध फुटलेल्या जिनांना रडताना पाहिल्यावर कांजीला आपल्या मित्राच्या मनाचं पूर्ण आकलन झालं आणि त्याला जणू जिनांचा आत्माच उमगला. 'त्यांच्या मनातलं काही तरी तुटून गेलं होतं. त्यांच्या पत्नीचा मृत्यू ही काही केवळ एक दु:खद घटना नव्हती; जी दु:ख करून विस्मृतीत टाकता आली असती! या दैवेच्छेकडे त्यांनी आपलं अपयश आणि आयुष्यातला आपला वैयक्तिक पराजय या दृष्टीनं पाहिलं.' कांजीला त्या वेळेस किंवा नंतर कधीच रट्टीनं जिनांची केलेली व्याकूळ आळवणी कळली नव्हती : 'लाडक्या, मी तू खुडलेलं एक फूल आहे, असं कायम समज आणि ते कधीही पायदळी तुडवू नकोस.' मनाला जखम करणारे ते शब्द आता जिना कधीही विसरू शकणार नव्हते.

आणि तरीही आयुष्यातल्या या सर्वांत मोठ्या पराजयाला आमोरासमोर तोंड न देता, ते पूर्वीप्रमाणेच कार्यमग्नतेच्या कोषात दडी मारून बसले होते! अंत्यविधीनंतरचा मुंबईतला संपूर्ण आठवडा त्यांनी स्वत:ला जोरदार वाटाघाटींमध्ये व्यग्र ठेवलं. पुढल्या आठवड्यात, दिल्लीत त्यांनी मुस्लीम लीग कार्यकारिणीची जी बैठक आयोजित केली होती, त्याच्या पूर्वतयारीत त्यांनी स्वत:ला गुंतवून टाकलं होतं. रट्टीच्या आठवणी दूर ठेवण्यासाठी त्यांनी तिची आठवण करून देणाऱ्या सर्व गोष्टी बांधून दूर ठेवून दिल्या. तिचे फोटो, तिचे कपडे, तिनं जमवलेल्या जेडच्या सुंदर वस्तू, सुंदर कलाकृती, प्रथम आवृत्तीची दुर्मीळ पुस्तकं - सारं सारं त्यांनी बांधून टाकून नजरेआड केलं. ३ मार्चच्या मुस्लीम लीगच्या सत्रासाठी त्यांनी मुंबईतून वेळेवर प्रस्थान केलं. त्यांनी त्यानंतर तिच्या नावाचा किंवा तिचा कधीही उल्लेख केला नाही; पण कांजी म्हणतो, 'या कशाचाही उपयोग झाला नाही. अगदी स्वत:च्या आयुष्याच्या अखेरीपर्यंत ते या भीषण धक्क्यातून कधीच सावरले नाहीत!'

त्यांनी रट्टीची पुस्तकं पेट्यांमध्ये भरून टाकण्यापूर्वी त्यांच्यावर दृष्टी टाकली असती, तर त्यांना व्यथित करणाऱ्या याहूनही जास्त गोष्टी त्यांना सापडल्या असत्या. तिनं आयुष्यात नंतरच्या काळात जमा केलेल्या पुस्तकांपेक्षा - एडवर्डच्या काळातल्या हलक्याफुलक्या, विनोदी पुस्तकांपेक्षा- तिनं आयुष्याच्या अखेरच्या महिन्यात आपल्यापाशी ठेवलेली पुस्तकं पूर्णत: वेगळी होती. ही सारी पुस्तकं तिनं पेटिट हॉलमधून मागवून घेतली होती. ती लहान असताना ही पुस्तकं तिला अतिशय आवडत असत. त्या पुस्तकांवर तिनं शाईच्या पेननं तेव्हा (लग्नापूर्वीचं) आपलं नाव घातलं होतं. पेटिट हॉलमधल्या तिच्या खोलीतल्या शेल्फवर इतकी सारी वर्षं धूळ खात पडलेल्या पुस्तकातून तिनं वेचून काढलेली पुस्तकं वेगळ्याच प्रकारची होती. त्यात ऑनर डी बॅलान्झचं *युजीन ग्रँडेट* होतं. ही खूप संपत्तीची वारस असलेल्या एका तरुण मुलीची कहाणी होती. तिनं चुकीच्या माणसाशी - घरच्यांना पसंत नसलेल्या माणसाशी - विवाह केल्यामुळे तिला संपत्तीवरचा वारसा हक्क गमवावा लागला होता. तिनं चुकीच्या माणसावर जे प्रेम केलं होतं, 'ते प्रेमच तिच्या घाताला कारणीभूत ठरलं होतं.' त्यात ॲलेक्झांडर ड्यूमाचं *ट्वेंटी इयर्स आफ्टर* होतं. ते 'थ्री मस्केटियर्स'च्या

डी आर्टग्नान या नेत्याच्या आयुष्याबद्दल होतं. हा नायक अतिशय एकटा पडला आहे आणि त्याचे साथीदार आयुष्यात फार पुढे निघून गेले आहेत. तो मनाशीच म्हणतोय की, तो असा (अभागी) जीव आहे, जो 'योगायोगामुळे, दुर्भाग्यामुळे, कोणत्या तरी नैसर्गिक अडथळ्यामुळे इप्सिताकडे पोचू न शकता, अर्ध्या वाटेतच अडकून पडला आहे.' त्यात ड्यूमाची *लुई डी ला व्हॅलिएरे* (खंड तिसरा – द *व्हिकॉम्टे ड ब्रॅजेलॉन*)सुद्धा आहे. त्यात दु:खी नात्यात कायम अडकून पडल्याचं चित्रण आहे.

यातल्या काही पृष्ठांच्या कडेला केलेल्या खुणा नक्कीच बारा-तेरा वर्षांच्या मुलीनं केलेल्या नाहीत. द *काउंट ऑफ माँटे क्रिस्टो* (खंड २)च्या मुखपृष्ठावर पेन्सिलीनं लिहिलेल्या 'रट्टी डी. पेटिट' या नावाखाली पेननं फक्त 'पृष्ठ ७२०' एवढंच लिहिलेलं आढळतं. ७२० पृष्ठावर गेल्यावर एका पूर्ण परिच्छेदाच्या कडेला सहा वेळा ओढलेली उभी रेघ कुणाच्याही नजरेतून सुटू शकणार नाही. तो परिच्छेद आहे, 'तू अगदी खरं तेच बोलला आहेस, मॅक्समिलियन. आपण त्याची जशी काळजी घेऊ, त्यानुसार मृत्यू आपल्याला एखाद्या दाईप्रमाणे मृदूपणे जोजवतो किंवा तोच मृत्यू शत्रू बनून आपल्या देहातून आपला आत्मा क्रूरपणे ओढून नेतो. कधी काळी, जेव्हा जग परिपक्वतेला पोचलं असेल, जेव्हा मानवानं निसर्गातील सर्व विध्वंसक शक्तींवर काबू मिळवला असेल आणि त्या शक्तींना विधायक कामांना जुंपलं असेल; जेव्हा, तू म्हणतोस, तसं मानवानं मृत्यूची गुपितं शोधून काढली असतील, तेव्हा तुमच्या प्रियतमेच्या मिठीत झोपून जावं असं गोड आणि मादक सुख तुम्हाला मृत्यू देऊ शकेल.' जिनांनी खुडलेलं हे 'नीलपुष्प' मृत्यूची इतकी आतुरतेनं का वाट पाहू लागलं होतं? जिनांना या प्रश्नाचा कधीच सामना करावासा वाटला नसता.

त्या प्रश्नाचं उत्तर शोधण्यासाठी त्यांना स्वत:च्या हृदयातल्या काजळलेल्या कोपऱ्यात डोकावून पाहणं भाग पडलं असतं. तिनं त्यांच्यावर आरोप केला होता, त्याप्रमाणे त्यांनी स्वत: खुडलेल्या 'नीलपुष्पाला' ते पायदळी कसं तुडवू शकले होते? तिचा आत्मसन्मान खच्ची करून तिला दु:ख आणि निराशेच्या भीषण व्याधीच्या आत लोटायला त्यांचा स्वत:चा हेकेखोरपणा किती कारणीभूत होता? की घडत गेलेल्या साऱ्या अटळ घटनाक्रमांच्या मालिकेतला तो फक्त एक लहानसा भाग होता? प्रथम, त्यांच्याशी विवाह केल्यामुळे तिला तिच्या कुटुंबानं आणि तिच्या समाजानं वाळीत टाकून दिलं होतं. त्यापायी तिनं आपली स्वत:ची स्वतंत्र ओळख आणि संपत्तीवरला आपला वारसा हक्क पूर्णपणे गमावला होता. त्यानंतर दुसऱ्या वेळेस ती वाळीत टाकली गेली, तो अनुभव पहिल्या वेळेपेक्षासुद्धा अधिक भीषण होता; कारण त्या वेळेस रट्टी आणि जिना या दोघांनाही सर्वांच्या रोषाला, टीकेला सामोरं जावं लागलं. सारा देश गांधीजींच्या पाठीशी उभा होता आणि जिनांनी आंधळेपणानं गांधीजींच्या मागं जायचं नाकारल्यामुळे साऱ्या देशानं त्यांना वाळीत टाकलं होतं. जिनांनी प्रयत्नपूर्वक जोपासलेली खंबीरता रट्टीच्या अंगी नसल्यामुळे रट्टी अगदी सहजपणे निराशेच्या विळख्यात अडकली होती आणि जिनांनी अलिप्ततेचं कवच धारण केलं असलं, तरी रट्टीच्या शेवटच्या पत्रातला रोष त्या कवचाला भेदून त्यांच्या वर्मी लागला असावा; कारण त्यानंतर अनेक वर्षांनी त्यांनी एका मित्राच्या पत्नीजवळ कबुली दिली होती, 'ती एक लहान मूल होती आणि मी तिच्याशी विवाह करायला नको होता! ती माझी चूक होती.'

रट्टीचे स्नेहीसुद्धा अपराधीपणाची भावना आणि दुःख यांच्याशी झुंजत होते... तिच्या आयुष्याचा अर्थ लावायचा प्रयत्न करत होते; परंतु त्यातून कोणतंही निष्पन्न निघत नव्हतं. पद्मजाच्या बाबतीत तसंच घडलं. ती अनेक महिने रट्टीच्या संपर्कात नव्हती; परंतु तिनं छागलांना पत्रात लिहिल्याप्रमाणे : 'जरी आम्ही सर्व बाबतीत पूर्णपणे भिन्न होतो, तरी आमच्यात अतिशय घनिष्ठ जवळीक होती आणि खूप वर्षांपूर्वी आमच्यात जुळलेल्या अनुबंधामुळे, शब्दांवाचून आम्हाला एकमेकींच्या भावना जाणून घेता येत होत्या आणि रट्टी ज्या रात्री मृत्यू पावली, त्या रात्री इतक्या प्रचंड अस्वस्थतेनं आणि भीतीनं मी व्याकूळ झाले होते की, मला झोपता येईना; अंथरुणात पडून राहता येईना. ती सारी रात्र मी रट्टीचा विचार करत बागेत येरझाऱ्या घालत राहिले होते. एका अनामिक भीतीनं माझा सतत थरकाप होत होता. त्याचं कारण आणखी चोवीस तासांनी रट्टीच्या मृत्यूची बातमी समजल्यावरच मला उमगलं. तोवर बागेतला गारठा बाधल्यामुळे मी स्वतःच खूप आजारी पडले होते.'

रट्टीच्या मृत्यूला चार महिने उलटले होते, तरी पद्मजा अजूनही तिच्या वियोगाच्या दुःखामुळे अंथरुणाला खिळलेलीच होती. तिनं जून १९२९मध्ये छागलांना पत्रानं कळवलं होतं, 'ते व्यर्थ आणि मूर्खपणाचं आहे हे कळत असूनही मला त्याचा प्रचंड राग येतोय. माझ्या प्रेमाच्या माणसांना मृत्यू येऊ नये, असं मला वाटत नाही – मृत्यू अतिशय सुखद आणि मुक्त करणारा असू शकतो हे मला ठाऊक आहे. वेदनेनं तळमळत असलेल्या माझ्या एका प्रिय मैत्रिणीला मृत्यूनं त्यातून सोडवावं, अशी मी गेले दोन महिने सतत प्रार्थना करते आहे – पण रट्टीच्या मृत्यूमुळे माझं मन कडवटपणानं भरून गेलं आहे कारण अजूनही अतृप्त असलेल्या सुंदर जीवाची ती मला नाहक आणि क्रूर हत्या वाटते आहे. रट्टीचं आयुष्य ही अतृप्ततेची भीषण शोकांतिकाच आहे – ती इतकी तरुण, इतकी सुंदर आणि आयुष्यावर इतक्या असोशीनं प्रेम करणारी मुलगी होती! पण आयुष्यानं तिचं मन कायम अतृप्त आणि रितंच ठेवलं.'

सरोजिनींनी प्रथम ही बातमी ऐकली, तेव्हा त्यांनासुद्धा प्रचंड धक्का बसला. त्यांना जवळजवळ एक संपूर्ण महिना रट्टीच्या मृत्यूची बातमी समजली नव्हती. त्या दूरच्या प्रवासावर गेल्या असताना या बातमीनं त्यांना जे प्रचंड दुःख झालं असतं, त्यापासून त्यांना सुरक्षित ठेवण्यासाठी त्यांच्या आप्तमित्रांनी त्यांना ही दुःखद बातमी कळवलीच नव्हती; परंतु अखेरीस ही बातमी त्यांच्या कानी पडलीच! कुणीतरी अगदी सहजपणे भारतातून आलेली ही बातमी त्यांना सांगितली, 'जिनांची पत्नी मरण पावलीय.'

सरोजिनींनी १९ मार्च १९२९च्या पत्रात लिहिलं होतं, 'त्या माणसाला ठाऊक नव्हतं की, ती काही फक्त 'जिनांची पत्नी' अशी कुणी त्रयस्थ व्यक्ती नव्हती! ती मला अत्यंत मोलाची वाटणारी अशी प्रिय व्यक्ती होती!' त्यांना इतका मोठा धक्का बसला होता की – 'एकाएकी जगातून सूर्य आणि वसंत ऋतू लुप्त झाले आहेत,' असा त्यांना भास होऊ लागला होता; परंतु जिनांप्रमाणेच त्यासुद्धा भावनांपेक्षा कामाला पहिला प्राधान्यक्रम देणाऱ्या पिढीच्या सदस्या होत्या, त्यामुळे त्यांनी पद्मजाला पत्रात पुढे लिहिलं होतं, 'माझे सारे विचार आणि आसवं मुस्लीम दफनभूमीतील एका थडग्याभोवती केंद्रित झाली आहेत, तरीसुद्धा मला सभेत जाऊन भाषणं करणं भाग पडतंय.'

परंतु कामामुळे त्यांना दुःखाचा विसर पाडता येत नव्हता. त्यांनी पत्रात पुढे लिहिलं होतं, 'मी अमेरिकेत आल्यापासून प्रथमच मला अतिशय खिन्न, एकाकी आणि थकलेलं वाटतंय. मातीच्या ढिगात गाडला गेलेला एक सुंदर चेहरा मला इतकं दुःखीकष्टी करून माझा सारा जीवनरस शोषून घेईल, असं मला वाटलं नव्हतं. जेव्हा उमार मृत्यू पावला, तेव्हा झालेलं तीव्र दुःख विसरता येत नाहीय; पण रट्टी मृत्यू पावल्यावर माझाच एक व्यक्तिगत अविभाज्य भाग चिरनिद्रेसाठी निघून गेल्यासारखं मला वाटतंय.'

रट्टीच्या एकोणतिसाव्या वाढदिवसाच्या दिवशी पद्मजाप्रमाणेच सरोजिनींनासुद्धा अशुभाची अनिष्ट चिंता अस्वस्थ करू लागली होती. 'विचित्र गोष्ट म्हणजे ती ज्या दिवशी मृत्यू पावली, त्या दिवशी मला काही तरी अनिष्ट घडू घातलंय, या भावनेची प्रचंड हुरहुर लागली होती. तारेनं सारं काही ठीक आहे ना, हे विचारण्याची वेडी अंत:प्रेरणा मी मोठ्या प्रयत्नांनी दाबून टाकली होती; पण ती काही वेडगळ अंत:प्रेरणा नव्हती! तो प्रेमापोटी जाणवलेला भविष्यसूचक असा प्रबळ उमाळा होता, कारण लहानशा रट्टीला सुरक्षित ठेवावं, असं तिच्यावरच्या प्रेमामुळे मला नेहमीच वाटत आलं होतं....'

आणि तिला सुरक्षित ठेवावं असं कितीही वाटत असलं, तरी सरोजिनी परखडपणे रट्टीलाच तिच्या आत्मघातासाठी दोषी ठरवत होत्या. सरोजिनींनी पद्मजाला लिहिलं होतं, 'रट्टीपुढे मृत्यूखेरीज अन्य कोणताच मार्ग उरलेला नव्हता; परंतु तरीही तिच्याशिवाय आयुष्य पूर्ववत तसंच राहणं केवळ अशक्य आहे! जीवनातून आनंदानं काढता पाय घेतला आहे आणि तरीसुद्धा मला ठाऊक आहे की, तिच्या समस्येवर दुसरा कोणताही तोडगा शिल्लक नव्हता. त्या उद्ध्वस्त झालेल्या आयुष्यावर केवळ मृत्यूच करुणामय फुंकर घालू शकला असता. खचून गेलेल्या देहाला, काजळलेल्या मनाला, साऱ्या विषानं विदीर्ण होऊन एकेकाळी उत्फुल्ल असलेल्या तेजस्वी आत्म्याची सारी उदात्तता, सौंदर्य, पारदर्शी नितळता नष्ट करणाऱ्या तिच्या मज्जातंतूंना मृत्यूखेरीज कुणीच मुक्ती देऊ शकलं नसतं. ती जर अशाच अवस्थेत जगत राहिली असती, तर तिच्यावर प्रेम करणाऱ्या सर्वांच्या दृष्टीनं ती अपरिमित दुःखाची आणि कदाचित अपरिमित शरमेची गोष्ट ठरली असती. तिच्या स्वत:च्याच चुकांच्या आणि आयुष्याबद्दलच्या अवास्तव, अवाजवी अपेक्षांच्या कारणांपासून आणि परिणामांपासून तिला वाचवणं अशक्य होऊन बसलं होतं. तिच्या स्वत:च्या दृष्टीनं आणि तिच्यावर प्रेम करणाऱ्या सर्वांच्याच दृष्टीनं, ती ऐन तारुण्यात मरण पावली, हीच गोष्ट श्रेयस्कर म्हणायला हवी, त्यामुळे ती खरोखरच जशी होती – तिच्या आत्म्याला काजळून टाकणाऱ्या काळ्याकुट्ट सावल्यांआडची खरीखुरी रट्टी जशी होती – त्याच स्वरूपात ती कायम सर्वांच्या स्मृतीत चिरंतन वास करेल, कारण या काळ्याकुट्ट सावल्या दोन वर्षांपूर्वी दाटी करू लागल्या होत्या आणि गेल्या वर्षी मी तुझ्याकडे आरोग्यवनम् येथे आले, तोवर तिच्या अणूरेणूवर विनाशाच्या सावल्यांनी पकड घातली होती – बिचारं अभागी मूल!

परंतु इतकं दुःख, भ्रमनिरस, यातना, टोकाचा लहरीपणा, तिचा हटवादी आणि दुराग्रही आत्मघात या साऱ्या गोष्टींच्या आत दडलेला तिचा आत्मा मात्र अतिशय सुंदर आणि पवित्र तेजानं उजळून निघालेला होता. तिच्या ठायी कोणतीच हीनता, कोतेपणा आणि अपवित्रता नव्हती. तिच्या ठायी धैर्य होतं, दूरदृष्टी होती, औदार्य होतं, निष्ठा होती, सत्याची विलक्षण ओढ होती आणि मुक्या प्राण्यांबद्दल अतुलनीय असं नितांत प्रेम होतं.

आपण कायम आनंदी, चैतन्यमय रट्टीचंच स्मरण करू या. त्या चेतनामूर्तीवरली एकही काळी सावली, एकही कलंक आपण लक्षात धरता कामा नये, कारण या साऱ्या गोष्टी परिस्थितीमुळे उद्‌भवल्या होत्या. त्या गोष्टी, आपण जिच्यावर प्रेम केलं आणि जिनं आपल्यावर प्रेम केलं, त्या आपल्या रट्टीचा मूलभूत अविभाज्य भाग कधी नव्हत्याच! तिनं तुझ्यावर नेहमीच निस्सीम प्रेम केलं. त्या प्रेमामागं विश्वास, कौतुक आणि तुझ्या आत्मिक सौंदर्यावरची नितांत भक्ती होती. मृत्यूनं सर्वोच्च अनुकंपा दर्शवून तिला जी मुक्ती मिळवून दिलीय, त्याबद्दल आपण प्रार्थनेद्वारा आभार मानूयात. तिचा देह मातीशी एकरूप होईल; पण तुझ्या माझ्यासाठी ती नेहमीच लावण्यमय सुवर्णतेजानं झळाळणारी अमरज्योत असेल!'

या लांबलचक पत्राचा समारोप करताना सरोजिनींनी लिहिलंय, 'शुभरात्री माझ्या लाडके! मी अजून तिच्या आईला, पतीला आणि तिच्या मुलीला लिहिलंलं नाहीय; पण त्यांच्यापेक्षा आपणच तिच्यावर जास्त प्रेम केलंय अणि तिला जास्त जवळून ओळखलंय!'

पुढल्या आठवड्यात सरोजिनींनी ज्या आणखी गोष्टी ऐकल्या, त्यावरून त्यांचा समज आणखीच दृढ झाला की, रट्टीची दुःखी आयुष्यातून सुटका करणारा मृत्यू हाच एकमेव त्राता होता. त्यांनी २५ मार्च १९२९ रोजी पद्मजाला पत्रात लिहिलंय, 'आज मी प्रिन्सेस जर्नेव्हिच्समवेत भोजन घेतलं. तिचा पती सुप्रसिद्ध रशियन शिल्पकार आहे, जेवताना तिनं सहजपणे म्हटलं की, चार वर्षांपूर्वी पॅरिसमध्ये तिला 'मॅडम जिना' भेटल्या होत्या आणि त्यांचं सौंदर्य कसं नष्ट होत चाललं होतं. त्या नवऱ्यापासून विभक्त होऊन पॅरिसमध्ये खूप आजारी पडल्याचं वर्तमानसुद्धा तिनं ऐकलं होतं. मी जेव्हा तिला म्हटलं की, तुझी मैत्रीण मृत्यू पावली, तेव्हा ती म्हणाली, 'ओ! ओ! आश्चर्य नाही! लांब सुई...!' ते ऐकून मला धक्काच बसला; पण सैद हुसेनसुद्धा मला म्हणाला की, बिच्चारी रट्टी अमेरिकेत भेटली असता, त्यानं तिच्याबरोबर याबाबत खूप गंभीरपणे चर्चा केली होती आणि इथं श्रीमती फड् म्हणून खूप प्रेमळ, वृद्ध स्त्री आहे. तिला रट्टीच्या सौंदर्याचं फार कौतुक वाटत असे. तीसुद्धा म्हणाली की, रट्टीच्या चेहऱ्यावर मृत्युकळा आलेली होती. 'कझिन्स'नी काल रात्रीच मला म्हटलं की, देवानं तिच्यावर ही कृपाच केलीय. मी विचारलं, ''का?'' ते म्हणाले, ''सरोजिनीदेवी, आम्ही जेव्हा तिला काश्मीरमध्ये पाहिलं होतं, तेव्हा तिच्या मेंदूत आधीच काही तरी गंभीर बिघाड झालेला होता.'' बिचारी दुर्दैवी रट्टी! जर साऱ्या जगालाच हे समजलं असेल, तर ती ऐन उमेदीतच मृत्यू पावली हे बरं झालं! लवकरच लोक फक्त तिचं सौंदर्य आणि तेजच स्मरतील आणि त्यावर काळोखी आणणाऱ्या सावटाचा त्यांना विसर पडेल.

फार पूर्वी, १९२० साली, वेडपट श्रीमती हार्करनं भाकित वर्तवलं होतं की, रट्टी तिच्या अठ्ठाविसाव्या नाही तर एकोणतिसाव्या वाढदिवसाच्या दिवशी अचानक मरण पावेल. मी ते विसरूनही गेले होते; पण ते खरं ठरलं ही किती विचित्र गोष्ट होती! ती ज्या दुनियेत पोचलीय तिथं तिची लाडकी कुत्री आणि मांजरं तिच्या येण्याची वाट पाहत असतील - नेरे, डोनो, लोफर, झिप्पी - त्यांच्याशिवाय तिला तिथं किती एकटं वाटलं असतं!'

पुढल्या आठवड्यापर्यंत सरोजिनींनी या आघाताचा आणि रट्टीच्या वियोगाचा स्वीकार केला होता आणि शोक बाजूला सारला होता. 'गेले पंधरा दिवस मी अजिबात झोपू शकलेली नाही; कारण रट्टीच्या मृत्यूची बातमी मला इतक्या रासवट अलिप्ततेनं सांगण्यात

आली होती! परंतु जिवंत असताना तिला दु:सह्य झालेल्या साऱ्या बंधनांमधून तिला मुक्त करणारा मृत्यू हा एकमेव तारणहार होता! कसं ते माहीत नाही; पण ती माझ्या जवळपासच आहे, असं मला सतत वाटतंय आणि मला आता विश्वास वाटतोय की, ती आता शांत आणि सुखी झालीय... मर्त्यलोकात असताना फार वर्षांपूर्वीच तिनं सारा विवेक गमावला होता; पण आता मला ठाऊक आहे की, मुक्त झाल्यावर ती आता निस्तेज निखारा राहिलेली नाही; तर ती आता पुन्हा एकदा तेजस्वी ज्वाला बनली आहे. रट्टी नसलेल्या मुंबईत परत येणं मला फार दु:सह्य होणार आहे...' असं सरोजिनींनी पद्मजाला ३० मार्च १९२९ रोजी अमेरिकेतील पेनसिल्व्हेनियामधून कळवलं होतं.

त्या अत्यंत खंबीर होत्या, त्यामुळेच अजूनही शोकाकुल अवस्थेत असलेल्या आपल्या लेकीला धीर देऊन त्या तिचं सांत्वन करू शकल्या. 'लाडके, तिच्या मृत्यूचं तुला किती दु:ख झालंय हे मला ठाऊक आहे; पण एक गोष्ट लक्षात घे की, ती जिवंत राहू शकत नव्हती! ती कशाचाच आधार घेऊ शकली नाही, कारण आधारासाठी कशालाही घट्टपणे विळखा घालण्याची तिच्या अंगी शक्तीच नव्हती, त्यामुळे उमेदीच्या वसंतातच ती निघून गेली हे बरं झालं! या घरात दोन मांजरं आहेत. ती रट्टीच्या राखाडी आणि काळ्या मांजरांची आठवण करून देत असली, तरी तिच्या इब्ज-ए-शापुर एवढी ती सुंदर नाहीत. शापूरला शांती लाभो!'

सरोजिनी निसर्गावर आणि पृथ्वीतलावरच्या साऱ्या सुंदर गोष्टींवर मनापासून प्रेम करत असत, त्यामुळे त्या आपल्या दु:खावर नेहमीच फुंकर घालून घेऊ शकत असत. त्यांनी रणधीरा या आपल्या धाकट्या मुलाला दुसऱ्या दिवशी पेनसिल्व्हेनियातून पत्र पाठवलं होतं, 'मी इथं एका अतिशय चांगल्या स्त्रीपाशी राहतेय. तिचं घर फिलाडेल्फियापासून बारा मैलांवर, दाट झाडीमध्ये नदीकाठी वसलं आहे. आज ती झाडं इतकी सुरेख दिसत होती म्हणून सांगू! त्या सौंदर्यानं मला खूपच दिलासा मिळालाय. रट्टीच्या मृत्यूच्या आघातानं आणि दु:खानं मी इतकी शिणून गेले होते! पण आता मला दु:खीकष्टी वाटत नाहीय. मला खात्रीनं वाटतंय की, तिला मुक्ती मिळालीय आणि ती आता अगदी शांतपणे विसावा घेतेय!'

आणि पुढल्याच आठवड्यात, ७ एप्रिल १९२९ रोजी त्यांनी कॅनडातील मॉंट्रियालमधून पुन्हा एकदा पद्मजाला पत्रात लिहिलं होतं, 'रेडिओ चालू आहे – ध्वनिलहरींवरून थेट न्यू यॉर्कमधलं संगीत ऐकू येतंय. ज्ञानाच्या जोरदार विजयापुढे समुद्र आणि जमिनीवरच्या अंतरांची मातब्बरीच उरली नाहीय! त्याचप्रमाणे आपल्याला मृत्यूची आणि वियोगाची किंवा दूरवरच्या अंतराचीसुद्धा भीती उरत नाही, कारण आपण नेकीनं आणि समजुतदारपणे जगतो, त्यामुळे माझ्या लाडके, शेकडो मैलांवरून प्रवास करून जवळ येणाऱ्या संगीतापेक्षासुद्धा तू मला अधिक जवळ असल्याचा भास होतोय... आणि जिवंतपणे मला बिलगून आसरा आणि प्रेम शोधणारी रट्टीसुद्धा तेव्हापेक्षा आताच माझ्या जास्त निकट आलीय असं मला वाटतंय!'

पण त्यांना भविष्यात आणखी एक धक्का बसणार होता. भारतात परत येताना त्या वाटेत इंग्लंडमध्ये थांबल्या होत्या. तेथे त्यांना दोन ओळखीच्या स्त्रिया भेटल्या आणि न्यू यॉर्कमधील भविष्यवेत्त्या स्त्रीनं सांगितलेल्या बातमीला त्यांच्याकडून दुजोरा मिळाला. ही रट्टीच्या मृत्यू संदर्भातली गोष्ट होती. सरोजिनींनी पद्मजाला ६ मे १९२९ रोजी लंडनमधील

पिकॅडिली इथल्या लायसियम क्लबमधून लिहिलं होतं, 'मला आता खरोखरच कशाचंच आश्चर्य वाटत नाही! न्यू यॉर्कमध्ये मला अजिबात न ओळखणारी, माझं नावही न जाणणारी एक एकांतवासी स्त्री भेटली होती. ती मला म्हणाली की, माझी एक तरुण मैत्रीण नुकतीच अचानक निवर्तली आहे आणि *तिनं खूप विचारांती झोपेच्या गोळ्यांची अतिरिक्त मात्रा घेतली होती आणि तसं सांगणारं एक पत्र मागं ठेवलं होतं, ही गोष्ट मला अमेरिका सोडल्यावरच कळणार आहे!* काल रात्रीच मला लेडी एल (नाव वाचता येत नाहीय) म्हणाल्या की, रट्टीनं अतिरिक्त व्हेरोनाल घेतलं होतं, आणि आज XXXनं सावधपणे त्याला दुजोरा दिला! त्यामुळे न्यू यॉर्कमधील स्त्रीनं जे सांगितलं होतं, ते खरं असल्याचं सिद्ध झालंय हे सारं मोठं अगम्य आणि अतर्क्य आहे!' परंतु त्यापुढे सरोजिनींनी ही बातमी फुटू न देण्याची सावधगिरी राखण्याची कळकळीची सूचनासुद्धा पद्मजाला केली होती. त्यांनी पुढे लिहिलं होतं, 'पण लाडके, ही बातमी अधिकृत नव्हे, हे लक्षात घे! मला वाटतं सुटकेचा आणखी कोणताच मार्ग तिच्यापुढे उरला नव्हता... बिच्चारं वेडं, दु:खी मूल! जी शांती तिला इथं लाभली नव्हती – की तिनं ती स्वत:ला लाभू दिली नव्हती? – ती शांती मृत्यूनंतर तरी तिला लाभो!'

परंतु ही बातमी बाहेर फुटली, तर लोक त्याबद्दल कुचाळक्या करू लागतील, ही सरोजिनींची चिंता पूर्णत: अनावश्यक ठरली. सरोजिनी मुंबईला पोचल्या, तोपर्यंत रट्टीच्या नाट्यमय अंताला पाच महिने होऊन गेले होते आणि कोणालाच त्याबद्दल बोलावंससुद्धा वाटेनासं झालं होतं. सरोजिनी स्वत: लगेचच राजकीय कामाच्या आवर्तात अडकून गेल्या. त्यांच्या इच्छेविरुद्ध त्यांना काँग्रेस समितीच्या कामासाठी अलाहाबादला खेचून नेण्यात आलं होतं. त्यांनी पद्मजाला मुंबईतल्या ताजमधून २४ जुलै १९२९ रोजी लिहिलं होतं, 'मी परवा इथे पोचले, तेव्हानंतर आज प्रथमच मला क्षणभर एकटीनं स्वस्थ बसण्याचा निवांतपणा लाभला आहे. मी परत आल्यापासून, माझं स्वागत करणाऱ्या तारांचा आणि पत्रांचा महापूर लोटला आहे. माझ्या अनुपस्थितीत जी जातीय भांडणं पेटली होती, त्यांचाच हा परिपाक म्हणायला हवा! मला काँग्रेसविरुद्ध बंड पुकारून अलाहाबादला जाणं रद्द करायचं होतं! परंतु पंडितजी (मोतीलाल नेहरू) आणि (एम. ए.) अन्सारी या दोघांनी संयुक्तपणे केलेली कळकळीची विनंती टाळणं मला शक्य झालं नाही. त्या मूर्ख काँग्रेस समितीसाठी नव्हे, तर हिंदू-मुस्लिमांबाबतच्या परिस्थितीपायी मी त्या विनंतीला मान दिला आहे. मला खरं जावंसं वाटतच नव्हतं; परंतु जाण्यावाचून पर्याय नाही म्हणून मी आज रात्री निघतेय.' पुढे त्यांनी लिहिलं होतं, 'अर्थातच इथं पोचले त्याच दिवशी मी रट्टीच्या कबरीचं दर्शन घेऊन आले आणि त्यावर माझे पुष्पहार वाहून आले. ती त्या मातीच्या ढिगाखाली नक्कीच नाहीय! तिच्या कबरीभोवती अनेक फुलांची रोपटी लावण्यात आली आहेत, तेथे तू लाल गुलाबाचं रोप लाव. तिला लाल गुलाब अतिशय प्रिय होते.'

आणखी एक महिना उलटल्यावर त्या सर दिनशॉ आणि लेडी पेटिटना भेटू शकल्या. आदल्या वर्षी त्यांची भेट झाली होती, त्यापेक्षा ते दोघेही खूपच थकलेले दिसत होते. सरोजिनींनी पद्मजाला २२ ऑगस्ट १९२९ रोजी लिहिलं होतं, 'लेडी पेटिटनी माझ्याजवळ खास सही असलेला रट्टीचा फोटा दिला आहे, तो मी तुला पाठवते आहे. लेडी पेटिट मुंबईबाहेर होत्या, त्यामुळे मी आज पहिल्यांदाच त्यांना भेटले. त्या अतिशय उतार दिसू

लागूल्या आहेत आणि त्यांचे सारे केस पिकून पांढरेशुभ्र झाले आहेत. वृद्ध सर दिनशॉ तर त्याहूनही करुणाजनक दिसत आहेत. मला भेटल्यावर ते बांध फुटल्याप्रमाणे आसवं गाळू लागले. तू आपल्या बागेतलं लाल गुलाबाचं रोप रट्टीच्या कबरीसाठी पाठवते आहेस हे ऐकून लेडी पेटिटला फार बरं वाटलं.'

दोन दिवसांनी राजकीय कामांसाठी सरोजिनी सिमल्याला गेल्या आणि तेथे त्या जिना आणि फातिमा यांना भेटल्या. फातिमा आता आपल्या भावाच्या घरी राहू लागली होती. २४ ऑगस्ट १९२९ रोजी सरोजिनींनी सिमल्यातील माउंट स्टुअर्ट हॉटेलमधून पाठवलेल्या पत्रात लिहिलं होतं, 'जिना आणि फातिमा काल इथं जेवायला आले होते. जिना अतिशय थकून गेलेले आणि वृद्ध दिसू लागले आहेत; पण फातिमा भावाबरोबर राहत असल्यामुळे नवे कपडे, आत्मविश्वास आणि सामाजिक मान्यतेमुळे अगदी सुखावून गेलीय!'

इतके थकून गेले असले तरी जिनांनी पूर्वीप्रमाणेच काम चालू ठेवलं होतं आणि रट्टीच्या साऱ्या आठवणी त्यांनी निग्रहपूर्वक मनाबाहेर सारल्या होत्या; परंतु त्यांच्या मनाचा एक कोपरा कायमचा बदलून गेला होता आणि पुढल्या वेळेस जेव्हा सरोजिनी त्यांना मुंबईत भेटल्या, तेव्हा त्यांनी आपल्या एका वेगळ्या स्वरूपाचं दर्शन देऊन त्यांना चकित केलं. 'जिनांनी पॅलिएल देत असलेले तीन जातिवंत कुत्रे आणले आहेत आणि एडिथ, ॲसी आणि माँटफोर्ड अशी चित्रविचित्र नावं त्यांना बहाल केली आहेत. रट्टीला हे कुत्रे इतके आवडले असते! पण स्वत: जिनासुद्धा त्यांच्यावर मनापासून प्रेम करत आहेत, असं दिसतंय. हे कुत्रे त्यांना माणसात आणणार आहेत, असं मला वाटू लागलंय!' असं त्यांनी पद्मजाला ताजमधून १ सप्टेंबर १९२९ रोजी कळवलं होतं.

परंतु रट्टीच्या कबरीचं दर्शन घ्यायला जिना सरोजिनींबरोबर गेले नाहीत. लखनौच्या काँग्रेस सत्रानंतर सरोजिनी मुंबईला परत आल्या, तेव्हा त्या पुन्हा एकदा रट्टीच्या कबरीचं दर्शन घ्यायला गेल्या आणि पद्मजानं हैदराबादहून पाठवलेलं लाल गुलाबाचं रोप त्यांनी तेथे लावलं. त्यांनी पद्मजाला २१ ऑक्टोबर १९२९ रोजी कळवलं होतं, 'तू पाठवलेलं लाल गुलाबाचं रोप घेऊन मी काल रट्टीच्या कबरीपाशी गेले आणि ते मी तिच्या डोक्याच्या बाजूला लावलं. डॉक्टर मॅसन माझ्यासोबत आले होते. ती गेल्याला बरोब्बर आठ महिने झाले आहेत. जसजसा काळ मागं सरतोय, तशतशी मला जास्तच तीव्रतेनं तिची उणीव जाणवू लागलीय.'

गमतीची गोष्ट म्हणजे सरोजिनींच्या किंवा त्यांच्या मुलींच्या पत्रव्यवहारात आणखी वर्षभर तरी रट्टीच्या मुलीचा कोणताच उल्लेख आढळत नाही! लेडी पेटिटनं आता पुढे होऊन त्या मुलीचा ताबा घेतल्यामुळे कदाचित तसं घडलं असू शकेल. ही मुलगी आता नऊ वर्षांची झाली होती. लेडी पेटिटनी जिनांना सुचवलं होतं की, ते सतत दिल्ली किंवा सिमल्याला असतात, तेव्हा या मुलीला घरी एकटीला नोकरांच्या ताब्यात देण्यापेक्षा तिला एखाद्या निवासी शाळेत ठेवणं जास्त श्रेयस्कर ठरेल. मुंबई जवळच्या पाचगणीमधल्या एका कॉन्व्हेंट शाळेत मुंबईतले उच्चभ्रू श्रीमंत लोक आपली मुलं पाठवत असत. त्या शाळेचं नावसुद्धा लेडी पेटिटनी जिनांना सुचवलं. जिनांनी आज्ञाधारकपणे लेडी पेटिटची सूचना फक्त स्वीकारलीच नाही, तर चार पावलं पुढे जाऊन आपल्या एकुलत्या एक मुलीच्या संगोपनाची सारी उर्वरित जबाबदारी त्यांनी मोठ्या विश्वासानं त्यांच्यावर सोपवली. लेडी पेटिटनी ही

जबाबदारी स्वीकारल्यामुळे जिनांना मनोमन शांत वाटलं. रट्टी जिनांपासून विभक्त होईपर्यंत लेडी पेटिट आपल्या नातीला पाहू शकल्या नसल्या, तरी आजी-नातीमध्ये अगदी जवळचं नातं निर्माण झालं आणि नंतर टिकून राहिलं. अजूनही या मुलीचं कुणी नाव ठेवलेलं नव्हतं. त्या मुलीनं स्वतःहूनच आपल्या आजीचं 'दिना' हे नाव लावायला सुरुवात केली आणि आजतागायत दिना आपल्या सर्व मित्र-मैत्रिणींजवळ तिला आजीबद्दल वाटणारं प्रेम आणि आपल्या आईच्या मृत्यूनंतर आपल्या संगोपनाची संपूर्ण जबाबदारी स्वीकारल्याबद्दल आजीबद्दलची कृतज्ञता आवर्जून व्यक्त करत असते. दिना (जिना) वाडिया यांचं नुकतंच नव्वदीच्या पुढच्या वयात निधन झालं.

पुढच्या वर्षी, लीलामणी पाचगणीला गेली असताना दिनाला तिच्या निवासी शाळेत जाऊन भेटली होती, तोवर दिना आपल्या नव्या आयुष्यात आनंदानं स्थिरावली होती. लीलामणी पहिल्या वेळेस दिनाच्या शाळेत तिला भेटायला गेली होती, तेव्हा दिनाची भेट होऊ शकली नव्हती. लीलामणीनं ९ सप्टेंबर १९३० रोजी पद्मजाला पत्रानं कळवलं होतं, 'दिना जिना एक-दोन दिवसांसाठी बाहेरगावी गेलीय; पण मी इथून परतण्यापूर्वी तिला नक्की भेटेन किंवा तिला दिवसभरासाठी माझ्याकडे बोलावून घेईन.' पुढल्या आठवड्यात १५ सप्टेंबर रोजी तिनं पद्मजाला कळवलं होतं, 'दिना जिनानं काल इथं एक दिवस घालवला. ती इतकी रट्टीसारखी दिसते की, तिला पाहून मला घाबरल्यासारखंच होतं!'

परंतु स्वभावाच्या दृष्टीनं दिना आणि रट्टीमध्ये तिळमात्रही साम्य नव्हतं. आपल्या पित्याच्या बर्फासारख्या थंडगार पटलाचा भेद घेण्याच्या प्रयत्नात स्वतःचा मृत्यू ओढवून घेण्याच्या भानगडीत (आपल्या आईप्रमाणे) न पडता, दिना लवकरच आपल्या 'पॉप'ला हुशारीनं हाताळायला शिकली. त्यांच्या देण्याच्या मर्यादेबाहेरच्या कशाचीही तिनं कधी आशा धरली नाही. जिना तिचे भरपूर लाड पुरवत असत आणि स्वतःच्या वेळाखेरीज आणि सहवासाखेरीज, ते तिची कोणतीच मागणी नाकारत नसत. त्याबद्दल दिनाला खंतही वाटत नसे. तिनं आयुष्याच्या उत्तरार्धात आपल्या पित्याचं वर्णन करताना म्हटलंय, 'ते प्रेमळ होते; पण ते भावना व्यक्त करत नसत.' आणखी दोन वर्षांनी जिना फातिमाबरोबर इंग्लंडला हलले आणि त्यांनी हॅम्पस्टेडमध्ये राहायला सुरुवात केली, तेव्हा दिनासुद्धा त्यांच्याबरोबर इंग्लंडला गेली; पण ती त्यांच्याजवळ राहिली नाही. जिनांनी तिच्यासाठी ससेक्समधली एक लहान, खाजगी शाळा शोधून काढली होती. श्रीमती फ्रान्सेस ब्राउन ती शाळा चालवत होत्या. दिना त्या शाळेत पटकन रुळली आणि त्या निवासी शाळेत ती पुढची पाच वर्षं आनंदानं राहिली. ती तेथे आत्मनिर्भरता आणि उच्चभ्रू रीतिरिवाज यांसारखे गुण शिकली असली, तरी अभ्यासात तिनं फारशी प्रगती केली नाही. ती शाळेच्या अंतिम परीक्षेत नापास झाली; परंतु तिला अचानक ती शाळा सोडावी लागल्याचं तिला खूप दुःख झालं. श्रीमती ब्राउनची प्रकृती खालावल्यामुळे आणि अन्य आर्थिक कारणांमुळे अचानक ती शाळाच बंद करण्यात आली होती.

परंतु श्रीमती ब्राउनच्या निवासी शाळेत शिकत असताना सुट्टीचे दिवस मात्र दिना आपल्या पित्याजवळ व्यतीत करत असे. जिना जरी आपला मौल्यवान वेळ तिला देत नसले, तरी त्यांना चिडवण्याचं स्वातंत्र्य त्यांनी दिनाला बहाल केलं होतं. दिनानं त्यांना 'ग्रे वूल्फ' नावानं चिडवत हाक मारायला सुरुवात केली होती, कारण ते *ग्रे वूल्फ :*

ॲन इन्टिमेट स्टडी ऑफ अ डिक्टेटर या पुस्तकानं इतके झपाटून गेले होते की, ते सतत त्या पुस्तकाबद्दलच बोलू लागले होते. मुस्ताफा केमल अतातुर्क या स्वतंत्र तुर्कस्तान स्थापन करणाऱ्या नेत्याची कहाणी या पुस्तकात रेखाटण्यात आली होती. तो जिनांच्याच सुमारास आणि त्यांच्यासारख्याच परिस्थितीत जन्मला असल्यामुळे ती कहाणी वाचून त्यांना आपल्याच अनुभवांचा प्रतिध्वनी जाणवला असावा! जिना इतके भारले गेले होते की, ते पुस्तक त्यांनी दिनालासुद्धा वाचायला दिलं होतं. तेरा वर्षांची दिना स्वतंत्र विचारांची होती आणि तिनं जिनांना त्यांच्या नव्या वेडाबद्दल चिडवून त्यांना 'ग्रे वूल्फ' म्हणायला सुरुवात केली होती. आपल्या हातातले कामाचे कागद त्यांनी लांब ठेवावेत म्हणून लाडीगोडी लावत ती त्यांना म्हणाली, 'ग्रे वूल्फ! चला ना! मला कठपुतळीचा खेळ बघायला घेऊन जा की! मी इथं सुट्टीसाठी आलेय ना? ते कामाचे कागद ठेवून द्या आता!'

परंतु त्यांच्या आयुष्यातील तेवढ्याच सीमित काळात जिनांना आपल्या लेकीशी जवळीक साधण्याची संधी आणि थोडीफार फुरसत लाभली होती. जिनांनी लवकरच हॅम्पस्टेडमधलं घर विकून टाकलं, लंडनमधलं वकिलीचं काम बंद केलं आणि ते भारतात परत आले. भारतात आल्यावर पुन्हा एकवार एक दिव्य, भव्य उद्दिष्ट त्यांना खुणावू लागलं होतं आणि दिना पुन्हा एकवार त्यांच्या व्यस्त आयुष्याच्या परिघाबाहेर सारली गेली होती! आणि जोवर ती पित्याच्या कामात व्यत्यय आणत नव्हती, तोवर तिला हवं तसं वागायची, हवं ते करायची मुभा मिळत होती. पंधरा वर्षांची दिना घरी एकटीच पडत होती; घरात असलेल्या आत्याबरोबर तिचं अजिबातच पटत नव्हतं. नोकरांखेरीज घरात गप्पा मारण्यासारखं कोणीच नसल्यामुळे ती वारंवार आजीला भेटायला जाऊ लागली. कधी कधी तर ती तेथे रात्रभर राहू लागली होती. जिना इंग्लंडमध्ये होते, त्याच काळात सर दिनशॉ मृत्यू पावले होते, त्यामुळे आपल्या घरी आपल्या नातीचं स्वागत करण्यात लेडी पेटिटना आडकाठी आणणारं कुणीच राहिलं नव्हतं. जेव्हा दिना आजीच्या घरी नसे, तेव्हा ती खरेदीसाठी एका दुकानातून दुसऱ्या दुकानात फिरत अनेक तास खर्च करत असे. ती घरी परत आली की, फातिमा ड्रायव्हरला बाजूला घेऊन चौकशी करत असे आणि आपली भाची कुठं कुठं गेली होती आणि तिनं काय काय विकत आणलं, याची माहिती करून घेत असे; पण जिना तिला हवं ते करू देत आणि हवे तेवढे पैसे खर्चू देत. फक्त तिनं मोटर चालवू नये, एवढाच त्यांचा आग्रह होता. अर्थातच दिना चोरून मोटर चालवायचं थांबवत नसे!

बाप-लेकीमध्ये फक्त एकदाच खडाजंगी जुंपली. दिनानं नेव्हिल वाडियांशी विवाह करत असल्याचं जाहीर केल्यावर जिना आणि दिना यांच्यात कडाक्याचं भांडण झालं. नेव्हिल वाडिया पारशी कुटुंबात जन्मले होते आणि कापड गिरण्यांच्या मोठ्या व्यवसायाचे ते वारस होते. जन्मानं पारशी असलेल्या नेव्हिल वाडियांनी ख्रिस्ती धर्मात धर्मांतर केलं होतं. त्यांच्या एकुलत्या एक मुलीनं पारशी-ख्रिस्ती माणसाशी विवाह केला असता, तर त्यांच्यावर मुस्लिमांचा प्रचंड रोष ओढवला असता. त्यांच्या दृष्टीनं ती राजकीयदृष्ट्या नामुश्कीची गोष्ट ठरली असती, त्यामुळे त्यांनी दिनाला त्यापासून परावृत्त करण्याचा प्रयत्न केला; पण ती हटून बसली, तेव्हा त्यांनी तिचा सारा वारसाहक्क काढून घेऊन तिचा त्याग

करायची धमकी घातली. त्या धमकीपुढे नमण्याऐवजी ती अधिकच बंडखोर बनली. ती आपल्या आजीच्या घरी राहू लागली आणि वारसाहक्क गमावून बापाशी असलेलं सारं नातं तोडण्याची किंमत मोजायला तयार झाली. निर्णय घेतल्याप्रमाणे नेव्हिल वाडियांशीच विवाह करण्याचा तिनं निश्चय केला होता. या भावनिक ताणामुळे जिना पूर्णपणे कोलमडले आणि कधी नाही ते आजारी पडले. त्यांच्या एका ड्रायव्हरनं, कालांतरानं, उर्दू लेखक सदात हसन मॉन्तो याला सांगितलं, 'ते कुणालाही भेटायला तयार नव्हते. ते फक्त सिगार ओढत आपल्या खोलीत येरझाऱ्या घालत होते. त्या दोन आठवड्यांत ते शेकडो मैल चालले असावेत!'

पण लवकरच त्यांनी स्वत:वर ताबा मिळवला. ड्रायव्हर म्हणाला, 'दोन आठवड्यांनी ते पुन्हा एकांतवासातून बाहेर निघाले. आता त्यांच्या चेहऱ्यावर कोणत्याही दु:खाचं किंवा तणावाचं पुसटसं चिन्हंही उरलं नव्हतं.'

परंतु आजवर जी जुनी जखम तपासून पाहणं त्यांनी टाळलं होतं, तीच जुनी जखम या भांडणानंतर पुन्हा भळभळून वाहू लागली होती. ड्रायव्हरच्या म्हणण्याप्रमाणे, अशा वेळेस फक्त एकच गोष्ट त्यांचं दु:ख शमवू शकत असे, 'ते धातूची एक ठरावीक पेटी आपल्या खोलीत आणवून घेत आणि त्याचं कुलूप उघडत.' ती पेटी रट्टीच्या कपड्यांनी भरलेली होती. 'ते कपडे बाहेर काढले जात आणि एक शब्दही न बोलता साहेब त्यांच्याकडे बघत राहत. त्यांच्या सुकलेल्या, भकास, पारदर्शी चेहऱ्यावर उदासीची काळी छाया येत असे. 'ठीक आहे! ठीक आहे!' असं म्हणून ते एक भिंगाचा चष्मा काढून पुसत असत आणि खोली बाहेर जात असत.'

परंतु ते आपलं दु:ख कधीच विसरू शकले नाहीत. कांजीच्या म्हणण्याप्रमाणे रट्टीच्या मृत्यूचा त्यांच्या मनावर इतका खोलवर आघात झाला की, त्यांचा स्वभाव पूर्णपणे बदलून गेला. पूर्वी 'आनंदी, स्नेहशील आणि लोकाभिमुख असलेले, विनोदबुद्धीची चमक दाखवणारे जिना अत्यंत अहंमन्य आणि टीकेच्या बाबतीत असहिष्णू बनले.' पत्नीच्या मृत्यूवर त्यांची इतकी तीव्र प्रतिक्रिया घडली की, त्यांनी आयुष्यभर तिच्या नावाचा उच्चार तर केला नाहीच; पण 'त्यानंतर कुणी त्यांच्या वागण्याची टिंगल केली, त्यांच्या वागण्याला नावं ठेवली, त्यांच्या वागण्याबद्दल गैरसमज करून घेतले किंवा त्यांच्या वागण्याचा विपर्यास केला, तर मूर्खपणे किंवा अन्यायानं असं करणाऱ्यांना ते कधीही माफ करेनासे झाले.' वैयक्तिक आघात आणि निराशेपोटी जिनांच्या मनात निर्माण झालेल्या कडवटपणानं त्यांच्या राजकारणातसुद्धा प्रवेश केला. कांजी म्हणतो, 'जिनांच्या राजकीय कडवटपणामागचं हेच खरं कारण म्हणता येईल. पत्नीच्या मृत्यूनंतर जिना एकोणीस वर्षं जिवंत होते, त्या संपूर्ण काळात हा राजकीय कडवटपणा टिकून राहिला होता आणि त्याचा त्यांच्या राजकीय आयुष्यावर आणि मतांवर परिणाम झाला होता.' जर रट्टी जिवंत असती, तर जिना कधीच एवढे जातीयवादी बनले नसते, असं कांजीचं मत आहे. छागला या मताशी काही अंशी सहमत असले – 'रट्टीनं जिवंत असेपर्यंत जिनांना योग्य मार्गावरून भरकटू दिलं नव्हतं;' असं त्यांचं मत असलं तरी ते पाऊलभर आणखी पुढे जाऊन, आपल्या पुस्तकात जिनांमधल्या परिवर्तनासाठी निदान अंशत: तरी फातिमाला जबाबदार धरतात. छागलांच्या मते, 'जिनांनी

हिंदूंवर विषारी टीका केली की, फातिमाला नुसताच आनंद होत नसे, तर ती त्या टीकेत आणखी विष ओतत असे!'

जिना प्रत्येक बाबतीत फातिमाचा आधार घेऊ लागले होते, यात शंकाच नाही! त्यांच्या ड्रायव्हरनं मांतोंना सांगितलं होतं की, बिलियर्ड्स खेळतानासुद्धा जिनांना फातिमा आपल्यासमोर उभी हवी असे. 'जर योजल्याप्रमाणे फटका मारता आला, तर ते आपल्या बहिणीकडे विजयाचं हास्य करून पाहू लागत.'

परंतु जिनांचं मत बदलणं फातिमाच्यासुद्धा शक्तिबाहेरचं होतं! छागलांनी स्वत:च इतरत्र नमूद केलंय : 'एकदा त्यांनी ठाम निग्रह केला की, जगातली कोणतीही शक्ती त्यांना उद्दिष्टापासून विचलित करू शकत नसे! कोणतंही प्रलोभन, कोणतीही लाच, कोणताही दबाव काडीमात्रही उपयुक्त ठरत नसे.' मुस्लिमांचं भलं करणं, हे त्यांनी आपलं ध्येय मानलं होतं आणि ते साध्य केल्यावरच ते शांत झाले; परंतु त्यांच्या कृतीच्या परिणामांची जाणीव त्यांना झाली, तेव्हा वेळ उलटून गेली होती. आपण जवळजवळ एकट्याच्या बळावर निर्माण केलेल्या देशातले निर्वासित त्यांना दिसले, तेव्हा ते व्यथित होऊन रडले; परंतु त्यांनी निर्वासितांपेक्षाही त्यांच्या कृतीबद्दल अधिक आसवं गाळली होती – आयुष्यात पुन्हा एकदा त्यांनी त्यांना अत्यंत प्रिय वाटणाऱ्या गोष्टीचा विनाश घडवला होता!

ऋणनिर्देश

हे पुस्तक लिहायला जो चार वर्षांचा काळ लागला, त्या अवधीत मित्र बनलेल्या अनोळखी लोकांकडून आणि माझ्या असंख्य मित्रांकडून, मला अत्यंत औदार्यपूर्ण अणि नि:स्वार्थी वृत्तीनं केलेली मोलाची मदत मिळाली आणि मी ती कृतज्ञतापूर्वक स्वीकारली. त्या मदतीशिवाय बहुधा हे पुस्तक कधीच पूर्ण होऊ शकलं नसतं. पद्मजा नायडूंनी त्यांच्या आयुष्याच्या अखेरच्या काळात 'नेहरू-स्मृती-संग्रहालय आणि वाचनालय' स्थापन करून नावारूपाला आणायला अंत:करणपूर्वक अपार मेहनत केली नसती, तर मला या पुस्तकाचा प्रारंभच करता आला नसता. त्यांनी कल्पकता आणि दूरदृष्टी दाखवून त्यांच्या कुटुंबीयांचा अत्यंत मोठा आणि चैतन्यमय पत्रव्यवहार जतन केला होता आणि तो या पुस्तकाच्या दृष्टीनं मोलाचा खजिनाच ठरला.

अमीना सैयिदनं, मी संशोधनासाठी महिनाभर पाकिस्तानात गेले असताना, माझं उदार मनानं आतिथ्य केलं आणि हाती न लागणाऱ्या जिनांबाबतच्या माहितीसाठी उपयुक्त असलेल्या प्रत्येक गोष्टीशी आणि व्यक्तीशी माझा परिचय करून दिला; शिवाय अनेक लोकांचे नाव-पत्ते आणि पुस्तकं मला मिळवून देऊन माझी पाकिस्तानची सफर अत्यंत आनंददायी आणि सुफल करून दिली. अनेक स्नेह्यांनी मला उर्दूचा अनुवाद करून दिला. शिवाय, अनेक पुस्तकं आणि संशोधन पत्रकं मला उपलब्ध करून दिली. त्याबद्दल कराची विश्वविद्यालय वाचनालय आणि कैद-ए-आझम अ‍ॅकॅडमी येथील कर्मचारी आणि *डाउन* वृत्तपत्राचे ग्रंथपाल यांची मी ऋणी आहे. जिनांचे चरित्रकार लेखक आणि विद्वज्जन यांनी आपला मौल्यवान वेळ खर्चून मला जी माहिती पुरवली त्यासाठी मी शरिफ अल् मुजाहिद ख्वाजा राझी हैदर, रिवाझ अहमद आणि नाईम कुरेशी यांचे विशेष आभार मानते.

मुंबईत, सायरस गझदर यांनी पारशी समाजातील सहजी न भेटणाऱ्या लोकांचा शोध घेतला आणि त्यांची घट्ट मिटलेली द्वारं माझ्यासाठी चमत्कारानं खुली करून दिली. सायलू मथाईंनी रट्टीच्या कुटुंबीयांची आणि पूर्वज वंशावळीची आणि तिच्या पार्श्वभूमीची मला माहिती करून दिली. कामा ओरिएंटल इन्स्टिट्यूटच्या ग्रंथपालांनी पारशी लोकांची माहिती करून देणारे कागदपत्र उपलब्ध करून दिले. ताज मासिकाच्या सुनीता नारायण आणि वेंडी यांनी त्यांच्या संग्रहालयातली पुस्तकं काढून त्याच्या प्रती करून दिल्या. हैदराबादच्या *सब्जी मंडीमधल्या* धर्मशाळेच्या धूळभरल्या कपाटात पद्मजा नायडूंचे विस्मरणात गेलेले

कागदपत्र आणि फोटो कापडाच्या गाठोड्यात बांधून ठेवलेले होते. तेथील देवालयाच्या विश्वस्तांनी ते शोधून काढायला मला मोलाची मदत केली.

'सतत काम करत राहा', असं माझ्यामागं न थकता, अव्याहतपणे टुमणं लावणारे माझे स्नेही आणि गुरू खुशवंतसिंग आणि अगदी शेवटपर्यंत मला निराश होण्याची किंवा कामात काटछाट करण्याची अजिबात परवानगी न देणारे विनोद मेहता यांच्या उत्तेजनाशिवाय हे पुस्तक पूर्ण होणं केवळ अशक्य होतं. माझ्या संपादिका रंजना सेनगुप्ता यांनी वेधक प्रश्न विचारून मला खोलवर संशोधन करायला मदत केली आणि आपल्या स्थिर-शांत क्षमतेनं शनुज व्ही. सी.नी माझी कधीच घबराट होऊ दिली नाही – या दोघांचेही मन:पूर्वक आभार.

माझ्या बहिणी उषा, आशा आणि शोभा यांनी मला ठाम आधार दिला आणि त्यांचं प्रेम आणि विश्वास या बळावर मी तरुन जाऊ शकले. मुंबईतली माझी बहीण मालिनी दररोज जेवणाचा डबा माझ्या हाती देऊन मला संशोधन करण्यासाठी रवाना करत होती. माधवननं हे पुस्तक करण्याजोगं आहे, असं सांगून मला उत्तेजन दिलं आणि रुचिरानं माझ्यासाठी प्रार्थना केली. या सर्वांची मी ऋणी आहे.

आणि सर्वांत जास्त मी माझी मुलगी मिन्ना आणि तिचा सहचर कियान यांची ऋणी आहे. मिन्नानं, मी हे पुस्तक लिहू शकेन, असा माझ्यावर विश्वास ठेवला आणि कियाननं अनेकदा मी रात्री-बेरात्री केलेले संगणकाचे गोंधळ निस्तरले.